Hình bìa:

Dòng chữ Hán phía trên đập

漫湾电厂

Mạn Loan Điện Xưởng

*Con đập thủy điện dòng chính đầu tiên trên sông Lancang-Mekong*
*Ngô Thế Vinh đứng dưới chân con đập Mạn Loan 09/2002*

# NGÔN NGỮ
# TẠP CHÍ VĂN HỌC NGHỆ THUẬT
# SỐ ĐẶC BIỆT - NGÔ THẾ VINH
# THÁNG 2 NĂM 2024

**NHÓM CHỦ TRƯƠNG:**
Luân Hoán - Song Thao - Nguyễn Vy Khanh - Hồ Đình Nghiêm - Lê Hân

**CỘNG TÁC TRONG SỐ NÀY:**
ÁNH NGUYỆT, BABUI75 MAMBURAO, BÙI KHIẾT, DOHAMIDE, ĐẶNG TRẦN HUÂN, ĐINH CƯỜNG, ĐỖ NGHÊ, ĐOÀN NHÃ VĂN, ERIC HENRY, GERALD C. HICKEY, HÀ NGỌC THUẦN, HẢO PHẠM, HOÀNG KHỞI PHONG, HOÀNG MAI ĐẠT, HOÀNG NGỌC NGUYÊN, HOÀNG VĂN ĐỨC, HOÀNG XUÂN HÃN, HUY VĂN TRƯƠNG, HUỲNH KIM QUANG, JOSÉ QUIROGA, KHÁNH TRƯỜNG, LẠI MẠNH CƯỜNG, LÊ CHIỀU GIANG, LÊ NGỘ CHÂU, LÊ QUỲNH, LÊ QUỲNH MAI, LÊ VĂN CÔNG, LÊ XUÂN KHOA, LONG ÂN, LUÂN HOÁN, LƯƠNG THƯ TRUNG, MẶC ĐỖ, MARK FRANKLAND, NGÃ DU TỬ, NGÔ THẾ VINH, NHẬT TIẾN, NGUYỄN ĐÌNH TOÀN, NGUYỄN ĐỨC HIỆP, NGUYỄN KỲ HÙNG, NGUYỄN MAI, NGUYỄN MẠNH TRINH, NGUYỄN NGỌC BÍCH, NGUYỄN NGỌC DUNG, NGUYỄN QUỐC TRỤ, NGUYỄN QUỲNH, NGUYỄN SAO MAI, NGUYỄN TÀI NGỌC, NGUYỄN THỊ KHÁNH MINH, NGUYỄN THUYẾT PHONG, NGUYỄN VĂN LỤC, NGUYỄN VĂN TUẤN, NGUYỄN VY KHANH, NGUYỄN XUÂN HOÀNG, NGUYỄN XUÂN THIỆP, OSCAR SALEMINK, PHẠM CAO HOÀNG, PHẠM PHAN LONG, PHẠM PHÚ MINH, PHẠM XUÂN ĐÀI, PHAN NHẬT NAM, PHAN TẤN HẢI, SONG THAO, TẠ TỴ, TIM PAGE, TRẦN HOÀI THƯ, TRẦN HUY BÍCH, TRẦN MỘNG TÚ, TRẦN NGỌC NINH, TRẦN NGƯƠN PHIÊU, TRẦN THỊ DIỆU TÂM, TRẦN THỊ NGUYỆT MAI, TRANG CHÂU, TRỊNH CUNG, TRỊNH Y THƯ, TRƯƠNG VŨ, VÕ TÒNG XUÂN, VŨ VĂN DZI.

BÌA: Uyên Nguyên Trần Triết
DÀN TRANG: Công Nguyễn
ĐỌC BẢN THẢO: Trần Thị Nguyệt Mai

LIÊN LẠC:
Thư và bài vở mời gởi về:
-Luân Hoán: lebao_hoang@yahoo.com
-Song Thao: tatrungson@hotmail.com

**TOÀ SOẠN VÀ TRỊ SỰ:**
Lê Hân: (408) 722-5626 han.le3359@gmail.com

# MỤC LỤC

PHẦN V: CỬU LONG CẠN DÒNG, BIỂN ĐÔNG DẬY SÓNG 2000



PHẦN VI: MEKONG - DÒNG SÔNG NGHẼN MẠCH 2006



PHẦN VII: CHÂN DUNG VHNT & VĂN HÓA - I &II - 2017 - 2022



PHẦN VIII: TƯ LIỆU



PHẦN IX: THAY CHO KẾT TỪ

*Bốn ký họa chân dung Ngô Thế Vinh, trên từ trái: vẽ bởi Tạ Tỵ (bút mực) 1996, bởi Trịnh Cung (bút bi) 2000; dưới từ trái: bởi Babui75 Mamburao (cắt dán) 2015, bởi Lê Văn Công (sơn dầu) 2019.*

# LÁ THƯ CHỦ BÚT TẠP CHÍ NGÔN NGỮ

NGÔ THẾ VINH, BẰNG HỮU VÀ VĂN CHƯƠNG là tuyển tập đặc biệt thứ ba, do tạp chí Ngôn Ngữ hân hạnh đứng tên xuất bản và phát hành rộng rãi (sau hai tuyển tập Hoàng Ngọc Biên + Tô Thùy Yên, và Cung Tích Biền).

Đây là cuốn sách tập trung nguồn tư liệu từ nhiều người viết về một người, có tầm cỡ của Văn Học Việt Nam Cộng Hòa. Tác giả gốc miền Bắc, trưởng thành và dựng nghiệp tại miền Nam; với tay phải: Y khoa Bác Sĩ, tay trái: nhà văn. Cũng có thể ngược lại, vì cả hai thành công tuyệt vời như nhau.

Hiện tại ông hành nghề Y tại Hoa Kỳ, song song với việc viết văn cùng nghiên cứu về Dòng Sông Cửu Long, một công trình khảo sát tận hiện trường đầy tâm huyết, không dễ có người thứ hai thực hiện.

Ngôn Ngữ kính mời quý bạn đọc lưu giữ tác phẩm này trong tủ sách gia đình. Những bài giới thiệu, điểm qua nhiều tác phẩm của Ngô Thế Vinh, từ nhiều tác giả có uy tín chắc chắn sẽ làm vừa lòng quý vị.

**LUÂN HOÁN**
Montréal, 01.2024

## NGÔ THẾ VINH

Nhà văn, nhà báo, nhà hoạt động môi sinh. Tên thật **Ngô Thế Vinh**, cũng là bút hiệu. Chánh quán Hà Nội. Sinh năm 1941 tại Thanh Hóa. Tốt nghiệp Đại học Y khoa Sài Gòn 1968. Trong ban biên tập, nguyên tổng thư ký rồi chủ bút báo sinh viên Tình Thương trường Y khoa Sài Gòn từ 1963 tới 1966 khi báo đình bản. Nguyên y sĩ Liên Đoàn 81 Biệt Cách Dù. Tu nghiệp ngành Y khoa Phục hồi tại Letterman General Hospital San Francisco. Bác sĩ huấn luyện Trường Quân Y. Sau 1975, tù ba năm qua các trại cải tạo: Suối Máu, Trảng Lớn, Đồng Ban, Bù Gia Mập. Từ 1979, bác sĩ điều trị và giảng huấn tại Trung Tâm Phục Hồi và Trường Vật Lý Trị Liệu Sài Gòn. Tới Mỹ 1983, bác sĩ nội trú rồi thường trú các bệnh viện Đại học SUNY Downstate Brooklyn, New York. Tốt nghiệp ngành Nội khoa, bác sĩ điều trị và giảng huấn tại một bệnh viện miền Nam California. Ông cũng là một tác giả không mỏi mệt, với những tác phẩm bao gồm tiểu thuyết, bình luận văn hóa / cultural commentary, và những phóng sự điều tra. Đặc biệt, ông đã từng du hành khám phá con sông lớn của thế giới: Mekong, mạch sống của hơn 70 triệu cư dân sống hai bên ven sông và Đồng Bằng Sông Cửu Long, và đã viết hai cuốn sách về sự sống còn của con sông này.

**TÁC PHẨM ĐÃ XUẤT BẢN:**

**Tiếng Việt:**

• *Mây Bão* [Sông Mã, Sài Gòn 1963; Văn Nghệ, California 1993] • *Bóng Đêm* [Khai Trí, Sài Gòn 1964] • *Gió Mùa* [Sông Mã, Sài Gòn 1965] • *Vòng Đai Xanh* [Thái Độ; Sài Gòn 1970; Văn Nghệ, California 1987; Văn Học Press, California 2018] • *Mặt Trận Ở Sài* Gòn [Văn Nghệ, California 1996] • *Cửu Long Cạn Dòng Biển Đông Dậy Sóng* [Văn Nghệ, California 2000, tái bản 2001; Nxb Giấy Vụn Việt Nam 2014] • *Mekong – Dòng Sông Nghẽn Mạch* [Văn Nghệ, California 3/2007; Văn Nghệ Mới 12/2007; Nxb Giấy Vụn, Việt Nam 2012] • Audiobook: *Mekong – Dòng Sông Nghẽn Mạch* [Văn Nghệ Mới, California 2007; Việt Ecology Press & Nhân Ảnh 2017] • *Chân Dung Văn Học Nghệ Thuật và Văn Hóa I* [Việt Ecology Press 2017] • *Chân Dung Văn Học Nghệ Thuật và Văn Hóa II* [Việt Ecology Press 2022] • *Y Sĩ Tiền Tuyến Nghiêm Sỹ Tuấn, Người Đi Tìm Mùa Xuân* [Tập San Y Sĩ Việt Nam Canada, Việt Ecology Press 2019]

**Tiếng Anh:**

• *The Green Belt* [Ivy House 2004] • *The Battle of Saigon* [Xlibris 2005] • *Mekong – The Occluding River* [iUniverse 2010] • *The Nine Dragons Drained Dry, The East Sea in Turmoil* [Việt Ecology Press & Nxb Giấy Vụn, Vietnam 2016] • *The Creative World of the South Vietnam 1954-1975 to Present* [Việt Ecology Press, 2024]

**Song ngữ Việt-Anh:**

• *Mặt Trận Ở Sài Gòn / The Battle of Saigon* [Văn Học Press & Việt Ecology Press 2020] • Vòng Đai Xanh / The Green Belt [Văn Học Press & Việt Ecology Press 2020] • *Mekong – Dòng Sông Nghẽn Mạch / Mekong – The Occluding River* [Văn Học Press & Việt Ecology Press 2021]

**Y khoa:**

• *An Epidemic of triorthocresyl phosphate Poisoning in Vietnam, 1967* (Intoxication by Aircraft Turbo Engine Lube Oil), Doctorat en Médecine, diplôme d'Etat, Saigon, 1969 • *Khái Luận Y Học Phục Hồi*, Nxb Y Học 1983 • *Từ điển Y Học Phục Hồi Anh-Pháp-Việt*, Nxb Y Học 1984.

**Giải thưởng:**

• Giải Văn Học Nghệ Thuật VNCH 1971: *Vòng Đai Xanh* • Giải Văn Học Montréal 2002 Hội Quốc Tế Y Sĩ Việt Nam Tự Do: *Cửu Long Cạn Dòng, Biển Đông Dậy Sóng* • Giải Văn Việt Đặc Biệt 2017: *Cửu Long Cạn Dòng, Biển Đông Dậy Sóng và Mekong – Dòng Sông Nghẽn Mạch.*

T

# LUÂN HOÁN

## TÂM CHÂN DUNG NGÔ THẾ VINH

qua Nghiêu Đề giới thiệu [1]
ông tạt ngang thăm tôi
nhân chuyến đến Đà Nẵng
ngắm sông núi, con người

tôi tự nhiên lúng túng
nghe tin đã bồn chồn
bởi chưa quen tiếp đón
rồng xanh đến nhà tôm

tôi quen uống nước ngọt
tiếp ông chẳng có trà
hiên nhà hẹp gió lọt
chen ngồi cùng chúng ta

cũng như vài bạn trước
ông ghé bắt tay cười
xuề xòa lời thân mật
rồi vỗ vai rút lui

ông về tôi ân hận
đạm bạc quá vì nghèo
dù đầy lòng trân trọng
tiễn chân còn vọng theo

nhờ vậy tôi kịp nhớ
tác giả *Vòng Đai Xanh* [2]
vóc trung bình đầy đặn
khuôn mặt lành, tinh anh

mày rậm sống mũi thẳng
mắt môi cười rạng ngời
miệng rộng cằm vuông vức
rõ đẹp trai hơn tôi

hao hao Nguyễn Mộng Giác
dáng khoan thai nhẹ nhàng
đầy tự tin cởi mở
ngó là biết dân sang

không cần vịn quần áo
thành phần hay văn bằng
chỉ nhìn vào phong thái
hoà nhã rất văn nhân

dĩ nhiên tôi nể phục
nghề bác sĩ y khoa
tổng thư ký chủ bút
ươm trồng chữ thành hoa

một tạp chí độc đáo
mang đúng nghĩa Tình Thương
quy tụ nhiều bác sĩ
ông chăm sóc đưa đường

gặp tôi, ông đã có
*Mây Bão* cùng *Bóng Đêm*
*Gió Mùa* và mới nhất
bể thế *Vòng Đai Xanh*

được gặp được tặng sách
bối rối thêm vụng về
thật không dám trả lễ
giả lả cười đỡ quê

từ sau lần gặp đó
thỉnh thoảng ông nhắn tin
chắc ông thương thằng lính
chỉ viết bậy thơ tình

ông cũng dân quân đội
y sĩ trưởng liên đoàn
81 Dù - Biệt Cách [3]
lon đủ gọi đại bàng

sau khi thêm tác phẩm
*Mặt Trận Ở Sài Gòn*
cũng như tôi, đành chạy
khỏi nước giữ lấy hồn

quê người được tái ngộ
qua những dòng email
nhìn nhau trên bìa sách
tình thân như trăng treo

xưa ông thích rừng núi
chừ chuyển sang biển hồ
lòng ông luôn lót xuống
non sông nồng ca dao

ông đi sờ cây lá
lội sóng bụm nước xanh
nhìn tận những linh thể
tìm tổ quốc tinh anh

ông lo *"Cửu Long cạn"*
*"Biển Đông Dậy Sóng"* to
tiểu thuyết nối bút ký
gióng tiếng chuông, buồn lo

từ *Mekong – Nghẽn Mạch*
tôi được nhận đều đều
những tâm huyết ông gửi
đến muôn người dân nghèo

thương mến thằng bạn cụt
thiếu điều kiện leo trèo
ông mua tặng sách quý
như nhắc tôi gắng theo

biết tôi mê hội họa
[bởi chơi thân Nghiêu Đề]
Tác phẩm Huỳnh Hữu Ủy
Ông tặng khá nhiêu khê

người mua, người ký tặng
người chịu cước gởi quà
xin chân thành cảm tạ
tấm lòng của cả ba [4]

sách của ông tái bản
chuyển ngữ sang Anh văn
ông gởi tặng đầy đủ
tặng lại gì? băn khoăn

chỉ gởi vài dòng chữ
gói vụng lời cám ơn
ông đọc không cười mỉm
nhưng chắc có nhẹ lòng

hai năm nay dẫu vắng
dòng điện thư lại qua
mừng thấy ông trên mạng
vẫn phong phú đậm đà

kỷ niệm không đong đếm
tuyệt vời ở mùi hương
xuất phát từ thân mến
từ tâm giàu yêu thương

ngồi phác họa mấy nét
giữ ông trong ngũ ngôn
chỉ là một hình thức
giữ nhau ở trong lòng

sai lệch, thiếu trung thực
đương nhiên dễ xảy ra
ông nhìn ông hơi lạ
chắc cũng cười bỏ qua

một mai nếu được gặp
giữ hơi tay trong tay
nghe kể chuyện sông nước
run nhiều lắm vài giây

đã cùng trên bảy bó
ông hơn tôi hai năm
cùng rất giàu hạnh phúc
bởi đời còn tri âm.

**LUÂN HOÁN**
*Tâm Chân Dung [p.218-223]*
*Nxb Nhân Ảnh 2018*

*1. Nghiêu Đề họa sĩ 1939-1998*
*2. chữ nghiêng tên tác phẩm của Ngô Thế Vinh*
*3. binh chủng Biệt Cách Dù*
*4. Huỳnh Hữu Ủy ký tặng*
*Nghệ Thuật Tạo Hình Việt Nam Hiện Đại*
*– Ngô Thế Vinh hoàn ấn phí*
*– Phạm Phú Minh đóng gói và cước phí*

## LUÂN HOÁN

Nhà thơ, tên thật Lê Ngọc Châu, sinh năm 1941 tại Hội An, Quảng Nam. Khóa 24 Sĩ quan trừ bị Thủ Đức, bị chiến thương phải giải ngũ từ 1969. Định cư tại Montréal, Canada 1985.
**Tác phẩm:** *Về Trời* (1964), *Trôi Sông* (1966), *Chết trong lòng người* (1967), *Thơ Tình* (1969), *Viên đạn cho người yêu dấu* (1969), *Ca dao tình yêu* (1970), *Rượu Hồng đã rót* (1974)...
Hiện là Chủ bút Tạp chí Ngôn Ngữ.

## TRẦN THỊ NGUYỆT MAI

# THEO DẤU NGÔ THẾ VINH QUA NHỮNG TRANG VĂN

Ngô Thế Vinh là một tên tuổi đã thành danh ngay từ trước năm 1975 tại miền Nam Việt Nam. Ông đoạt Giải Văn Học Nghệ Thuật VNCH năm 1971 với tác phẩm Vòng Đai Xanh. Sau này ông có thêm hai giải thưởng: 1) Giải Văn Học Montréal 2002 Hội Quốc Tế Y Sĩ Việt Nam Tự Do với *Cửu Long Cạn Dòng, Biển Đông Dậy Sóng* và 2) Giải Văn Việt Đặc Biệt 2017 với *Cửu Long Cạn Dòng, Biển Đông Dậy Sóng và Mekong Dòng Sông Nghẽn Mạch.*

Một trùng hợp thật ngẫu nhiên khi tạp chí văn học nghệ thuật Ngôn Ngữ phát hành vào tháng 2-2024 cũng vào dịp Tết Giáp Thìn 2024 ra số đặc biệt giới thiệu Bác sĩ / Nhà văn / Nhà hoạt động môi sinh Ngô Thế Vinh. Năm Rồng, giới thiệu người kết nghĩa với Cửu Long, tưởng không còn gì thích hợp hơn.

Như trong bài Tựa viết cho tập truyện *"Mặt Trận Ở Sài Gòn"*, nhà văn Nguyễn Xuân Hoàng nhận định: *"Không có một khoảng cách nào giữa tác giả và những trang viết của ông. Người đọc có cơ hội theo dõi những tác phẩm của Ngô Thế Vinh, từ tiểu thuyết đầu tay* Mây Bão *xuất bản vào thập niên 60 tại Sài Gòn, đến tập truyện* Mặt Trận Ở Sài Gòn *này, vào giữa thập niên 90 ở California Hoa Kỳ, chắc chắn sẽ nhận ra ngay điều này: Ngô Thế Vinh trong sách và Ngô Thế Vinh ngoài đời chỉ là một.*" Thế nên người viết mạo muội lần theo những trang sách, lắp ghép những mảnh puzzles đó đây, để mong được biết thêm về ông. Hy vọng bài viết sẽ góp chút tài liệu nhỏ nhoi cho những thế hệ sau tìm hiểu sâu hơn về cuộc đời và văn nghiệp của một thầy thuốc tận tụy với bệnh nhân, một nhà văn luôn muốn hướng ngòi viết đến cải cách xã hội, có tầm nhìn xa đã quan tâm sâu sắc tới vấn đề Kinh-Thượng ngay khi còn là sinh viên Y khoa, và cũng là nhà môi sinh gióng tiếng chuông "Cửu Long cạn dòng, Biển Đông dậy sóng" từ hơn 20 năm nay. Một luận án tiến sĩ về ông chắc chắn sẽ mở ra nhiều vấn đề lý thú. Rất mong các bạn trẻ sẽ quan tâm.

## NHỮNG NGÀY THƠ ẤU

Ngô Thế Vinh, chính quán tại Hà Nội, nhưng ông chào đời ngày 1-4-1941 ở thị xã Thanh Hóa, nơi thân phụ ông là giáo sư dạy Pháp văn tại Collège Thanh Hóa. Khi cuộc kháng chiến chống Pháp bùng phát, với chính sách tiêu thổ kháng chiến, cả một thị xã bị san bằng, gia đình ông phải tản cư về Bồng Trung, một làng quê bên bờ con sông Mã thuộc Liên khu IV, được coi như an toàn khu thời bấy giờ [1]. Ông xuất thân trong một gia đình trí thức. Thân phụ nguyên là giáo sư Pháp văn trung học Khải Định tại Huế từ trước thập niên 1940s, khi ông chưa ra đời, cùng thời và cũng là bạn với họa sĩ Mai Trung Thứ, là giáo sư hội họa tại trường này [2]. Gia đình ông có ba anh em trai, tất cả đều thành đạt. Anh cả Ngô Thế Cường (1936 – 2022) nối nghiệp bố, nguyên Giáo sư Anh văn trung học Nguyễn Trãi, Sài Gòn. Anh thứ Ngô Thế Hùng (1939 - 2023), nguyên Dược sĩ Trung tá Quân lực VNCH và Ngô Thế Vinh là út, nhà văn, nguyên Y sĩ Đại úy Quân lực VNCH.

Tuổi thơ đã được ông ghi lại: "... trên những thửa lúa vàng, giữa tuổi ấu thơ, tôi đã cùng với đám trẻ quê nghêu ngao hát bài *Em Bé Quê* và mấy bài ca kháng chiến khác của Phạm Duy. Ký ức chiến tranh lúc đó chỉ là hình ảnh một thị xã Thanh Hóa đang nguyên vẹn đẹp đẽ bị san bằng do chính sách *"tiêu thổ kháng chiến"* của Việt Minh. Liên Khu IV vẫn được coi như an toàn khu, không có lính Tây Lê-dương đến càn quét, và cảnh bom đạn nếu có là từ trên cao, với những chiếc máy bay Bê-Vanh-Nớp / B29 của Pháp bay dọc theo con sông Mã, gầm rú trên bầu trời, rồi từng đợt xả xuống những băng đạn lửa đum đum bắn chìm các thuyền đò, không có bộ đội chỉ có dân dã buôn bán di chuyển trên sông. Cảnh tang thương chết chóc lớn nhất mà tuổi thơ tôi đã chứng kiến là từng đợt máy bay Pháp bỏ bom oanh tạc ngôi chợ Rừng Thông với nhiều máu me và xác chết." [1]

## THỜI THANH NIÊN

Năm 1952, khi được 11 tuổi, ông cùng gia đình từ Thanh Hóa hồi cư về Hà Nội [1]. Rồi thời cuộc chuyển biến, theo dòng người di cư năm 1954, gia đình ông trở lại Huế lần thứ hai. Cha ông tiếp tục dạy tại trường Khải Định, còn NTV cũng đổi trường từ trung học Chu Văn An (Hà Nội) chuyển sang trường Nguyễn Tri Phương rồi Khải Định - Quốc Học (Huế). Năm 1955, khi 14 tuổi, một kỷ niệm vẫn đậm sâu trong tâm trí là ngày ông được tuyên hứa – niềm mơ ước của hầu hết Hướng Đạo sinh vừa nhập đoàn. NTV nhớ lại, "Đó là vào một buổi sáng tinh sương, trời đầy sương mù, mặt trời chưa hoàn toàn ló dạng, nơi đồi Vọng Cảnh [tây nam cố đô Huế], lúc ấy còn hoang sơ. Cũng chính tại nơi đây vào năm 1789, Vua Quang Trung đứng trước ba quân ban lời hiểu dụ trước khi xuất quân ra Bắc tiêu diệt 20 vạn quân Thanh nơi thành Thăng Long, một huyền sử rất 'Quốc Văn Giáo Khoa Thư' nhưng sao chẳng thể nào quên... Tuy thời gian sinh hoạt Hướng Đạo rất ngắn ngủi, chỉ khoảng hơn 2 năm, nhưng lại có một ảnh hưởng thật lâu dài với tôi cho tới những năm về sau này." Cũng trong năm đó, thân phụ ông qua đời. Rồi khi hai anh đã đậu Tú Tài I & II cũng là lúc NTV học xong lớp Đệ Tam (1957) gia đình ông chuyển vào Sài Gòn để chuẩn bị cho ba anh em vào đại học. Lần chuyển trường thứ ba này, NTV học tại Chu Văn An (Sài Gòn) hai năm cuối của bậc trung học. Trong cuộc phỏng vấn với nhà văn Nguyễn Mạnh Trinh năm 1996, ông chia sẻ: "Vẫn còn mẹ và anh, nhưng tôi ra đời sớm. Vào ở Đại học xá Minh Mạng khi vừa xong trung học" [3]. Đó là vào năm 1959, 18 tuổi, ông theo học Đại học Khoa học Sài Gòn, là sinh viên lớp dự bị Y khoa PCB / *Physique Chimie Biologie* niên khóa 1959-1960 [2]. Sau đó ông vào học trường Y khoa Saigon.

Ông chia sẻ: "Bước vào năm đầu y khoa, thay vì như các bạn đồng khóa tập trung vào học tập, tôi đã không được gương mẫu như vậy, sớm say mê chuyện viết lách làm báo và cả rong chơi với giới nghệ sĩ nhóm bạn Nghiêu Đề, thường lui tới xóm Bùi Viện gần Ngã tư Quốc tế, ngay từ lúc họ như những 'viên ngọc ẩn thạch', giới hội họa như Nguyễn Trung, Cù Nguyễn, Lâm Triết, Nguyên Khai; nhóm thơ văn Trần Dạ Từ, Nguyễn Đức Sơn / Sao Trên Rừng, Trần Tuấn Kiệt, Trần Đức Uyển / Tú Kếu, Nguyễn Nghiệp Nhượng, Nguyễn Thụy Long, mỗi người một vẻ với khao khát nghệ thuật là mẫu số chung mà họ hướng tới..." [2]

***Hình 1:*** *Những ngày thơ ấu ở Hà Nội 1953, hình chụp ba anh em và cụ thân sinh, kỷ niệm ngày Ngô Thế Vinh học sinh trường Hàng Than, mới đậu tiểu học và chuẩn bị vào trường Trung học Chu Văn An Hà Nội; từ trái, anh Ngô Thế Hùng, anh Ngô Thế Cường, Giáo sư Ngô Văn Bắc - GS trường Trung học Trưng Vương Hà Nội, và Ngô Thế Vinh.* [tư liệu gia đình NTV]

## MÂY BÃO – TIỂU THUYẾT ĐẦU TAY (1963)

Rất yêu văn chương do sớm được đọc những cuốn sách trong tủ sách của thân phụ trong đó có sách của Tự Lực Văn Đoàn. Nhưng không như những tác giả khác khởi nghiệp từ những truyện ngắn, tác phẩm đầu tay của ông là tiểu thuyết *Mây Bão*, "mang nhiều dự phóng nhưng không ngờ cũng lại tiên tri cho một cuộc hành trình với rất nhiều gian truân nhưng không tới" [3], hoàn tất vào cuối năm 1962, lúc 21 tuổi. Mây Bão được nhà xuất bản Sông Mã của chính ông và Nghiêu Đề tạo dựng, phát hành vào năm sau, 1963, với bìa do họa sĩ Nghiêu Đề thực hiện. Ông đã chia sẻ kỷ niệm đáng nhớ về bản thảo cuốn sách này "là với Bộ Thông tin, khi lần đầu tiên được ông giám đốc Hội đồng Kiểm duyệt lên lớp thế nào là trách nhiệm của người cầm bút, rằng phải phản ánh chính diện cái xã hội mà nhà văn đang sống thay vì phản diện. Dĩ nhiên quan niệm viết của tôi lúc đó rất khác ông và ngay cho đến bây giờ vẫn không thay đổi." [3]

Ông tâm sự: "Khi còn là một sinh viên, như các bạn đồng trang lứa, chúng tôi quan tâm tới những vấn đề xã hội. Mơ ước và phấn đấu cho công bằng xã hội, tôi nghĩ đó là giấc mơ chung của lứa tuổi thanh niên. Dĩ nhiên không đơn giản để tìm một con đường đi tới giấc mơ ấy. Từ những quan niệm khác nhau, phương thức hành động khác nhau, nảy sinh ra những đấu tranh và thuyết phục. Hòa mình vào dòng sinh hoạt chung ấy, bảo rằng đó là hoạt động chính trị, theo một nghĩa rộng điều đó không sai. Nhưng nếu chính trị hiểu theo nghĩa phe nhóm đảng phái, thì tôi chưa hề tham gia và cũng không muốn dấn thân vào con đường chông gai ấy..." [3]

## NGUYỆT SAN TÌNH THƯƠNG (1963–1966)

Nhiều biến động chính trị đã xảy ra tại Miền Nam Việt Nam trong năm 1963. Mở đầu là "cuộc tranh đấu đòi quyền bình đẳng tôn giáo của Phật Giáo Việt Nam bắt đầu ở Huế với cái chết của tám Phật tử đêm 8/5/1963 tại đài phát thanh, rồi cuộc tự thiêu của Hòa Thượng Thích Quảng Đức ngày 11/6/1963 tại Sài

Gòn và chiến dịch tấn công chùa chiền toàn quốc đêm 20 rạng ngày 21/8/1963. Ba biến cố quan trọng của phong trào Phật Giáo tranh đấu này dẫn đến cuộc khủng hoảng chính trị trầm trọng kéo dài nửa năm và kết thúc bằng cuộc chính biến lật đổ chính quyền của Tổng thống Ngô Đình Diệm vào ngày 1-11-1963." [4]

Sau cuộc chính biến ấy, tờ báo Tình Thương, cơ quan tranh đấu văn hóa xã hội của sinh viên Y khoa đã ra đời. Theo lời kể của Bác sĩ Trần Xuân Dũng (YK 1965), "Vài tuần sau khi cuộc cách mạng 1-11-1963 thành công, anh Trần Xuân Ninh, lúc đó vừa học hết năm thứ 6 Y Khoa, nảy ra ý kiến, cần phải xuất bản một tờ báo cho Sinh viên Y Khoa. Anh bèn tự đánh máy trên giấy stencil một giấy mời rồi đem đi in ronéo, và phổ biến tại trường và các bệnh viện, thỉnh cầu anh em sinh viên tới họp để bàn vấn đề này. Tới ngày giờ ấn định, gần 50 sinh viên có mặt. Trần Xuân Ninh mở đầu cuộc họp, trình bày những lý do tại sao Sinh viên Y Khoa cần phải có một diễn đàn của chính mình, một cơ quan ngôn luận riêng. Sau hơn 3 giờ bàn luận, mọi người đều đồng ý là phải xuất bản một tờ báo. Toàn thể anh em đề nghị Trần Xuân Ninh làm Chủ nhiệm. Anh Ninh từ chối, lý do là chỉ còn 3 tháng nữa anh sẽ phải lên đường nhập ngũ..." [5] Tình Thương số 1 đã phát hành vào tháng 1/1964 với Chủ nhiệm: Phạm Đình Vy, Chủ Bút: Nguyễn Vĩnh Đức, Tổng Thư ký: Trần Xuân Dũng, Thư ký: Nghiêm Sỹ Tuấn, Quản lý: Phạm Như Bách và Ban biên tập gồm Trần Đông A, Hoàng Thiện Căn, Tôn Thất Chiểu, Lê Quang Dũng, Nghiêm Đạo Đại, Vũ Thiện Đạm, Nguyễn Long Hợp, Dương Hồng Huy, Trần Mộng Lâm, Phạm Văn Lương, Trần Xuân Ninh, Hồ Tấn Phước, Lê Sỹ Quang, Ngô Thế Quí, Hà Ngọc Thuần, Trương Thìn, Tô Văn Thình, Đỗ Hữu Tước, Đỗ Thị Văn, Ngô Thế Vinh, Đặng Vũ Vương. Ngô Thế Vinh đã gắn bó với tờ báo này ngay từ số 1 cho tới số 30 (tháng 6/1966) khi tờ Tình Thương bị Nội các Chiến tranh đóng cửa [6], trong ban biên tập, nguyên tổng thư ký (từ Tình Thương số 9 tháng 9/1964) rồi chủ bút (từ Tình Thương số 25-26 tháng 1&2/1966).

Xuyên suốt thời gian ấy, tờ báo có nhiều khuynh hướng khác nhau như NTV đã trình bày trong *"Tìm lại thời gian đã mất: Nguyệt san Tình Thương 1963-1967"*:

- Khuynh hướng đại học/ *academic* phải kể tới Nghiêm Sỹ Tuấn, Đặng Vũ Vương, Bùi Thế Hoành [Bùi Thế], Hà Ngọc Thuần, Nguyễn Vĩnh Đức...

- Sinh hoạt văn nghệ: với Lê Văn Châu [Trang Châu], Đỗ Nghê [Đỗ Hồng Ngọc], Hằng Hà Sa [Tôn Thất Chiểu], Đặng Đức [Đặng Đức Nghiêm], Trần Đoàn, Phạm Hồng [Phạm Đình Vy]...

- Riêng trang phiếm luận *"Ngang Dạ"* với *logo* là một biếm họa qua nét vẽ tài hoa của Hoàng Thiện Căn trên mỗi số báo là một tiết mục vui tươi được nhiều người đọc, do các cây viết như Trần Xuân Dũng, Trần Đông A, Nguyễn Thanh Bình, Trần Mộng Lâm. Trang *"Thế Giới Chúng Tôi"* do Đỗ Hữu Tước [Đỗ Trần] phụ trách, là tạp ghi những mẩu chuyện liên quan tới thế giới những người Áo Trắng...

- Thiên về chính trị Phạm Văn Lương, Trần Xuân Ninh, Phạm Đình Vy, Hà Xuân Quỳnh [Cát Quỳnh], Đường Thiện Đồng, Trương Thìn [Lê Trương].

- Những cây viết khác mà tôi còn nhớ được... như Lê Sỹ Quang, Nguyễn Tường Giang, Vũ Văn Dzi, Dương Hồng Huy, Ngô Thế Quý, Phạm Bá Lương, Phan Giang Sang, và giai đoạn sau có thêm Vương Ngọc Lâm, Vương Ngọc Phát… Về trang sinh hoạt sinh viên, thời sự, phóng sự do Ngô Thế Vinh và Phạm Đình Vy. Phụ trách Hộp Thơ và trả lời thư tín do Trang Châu.

- Các bạn đồng môn như Nghiêm Đạo Đại, Trần Công Phát, Trần Nguyên Tường, Phạm Văn Hanh, Đỗ Thị Văn, Đặng Ngọc Cương và những anh chị khác nữa đã cùng góp sức với sinh hoạt Tình Thương mà nay không thể nhớ hết… và cũng không thể không kể tới số bài viết từ những phân khoa khác như Bùi Khiết bên Dược khoa, và cả các cây viết bên ngoài như thơ Lữ Quỳnh, Ninh Chữ, Từ Kế Tường, Nguyễn Đắc Xuân…

- Về trình bày và biếm họa cho tờ báo chủ yếu là hai họa sĩ cây nhà lá vườn rất tài hoa là Liza Lê Thành Ý, Kathy Bùi Thế Khải, có thêm cả Hoàng Thiện Căn và không thể không nhắc tới một tài năng của Hội Họa Sĩ Trẻ là Nghiêu Đề cũng đóng góp những mẫu bìa rất đẹp cho các số báo Xuân lúc đó như Bách Khoa và Tình Thương.

Tuy là báo sinh viên nhưng cũng có các bài viết khá thường xuyên của các Giáo sư Y khoa. Như GS Trần Ngọc Ninh viết về các vấn đề Giáo Dục và Tinh Thần Đại Học, hai Giáo sư Nguyễn Đình Cát và Bằng Vân Trần Văn Bảng viết về các đề tài Văn chương và Y khoa, GS Ngô Gia Hy viết về phân tích chính trị thời sự, Bác sĩ Vũ Thị Thoa từ BV Nhi Đồng cũng viết bài đăng tải trên Tình Thương…” [7]

Từng số báo đưa ra những vấn đề thời sự nóng bỏng, kèm theo những thiên phóng sự, phỏng vấn rất hấp dẫn... Chẳng hạn TT số 19 (tháng 7/1965) có Phỏng vấn Tướng Thi về thời cuộc & Phỏng vấn Donald K. Emmerson, Phó chủ tịch Tổng Hội Sinh Viên Hoa Kỳ về thái độ của sinh viên Mỹ đối với cuộc chiến tranh VN. TT số 25&26 (tháng 1&2/1966) về Chủ quyền lãnh thổ Việt Nam và những sự thật về Fulro với ví von thật sống động “Fulro, một cỗ xe với ba tên xà ích phiêu lưu”, cùng những bài viết, tài liệu rất quý của Phạm Đình Vy, Ngô Thế Vinh, Ya Ba và Nguyễn Tường Vũ cộng thêm Phỏng vấn Nay Luett, một nhân sĩ cấp tiến Thượng. TT số 28 (tháng 4/1966) chủ đề Nông thôn Việt Nam và công thức Kibbutz Do Thái với bút ký “Bốn tuần trong Kibbutz” của Đường Thiện Đồng. TT số 29 (tháng 5/1966) có Chín mươi sáu phút với Thượng tọa Thích Trí Quang và phóng sự Về Miền Trung sau những ngày bão lửa chính trị... [8]

Với nội dung phong phú, như nhà báo Hoàng Ngọc Nguyên nhận định, “một tờ báo sinh viên nhưng vượt cả những rào cản thường tình của một tờ báo sinh viên để dấn thân vào cuộc sống của đất nước, của xã hội” [9], báo Tình Thương ngày một lớn mạnh, “đã thu hút thêm nhiều độc giả, không chỉ trong giới sinh viên mà cả ngoài dân chúng qua hệ thống phát hành báo chí ... ra xa tới tận miền Trung... Khoảng tháng 6/1964, tức chỉ nửa năm sau ngày xuất bản, Tình Thương đã có đủ phương tiện để thuê một tòa soạn khang trang có cả thư ký, ở địa chỉ 103 Nguyễn Bỉnh Khiêm Sài Gòn." [7]

Ngô Thế Vinh say mê làm báo, viết bài. Nhờ Tình Thương "có khả năng – dĩ nhiên bằng phương thức nghèo", nên ông đã có điều kiện "ra miền Trung, lên Cao nguyên để làm những phóng sự đặc biệt tại chỗ", và vẫn còn nhớ "Quảng Ngãi trắng khăn tang sau vụ lũ lụt lớn nhất miền Trung; chứng kiến đơn vị Thủy quân Lục chiến Mỹ đầu tiên đổ bộ vào Lệ Mỹ – nước mắt người Mỹ ở Đà Nẵng; sinh hoạt cố đô Huế khi sinh viên chiếm đài phát thanh và nhất là những lần lên Pleiku, Kontum, Ban Mê Thuột để theo dõi các vụ bạo loạn của người Thượng thuộc phong trào FULRO..." [3] Ông yêu nghiệp báo đến nỗi tuy đang năm thứ tư nhưng đã "có ý định bỏ học để có toàn thời gian theo đuổi những sinh hoạt báo chí... Bây giờ nhớ lại, tôi không thể không cám ơn anh tôi đã khuyên tôi hoàn tất hai năm còn lại để ra trường và lúc đó không có ai cản trở tôi làm những công việc mà tôi thích" [3], như ông đã chia sẻ trong một cuộc phỏng vấn.

Hoạt động đến số 30 (tháng 6/1966), Tình Thương bị Nội các Chiến tranh của Tướng Nguyễn Cao Kỳ đóng cửa, [6] khép lại một thời kỳ làm báo rất sôi nổi, tâm huyết của những người áo trắng.

**Hình 2:** *Họp sinh viên liên khoa để cấp tốc hình thành tổ chức Cứu trợ nạn nhân lũ lụt Miền Trung năm 1965 -- một trận lụt lịch sử 100 năm tại các tỉnh Miền Trung; từ phải SVYK Đặng Ngọc Cương, trưởng Đoàn Cấp Cứu Thường trực Y Khoa, SVYK Ngô Thế Vinh, SV Văn Khoa Từ Thức Trần Công Sung.* [tư liệu BS Đặng Ngọc Cương]

## THẾ HỆ CHIẾN TRANH

Rồi ông cũng học xong, mãn khóa tốt nghiệp YK 68 và trình luận án Tiến sĩ Y khoa Quốc gia vào ngày 28/5/1969 với đề tài *An Epidemic of triorthocresyl phosphate Poisoning in Vietnam, 1967 (Intoxication by Aircraft Turbo Engine Lube Oil)* / Dịch ngộ độc triorthocresyl phosphate ở Việt Nam, 1967.

**Hình 3:** *Ngày trình luận án Tiến Sĩ Y Khoa 28.05.1969, với Hội Đồng Giám Khảo gồm Giáo Sư Bùi Quốc Hương, Chủ Tịch Hội Đồng và 3 thành viên Giáo Sư Phan Đình Tuân, Bác Sĩ Đỗ Thị Nhuận, Bác Sĩ Pierre Hautier. Có một chi tiết cảm động, GS Phan Đình Tuân khi giở mấy trang đầu bản luận án của Ngô Thế Vinh, thấy dòng chữ đề tặng* ***"Để tưởng nhớ tới thân phụ Giáo Sư Ngô Văn Bắc"****, GS Phan Đình Tuân cho biết,* ***"Vậy khi xưa, tôi là học trò của Thầy ở trường Khải Định".*** *Nhận diện hình, hàng trước từ trái, BS Đỗ Thị Nhuận, GS Phan Đình Tuân, Nguyễn Thụy Hưng, Ngô Thế Vinh, GS Bùi Quốc Hương, Nguyễn Duy Toàn, Nguyễn Ánh Nga. Hàng sau: Trương Văn Thành, Nguyễn Tiến Tài, Đặng Đức Nghiêm, Nguyễn Cẩm Thạch, Đinh Gia Cường, BS Pierre Hautier. Phía sau trên cao là di ảnh Hippocrates, để các bác sĩ tân khoa đọc lời thề:"Trước sự hiện diện của các Thầy ở Trường Y Khoa này, của các Bạn đồng môn, và trước di ảnh Hippocrates, tôi xin hứa và thề sẽ trung thành với quy tắc Danh dự và Liêm khiết trong khi hành nghề y sĩ."* [tư liệu NTV]

Với Ngô Thế Vinh, "Binh nghiệp không phải là điều tôi lựa chọn nhưng tôi hiểu rất sớm thế nào là đời sống quân đội, nhưng phần quan trọng hơn theo tôi là thứ kỷ luật nơi chính mình...", [3] ông đã nhập ngũ vào quân đội khóa Trưng Tập 11 Y Nha Dược sĩ mới tốt nghiệp, với cấp bậc Trung úy. Khi kết thúc thời gian huấn luyện quân sự, ông chọn về Liên Đoàn 81 Biệt Cách Dù thuộc binh chủng Lực Lượng Đặc Biệt với địa bàn hoạt động là vùng cao nguyên chung đụng rất nhiều với các sắc dân thiểu số, cũng do mối duyên sẵn có với những người Thượng ngay từ thời sinh viên. Nhờ đó ông có thêm chất liệu sống để hoàn tất tác phẩm Vòng Đai Xanh trong giai đoạn này. [10]

Là y sĩ trưởng liên đoàn 81 Biệt Cách Dù, NTV đã có mặt ở những chiến trường xa xôi, heo hút vùng Tam Biên (Việt-Miên-Lào) mà chứng tích còn được ghi dấu nơi những trang viết của ông như Delta 49 - Trại Bunard 1969, Dakto Tây nguyên 1971, Tân Cảnh - Tây nguyên 1971, Bồng Sơn - Thung lũng An Lão 1971, Thị trấn Krek - Cambodia 1971, Kontum 02/1972...

## VÒNG ĐAI XANH VÀ MẶT TRẬN Ở SÀI GÒN

Tác phẩm Vòng Đai Xanh được viết xong năm 1969, nhà xuất bản Thái Độ in năm 1970 và đoạt Giải Văn Học Nghệ Thuật VNCH 1971, nhưng do bận hành quân trấn giữ Kontum, ông đã không rời đơn vị để về Sài Gòn lãnh giải trước Tết Nhâm Tý (1972).

Sau Tết, khi được chuyển về Sài Gòn để chuẩn bị xuất ngoại tu nghiệp thì ông lại nhận được trát gọi ra hầu tòa về bài "Mặt trận ở Sài Gòn", một bút ký ngắn ghi lại cuộc hành trình ý thức của một người lính chấp nhận cuộc hy sinh chiến đấu gian khổ hiện tại, đồng thời cũng có những mơ ước về một xã hội tốt đẹp hơn trong tương lai, đăng trên tạp chí Trình Bầy số 34 vì tội "có luận điệu phương hại trật tự công cộng và làm suy giảm kỷ luật, tinh thần chiến đấu của quân đội". Ngày 18/5/1972, ông Chánh Án Tòa Sơ thẩm Sài Gòn Nguyễn Huân Trình đã xác nhận tội trạng của tác giả bài báo và phạt án treo 100.000 đồng tiền vạ, cùng là bồi thường 1 đồng bạc danh dự cho Bộ Nội vụ. Vì đây là vụ án có tính cách tượng trưng và để tránh một tiền lệ cho nhà văn có thể bị truy tố ra tòa bất cứ lúc nào về những phát biểu trong sáng tác của họ, nên Ngô Thế Vinh quyết định kháng án lên Tòa Thượng thẩm. [10]

***Hình 4:*** *Hành quân Liên Đoàn 81 Biệt Cách Dù tháng 5/1971, căn cứ xuất phát từ Dakto, với nhiệm vụ thám sát theo dõi sự di chuyển của Bắc quân dọc biên giới xuống tới vùng Tam Biên Việt, Miên, Lào. Trong hình từ trái: Trung úy Nguyễn Sơn, Liên Toán Trưởng các Toán Thám Sát; Trung úy Nguyễn Ích Đoan, Đại Đội Trưởng Đại Đội 1 Xung Kích, Y sĩ Trung úy Ngô Thế Vinh; Trung úy Nguyễn Hiền, sĩ quan Ban 2.* [tư liệu: Nguyễn Hiền]

## XIN CHỌN NƠI NÀY LÀM QUÊ HƯƠNG

Tháng 7/1972, NTV được đi tu nghiệp ở Hoa Kỳ về ngành Y khoa Phục hồi / *Rehabilitation Medicine* tại quân y viện Letterman General Hospital, Presidio San Francisco. Nhân chuyến đi này, ông có dịp đến thăm nhà văn Linh Bảo qua giới thiệu của chủ nhiệm Bách Khoa Lê Ngộ Châu như đã được tường thuật trong "Đến với Linh Bảo – Từ Gió Bấc tới Mây Tần" [2]. Và gặp bạn đồng môn, bác sĩ TQLC Nguyễn Trùng Khánh biệt danh Tôn Kàn. Bài viết Tôn Kàn được ông trích dẫn và dùng làm *chapeau* cho truyện ngắn "Cựu Kim Sơn chưa hề giã biệt" [11]:

*Thế rồi, cái gì phải đến cũng đến. Ngày trở về Việt Nam đã tới. Mấy tuần trước đó có vài người khuyên tôi nên ở lại. Nếu tôi muốn họ sẽ giúp tôi trốn sang Canada. Tôi lưỡng lự mãi. Một bên là cám dỗ của một đời sống mới, tự do và đầy đủ tiện nghi. Một bên là nỗi nhớ nhung, mái tóc bạc của bà mẹ già, ngọn gió rì rào trong bụi tre ngà, một tô phở nóng, một cái gì rưng rức khó tả. Và nhất là cuộc đối thoại ngắn ngủi giữa bác sĩ Rieux và Rambert trong La Peste của Camus: "Il n'y a pas de honte à préférer le bonheur, mais il peut avoir de la honte à être heureux tout seul."* NTV hẳn đã suy nghĩ rất nhiều cho quyết định rất quan trọng của cuộc đời mình.

Đoạn văn thật đẹp và thật cảm động sau đây cũng chính là tâm sự của tác giả:

"Buổi sáng nắng đẹp, cầu Golden Gate rực rỡ ửng hồng, nơi mỏm sương mù gần bệnh viện Letterman vẫn như còn sương khói ẩn hiện mờ mờ. Đứng trên chiếc du thuyền, phơi mình trong nắng chan hòa nhưng vẫn thấm lạnh vì từng đợt từng đợt những cơn gió từ biển thổi sâu vào trong vịnh. Không suy nghĩ, như một cử chỉ dứt khoát, Phan ném chiếc máy ảnh, cả những cuộn phim rơi sâu xuống lòng vịnh. Hành động trong khoảnh khắc tưởng như chẳng có ai có thể chứng kiến. Một bà Mỹ già, đôi mắt vui và rất sáng đang tiến lại phía chàng. Hình như ông đã để rơi chiếc máy hình xuống biển. Thay cho câu trả lời Phan nói rất bâng quơ. Gió thổi vào vịnh lớn quá, thưa bà.

Vĩnh biệt Cựu Kim Sơn. Thanh thản nhẹ nhàng không lưu luyến buồn vui, để rồi ngày mai chưa biết ra sao nhưng chàng sẽ trở về với bà mẹ già, những người lính đồng đội và cánh đồng lúa thơm chín vàng của Việt Nam. Chẳng phải Cựu Kim Sơn, Phan đã để trái tim mình ở Sài Gòn. Chàng mơ ước cho xứ sở cái sung túc mà người Mỹ đang có nhưng bằng niềm tin tạo dựng với sức lao động vốn siêng năng của người dân mình..." [11]

Về nước vào đầu năm 1973, NTV trở thành Bác sĩ huấn luyện Trường Quân Y VNCH.

## NHỮNG BƯỚC CHÂN DIỄN HÀNH THẦM LẶNG

Những ngày cuối tháng 4/1975, "khi mà cứ điểm cuối cùng là Sài Gòn cũng không còn hy vọng đứng vững, thì người ta bắt đầu chạy tứ tán ra các vùng biển, nhào vào các hải cảng và phi trường để tìm phương tiện thoát thân... Phan với vợ và con nhỏ, cùng bốn năm gia đình khác, mỗi người với túi hành lý nhẹ, ngồi kín chiếc xe van chờ bốc họ nơi sân sau của một khách sạn gần trung tâm thành phố. Mỗi người bước lên xe là một trao đổi sòng phẳng. Không biết bằng cách nào, có lẽ qua giúp đỡ của gia đình, vợ Phan đã đưa được tên cả ba người vào danh sách. Người đàn bà quá hiểu chồng, sống bằng trực giác phụ nữ, nàng tìm cách chuyển con sang tay Phan. Như vậy nàng có thể yên tâm cho tới khi vào được bên trong của phi trường. Dù lẫn cả trẻ con nhưng sao không khí thật nặng nề và im lặng. Chiếc xe lầm lũi chạy nhanh trên các đường phố nhao nhác... Chuyền lại đứa con sang tay vợ, như có linh tính con bé nhất định ôm chặt lấy bố, òa khóc khi lọt sang vòng tay mẹ nó. Khi chiếc xe vừa dừng lại nơi trạm kiểm soát, do một quyết định rất nhanh, không biết có tự bao giờ, Phan mở cửa bước xuống, dặn vói vợ. Em và con đi trước, rồi anh sẽ gặp hai mẹ con. Phan tránh không nhìn thẳng vào khuôn mặt vợ, vì biết mình chẳng thể cứng lòng quyết định dứt khoát về một cuộc chia ly như vậy..." [11]

Quyết định ấy có phải đến từ người Mẹ hiền chân chất, đơn giản, rất yêu quê hương nhưng không hiểu rõ chế độ cộng sản, đã khuyên nhủ, "Hết chiến tranh rồi, các con nên ở lại góp tay xây dựng đất nước"? Có thể thoáng hiện trong đầu Phan cuộc phân ly giữa hai miền Nam Bắc năm 1954, ngỡ sẽ gặp lại nhau hai năm sau nhưng rồi cuộc trùng phùng phải đợi đến hơn 20 năm. Lần này biết đến khi nào? Mẹ đã lớn tuổi, có chờ được tới ngày ấy? Ở lại, để được góp tay xây dựng lại quê hương đổ nát sau chiến tranh, biến ước mơ năm nào thành hiện thực "Chàng mơ ước cho xứ sở cái sung túc mà người Mỹ đang có nhưng bằng niềm tin tạo dựng với sức lao động vốn siêng năng của người dân mình..." [11] Ở lại, với câu đối thoại ngắn ngủi giữa bác sĩ Rieux và Rambert trong La Peste của Camus vang vang trong đầu: *"Il n'y a pas de honte à préférer le bonheur, mais il peut avoir de la honte à être heureux tout seul."*

Ở lại, trong khi bằng mọi giá người khác tìm cách thoát thân vào thời điểm đó, có phải là một quyết định lầm lẫn nhất trong cuộc đời ông? Ở lại, để chứng kiến những giây phút cuối của một Sài Gòn thất thủ sau lời kêu gọi đầu hàng của tướng Big Minh vào gần trưa ngày 30-4-1975. "Hoang mang, ngỡ ngàng, rồi bàng hoàng đau đớn. Lệnh đầu hàng là 'phát súng thi ân' cho những đơn vị quyết tâm tử thủ cho tới viên đạn cuối cùng..." [11] Nhưng ông cũng được chứng kiến "những bước chân diễn hành thầm lặng của một tiểu đội lính vô danh ở ngày giờ cuối cùng của một thành phố trước khi mất tên Sài Gòn" để sau này trong những ngày tù đày, ông luôn hồi tưởng đến. "Trên đường Công Lý, từ hướng phi trường Tân Sơn Nhứt, không biết từ bao giờ, chuẩn úy Ngộ và tiểu đội của anh vẫn trật tự lầm lũi theo hàng một tiến về hướng Dinh Độc Lập. Trước đó nhiều ngày đơn vị anh và các tiểu đoàn Nhảy Dù đã bám trụ ngày đêm từ ngã tư Bà Quẹo tới cổng Phi Long, như nút chặn vững chãi cho cửa ngõ đi vào Sài Gòn và cả bảo vệ vòng đai phi trường. Người chuẩn úy da sạm đen, gương mặt xương gầy với đôi mắt rất sáng nhưng buồn. Súng lục trễ bên hông, trên tay một cây gậy nhỏ, dẫn đầu tiểu đội 12 người lính da cũng đen sạm trong những bộ rằn ri lấm bụi bạc sờn. Không chút ảnh hưởng nao núng bởi những khuôn mặt dân chúng hoảng loạn giữa một thành phố xao xác, họ vẫn đều bước theo chân người chuẩn úy, với ba-lô trên vai và mũi súng chúc xuống. Có điều gì đó rất thiết thân và thiêng liêng ràng buộc giúp họ thắng mọi sợ hãi trong nỗi sống chết không rời. Cuộc diễn hành kỳ lạ với không trống chiêng không cờ xí, hoàn toàn vắng mặt hàng tướng lãnh đẹp đẽ trong nhung phục với ngực đầy huy chương trên kỳ đài, mà chỉ có những sĩ quan cấp thấp như chuẩn úy Ngộ và các đồng đội vô danh của anh vẫn can đảm bình thản tới gần tuyến lửa, đi tới trong kỷ luật đội ngũ, diễn qua rải rác những đám đông dân chúng lớn nhỏ tụ tập nhao nhác trên các con phố của một Sài Gòn đang chết dần..." [11]

## GULAG ARCHIPELAGO MADE IN VIETNAM

NTV cho biết, "Sau 1975, trừ một số ít đã được di tản trước đó, số bác sĩ còn ở lại trước sau đều bị tập trung vào các trại tù cải tạo. Từng hoàn cảnh cá nhân tuy có khác nhau nhưng tất cả hầu như đồng một cảnh ngộ: bị giam giữ trong đói khát, với lao động khổ sai và học tập tẩy não. Những bao gạo in nhãn 'Đại Mễ' đầy mối mọt viện trợ của Trung Quốc được đưa vào nuôi tù cải tạo trong giai đoạn này. Không khác với các trang sách viết của Solzhenitsyn về *Gulag Archipelago* nhưng là *Made in Vietnam,* tinh vi hơn với phần học thêm được cái ác từ Trung Quốc.

Cũng thật trớ trêu, trại giam đầu tiên của tôi lại là Suối Máu (Tân Hiệp, Biên Hòa), nơi từng là trung tâm huấn luyện của Liên đoàn 81 Biệt Cách Dù, một đơn vị mà tôi đã từng phục vụ. Như một chính sách rập khuôn, không giam giữ lâu ở một nơi, cứ sau một thời gian, các tù nhân lại bị tách ra, di chuyển đi các trại khác. Từ Suối Máu, tôi lần lượt trải qua các trại Trảng Lớn (Tây Ninh), Đồng Ban (Phước Long) và trại cuối cùng là Bù Gia Mập (Bình Phước). Một số khác thì bị đưa ra Bắc, sau này được biết là điều kiện tù đày khắc nghiệt hơn rất nhiều." [2]

Đó là những tháng ngày tồi tệ nhất, kinh hoàng nhất và cũng lãng phí nhất trong cuộc đời mà không bao giờ ông và những người tù cải tạo muốn nhớ đến. Nên sau này, khi tới Vân Nam thăm con đập Manwan, "được chỉ đường tới Câu Lạc Bộ Công Nhân, nơi chúng tôi có thể dùng bữa ăn chiều. Khu nhà ăn tập thể sạch sẽ khang trang... Vào giờ ăn, công nhân hay kỹ sư, tất cả đều rất trẻ và ngồi chung bàn... Thêm một người bước vào phòng ăn, tay cầm một chiếc tô bằng sắt tráng men trắng, khuôn mặt trẻ ánh mắt thông minh với cặp kính cận. Như một *flashback,* chiếc tô bằng sắt tráng men đi lãnh cơm bỗng chốc gợi lại cho tôi cảm xúc của những ngày tù cải tạo ở quê nhà, cũng ba năm chứ ít sao. Tôi bảo Wu nên ra ngoài kiếm một quán ăn nhỏ nào đó dưới phố." [12]

Khi trả lời phỏng vấn của nhà báo Lê Quỳnh Mai, ông chia sẻ thêm: "... ngoài những giờ 'cuốc đất trồng rau' hay 'đốn tre trảy gỗ trên ngàn', cũng phải tìm cách làm cho đầu óc mình bận rộn, tôi học thêm chữ Hán từ người bạn cải tạo nằm kế bên, anh nguyên là giáo sư dạy toán Trường Võ Bị Đà Lạt. Anh ấy rất thông minh, chỉ dẫn có phương pháp cho học những bộ chữ căn bản rồi từ đó phân tích ý nghĩa của những chữ mới. Bằng cách ấy ngữ vựng của tôi rất khá khi ra trại. Bây giờ thì bao nhiêu chữ trả lại thầy, chỉ còn đôi ba từ không bao giờ quên vì mang dấu ấn sâu đậm của một tâm trạng nào đó như chữ 'Nhẫn' với hình mũi dao trên trái tim hay câu 'Khổ hải vượng dương, hồi đầu thị ngạn'... "[13]

## CHÚT RƯỢU HỒNG ĐÂY, XIN RƯỚI XUỐNG GIẢI OAN CHO CUỘC BIỂN DÂU NÀY
***(Tô Thùy Yên – Ta Về)***

Ba năm sau ra tù, ông ngậm ngùi nhìn một Sài Gòn đã hoàn toàn đổi khác. Ngôi trường Y khoa cũ ngày nào ở số 28 Trần Quý Cáp êm ả rợp bóng cây xanh nay đã trở thành khu triển lãm "Tội ác Mỹ Ngụy", không chỉ trưng bày vũ khí súng đạn, chuồng cọp với đủ dụng cụ tra tấn mà còn có cả sách báo nọc độc tàn dư văn hóa của "chủ nghĩa thực dân mới" [sic] trong đó có cuốn Vòng Đai Xanh của chính ông.

Khi đến thăm một bạn cố tri, từng là giáo sư đại học, tốt nghiệp ở Mỹ về Việt Nam từ cuối thập niên 1960, đầy lý tưởng, ôm mộng lớn về một cuộc cách mạng xã hội, thì trong ánh mắt người bạn này "lộ rõ vẻ bất an. Thoáng nét vui mừng nhưng anh kịp kìm hãm, vừa nói vừa canh chừng nhìn ra cửa: 'Biết toa được ra trại thì mừng nhưng cũng xin toa đừng tới thăm'... Gia đình bên vợ anh ở Mỹ đang làm thủ tục bảo lãnh, nghĩ rằng việc có liên hệ với lính ngụy với tù cải tạo có thể là cản trở cho cuộc hành trình hy vọng của gia đình anh tới bến bờ tự do ấy..." [2]

Nhưng ông cũng "có được niềm vui ấm lòng khi gặp người bạn tấm cám Nghiêu Đề. Nghiêu Đề cho biết mới gặp Sao Trên Rừng đi xe gắn máy từ Đà Lạt xuống, ngạc nhiên thấy Nguyễn Đức Sơn lần đầu tiên ăn vận đồ lớn complet cravate, hỏi tại sao thì Sơn cười giọng khinh mạn: 'có vậy mới khỏi lẫn với tụi nó'." [2]

Khoảng thời gian đó, do thiếu rất nhiều bác sĩ, sau khi ra tù, ông trở lại với nghiệp y của mình. Là bác sĩ điều trị và giảng huấn tại Trung Tâm Quốc gia Phục Hồi và Trường Vật Lý Trị Liệu Sài Gòn từ năm 1979 cho đến khi đi định cư Hoa Kỳ vào cuối năm 1983. Ông đã cùng với các bạn đồng nghiệp cũ góp công đào tạo những chuyên viên VLTL để cùng với các bác sĩ hoạt động như "bước thứ ba" của y khoa tiếp theo các bước y khoa phòng ngừa và y khoa điều trị.

NTV cũng có những bữa cơm ấm áp gia đình tại nhà Dương Nghiễm Mậu. "Tuy sống gần khu Chợ Cũ, sẵn những quán ăn vỉa hè và nhà hàng, rất tiện cho nếp sống cơm hàng cháo chợ, nhưng thường sau một ngày làm việc, thay vì về nhà tôi ghé nhà Nghiễm, được chị Trang vợ Nghiễm cho thêm chén thêm đũa với những bữa ăn đạm bạc nhưng ngon miệng vì là bữa cơm hạnh phúc gia đình. Trong tù, tôi và Nghiễm thì đã quen với những bữa ăn đói ngày đêm, ra ngoài tuy rau đậu nhưng cũng là bữa tạm no. Người lớn thì không sao, nhưng với trẻ nhỏ đang tuổi 'mau ăn, chóng lớn' thì khẩu phần ấy phải xem là suy dinh dưỡng. Nếu không là ngày phải ra trễ, tôi ghé qua chợ mua một món ăn gì đó, đem tới bày thêm vào mâm cơm gia đình. Có thêm món thịt, thêm chút chất đạm thì hôm đó với hai đứa nhỏ như là bữa tiệc. Những lần gặp nhau, tôi và Nghiễm đều ít nói. Hình như Nghiễm có viết ở đâu đó là những điều không cần nói ra nhưng cũng đã hiểu nhau rồi. Chỉ có cô giáo Trang vợ Nghiễm sau một ngày dạy học mệt nhọc nhưng lúc nào cũng có đôi chuyện vui từ trường đem về gia đình." [2]

Thời kỳ này ông cũng hoàn tất hai cuốn sách Y học: "Khái Luận Y Học Phục Hồi" (Nxb Y Học 1983) và "Từ điển Y Học Phục Hồi Anh–Pháp–Việt" (Nxb Y Học 1984).

## TRỞ LẠI VỚI DÒNG CHÍNH

Ngô Thế Vinh chia sẻ, "Khoảng từ 1987, qua giới thiệu của bạn đồng môn Phạm Quang Thùy, GS Hoàng Tiến Bảo và tôi cùng được nhận vào làm Clinical fellow / volunteer không lương nơi Department of Medicine & Hypertension, USC Medical School với hai giáo sư Vincent DeQuattro và Robert Barndt. Nơi đây, không phải chỉ có Việt Nam, mà còn có các bác sĩ thuộc nhiều quốc tịch khác như Nam Hàn, Hồng Kông, Phi Luật Tân, Syria và cả Nhật Bản... Hệ thống y khoa Mỹ lạnh lùng và tàn nhẫn với bất cứ một bác sĩ ngoại quốc nào tới Mỹ theo diện di dân muốn hành nghề trở lại, cách đối xử khác xa với thành phần du học nếu sau đó trở về nước. Tại USC Medical Center, đám bác sĩ ngoại quốc chúng tôi tuy chưa có bằng hành nghề, nhưng cũng được tiếp xúc với bệnh nhân, để chọn lọc và ghi tên họ tham gia vào các công trình nghiên cứu y khoa, theo protocol, thực hiện các cuộc phỏng vấn, lập hồ sơ với folder cho từng người; ngoài ra hai ngày mỗi tuần chúng tôi được tham dự các buổi khám bệnh của hai vị giáo sư Mỹ này. Mỗi ngày, sau khi làm xong phần vụ được giao phó, hai Thầy trò lại cùng nhau xuống Norris Medical Library nơi có cả một rừng sách, phía sau Bệnh viện để dùi mài kinh sử; chủ yếu là nghe tape và xem video các bài giảng y khoa, giống như mấy trung tâm luyện thi Kaplan nhưng phải trả tiền khá đắt.

Và rồi tôi đã qua phần thi cử FMGEMS, có được mấy cuộc phỏng vấn / interviews để vào NRMP (National Resident Matching Program). Sau đó tôi rời California đi New York với hy vọng hoàn tất chương trình nội trú & thường trú nơi hệ thống các Bệnh viện Đại học SUNY Downstate ở Brooklyn, New York." [2] Sau một năm Nội trú / *Internship* và hoàn tất chương trình Thường trú ba năm về Nội Khoa / *Internal Medicine Residency*, NTV trở về California, làm bác sĩ điều trị và giảng huấn tại một bệnh viện VA thuộc hệ thống Đại học Y Khoa UCI từ 1991.

## MEKONG – DÒNG SÔNG NGHẼN MẠCH

Từ năm 1995, như một bước ngoặt của cuộc đời, NTV đã đến với sông Mekong cũng như vấn đề môi sinh. Ông kể lại:

"Năm 1995 tôi đã có kỷ niệm về một ngày rất khó quên với nhà báo Như Phong nơi thủ đô tỵ nạn Little Saigon. Đó vào sáng thứ Bảy của một ngày tiết Thu nắng đẹp miền Nam California, Anh Như Phong hôm ấy rủ tôi tới gặp mấy người bạn trẻ thuộc Nhóm Bạn Cửu Long mà tôi chưa hề quen biết nhân có buổi mạn đàm đầu tiên tại Phòng Sinh Hoạt báo Người Việt. Trên bàn thuyết trình hôm đó có kỹ sư Phạm Phan Long, tiến sĩ Phạm Văn Hải và nhà báo Đỗ Quý Toàn. Kỹ sư Phạm Phan Long là người đầu tiên lên tiếng báo động về những hiểm họa cho dòng sông Mekong khi Trung Quốc có kế hoạch xây một chuỗi những con đập Bậc thềm Vân Nam. Lúc đó chỉ mới có một con đập đầu tiên Manwan / Mạn Loan 1.500 MW trên dòng chính sông Lancang–Mekong vừa được xây xong (1993). Ngày hôm ấy với tôi quả thật là mối 'duyên khởi' bởi vì đây cũng là lần đầu tiên tôi tiếp cận với một vấn nạn mới mẻ của đất nước: đó là những bước phát triển 'không bền vững / unsustainable development' của con sông Mekong. Cũng từ đó tôi được làm quen với những người bạn mới như KS Phạm Phan Long, KS Ngô Minh Triết, KS Nguyễn Hữu Chung và rồi thêm những người bạn khác của Mekong Forum, tiền thân của Viet Ecology Foundation về sau này.

Rồi phải kể tới một bài báo đăng trên Tuổi Trẻ Chủ Nhật (03-11-1996): Khai thác sông Mekong: nhìn từ góc độ Việt Nam tuy đứng tên Kỹ sư Phạm Phan Long nhưng do 4 người viết, họ đều là những chuyên gia từ hải ngoại: Tiến sĩ Phạm Văn Hải (Mỹ), Kỹ sư Nguyễn Hữu Chung (Canada), Tiến sĩ Bình An Sơn (Úc). Nội dung bài viết ấy cho tới nay vẫn còn nguyên tính thời sự... Cũng đã hơn 25 trôi năm qua, tôi vẫn là người bạn đồng hành bền bỉ với Nhóm Bạn Cửu Long, vẫn cứ là một con chim 'báo bão' từ những đám mây đen độc hại ngày càng dày đặc hơn không ngừng đổ xuống từ phương bắc." [2]

Từ bước ngoặt cuộc đời này, NTV đã viết nên hai tác phẩm được đánh giá cao, được xuất bản và tái bản nhiều lần:

- *Cửu Long Cạn Dòng, Biển Đông Dậy Sóng* [Văn Nghệ, California 2000, tái bản 2001; Nxb Giấy Vụn Việt Nam 2014]

- *Mekong – Dòng Sông Nghẽn Mạch* [Văn Nghệ, California 3/2007; Văn Nghệ Mới 12/2007; Nxb Giấy Vụn, Việt Nam 2012]

## TÁC PHẨM VĂN HỌC

NTV sớm đến với văn chương, đã có tác phẩm xuất bản từ 60 năm trước và hiện nay ông vẫn còn tiếp tục viết. Có thể kể:

- *Mây Bão* [Sông Mã, Sài Gòn 1963; Văn Nghệ, California 1993]

- *Bóng Đêm* [Khai Trí, Sài Gòn 1964]

- *Gió Mùa* [Sông Mã, Sài Gòn 1965]

- *Vòng Đai Xanh* * [Thái Độ, Sài Gòn 1970; Văn Nghệ, California 1987; Văn Học Press, California 2018]

- *Mặt Trận Ở Sài Gòn* * [Văn Nghệ, California 1996]

- *Cửu Long Cạn Dòng, Biển Đông Dậy Sóng* * [Văn Nghệ, California 2000, tái bản 2001; Nxb Giấy Vụn Việt Nam 2014]

- *Mekong – Dòng Sông Nghẽn Mạch* * [Văn Nghệ, California 3/2007; Văn Nghệ Mới 12/2007; Nxb Giấy Vụn, Việt Nam 2012]

- *Chân Dung Văn Học Nghệ Thuật và Văn Hóa I* [Việt Ecology Press 2017]

- *Chân Dung Văn Học Nghệ Thuật và Văn Hóa II* [Việt Ecology Press 2022]

- *Y Sĩ Tiền Tuyến Nghiêm Sỹ Tuấn, Người Đi Tìm Mùa Xuân* [Tập San Y Sĩ Việt Nam Canada, Việt Ecology Press 2019]

Trong đó những tác phẩm có dấu * đã được dịch sang Anh Ngữ và xuất bản tại Hoa Kỳ. Riêng bộ sách Chân Dung Văn Học Nghệ Thuật và Văn Hóa I & II đang được Tiến sĩ Eric Henry dịch, dự trù sẽ ra mắt cuốn I trong năm 2024.

Với bộ ba cuốn sách song ngữ Việt-Anh: *Mặt Trận Ở Sài Gòn* (2020), *Vòng Đai Xanh* (2020) và *Mekong – Dòng sông nghẽn mạch* (2021) do nhà xuất bản Văn Học Press & Việt Ecology Press ấn hành, Ngô Thế Vinh luôn quan tâm đến những thế hệ tương lai.

Người viết rất tâm đắc với nhận định của nhà văn Nguyễn Xuân Hoàng:

"Ngô Thế Vinh là nhà văn của những ước mơ, hay nói rõ hơn ông là nhà văn của lương tâm.

Người ta hiểu lý do vì sao Ngô Thế Vinh phải ra hầu tòa trong khi trước đó, tác phẩm Vòng Đai Xanh của ông vừa được giải Văn học Nghệ thuật toàn quốc 1971. Bởi vì ngoài vai trò một bác sĩ và một người lính, ông còn là một nhà văn ước mơ về một xã hội tốt đẹp hơn. Ông là một người lính chiến đấu cho tổ quốc, hy sinh cho một lý tưởng, nhưng ông không muốn sự hy sinh ấy nhằm bảo vệ cho 'một thứ xã hội trên cao', một xã hội hưởng thụ thừa mứa, của 'một đám người kêu gọi chiến tranh nhưng lúc nào cũng ở trên và đứng ngoài cuộc chiến ấy.'

Hơn ai hết, Ngô Thế Vinh biết rõ những suy nghĩ của anh trong một xã hội đang tan rã ở Sài Gòn lúc bấy giờ cũng chẳng khác nào những suy nghĩ của bọt biển, thế nhưng khi cầm bút viết xuống trang giấy những suy nghĩ 'phạm thánh' ấy trong một không khí đe dọa và khủng bố, phải nói Ngô Thế Vinh là một người dũng cảm." [14]

Dược sĩ Bùi Khiết, một người bạn của NTV, chia sẻ: "Với ông người Việt Nam giết chóc tàn hại nhau chỉ là hiện tượng ở vào một thời điểm trong một hoàn cảnh lịch sử đặc biệt. Con người Việt Nam thương yêu nhau, đùm bọc nhau mới là bản chất Việt Nam. Làm văn hóa hướng về chân thiện mỹ thì phải phát huy bản chất ấy.

... Ngô Thế Vinh rất đôn hậu về cái gốc. Ông không hận thù nhưng buồn và thương tiếc. Cảm nghĩ của tôi, Ngô Thế Vinh chấp nhận và cam chịu giữa hai lằn đạn. Cả hai phía bên này lẫn bên kia có vẻ khó chịu và nghi ngại ông. Bởi ông là nhà văn lấy chính trị làm bối cảnh mà lại viết và trình bày theo lương tâm. Chính cái lương tâm trong sáng từ bi và bác ái đó làm bóng đêm thủ đoạn chính trị bị lộ diện. Như con thú đêm khi lộ diện thì cuồng quẫy chống đối khó chịu." [14]

Người viết muốn thêm, Ngô Thế Vinh còn là một con chim báo bão, "Nghệ sĩ không thể chỉ là nhân chứng mà hắn phải có tâm thức của một tiên tri" như ông đã bày tỏ trong truyện ngắn *Đêm Mắt Lưới* đi trên Tình Thương số 24 (tháng 12/1965). *Vòng Đai Xanh* được viết xong vào năm 1969 vẫn còn nguyên tính thời sự cho tới hôm nay, điển hình là vụ nổ súng tại Đắk Lắk ngày 11/6/2023 vừa qua. *Cửu Long Cạn Dòng, Biển Đông Dậy Sóng* đã báo động từ hơn hai mươi năm trước tình trạng khô hạn, cạn dòng, ngập mặn... sẽ xảy ra khi các quốc gia ở thượng nguồn liên tục xây dựng các đập thủy điện bất chấp hệ sinh thái của thiên nhiên và đời sống của cư dân ven sông mà hiện nay tất cả chúng ta đã thấy rất rõ ràng hậu quả.

Giọng văn điềm tĩnh, lời đẹp, ý nhân hậu là điều độc giả nhận ra khi đọc văn Ngô Thế Vinh.

"Không chỉ đau vì mất chân, Tụng biết mình vẫn còn sống nhưng đau xót hơn chỉ sợ làm mẹ buồn. Tụng xé ngay mảnh áo làm vòng garrot tự cấp cứu cầm máu. Tụng nổi tiếng lì khi còn trong chiến trận, trong đời Tụng chưa từng biết khóc là gì nhưng bây giờ thì đôi mắt mờ lệ nhìn về phía nắng hanh chiếu vàng trên những bụi tre phía xa, thấp thoáng đâu đó là nóc nhà quen thuộc, nơi đó có bà mẹ già và cả con Bé Tư đang lúp xúp lặt mớ rau cho nồi canh chuẩn bị bữa ăn chiều. Tụng không nghĩ tới mình, không màng tới cái đau như xé truyền lên từ mỏm chân cụt mà lại cứ miên man với ý nghĩ là sắp tới đây, phải ăn làm sao nói làm sao với má bây giờ, để cho bả khỏi khổ. Hòa bình rồi hạnh phúc tính là dài lâu nhưng rồi ra cũng chỉ là tính riêng cho mỗi từng ngày." *(Ngô Thế Vinh – Người Y Tá Cũ)*

"Trong cái mênh mang của cơn say lịch sử, có ai nghĩ được rằng cuộc chiến đang diễn ra giữa những người Việt lại có thể xóa nhòa một nền văn minh Angkor cổ kính. Và trong cái hoang vu lặng lẽ của buổi chiều tàn, giữa ngôi làng đổ nát kia, tôi tưởng tượng rằng vẫn còn một người đàn bà không rõ mặt mũi vẫn ẩn nhẫn ngồi ôm đứa con ru cho bú. Phải chăng vẫn còn hình ảnh an ủi tuyệt đẹp và ngàn năm của ý nghĩa tồn sinh nhân loại. Đó là sự sống thách thức và cũng là tha thứ bao dung đối với cả cuộc chiến tranh dài đằng và vô ích này, với những tàn phá vô tri của bọn đàn ông và khí giới bom đạn." *(Ngô Thế Vinh – Nước Mắt Của Đức Phật).*

Là bác sĩ, nên cách nhìn của ông cũng rất "thầy thuốc":

"Theo cách nhìn y khoa, với người viết, thì chỉ với hai đoạn đường ngắn: con Đường Sách 144 m và tuyến Đường Metro Bến Thành Suối Tiên 19,7 km có thể xem đó là hai chỉ dấu sức khỏe – vital signs của Sài Gòn. Chừng nào có sinh hoạt 'được gọi là bình thường' nơi hai tụ điểm ấy: một nét văn hóa và một nét công nghệ cao – là biểu trưng cho một thời kỳ Sài Gòn khỏe mạnh, một Sài Gòn phục sinh, vui tươi trở lại với rộn rã ca khúc của Y Vân ngày nào: Sài Gòn đẹp lắm, Sài Gòn ơi, Sài Gòn ơi!" *(Ngô Thế Vinh – Con Đường Sách Sài Gòn và Câu chuyện đốt sách)*

Hay:

"Trong 48 năm qua, nhiều công trình cải tạo lớn đã được đem ra thử nghiệm trên khắp ĐBSCL như: đắp đê ngăn lũ, làm đê kè để giảm sóng hay chuyển hướng dòng chảy, xây dựng hàng loạt những cống chặn mặn... Có thể nói là các 'chuyên gia quốc doanh' từ ngoài Bắc vào Nam không hiểu gì hệ sinh thái tinh vi của ĐBSCL, nên đã thô bạo dùng 'dao mổ trâu' để thực hiện những cuộc giải phẫu thần kinh và đã để lại những hậu quả tác hại lâu dài, rất khó sửa chữa." *(Ngô Thế Vinh – Nửa Thế Kỷ Cải Tạo Làm Cạn Kiệt Tài Nguyên Một ĐBSCL Đang Chết Dần)*

## NGÔ THẾ VINH ĐỜI THƯỜNG

Phạm Ngọc Lân, dược sĩ tốt nghiệp năm 1968, cùng khóa 11 Trưng Tập với Ngô Thế Vinh đã kể lại trong hồi ức "Cha Vô Danh":

"Ngày thứ hai mùng 2 tháng 6 năm 1969, khóa 11 Trưng Tập được đưa lên học quân sự tại Trung Tâm Huấn Luyện Quang Trung. Anh Vinh là đại đội trưởng khóa sinh, phải vô cùng vất vả vì những cuộc đối đầu với thành phần lãnh đạo của trại. Bất mãn đầu tiên đến với cả đại đội khi một công lệnh được phổ biến sáng thứ tư 11 tháng 6, là chủ nhật tới sẽ chỉ được nghỉ phép 10 tiếng đồng hồ thay vì 24 tiếng từ chiều thứ bảy đến chiều chủ nhật. Thứ hai là có một người trung sĩ đưa lệnh kêu mấy chục người phải đi khuân đồ đạc dọn trại cho ai đó. Trước đó, ngày thứ ba và thứ tư các khóa sinh ở lại trực phòng đều bị khiển trách nặng nề vì phòng ngủ không được sạch sẽ, tuy các bạn này cũng đã cố gắng làm hết sức mình. Rồi còn bị dẫn qua các phòng của các đại đội khác để cho thấy người ta giữ sạch sẽ ra làm sao. Thế là đến 11 giờ trưa trong giờ nghỉ học, cả đại đội tập họp để ủng hộ anh Vinh đại đội trưởng đến trình bày vấn đề với Thiếu Tá tiểu đoàn trưởng. Sau đó cả đại đội biểu quyết sẽ phản đối bằng cách không về phép chủ nhật nếu chỉ được phép 10 tiếng đồng hồ, không tuân lệnh đi khiêng đồ đạc vì đó không phải là cách cư xử với những sĩ quan khóa sinh, và không hợp tác trong một chương trình văn nghệ của tiểu đoàn. Đến trưa lại có công lệnh đọc trước đại đội, cảnh cáo đại đội 45 vì đêm thứ ba không ra ngủ ngoài trời. Lời cảnh cáo rất gay gắt, kèm thêm lời đe dọa là nếu tái phạm thì cả đại đội sẽ bị phạt cúp phép, các cấp trưởng (trung đội trưởng, đại đội trưởng) sẽ bị nghiêm phạt. Điều bực bội nhất cho các khóa sinh là công lệnh được đọc cho tất cả 6 đại đội của tiểu đoàn Nguyễn Huệ nghe, sẽ đọc trong hai ngày liền, mỗi ngày hai lần! Sở dĩ đêm thứ ba không ra ngủ bên ngoài vì trời mưa, lại không có dụng cụ để dựng lều nên phải ngủ trong nhà, nhưng trong tư thế sẵn sàng, quần áo trận vẫn mặc, không giăng mùng mà chỉ trùm đầu bằng cái lưới muỗi thôi. Không khí căng thẳng tiếp tục lên cao và qua ngày hôm sau thứ năm 12 tháng 6, đại đội quyết định phản ứng mạnh hơn. Buổi trưa tất cả tập họp ngoài sân, lấy lon trung úy ra đeo lại trên cổ áo, hàng ngũ nghiêm chỉnh trong khi anh Ngô Thế Vinh đại đội trưởng vào 'làm việc' với Thiếu tá tiểu đoàn trưởng. Chiều cùng ngày, Vinh lên gặp Thiếu Tá liên đoàn phó, ông này hứa sẽ đưa việc này lên cấp trên giải quyết. Đến tối, có lệnh từ liên đoàn xuống tách riêng đại đội F-45 ra một trại riêng biệt, chỉ cách trại cũ hơn 200 thước, và từ nay đại đội này sẽ tự quản lý lấy doanh trại của mình, còn việc học tập quân sự vẫn tiếp tục trong khuôn khổ tiểu đoàn Nguyễn Huệ như cũ. Thế là lúc 9 giờ tối, mọi người lục đục dọn nhà, khiêng các giường sắt qua hai căn nhà rộng của doanh trại mới, kê làm hai hàng giường hai tầng chồng lên nhau, trung đội 1 và 4 ngủ trong một căn, hai trung đội 2 và 3 trong căn còn lại.

**Hình 5:** *Khóa sinh sĩ quan Ngô Thế Vinh 1969 và những ngày ở Trung Tâm Huấn Luyện Quang Trung; tuy chưa ra chiến trận nhưng Khóa Trưng Tập 11 Y Nha Dược đã bị tổn thất và cả tang tóc, do vụ nổ của một trái mìn Claymore hướng thẳng vào doanh trại các khóa sinh sĩ quan Quân Y, khiến một bác sĩ tử vong ngay tại chỗ và nhiều bạn khác bị thương, và những miếng mìn còn gắn trên cơ thể họ cho tới ngày nay.* [tư liệu NTV]

Vài ngày sau, đại đội có lệnh triệu tập đặc biệt lên hội trường, ra mắt Trung Tá liên đoàn trưởng. Sau các thủ tục chào đón nghiêm nghỉ của nhà binh, mọi người ngồi xuống và ông Trung Tá, một người mặt mũi sáng sủa ngồi trên bàn chủ tọa, rút trong túi ra một cái thẻ vàng (chẳng khác gì trọng tài trong trận đá banh quốc tế) và hỏi to, 'Các anh nói tấm thẻ này màu gì?' Mọi người trả lời đồng loạt 'màu vàng'. Ông Trung Tá nói 'nhưng trong quân ngũ, tôi nói tấm thẻ này màu đỏ, các anh cũng phải nói nó là màu đỏ; quân đội khác với xã hội bên ngoài ở chỗ đó.' Anh Ngô Thế Vinh giơ tay xin phát biểu: 'Chúng tôi là những người được đào tạo trong môi trường đại học, và chúng tôi được học hỏi một điều quan trọng. Đó là muốn trở thành người trí thức thì đầu tiên phải biết tôn trọng sự thật trong mọi tình huống, vì thế nên chúng tôi không thể nói tấm thẻ kia màu đỏ trong khi thật ra nó là màu vàng!' Mọi người ngồi im phăng phắc xem ông Trung Tá phản ứng ra sao, nhưng ông này chỉ nói cho qua chuyện, rồi sang một đề tài khác: 'Khóa 11 Trưng Tập đến Trung Tâm Huấn Luyện Quang Trung để học 9 tuần quân sự căn bản, nên cũng phải theo kỷ luật chung của Trung Tâm, nhưng vì các anh đã là những sĩ quan đeo lon trung úy, nên liên đoàn đã quyết định để đại đội F-45 được tách ra sống riêng trong một doanh trại mà các anh phải tự quản.'

Từ đó về sau, đại đội sống biệt lập với 5 đại đội còn lại của tiểu đoàn Nguyễn Huệ, không còn va chạm với Thiếu Tá tiểu đoàn trưởng nữa, mà ngược lại, dần dần ông Thiếu Tá nổi tiếng kỷ luật và có thành kiến không tốt với giới quân y (vì một lý do bí ẩn nào đó trong quá khứ của ông ta) trở thành người có cảm tình với khóa 11 Trưng Tập..." [15]

Mẩu chuyện trên cho thấy, Ngô Thế Vinh là người lãnh đạo tài năng, tôn trọng sự thật, ứng xử có tình có lý, không cứng nhắc tuân theo những lệnh vô lý của thượng cấp, đấu tranh và đứng về phía kẻ yếu thế, như ông đã từng viết trong tiểu thuyết *"Mây Bão"* cuối năm 1962: "*... ở đâu mà chẳng phải đấu tranh nếu không muốn bị dồn ép tàn lụi hoặc chết dí như những con rệp*". Nhưng cũng nên thêm điều đó chỉ có thể xảy ra thời VNCH tự do, không thể có dưới thời cộng sản chuyên chính.

Bù lại, ông cũng rất nghiêm, không khoan nhượng đối với bất cứ vi phạm kỷ luật nào trong quân đội. Bằng chứng cũng từ những trang viết của Dược sĩ Phạm Ngọc Lân: Một bữa người vợ ra đến bãi tập thăm anh bằng xe Jeep do quen với một sĩ quan làm việc trong quân trường. "Chỉ gặp mặt nhau không được bao lâu nên chàng còn bịn rịn khi có tiếng còi ra lệnh tập họp để đi tập ở bãi khác. Trở lại với đại đội bị trễ vài phút, anh đại đội trưởng khóa sinh Ngô Thế Vinh phạt anh chàng khóa sinh F-205 20 cái hít đất!" [15]

Họa sĩ Đinh Cường chia sẻ:

Những ngày này Ngô Thế Vinh hay phone nói chuyện này chuyện kia cho vui. Làm tôi lại nhớ những ngày xưa cũ, có lần ghé qua căn phòng bạn ở vùng Chợ Cũ, gần đường Ký Con nơi làm tòa soạn tạp chí Sáng Tạo. Bạn đi vắng, tôi và Nghiêu Đề nhìn qua cửa sổ thấy cái giường trải chiếc drap trắng thẳng tưng như giường trong nhà binh. Bạn có nếp sống ngăn nắp, tươm tất. *(Đinh Cường – Đoạn ghi cho Ngô Thế Vinh – 17/3/2015)*

Nhà thơ Lê Chiều Giang, vợ họa sĩ Nghiêu Đề, người bạn tấm cám của NTV, cho biết:

Thuở Nghiêu Đề lúc cạn tiền, túi hết, anh hay lang thang ra ngồi Café góc phố. Nhưng nếu bán được tranh, coi như tiền có từ trên trời rơi xuống, anh thích ngồi La Pagode. Anh gọi hết bè bạn ra café thuốc lá, kên đời và để huyên thuyên cười nói… Riêng anh Ngô Thế Vinh đã chẳng bao giờ sống bạt mạng như thế. Anh thích ngồi trang trọng chỉ riêng với vài bạn thân ở quán Thanh Bạch. Anh quen biết rất đông giới văn nghệ, nhưng lại ít tham dự cách vui chơi huyên náo của những văn nhân, thi sĩ. Anh rất hòa nhã nhưng dè dặt, lặng lẽ và kín đáo. Sẽ chẳng bạn bè nào hiểu Ngô Thế Vinh đang nghĩ gì.

*(Lê Chiều Giang – Quỳnh Liêu)*

Ngô Thế Vinh là bác sĩ, ông luôn ân cần thăm hỏi, quan tâm đến sức khỏe của bạn bè. Như với Cao Xuân Huy: “Huy và tôi, qua cell vẫn liên lạc với nhau hàng tuần, thường là thứ Năm sau ngày tái khám ở UCLA về. Thường là tôi phone cho Huy...” [2] Tháng 7/2022, người viết đi nghỉ hè ở miền Nam California, chẳng may bị bệnh nên báo cho ông. Ông có lời khuyên và nhờ Bác sĩ Nghiêm Đạo Đại, bạn ông, khám giúp, cho toa. Nơi đây, xin được một lần nữa cảm ơn hai Bác sĩ NĐĐ và NTV đã tận tình giúp đỡ người viết khi xa nhà.

## ĐẰNG SAU ÁNH HÀO QUANG

Ai đó đã nói, "Đằng sau mỗi người đàn ông thành đạt đều có một người phụ nữ tuyệt vời". Với người viết, có đến hai người phụ nữ phía sau Ngô Thế Vinh. Đó là Mẹ và Vợ ông.

Mẹ đã đưa ông vào đời, chăm sóc, vun bón tình yêu quê hương xứ sở cho con qua những câu hát ru từ thuở nằm nôi, dạy dỗ nuôi con nên người. Dưới đây là đoạn văn ông viết về người Mẹ:

"... Khi tôi bước vào nhà thì bà vẫn mải mê đọc cuốn *Tâm và Thức của đạo Phật.* Tôi yên lặng ngồi xuống một chiếc ghế gần đó: một phút ngạc nhiên đến xót xa khi thấy mái tóc bà đã trắng bạc như sương. Tôi đã xa đời sống, xa bà bao lâu để mới nhận ra sự biến đổi này và bà đã ngồi đó tự bao giờ, trong bao nhiêu năm nay, vẫn trong chiếc ghế bọc da màu nâu quen thuộc với những đồ vật trong phòng giữ nguyên chỗ đứng cũ. Hình ảnh bà gợi sự bình an trộn lẫn với xót xa. Cảm giác không tránh khỏi rưng rưng khi nhìn bàn tay bà với những ngón gầy khô se sắt. Tôi muốn được ôm hôn lên trán, gục mặt vào lòng bà và nắm lấy bàn tay gợi biết bao nhiêu nỗi êm dịu thời tuổi nhỏ nhưng cái không khí tẩm thẫm đạo giáo và sự thanh khiết khổ hạnh đã ngăn tôi lại, đó như một khoảng cách làm khô héo tình mẫu tử vuốt ve và tiếng nói của yêu thương chỉ còn là sự xót xa yên lặng. Bà vẫn còn sống nhưng lại xa hẳn với thế giới hệ lụy này..." [16]

Ngày ấy, Mẹ khuyên: "Hết chiến tranh, các con nên ở lại góp tay xây dựng đất nước", để rồi không lâu sau đó bà chết trong cô quạnh lúc cả ba con trai đang bị tù "cải tạo". Đọc Lê Chiều Giang viết về bà, xúc động khôn nguôi:

"Khi biết anh Ngô Thế Vinh đang bị tù giam tại Suối Máu, chúng tôi tới thăm Bà. Mẹ anh Vinh nắm tay anh Nghiêu Đề như tìm lại hơi ấm từ đôi bàn tay người con đang bị giam cầm nơi xa xôi. Bà nhìn Cu Bi con trai của chúng tôi đi lẫm đẫm quanh nhà rồi nhắc nhớ đến Quỳnh Liêu, cô cháu nội mà Bà biết sẽ chẳng còn có bao giờ được gặp lại."

*(Lê Chiều Giang – Quỳnh Liêu)*

Vợ ông trong mọi nghịch cảnh, đã là hậu phương vững chãi cho ông trong suốt những năm thăng trầm. Sau này khi ông theo đuổi vấn đề môi sinh, với những chuyến du khảo đến những con đập thượng nguồn, qua các quốc gia Trung Hoa lục địa, Lào, Cam Bốt, Việt Nam đầy bất trắc, có người vợ nào không lo lắng? Nhưng bà vẫn để ông thực hiện những gì ông hằng theo đuổi. Trong một lần trả lời phỏng vấn, ông đã chia sẻ: "Hạnh phúc, như một cách nói đối với tôi là những giờ buổi tối, trong không khí gia đình, nếu không đọc sách, thì cũng được ngồi trước chiếc computer viết hay sửa lại những trang sách viết dở dang." [3]

## CON NGƯỜI XANH CỦA MÔI SINH

Trong bài "Phỏng vấn Ngô Thế Vinh – người đi dọc 4.800 km sông Mekong" do phóng viên báo Người Đô Thị Lê Quỳnh thực hiện, khi được hỏi, "nếu được tự nói về mình, ông nhận mình là một bác sĩ, nhà văn, nhà báo, hay là một nhà khoa học?", NTV đã trả lời:

- Tôi đã được gán cho nhiều căn cước khác nhau, nhưng một cách khái quát, nói như ký giả Long Ân, có lẽ đúng nhất tôi chỉ là *con người xanh của môi sinh.* [17]

Cho đến nay, NTV vẫn tiếp tục theo dõi tình hình sông Mekong, từ đó viết những bài báo gióng tiếng chuông cũng như đưa ra những biện pháp cần thiết và thích hợp với môi sinh hầu giải quyết vấn đề "thay cho 20 triệu cư dân ĐBSCL không được quyền có tiếng nói". Theo ông, "Cứu lấy dòng sông Cửu Long" là một cuộc chạy đua với kim đồng hồ, bởi vì "Nói tới nguy cơ là còn thời gian, chứ tiêu vong là mất đi vĩnh viễn / *Extinction is forever, Endangered means we still have time*" (Sea World San Diego). Ông luôn nhấn mạnh: "Kế hoạch phát triển nào cũng phải tính tới cái giá môi sinh phải trả – environmental costs – đối với sức khỏe của người dân và cả trên nguồn tài nguyên lâu dài của đất nước", và "Môi Sinh và Dân Chủ sẽ mãi mãi là một 'Bộ Đôi Không Thể Tách Rời / Inseparable Duo.'"

**Hình 6:** *Ngô Thế Vinh trên khúc sông Lancang-Mekong, xa phía sau là nơi sắp xây con đập Cảnh Hồng / Jinghong 1.350 MW, là con đập dòng chính thứ ba, sau hai con đập Mạn Loan và Đại Chiếu Sơn.* [photo by Nguyễn Văn Hưng, 09.2002]

Chẳng hạn, gần đây nhất là các bài viết:

- *Bước Qua Lời Nguyền Tiến Hành Dự Án Đập Stung Treng Là Hủy Diệt Môi Sinh – Ecocide – Một Nhìn Lại* khi Phnom Penh tuyên bố cho tái phục hoạt / resurrection dự án thủy điện Stung Treng 1.400 MW trên dòng chính sông Mekong phía đông bắc Cam Bốt sát ranh giới với Lào vào năm 2022.

- *Nửa Thế Kỷ Cải Tạo Làm Cạn Kiệt Tài Nguyên Một ĐBSCL Đang Chết Dần* về công trình "thế kỷ và nghịch thiên" Siêu Cống Cái Lớn Cái Bé của VN được vận hành từ tháng 01/2022 đang giết chết "Dòng Chảy Sinh Thái" của cả một hệ thống sông rạch, gây ra những tác động tiêu cực và ảnh hưởng trực tiếp tới đời sống cư dân trong vùng.

- *Từ đế chế Phù Nam – Khmer tới con kênh lịch sử Funan Techo của vương quốc Cam Bốt và Phù Nam Techo – Con kênh lịch sử & Những bước tiến hành dự án giữa triều đại "Cha và Con"* về con kênh lịch sử của Vương quốc Cam Bốt 2024-2028 kết nối Cảng Phnom Penh ra tới Vịnh Thái Lan.

Xin được kết thúc bài viết với bài thơ Mekong – nghe như những tiếng chuông gióng của Đỗ Nghê, một người bạn đồng môn viết tặng ông.

**MEKONG**
*tặng Ngô Thế Vinh*

*Mekong Mekong*
*Dòng sông nghẽn mạch* [1]
*Mekong Mekong*
*Biển Đông dậy sóng* [2]
*Mekong Mekong*
*Phù sa cạn kiệt*
*Mekong Mekong*
*Cá tôm nghẹn uất*
*Mekong Mekong*
*Có người thầy thuốc*
*Mekong Mekong*
*Lệ tràn khóe mắt...*

Đỗ Nghê
(2014)

..........................
*[1], [2]: tác phẩm của Ngô Thế Vinh*

TRẦN THỊ NGUYỆT MAI
*Tháng 11/2023*

**THAM KHẢO:**

*1. Ngô Thế Vinh – Tình Quê Hương Trong Nhạc Phạm Duy Và Những Chân Dung*
*https://tranthinguyetmai.wordpress.com/2022/07/25/tinh-que-huong-trong-nhac-pham-duy-va-nhung-chan-dung/*

*2. Ngô Thế Vinh – Chân Dung Văn Học Nghệ Thuật và Văn Hóa I – Việt Ecology Press 2017*

*3. Nguyễn Mạnh Trinh phỏng vấn Ngô Thế Vinh (tháng 01/1996)*
*https://www.diendantheky.net/2021/09/phong-van-nha-van-ngo-vinh-cua-nguyen_4.html*

*4. Tâm Diệu – Phật giáo và cuộc chính biến 1-11-1963*
*https://thuvienhoasen.org/a18298/phat-giao-va-cuoc-chinh-bien-1-11-1963*

*5. Trần Xuân Dũng – Hồi sinh đợi ngày – Y sĩ tiền tuyến Nghiêm Sỹ Tuấn – Người đi tìm mùa xuân [Tập san Y sĩ Việt Nam Canada và Viet Ecology Press 2019]*

*6. Phỏng vấn nhà văn Ngô Thế Vinh tác giả "Vòng đai xanh" do Nguyễn Mai thực hiện*
*Nguồn: Chính Văn số 1 Bộ Mới tháng 7-1972. Tài liệu do nhà văn Trần Hoài Thư sưu tập.*

*7. Ngô Thế Vinh – Tìm lại thời gian đã mất: Nguyệt san Tình Thương (1963-1967)*
*https://damau.org/10605/tim-lai-thoi-gian-da-mat-nguyet-san-tinh-thuong-1963-1967*

*8. Các tạp chí văn học miền Nam – Nguyệt san Tình Thương do Trần Hoài Thư sưu tập.*
*https://tranhoaithu42.com/2021/05/17/nguyet-san-tinh-thuong-tai-chinh-trang/*

*9. Hoàng Ngọc Nguyên – Vòng Đai Xanh: Một cái chết được báo trước*
*https://tranthinguyetmai.wordpress.com/2021/03/03/vong-dai-xanh-mot-cai-chet-duoc-bao-truoc/#more-37695*

*10. Bách Khoa đàm thoại với NTV từ Vòng Đai Xanh đến Mặt Trận Ở Sài Gòn do Lê Ngộ Châu thực hiện – số 370 ngày 01/06/1972.*

*11. Ngô Thế Vinh – Cựu Kim Sơn Chưa Hề Giã Biệt*
*https://www.diendantheky.net/2015/04/ngo-vinh-cuu-kim-son-chua-he-gia-biet.html*

*12. Ngô Thế Vinh – Mekong Dòng Sông Nghẽn Mạch – Văn Học Press & Việt Ecology Press 2021*

*13. Lê Quỳnh Mai – Tác giả, với chúng ta - Phỏng vấn nhà văn Ngô Thế Vinh (tháng 3/2001)*

*14. Ngô Thế Vinh – Mặt Trận Ở Sài Gòn – Văn Học Press & Việt Ecology Press 2020*

*15. Phạm Ngọc Lân – Cha Vô Danh – Editions L'Harmattan (28/2/2019)*

*16. Ngô Thế Vinh – Vòng Đai Xanh – Văn Học Press & Việt Ecology Press 2020*

*17. Lê Quỳnh – Phỏng vấn Ngô Thế Vinh, người đi dọc 4.800km sông Mekong*
*https://cvdvn.net/2022/10/17/phong-van-ngo-the-vinh-nguoi-di-doc-4-800km-song-mekong-2/*

## TRẦN THỊ NGUYỆT MAI

Tên thật, cũng là bút hiệu. Sinh ra và lớn lên trong suốt chiều dài lịch sử của miền Nam tại Sài Gòn. Thuyền nhân tháng 3-1987. Định cư tại Hoa Kỳ từ tháng 6-1988. Hiện sinh sống và làm việc tại tiểu bang Ohio, Hoa Kỳ. Cộng tác với tạp chí Thư Quán Bản Thảo từ 2011 và tạp chí Ngôn Ngữ từ 2019. Chủ biên trang blog Trần Thị Nguyệt Mai. Có bài viết đi trên các trang mạng Da Màu, Diễn Đàn Thế Kỷ, Văn Việt, Du Tử Lê, Phố Văn, Phạm Cao Hoàng, Học Xá...

*[Ký họa chân dung TTNM của họa sĩ Đinh Cường]*

# ĐINH CƯỜNG
## 5 Bài Thơ Cho Ngô Thế Vinh

### ĐOẠN GHI CHO NGÔ THẾ VINH

Những ngày này Ngô Thế Vinh hay phone
nói chuyện này chuyện kia cho vui. làm tôi
lại nhớ những ngày xưa cũ, có lần ghé qua
căn phòng bạn ở vùng Chợ Cũ, gần đường
Ký Con nơi làm tòa soạn tạp chí Sáng Tạo.

bạn đi vắng, tôi và Nghiêu Đề nhìn qua cửa sổ
thấy cái giường trải chiếc drap trắng thẳng tưng
như giường trong nhà binh. bạn có nếp sống
ngăn nắp, tươm tất. bây giờ bạn viết bài gì cũng
kỹ, từng chi tiết một. viết về Cửu Long Cạn Dòng
Biển Đông Dậy Sóng cũng đi cho đến thượng nguồn

mấy hôm nay cũng nhắc nhiều về Thanh Tâm Tuyền
người thi sĩ chúng tôi cùng yêu quý, nhân sắp ngày
giỗ anh lần thứ chín. *bài thơ hay là cái chết cuối cùng* [1]
Ngô Thế Vinh gần đây viết về những người bạn thiết
rất hay như người bạn tấm cám Nghiêu Đề, người bạn
cố tri Dương Nghiễm Mậu một thời chiến tranh

thời chiến tranh anh cũng trong binh chủng thứ dữ [2]
Biệt Cách Dù, trước đó thời sinh viên Y khoa
làm tờ Tình Thương cùng các bạn rất nổi tiếng
có Đỗ Hồng Ngọc một tác giả còn lẫy lừng cho đến nay.
những ngày bỗng nhiên bạn phone thăm nhiều lần
làm tôi cũng nhiều lần nhớ lại một thời xa lắc…

*Virginia, March 17, 2015*

*[1] một câu thơ hay tự nhiên như lời nói*
*bài thơ hay là cái chết cuối cùng*
(Định nghĩa một bài thơ hay – Thanh Tâm Tuyền -
Tôi không còn cô độc, trang 15)

*[2] Ngô Thế Vinh, sinh năm 1941 tại Thanh Hóa,*
*hiện là bác sĩ làm trong bệnh viện tại California.*
*Trong ban biên tập tạp chí Tình Thương – Đại Học Y Khoa Sài Gòn*
*Nguyên là Y sĩ Trưởng Liên Đoàn 81 Biệt Cách Dù*
*Tác giả của nhiều tập truyện và bút ký nổi tiếng...*

## THÁNG MƯỜI MỘT, KHỎA THÂN VÀ NIỀM BÍ MẬT, GIÓ NOVEMBER, NUDE AND MYSTERY, WIND

*gởi Ngô Thế Vinh*
*để cùng nhớ Nghiêu Đề.*

Nửa khuya thức dậy, giờ này
chuyến bay các bạn chắc đã
đáp xuống phi trường San José
trời sắp hửng sáng và gió rít
tờ lịch trước mặt bàn viết
đã ghi chủ nhật 1 November
nhớ sáng chủ nhật ở Sài Gòn
ngồi cà phê Bean nghe chuông đổ

nhớ cuộc triển lãm năm xưa nào
tại nhà Trương Đình Luận ở Texas [*]
Luận in thiệp mời ghi hàng chữ trên
nhớ bức khỏa thân hồng vẽ ở Đà Lạt

có Nguyễn Xuân Thiệp đi cùng chị
Thanh Sâm, áo dài trắng ghé thăm
mới đó mà đã năm mươi năm
còn đến giờ là bạn của nửa thế kỷ

niềm bí mật cất giấu nơi đâu
khi gió đã thổi qua từ vạn kỷ
và khỏa thân. nét đẹp thánh thiện
qua sắc màu như câu thánh kinh…

*Virginia, November 1, 2015*
*[*] Trương Đình Luận - Bác sĩ*
*hiện đang làm việc tại Houston, Texas*

**TRONG CƠN MÊ CHIỀU**
*Thức dậy, nắng vàng ngang mái nhạt*
(Huy Cận)

*Gởi Ngô Thế Vinh.*

Trực bệnh viện bạn phone thăm
trưa im vắng. chỗ tôi nằm góc quen

nắng xuân trải nhẹ bên thềm
như lay tôi dậy. con đường lặng im
con đường năm xưa bạn lên
cùng tôi đi suốt sau rừng nhớ không

cây anh đào nở nụ hồng
Phật ngồi vàng ánh. nhìn. lòng tôi yên

cám ơn giọng nói bạn hiền
qua cửa sổ nhỏ. thấy triền miên vui...

*Virginia, April 9, 2015*

## THỨ SÁU KHI Ở PHÒNG CHEMO VỀ

*Gởi Ngô Thế Vinh.*

Chiếc ghế chemo trong căn phòng ấy
những sợi dây nylon  đang thả xuống
hai bịch nước trong veo như nước mắt
tôi ngước mắt nhìn lên. từng giọt. đều.
rơi xuống. giọt. làm nhớ Văn Cao:

*từ trời xanh*
*rơi*
*vài giọt tháp Chàm*

Quy Nhơn. ngày anh đến đó. những tháng đầu năm 1985
ba bài thơ Quy Nhơn I, Quy Nhơn II, Quy Nhơn III
anh đã ghi lại như ba tấu khúc cello. đẹp như huyền thoại

*biển đưa về vài chùm chim yến*
*nắng làm khô những lá dừa non*

*... quanh Quy Nhơn*
*tôi như đứa nhỏ yêu huyền thoại* [*]
giọt. giọt. giọt. tôi lại ngước mắt nhìn lên
xem gần cạn chưa. cho đến giọt cuối cùng.
hai giờ lim dim hai giờ hít thở... chemo. chemo...

thì cứ xem như một điệu nhảy vui của người Phi Châu
thì cứ xem như những lời khuyên của Đỗ Hồng Ngọc
mình phải sống. và sống khác. Phải *tự tại* thôi
Ai có thể "thở" giùm ai? Ai có thể "thiền" giùm ai?

*Virginia, July 10, 2015*

*[*] Văn Cao - Lá - thơ - Nhà xb Tác Phẩm Mới 1988*

**MƯA BỤI BAY**

*Gởi Ngô Thế Vinh để nhớ*
*anh Như Phong,*

*Lối mòn cỏ nhợt màu sương*
*Lòng quê đi một bước đường một đau...*
(Nguyễn Du)

Tinh sương đà thức dậy
ngoài trời mưa bụi bay
rừng như thay áo mới
lá đã vàng chen xanh

lá vàng mưa ướt nhẹp
trên lối mòn dưới kia
lối mòn nhiều bạn đi
khi đến thăm *sào huyệt* [1]

màu xanh rêu năm tháng
qua đi mà không hay
qua tháng mười rồi sao
đến những ngày lễ lạc

những trái bí vàng tươi
khoét mặt người ngộ nghĩnh
những chậu cúc vàng tươi
nhớ chợ hoa ngày Tết

lại nhớ rồi bạn ơi
đêm đêm nghe ca khúc
*từ vườn khuya bước về*
*bàn chân ai rất nhẹ* [2]

nhẹ như là sương rơi
nhẹ như là mây khói
vẫn thức dậy nửa đêm
rừng im không tiếng nói...

*Virginia, Oct 1, 2015*

*[1] Basement nơi làm studio tôi gọi là sào huyệt*

*[2] Ca khúc Phôi Pha của Trịnh Công Sơn*

## ĐINH CƯỜNG

Họa sĩ, nhà thơ, tên thật Đinh Văn Cường, sinh năm 1939 tại Thủ Dầu Một, Bình Dương. Trung học Pétrus Ký Sài Gòn, tốt nghiệp Cao Đẳng Mỹ Thuật Huế, tốt nghiệp Sư Phạm Hội Họa Quốc Gia Cao Đẳng Mỹ Thuật Sài Gòn. 1962 Huy Chương Bạc với bức Thần Thoại, Triển Lãm Hội Họa Mùa Xuân; 1963 Huy Chương Bạc lần thứ hai với bức Chứng Tích. Giáo Sư trường Cao Đẳng Mỹ Thuật Huế. Định cư ở Mỹ từ 1989. Tính cho đến 2005, Đinh Cường đã có 24 lần triển lãm tranh riêng và 21 lần cùng với các họa sĩ khác. Ông mất năm 2016 tại thị trấn Burke, bang Virginia, thọ 76 tuổi.

**Tác phẩm:** *Cào lá ngoài sân đêm* (thơ, Thư ấn quán 2014), *Tôi về đứng ngẩn ngơ* (thơ, Quán Văn Sài Gòn 2014), *Đi vào cõi tạo hình I* (tiểu luận hội họa, Văn Mới California 2015).

Đinh Cường - *Ký họa chân dung Ngô Thế Vinh (7/2000)*

# NGUYỄN VY KHANH
## NHÀ VĂN NGÔ THẾ VINH

Ngô Thế Vinh sinh năm 1941 tại Thanh Hóa, một trong những cây bút chủ-lực của tờ *Tình Thương*, "nguyệt san tranh đấu văn-hóa xã-hội do sinh viên Y Khoa chủ trương" (số ra mắt tháng 1-1964 và số cuối 30, tháng 6-1966) mà ông là tổng thư ký từ số 9 (1964) rồi chủ bút cho đến số cuối. Ông tốt nghiệp Đại học Y khoa Sài Gòn năm 1968, nhập ngũ 1969, làm y-sĩ trưởng Liên đoàn 81 Biệt Cách Dù.

### THỜI VĂN-HỌC MIỀN NAM

Tác phẩm của ông đã xuất bản vào thời văn học miền Nam 1954-1975 gồm *Mây Bão* (Sông Mã, 1963), *Bóng Đêm* (Khai Trí, 1964), *Gió Mùa* ("tiểu thuyết" ghi trên bìa, "truyện dài" trang trong; Sông Mã, 1965), *Vòng Đai Xanh* (Thái Độ, 1970), tất cả đều viết về chiến tranh. [*Đêm Lục Địa* loan báo xuất bản năm 1966 nhưng chúng tôi không tìm thấy thư tịch đã xuất bản].

Từ tiểu thuyết đầu tay *Mây Bão* xuất-bản cuối năm 1963, tác giả đã dự báo những trận giông bão phũ phàng trên quê hương. *Bóng Đêm* khẳng định ý chí chống cộng quyết liệt của tác giả cùng tâm trạng băn khoăn, hoang mang của lớp trẻ đôi mươi, "những người đang tới". Đến *Vòng Đai Xanh* viết khi ông làm y sĩ trưởng một liên đoàn Biệt Cách Dù, là một cuộc chiến tranh tàn bạo khác trong trận chiến quốc-cộng: chiến tranh của đồng bào thiểu số vùng cao.

Ngay từ ***Mây Bão***, tiểu thuyết đầu tay xuất bản khi ông mới 22 tuổi, tác giả đã như muốn báo trước những trận giông bão phũ phàng trên quê hương cả hơn thập niên sau đó, qua tâm sự của Vũ, một người còn trẻ đã tự vấn lương tâm và trách nhiệm của mình trước những xáo trộn của xã-hội. Cuộc sống người sinh viên Y-khoa nội trú, ở bệnh-viện là những "ca" mổ, những cứu cấp hiểm nghèo, nhưng ngoài kia, thành phố cũng đầy biến động của một thời chính-trị và đấu tranh liên tục quấy rối đời-sống và tâm thức người Việt. Truyện bắt đầu với khung cảnh một cuộc "đảo chánh" mở đầu cho một chuỗi biến cố dài sau đó:

*"... Vũ hé cửa bước ra ngoài, trong biến động không khí nhà thương vẫn bình thản và bận rộn. Trong phòng trực, mấy cô y tá, y công, mọi người xúm quanh chiếc radio transitor nhỏ xíu, hồi hộp theo dõi tin tức đảo chánh. Tiếng nói như ngạt mũi lẫn với những nhiễu âm không nghe thấy gì. Vũ đứng yên giữa phòng quan sát, mọi người không ai để ý đến sự có mặt của chàng, như thế càng hay, Vũ nghĩ thế. Căn phòng y tá trực nhỏ nhắn sạch sẽ, cách trang trí ấm cúng với bàn tay người đàn bà khiến chàng có cảm giác thật yên tĩnh và dịu dàng. Vũ thấy như bao giờ, mỗi khi chàng phải sống với những ý nghĩ khắc khổ, trước những khó khăn và nghịch cảnh, sự hiện diện của người đàn bà dù chưa quen biết vẫn đem lại cho chàng những cảm xúc êm dịu và nhẹ nhàng.*

*Ngoài tiếng bàn tán và tiếng cười khúc khích của đám người xúm quanh chiếc radio, Vũ thấy tất cả còn lại là sự yên tĩnh. Chiếc quạt trần cũ quay chầm chậm với những tiếng kẽo kẹt đều đặn như nhịp đưa võng. Chàng nghĩ tới nhà thương như một nơi bất khả xâm phạm của các tai họa chiến tranh. Nhưng trong đầu óc chàng lại tưởng tượng ra cảnh tàn phá của bom đạn, sự sụp đổ điêu tàn nơi đây. Chàng thấy các bệnh nhân mệt lả rên xiết trong bộ áo trắng, lồm cồm bò giữa đống gạch vữa như những con bọ trắng ngầy ngụa trong một đống rác. Vũ hơi rùng mình, đồng thời chàng thấy đời mình có thể hy sinh trọn vẹn cho những nơi như đây, cho những con người bất hạnh của chiến tranh và bệnh tật cần được chăm sóc. Một ý nghĩ tương phản hiện tới, Vũ tự hỏi không biết chính chàng đang mong muốn gì, chàng có đang thực sự theo đuổi cái mình tha thiết mong muốn hay không? Trước những biến chuyển như hôm nay, sự xáo trộn lại tới để xâu xé đời sống chàng.*

*Vũ rời nhà thương với bao ý nghĩ vô định. Ra đến Nhà hát lớn, cảnh phố xá vắng ngắt, nền gạch trắng rộng trống trải và thẳng tắp. Bất chợt, một tràng đạn xé tai không biết từ đâu tới, một thân xác người từ gác hai rơi xuống như một bị cát. Dưới gốc cây lớn, một người lính chết ngồi co ro cạnh khẩu súng, vũng máu đã đông và đen lại, mặt mũi xanh ngắt và xám xỉn. Phía xa một chiếc xe Jeep chạy ngược chiều phóng tới người như bay, một chiếc khác nữa ló ra: họ vừa quần đuổi nhau trước Nhà hát lớn vừa nhả đạn. Vũ lánh vội vào một quán hàng ngay đó. Chàng thấy rõ trên xe một người ngã gục về phía trước trong vòng tay một đồng đội. Trên tầng gác cao, mấy bóng người nhỏ nhắn di động, tuôn từng tràng đạn xuống đường xoẹt lửa, bẻ gẫy mấy cành cây, lá bay rụng lả tả. Khi hai chiếc xe Jeep biến mất dạng, Vũ đi nép theo các hàng hiên và tiến ra phía chợ. Bóng người lưa thưa còn đi lại khiến chàng hơi vững dạ. Trên một chiếc xe ba bánh chở hai thường dân máu me đầy mình và bả vai, máu vẫn ra xối xả trong lúc người phu xe gò mình cố đạp mà Vũ thấy hai bánh trước vẫn như quay rất chậm và bình thản. Đến giữa trưa Vũ trở về Đại học xá. Dọc đường các cửa hiệu đóng cửa, trước nhà từng nhóm người đứng bàn tán, phỏng đoán. Đường phố có cái vắng vẻ là lạ như mấy ngày trước Tết, ai nấy đều ở lại nhà để sửa soạn trang hoàng nhà cửa bên trong. Cổng chính của cư xá khóa hẳn, cửa bên cũng đóng và có người canh gác. Bữa cơm thay đổi trông thấy, chỉ vỏn vẹn một bát canh tôm khô trong vắt, một đĩa tôm khô kho mặn và muối vừng. Hôm nay Vũ thấy lạ miệng và đói nên ăn rất nhiều cơm...".*

Sau những biến động của cuộc đời, sau những mối tình và những hoàn cảnh trái ngang và thay đổi của bạn bè và chính mình, Vũ vẫn còn Huyền và con. Nhắc lại chuyện cũ làm Vũ phải khẳng định: *"Chuyện đó chắc em đã biết cả, anh chả cần nhắc tới. Riêng đối với anh tình yêu lúc này đồng nghĩa với bổn phận, những bồng bột mơ mộng thời trai trẻ mới lớn đã qua rồi. Anh thấy cần thiết là một điểm tựa cân bằng và vững chãi. Cho đến hôm nay anh trở về với hai bàn tay không, những năm sống đem lại được gì nếu không ngoài những kinh nghiệm cay đắng. Anh thấy lúc này vẫn như là bắt đầu, ước vọng tuổi trẻ lại dồn về với mọi đam mê. Anh và các bạn đang mong làm một cái gì, anh hy vọng tin tưởng và cố gắng thu xếp... Huyền chỉ có em giúp được anh nhiều trong ước vọng đó".*

Và sau bao mây bão, Huyền, "*Nàng lại nhớ đến cánh tay để trần của mình hôm gặp Vũ lần đầu tiên trong nhà thương, ánh mắt Vũ nhìn say đắm khiến nàng cảm thấy lạnh rờn rợn trên làn da, cũng như nàng vừa có ý nghĩ căn nhà ấm cúng bỗng trở thành hoang vắng khi người đàn ông ra đi. Huyền thấy rằng sự có mặt của Vũ với đời sống mẹ con nàng là cần thiết.*

*Cửa Thượng Tứ đứng lừng lững phía xa, chiếc cầu xi măng cong cong, con đường nhựa đen nhẫy cũng uốn tròn một nét mềm mại mất hút. Vào cuối mùa hạ sắp sang tiết thu, hương sen ở dưới hồ tỏa lên thơm ngát. Hai người bước đi yên lặng, đứa bé ngủ gục trên vai Huyền, chỉ còn nghe tiếng gót giày khô vang vang.*

*Trong bóng tối, ánh trăng sáng mờ chỉ đủ thấy rõ những bông sen trắng nở xòe ra giữa những chiếc lá tròn to và đen sẫm. Cố lắng tai nghe Vũ chỉ phân biệt được tiếng dế rên rỉ đều đều, tiếng ếch nhái táp miệng cắt quãng phía trong xa, không khí đã vắng lặng còn thêm vẻ u tịch, bức tường thành xám đen cao lừng lững chạy dài. Trong đám cây xanh um, căn nhà ở quen thuộc lấp ló trên đó. Vào khỏi cửa thành, qua một khúc rẽ, bước theo những bậc thang đất khấp khểnh là tới nhà.*

*Huyền bật đèn, đặt nhẹ con xuống chiếc giường riêng cho đứa bé. Đêm đó hai người nói chuyện đến thật khuya. Sau bao tháng ngày chờ đợi, tất cả những nao nức khát khao, tối hôm đó cả hai cùng có dịp thổ lộ. Ái tình trở lại, cả hai cùng tìm thấy ở nhau những giây phút thân yêu đầm ấm. Những đám mây ảm đạm rẽ ra để lộ một khoảng trời xanh, chưa bao giờ Huyền thấy một màu xanh đẹp thế, màu ngọc thạch. Nàng tưởng tượng nếu ánh mắt con mình xanh như thế thì đẹp biết bao. Huyền liên tưởng tới nguồn gốc pha trộn của mình, nghĩ đến con tự nhiên nàng thấy sung sướng và kiêu hãnh.*

*Hơi ấm của Vũ thấm dần qua thân thể và cánh tay nàng. Huyền rướn người lên nằm sát trong vòng tay Vũ với cảm giác yếu ớt và bé bỏng, đầy thương yêu rộn ràng. Huyền ước ao có thêm được một đứa con gái. Nàng cảm động định bảo chồng: "Anh ạ, trong những phút sung sướng quá người ta chỉ muốn khóc." Chỉ ý nghĩ đó không thôi đủ làm Huyền dâng dâng nghẹn ngào, không sao cất lên được một câu nói".*

***Bóng Đêm*** theo quảng cáo là "*Truyện của những người không xa tuổi 20 - Với tâm trạng đau xót hoang mang của lớp người đang tới – Truyện làm chứng cho một giai đoạn sống thực*", đã khẳng định ý chí chống cộng quyết liệt của tác giả qua nhân vật Tòng (dù dám đánh cảnh sát và nhân viên ấp chiến lược) và Vũ, nhân-vật chính, "*Vũ căm tức trước lớp cha anh hèn nhát hủ bại, chán chê cái nguồn gốc, chán chê quê-hương, thản nhiên từ bỏ tất cả để đi tìm nơi bình an vui sống*". Nhưng cũng qua nhân vật Vũ, người tuổi trẻ rơi vào hoài nghi, bế tắc cũng là cái thế của nhiều thanh niên lớn lên tại miền Nam không có kinh nghiệm với cộng sản: "*Thế liệu chúng ta làm được gì! Cái bi đát của đời sống chúng ta không phải là chỗ có mang mối thất vọng lớn lao hay không về một thế hệ đàn anh đi trước mà chính bởi chỗ chúng ta có còn giữ được chút tin tưởng nào không ở một hoàn cảnh xã hội tồi tệ đến mức này, hay chính những người tuổi trẻ cũng lại tự thấy lạc lõng bơ vơ giữa đông đảo của thế hệ mình với sẵn trong lòng mối hoài nghi thường trực về tất cả*". Bên cạnh đó, tác-giả khẳng định ý chí dấn thân qua nhân vật Đỗ vừa ở bệnh viện ra, thay vì trốn tránh, đã sớm trình diện đi lính: "*Đỗ tình-nguyện nhập ngũ. Trước hôm đi, Đỗ có tới nói với Trúc:*

*– Đừng có tưởng rằng tôi đã từ bỏ nề nếp suy nghĩ trước kia để ngoan-ngoãn trở về thứ luân-lý của các bà sơ. Tôi không nghĩ thế. Sự đứng dậy và ra đi chỉ có ý nghĩa một tính toán khôn-ngoan. Thời-gian nằm bó ở nhà thương cho tôi thấy rằng mình phải trở dậy không thể nằm để chứng-kiến sự mọt ruỗng của thân-thể chính mình và chết dí ở đây được nữa.*

*Trúc nghĩ tới thời-gian nửa năm cho tới ngày Đỗ bình-phục hẳn, Đỗ đã ngoan-ngoãn kiêng giữ trong suốt thời-gian trị bệnh ngoài cả sự mong ước của người khác. Khỏi rồi, khóa động-viên cũng vừa đúng lứa tuổi của Đỗ; bình thường Đỗ có thể trốn-tránh dễ-dãi không đi nhưng chính Đỗ đã trình-diện thật sớm. Khi nhảy vào quân đội thì Đỗ tập hăng say và tự đặt cho mình một ước mơ làm tướng. Tốt-nghiệp trường sĩ-quan, đậu cao, lẽ ra hắn được quyền lựa chọn; hắn xin nhập ngay vào bộ binh và đi theo một cuộc hành-quân đầu tiên. Chưa kịp gặp một đụng độ, chiếc xe Jeep chở hắn về bộ chỉ huy đã đụng mìn và chuyến đó Đỗ bị cưa bàn tay phải. Trúc hiểu rằng với Đỗ, chuyện mơ làm tướng cũng chả có một ý nghĩa cao xa gì, nó không khác với dự-định vượt qua biên-giới hồi trước. Chẳng qua không biết làm gì hắn tự đặt cho mình một cái đích – dù thế nào – để có phương hướng đi tới".*

Cái bi đát của những người trẻ tuổi, họ chỉ "*thấy lạc lõng bơ vơ giữa đông đảo thế hệ mình với sẵn trong lòng một mối hoài nghi thường trực tất cả*". Cuối cùng là tự cứu, một giải pháp rất cá nhân: "*nếu có ai tự nhận tìm được đời-sống thăng bằng nào giữa một thời cuộc xao xuyến này là bởi biết xoay lưng lại với tất cả, tự dễ dàng bằng lòng với giải pháp cá nhân của mình và tin rằng với thái độ khôn ngoan đó cá nhân tìm thấy đầy đủ hạnh-phúc*". Tâm trạng băn khoăn, hoang mang của lớp trẻ đôi mươi, "những người đang tới" – đã khác với *Những Người Đang Tới* thời Đỗ Thúc Vịnh mới trước đó.

***Gió Mùa*** thổi vào văn chương của Ngô Thế Vinh với chương mở đầu: "*Buổi sáng lạnh. Tom mặc áo len ngắn. Một vòng da hở nơi rẽ vai, hắn có đeo súng. Phúc đã gặp hắn ở Phan Rang trong những tháng trước. Tom tốt nghiệp đại học, sang Việt Nam sống lam lũ với nông dân. Hắn nói thạo tiếng Việt và mang tên Ninh.*

*- Anh ra đây từ đầu vụ lụt?*

*- Không, mười lăm ngày sau.*

*Phúc hỏi Tom về những chiếc quạt gió lúc này ra sao sau những trận mưa lớn. Tom bảo tất cả vẫn y nguyên, phải cái đồng ruộng ngập nước dân cũng chẳng cần đến quạt gió nữa.*

*Cánh đồng trải dài đến chân núi đá. Từng đàn dê lổ lang trên đó, một chú dê đực cắt hình trên nền trời từ một mỏm đá thật cao. Biển xanh phẳng lặng phía xa, rải rác những cánh quạt gió chuyển động chậm, kéo nước biển lên những ruộng muối đọng trắng. Nhớ lại hôm gặp Tom, Phúc hỏi:*

*- Anh không giận chứ. Vụ chúng tôi quyết định đi riêng không có anh. Trong bước đầu chúng tôi không muốn có sự ngộ nhận của người dân và nhất là không để cán bộ Cộng sản tại đó có lý do xuyên tạc.*

*Tom cười thông cảm, bàn tay to thô nắm lấy vai Phúc:*

*- Tôi hiểu ngay khi anh nói câu đầu tiên. Ở đây lâu năm, thực tâm muốn sống hòa mình nhưng tôi vẫn thấy lạc lõng...*" (tr. 11-12).

Câu chuyện thời chiến tranh, có người Mỹ, có người Chiêm, người Việt và những nỗi đau nồi da xáo thịt, những đấu khẩu và tranh luận: "... *Người đàn ông không muốn nghe cháu cũng chẳng muốn bênh con; lưỡng lự chưa biết phải nói sao, mặt buồn bã, mắt đỏ ngầu như chó dại sắp chết, ông trách mắng nó giọng bâng quơ:*

*- Ai khiến mày bỏ làng lên núi làm chi; lâu lâu lại mò về mà nhiễu. Mày gãy một chân, thằng Ba con tao gãy một chân; anh em không dưng lôi nhau ra mà bắn. Mồ mả cha tụi bay có động mô mà đến họa rứa. Thôi may mà tính mạng hai đứa cũng chưa sao, tao biểu mày nghe tao, khỏi rồi thì tao bảo lãnh cho mà về sống ở làng làm ăn chứ cứ lên núi rồi vô bưng, đói khát cực như con chó.*

*Đứa con trai nằm đó không giấu được giận dữ, mặt cau có.*

*Vẻ mỏi mệt đến trơ lì trên khuôn mặt người đàn ông làm biến mất những xúc động đau đớn lúc đó. Ông nghĩ đến thời gian đứa cháu tuyên bố bỏ làng ra đi làm ăn xa cách đây hai năm. Ít lâu sau hắn trở về, dân làng thì thào hắn được gửi đi học tập trên núi. Bị lộ, hắn lại đi. Ban đêm về làng với mấy đứa khác, mò mẫm kiếm ăn ngang nhiên như trên đất nó. Họ hàng thương tình không ai nỡ báo, nó tưởng người ta sợ được thể nó làm tới. Nó quá lắm Thanh niên Chiến đấu mới tính chuyện bủa vây. Câu chuyện đưa tới thằng Ba gãy một chân, đứa cháu nằm đây với chân kia cũng gãy nốt. Không dưng anh em thù hận nhau. Người đàn ông nghĩ tới một bất hạnh đến vô phúc cho dòng họ mình. Những cẳng chân gãy của lũ con cháu khiến ông nghĩ tới sự gãy đổ của cả một gia tộc, mà với ông gia tộc là hình ảnh trọn vẹn của quê hương đất nước.*

*Trong những lúc không còn hy vọng, ông lại tự an ủi vu vơ bằng lịch sử bốn ngàn năm bằng những hào quang quá khứ mà ông chỉ được nghe chứ không thấy. Bấu víu đó không vững ông lại có những ý nghĩ buông xuôi rằng đất nước này cũng có một số kiếp với cái hồi báo oán của nó. Mảnh đất ông đang sống hiển nhiên chẳng phải là quê hương ông mà là của dân Chiêm. Và ông cảm thấy có trọng tội trước trời đất trong việc tiêu diệt họ. Cha ăn mặn con khát nước. Ông nghĩ thế. Công khai phá và cũng là tội ác của ông cha, tang chứng còn kia, những tháp Chàm vương sót đổ nát. Đôi lúc ông có ý nghĩ là phải phá nó đi; tình cảm ông như kẻ phạm tội muốn kín nhẹm, thủ tiêu dấu vết của tội ác. Nhưng không ai hiểu được cái thâm sâu của ý ông. Với dấu vết vẫn còn đó, vài người Chàm rải rác phía chân núi trong xa. Tất cả là những ám ảnh, ông muốn đập tan hủy diệt hết. Tàn bạo trong trường hợp này chỉ nói lên sự sợ hãi".*

***Vòng Đai Xanh*** (Giải Văn-học VNCH năm 1971) viết khi ông làm y sĩ trưởng của một liên đoàn Biệt Cách Dù, là một cuộc chiến tranh tàn bạo khác trong trận chiến quốc-cộng: chiến tranh của đồng bào thiểu số vùng Cao nguyên. Thường trực đối đầu với người Kinh lúc nào cũng muốn đồng hóa họ, người Thượng sẽ bị nhiều quyền lực thực dân Pháp rồi Mỹ lợi dụng như con cờ chiến tranh của họ. Khi lập vòng đai xanh, các thế lực ngoại bang này đã vô tình khiến cho các dân tộc thiểu số gây ra những xung đột. Lính Mũ Xanh rút, Dân sự Chiến đấu Thượng sẽ bị người Mỹ bỏ rơi. Núi đồi Cao nguyên là một chiến trường bi thảm xét về khía cạnh con người. Đầu truyện ông đã tiên tri "*Ở một thời kỳ mà người Mỹ đã bước qua giai đoạn cố vấn ai cũng hiểu rằng đây là một cuộc chiến tranh của họ. Một cuộc chiến được nuôi dưỡng và giải quyết theo quan điểm quyền lợi của nước Mỹ*" (bản 2009, tr. 19).

Cuối truyện: "*Theo lời kể của trung sĩ da đen Wynne thuộc tiểu bang Texas, một chiến sĩ Mũ Xanh kỳ cựu đặt chân từ ngày đầu tiên tới đây thì trái với quan niệm thông thường của nhiều người cho rằng trại chỉ có giá trị của một căn cứ quân sự kiên cố và vững chãi để ngăn chặn bước xâm nhập của địch quân qua ngả biên giới. - Sự thực công việc của chúng tôi mang nặng tính cách chánh trị. Đó là chiến dịch chinh phục cảm tình và lôi kéo dân chúng đứng vào hàng ngũ chánh phủ. Nói xong trung sĩ Wynne vừa cười vừa cúi xuống ôm xốc trên tay hôn một đứa bé gái Thượng bẩn thỉu lem luốc. - Dân làng không muốn thấy chúng tôi ra đi nhưng tiếc thay đó lại là quyết định của thượng cấp và là nỗi mong đợi của chánh phủ Sài Gòn... "How sad to be a montagnard!". Wynne cũng đã ngậm ngùi thốt ra như thế. (...).*

*Cũng trong buổi lễ, tôi gặp lại tay nhà báo tài tử sinh viên độ nào. Anh đã ra trường, không còn làm báo và hiện là y sĩ trưởng của một C thuộc binh chủng Lực Lượng Đặc Biệt. Anh bảo đùa sự lựa chọn của anh có lẽ do bởi mối nhân duyên sẵn có với người Thượng, nhưng tôi hiểu rằng với một người nhiều lý tưởng như anh sự lựa chọn này có ý nghĩa một dấn thân cho cái điều mà thời sinh viên anh đã từng nhiệt tình cổ võ.*

*"Bổn phận của tôi bây giờ là lo tiếp thu và đảm trách vấn đề y tế của toàn thể các trại DSCĐ. Tuy nhiên nói chung sự tiếp vận và yểm trợ còn lệ thuộc nặng nề ở người Mỹ."*

*Thật chẳng thể ngờ rằng những vấn đề tưởng như mâu thuẫn trọng đại ngày hôm qua bỗng chốc biến dạng và chẳng còn một chút ý nghĩa nào nữa. Khi được hỏi về những lý do nào đưa tới sự ổn định cao nguyên hôm nay, anh trầm tĩnh - điều này là một biến đổi tôi mới nhận thấy nơi anh, đưa ra một nhận xét không thiếu sắc bén:*

*"Trước khi đạt tới một thỏa hiệp như hôm nay, kinh nghiệm của những năm qua giúp họ - họ đây là người Mỹ, hiểu rằng nhúng tay vào những âm mưu dấy loạn như vậy chỉ gây tai tiếng vô ích mà không cải thiện thêm được chút nào vị thế của họ hơn hiện giờ. Và điều quan trọng hơn nữa là cả người Thượng và Kinh, sau mấy lần đổ máu đều hiểu thấm thía rằng bởi trong cái mối tương quan môi hở răng lạnh, họ chỉ còn một cách là xích lại gần nhau hợp tác để xây dựng một cộng đồng quốc gia Việt Nam mới."*

*Dù đã có dấu hiệu của một vài chuyển động tốt, tôi cũng đã không quá lạc quan như anh, và có lẽ quả đúng như Y Ksor nói là xa hơn một ly rượu tới môi cái viễn ảnh tốt đẹp của vùng Đất Hứa Cao Nguyên còn phải trải qua nhiều máu, mồ hôi và nước mắt".* (2009, tr. 197-199).

*

Truyện ngắn "*Mặt Trận Ở Sài-Gòn*" đăng trên tạp-chí *Trình Bầy* số 34 (18-12-1971), nổi tiếng từng khiến ông phải ra tòa (cùng nhà báo Thuận Giao, ngày 18-5-1972, án phạt 100.000 đồng, vạ treo) với tội danh "làm lũng đoạn tinh thần quân đội và làm lợi cho cộng sản", với cái nhìn sắc bén và khác tiếng nói chính thức - là hành trình ý thức của một người lính chấp nhận cuộc hy sinh gian khổ hiện tại, đồng thời có những ước mơ về một xã hội tốt đẹp hơn trong tương lai ("*Người lính chỉ ao ước được cầm súng chiến đấu cho tổ quốc, hy sinh cho một lý tưởng cao cả, một chính nghĩa sáng ngời*") khi phải đối đầu với một "*đám người kêu gào chiến tranh nhưng lúc nào cũng ở trên và đứng ngoài cuộc chiến ấy*" yên hàn ở thủ đô. Người lính ở tiền tuyến trở về thành phố do đó buồn và bất mãn vì cảnh tượng trái ngược của hai mặt trận, một bên gian khổ đòi hỏi hy sinh kể cả chết chóc và mặt trận Sài-Gòn công khai đàng điếm ăn chơi, nơi đầy kẻ giàu trên xương máu của người hy sinh ở chiến tuyến. Đó là mặt trận Sài-Gòn thanh bình, bảo vệ cho "*một con thuyền xa hoa ngao du trên dòng sông loang máu, nổi trôi đầy những xác chết đồng loại*". Người lính nhận ra rằng chiến trường khó khăn cho họ không phải ở ngoài biên cương mà ở ngay hậu phương thối nát đầy bất công; tức giận vì mình đã hy sinh gian khổ để bảo vệ an sinh cho đám người đó, có người lính đã tức mình lao đầu trong những ăn chơi vội tạm. Người kể chuyện cho biết: "*Riêng tôi thì hiểu rằng, chính ông bác sĩ đang ở một trường hợp lương tâm khó xử. Một đằng là những người lính mà ông có bổn phận phải chăm sóc, một đằng là những thanh niên sinh viên đang tham dự cuộc đấu tranh, mà quan điểm của họ được chính ông có phần chấp nhận và chia sẻ. Rõ ràng chúng tôi chỉ là một bánh xe nhỏ trong một guồng máy lớn lao. (...) Nhân danh quân đội, chúng tôi đang góp sức thực hiện một cuộc cải cách xã hội hay tự biến mình thành một nút-chặn-lịch-sử, một thứ đèn đỏ thường xuyên ngăn những bước tất yếu của cuộc cách mạng đi tới?*

*Người lính chỉ ao ước được cầm súng chiến đấu cho tổ quốc, hy sinh cho một lý tưởng cao cả, một chính nghĩa sáng ngời - mà khỏi cần phải bận tâm suy nghĩ điều gì. Nhưng bây giờ thì họ hiểu rằng, đã thất lạc và qua rồi sự bằng an giả tạo sau những mỏi mệt trở về từ rừng rú. Rằng ngoài chiến trường súng đạn quen thuộc, họ còn phải đương đầu với một trận tuyến khác mỏi mệt hơn - đó là cảnh thối nát bất công của xã hội mà dân tộc đang phải hứng chịu trong tối tăm tủi nhục. Từ ba mươi năm nay, đã và đang có quá nhiều anh-hùng-của-chiến-tranh trong khi lại quá thiếu vắng những chiến sĩ xã hội. Vậy phải lựa chọn chiến trường nào? Rằng không phải chỉ ở chốn xa xôi biên cương - mà đích thực chiến-trường thách-đố của họ phải là ở Sài Gòn*" (bản 2012, tr. 22, 25).

*

Giai đoạn hai của thời văn học miền Nam 1954-1975 được xem như khởi động đầu năm 1964 khi sinh hoạt chính-trị xáo trộn với đảo chính, chỉnh lý. Xã-hội thì bất ổn: các phe nhóm tôn giáo và sinh viên gây rối loạn nhưng cùng lúc đa nguyên văn hóa và văn chương, báo chí nở rộ. Riêng văn-học chiến tranh dần rõ nét với các nhà văn thơ trẻ có thể xem như thế hệ hai mà riêng năm 1964 đã đánh dấu sự xuất bản tác-phẩm đầu tay của Dương Nghiễm Mậu (*Cũng Đành, Gia Tài Người Mẹ*), Duy Thanh (*Lớp Gió*), Tuấn Huy (*Ngày Vui Qua Mau*), Nguyễn Thị Hoàng (*Vòng Tay Học Trò*), Thế Nguyên (*Hồi Chuông Tắt Lửa*), Thế Uyên (*Những Hạt Cát*), Lưu Nghi (*Đêm Trăng Mùa Hạ*), Ngô Thế Vinh (*Mây Bão* cuối 1963, và *Bóng Đêm* 1964), ...

Khuynh hướng **văn chương dấn thân** trội bật, từ ý thức đến xã-hội, chính trị, văn học. Khởi từ đây, những tạp chí *Đất Nước, Đối Diện, Trình Bầy, Hành Trình, Thái Độ, Giữ Thơm Quê Mẹ,...* đối đầu với chính trị và chiến tranh, mở một "chiến trường" chính trị và xã hội hơn, dấn thân sâu hơn và đa phần nghiêng về một phía, tả.

Trong cuộc chiến vừa qua, sống ở bên này hay bên kia thì người dân vẫn đã không thực sự có tự do lựa chọn. Nhưng có thể có thái độ dấn thân khi đã chấp nhận định mệnh (chiến-tranh như một định mệnh), một chấp nhận rất hiện sinh mà cũng trung-thực không kém. Phản kháng trong khuôn định mệnh, tác-phẩm lấy bối cảnh cuộc chiến nóng bỏng đang diễn ra, đang tàn phá; nhưng Ngô Thế Vinh và một số nhà văn như Thảo Trường, Phan Nhật Nam, Nguyên Vũ, v.v... đã bị chụp mũ làm nhụt lòng chiến sĩ hoặc làm mất miền Nam, trong khi họ nhập cuộc cầm súng bảo vệ miền Nam. Dĩ nhiên, họ là người dứt khoát của bên này chiến tuyến chứ không phải nằm vùng hoặc là người của bên kia - như Vũ Hạnh, Lữ Phương, Sơn Nam, Ngụy Ngữ, Trần Hữu Lục, Bảo Cự, Mường Mán, Trần Vàng Sao, ... là những người viết theo nghị quyết hoặc chỉ thị, làm công-cụ cho Mặt Trận Giải Phóng tức là Hà Nội! Như vậy, không thể xếp những nhà văn mặc áo lính nói trên vào số văn nghệ sĩ phản chiến được. Không thể tổng quát hóa cho rằng họ đã tiêu cực phản chiến làm mất miền Nam. *Phản chiến* đúng ra là một nhãn hiệu chỉ có thể áp dụng cho những nhóm thanh niên hoặc trí thức ở Hoa Kỳ hoặc Âu châu chống chiến-tranh Việt Nam; trong khi đó, các nhà văn nói trên đã nhập cuộc. Nói rằng họ nói lên cái *ý chí phản kháng* thì đúng hơn!

Dòng văn học "phản chiến" nói chung và phần nào đã là những phẫn uất của trí thức nhưng không tiếng nói, những người dấn thân chính trị nhưng không có đất đứng. Xã hội điêu tàn, giá trị văn hóa đảo lộn, người miền Nam nạn nhân của chiến-tranh nhưng kêu gọi tình huynh-đệ và (vô tình) đòi giải quyết chiến-tranh và chuẩn bị hòa-bình. Về phía chính quyền và các cơ quan văn-hóa miền Nam thì nhắm mục-đích thông tin và tác chiến tinh thần hơn là tuyên truyền! Văn chương chống cộng trở nên quen thuộc, mất dần thị hiếu trên thị trường chữ nghĩa, trong khi đó văn học "hiện sinh", "tiểu thuyết mới" với bao phụ tùng khác ngày càng bành trướng.

Một số văn nghệ sĩ dấn thân và phản chiến được người đọc theo dõi. Dấn thân có Thảo Trường, Phan Nhật Nam, Y Uyên, Nguyên Vũ, Ngô Thế Vinh, Trần Hoài Thư, Hồ Minh Dũng,

Phan Nhật Nam, Cung Tích Biền, ...; phản chiến có Thế Nguyên, Ngụy Ngữ, Trần Hữu Lục, Bảo Cự, Mường Mán, Trần Vàng Sao, ... về sau rõ ra là nằm vùng hoặc thân Cộng! *Dấn thân* từ thời-thượng hoặc cấp tiến chân thành của trí thức thiên tả đã đưa đất nước vào ngõ cụt với chiến tranh và đối đầu Quốc-Cộng! Trong số, Ngô Thế Vinh là nhà văn có những tác phẩm đặc biệt trội bật so với những nhà văn khác cùng khuynh hướng.

## THỜI HẢI NGOẠI

Sau biến cố tháng Tư năm 1975, Ngô Thế Vinh bị ba năm tù "cải tạo" tại các trại Suối Máu, Trảng Lớn, Đồng Ban, Bù Gia Mập. Tới Mỹ năm 1983, 5 năm sau làm bác sĩ nội trú rồi thường trú tại các bệnh viện ở New York và cuối cùng ở miền Nam California.

Thời hải ngoại, sinh hoạt văn nghệ của nhà văn chủ yếu viết ký sự ngoài việc tái bản và/ hoặc chuyển ngữ các tác phẩm trước 1975 (*The Green Belt*. Raleigh, N.C.: Ivy House, 2004; 2021); cũng như xuất bản *Mặt Trận Ở Sài Gòn* (Văn Nghệ, 1996; *The Battle of Saigon*. Xlibris, 2005), năm 2020 tái bản song ngữ Anh-Việt do Văn Học Press & Việt Ecology Press) gồm những truyện ngắn trước và sau 1975, như một góp phần trong cuộc "thảo luận" về cuộc chiến vừa qua. Đặc biệt ông gây chú ý của thức giả hải ngoại khi cho ra cuốn *Cửu Long Cạn Dòng, Biển Đông Dậy Sóng* (Văn Nghệ, 2000; bản tiếng Anh: *The Nine Dragons Drained Dry, The East Sea In Turmoil*, Việt Ecology Press, 2016). Quá khứ văn nghệ cũng thôi thúc đưa đến việc ông viết và xuất bản hai tập bút ký *Chân Dung Văn Học Nghệ Thuật & Văn Hóa* (I và II; Viet Ecology Press, 2017 và 2022) cũng như chủ biên tuyển tập *Y Sĩ Tiền Tuyến Nghiêm Sỹ Tuấn, Người Đi Tìm Mùa Xuân* (Tập san Y Sĩ Việt Nam; Viet Ecology Press, 2019).

Thời trước 1975, Ngô Thế Vinh đã hơn một lần đưa những vấn đề con người và thổ nhưỡng Cao nguyên ra dư luận qua cuộc nổi dậy của người thiểu số FULRO, thì sau này ở ngoài nước, ông đặt vấn đề và trình cho dư luận khắp nơi vấn nạn của con sông Mékong đối với môi trường và những con người ở nhiều nước sinh sống nhờ vào nguồn nước này. *Cửu Long Cạn Dòng, Biển Đông Dậy Sóng* là một "dữ kiện tiểu-thuyết" dài trang về những vấn nạn cho con người và thiên nhiên ở vùng Đông Nam Á trong đó Việt-Nam và Biển Đông sẽ phải chịu những hậu quả khôn lường. Ông viết trong Lời Dẫn Nhập: "… *Tìm ra được tọa độ khởi nguồn của con sông nhưng rồi cũng để đau lòng chứng kiến từng bước suy thoái của* con sông lịch sử, con sông thời gian *và đang có nguy cơ trở thành* con sông cuối cùng *ấy. Cuốn sách này viết về những năm tháng cuối cùng của con sông Mekong. Cũng với ước mong rằng Ngày N+ của con sông định mệnh ấy sẽ là một thời điểm rất xa, ít ra là không nằm trong Thiên Niên Kỷ Thứ Ba này.*

*Cuốn sách không phải là một công trình nghiên cứu theo cái nghĩa kinh điển mà được viết dưới dạng tiểu thuyết gồm 23 chương, không có truyện như những tình huống khúc mắc chỉ có những khung cảnh nên mỗi chương có thể đọc như truyện ngắn với con sông Mekong luôn luôn là một sợi chỉ đỏ xuyên suốt. Nhưng đây cũng không thuần túy là một cuốn* "tiểu thuyết/ fiction" *được hiểu như là sản phẩm của tưởng tượng nhưng là dạng* "dữ kiện tiểu thuyết – faction: facts & fiction", *với một số ít nhân vật như những hình tượng văn học và phần dự phóng là hư cấu để cùng với người đọc đi tới những vùng đất, nơi có con sông Mekong hùng vĩ chảy qua, cũng là* con sông thời gian *soi bóng những bình minh và hoàng hôn của các nền văn minh, cả mang theo máu và nước mắt của các cuộc chiến tranh qua những thế kỷ - một con sông lớn đầy ắp tính lịch sử và vô cùng phong phú về tính địa dư nhân văn. Không phải bằng đôi mắt chim mà bằng tầm nhìn vệ tinh để choáng váng thấy hết toàn cảnh* tấn thảm kịch sông Mekong với bao nhiêu là tai ương mà phần lớn do chính con người gây ra.

*Nếu như cuốn sách chuyên chở được một số nét khái quát và cập nhật về con sông Mekong,* tạo được sự chú ý của người đọc *tới sinh mệnh của một dòng sông lớn thứ 12 trên thế giới thì đó chính là mong ước của người viết …*" (2000, tr. 14-15).

Tác giả đã gọi tập hợp 23 chương *Cửu Long Cạn Dòng, Biển Đông Dậy Sóng* là "dữ kiện tiểu-thuyết". Chúng tôi thiển nghĩ đây là một loại "*tiểu-thuyết lịch-sử*" mang *tính phóng sự* - một phối hợp vừa văn chương vừa hiện thực mang tính lịch sử hoặc liên quan đến lịch sử chung và sự sống còn của môi trường, con sông và những con người lệ thuộc vào nó. Cũng có thể xem đây là một *tuyên ngôn* sử dụng *phóng sự* để dễ đến và thuyết phục người đọc và thức giả. Không riêng gì tác phẩm này mà ngay tác phẩm gọi là "tiểu thuyết" của ông trước 1975 như *Vòng Đai Xanh* đã từng khởi đi từ "sưu khảo về vấn đề Cao nguyên" - (*Tình Thương* số 25, Xuân 1966, đặc biệt về "Vấn đề chủ quyền Việt Nam – những sự thật về FULRO") như ông đã xác nhận trong cuộc "Đàm thoại ..." trên *Bách Khoa*, số 370 (15-6-1972, tr. 78).

Bảy năm sau, ông xuất bản *Mekong - Dòng Sông Nghẽn Mạch* ("Ký sự"; Văn Nghệ Mới, 2007; *Mekong - The Occluding River: The Tale of a River*. New York: iUniverse, 2010). Trong Lời Dẫn Nhập, ông cho biết: " *'Cửu Long Cạn Dòng Biển Đông Dậy Sóng', dữ kiện tiểu thuyết, xuất bản lần đầu tiên năm 2000, tái bản năm 2001 nay đã tuyệt bản. Trong khoảng thời gian ấy, tác giả đã thực hiện một số chuyến đi 'quan sát thực địa' từ Vân Nam Trung Quốc xuống các quốc gia Lào, Thái, Cam Bốt và Đồng Bằng Sông Cửu Long Việt Nam. 'Mekong - Dòng Sông Nghẽn Mạch' bao gồm những hình ảnh và các trang bút ký sống động của tác giả viết về các chuyến đi ấy.*"

Và ông lên tiếng: "*Kêu gọi thể hiện 'Tinh Thần Sông Mekong' như một mẫu số chung cho mọi quốc gia trong lưu vực với mối quan tâm bảo vệ dòng sông trong toàn bộ các kế hoạch khai thác và phát triển – nhưng đó phải là những bước hợp tác phát triển bền vững*" (2007 tb, tr. 11-12).

Đây là một ký sự du-hành mà du-ngoạn là rất phụ, tác giả như muốn tận mắt xác thực và tường trình về những vấn nạn đã nêu ra trong *Cửu Long Cạn Dòng, Biển Đông Dậy Sóng* trước đó.

Ngô Thế Vinh còn trở về quá khứ cá nhân và văn học nghệ thuật với tập ký sự *Chân Dung Văn Học Nghệ Thuật & Văn Hóa* in năm 2017 với 18 chân dung gồm 16 văn nghệ sĩ và 2 nhà văn hóa: Mặc Đỗ, Như Phong, Võ Phiến, Linh Bảo, Mai Thảo, Dương Nghiễm Mậu, Nhật Tiến, Nguyễn Đình Toàn, Thanh Tâm Tuyền, Nguyễn Xuân Hoàng, Hoàng Ngọc Biên, Đinh Cường, Nghiêu Đề, Nguyên Khai, Cao Xuân Huy, Phùng Nguyễn, GS Phạm Biểu Tâm, GS Phạm Hoàng Hộ. Năm 2022, tập II tiếp nối, gồm chân dung của 15 văn nghệ sĩ và nhà văn hóa BS Nguyễn Tường Bách và Hứa Bảo Liên, GS Hoàng Tiến Bảo, Tạ Tỵ, BS Trần Ngọc Ninh, Lê Ngộ Châu, GS Nguyễn Văn Trung, Dohamide, Lê Ngọc Huệ, BS Nghiêm Sỹ Tuấn, BS Đoàn Văn Bá, Mai Chửng, Trần Hoài Thư và Ngọc Yến, Phan Nhật Nam và John Steinbeck. Hai tập ký sự có ưu điểm khá đầy đủ tiểu sử, bổ túc hình ảnh và dăm nhận xét hoặc tường trình về các biến cố, sự việc liên quan đến các vị này.

Nhìn chung, Ngô Thế Vinh là một nhà văn dấn thân, có lý tưởng riêng – dù từng bị dư luận phía khác phê phán, ông luôn tự tin và đã để lại những chứng tích mang tính văn nghệ cũng như chính trị, xã hội.

NGUYỄN VY KHANH
*Toronto tháng 12-2023*

**NGUYỄN VY KHANH**

Sinh năm 1951 tại Quảng Bình. Định cư ở Canada từ 1975, hiện sống hưu tại Toronto. Tốt nghiệp Cao học Triết Tây, ĐH Văn Khoa Sài Gòn; thủ khoa ban Việt Hán ĐH Sư phạm Sài Gòn; Cao-học Quản trị Thư viện (MLS, ĐH Montréal, 1978). Viết biên khảo về văn học. Trong ban biên tập các tạp chí *Định Hướng* (Pháp),

*Nhân Văn* (San Jose, CA), *Ngày Nay* (Houston, TX), *Người Việt* (Montréal), *Văn Học Mới* (Westminster, CA), *và Ngôn Ngữ* (Westminster, CA).

**Tác-phẩm:** *Bốn Mươi Năm Văn Học Chiến Tranh 1957-1997* (Nxb Đại Nam, 1997), *Văn Học và Thời Gian* (Nxb Văn Nghệ, 2000), *Văn Học Miền Nam 1954-1975* (Nxb Nguyễn Publishings, 2016, 2019), *Trương Vĩnh Ký: Tinh-Hoa Nước Việt* (Nguyễn Publishing, 2018), *Nhà Văn Việt Nam Hải-Ngoại: tuyển tập nhận định văn học* (Nxb Nhân Ảnh, 2019), *Văn-Học Quốc Ngữ Thời Đầu và Miền Nam Lục-Tỉnh* (Nhân Ảnh, 2021), *Sống và Viết ở Ngoài Nước* (Nguyễn Publishing, 2021), *Hồ Biểu Chánh, nhà văn miền Nam* (Nguyễn Publishing, 2022), *Sơ Thảo Văn Học Công Giáo Việt Nam* (Nguyễn Publishing, 2023), *Sáng Tạo, tạp chí và các nhà văn* (Nguyễn Publishing, 2023), …

# PHẠM PHAN LONG, P.E.

## NGÔ THẾ VINH
## VÀ CÂU CHUYỆN CỦA DÒNG SÔNG MEKONG

*Cửu Long Giang gió về vui trên sóng sông*
*Uốn quanh như chín con rồng ôm chặt đứa con*
[Trích ca khúc *Cửu Long Giang* của Phạm Duy]

Nhà văn Ngô Thế Vinh là nhà văn đầu tiên đã sớm gióng lên tiếng chuông cảnh báo về hiểm họa của thủy điện trên thượng nguồn sông Mekong. Anh đã viết hàng trăm bài khảo luận và hàng ngàn trang sách vạch ra những nguy cơ, thiệt hại vật chất, tinh thần và mối đe dọa diệt vong của các nền văn minh dân cư hạ nguồn. Tôi hân hạnh góp bài viết này về anh như một người đồng hành trên sông Mekong gần 30 năm, ôm mối quan tâm cho Đồng Bằng Sông Cửu Long [ĐBSCL] nằm ở cuối nguồn, sẽ phải hứng chịu thiệt hại nặng nề nhất vì thủy điện mà không được hưởng chút lợi ích gì.

Tôi bắt đầu viết bài này về nhà văn Ngô Thế Vinh bằng một bước lùi về quá khứ, để được nhớ về các bạn đã cùng tôi khởi đầu **Nhóm bạn Cửu Long** và kể về cơ duyên với nhà văn Ngô Thế Vinh cho đến bây giờ. Vì mang cùng một tên hướng về cùng một mục đích nên **Nhóm bạn Cửu Long** trong tác phẩm của anh Vinh cũng là bạn của chúng tôi.

Lúc đó vào năm 1995, hai người trong Nhóm có tôi và TS Phạm Văn Hải đã trình bày tại một buổi tọa đàm **"Nguy cơ cho sông Mekong"** tại phòng sinh hoạt cộng đồng của tòa báo Người Việt. Đó là lần đầu tiên vấn nạn thủy điện Mekong được thảo luận công khai ở hải ngoại do Nhóm Bạn Cửu Long tổ chức. Khởi đầu là bài **"Khai thác sông Mekong"** của tôi trên số báo Thế kỷ 21 tháng 12/1995 đã báo động người Việt hải ngoại. Nhóm chúng tôi còn có thêm KS Nguyễn Hữu Chung (Canada) và TS Bình An Sơn (Úc) cùng nhau viết bài báo **"Sông Mekong nhìn từ góc độ Việt Nam"** cho người trong nước, và sau vài tháng thì bất ngờ thấy bài này được đăng trên tờ Tuổi Trẻ Chủ Nhật ngày 3 tháng 11 năm 1996.

***Hình 1:** Thế Kỷ 21 hải ngoại tháng 12/1995 và Tuổi Trẻ Chủ Nhật trong nước 3/11/1996 lần đầu tiên báo động về các đập thủy điện Trung Quốc trên Mekong.* [nguồn: tư liệu Phạm Phan Long]

Năm 1995, Trung Quốc đã xây xong đập đầu tiên Mạn Loan và bắt đầu hoạt động, họ có kế hoạch sẽ xây một chuỗi 14 đập thủy điện bậc thềm trên Vân Nam, (bây giờ họ đã xây xong 11 con đập). Sau buổi tọa đàm 1995, nhà báo Như Phong đã giới thiệu cho tôi được gặp nhà văn Ngô Thế Vinh và từ đó anh và tôi cùng nghiên cứu và tường trình về các công trình và tác hại thủy điện giáng xuống lưu vực. Tuy không ngăn cản được một con đập nào của TQ hay Lào, anh vẫn nghiêm túc lên tiếng trước tất cả các sự việc bất lợi cho ĐBSCL, phản đối sự yếu thế và bất lực của chính quyền VN, chỉ trích những động thái ngang ngược của Trung Quốc, Thái, Lào và Cam Bốt. Anh đã sưu tầm rất cặn kẽ lịch sử, văn minh, địa lý và viết ra những chương sách có giá trị học thuật nhưng thật kỳ thú.

Là một bác sĩ và nhà văn, Ngô Thế Vinh mang trong mình một sứ mạng nặng nề, có những lúc nhận được những bản tin điên rồ nhất, như VN tham dự vào dự án thủy điện phụ lưu lớn nhất Se San-2 của Cam Bốt, rồi đầu tư vào dự án thủy điện dòng chính Luang Prabang của Lào, nối giáo cho giặc, cõng rắn cắn gà nhà. Đó là những động lực thôi thúc anh không thể im lặng vì đã xem con đường này là **mệnh lệnh của trái tim**, và anh đã thể hiện được bằng những công trình giá trị được công nhận bởi các giải thưởng văn học cao quý[1].

TS Lê Anh Tuấn từ ĐH Cần Thơ, nhà khoa học về biến đổi khí hậu, là người đồng cảm nhất với suy tư của Ngô Thế Vinh đã nhân cách hóa ĐBSCL như sau:

***Cần phải xem cả hệ sinh thái vùng châu thổ Cửu Long như một cơ thể sống, trong đó dòng sông là các mạch máu nuôi các tế bào bên trong, đất đai là xương thịt hình hài tạo khung cho cơ thể, tính đa dạng sinh vật, phong phú cây trái, rừng ngập nước là diện mạo bên ngoài cơ thể và nền văn minh sông nước, tập quán, tâm linh chính là tâm hồn và tính cách của cơ thể sống này. Một cơ thể sống khỏe mạnh và xinh đẹp phải có đầy đủ các yếu tố hình thành nó. Bất cứ hành vi nào chặt đứt mạch máu của cơ thể sống, tương tự như cắt chặn dòng sông, sẽ tạo ra những đau đớn, tổn thương và bẻ gãy chuỗi lưu chuyển dinh dưỡng và sinh khí cho cơ thể.***[2]

[1] http://vanviet.info/so-dac-biet/giai-van-viet-lan-thu-ii-cho-nh-van-ng-the-vinh/
[2] https://baotainguyenmoitruong.vn/ket-noi-mach-nguon-cuu-long-348846.html

Đứng trước thảm họa các loài di ngư sông Mekong sớm tuyệt chủng vì là loài di ngư nhiệt đới khi bị ngăn chặn tại các hồ chứa và chân đập, chúng không có khả năng phóng vượt lên các bậc thang cá để về nguồn đẻ trứng như loài di ngư Salmon ôn đới. Hiện tượng này không chỉ với các đoàn di ngư mà cả với phù sa cũng bị tắc lối, dưới mắt nhà văn Ngô Thế Vinh, Mekong là một cơ thể bị **"nghẽn mạch"**. Đồng lũ Biển Hồ và ĐBSCL vì các đập ngăn cắt, bị trữ nguồn nước nên đã rơi vào những trận hạn hán bất thường, Biển Hồ tuy vào mùa mưa hàng năm cũng bị co thắt dần, cùng lúc hơn nửa diện tích đồng lũ bị khô hạn, BS Ngô Thế Vinh chẩn đoán là Biển Hồ, như **trái tim lưu vực**[3], đang phải gánh chịu những **"cơn đau thắt ngực**[4]**"** có thể sẽ ngừng đập.

Từ năm 2006, Ngô Thế Vinh đã viết: ***"Với Cam Bốt, ai cũng biết rằng trái tim Biển Hồ chỉ còn đập khi con sông Tonlé Sap còn duy trì được dòng chảy hai chiều theo mùa"***. Chính tôi – Phạm Phan Long, khi viết thư gửi TT Obama [5][6] năm 2016 để nhấn mạnh sự quan trọng của Biển Hồ, chuẩn bị cho ông kiến thức về Mekong trước khi thăm viếng Việt Nam, tôi đã mượn văn phong của Ngô Thế Vinh để diễn tả tình trạng lưu vực.

*"Đến thăm Việt Nam, bạn sẽ chứng kiến thảm họa do tác động tổng hợp của biến đổi khí hậu và sự phát triển liều lĩnh hiện rõ. Sông Mekong là nơi sinh sống của 65 triệu người.* ***Hồ Tonlé Sap, khu dự trữ sinh quyển của hành tinh được UNESCO Liên hiệp quốc chỉ định là Khu Bảo Tồn Sinh Thái của thế giới và ở đó nhịp lũ kỳ diệu theo mùa rất quan trọng đối với chức năng của hệ sinh thái của dòng sông.*** *Nhịp lũ giúp giảm lụt vào mùa mưa và bổ sung nguồn nước cho sông Mekong vào mùa khô. Vùng Châu thổ Tonlé Sap của Cam Bốt và Đồng Bằng Sông Cửu Long của Việt Nam sẽ chết nếu không còn nhịp đập của lũ".*

Không chỉ có tôi, năm 2019 nhà báo người Anh Tom Fawthrop viết trên tạp chí Diplomat và TS Brian Eyler viết trên NPR,

---

[3] http://vietecology.org/article/article/57
[4] http://vietecology.org/article/article/122
[5] https://www.change.org/p/barack-obama-call-on-president-obama-to-help-mekong-people-save-the-mekong-climate-change-development
[6] http://vietecology.org/article/article/144

cũng đều gọi Biển Hồ là ***The beating heart of the Mekong***[7][8], trái tim đập nhịp của sông Mekong. Nhà văn Ngô Thế Vinh đã gởi được linh hồn Biển Hồ và Mekong vào tư tưởng của độc giả, vào ngòi bút các nhà báo và biên khảo của các nhà khoa học quốc tế.

Bước vào chủ đề sông Mekong là một thách thức lớn cho trí tuệ, thật đúng như thế, vì không phải chỉ là dòng nước dài 4.800 km, lượng chảy 475 $km^3$ hàng năm ra biển mà nhà văn Ngô Thế Vinh đã phải vất vả theo dõi, mổ xẻ và khảo cứu, kể cả lặn lội vào những phạm trù khoa học chuyên môn cao nhất và mới nhất suốt gần 30 năm qua. Anh đã đưa độc giả theo bước chân anh lên thượng nguồn và lần xuống tận cửa biển để nắm bắt bối cảnh địa lý, rồi đưa chúng ta trở về thời Trung cổ Chân Lạp từ hơn 1500 năm trước cho đến hiện đại để chúng ta hiểu rõ bối cảnh lịch sử phần xác và nền văn minh phần hồn của các dân tộc lưu vực.

Anh nhận thức ra có một điều gì cao quý rất cần nhưng thiếu vắng là nguyên nhân sâu xa gây chia rẽ lưu vực, anh đã đi tìm thấy gọi được tên là **"Tinh thần Sông Mekong[9]"** như một mẫu số chung; thiếu Tinh thần này, các dân tộc cùng lưu vực không thể xây dựng một nền Văn hóa Hòa bình / Culture of Peace và hợp tác để cùng phát triển. Thiếu Tinh thần này tất cả các điều khoản cao đẹp trong Hiệp định Mekong 1995 như bảo vệ môi trường, sử dụng nguồn nước chừng mực hợp lý, bảo vệ lưu lượng dòng chính, không gây thiệt hại, thông báo và thỏa hiệp, dù đã long trọng ký kết và liên tục tuyên truyền như các tôn chỉ, vậy mà cho đến nay Lào đã xây xong đập Xayaburi và Don Sahong, chuẩn bị xây thêm Pak Lay, Pak Beng, Luang Prabang và Sanakham, tất cả tôn chỉ trên là những lời dối trá kịch tính với nhau các phe cùng biết rõ như thế. Khả năng Tinh thần Sông Mekong này được sáu nước tôn trọng và tuân thủ thật xa vời. Nhưng Ngô Thế Vinh vẫn xác tín với niềm hy vọng tinh thần này sẽ có ngày được cả lưu vực hưởng ứng và tôn trọng.

---

[7] https://www.stimson.org/2019/brian-eyler-cited-article-about-severe-fish-shortage-tonle-sap-lake/
[8] https://thediplomat.com/2019/08/something-is-very-wrong-on-the-mekong-river/
[9] http://vietecology.org/article/article/1333

Ngô Thế Vinh là nhà văn bên ngoài không có tác phẩm nào xuất bản trong nước sau 1975. Mặc dù sách của anh đã được một số nhà xuất bản trong nước để nghị hợp tác nhưng đều không thành vì anh không chấp nhận một điều kiện kiểm duyệt hay chỉnh sửa chính trị nào. Tuy vậy, cụm từ ***"Cửu Long cạn dòng Biển Đông dậy sóng"*** tựa để tác phẩm đồ sộ hơn 600 trang và **"Mekong - Dòng sông nghẽn mạch"** trên 300 trang của NTV lại không xa lạ với những người Việt trong nước tuy họ chưa có được sách của anh và không biết tác giả là ai.

Nhà văn Ngô Thế Vinh đã cống hiến cho chúng ta những tác phẩm văn học nổi tiếng bên cạnh những công trình khảo cứu văn hóa môi sinh lịch sử đồ sộ, và anh đã gieo hạt giống **"Tinh thần Sông Mekong"** như một lý tưởng cao đẹp cho 65 triệu người chung sống bên dòng sông hùng vĩ thứ 12 của thế giới.

*Phạm Phan Long, P.E.*
*Mission Viejo, CA*
*November 14, 2023*

## PHẠM PHAN LONG P.E.

**Chủ tịch Hội Sinh Thái Việt / Viet Ecology Foundation**
Principal, Advanced Technologies Consultants, Inc.

Air Quality Engineer, South Coast Air Quality Management District, California.

Thiết kế hệ thống giải nhiệt cho dự án GWR Advanced Water Treatment Plant.

Cố vấn ASML, Abbot Lab, Genentech, ST Microelectronics, Kaiser Permanente, Solar Turbines, Hughes Research Laboratory, OCWD, UCSD, IVC, RCC, SBC Colleges.

Highest Value Saving Award, Hughes Aircraft Company; Engineer of the Year, AIPE, San Diego, California; Industrial Water Conservation Award, San Diego County Water Authority Facilities Management Excellence Award, AIPE, USA.

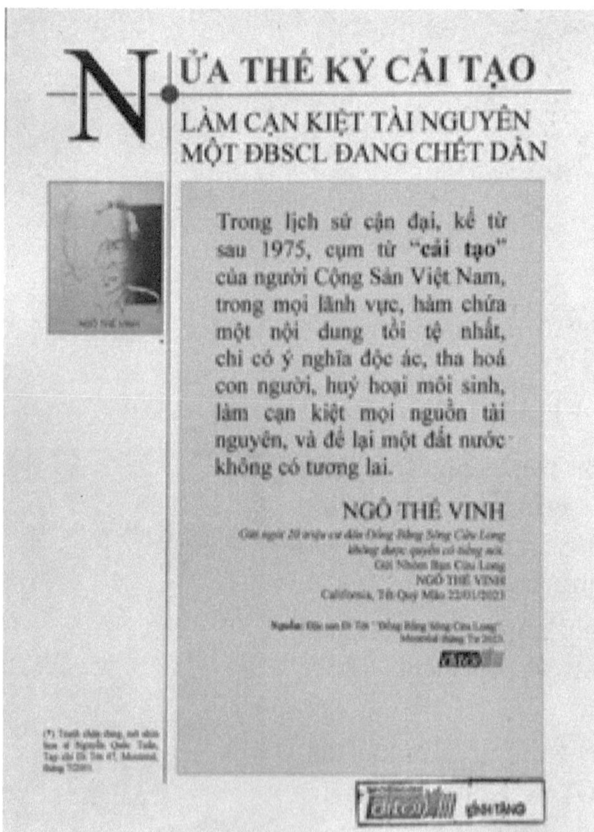

NỬA THẾ KỶ CẢI TẠO

LÀM CẠN KIỆT TÀI NGUYÊN
MỘT ĐBSCL ĐANG CHẾT DẦN

Trong lịch sử cận đại, kể từ sau 1975, cụm từ "**cải tạo**" của người Cộng Sản Việt Nam, trong mọi lãnh vực, hàm chứa một nội dung tồi tệ nhất, chỉ có ý nghĩa độc ác, tha hoá con người, huỷ hoại môi sinh, làm cạn kiệt mọi nguồn tài nguyên, và để lại một đất nước không có tương lai.

NGÔ THẾ VINH

# NGUYỄN VĂN TUẤN

## NGÔ THẾ VINH: NHÀ VĂN, NGƯỜI LÍNH, VÀ TRÍ THỨC ĐÍCH THỰC

*"Hai tác phẩm đó viết về sinh mệnh của một dòng sông là mạch sống không chỉ của Việt Nam mà còn của hơn 70 triệu dân thuộc bảy quốc gia ven sông."*

Đó là lời phát biểu như một tâm sự của tác giả Nhà văn, Bác sĩ Ngô Thế Vinh nhân dịp anh được trao giải thưởng Văn Việt vào Tháng Ba năm 2017. Hai tác phẩm mà anh đề cập đến là *"Cửu Long Cạn Dòng, Biển Đông Dậy Sóng"* và *"Mekong - Dòng Sông Nghẽn Mạch"*. Đó cũng chính là hai tác phẩm làm nên tên tuổi của tác giả Ngô Thế Vinh. Ngày nay, trước những tranh chấp ở Biển Đông và ở những xung đột mới xảy ra ở Tây Nguyên, hai tác phẩm trên trở nên cần thiết hơn hết cho những ai muốn có một cái nhìn ngọn ngành và đằng sau những vấn đề thời sự đó.

Tôi gọi tác giả Ngô Thế Vinh là 'Anh', vì tác giả là một người bạn vong niên mà tôi đã quen biết chừng 20 năm qua. Năm nào sang Hoa Kỳ công tác, tôi đều ghé thăm anh và bạn bè, và có những buổi trò chuyện về những chủ đề chung quanh các tác phẩm và bài viết của anh. Qua những trò chuyện như thế, tôi nghĩ anh Ngô Thế Vinh không chỉ là một nhà văn, một người lính, mà quan trọng hơn là một nhà trí thức. Dù là nhà văn, người lính, hay nhà trí thức, những ý tưởng của anh thường đi trước thời cuộc.

**Hình 1:** *Sau 3 năm gián đoạn vì đại dịch, Nguyễn Văn Tuấn trở lại Mỹ. Từ Đại học Stanford, NVT xuống Nam California, mấy anh em có dịp gặp lại nhau, từ phải: GS Lệ Xuân Khoa, Phạm Phan Long, Nguyễn Văn Tuấn, Ngô Minh Triết, Đinh Quang Anh Thái, Ngô Thế Vinh.* [Laguna Beach,10/2023]

Năm nay, anh ấy đã ở vào cái tuổi 'cổ lai hy'. Anh sanh năm 1941 tại Thanh Hóa, nhưng nguyên quán Hà Nội, và lớn lên ở Sài Gòn. Tốt nghiệp bác sĩ từ Đại học Y Khoa Sài Gòn năm 1968, và làm y sĩ trưởng Liên Đoàn 81 Biệt Cách Dù trong quân đội VNCH. Sau 1975, anh bị giam tù 'cải tạo' hơn 3 năm. Sau khi được trả tự do, anh phục vụ tại Viện Quốc gia Phục hồi một thời gian, và từng có thời gian làm việc với ông Nguyễn Thiện Thành (thân phụ ông Nguyễn Thiện Nhân). Năm 1983, anh đi đoàn tụ gia đình và định cư ở Hoa Kỳ. Đến Hoa Kỳ, anh học lại và trở thành bác sĩ nội khoa và giáo sư kiêm nhiệm (Clinical Assistant Professor) của trường Y thuộc Đại học California tại Irvine (UCI). Ngoài nghề thầy thuốc, anh được biết đến nhiều qua những tác phẩm văn học trước và sau 1975 và những công trình biên khảo sau 1975.

## NHÀ VĂN

Anh có duyên với văn chương khá sớm. Ngay từ thời sinh viên y khoa, anh đã viết văn, và từng làm chủ bút báo sinh viên *Tình Thương* vào thập niên 1960s. Báo *Tình Thương* là diễn đàn trẻ nhưng đã giúp anh trở thành một cây bút thành danh với những tác phẩm nổi tiếng như *Mây Bão* (1963), *Bóng Đêm* (1964), *Gió Mùa* (1965), và đặc biệt là *Vòng Đai Xanh* (1970). Tác phẩm *Vòng Đai Xanh* (Giải Văn học Nghệ thuật Toàn quốc 1971) là những quan sát của anh, lúc đó là một người lính VNCH, về xung đột giữa người Thượng và người Kinh. Từ những quan sát thực tế và suy nghiệm lịch sử, anh dự báo rằng người Thượng sẽ nổi dậy chống chánh quyền người Kinh. Những năm sau đó và ngay cả ngày nay cho thấy dự báo đó đã thành hiện thực. Anh là người đi trước thời cuộc.

Đọc các tác phẩm của Nhà văn Ngô Thế Vinh, người đọc sẽ thấy chất thời sự và thực tế bàng bạc trong từng trang giấy. Không có những câu chuyện diễm tình trong các tác phẩm của anh; thay vào đó là những suy tư dằn vặt về đất nước và con người. Trong truyện *Nước Mắt của Đức Phật,* tác giả viết rằng: "*Trong 30 năm điều mà chúng tôi không tự biết - là mọi suy tư của mỗi người Việt đã được điều kiện hóa để họ không còn thấy nhau. Nói chuyện với một tù binh cộng sản Bắc Việt tôi đã không thể tưởng tượng rằng giữa người Việt nói tiếng mẹ đẻ nhưng chúng tôi đã không còn chung một ngôn ngữ.*" Câu văn ngắn đó thiết tưởng vẫn còn áp dụng cho đến ngày nay. Cuộc xung đột ý thức hệ giữa tự do và giáo điều đã tạo nên một cộng đồng dân tộc mà từ suy tư, hành vi đến ngôn ngữ của họ rất khác với người anh em bên kia chiến tuyến. Hai người anh em cùng nói tiếng Việt, nhưng là loại tiếng Việt khác phiên bản.

Đọc truyện của Ngô Thế Vinh, người đọc có thể cảm thấy như đọc những ký ức được lắp ghép lại thành một tác phẩm. Có lúc tác giả viết về vùng *Đất Khổ,* nhưng lại liên tưởng đến chuyện của 30 năm trước về nhân vật Kim Đồng của Tô Hoài, rồi ngay sau đó tác giả viết về một Sài Gòn đã mất tên vào năm 1981. Kim Đồng là tượng trưng cho giấc mơ cách mạng đẹp đẽ, nhưng 30 năm sau bao nhiêu thế hệ Kim Đồng nhân danh 'giấc mơ Việt Nam' cầm súng M16 hay AK tiêu diệt lẫn nhau.

Một cuộc xung đột ý thức khác cũng diễn ra trong cộng đồng người Việt ở Mỹ. Sau 1975, như chúng ta biết, có hàng triệu người Việt đã liều mạng bỏ nước ra đi, và một số đông đã được tiếp nhận định cư ở Mỹ. Một thế hệ mới hình thành trên đất Mỹ, và thế hệ mới có những cái nhìn về Việt Nam khác với cha ông họ. Họ tuy rất bất bình trước những bất bình đẳng ở Việt Nam, nhưng họ sẵn sàng bỏ thời gian về quê giúp đỡ đồng bào hơn là cái nhìn cứng nhắc, thậm chí 'một đi không trở lại' như thế hệ cha ông. Những cuộc xung đột trong gia đình xảy ra, như giữa nhân vật Bs Toản và thân phụ của anh về Việt Nam: anh nghĩ về tương lai bên quê nhà, còn cha anh thì cứ khắc khoải về quá khứ chiến tranh và chia rẽ. Tuy nhiên, truyện *Giấc Mộng Con Năm 2000* có thể xem là một câu chuyện kết thúc có hậu, khi có những người y sĩ nghĩ đến những dự án văn hóa để ghi lại những thành tựu của một cuộc di dân vĩ đại.

## NGƯỜI LÍNH

Ngô Thế Vinh là một người lính, từng có mặt ngay trong những mặt trận ác liệt thời thập niên 1970s. Chẳng hạn như trong tác phẩm *Mặt trận ở Sài Gòn,* Ngô Thế Vinh viết về những cuộc hành quân trên vùng rừng núi Cao Nguyên, qua Cam Bốt, về thành phố Sài Gòn. Những nơi họ đã đi qua để lại nhiều ký ức và những suy tư về thời cuộc và quê hương, về thân phận tuổi trẻ và tương lai.

Đọc tác phẩm của anh, độc giả sẽ hình dung ra những lần giáp trận với những người anh em bên kia chiến tuyến, những trận mưa bom đạn từ trên không, và những cái chết không toàn thân của biết bao người lính của cả hai bên chiến tuyến. Đó là những câu chuyện về những người lính khi ra trận thì gan dạ, can trường, xem cái chết nhẹ tựa lông hồng, nhưng sâu thẳm trong nội tâm thì đầy trăn trở về thời cuộc và giàu nhân văn tính. Ngay cả trong bộ đồ rằn ri xem ra dữ dằn, nhưng qua hành vi và cách nói thì họ chỉ là những thư sinh nho nhã, đôn hậu. Hay như người y tá trưởng được *lưu dung* sau 1975 trong Tổng Y Viện Cộng Hòa vẫn cần mẫn chăm sóc cho những người lính bên kia chiến tuyến để rồi cũng bị sa thải về quê và sống trong nghèo nàn, đau khổ.

Nhưng không chỉ là người lính ngoài chiến trận, anh còn có những cái nhìn của một nhà quan sát thời cuộc. Những xung đột giữa các học thuyết chánh trị ngoại lai dẫn đến những cái chết thảm cho hàng triệu người giúp cho thanh niên Việt Nam trưởng thành trước tuổi. Người lính đối diện trước hiểm nguy và cái chết trong giây phút, họ càng suy nghĩ về bản thân hơn. Tác giả Ngô Thế Vinh nhận xét rất đúng rằng: "*Trong suốt chiều dài và rộng của lịch sử, tuổi trẻ Việt Nam đã được nuôi sống bằng những gieo trồng tang thương và nỗi chết. Tuổi đó không tính bằng tháng năm mà bằng những đổi thay không gian cùng với gót giày chiến binh của họ -- đã và đang còn dẫm nát từng ngọn cỏ xanh còn sót lại trên quê hương.*"

Trong truyện *Nước Mắt của Đức Phật* (viết ở thị trấn Krek, Cam Bốt 1971) tác giả viết về một lần hành quân sang Cam Bốt và ngay từ lúc đặt chân đến xứ Chùa Tháp đã gặp ngay những phản ứng kém thân thiện của người bản xứ. Qua lời nói của một nhà sư, tác giả muốn nói lên tình cảnh éo le của Cam Bốt: trở thành một đấu trường trong sự xung đột giữa hai phe người Việt, và tác giả tự hỏi "*Trong cái mênh mang của cơn say lịch sử, có ai nghĩ được rằng cuộc chiến đang diễn ra giữa những người Việt lại có thể xóa nhòa một nền văn minh Angkor cổ kính.*"

Qua những tác phẩm như *Mặt trận ở Sài Gòn*, Ngô Thế Vinh cũng muốn gởi vài tâm tình của người lính từ chiến trận về nơi 'phồn hoa đô thị' như Sài Gòn. Tác giả viết mà như thuật lại rằng một nhóm lính biệt cách từ rừng núi Tây Nguyên về Sài Gòn, như là những kẻ về từ 'cõi chết'. Những người lính từ chiến trận mới về phải đối diện với những phong trào sinh viên biểu tình phản chiến, và bị giằng co một bên là lý tưởng xã hội và một bên là nhiệm vụ bảo vệ sự ổn định của xã hội. Người lính chợt nhận ra rằng họ không chỉ đối diện với cái chết trong rừng sâu núi thẳm, mà còn trực diện với một trận tuyến xã hội với quá nhiều bất công và thối nát. Đó là một "*xã hội trên cao, lộng lẫy sáng choang và thản nhiên hạnh phúc*" ở những người miệng thì kêu gào chiến tranh nhưng họ lại đứng ngoài cuộc chiến. Vậy thì người lính bảo vệ cái gì đây. Không lẽ bảo vệ "*cho một con thuyền xã hội xa hoa ngao du trên dòng sông loang máu, nổi trôi đầy những xác chết đồng loại*". Chiến trường của người lính bây giờ là ngay tại Sài Gòn này, nhưng họ là những chiến binh ngoài chiến trường, chớ không phải 'chiến sĩ xã hội'. Tác phẩm này đã làm tác giả gặp rắc rối với chánh quyền VNCH lúc đó. Tòa án quân sự VNCH nhận định rằng truyện ngắn *"có luận điệu phương hại trật tự công cộng và làm suy giảm kỷ luật, tinh thần chiến đấu quân đội"*.

Là người lính và cũng là nhà văn, Ngô Thế Vinh là một chứng nhân của chiến tranh, chứng nhân của "*những bi kịch của một thời nhiễu nhương và lừa dối hào nhoáng*". Anh đã chắt chiu những trải nghiệm thực tế trong chiến trận ở núi rừng Tây Nguyên và đúc kết lại thành những tác phẩm mang tính '*sử thuyết*' hay một dạng *historicity*, hơn là tiểu thuyết. Thật vậy, nói là truyện ngắn, nhưng người đọc có thể cảm nhận được đó là những ghi chép bằng một ngòi bút điêu luyện miêu tả một cách sinh động những tình huống xảy ra, cùng những quan sát tinh tế. Truyện ngắn hay truyện dài của Ngô Thế Vinh chỉ là cái cớ hoặc là cái diễn đàn để cung cấp chứng từ. Các nhân vật trong truyện cũng có thể là chính tác giả hay được tác giả mượn để nêu lên những trăn trở cùng những suy tư khắc khoải trước chiến cuộc.

## MỘT TRÍ THỨC

Tôi nghĩ điều làm cho người đời sẽ nhớ đến Ngô Thế Vinh là tác phẩm *Cửu Long cạn dòng, Biển Đông dậy sóng* (xuất bản lần đầu năm 2000). Tôi đã có dịp đọc và viết lời giới thiệu tác phẩm này từ hơn 15 năm trước. Đó là một công trình biên khảo mang tính sử thuyết, hơn là một tác phẩm văn học. Để hoàn thành tác phẩm này, anh đã dày công khảo sát sử liệu liên quan đến các đế chế vùng Đông Nam Á, về nguồn gốc con sông Mekong, và lồng các sử liệu đó trong bối cảnh hiện tại. Về bối cảnh hiện tại, anh cũng đã thực hiện nhiều chuyến đi thực địa (do anh tự túc) đến tận những con đập Trung Cộng đang xây dựng để chứng kiến tận mắt và thu thập thông tin, và những bức ảnh rất độc đáo mà tôi đoán anh phải bỏ nhiều công sức (và tiền bạc) để có được. Kết quả là một tác phẩm đồ sộ mà Văn Việt đã chọn để trao Giải

Đặc Biệt.

Qua *Cửu Long cạn dòng, Biển Đông dậy sóng*, anh muốn gởi lời cảnh báo về tai họa môi sinh và những việc làm nguy hiểm của nhà cầm quyền Trung Cộng. Anh viết trong lời nói đầu, *"Nếu như cuốn sách chuyên chở được một số nét khái quát và cập nhật về con sông Mekong, tạo được sự chú ý của người đọc tới sinh mệnh của một dòng sông lớn thứ 12 trên thế giới thì đó chính là mong ước của người viết"*. Trong phần cuối của cuốn sách, anh cảnh báo: *"Chỉ riêng với chuỗi những con đập bậc thềm Vân Nam khi hoàn tất dự trù sẽ ngăn không cho lũ đổ về nữa – tức khắc đó sẽ là một thảm họa cho Biển Hồ, sẽ như một trái tim thiếu máu phải ngưng đập và đồng thời tạo ra một chuỗi phản ứng suy thoái dây chuyền – chain reactions trên toàn hệ sinh thái sông Mekong, trong đó có Đồng bằng sông Cửu Long."* Anh tiên đoán rằng khi dòng sông Mekong bị nghẽn mạch là khi hàng trăm triệu dân cư thiếu nguồn sống, và họ sẽ trở thành các thế hệ tỵ nạn môi sinh.

Sau sự thành công của tác phẩm *Cửu Long Cạn Dòng, Biển Đông Dậy Sóng*, khi được hỏi điểm nào anh tâm đắc nhứt trong tác phẩm, anh cho biết rằng chương viết về trận hải chiến Hoàng Sa 1974 có một trích dẫn mà vẫn còn nguyên tính thời sự ngày nay. Đó là trích dẫn câu văn của Giáo sư Hoàng Xuân Hãn:

*"Một gương sáng lịch sử là mỗi khi thế nước suy hèn vì chia rẽ và nội loạn thì mỗi khi lân bang lấn cõi... Ngày nay vụ Hoàng Sa bị chiếm là triệu chứng cụ thể gây nên bởi sự bất hòa của dân ta... tuy rằng nhiều chứng xưa nay, trong ngoài bảo rằng đó là đất Việt."*

Sau 7 năm gây tiếng vang với *Cửu Long cạn dòng, Biển Đông dậy sóng*, Nhà văn Ngô Thế Vinh xuất bản tác phẩm *Mekong - Dòng Sông Nghẽn Mạch* (2007). Đây cũng là một tác phẩm mang tính khảo cứu được viết dưới dạng ký sự. Trong tác phẩm *Mekong - Dòng Sông Nghẽn Mạch*, nhà văn là một người du khảo đi qua Trung Quốc, Thái Lan, Lào, Cam Bốt (và dĩ nhiên là Việt Nam), anh quan sát tỉ mỉ về địa dư, thiên nhiên, tập quán, những truyện cổ tích, và trình bày nhiều sử liệu quý giá. Dựa vào những quan sát và thực chứng, tác giả dự báo một tương lai ảm đạm của sông Mekong:

*"Trong một tương lai không xa, con sông Mekong – con sông Danube của Châu Á ấy, sẽ chỉ còn là một con sông chết, chỉ để sản xuất thủy điện, dùng làm thủy lộ giao thông và tệ hại hơn nữa là cống rãnh để đổ xuống các chất phế thải kỹ nghệ từ tỉnh Vân Nam Trung Quốc."*

Dự báo đó, một lần nữa, đã và đang trở thành hiện thực. Bất cứ ai có dịp về thăm miền Tây Nam Bộ sẽ thấy những con sông chết. 'Chết' là vì hầu như tất cả những con sông nhỏ trong vùng trở thành bãi rác khổng lồ cho hóa chất trừ sâu và hậu quả là bị ô nhiễm trầm trọng. Ngày nay, báo chí trong nước đã nhiều lần lên tiếng rằng đó là 'những dòng sông chờ chết'. Thế nhưng người dân lại phải sống với những con sông này!

Những tác phẩm như *Vòng Đai Xanh, Cửu Long Cạn Dòng, Biển Đông Dậy Sóng,* và *Mekong - Dòng Sông Nghẽn Mạch* là những yếu tố tri thức làm nên một nhà trí thức. 'Trí thức' ở đây phải hiểu theo khái niệm 'public intellectual', tức là người làm cho xã hội lúc nào cũng thức tỉnh. Họ quan tâm đến và phát biểu những vấn đề ngoài chuyên môn của họ. Noam Chomsky là nhà ngôn ngữ học, Einstein là nhà vật lý học, nhưng họ quan tâm đến các vấn đề chánh trị - xã hội. Trí thức, từ bản chất, không bao giờ lấy lời xu nịnh để bợ đỡ nhà cầm quyền nhằm mưu cầu lợi ích cá nhân. Bản chất của trí thức là hoài nghi lành mạnh, và họ nhìn đâu cũng thấy vấn đề. Họ không hài lòng với hiện tại và lúc nào cũng lo lắng và đưa ra những dự báo về tương lai. Bác sĩ Ngô Thế Vinh là một trí thức như thế, anh là người đi trước thời cuộc và lúc nào cũng làm cho xã hội thức tỉnh trước hiện tình của dòng sông đang nghẽn mạch.

## MỘT TẤM LÒNG CHO QUÊ NHÀ

Như đề cập trên, tôi có cơ duyên quen biết anh từ những 20 năm trước. Vì công việc nên năm nào tôi cũng đi công tác bên Mỹ, và lần nào cũng ghé thăm anh và nhóm bạn Cửu Long. Lần nào cũng có những trò chuyện dài và những ưu tư trước thời cuộc. Có lần chúng tôi ngồi cả nửa ngày trời ở một quán ven biển vùng Los Angeles. Hôm đó chúng tôi trò chuyện rất nhiều chuyện nhân tình thế thái, nhưng cuối cùng thì cũng quay về 'câu chuyện dòng sông' Cửu Long. Vậy đó, những người dân Việt dù sống ở đâu thì vẫn quan tâm đến quê nhà.

Anh là một người nho nhã, lịch sự, nói năng chừng mực. Nhưng đằng sau những biểu hiện đó là một đức tính kiên định và dứt khoát rất... Trung kỳ. Bằng một chất giọng Bắc kỳ có pha một chút Nam kỳ, anh nói năng nhỏ nhẹ, rành mạch, có đầu có đuôi. Chưa bao giờ tôi thấy anh lớn tiếng, dù trong tình huống rất dễ nổi nóng. Nếu có nhấn mạnh điều gì thì anh chỉ lên giọng một chút. Ngay cả những người chỉ trích tác phẩm của anh, những người cho rằng anh là 'cực đoan' trong cách nhìn về sông Cửu Long, anh cũng chỉ im lặng, mà không hề lên tiếng. Hình như ở anh có một triết lý làm việc 'đường ta, ta cứ đi', kiên trì hướng đi mà anh đã định trước: đấu tranh cho dòng sông Mekong.

Trái với những người không thể quên những năm tháng bị vùi dập trong trại cải tạo, tôi chưa hề thấy anh nhắc đến những năm tháng đau khổ đó, có lẽ anh muốn để nó vào một góc nào đó trong ký ức để tập trung nghiên cứu và viết về sông Mekong. Biết tôi quan tâm đến vấn đề chất da cam ở Việt Nam, anh [nói theo ngôn ngữ thời nay] 'bức xúc' kể lại chuyện anh làm thủ tục cho những cựu quân nhân Mỹ đi lãnh trợ cấp do bị phơi nhiễm chất da cam. (Anh làm việc trong một bệnh viện của cựu chiến binh, nên rất am hiểu vấn đề và quy định của Mỹ). Anh lên giọng nói tại sao lính Mỹ họ được hưởng quyền đó, còn hàng triệu người Việt Nam thì không, rồi anh đặt câu hỏi phải làm gì để gióng tiếng nói cho chính phủ Mỹ biết. Nhưng vấn đề này còn liên quan đến khoa học, vốn là một nhược điểm của phía Việt Nam.

Anh là người làm việc không mệt mỏi. Sau khi nghỉ hưu, anh dành thời gian để thu thập thông tin và viết về những văn nghệ sĩ và các nhà khoa học đã bị lãng quên ở trong nước. Kết quả là hai "*Tuyển Tập Chân Dung Văn Học Nghệ Thuật và Văn Hóa*" (xuất bản năm 2017 và 2022) với sự dồi dào tư liệu mà thế hệ sau sẽ rất cần cho các nghiên cứu về các tác giả như Mặc Đỗ, Như Phong, Võ Phiến, Linh Bảo, Mai Thảo, Dương Nghiễm Mậu, Nhật Tiến, Nguyễn Đình Toàn, Thanh Tâm Tuyền, Nguyễn-Xuân Hoàng,

Hoàng Ngọc Biên, Đinh Cường, Nghiêu Đề, Nguyên Khai, Cao Xuân Huy, Phùng Nguyễn, Phạm Biểu Tâm và Phạm Hoàng Hộ, Nguyễn Tường Bách & Hứa Bảo Liên, Tạ Tỵ, Trần Ngọc Ninh, Lê Ngộ Châu, Nguyễn Văn Trung, Hoàng Tiến Bảo, Lê Ngọc Huệ, Nghiêm Sỹ Tuấn, Đoàn Văn Bá, Mai Chửng, Trần Hoài Thư & Ngọc Yến, Phan Nhật Nam, Dohamide (Đỗ Hải Minh), và John Steinbeck. Anh không chỉ phác họa chân dung của các tác giả mà còn đem lại cho độc giả một cái nhìn mới, một hiểu biết mới về họ. Tôi xem đó là những công trình khảo cứu hơn là chân dung văn nghệ sĩ. Những công trình như thế là một đóng góp quan trọng và có ý nghĩa vào công việc lâu dài nhằm gìn giữ những tinh hoa của văn học nghệ thuật miền Nam cho các thế hệ mai sau.

Anh rất quan tâm đến các văn nghệ sĩ trong nước. Trước đây, khi Nhà văn Sơn Nam bị gãy xương, anh liên lạc với bạn học cũ là GS Bác sĩ chấn thương chỉnh hình Võ Thành Phụng (đã qua đời) để hỏi thăm diễn biến bệnh của nhà văn. Khi Giáo sư Võ Tòng Xuân, người mà anh hay gọi là 'Doctor Rice', được điều trị bởi một người bạn cũ ở trong nước, GS Bác sĩ tim mạch Phạm Nguyễn Vinh, anh gởi email hỏi thăm, và đôi khi thảo luận về các biện pháp y khoa phòng ngừa.

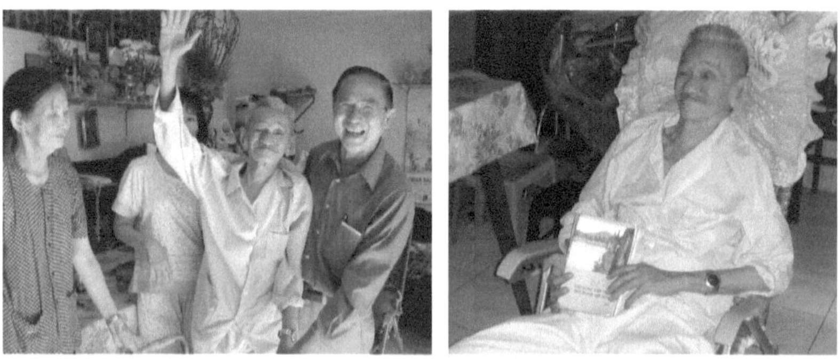

***Hình 2:*** *Ngô Thế Vinh và bạn đồng môn GSYK Võ Thành Phụng, chuyên khoa chấn thương chỉnh hình cùng tới thăm tác giả Hương Rừng Cà Mau, sau khi ông bị tai nạn gãy xương đùi, chính BS Võ Thành Phụng là người thực hiện cuộc phẫu thuật chỉnh hình thứ hai cho Bác Sơn Nam. Nhà Văn Sơn Nam cũng là độc giả cuốn CLCD BĐDS từ năm 2000, và Bác có gợi ý nên phổ biến rộng rãi cuốn sách này ở Việt Nam.* [Photo by BS Võ Thành Phụng, 8.2006]

Không phải ngẫu nhiên mà anh viết trong bài diễn từ nhân dịp nhận giải Văn Việt rằng: *"Là người cầm bút ở Miền Nam trước đây và hải ngoại sau này, sống sót giữa hai thế kỷ, đã trải nghiệm qua hai chế độ cùng những năm tháng tù đày, tôi không thể không chạnh lòng nghĩ tới những văn nghệ sĩ đang phải sống thiếu tự do ở quê nhà. Nhưng rồi tôi vẫn lạc quan để thấy rằng từ trong ngọn lửa đỏ thiêu rụi ấy, vẫn có những con phượng hoàng vực dậy từ tro than, cất cánh bay lên như một Bùi Ngọc Tấn với Chuyện Kể Năm 2000, đem tới cho chúng ta niềm hy vọng."*

**NGUYỄN VĂN TUẤN**
*Sydney, 23.11.2023*

## NGUYỄN VĂN TUẤN

Tác giả hiện là Giáo sư xuất sắc (Distinguished Professor) về y khoa của Đại học Công nghệ Sydney và Giáo sư kiêm nhiệm (Adjunct Professor) về Dịch tễ học của Đại học New South Wales, Úc. Ông được bầu vào Viện Hàn lâm Y học Úc và Hoàng gia Học viện New South Wales, và được Nữ hoàng Elizabeth Đệ Nhị trao Huân chương Australia vì những đóng góp quan trọng cho nghiên cứu y khoa, phòng chống loãng xương và giáo dục đại học.

# TRANG CHÂU

## TÌNH THƯƠNG CÒN LẠI

Xin nói ngay để tránh hiểu lầm. Tình Thương đây là tên tờ nguyệt san của sinh viên y khoa Sàigòn của những năm từ 1963 đến 1966. Còn lại là nêu tên vài cây bút từng viết cho tờ báo, một thời gây sóng gió này, hiện còn sống và tiếp tục viết. Sau 60 năm, nhân sự từng gắn bó với Tình Thương cũng hao hụt đi nhiều: Phạm Đình Vy - chủ nhiệm, Nguyễn Vĩnh Đức - chủ bút đầu tiên, Nghiêm Sỹ Tuấn, Bùi Thế Hoành, Trần Đoàn, Trần Xuân Dũng đã bỏ cuộc chơi. Còn lại Hà Ngọc Thuần ở Úc vẫn thấy hiện diện trên diễn đàn Sinh Viên Quân Y. Còn Liza Lê Thành Ý, Nguyễn Thanh Bình ở Montréal. Thỉnh thoảng vẫn thấy Liza trình bày bìa cho Tập San Y Sĩ Canada (TSYSC), còn Nguyễn Thanh Bình thì đều đặn ôm mục Tin Tức Mình cho TSYSC. Tiếp tục viết, gởi bài đăng báo, in sách, xem ra chỉ còn tôi và Ngô Thế Vinh.

Nhưng trong khi tôi, lúc thơ, lúc văn với đủ thứ đề tài, thì Ngô Thế Vinh, qua các tác phẩm, trước cũng như sau 1975, trước sau như một, vẫn là "con chim báo bão, đi trước thời gian về một số biến cố bi thảm của dân tộc". Ngô Thế Vinh lúc nào cũng quan niệm: "Người cầm bút, nếu không được là tiên tri, thì họ cũng phải là sức cản cắt xé những giấc mơ Việt Nam". Mặt khác, Ngô Thế Vinh luôn xác nhận: "Chất thời sự và thực tế hiện diện rất nhiều trong các tiểu thuyết của tôi". Ngô Thế Vinh sống ở hiện tại nhưng luôn nhìn lại quá khứ, nhìn để lo lắng cho tương lai đất nước: Một tương lai không xa, Việt Nam, sau tấn thảm kịch tiền đồn của thế giới tự do, nay mai lại sắp được vinh danh là tiền đồn thứ hai để ngăn ngừa chủ nghĩa bành trướng của Trung Cộng.

Nói về tờ nguyệt san Tình Thương, Ngô Thế Vinh xác nhận nhân sự cộng tác với tờ báo có nhiều khuynh hướng khác nhau, đôi khi còn đối nghịch nhau nữa. Nguyễn Vĩnh Đức và Ngô Thế Vinh năng nổ trong sinh hoạt sinh viên. Phạm Đình Vy say sưa bàn chính trị. Hà Ngọc Thuần, Nghiêm Sỹ Tuấn cần cù trong nghiên cứu, dịch thuật. Đỗ Hữu Tước tập tễnh viết truyện ngắn. Còn tôi thì làm thơ, hầu hết là thơ tình. Cái loại thơ ngăn ngắn, pha chút tinh nghịch, đôi khi ngụy biện. Đại loại như:

*- Nếu em muốn làm ngăn cách/ Cần gì phải một con đường/ Hay một dòng sông/ Cần gì phải một chấn song/ Hay một bức thành/ Em chỉ cần gõ cửa tim anh/ Gọi tên một người... rất lạ.*

*- Nếu anh không được phép nhìn/ Một người đàn bà nào khác hơn em/ Làm sao anh thấy em là người đẹp nhất?*

Coi vậy mà loại thơ này có kết quả tốt, nó đem lại cho tờ báo một số độc giả trẻ trung: Các nữ sinh trung học Trưng Vương và Gia Long. Tôi được giao nhiệm vụ giữ mục thơ cho tờ báo.

Thế nhưng có một lần tôi không làm thơ mà viết văn, một bài tranh luận gay gắt. Số là có một tay viết trẻ, không phải sinh viên y khoa, sinh hoạt trong nhóm chương trình mùa hè thì phải, có bài đăng trên Tình Thương. Anh này coi tướng trẻ Nguyễn Cao Kỳ là thần tượng, một Nasser của Việt Nam. Anh viết bài công kích các tướng khác, xếp họ vào loại già, nên về hưu, nhường chỗ cho lớp tướng trẻ lãnh đạo đất nước. Tôi tức mình viết bài *Tướng Trẻ, Tướng Già* phản pháo lại bài viết kia. Bài viết có người trong ban điều hành không đồng ý sợ gây thêm chia rẽ. Thế nhưng Ngô Thế Vinh xác quyết chủ trương "sinh hoạt dân chủ và đoàn kết trong tinh thần tự trị đại học của tập thể sinh viên y khoa" nên bài *Tướng Trẻ, Tướng Già* của tôi vẫn được đăng trên Tình Thương. Phía chống đối nghĩ tôi viết bài đó để bênh vực ông cụ tôi, thuộc loại tướng già. Về sau, có thêm dư luận cho rằng tôi công kích tướng Kỳ vì bị ông vớt mất người đẹp chiêu đãi viên hàng không Air Việt Nam mà tôi mới quen biết!

Cuối năm 1965 tôi ra trường, coi như hết có mặt thường xuyên ở tòa soạn Tình Thương. Đầu năm 1966, tôi tình nguyện về phục vụ  đơn vị quân y Dù. Ngô Thế Vinh lúc ấy còn là sinh viên, dưới tôi hai lớp. Vào giữa năm 1966 Huế dao động vì vụ Phật giáo đấu tranh và ở Sàigòn sinh viên xuống đường liên miên. Tiểu đoàn Dù mà tôi đang là y sĩ trưởng, bị neo giữ ở lại Tam Quan, Bồng Sơn ngót 3 tháng trời. Nằm trên một ngọn đồi nóng cháy đến bốc khói từ những khối đá, mở máy thu thanh ra là nghe oang oang tin sinh viên bãi khóa, xuống đường, tôi nổi điên, cay cú viết bài thơ *Xin Một Ngày* gởi về cho anh em ở tòa soạn Tình Thương.

*- Mày nói anh em/ Ngưng một ngày đấu tranh/ Xin các thầy/ Đêm nay rằm/ Đình chỉ xuống đường/*

*Xin các Cha/ Sáng mai Chúa Nhật/ Đừng căng biểu ngữ/*

...

*- Mày nói mọi người/ Hãy lừa dối tao/ Đừng cho tao hay sự thật/ Tao sẽ chết đi/ Nếu không đào ngũ/*

Tôi không rõ chủ bút Ngô Thế Vinh lúc đó có tham gia vào cuộc đấu tranh của sinh viên hay không, nếu có, ở mức độ nào. Riêng với chủ nhiệm Phạm Đình Vy tôi tin là có, tôi biết anh tích cực đứng về phía Phật giáo. Nhưng chỉ vài năm sau, ra trường, chọn phục vụ Lực Lượng Đặc Biệt, Ngô Thế Vinh lại sống cảnh bực bội tôi đã từng sống trước đây, nhưng ở một vị thế khác: trực tiếp chống sinh viên biểu tình.  Anh không muốn thấy đơn vị tuyến đầu của mình "như một bầy thú hoang về thành, lạc lõng bơ vơ. Phải tập làm quen với mặt nạ, lưỡi lê, phương pháp cắt xén những cuộc biểu tình".

Nhưng, tuy "bực bội vì những xáo trộn ở Sàigòn", Ngô Thế Vinh vẫn có cái nhìn cảm thông về các cuộc xuống đường của sinh viên: "Không phải hoàn toàn vô lý khi họ bỏ cả sự học, hy sinh cả tương lai để dấn thân vào những cuộc đấu tranh". Dưới mắt Ngô Thế Vinh, sinh viên hoạt động chính trị là vì họ "quan tâm đến vấn đề xã hội, mơ ước phấn đấu cho công bằng xã hội".

Trong truyện ngắn *Mặt Trận Ở Sàigòn*, Ngô Thế Vinh có nhắc đến hội quán Phượng Hoàng ở Pleiku. Tôi có mặt ở hội quán đó một tối, sau mấy ngày theo tiểu đoàn Dù hành quân vùng thung lũng Ia Drang, lội giữa lòng con suối Ia Puk mà có đoạn nước chảy xiết như thác. Con suối, nước trong vắt, nhưng khi giày saut ngấm nước, các kẽ chân nổi ngứa và lở loét sau đó. Cuộc hành quân này là cuộc hành quân duy nhất đơn vị tôi không chạm địch, nhưng bị tê liệt sau đó một thời gian với cả trăm trường hợp bị sốt rét. Cái đêm tôi có mặt ở hội quán Phượng Hoàng lưu lại ở lòng tôi một kỷ niệm. Đêm đó đám quân nhân Dù chiếm hơn phân nửa số khách tham dự. Ồn ào nhưng không có phá phách. Chỉ có sàn nhảy, đó đây, lấm vết bùn do đế những đôi giày saut để lại. Đêm đó tôi không sống tâm trạng khủng hoảng tâm thần như nhân vật của Ngô Thế Vinh trong truyện: "Làm sao quên đi những ám ảnh của sợ hãi và nỗi chết. Cái hình ảnh kinh hoàng của chiến địa, hôi thối nồng nặc, chồng chất những tử thi hai bên."

Ở hội quán Phượng Hoàng, ngồi cạnh tôi đêm đó là một vũ nữ, dáng dấp trẻ trung. Nhìn bảng tên của tôi, bất ngờ nàng hỏi:

- Bác sĩ Châu có phải là Trang Châu báo Tình Thương không?

Tôi ngạc nhiên gật đầu.

- Em có đọc thơ của bác sĩ.

Tối hôm đó, với chiếc Jeep của một đồng nghiệp ở quân y viện ưu ái dành cho sử dụng, tôi lái xe đưa cô vũ nữ đi tìm khách sạn để qua đêm với nhau. Nhưng cả 3 khách sạn đều từ chối, nói hết chỗ. Quá 2 giờ sáng, tôi đành đưa cô về nhà cô, một ngôi nhà đông người ở. Tôi qua đêm một mình trên tấm phản nhỏ. Lạ một điều, mỗi lần nhớ tới kỷ niệm với cô vũ nữ tôi cảm thấy vui. Như nó thể hiện một niềm an ủi, một thứ ân tình hậu phương hiếm hoi làm ấm lòng người tiền tuyến.

Như những y sĩ tình nguyện khác chọn phục vụ những đơn vị luôn ở tuyến đầu, Ngô Thế Vinh không muốn làm người hùng, anh chỉ khiêm tốn "làm bổn phận của một y sĩ tiền tuyến". Khoác áo lính nhưng Ngô Thế Vinh "không viết đời sống quân ngũ đơn thuần". Anh coi đời sống quân ngũ như "một hoàn cảnh, chỉ là cái cớ giúp tôi có cái toàn cảnh của những vấn đề phức tạp hơn".

Ngô Thế Vinh cũng có lúc chán nản, cũng có lúc tự hỏi: "Cầm súng bảo vệ cái gì đây?". Bảo vệ "một thứ xã hội trên cao lộng lẫy, sáng choang và thản nhiên hạnh phúc?". Chiến đấu cho "đám kêu gọi chiến tranh, nhưng lúc nào cũng ở trên và đứng ngoài cuộc chiến?". Đúng như nhà văn Đoàn Nhã Văn nhận xét: "Nhìn lại hậu phương ông (NTV) thất vọng. Hậu phương là một nơi chốn để trở về, để giải khuây sau những ám ảnh của bom đạn và nỗi chết."

Tác phẩm của Ngô Thế Vinh luôn được giới phê bình niềm nở đón nhận và khen ngợi. Mỗi truyện của Ngô Thế Vinh là một cái nhìn về đất nước (Bùi Khiết). Viết được coi như một cái nghiệp. Ngô Thế Vinh viết với sự kiểm soát lý trí, do vậy nếu có gì quá mức cũng do hoàn cảnh tạo nên, chứ nhà văn không muốn vậy (Tạ Tỵ). Ngô Thế Vinh, nhà văn của những ước mơ, hay nói rõ hơn, nhà văn của lương tâm (Nguyễn Xuân Hoàng). Ngô Thế Vinh luôn nhìn về phía trước. Từ những dòng chữ, người đọc thấy lấp lánh một tấm lòng. Bao nhiêu năm qua, trước sau, nhà-văn-thời-cuộc vẫn oằn vai với những giấc mộng con (Đoàn Nhã Văn). Từ Vòng Đai Xanh (1969) đến Cửu Long Cạn Dòng Biển Đông Dậy Sóng (2000) nhà văn Ngô Thế Vinh đã đặt ra những vấn đề hết sức lớn lao, liên hệ mật thiết đến vận mệnh của dân tộc, chẳng những đối với chúng ta ngay bây giờ mà cho cả thế hệ mai sau (Nhật Tiến). Nếu nói nhà văn đích thực là người rung động với những biến cố của đời sống, dự báo cho tương lai thì Ngô Thế Vinh là nhà văn đúng nghĩa (Ánh Nguyệt). Người luôn luôn mang trong đời những giấc mơ. Đi tìm giải đáp cho những vấn đề khó khăn nan giải, luôn luôn ray rứt. Một hiện tượng của một người cầm bút dấn thân (Nguyễn Mạnh Trinh).

Dấn thân. Muốn làm cách mạng cho đất nước hãy làm cách mạng bản thân mình trước. Tôi tin Ngô Thế Vinh nghĩ như vậy, dù biết trước con đường trước mặt lắm chông gai. "Ở đâu có chỗ trú ẩn an toàn cho người cầm bút. Một nhà văn khi chọn một thái độ, ở hoàn cảnh nào đó, là một thử thách. Và có để cho bị ảnh hưởng hay không là do nơi khí phách của nhà văn."

Không cùng lớp nhưng Ngô Thế Vinh và tôi cùng gặp nhau ở nguyệt san Tình Thương. Không gặp nhau ở tuyến đầu nhưng Ngô Thế Vinh và tôi gặp nhau, kẻ trước người sau, ở Dinh Độc

Lập để nhận giải thưởng Văn Học Nghệ Thuật, bộ môn Văn, về những gì hai đứa đã ghi nhận nơi núi thẳm, rừng sâu.

Ngô Thế Vinh luôn đi tìm sự thật để viết ra sự thật, dù có ẩn giấu dưới hình thức nào, lúc nào cũng là sự thật, ít nhất là sự thật dưới cái nhìn trong sáng và thành tâm của anh. Ngô Thế Vinh muốn góp phần làm tốt xã hội Việt Nam. Theo nhà văn Émile Zola: "Một xã hội chỉ vững mạnh khi xã hội đó đưa sự thật ra dưới ánh sáng chan hòa của mặt trời."*

TRANG CHÂU
11/2023

..............................

* *Une société n'est forte que lorsqu'elle met la vérité sous la grande lumière du soleil.* (Émile Zola)

## TRANG CHÂU

Nhà văn, nhà thơ Trang Châu, tên thật Lê Văn Châu, sinh năm 1938 tại Huế. Tốt nghiệp Y khoa Sài Gòn 1965, cựu quân y sĩ Dù, cựu chủ tịch Văn Bút Việt Nam Hải Ngoại.

**Tác phẩm đã xuất bản:** *Tình một thuở* (thơ, 1964), *Y sĩ tiền tuyến* (bút ký, giải thưởng văn học nghệ thuật 1969, tái bản lần thứ 10, 2021), *Thơ Trang Châu* (1989), *Về biển Đông* (bút ký, 1995), *Dì Thu* (tập truyện, 2000, tái bản lần thứ 2, 2013), *Thơ tuyển* (2007), *Người ăn trưa trong xe* (tập truyện, 2013), *Mười hai truyện ngắn Mười hai bài thơ* (2017).

## LÊ CHIỀU GIANG
### QUỲNH LIÊU

*Tình bạn. Tiếng nói của ngàn năm*
*Ngô Thế Vinh. Nghiêu Đề*

Cứ theo cách suy nghĩ thông thường, khi một Ca sĩ luống tuổi được các Show tổ chức vội vàng để mời đến trình diễn, nói đôi lời bóng bẩy trong buổi ca nhạc trên sân khấu. Một Nhà văn cho in, viết thêm hồi ký. Hoặc một Thi sĩ luôn được bạn bè réo gọi họp mặt, trong nuối tiếc... Ngay lập tức, thiên hạ đoán già đoán non, đưa ra kết luận toàn những điều tai ương, hay các chứng bịnh nan y khó chữa… Nghe mà sợ hãi.

Nhưng tôi biết anh Ngô Thế Vinh không bị ai "tưởng" gì hết. Anh vẫn say sưa, chìm đắm viết về, nói đến dòng sông gần khô cạn rất tội nghiệp của quê hương. Anh vẫn có ngàn ngàn bệnh nhân xếp hàng chờ khám để nhận được những toa thuốc… Mát tay. Dù tạp chí Ngôn Ngữ đang chuẩn bị số đặc biệt về anh, Nhà văn Ngô Thế Vinh.

Thuở Nghiêu Đề lúc cạn tiền, túi hết, anh hay lang thang ra ngồi Café góc phố. Nhưng nếu bán được tranh, coi như tiền có từ trên trời rơi xuống, anh thích ngồi La Pagode. Anh gọi hết bè bạn ra café thuốc lá, kên đời và để huyên thuyên cười nói…

Riêng anh Ngô Thế Vinh đã chẳng bao giờ sống bạt mạng như thế. Anh thích ngồi trang trọng chỉ riêng với vài bạn thân ở quán Thanh Bạch. Anh quen biết rất đông giới văn nghệ, nhưng lại ít tham dự cách vui chơi huyên náo của những văn nhân, thi sĩ. Anh rất hòa nhã nhưng dè dặt, lặng lẽ và kín đáo. Sẽ chẳng bạn bè nào hiểu Ngô Thế Vinh đang nghĩ gì…

Nhưng nếu chúng ta còn thắc mắc Ngô Thế Vinh nghĩ gì, chắc đã là điều vô cùng thừa thãi. Bởi chẳng phải anh đã dàn trải bao nỗi niềm, tỉ tê nói hết ra trong "Mây Bão" [Sông Mã 1963] hoặc "Bóng đêm" [Khai Trí 1964] rồi đó sao?

Những tác phẩm xuất bản ở Sài Gòn khi tôi mới vừa biết đánh vần, nên chỉ duy nhất chính tôi mới là người không hiểu gì về anh Ngô Thế. Vinh, người bạn của Nghiêu Đề đã từ lâu lắm.

Năm 1992, trong một tối họp mặt tại căn nhà rất đẹp của anh Trang Châu ở Montréal, trong dịp anh Kiệt Tấn đến từ Paris và chúng tôi từ California qua thăm gia đình anh Luân Hoán, và anh chị Hoàng Xuân Sơn. Nơi nào có Kiệt Tấn nơi đó phải có "rượu đổ đầy máng xối". Thiên hạ rót rượu như suối và bàn toàn những chuyện trên trời. Chán rồi các vị cũng phải tán về những chuyện ngay dưới đất. Chiến tranh. Một cuộc chiến dai dẳng mà như vừa mới xảy ra rồi chấm dứt hôm qua. Để khi tàn cuộc thì tất cả chúng tôi đã phải chạy thoát khỏi quê hương, sống tản mát khắp mọi nơi như bây giờ…

Có ai đó hỏi Bác Sĩ Trang Châu về Ngô Thế Vinh, luôn tiện nhắc lại Vòng Đai Xanh. Tác phẩm anh Vinh khởi viết từ giữa thập niên 60 và hoàn tất năm 1969 khi anh đang là Bác Sĩ trưởng Liên đoàn 81 Biệt Cách Dù. Tôi nhớ Vòng Đai Xanh có bức tranh bìa anh Nghiêu Đề vẽ với cách trình bày rất tân kỳ, xuất bản năm 1970. Tuy không mặn mà lắm với những tác phẩm viết về chiến tranh, nhưng tôi đọc Vòng Đai Xanh chỉ vì tác phẩm này đã đoạt giải văn chương năm 1971.

Năm ngoái anh có ý định nhờ tôi đọc Audio Vòng Đai Xanh. Đây là lúc tôi "chịu khó" đọc lại sách của anh Ngô Thế Vinh nhất.

Đọc để hiểu và thẩm thấu hết những điều anh viết về những người hùng của Liên đoàn 81 Biệt Cách Dù, đã dồn hết nỗ lực bảo vệ những người Thượng trên miền đất cao nguyên, nơi rừng sâu thâm u, ngã ba Việt Miên Lào. Vùng Biên Trấn.

Nhưng sau khi đọc lại Vòng Đai Xanh, tôi mới biết rằng, giọng đọc của tôi không cách nào lột tả ra hết sự hùng tráng, kiên cường của những người lính anh dũng trong quân lực VNCH. Và làm thế nào để tôi diễn đạt tới nơi tới chốn những tai ương, bi thảm đầy phi lý của chiến tranh, cộng thêm với biết bao chi tiết tàn bạo đến kinh hoàng? Quá lắm chắc tôi chỉ có thể… "Hỡi em yêu dấu...", như anh Nguyễn Đình Toàn đọc trên đài phát thanh mỗi chiều thứ năm thời xa xưa ở Sài Gòn.

Cuối cùng cả anh Vinh và tôi đều quên mất chuyện Audio cho *Vòng Đai Xanh.*

--------------

Khi biết anh Ngô Thế Vinh đang bị tù giam tại Suối Máu, chúng tôi tới thăm Bà. Mẹ anh Vinh nắm tay anh Nghiêu Đề như tìm lại hơi ấm từ đôi bàn tay người con đang bị giam cầm nơi xa xôi. Bà nhìn Cu Bi con trai của chúng tôi đi lẫm đẫm quanh nhà rồi nhắc nhớ đến Quỳnh Liêu, cô cháu nội mà Bà biết sẽ chẳng còn có bao giờ được gặp lại. Quỳnh Liêu đã đi với mẹ trên chuyến bay di tản.

Nước mắt Bà rơi khi nghẹn ngào kể chuyện. Trước ngày Dương văn Minh đầu hàng, anh Vinh đã dự tính ra đi, nhưng cuối cùng anh quyết ở lại. Anh muốn ở lại nhà, nơi còn có Mẹ già cần anh chăm sóc.

Quyết định này của anh cũng làm tôi nhớ đến thời gian mà cuộc chiến đang vô cùng khốc liệt, Anh không đi tìm cho mình những thăng tiến an lành, khi mà còn rất nhiều những chiến binh kiêu hùng cần đến bàn tay nhân ái của anh.

Anh phải ở lại để cùng hy sinh và chiến đấu. Như người bạn thân, Bác sĩ Lê Thành Ý có một lần đã liều chết để mổ khẩn cấp, quyết tâm cứu một người lính trẻ 28 tuổi gốc thiểu số trong một Trạm Xá Dã Chiến trên vùng cao nguyên. Người lính Biệt Động Quân này bị một trái M79 ghim sâu vào bắp chân khi chiến đấu tại Pleime. Tiểu đoàn đã không dám tải thương về Quân y viện Pleiku, bởi sợ trái đạn phát nổ bất cứ lúc nào trong khi di chuyển. Và nó cũng có thể nổ tung, tiếng nổ sẽ làm chết nhiều người, những phụ tá và cả anh Lê Thành Ý trong lúc đang loay hoay giải phẫu…

Cuối cùng Bác Sĩ Lê Thành Ý đã hoàn tất ca mổ như một phép lạ ngay giữa núi rừng thâm u trong một đêm đầy lửa đạn.

--------------

Tôi thích tựa bài viết như thích tên mà anh Ngô Thế Vinh đã đặt cho cô con gái của anh chị: Quỳnh Liêu.

Cái tên đẹp và thơ mộng như thời anh Ngô Thế Vinh và anh Nghiêu Đề đã cùng nhau thực hiện Tạp chí "Tình Thương", và cùng lập ra Nhà xuất bản "Sông Mã" từ những năm rất xa xưa ở Sài Gòn.

*LÊ CHIỀU GIANG*
*2023*

## LÊ CHIỀU GIANG

Lê Chiều Giang, phu nhân của họa sĩ Nghiêu Đề (1939 - 1998). Chiều Giang cùng gia đình rời VN sang Hoa Kỳ từ 1984, định cư tại San Diego, California. Có thơ, văn đăng trên các tạp chí Văn, Văn Học, Hợp Lưu, Trẻ và báo online: Phố Văn, Da Màu, Gió O.

**Tác phẩm:** *Không đứng mãi trong tranh*, (văn và thơ, Nxb Nhân Ảnh, 2021).

PV

## NGUYỄN MẠNH TRINH

### PHỎNG VẤN NHÀ VĂN NGÔ THẾ VINH

• **NGUYỄN MẠNH TRINH [NMT]**: *Xin anh cho biết tiểu sử của mình?*

• **NGÔ THẾ VINH [NTV]:** Tôi sinh năm 1941 tại Thanh Hóa, không phải quê nhưng cha tôi dạy học ở đó. Tốt nghiệp Y khoa Sài Gòn 1968. Trong ban biên tập, nguyên tổng thư ký rồi chủ bút báo sinh viên Tình Thương trường Y khoa Sài Gòn từ 1963 tới khi báo bị đình bản. Nguyên y sĩ trưởng Liên Đoàn 81 Biệt Cách Dù. Tu nghiệp ngành Y Khoa Phục Hồi tại Letterman General Hospital San Francisco. Trở về Việt Nam, làm việc tại trường Quân Y. Sau 75, tù cải tạo 3 năm. Ra trại, về Sài Gòn, một thời gian sau trở lại làm việc tại trường Vật lý Trị Liệu và Trung tâm Phục Hồi Sài Gòn. Tới Mỹ 8 năm sau, cải tạo thêm 5 năm, chỉ có khác ở lần này là tính cách tự nguyện để trở lại ngành Y: thời gian đầu làm volunteer đẩy cáng ở bệnh viện để có thêm credit, làm một số công việc ngoài giờ với minimum wages, trước khi trở lại làm bác sĩ nội trú rồi thường trú các bệnh viện Đại học SUNY Downstate, Brooklyn New York. Tốt nghiệp ngành Nội khoa American Board of Internal Medicine và hiện làm việc tại một bệnh viện miền nam California...

• **NMT:** *Anh bước chân vào văn nghiệp như thế nào, có kỷ niệm nào đáng nhớ?*

• **NTV:** Cha tôi dạy học, môn văn chương. Tôi sớm được dịp đọc những cuốn sách trong tủ sách của cha tôi. Cha tôi mất sớm sau di cư 54 một năm khi trở lại Huế lần thứ hai và dạy học ở trường Khải Định. Vẫn còn mẹ và anh, nhưng tôi ra đời sớm. Vào ở Đại học xá Minh Mạng khi vừa xong trung học. Cả thế giới mới như mở ra với rất nhiều va chạm giữa mộng và thực, Mây Bão là tiểu thuyết đầu tay, hoàn tất năm tôi 21 tuổi trong bối cảnh ấy, có mang nhiều dự phóng nhưng không ngờ cũng lại tiên tri cho một cuộc hành trình với rất nhiều gian truân nhưng không tới.

Kỷ niệm đáng nhớ về bản thảo cuốn Mây Bão lúc đó là với Bộ Thông tin, khi lần đầu tiên được ông Giám đốc Hội đồng Kiểm duyệt lên lớp thế nào là trách nhiệm của người cầm bút, rằng phải phản ánh chính diện cái xã hội mà nhà văn đang sống thay vì phản diện. Dĩ nhiên quan niệm viết của tôi lúc đó rất khác ông và ngay cho đến bây giờ vẫn không thay đổi.

● **NMT:** ***Là một sinh viên có nhiều hoạt động chính trị, một bác sĩ và ở trong một binh chủng thiện chiến của QLVNCH, một nhà văn tới giờ này vẫn còn thao thức về dân tộc, những cái "là" ấy đã ảnh hưởng thế nào trong suy nghĩ và văn phong của anh?***

● **NTV:** Khi còn là một sinh viên, như các bạn đồng trang lứa, chúng tôi quan tâm tới những vấn đề xã hội. Mơ ước và phấn đấu cho công bằng xã hội, tôi nghĩ đó là giấc mơ chung của lứa tuổi thanh niên. Dĩ nhiên không đơn giản để tìm một con đường đi tới giấc mơ ấy. Từ những quan niệm khác nhau, phương thức hành động khác nhau, nảy sinh ra những đấu tranh và thuyết phục. Hòa mình vào dòng sinh hoạt chung ấy, bảo rằng đó là hoạt động chính trị, theo một nghĩa rộng điều đó không sai. Nhưng nếu chính trị hiểu theo nghĩa phe nhóm đảng phái, thì tôi chưa hề tham gia và cũng không muốn dấn thân vào con đường chông gai ấy...

Chọn ngành học thì Y khoa thường được ví von là "làm sinh viên suốt đời", nhưng rồi sau 7 năm  anh vẫn phải ra trường, đương nhiên chấm dứt thời sinh viên, để trở thành một bác sĩ quân y. Khi tôi ra trường, cuộc chiến Việt Nam đang ở giai đoạn cao điểm và trước đó đã có những y sĩ tiền tuyến bị tử trận. Tuy chỉ là bác sĩ trưng tập nhưng tôi đã chọn về binh chủng Lực Lượng Đặc Biệt, với địa bàn hoạt động là vùng cao nguyên, cũng do bởi mối nhân duyên sẵn có với những người Thượng ngay từ thời còn là sinh viên.

Đó như anh thấy, những cái "là" ấy chỉ là một và nhất quán, đánh dấu những giai đoạn khác nhau của đời người.

● **NMT:** *Anh nghĩ thế nào về nhà văn-bác sĩ và bác sĩ-nhà văn? Hai danh xưng ấy cái nào thích hợp với anh nhất?*

● **NTV:** Khi tôi mới chân ướt chân ráo vác Sac Marin về Tiểu đoàn, thì chỉ mấy ngày sau có 2 đại đội được điều động đi tăng viện cho một đơn vị bạn. Theo thông lệ, ở cấp hành quân ấy chỉ cần đám y tá dưới đại đội và thêm một sĩ quan trợ y, nhưng tại phi trường tôi đã được ông Thiếu tá biểu lộ ngay quyền uy với một khẩu lệnh ngắn ngủi: Trung úy chuẩn bị hành trang đi hành quân hôm nay - Ông cố tình dằn giọng chỉ gọi tôi bằng cấp bậc. Tôi đã chuẩn bị cho cái giây phút này, nên rất bình thản và cũng thú vị với cuộc hành quân êm thấm ra ràng đầu tiên ấy. Binh nghiệp không phải là điều tôi lựa chọn nhưng tôi hiểu rất sớm thế nào là đời sống quân đội, nhưng phần quan trọng hơn theo tôi là thứ kỷ luật nơi chính mình...

Một số đồng nghiệp bạn tôi phân biệt rõ ràng sự khác nhau giữa y sĩ trung úy và trung úy y sĩ, nhưng đó đã chẳng phải là một "issue" đối với tôi lúc ấy và cho cả đến sau này. Dù ông Thiếu tá ấy có gọi tôi bằng danh xưng nào thì tôi vẫn là người bác sĩ của đơn vị với những người lính mà tôi có bổn phận phải chăm sóc. Tôi nghĩ bằng câu chuyện ấy tôi đã trả lời câu hỏi nhà văn-bác sĩ hay bác sĩ-nhà văn rồi... Kết hợp danh xưng theo cách nào thì cũng không có gì bảo đảm cho tính chất văn chương của tác phẩm ngay như đó là của một nhà văn được gọi là thành danh, phải không anh?

• **NMT:** ***Nghề và nghiệp đôi khi có gì hỗ tương nhau hoặc có gì đối chọi nhau, thí dụ như nghề bác sĩ và nghiệp viết văn?***

• **NTV:** Cả hai công việc đều được tôi ưa thích nên có tính cách hỗ tương. Trong nghề thuốc, mỗi ngày tiếp xúc với bao nhiêu cái tôi không phải là tôi: không phải chỉ có bệnh mà là những người bệnh với từng hoàn cảnh, để đôi khi tôi được cùng theo họ leo lên cái dốc chênh vênh của cõi tử sinh ở những chặng đường khác nhau của mỗi đời người... Các nhà văn miền Bắc trước đây được nhà nước nuôi ăn cho đi thực tế các nhà máy, vùng mỏ hay nông thôn để có chất liệu viết. Theo một nghĩa nào đó nghề thuốc dù muốn hay không, đương nhiên là những chuyến đi thực tế mỗi ngày. Chất liệu, cảm xúc có đó và chồng chất nhưng lại có rất ít thì giờ để viết. Cái đối chọi của nghề thuốc và công việc viết văn là ở cái thời khóa biểu rất chặt và không cân bằng đó.

•**NMT:** ***Khi viết, có khi nào anh tự hỏi: viết để làm gì? Nhân vật của anh có nhiều người là người lính thật sự cấp bậc khiêm nhường. Theo anh có phải họ mới là những người đáng nhắc nhở nhất trong cuộc chiến Việt Nam?***

• **NTV:** Tôi không có nhu cầu phải viết nếu không khởi đi từ một hoàn cảnh xúc động nào đó. Như truyện Người Y Tá Cũ, được viết trong bối cảnh sau 75 khi gặp lại người y tá cũ, tuy đã giải ngũ nhưng anh đã bị mất một chân khi đạp phải mìn ngay trên mảnh ruộng nhà. Người Thượng sĩ can trường ấy đã dạn dày qua bao chiến trận kể cả bao lần Nhảy Toán vẫn là người sống sót trở về; nhưng nay thì... Tôi nhớ ở lần gặp cuối ấy, thầy trò không nói với nhau được gì ngoài những câu dặn dò về sức khỏe, qua giọng nói ấy ánh mắt ấy hình như anh ta không bỏ cái thói quen thường là quên mình để chăm sóc người khác trong đó có cả tôi như khi tôi vẫn còn là y sĩ trưởng của anh năm nào.

Tôi mong được viết nhiều hơn về những con người bình thường nhưng cũng rất lớn lao trong cuộc chiến đã qua ấy... Bảo rằng viết là để giải tỏa được ký ức nhưng thực sự là sống lại nỗi xúc động ấy lần thứ hai. Hạnh phúc và cũng cực nhọc lắm chứ? Nhưng bao giờ thì cũng có niềm vui ở ngay những bước đang hình thành chứ không phải chỉ ở sự hoàn tất.

● **NMT:** *Vậy mục đích của anh ra sao khi viết văn? Để nổi tiếng, để giãi bày tâm sự mình, để mang suy nghĩ của mình chia sẻ với người khác, hay...?*

● **NTV:** Tôi quan niệm tiểu thuyết như những hoàn cảnh được nhìn qua lăng kính của người cầm bút. Người viết nào thì cũng mong người đọc cùng tham dự vào đời sống của tác phẩm. Bởi những trang sách viết ra không có người đọc cũng không khác bức tranh không có người thưởng ngoạn. Đành rằng một cuốn sách hoàn tất và được in ra rồi, từ lúc đó có một số phận và hành trình riêng của nó; nhưng cái gọi là feedback từ phía độc giả, họ chia sẻ những cảm xúc ra sao đối với tác phẩm thì không thể không có tác động đối với người viết.

Bước vào lãnh vực văn chương, tôi không có được những bước khởi đầu giống như nhiều nhà văn khác, khởi đi từ một số truyện ngắn đầu tiên được đăng báo, từ đó được khích lệ tiếp tục sáng tác rồi thành danh một nhà văn. Tôi không có một truyện ngắn nào đăng báo trước đó khi hoàn tất Mây Bão là cuốn tiểu thuyết đầu tay, mà động lực viết lúc đó không phải với ảo tưởng đi tìm sự nổi tiếng. Sự nổi tiếng như một tấm huy chương đối với một người lính, nếu anh ta có can đảm xông pha trận mạc chắc động lực lúc đó không phải là để đi tìm tấm huy chương.

● **NMT:** *Đời sống bây giờ với thời giờ rất bận rộn đã ảnh hưởng thế nào trong đời cầm bút của anh?*

● **NTV:** Sau 75 ở Việt Nam, người ta luôn luôn nhắc tới 8 giờ vàng ngọc, lao động tiên tiến với những chiến sĩ thi đua, nhưng xem ra vẫn có nhiều thì giờ để tùy nghi hơn ở nước Mỹ này. Họ không có anh hùng lao động, làm việc mà cứ trông đợi những ngày thứ sáu cuối tuần TGIF, các long weekends. Sống trong mainstream ấy, hình như chúng ta cảm thấy có ít thời giờ hơn cho những công việc ưa thích hoặc cần làm. Cái thú của những giọt cà phê phin nhẩn nha buổi sáng đã chuyển thành ly instant coffee ngồi uống trong xe trên đường tới sở làm, để rồi thực sự bắt đầu 8 giờ vàng ngọc.

• **NMT:** *Trở lại thời trước khi còn làm báo Tình Thương và hoạt động sinh viên, anh có ý nghĩ gì về vai trò của tờ báo cũng như về các phong trào thanh niên sinh viên trong những năm xáo trộn ấy?*

• **NTV:** Thời gian ở trường Y khoa, đó thực sự là những năm xanh của một đời người. Không phải chỉ có học, tôi còn có những bận rộn ngoài chuyên môn y khoa: hoạt động trong ban đại diện sinh viên và cùng các bạn trông nom tờ báo Tình Thương. Tờ báo ấy ra đời trong một hoàn cảnh và thời điểm đặc biệt ngay sau biến động tháng 11 năm 63. Hầu như các phân khoa đại học khác cũng ra báo trong khoảng thời gian đó. Riêng với trường Y khoa, tờ báo lấy tên là Tình Thương do ý nghĩa phù hợp với chức năng của Những Người Áo Trắng. Khởi đầu với một ban biên tập khá hùng hậu, có chủ nhiệm và chủ bút đầu tiên là Phạm Đình Vy và Nguyễn Vĩnh Đức. Phải nói là có rất nhiều khuynh hướng trong tòa soạn từ những ngày đầu cho tới khi báo bị đình bản. Khuynh hướng academic phải kể tới Nghiêm Sỹ Tuấn (sau ngày ra trường đã tử trận ở Khe Sanh 1968), Hà Ngọc Thuần, Đặng Vũ Vương; thiên về chính trị Phạm Văn Lương, Phạm Đình Vy, Trương Thìn, về văn nghệ Trần Xuân Dũng, Trang Châu, sinh hoạt sinh viên Ngô Thế Vinh và rất nhiều những cây bút khác viết về nhiều đề tài như Đường Thiện Đồng, Trần Xuân Ninh, Lê Sỹ Quang, Trần Đông A, Trần Đoàn, Vũ Thiện Đạm, Đặng Đức Nghiêm, Nghiêm Đạo Đại, Đỗ Hữu Tước... và cũng không thể không kể tới những bài đóng góp do các cây viết từ những phân khoa khác.

Tuy gọi là báo sinh viên nhưng cũng có sự góp mặt khá thường xuyên của cả các giáo sư y khoa như Khoa trưởng Phạm Biểu Tâm, các Giáo sư Trần Ngọc Ninh, Nguyễn Đình Cát, Ngô Gia Hy, Bằng Vân Trần Văn Bảng... Về trình bày và biếm họa cho tờ báo là hai họa sĩ cây nhà lá vườn nhưng rất tài hoa là Liza Lê Thành Ý, Kathy Bùi Thế Khải, không thể không nhắc tới họa sĩ Nghiêu Đề cũng đóng góp những mẫu bìa rất đẹp cho tờ báo. Ban đầu tờ báo sống hoàn toàn nhờ quảng cáo của các hãng thuốc và một số tiền báo bán được trong giới sinh viên y khoa. Nhưng sau đó do số độc giả ngày một tăng thêm, không phải chỉ trong giới sinh viên mà cả ngoài dân chúng nữa. Tiến tới giai đoạn tờ báo có thể hoàn toàn tự túc về phương diện tài chánh, có cả tòa soạn riêng ở trên đường Nguyễn Bỉnh Khiêm, là nơi sinh hoạt hội họp của ban biên tập, chỗ thăm viếng của các phái đoàn sinh viên quốc tế và các nhà báo ngoại quốc - một người mà tôi còn nhớ tên Takashi Oka phóng viên của báo New York Times tại Việt Nam thời bấy giờ. Tờ báo còn có khả năng - dĩ nhiên bằng phương thức nhà nghèo, gửi phóng viên như tôi ra miền Trung, lên Cao nguyên để làm những phóng sự đặc biệt tại chỗ. Vài kỷ niệm mà tôi còn nhớ từ những chuyến đi đó: một Quảng Ngãi trắng khăn tang sau vụ lũ lụt lớn nhất miền Trung; chứng kiến đơn vị Thủy quân Lục chiến Mỹ đầu tiên đổ bộ vào Lệ Mỹ -- nước mắt người Mỹ ở Đà Nẵng; sinh hoạt cố đô Huế khi sinh viên chiếm đài phát thanh và nhất là những lần lên Pleiku, Kontum, Ban Mê Thuột để theo dõi các vụ bạo loạn của người Thượng thuộc phong trào FULRO...

• **NMT:** ***Đang là một sinh viên y khoa rất ư là bận rộn làm sao anh có thì giờ cho những công việc ngoài y khoa như vậy?***

• **NTV:** Quả thật lúc đó tôi không phải là một sinh viên y khoa gương mẫu theo cái nghĩa cổ điển của trường ốc, lẽ ra tôi ra trường sớm hơn, ở vào năm thứ tư mà tôi còn có ý định bỏ học để có toàn thời gian theo đuổi những sinh hoạt báo chí mà tôi đang rất say mê. Bây giờ nhớ lại, tôi không thể không cám ơn anh tôi đã khuyên tôi hoàn tất hai năm còn lại để ra trường và lúc đó không có ai cản trở tôi làm những công việc mà tôi thích. Và rồi tôi cũng học xong y khoa, làm đủ bổn phận người thầy thuốc đồng thời vẫn có cơ hội theo đuổi công việc viết lách.

• **NMT:** ***Hình như trong giai đoạn đó không có phân khoa đại học nào mà không có ra báo: Báo Đất Sống của Dược khoa, các báo của Văn khoa Luật khoa, rồi báo của Tổng hội Sinh viên... Anh còn điều gì nói thêm về tờ báo sinh viên Tình Thương?***

• **NTV:** Theo tôi sự bền bỉ sống còn của tờ báo là điểm thành công đầu tiên, cho dù không thiếu sóng gió trong sinh hoạt nội bộ của tòa soạn và có cả áp lực từ bên ngoài muốn ảnh hưởng chi phối tờ báo. Về nội dung tờ báo, nay có dịp nhìn lại, ngoài những mục thường xuyên có tính thời sự đáp ứng nhu cầu chính trị xã hội và văn hóa của giai đoạn ấy, cũng có một số công trình có giá trị dài hạn được đăng tải liên tục trong suốt những số báo, nhưng rồi cũng bị dở dang do tờ báo bị đình bản, vào tháng 6/1966. Tôi còn nhớ tên một vài công trình ấy như: Lịch sử Y học của Hà Hợp Nghiêm (dịch từ cuốn The Story of Medicine của Kenneth Walker), Dưới Mắt Thượng Đế của Nghiêm Sỹ Tuấn, Nguyễn Vĩnh Đức dịch nguyên tác từ tiếng Đức, Nuôi Sẹo tiểu thuyết xã hội của nhà văn Triều Sơn mà bản di cảo duy nhất do Giáo sư Trần Ngọc Ninh còn giữ được từ những năm 40, thì nay cũng thất lạc.

Thế mà đã hơn 30 năm kể từ ngày báo Tình Thương bị đình bản. Nếu tờ báo đã tạo được tiếng vang và một thành quả nào thì đó là cái thành công chung của cả một tập thể sinh viên y khoa chứ không do từ một vài cá nhân nào. Kinh nghiệm quý giá nhất mà chúng tôi học được trong thời gian ấy là sinh hoạt dân chủ và đoàn kết trong tinh thần Tự trị Đại học của tập thể sinh viên y khoa. Ngay trong nội bộ tòa soạn, mặc dầu có nhiều khuynh hướng rất khác nhau đôi khi cả đối nghịch nữa, đưa tới những cuộc tranh luận kể cả bút chiến công khai tưởng như có thể gây đổ vỡ nhưng do nơi ý thức trách nhiệm đối với sự sống còn của tờ báo, biểu tượng cho sinh hoạt dân chủ nên cuối cùng thì chúng tôi vẫn đi tới được sự dung hợp với một mẫu số chung rộng rãi: tờ báo luôn luôn như một open forum, diễn đàn tự do của những quan điểm khác nhau về mọi vấn đề chính trị giáo dục và xã hội.

Tôi còn nhớ sau 63 giữa những năm cực kỳ xáo trộn, với những cuộc biểu tình dắt dây ngoài đường phố. Ngay trong vòng thành trường Y khoa cũng là cái nôi của thứ sinh hoạt quá độ ấy. Điển hình là cuộc bút chiến, mà tôi còn nhớ rõ giữa hai anh, đều trong ban biên tập báo Tình Thương: Bùi Thế Hoành chủ trương sự ổn định và Tôn Thất Chiểu nghiêng về các phong trào tranh đấu, cả hai đều có những luận cứ sắc bén và thuyết phục. Cuộc bút chiến ấy lan cả ra báo chí bên ngoài, không ai thắng ai, mỗi người kéo theo được một đám đông. Và theo tôi đó mới thực sự là sinh hoạt dân chủ. Bây giờ thì cả hai anh ấy hiện đang sống ở Mỹ, nhưng hình như họ xích gần lại với nhau hơn ở quan điểm nhận định về tình hình đất nước...

• **NMT:** *Về các phong trào thanh niên sinh viên lúc ấy ra sao? Có thế lực nào chi phối đằng sau những phong trào ấy? Và anh rút ra được bài học gì trong những năm 60 ấy?*

• **NTV:** Theo tôi, do những động lực trong sáng, ở đâu và bao giờ thì các phong trào thanh niên sinh viên cũng rất dễ có quần chúng và vai trò của họ lúc nào cũng như một chất men làm thăng hoa xã hội. Họ thực sự chưa là một lực lượng chính trị đúng nghĩa nhưng họ là sức mạnh áp lực thúc đẩy tiến trình dân chủ. Có thể kể một vài trong rất nhiều những phong trào sinh viên thanh niên lúc đó: Tổng hội Sinh viên, Hội đồng Đại diện Liên khoa, Summer Program hay Chương trình Hè, Đoàn Thanh niên Thiện chí, Phong trào Thanh niên Sinh viên Hướng về Nông thôn, Phong trào Thanh niên Trừ gian, Đoàn Văn nghệ Gió khơi, Đoàn Văn nghệ Nguồn sống, Phong trào Du ca... Mọi công thức đều được đưa ra thử thách, tuy hiệu quả tác động trên xã hội lúc đó cũng hạn chế nhưng có khía cạnh tích cực là những người trẻ tuổi ấy đã được thử thách, và tôi không ngạc nhiên khi thấy những năm rất xa sau này họ vẫn dễ dàng xáp lại để cùng làm việc với nhau. Tuy nhiên ở bất cứ thời điểm nào, trong hoàn cảnh nào, cũng không phải là không có lẫn vào một số "tuổi trẻ cơ hội", tuy rất ít (hoặc bị lợi dụng hoặc có ý thức chủ động) nhưng chính thiểu số này lại là yếu tố phân hóa mạnh mẽ và làm mất niềm tin của quần chúng trong giai đoạn ấy. Có lẽ cũng cần sớm rút ra những bài học từ các phong trào thanh niên sinh viên sau 63, là những năm xáo trộn với rất nhiều giận dữ ồn ào nhưng đã kết thúc như một cơn mộng lỡ.

• **NMT:** ***Đến bây giờ qua nhiều thay đổi, những ý nghĩ ấy có khác biệt gì với thời trước? Anh còn thích viết về cuộc chiến không? Và coi như một trang sách đã lật qua hay vẫn coi đó là vấn đề còn nhiều bức thiết cho chúng ta ngày nay?***

• **NTV:** Cuộc chiến tranh dã di vào quá khứ hơn 20 năm rồi, bảo rằng coi đó như một trang sách đã lật qua cũng không phải là sai, nhưng vấn đề đặt ra là chúng ta đã rút ra được bài học gì qua cái trang sách đẫm máu và nước mắt ấy. Dĩ nhiên chúng ta hướng về tương lai nhưng làm sao qua trang sử mới, đó không phải bước lặp lại của những lỗi lầm mà chính chúng ta cũng như các thế hệ sau đang phải gánh trả.

Mà làm sao có thể bảo rằng cuộc chiến tranh Việt Nam đã hoàn toàn đi vào quá khứ. Ngay bản thân tôi không ngày nào mà không có hơn một người cựu chiến binh Việt Nam trong số bệnh nhân của tôi: những vết thương với các mảnh đạn AK, B40 còn ghim trong hàm trong cổ họ và hơn 20 năm sau vẫn còn gây đau nhức... Họ vẫn còn nhớ và nhắc tới những địa danh Khe Sanh, Lộc Ninh, Cửa Việt mà họ đã trải qua và sống sót; có anh còn nhớ lõm bõm câu tiếng Việt như điên cái đầu, chắc là học được từ các cô gái Việt Nam trong các quán bar mọc lên như nấm quanh các doanh trại Mỹ hồi đó. Cũng có cả bệnh nhân từ chối để tôi khám bệnh chỉ vì không muốn có flashback về những kỷ niệm kinh hoàng của anh ở Việt Nam. Rồi tôi không thể không liên tưởng tới những người lính Việt Nam và thương binh cũ còn ở lại bên quê nhà, bị chế độ mới nếu không ngược đãi thì cũng hoàn toàn bỏ rơi họ. Nỗi khổ của họ chắc là ngàn lần thấm thía hơn... Đấy như anh thấy, làm sao mà thực sự bước ra khỏi cuộc chiến tưởng như đã thực sự đi vào quên lãng từ hơn hai chục năm rồi...

Còn về ý nghĩ, quan niệm của tôi hiện nay thì không có nhiều khác biệt so với thời trước, chỉ có cách nhìn trầm lắng hơn và muốn đi tìm sâu vào những nguyên nhân. Bảo rằng thích viết về cuộc chiến tranh ấy thì không đúng, nhưng có lẽ ký ức của cuộc chiến ấy sẽ đeo đẳng với tôi tới cuối cuộc đời còn lại. Đọc và viết đối với tôi có ý nghĩa như một tìm kiếm về *Những Kinh nghiệm Việt Nam*. Khi đọc những bài báo viết về một thời đã qua, tôi có thói quen sưu tập nếu như tìm được ở đó một chi tiết soi sáng những câu hỏi vấn nạn về cuộc chiến Việt Nam.

Như một chuyện bên lề. Chắc anh còn nhớ cuộc di cư 54. Khi ấy tôi mới 13 tuổi, tuổi anh chắc còn ít hơn. Hình ảnh người bác sĩ Mỹ trẻ Tom Dooley, mới ra trường tình nguyện sang Việt Nam tận tụy phục vụ đồng bào di cư nơi các trại lều vải ở cảng Hải Phòng, đẹp đẽ như một thần tượng. Cuốn sách Đến Bến Bờ Tự Do của anh trở thành best seller, làm xúc động cả nước Mỹ. Sau đó Tom Dooley lại tình nguyện qua bắc Lào, mở bệnh viện để chăm sóc người nghèo và các trẻ em thương tật. Lúc đó anh như một hình ảnh sáng rỡ của một Schweizer Á châu, thần tượng của các thế hệ trẻ sắp bước chân vào y khoa - trong đó có cả tôi. Để cho đến mãi về sau này, hơn 40 năm sau cũng chính những người cộng tác với anh xác nhận anh chỉ là một bác sĩ bị sa thải khỏi Hải quân Mỹ trong trường hợp không danh dự vì bị phát hiện là đồng tính luyến ái, anh tự nguyện trở thành công cụ rất sớm của CIA trong cả một hệ thống chiến dịch quy mô thông tin tuyên truyền sai lạc, chuẩn bị cho nước Mỹ thực sự phiêu lưu vào một vùng đất Á châu rối bời sau này...

Một thí dụ khác, hơn 40 năm sau ngày Tom Dooley đặt chân tới Hải Phòng, chúng ta lại phải chứng kiến cái cảnh ông McNamara bước thấp bước cao trên vỉa hè Hà Nội, tới hỏi ông Võ Nguyên Giáp là có vụ tấn công tàu Maddox hay không? Sau khi đã cả triệu người Việt và ngót 60 ngàn lính Mỹ chết, ông ấy thú nhận rằng chính ông và cả nước Mỹ đã lầm, rất sai lầm trong vụ can thiệp vào Việt Nam. Đâu là sự thật đằng sau cuộc chiến tranh Việt Nam ấy? Giả dối và tuyên truyền sai lạc là bản chất của cộng sản nhưng còn về phía những người bạn đồng minh thì sao? Nếu chúng ta không Nhìn Lại -- *In Retrospect*, (chữ của ông McNamara) không lẽ trong một tương lai không xa Việt Nam, sau tấn thảm kịch tiền đồn của thế giới tự do, nay mai lại sắp được vinh danh là tiền đồn lần thứ hai để ngăn chặn chủ nghĩa bành trướng của Trung Cộng?

Đấy như anh thấy, trong trang sách đã lật qua ấy có che đậy rất nhiều *"cái chết của những ảo tưởng"* mà ngay thế hệ chúng ta và thế hệ tương lai không thể không tìm hiểu. Hội chứng Việt Nam không chỉ là của người Mỹ mà của chính người Việt chúng ta. *No More Vietnam, Vietnam Never Again*, phải là điều tâm niệm của giới trẻ lãnh đạo cả bên trong lẫn bên ngoài Việt Nam trong tương lai.

● **NMT:** ***Trong các nhân vật Mây Bão, Bóng Đêm, Gió Mùa, Vòng Đai Xanh, có phảng phất con người thực với đời sống thực của Ngô Thế Vinh không? Trong tác phẩm của anh như Vòng Đai Xanh chẳng hạn, chất thời sự và thực tế đã hiện diện rất nhiều. Như vậy hư cấu chiếm một tỉ lệ thế nào trong những điều mà anh giãi bày trong tác phẩm?***

● **NTV:** Anh nhận xét đúng là chất thời sự và thực tế đã hiện diện rất nhiều trong các tiểu thuyết của tôi, điển hình là cuốn *Vòng Đai Xanh*. Nhưng đó không phải là ký sự hiểu theo cái nghĩa báo chí. Thực tại trong Vòng Đai Xanh chứa đựng rất nhiều chất liệu của cuộc sống nhưng đã được chọn lọc qua cảm quan của người viết để thấy được mối tương quan toàn cảnh, tiến tới một sự thực của tiểu thuyết.

Nhìn lại lúc đó không thiếu những bài báo viết về các biến động Cao nguyên, và báo Tình Thương cũng đăng tải những phóng sự tôi viết trong khoảng thời gian đó. Xúc động về tấn thảm kịch Kinh Thượng, nhưng đồng thời tôi cũng nghĩ rằng đây là một vấn đề lớn có tầm vóc dân tộc nên thay vì viết ký sự, tôi đã sử dụng những tư liệu ấy cho một cuốn tiểu thuyết mà tôi nghĩ sẽ có tác dụng lâu dài hơn nơi người đọc qua các hình tượng văn học.

Vòng Đai Xanh đã được bắt đầu viết ngay khi tôi còn là phóng viên của tờ báo Tình Thương có nhiều dịp lên cao nguyên khi có những biến cố đẫm máu phát khởi từ phong trào các sắc dân thiểu số có tên gọi tắt là FULRO (Front Unifié pour la Libération des Races Opprimées - Mặt Trận Thống nhất Giải phóng các Dân tộc bị Áp bức). Đó là những diễn tiến rất khúc mắc phức tạp tưởng như rất nghịch lý giữa người Việt thuộc các sắc dân Kinh Thượng, người Mỹ, Cộng sản và cả người Pháp nữa. Báo Tình Thương đã dành riêng những số chủ đề để theo dõi và phân tích các biến cố đó với slogan "Cao Nguyên Miền Thượng: một cỗ xe với ba tên xà ích", Vòng Đai Xanh thực sự là một cuộc chiến tranh không kém phần bi thảm bị lãng quên giữa một cuộc chiến tranh Việt Nam được nhắc nhở tới nhiều nhất trong lịch sử báo chí Mỹ.

Có một chi tiết mà tôi còn nhớ liên quan tới chủ đề của cuốn sách lúc đó, là qua Tập San Sử Địa ở Sài Gòn, tôi đã nhận được một bức thư dài của Giáo sư Hoàng Xuân Hãn gửi từ Pháp, chia sẻ mối quan tâm về vấn đề chủng tộc ở Việt Nam và cả bày tỏ thái độ khác biệt với quan điểm các nhà nghiên cứu Mỹ tới thăm ông... Theo tôi, vấn đề sắc tộc và địa phương ở Việt Nam không phải đã đi vào quá khứ, nó vẫn còn là một vết thương gây đau nhức, cần tới một tầm nhìn xa và sự quan tâm thao thức đúng mức của các nhà lãnh đạo Việt Nam trong tương lai...

Trở lại cuốn Vòng Đai Xanh, tôi đã có dịp hoàn tất cuốn sách này trong thời gian làm y sĩ trưởng của Liên Đoàn 81 Biệt Cách Dù. Sách xuất bản năm 70 với nội dung bị nhiều cắt xén đáng kể, một phần do chính tác giả và một phần do phối hợp nghệ thuật của Bộ Thông tin. Và rất tiếc sau 75 bản thảo gốc nguyên vẹn cũng đã bị thất lạc...

Nhân vật chính của Vòng Đai Xanh, ngôi thứ nhất. Và như anh thấy, cái tôi của Vòng Đai Xanh không phải là cái tôi của tác giả, nhân vật là một họa sĩ tài hoa - rất giống họa sĩ Nghiêu Đề bạn tôi, nhưng khác là anh ta bỏ vẽ bước sang nghề báo để rồi bị lôi cuốn sâu vào suốt tấn thảm kịch của miền Đất Hứa Cao Nguyên... Thường thì độc giả hay có khuynh hướng đồng hóa cái tôi trong tiểu thuyết với tác giả. Mới đây tôi nhận được thư người học trò cũ bên Úc lần đầu tiên được đọc cuốn Vòng Đai Xanh, như một khám phá em không ngờ thầy còn là một họa sĩ.

Như anh thấy, tôi rất thích hội họa, có bạn là họa sĩ nhưng chưa bao giờ biết vẽ tranh. Đến nhân vật nữ có tên là cô Như Nguyện, không hiện diện nhưng thấp thoáng trong suốt cuốn sách có thể coi là phần hư cấu của tiểu thuyết.

● **NMT:** ***Nếu có một tuyển tập viết về chiến tranh Việt Nam với sự hiện diện từ nhiều phía, liệu anh có tham dự không nếu được lời mời? Sẽ từ chối hoặc chấp nhận? Xin cho biết lý do?***

● **NTV:** Câu hỏi của anh khiến tôi liên tưởng tới những sự kiện xảy ra quanh cuốn sách The Other Side of Heaven mới ra mắt gần đây: đúng là một cuốn sách viết về chiến tranh Việt Nam với sự hiện diện từ nhiều phía, có cả giọt nước mắt thứ ba nói theo chữ Nguyễn Mộng Giác, gồm một số nhà văn thuộc miền Nam trước đây... Vắng mặt có nghĩa là không có tiếng nói và bị lãng quên.

● **NMT:** ***Đã có nhiều người viết về chiến tranh Việt Nam: Mỹ có, Bắc Việt Nam cộng sản có và dĩ nhiên có cả những người cầm bút Nam Việt Nam. Có người cho rằng tiếng nói từ phía Nam Việt Nam ít có tiếng vang trên văn đàn quốc tế, do số hiếm hoi những tác phẩm được dịch ra tiếng Anh hay nếu có những tác phẩm viết thẳng bằng tiếng Anh cũng ít gây được thành công đáng chú ý.***

● **NTV:** Theo tôi ngành xuất bản Mỹ bị chi phối bởi quy luật kinh tế thị trường. Các chủ nhà xuất bản Mỹ họ rất bén nhạy biết đâu là phần đầu tư mang lợi nhuận lại cho họ. Với bức màn tre bưng bít và tuyên truyền trong bao nhiêu năm, hình ảnh người lính Bắc Việt mang danh là quân đội nhân dân ấy được nhiều người Mỹ trước đây coi như huyền thoại. Độc giả Mỹ có nhu cầu muốn biết chân dung kẻ thù Bắc Việt ấy ra sao mà lại có khả năng đánh bại cả nước Mỹ? Trong khi đó họ đâu cần tìm hiểu về người lính Việt Nam Cộng Hòa đã từng bị báo chí Mỹ mô tả với đầy những nét tiêu cực trong suốt cuộc chiến tranh Việt Nam - và cũng như biện minh một phần cho sự thất trận của họ. Nói rộng ra, những sản phẩm văn học nghệ thuật đến từ Bắc Việt Nam kể cả thơ, hội họa, điêu khắc không nhất thiết phải thực sự có giá trị nhưng chắc chắn vẫn còn sức hấp dẫn đáp ứng thị hiếu của quần chúng Mỹ trong một thời gian nữa.

Nói như vậy không có nghĩa quần chúng thưởng ngoạn Mỹ không biết đánh giá những tác phẩm văn học nghệ thuật có giá trị của phía Nam Việt Nam, nhưng rõ ràng là có những bước khó khăn hơn về phương diện marketing để có những sản phẩm có thể đến tay họ. Tôi vững tin rằng khi mà Hội chứng Việt Nam qua đi đối với dân chúng Mỹ, thì một tác phẩm nghệ thuật có giá trị cho dù từ phía nào vẫn có chỗ đứng xứng đáng của nó.

● **NMT:** ***Sự sụp đổ của chính quyền năm 75 tại Nam Việt Nam đã có ảnh hưởng nào trong đời sống thực và đời sống văn chương của anh?***

● **NTV:** Từ những cuối năm 60, tôi đã không có ảo tưởng nào về một dứt điểm bằng sự thắng trận của miền Nam. Không phải vì một đối phương quá mạnh mà là sự suy yếu do quá trình tự hủy của xã hội miền Nam. Ngay từ trang đầu tiên của cuốn Vòng Đai Xanh tôi đã có ngay một nhận định về cuộc chiến tranh Việt Nam lúc đó, rằng "khi người Mỹ đã bước qua giai đoạn cố vấn thì ai cũng hiểu rằng đây là một cuộc chiến tranh của họ, một cuộc chiến được nuôi dưỡng và giải quyết theo quan điểm quyền lợi của nước Mỹ." Tuy nhiên tôi không thể không bàng hoàng về tấn thảm kịch sụp đổ mau chóng của cả miền Nam khi vẫn còn một triệu quân tại ngũ với vững tay súng.

Tôi đã chọn ở lại, để rồi chứng kiến những ngày cuối cùng của những người lính. Thảm kịch không phải trận chiến cuối cùng đã bị thua, nhưng chính là cái nhục và nỗi thất vọng ê chề của những người lính về sự hèn nhát của cấp chỉ huy và giới lãnh đạo của họ. Cũng may mà cuộc chiến ấy đã chấm dứt sớm hơn; bởi nếu kéo dài thêm, chết chóc và tàn phá thêm thì cái kết thúc cũng không thể khác hơn được với phẩm chất của giới lãnh đạo như vậy.

Chia sẻ nỗi khổ với người lính trong chiến trận, chứng kiến nỗi nhục của họ sau đó, giữa một đám người thắng trận nhếch nhác và chẳng hơn gì... Từ đó tôi nhìn tấn thảm kịch trên cả hai miền đất nước. Sống sót qua cơn địa chấn ấy, bảo làm sao mà không có dấu hằn trên cuộc sống thực và cả văn chương?

• **NMT:** ***Anh là một người lính viết văn. Có người nhận xét rằng anh không viết với đời sống quân ngũ đơn thuần mà chính ở đó là một cái cớ để anh có thể đề cập đến những vấn đề khác, phức tạp hơn có tính cách chiến lược hơn... Theo anh nhận xét ấy có chính xác không?***

• **NTV:** Tôi chưa bao giờ nhân danh là một người lính viết văn. Đời sống quân ngũ đối với tôi có ý nghĩa như một hoàn cảnh. Nếu có viết về những hoàn cảnh đó tôi cũng không dừng lại ở đời sống quân đội đơn thuần của những mảnh đời người lính, không phải là không phong phú nhưng đúng như anh nhận xét đó chỉ là cái cớ giúp tôi có một cái nhìn toàn cảnh, của những vấn đề phức tạp khác, đôi khi tưởng như rất rời rạc và tự phát nhưng thực ra lại rất kết hợp trong mối tương quan nhân quả của vận động lịch sử có tính cách quy luật và chiến lược...

• **NMT:** ***Trong cuộc chiến tranh anh phải chịu nhiều gian lao và lang thang hết từ chiến trường này tới chiến trường khác. Thế mà chất phẫn nộ được ít thấy. Ngay cả khi anh viết một bài báo nói lên tâm sự của người lính trận lạc lõng trong thành phố giữa những cuộc xáo trộn chính trị của quốc gia. Anh cho biết tại sao?***

• **NTV:** Khi đã chọn lựa, tôi không coi đó là những gian lao khổ cực. Nếu có thì cũng không thấm gì với những nỗi khổ cực của những người lính trong chiến tranh và ngay cả sau chiến tranh, cùng với những hậu quả tang thương đã gieo rắc trên gia đình họ. Phải sống trong dài đẵng những chịu đựng gian khổ, cả hy sinh chết chóc trong chiến tranh để phải chứng kiến một xã hội đầy rẫy bất công, ai mà chẳng phẫn nộ. Chỉ có khác nhau ở phong cách biểu lộ. Những ngày phép của người lính khi trở về thành phố, hình như được nhắc tới và diễn tả khá nhiều trong văn chương miền Nam trước đây: trong phòng trà rạp hát, thường xảy ra cái cảnh anh ca sĩ hay kép hát bị lôi ra khỏi sân khấu bị hành hung chỉ vì anh ấy dám mặc đồ rằn ri hát bài ca của lính mà trong khi anh ta lại trốn quân dịch, vân vân và vân vân... Tôi hiểu được và rất cảm thông với những người lính phẫn nộ ấy nhưng theo tôi thì anh kép hát kia cũng chỉ là nạn nhân. Cách phản ứng mang vẻ phẫn nộ của những người lính ấy mà tâm lý học gọi là displacement, phản ứng sai chỗ. Thay vì giận cá là cái xã hội bất công, anh kép hát trốn quân dịch kia bỗng trở thành cái thớt để phải chịu những nhát chém. Tôi không bênh vực nhưng cũng không phải là nhà đạo đức để lên án họ, nhưng là người cầm bút tôi muốn đi tìm những nguyên nhân ẩn tàng thay vì cảm tính. Anh bảo chất phẫn nộ ít thấy nơi tôi nhưng thực ra có chứ, chỉ có khác ở cách biểu tỏ, và cũng như bao giờ, tôi không ở cả hai phía của sự cực đoan. Ngay khi còn rất trẻ, mới bắt đầu cầm bút, làm phóng viên của một tờ báo sinh viên, tôi vẫn giữ sự chừng mực của những dòng chữ viết.

• **NMT:** ***Trước 75 anh đã bị ra tòa vì một bài báo. Việc ấy xảy ra thế nào? Anh có thể kể lại cho độc giả?***

• **NTV:** Như anh biết, Liên đoàn 81 Biệt Cách Dù là một đơn vị tổng trừ bị mà địa bàn hoạt động chính là núi rừng cao nguyên, nhưng họ cũng lại tỏ ra rất xuất sắc với các trận đánh trong thành phố như ở Cây Thị, Cây Quéo hồi Tết Mậu Thân. Có lẽ vì lý do đó mà năm 71 Trung ương muốn đưa đơn vị thiện chiến này từ cao nguyên về Sài Gòn để đương đầu với các cuộc biểu tình dắt dây kéo dài trong thành phố.

Tôi nhớ lại thì lúc đó cũng là thời gian các toán Biệt Cách Thám sát phát hiện ra con đường mòn Hồ Chí Minh rộng như một xa lộ vận chuyển ngày đêm chạy suốt tới vùng Tam Biên. Nó đã như mũi dao nhọn đâm vào cổ vùng địa đầu chiến lược cao nguyên lúc bấy giờ. Từ Phủ Tổng thống xuống đến Bộ Tổng Tham mưu, không thể không biết sự kiện này.

Cũng mở một dấu ngoặc: cho đến bây giờ tôi cũng không hiểu được tại sao, lúc ấy đã không có một nỗ lực nào, kể cả phía người Mỹ với thừa thãi B52 nhằm thanh toán mục tiêu chiến lược ấy.

Liên Đoàn 81 BCD được gọi về Sài Gòn trong bối cảnh ấy. Thay vì là rừng xanh, những người lính dũng cảm bị cầm chân ở trong sân Tao Đàn, phía sau Phủ Tổng thống, bên hông hội Kỵ mã. Họ bơ vơ lạc lõng, như những con thú hoang về thành. Họ được giao cho mặt nạ lưỡi lê cắt xé đàn áp những cuộc biểu tình. Nhưng trong đám biểu tình ấy họ là ai: có thể là những thanh niên sinh viên lý tưởng hăng say, đám cô nhi quả phụ đói khổ hay chính những thương phế binh -- những người anh em què cụt đã từng cầm súng sát cánh với họ chiến đấu.

Trấn đóng giữa trái tim Sài Gòn, chìm khuất giữa những buildings cao dập dìu đĩ điếm, nằm kế bên hội Kỵ mã lúc nào cũng nhởn nhơ những con ngựa giống với từng bờ mông láng nhẫy. Bỗng những người lính ý thức được rằng, trên đời này không phải chỉ có cuộc chiến tranh buồn thảm làm họ điêu đứng, mà hơn thế nữa ngay giữa quê hương này, chỉ ngay bên kia vòng rào vẫn còn một xã hội trên cao, lộng lẫy sáng choang và thản nhiên hạnh phúc. Cái thế giới khác xa họ, chỉ có ngào ngạt hương thơm và hưởng thụ thừa mứa. Của một đám người kêu gào chiến tranh nhưng lúc nào cũng ở trên và đứng ngoài cuộc chiến tranh ấy.

Mặt Trận Ở Sài Gòn là tên một truyện ngắn viết trong bối cảnh ấy với phần kết là giây phút phản tỉnh của người lính với ý thức rằng ngoài cái chiến trường súng đạn quen thuộc, họ còn phải đương đầu với một trận tuyến mỏi mệt hơn - đó là cảnh thối nát bất công của xã hội. Rằng không phải ở chốn biên cương xa xôi mà chiến trường thách đố của họ là ngay ở Sài Gòn.

Truyện ngắn ấy đăng trên tập san Trình Bầy số 34 và dĩ nhiên báo bị tịch thu. Tác giả và chủ báo bị truy tố ra tòa vì tội danh làm lũng đoạn tinh thần quân đội và làm lợi cho cộng sản. Lúc đó tôi đang cùng đơn vị trở lại hành quân trên cao nguyên. Tôi nhận được trát tòa về Sài Gòn, đứng trước vành móng ngựa trong quân phục như một bị can. Dù với đủ nghi thức của chốn pháp đình nhưng tôi thấy mình đang ở trong một vở kịch mà các diễn viên từ ông chánh án tới công tố viên, không ai còn tin gì ở vai trò của mình. Báo chí theo dõi vụ án kể cả báo quân đội, với các bản tin và bài bình luận. Đưa tới cái tình cảnh đảo ngược, trước dư luận phía khởi tố là Bộ Nội vụ nay trở thành bị can. Rồi chính quyền lúc đó cũng thấy chẳng có lợi gì để kéo dài thêm cái trò chơi giả dân chủ đó nên vụ án kết thúc nhanh chóng bằng bản án treo cho người viết và một số tiền phạt lớn đối với tờ báo.

● **NMT:** ***Thời chính phủ Việt Nam Cộng Hòa có kiểm duyệt và có biện pháp cứng rắn với báo chí ấn loát phẩm. Với chính quyền cộng sản còn chặt chẽ và tàn bạo hơn nữa. Vậy hỏi anh, bây giờ ở hải ngoại thì sao? Có sự kiểm duyệt nào không chính thức nhưng rất ảnh hưởng như nhiều nhà văn đề cập đến?***

● **NTV:** Ban đầu tôi hơi ngạc nhiên về câu hỏi này, có một chế độ kiểm duyệt ở hải ngoại sao? Nhưng rồi tôi hiểu ý anh, rằng tuy sống ở một xứ sở tự do nhưng người cầm bút vẫn phải thường xuyên chịu áp lực của đám đông, của những người đồng hương tỵ nạn ở bên này. Cực đoan thì áp lực ấy là súng đạn dập tắt ngay tiếng nói của người cầm bút. Ít bạo động hơn thì là những bài báo, bài phát thanh phê bình nặng nề, gán ghép cho màu sắc chính trị và tệ hơn nữa là thái độ chụp mũ xô người viết về phía bên kia... Nhưng theo tôi, nếu tin tưởng ở điều mình viết, tin ở lẽ phải với một cái tâm lành, không ác ý hại ai, thì tại sao phải sợ và chịu ảnh hưởng. Và có để cho bị ảnh hưởng hay không là do nơi khí phách của nhà văn.

Nhìn vào sinh hoạt báo chí Việt ở hải ngoại, thực tế vẫn có những hình thái kiểm duyệt tinh vi. Một là qua ảnh hưởng liên hệ tới sự sống còn của tờ báo: cắt và không cho quảng cáo. Đe dọa ấy là có thật khi nó phát xuất từ những tập đoàn có thế lực về tài chánh kinh tế. Nhưng không phải chỉ có trong phạm vi cộng đồng non trẻ Việt Nam mà ngay cả giới truyền thông Mỹ cũng không thoát được sự chi phối của các thế lực tư bản. Hai là độc quyền nắm lấy tờ báo chỉ để phổ biến những bài và quan điểm của riêng mình, nhân danh tự do dân chủ nhưng lại giành độc quyền chỉ trích và đồng thời ngăn chặn không chấp nhận đối thoại từ một tiếng nói khác trên cơ quan ngôn luận của mình.

Trong cuộc sống, ngay giữa xã hội Mỹ tưởng là tự do nhất, lựa chọn một thái độ nào cũng có cái giá phải trả của nó. Tôi suy nghĩ nhiều về trường hợp một Phan Nhật Nam, một Như Phong, một Doãn Quốc Sỹ... với một quá khứ rất dày, tranh đấu trong tù đày trung bình không ai dưới 10 năm, nếu chết trong tù họ có thể được vinh danh như anh hùng, nhưng chẳng may - chữ của nhà văn Thảo Trường, họ sống sót ra được tới ngoài, họ cũng dễ dàng bị vùi dập như bất cứ ai nếu như phát biểu của họ không rập khuôn như một số người ở bên ngoài mong muốn.

Không còn rõ ràng trắng và đen như khi ở trong tù, ra ngoài bước vào một vùng xám giữa những tiếng hoan hô và đả đảo, chặng đường đi tới của họ bỗng trở nên phức tạp và khó khăn hơn nhiều... Và như vậy không bao giờ và ở đâu có một chỗ trú ẩn an toàn cho người cầm bút. Một nhà văn khi lựa chọn một thái độ, ở hoàn cảnh nào cũng vẫn là một thử thách.

• **NMT:** ***Tới bây giờ lằn ranh quốc cộng vẫn còn hiện hữu ở một số người trong suy nghĩ và hành động. Riêng anh thì sao? Có khi nào anh có cảm tưởng mình là một loài chim báo bão, với linh cảm đi trước thời gian về một số biến cố bi thảm cho dân tộc chúng ta?***

• **NTV:** Anh muốn nói tới lằn ranh nào: sông Bến Hải, vĩ tuyến 38 hay bức tường Bá Linh? Có thực sự còn một chế độ cộng sản giáo điều hay chỉ là một chế độ độc tài quan liêu tại Việt Nam hiện nay. Chủ nghĩa cộng sản đã cáo chung, mô thức tư bản cũng chẳng phải là mẫu mực cho một Việt Nam bước vào ngưỡng cửa thế kỷ 21. Nhìn về những con rồng Á châu, Đài Loan, Nam Hàn, Tân Gia Ba... mô thức nào gần gũi với Việt Nam nhất? Có một lằn ranh rất rõ giữa dân chủ và độc tài, phải kể cả thứ độc tài của những người tự nhận là quốc gia nhưng xem ra không kém tính bạo động so với người cộng sản trước đây. Người cầm bút không đứng về phía nào của lằn ranh giả tạo ấy, họ hướng về tương lai, nếu không được là tiên tri thì họ cũng không phải là sức cản cắt xé những giấc mơ Việt Nam.

• **NMT:** ***Viết văn anh có nghĩ mình đứng phía bên này chống đối phía bên kia không? Nhà văn còn phải là nhà chiến sĩ, có phải?***

• **NTV:** Tôi thích câu nói bình dị gần như mộc mạc của Hoàng Khởi Phong phát biểu trong cuộc phỏng vấn của anh ở báo Thế kỷ 21: Nhà văn nhiêu đó đủ rồi. Không cần phải gắn thêm một nhãn hiệu hay bất cứ cụm từ nào khác cho người cầm bút. Các cuộc tranh cãi tốn nhiều giấy mực: vị nghệ thuật hay nhân sinh, dấn thân hay viễn mơ... đều có tính khiên cưỡng và cũng không giúp gì cho cả người viết lẫn người đọc. Từ những dòng chữ viết ra, dù muốn hay không cũng được hiểu như là thái độ lựa chọn của nhà văn, mà sự độc lập và tự do là yếu tính và đồng thời cũng là nhân cách của người cầm bút.

• **NMT:** ***Anh nghĩ gì về giao lưu văn hóa? Một chiều, hai chiều? Ở bây giờ và trong tương lai?***

• **NTV:** Một chiều hay hai chiều, chúng ta không cần tới những viên cảnh sát giao thông ấy ở cả hai phía. Yếu tính văn học nghệ thuật là sự tự do cho nên mọi hạn chế từ bất cứ phía nào cũng đáng bị lên án. Cho xuất bản ở hải ngoại những tác phẩm bị cấm đoán ở trong nước không phải chỉ để phục vụ lớp người đọc hạn chế ngoài Việt Nam, mà bằng các phương tiện truyền thông hiện nay một phần có thể đưa tới tầng lớp độc giả trong nước. Ai cũng thấy tự do văn nghệ không phải là tặng vật chờ nhà nước ban cho, có một cái giá phải trả của người cầm bút ở bất cứ đâu khi họ có một thái độ lựa chọn.

● **NMT:** *Anh có đọc những tác phẩm xuất bản ở trong nước? Và anh có thể cho một vài cảm nhận tổng quát?*

● **NTV:** Trước 75, ngay thời sinh viên và cả về sau này, tôi vẫn có ý tìm đọc các sách báo ngoài Bắc, trong đó có sách văn học. Trong một chừng mực nào đó, công bằng mà nói họ thực hiện được một số những công trình nghiên cứu khoa học xã hội tốt do tính làm việc của tập thể và được sự hỗ trợ phương tiện trực tiếp của nhà nước. Gạt sang một bên cái quan điểm nghiên cứu được mệnh danh là Mácxít-Lêninít, thì trong những bộ sách lớn ấy là những kho tư liệu quý giá cho những công trình nghiên cứu khách quan trong tương lai.

Nhưng về phương diện văn học mà căn bản là tính sáng tạo, chúng ta thấy rất rõ một thế hệ các văn nghệ sĩ tiền chiến và những người tiếp nối sau này, do bị tính khiên cưỡng hiện thực xã hội chủ nghĩa, đã giết chết tài năng của họ. Phải sáng tác trong sự trói buộc, phải có tính đảng, nên không ngạc nhiên khi chỉ thấy một thứ văn chương phải đạo, cả một vườn cúc vạn thọ như nhà văn Phan Khôi trong nhóm Nhân Văn - Giai Phẩm đã phát biểu.

Gần đây, ở trong nước người ta nói tới Đổi Mới rồi Cởi Trói cho các văn nghệ sĩ. Tôi thích câu nói của nhà văn Mai Thảo khi phát biểu về hiện tượng này: *nghệ sĩ nhà văn đâu phải là thứ heo gà mà nói chuyện trói mở*. Nhưng ở đâu thì cũng có những người cầm bút dũng cảm, hoặc lập thành phong trào như Nhân Văn - Giai Phẩm, hoặc những cá nhân riêng lẻ. Cho dù không thành công nhưng họ là một thứ ánh sáng nơi cuối đường hầm, nuôi dưỡng hy vọng và những mầm mống phản kháng sau này.

Trong cuốn sách Viết cho Mẹ và Quốc hội, do nhà Văn Nghệ mới xuất bản, có đoạn nói tới cuộc họp mặt "Anh em Câu lạc bộ - những người kháng chiến Nam bộ cũ, bốn mươi người làm lễ tưởng nhớ một người của Nhân Văn - Giai Phẩm – thi sĩ Phùng Quán mới mất 22-01-1995, xin anh hãy ngậm hờn xem cuộc đấu tranh cho nhân quyền và tự do dân chủ đang được tiếp tục không lơi." (sđd, tr.18).

Một mai khi tiến tới được một nước Việt Nam tự do và dân chủ, mọi người không thể quên sự can đảm hy sinh của những người cầm bút. Tôi nghĩ tới một đài tưởng niệm nhóm Nhân Văn - Giai Phẩm ngay giữa thủ đô văn vật Hà Nội, nơi đặt tượng Lênin trước kia, đó sẽ là một biểu tượng của Tự Do Văn Hóa Việt Nam. Nó cũng có ý nghĩa nhắc nhở và thách đố với các nhà độc tài mầm non trong tương lai.

● **NMT:** *Theo anh, đã có những thay đổi văn học ở trong nước sau những thay đổi về kinh tế xã hội?*

● **NTV:** Đổi Mới chỉ là cách nói của một tiến trình lột xác của các xã hội cộng sản, khi mà chính giới lãnh đạo chủ chốt trong thâm tâm họ không còn tin tưởng gì ở các tín điều. Nhằm mục đích sống còn, họ thay đổi vá víu và pha trộn chủ nghĩa xã hội với kinh tế thị trường, như nước với dầu, cho dù có quấy ngầu lên cũng không thể nào hòa tan. Nhưng cũng thật là ngây thơ - như một thứ *wishful thinking*, về phương diện chính trị nếu chúng ta đòi hỏi hay chờ đợi họ êm thấm trao lại chính quyền cho nhân dân. Nhân dân ấy là ai nếu không phải những tổ chức chính trị có thực lực ngay từ bên trong hay bên ngoài.

Kinh nghiệm Ba Lan ở Đông Âu là điều đáng cho chúng ta suy ngẫm: Walesa lãnh tụ lẫy lừng của Công đoàn Tự do thắng thế phe Cộng sản lên cầm quyền, nhưng chỉ 5 năm sau chính người hùng Walesa ấy bị một người cộng sản trẻ không mấy thành tích hạ ngã bằng một cuộc bầu cử dân chủ. Nhưng ai cũng thấy rằng cho dù người cộng sản trở lại cầm quyền thì cũng không thể nào có sự phục hồi của chế độ cộng sản cũ, và chính người cộng sản cũng ý thức được cái xu thế hay tiến trình không thể nào đảo ngược...

Trở lại câu hỏi của anh, nói đến sự thay đổi về văn học trong nước "sau" những thay đổi về kinh tế xã hội. Theo tôi, tuy ít nhưng không phải là không có những nhà văn đi trước Đổi Mới. Từ một phong trào rầm rộ như Nhân Văn - Giai Phẩm bùng lên giữa một thời điểm của thành trì xã hội chủ nghĩa đang vững chắc, tuy bị nghiền nát nhưng đã thực sự gây mầm mống mất niềm tin không phải chỉ trong quần chúng mà chính ngay hàng ngũ cán bộ đảng viên cộng sản. Từ Nhân Văn - Giai Phẩm cho tới những nhà văn, nghệ sĩ phản kháng tiếp theo, họ là những con chim báo bão, thực sự đi "trước" đổi mới và đẩy nhanh tiến trình cáo chung của chế độ cộng sản. Dĩ nhiên tôi không đề cập tới thứ nhà văn công bộc của nhà nước chỉ làm như đổi mới sau khi đã được chỉ thị của đồng chí Tổng bí thư.

● **NMT:** ***Anh có nhận xét gì về văn học Việt Nam ở hải ngoại? Bi quan, lạc quan? Và phóng chiếu tới một cái nhìn ở tương lai?***

● **NTV:** Tại sao lại bi quan? Tôi có thói quen như một méo mó nghề nghiệp, nhìn phần nửa ly nước đầy thay vì nửa ly vơi. Khi ở trong nước, có bao giờ anh nghĩ có thể có một sinh hoạt về xuất bản và văn nghệ thuần túy tiếng Việt đa dạng đến như vậy ở hải ngoại nơi có quy tụ người Việt Nam sinh sống? Rồi báo chí, truyền hình, đài phát thanh tiếng Việt, hầu như tất cả có thể tự phát triển mà không cần nguồn trợ cấp từ chính quyền nào.

Có người bỉ thử về tính chất xô bồ, tính thương mại và trình độ thấp của những sinh hoạt như vậy... Nhưng công bằng mà nói, đó là những sinh hoạt đáng khích lệ cho việc duy trì và phát triển ngôn ngữ Việt ở hải ngoại. Dần dà mỗi ngày chúng ta có những tờ báo, những chương trình phát thanh tốt hơn; những cuốn sách đẹp hơn về hình thức lẫn nội dung thuộc nhiều thể loại, được sáng tác từ hải ngoại hay được đem ra từ trong nước. Rồi tới các buổi ra mắt sách khá đều đặn, đôi khi không phải là hàng tháng mà là hàng tuần, như một truyền thống tốt đẹp tạo mối tương quan giữa tác giả và người đọc. Ấy là chưa nói tới cái tác dụng đòn bẩy của sinh hoạt ấy đối với trong nước.

Với phương tiện truyền thông ngày nay, với computer, với fax modem rồi Internet - sách báo Việt Nam đã bắt đầu lên Internet, thì tôi nghĩ rằng mọi nỗ lực kiểm duyệt bất cứ từ phía nào cũng đều là vô hiệu... Nếu bảo phóng chiếu cái nhìn về tương lai, tôi rất lạc quan. Mạng lưới tiếng Việt trên Internet không thể không có Việt Nam. Tôi lại muốn ví von rằng nếu còn một ông Nguyễn Chí Thiện thứ hai, chắc ông ấy không cần phải cảm tử xông vào tòa Đại sứ Anh để chuyển tập bản thảo; thô sơ thì cũng chỉ cần một diskette nhỏ không phải chỉ chứa tập thơ Hoa Địa Ngục, mà còn dư dung lượng chứa hết văn thơ phản kháng của các văn nghệ sĩ trong nước nếu có và dễ dàng để đưa ra ngoài. Còn nếu lên lưới qua Internet... Là một chuyên viên điện tử, chắc anh cũng đã thấy rất rõ cái tương lai phóng chiếu ấy nó như thế nào?

Bây giờ với *Con Đường Phía Trước* (Bill Gates) ấy, cũng không phải là quá sớm để chúng ta bắt đầu tự hỏi sẽ sử dụng cái tự do thênh thang trên Siêu-Xa-lộ Tin học ấy ra sao? Có lẽ đây sẽ là đợt phỏng vấn thứ hai rất là thích thú của anh năm 2000?

• **NMT:** ***Anh có nghĩ đang có sự khựng lại trong công việc viết lách của những người cầm bút ở hải ngoại? Nếu có xin anh cho một vài lý do? Nếu không cũng xin anh cho biết lý do tại sao lại nhận xét phủ định như thế?***

• **NTV:** Tôi không nghĩ là đang có sự khựng lại trong công việc viết lách của những người cầm bút hải ngoại. Phải chăng người ta có quá nhiều kỳ vọng ở sự xuất hiện của những tác phẩm lớn?

Riêng đối với những người cầm bút, người tới Mỹ sớm nhất là cách đây 20 năm, rồi từng đợt người mới tới trễ tràng sau này, tất cả đều phải khởi sự từ đầu để thích nghi với cuộc sống mới mà thời gian để ổn định ấy phải tính bằng đơn vị năm. Bị bứt rễ ra khỏi quê nhà, tới một nơi hoàn toàn mới và xa lạ, với khoảng thời gian chưa dài và thì giờ mỗi ngày lại eo hẹp: muốn có ngay những tác phẩm vừa vụ hay và lớn, tôi nghĩ là một đòi hỏi quá đáng đối với nhà văn hay người nghệ sĩ nói chung. Theo chỗ tôi biết thì hiện nay không phải không có những nhà văn tài năng tuy không tuyên bố những câu xẻ núi lấp sông nhưng họ đang ẩn nhẫn làm việc dài hạn cho một cuốn sách lớn mà họ hằng ấp ủ. Vả lại kinh nghiệm sau những cuộc chiến tranh, cũng cần một khoảng thời gian lùi lại đủ dài cho những biến cố lắng xuống, trước khi có xuất hiện những tác phẩm lớn, như người họa sĩ phải có *bước lùi - recul* để có cái nhìn toàn cảnh bức tranh lớn mà mình đang định vẽ.

Nhiều người lo ngại cho tương lai nền văn học Việt Nam ở hải ngoại khi mà thế hệ thứ hai chẳng còn bao lâu nữa đã hoàn toàn hội nhập, phần đông quên tiếng Việt, không có nhu cầu đọc sách Việt và cái tình cảnh viết cho ai sẽ là một thứ feedback âm đối với giới sáng tác. Nhưng tôi có ý nghĩ khác, tiếng Việt sẽ vẫn còn trong đời sống cộng đồng Việt hải ngoại và sẽ phát triển hơn khi nó có đối tượng phục vụ cho cả hơn 70 triệu người dân trong nước.

Tôi cũng muốn dùng cái hình ảnh của tờ báo LA Times đưa ra khi ngoại trưởng Mỹ tới Hà Nội sau bình thường hóa bang giao, ông đã biết tìm tới nói chuyện với một Việt Nam tương lai là giới trẻ thanh niên sinh viên. Chứng kiến diễn tiến ấy ngay giữa thủ đô Hà Nội sau 20 năm người Mỹ thất trận, một nhà báo Mỹ phát biểu cảm tưởng rằng bây giờ thì người Mỹ mới thực sự thắng trận chiến tranh ở Việt Nam không bằng súng đạn mà với đội ngũ những doanh nhân với laptop, tự do ra vào Việt Nam để xây dựng một mạng lưới kinh tế thị trường.

Rồi tôi nghĩ tới vai trò của hai triệu người Việt ở hải ngoại. Đã qua rồi thời kỳ tổ chức đội quân kháng chiến, hô hào lập chính phủ lưu vong, mà ai cũng biết là hữu danh vô thực. Sức mạnh đó là tiềm năng khoa học kỹ thuật của một thế hệ trẻ đông đảo các chuyên gia cộng với tiềm năng kinh tế của các nhà doanh thương, chính họ sẽ là đội quân hùng mạnh không phải chỉ để giải phóng mà còn góp phần xây dựng bền vững cho một tương lai Việt Nam của hơn 70 triệu dân chứ không phải một thể chế chính trị nhất thời nào.

Tôi nghĩ chẳng phải là quá mộng tưởng trong một tương lai rất gần, chúng ta sẽ có những cuốn sách, những tờ báo in ra cùng một lúc với ấn bản ở trong nước. Sẽ chẳng còn bức màn sắt bức màn tre nào và nỗ lực duy trì kiểm duyệt bưng bít sẽ trở thành không tưởng. Thư của độc giả đến từ Lạng Sơn hay Cà

Mau, gửi ra từ trong nước, sẽ là một khích lệ đối với người viết hay làm báo ở hải ngoại, phải không anh?

• **NMT:** *Anh kỳ vọng gì ở văn chương trong đời sống bây giờ không? Và có thấy một cách rất là vô thức cái sứ mệnh cầm bút mà nhiều người luôn trăn trở?*

• **NTV:** Đất nước bị phân chia và cuộc chiến kéo dài hơn 30 năm, ngôn ngữ đã bị tận dụng cho những mục tiêu chính trị phân hóa và dối trá nên đã làm cho nó bị kiệt quệ. Chữ không còn mang nghĩa thật của nó nữa. Người ta nói tới tổn thất của chiến tranh về nhân mạng và sự tàn phá vật chất, nhưng theo tôi là sự hủy hoại ngay nơi chính những con người còn sống, đáng buồn là trên cả những đứa trẻ, mà khi sinh ra chúng đâu có thiếu vắng lòng từ, mà sự sa đọa của ngôn từ không thể không là một trong những nguyên nhân. Rồi tôi tự hỏi phải cần bao nhiêu năm nữa mới phục hồi sự trong sáng của chữ Việt? Đây chính là phần tôi kỳ vọng ở văn chương. Tôi nghĩ tới chức năng của nhà văn, bằng những tác phẩm nghệ thuật chân chính đủ sức làm xúc động sâu xa lòng người: chữ và nghĩa trở lại như một thực thể nhất quán, trở lại với chức năng như một nhịp cầu của giao lưu và đối thoại giữa và trong xã hội.

• **NMT:** *Một ngày của nhà văn Ngô Thế Vinh?*

• **NTV:** Thường thì tôi không có được một ngày như mọi ngày. Nhưng vẫn có thói quen buổi sáng dậy sớm, đọc lướt qua tờ báo xem bản tin tức TV đầu ngày, rồi tới bệnh viện cũng rất sớm, nếu không phải lên thăm trại bệnh, thì tôi có gần một tiếng đồng hồ trong văn phòng thanh lặng để tùy nghi. Tôi có một thời khóa biểu thay đổi, nhưng nói chung thì mỗi ngày có tám giờ bận rộn cho nghề nghiệp. Hạnh phúc, như một cách nói đối với tôi là những giờ buổi tối, trong không khí gia đình, nếu không đọc sách, thì cũng được ngồi trước chiếc computer viết hay sửa lại những trang sách viết dở dang.

• **NMT:** *Anh có dự trù nào bây giờ về công việc cầm bút? Hình như anh đang sắp cho in một tác phẩm? Nếu có thể xin cho biết sơ lược về nội dung của tác phẩm ấy?*

• **NTV:** Cũng tình cờ được một anh bạn từ Luân Đôn gửi cho một truyện ngắn đã đăng trên tạp chí Trình Bầy số 34, Mặt Trận Ở Sài Gòn viết năm 71, số báo bị tịch thu vì bài báo này và những rắc rối phải ra tòa sau đó như anh đã biết. Nhân có dịp đọc lại bài báo ấy, kể cả những truyện mới viết gần đây với một thời gian cách khoảng khá xa từ những năm 70 tới 90 nhưng vẫn với một nội dung nhất quán. Do đó tôi có dự định đưa nhà Văn Nghệ xuất bản tập truyện này, gồm 12 truyện ngắn: Mặt Trận Ở Sài Gòn sẽ là truyện đầu tiên và Giấc Mộng Con Năm 2000 sẽ là truyện cuối. Tên của truyện ngắn đầu tiên được chọn sẽ là tiêu đề cho cuốn sách, dự trù ra mắt đầu năm 96.

• **NMT:** *Anh có hay ước mơ không? Và ước mơ ấy có vượt thời gian và không gian không?*

• **NTV:** Qua những kinh nghiệm và đổ vỡ, qua những hoàn cảnh tưởng chừng như mất hết cả hy vọng, ở cái tuổi năm mươi ngoảnh nhìn lại rồi hướng về tương lai, xem ra tôi vẫn còn nhiều mơ mộng: với giấc mộng lớn, giấc mộng con - theo cách nói của thi sĩ Tản Đà. Sau 75, hồi ở Việt Nam còn trong tù, tôi và các bạn mình từng hy vọng từng mơ ước, khi ra ngoài này sẽ làm những gì... Lúc đó tôi không nghĩ trở lại nghề thuốc, mà chỉ ước mơ tới một cuốn sách mình sẽ phải viết. Nhưng rồi tám năm sau, lần thứ hai trở lại Mỹ như một người tỵ nạn, tôi tạm xếp lại mộng văn chương, để phải qua một khúc sông nếu không bơi thì chìm. Cũng có lúc tưởng như đã chìm đắm trên chính cái dòng sông mà mình đã chọn bước vào. Tôi trở lại ngành y năm 50 tuổi. Theo một nghĩa nào đó, tôi vẫn thích nghề thuốc, nên cũng không quá đáng mà nghĩ rằng đó là trả món nợ áo cơm. Bây giờ tôi đã có thì giờ hơn để nghĩ và làm việc cho cuốn sách ấy...

Câu hỏi ước mơ ấy có vượt thời gian không gian không, làm tôi nhớ tới quan niệm viết tiểu thuyết của nhà văn Nhất Linh, rằng một cuốn tiểu thuyết hay thì đọc bất cứ lúc nào và ở đâu thì nó vẫn hay. Viết cho được một cuốn sách hay và giá trị bao giờ mà chẳng là ước mơ của người cầm bút. Tôi lại muốn dùng hình ảnh một câu thơ của Tản Đà *hai vai gánh nặng con đường thời xa*. Còn đi được bao nhiêu xa thì đó là do tâm và thức cùng bản lãnh của mỗi nhà văn, có phải không anh?

Tôi còn một ước mơ, không hẳn là văn chương nhưng chắc phải là giấc mơ chung với toàn thể những người Việt tỵ nạn ở hải ngoại: đó là sự hình thành một Công Viên Văn Hóa năm 2000. Nếu không sớm hơn thì cũng đồng thời với sự hình thành của Valor Park - Công viên Hào hùng, do người Mỹ thiết lập ở Maryland, một viện bảo tàng của sáu cuộc chiến tranh mà người Mỹ đã tham dự kể từ ngày lập quốc, dĩ nhiên có cuộc chiến Việt Nam. Từ khả năng tới hiện thực, còn một khoảng cách, đó là làm sao đạt tới được mẫu số chung quy tụ lòng người.

Một bác sĩ Mỹ gốc Do Thái bạn tôi khá ngạc nhiên về tỉ lệ cao các nội trú thường trú người Việt tới thực tập nơi bệnh viện chúng tôi đang làm việc. Anh đưa ra nhận định rằng cộng đồng Việt Nam các anh chỉ mới 20 năm mà đã tiến bằng hoặc hơn các sắc tộc Á châu khác tới đây trước cả trăm năm. Rồi khi anh cầm trên tay đĩa nhạc CD-ROM Con đường Cái quan của Phạm Duy, đĩa nhạc Chopin của Đặng Thái Sơn... Anh tiếp tôi thì không nghĩ rằng các anh có thể đi vào lãnh vực High Tech sớm như vậy. Và chắc anh cũng đồng ý với tôi rằng đó không phải một lời khen xã giao...

• **NMT:** ***Câu chót, xin để nhà văn Ngô Thế Vinh tùy nghi tâm sự với độc giả những điều cần nói thêm?***

• **NTV:** Lúc nào thì tôi cũng mong được chia sẻ với bạn đọc qua những trang sách đã và đang viết. Tôi nghĩ tới cả những người đọc ở trong nước.

*NGUYỄN MẠNH TRINH*
*Little Saigon, California 01/1996*

## NGUYỄN MẠNH TRINH

Sinh năm 1949 tại Hà Nội, lớn lên ở miền Nam. Phục vụ tại Sư đoàn 6 Không quân Pleiku. Sau biến cố 1975, tị nạn tại Hoa Kỳ và tham gia vào sinh hoạt văn học nghệ thuật. Ngoài viết văn và làm thơ, ông thường viết những nhận định văn học và phỏng vấn các tác giả. Nguyễn Mạnh Trinh cùng với Nhã Lan thực hiện chương trình "Tản Mạn Văn Học" trên đài Little Saigon mỗi sáng thứ bảy, được đông đảo người Việt theo dõi. Ông mất năm 2021, thọ 72 tuổi.

**Tác phẩm:** *Thơ Nguyễn Mạnh Trinh* (Người Việt, 1985), *Tập truyện 23 Người Viết Sau 1975* (cùng Trịnh Y Thư, Văn Nghệ, 1989); *Tạp Ghi Văn Nghệ* (Người Việt 2007).

# LÊ QUỲNH MAI

## TÁC GIẢ, VỚI CHÚNG TA
## PHỎNG VẤN NHÀ VĂN NGÔ THẾ VINH

Ngô Thế Vinh sinh năm 1941, Thanh Hóa. Làm báo sinh viên Tình Thương trường Y Khoa Sài Gòn. Y sĩ Liên Đoàn 81 Biệt Cách Dù. Bác sĩ thường trú các bệnh viện Đại Học Nữu Ước. Hiện làm việc tại một bệnh viện Nam California.

Tác phẩm *Cửu Long Cạn Dòng, Biển Đông Dậy Sóng* của nhà văn Ngô Thế Vinh, là câu chuyện được tác giả viết dưới dạng dữ kiện tiểu thuyết về một dòng sông lớn thứ ba Á châu và lớn thứ 12 của thế giới: sông Mekong. Truyện viết về những năm tháng cuối cùng của dòng sông, với quá khứ chịu nhiều sự hủy hoại của thiên tai, và của chính con người gây ra từng ngày, cũng như với một tương lai đầy bất trắc. Trong tác phẩm *Cửu Long Cạn Dòng, Biển Đông Dậy Sóng,* tác giả nêu ra những vấn đề quan trọng, mà trong đó, sự việc được quan tâm nhiều nhất là vấn đề môi sinh. Ông đã vạch lại lịch sử của dòng sông Mekong, sự hưng vong của các quốc gia, cùng các nền văn minh, liên hệ tới con sông dài thứ 12 này trên thế giới: *"Trong hoàn cảnh Việt Nam hiện nay, do ảnh hưởng dây chuyền của hàng loạt các đập đã được xây trên khắp các phụ lưu của Thái Lan, rồi đến dòng chính ở Vân Nam; rõ ràng đã có dấu hiệu khô cạn trong mùa khô ở Đồng Bằng Sông Cửu Long. Để bảo đảm đủ nước cho vựa lúa vùng châu thổ, chẳng đặng đừng, chúng ta không còn một chọn lựa nào khác là phải gấp rút nghiên cứu tính khả thi các đập phụ lưu Mekong trong lãnh thổ Việt Nam (CLCD-BĐDS, trg 158, Văn Nghệ xb 2000). Đọc hấp dẫn hơn Chiếc Cầu Trên Sông Drina của Ivo Andric, giải Nobel văn chương 1961, với đầy hỉ nộ ái ố, cùng các vấn đề liên quan tới toàn bộ con người, nhất là vấn đề sinh thái. Nhưng với một viễn tượng như thế, cùng tham vọng bành trướng về Biển Đông của Bắc Kinh, nhà văn Ngô Thế Vinh vẫn hy vọng "Ở một trật tự toàn cầu khi nhân loại bước vào thiên niên kỷ mới trong đó các siêu cường sẽ biết hành xử một cách có trách nhiệm chứ không thuần chỉ dựa trên sức mạnh như hiện nay. Và hạnh phúc của hai dân tộc Hoa Việt là sống chung hòa bình để cùng khai thác và chia sẻ hợp lý các nguồn tài nguyên trên Biển Đông cũng như trên con sông Mekong." (CLCDBĐDS*, trg. 373, VNxb 2000). Vấn đề Việt Nam là vấn đề chính trong hầu hết tác phẩm của Ngô Thế Vinh. Về vụ thảm sát Mậu Thân, cũng như vụ thảm sát ở Sơn Mỹ, ông kêu gọi: *"Không nuôi dưỡng lòng căm thù nhưng cũng không cho phép sự gian dối che đậy, do đó các Thế Hệ Việt Nam hiện tại cũng như trong tương lai phải có trí nhớ đầy đủ về những tấn thảm kịch của đất nước như thế"*. Ông cũng lo lắng: *"Nếu chúng ta không nhìn lại, không lẽ trong một tương lai không xa, Việt Nam sau tấn thảm kịch tiền đồn của Thế giới Tự do, nay mai lại sắp được vinh danh là Tiền đồn lần thứ hai để ngăn chặn chủ nghĩa bành trướng của Trung Cộng." (Mặt Trận Ở Sài Gòn*, trg. 180, VNxb 1996*)*. Chẳng những lo lắng quan tâm tới sự sống còn của đất nước, Ngô Thế Vinh còn ước mơ và hy vọng một tương lai tốt đẹp, ông cho rằng: *"Tương lai ĐBSCL như một cái nôi của nền văn hóa Việt Nam bước vào Thiên niên kỷ mới" (CLCDBĐDS*, trg. 387, VNxb 2000*)*. Nhà văn Ngô Thế Vinh như Hermann Hesse với Câu Chuyện Dòng Sông, giải Nobel văn chương 1946, ông thật nhân bản khi đặt bút viết: *"Ở một cuộc sống vốn hữu hạn trong một thế giới vô thường, cái đe dọa bất trắc của ngày mai khiến tôi tha thiết vô cùng sự sống." (Vòng Đai Xanh*, trg 171, TĐxb 1970*)*.

Ngô Thế Vinh là một nhà văn dấn thân. Hầu hết các tác phẩm của ông đều thể hiện những băn khoăn thao thức, đầy ước vọng làm tốt đẹp hơn cho cõi nhân sinh.

• **LQM:** *Ngoài những tác phẩm đã xuất bản, có phải ông còn là tác giả một cuốn sách chuyên ngành y khoa?*

• **NTV:** Năm 1972, tôi tu nghiệp ở Mỹ về ngành Y Khoa Phục Hồi [Letterman Medical Center, Presidio, San Francisco]. Sau 1975, do có một thời gian làm việc tại Trung tâm Quốc gia Phục hồi và Trường Vật Lý Trị Liệu Sài Gòn, cuốn Khái Luận Y Học Phục Hồi xuất bản năm 1983 như đúc kết từ các tài liệu giảng dạy. Y Khoa Phục Hồi vào thời điểm ấy là một khái niệm tương đối mới như Bước Thứ Ba của Y khoa, sau hai bước Y khoa Phòng ngừa và Y Khoa Điều trị.

• **LQM:** *Vì lý do nào đang học Y khoa năm thứ tư, ông có ý định bỏ học để trở thành phóng viên với mối quan tâm đặc biệt về các sắc dân thiểu số sống tại Cao nguyên Trung phần Việt Nam?*

• **NTV:** Những năm y khoa ấy tôi không phải là một sinh viên gương mẫu, tôi đã dành nhiều thì giờ cho các hoạt động sinh viên làm báo và cả viết văn nữa, [tôi viết xong cuốn tiểu thuyết Mây Bão ở hai năm đầu y khoa], thay vì phải có mặt trong các giảng đường, phòng thí nghiệm hay các bệnh viện. Đến năm thứ tư tôi còn có ý định bỏ học Y để đi làm báo, sinh hoạt mà tôi rất đam mê lúc đó. Bây giờ đã ngót 40 năm qua đi, mỗi lần có dịp trở lại nhà in chăm sóc cho một cuốn sách hay tới thăm một tòa báo, với mùi mực mùi giấy [tuy sinh hoạt đã khác xa với các con đường báo chí Nguyễn An Ninh hay Phạm Ngũ Lão ở Sài Gòn trước 75] như một flashback, tôi vẫn còn nguyên xúc động của *"cái thuở ban đầu ấy"*. Như một khủng hoảng căn cước – identity crisis, thỉnh thoảng tôi vẫn tự hỏi không biết quyết định nào là đúng.

• **LQM:** *Thập niên 60 có hai cuốn sách nổi tiếng dùng dạng "dữ kiện tiểu thuyết" faction viết về Việt Nam: Người Mỹ Thầm Lặng (Graham Greene) và Ông Đại Sứ (Morris West). Tại sao ông cũng thích sử dụng dạng faction khi viết Vòng Đai Xanh, Cửu Long Cạn Dòng Biển Đông Dậy Sóng?*

• **NTV:** Tôi có đọc hai cuốn sách ấy thời sinh viên nhưng không vì thế mà ảnh hưởng tới quyết định lựa chọn sử dụng dạng *faction* khi tôi viết *Vòng Đai Xanh* vào thập niên 60 và mới đây là cuốn *Cửu Long Cạn Dòng, Biển Đông Dậy Sóng*. Như lần nói chuyện với anh Nguyễn Mạnh Trinh (1996) về cuốn Vòng Đai Xanh thì "thay vì là một cuốn sách khảo cứu khô khan, tiểu thuyết hóa dữ kiện sẽ có tác dụng rộng rãi và lâu dài hơn nơi người đọc qua các hình tượng văn học." Chắc chị cũng đã biết đạo diễn Phillip Noyce đang có mặt ở Sài Gòn để thực hiện một cuốn phim mới thứ hai cũng theo nội dung cuốn sách của Graham Greene.

• **LQM:** ***Ông có nghĩ rằng tình trạng chia rẽ và nghèo khó của Việt Nam ngày nay là hậu quả của chính sách độc ác và kỳ thị đàn áp người Thượng*** [1] ***cùng sự xâm lấn và tiêu diệt dân tộc Chăm của tiền nhân?***

• **NTV:** Trong chiến tranh triền miên và sự cùng cực của đau khổ và cả tuyệt vọng nữa: kêu trời chẳng thấy Trời Phật đâu, kêu Chúa thì "Chúa cũng Khước Từ" [tên cuốn tiểu thuyết về chiến tranh Cao Ly] thì người ta chỉ còn biết tin vào sự quả báo như một tự thân đi tìm nguồn an ủi, một cách giải thích mà tâm lý học gọi đó là sự biện minh / rationalization.

• **LQM:** ***Xuyên suốt quá trình lịch sử với bốn ngàn năm văn hiến, có phải là một ảo tưởng khi ông ước mơ "Một mai khi có một chính quyền dân chủ vững mạnh biết tôn trọng những giá trị nhân bản, đã đến lúc vị nguyên thủ quốc gia phải đứng ra công khai tạ lỗi người Chăm và những sắc dân thiểu số khác về những đau thương mất mát mà tổ tiên chúng ta đã gây ra cho họ trên bước đường Nam Tiến"?*** [3]

• **NTV:** Trang sử Nam Tiến đã khép lại, bảo rằng đó như một sự đã rồi *fait accompli,* cũng không sai. Nhưng sự mất mát khổ đau thì vẫn còn đó nơi những người sống sót. Do đó không phải chỉ có lời công khai tạ lỗi mà đủ, còn cần có cả một kế hoạch với nội dung tích cực, đó là mối quan tâm tới an sinh và hạnh phúc tồn tại của cộng đồng người Chăm người Thượng. Bốn mươi năm sau Vòng Đai Xanh, vụ nổi dậy của người Thượng vừa qua, rõ ràng đời sống của các sắc dân Tây Nguyên không tiến chút nào mà còn bị suy thoái trầm trọng hơn.

• ***LQM:*** *Xin ông cho biết tên nàng công chúa người Việt theo lịch sử và truyền kỳ đã làm say mê và sau cùng đã hãm hại nhà vua cuối cùng của người Thượng?* [4]

• **NTV:** Thời gian mấy trăm năm đâu có xa nhưng chỉ còn lại là những trang dã sử. Công chúa Huyền Trân… thì ai cũng đã biết. Những nàng công chúa người Việt được nhắc tới theo lịch sử và truyền kỳ của người Thượng là công chúa Ngọc Khoa, con của chúa Sãi Nguyễn Phúc Nguyên được gả cho vua Pô Rômê vào năm 1631. Theo Dohamide [chuyên khảo về lịch sử Văn minh Chăm, tr. 147-152] thì Pô Rômê gốc người Thượng sắc tộc Churu là một trong những vị vua cuối cùng của Champa [tiểu vương quốc Panduranga] có ba vợ: Bia Thanh Chih (người Chăm), Bia Thanh Chanh (người Rhadé) và Bia Ut hay công chúa Ngọc Vạn (người Việt). Nay tại Phan Rang vẫn còn ngôi tháp thờ Pô Rômê được cúng tế hàng năm trong dịp lễ Katé truyền thống, có sự tham gia của người Thượng gốc Raglai mang theo lễ vật và cả tham gia lễ múa. Bên trong tháp, ngoài tượng Pô Rômê còn có tượng thờ Bia Thanh Chanh mặc dầu là người Rhadé nhưng có con và rất thủy chung với Pô Rômê, bà đã nhảy vào giàn hỏa tự thiêu cùng nhà vua. Còn Bia Thanh Chih thì được thờ tại một ngôi miếu bên ngoài, riêng tượng Bia Ut hay công chúa Ngọc Khoa được khai quật [năm 1956] với Nghiêm Thẩm / Dohamide trên cánh đồng hoang cách tháp Pô Rômê 3 km mà người Chăm gọi là Hamu Bruk vẫn được dân làng hàng năm cúng bái. Rõ ràng một số sắc dân Thượng có mối liên hệ lịch sử và huyết thống với dân tộc Chăm nên đã có sự giống nhau hay trùng hợp trong một số truyện cổ tích hay truyền kỳ.

• **LQM:** *"How sad to be a montagnard".*[5] *"How sad to be a Cambodian"* [6] *. Chúng ta có cần phải thêm "How sad to be a Vietnamese" khi đọc trong tác phẩm mới nhất của nhà văn Ngô Thế Vinh: "Chợ, khách sạn, ngân hàng, bưu điện là những công trình kiến trúc mới và khang trang, duy chỉ có trường học là vẫn cũ kỹ tiêu điều chậm bước vào thời kỳ đổi mới"?* [7]

• **NTV:** Đời sống các sắc dân thiểu số vốn đã bi đát nhưng chính đời sống của người Kinh ở nông thôn cũng không hơn gì. Không xúc động sao được khi thấy trẻ em nơi Đồng Bằng Sông Cửu Long sau một phần tư thế kỷ đất nước thống nhất, vẫn còn đi chân đất tới những ngôi trường nghèo nàn cũ kỹ ở thời điểm sắp bước sang thế kỷ 21 toàn cầu hóa.

• **LQM:** *Người ta vẫn đang tiếp tục xây dựng các con đập mới trên sông Mekong chảy qua bảy nước mặc dù biết rằng "hiệu quả kinh tế không bù đắp được cho những tác hại rộng lớn và lâu dài trên môi sinh".* [8] *Theo ông, nên sử dụng loại năng lượng nào với đà gia tăng dân số theo cấp số nhân như hiện nay?*

• **NTV:** Ở một chừng mực nào đó, với từng bước phát triển hài hòa, cùng lúc quan tâm tới bảo vệ sinh cảnh môi trường, thì không thể phủ nhận được thủy điện là một dạng năng lượng sạch như một tặng dữ của thiên nhiên nếu biết kiềm chế và khéo vận dụng. Như con đập Nam Ngum, con đập thủy điện đầu tiên của Lào trên phụ lưu sông Mekong hoạt động từ 1971 đã thực sự cải thiện đem lại ánh sáng cuộc sống văn minh cho người dân Lào. Nhưng vấn đề đặt ra là người ta vội vã chạy theo lợi nhuận với những "bước phát triển tự hủy, *destructive development*, dẫn tới tàn phá hệ sinh thái bất kể hậu quả ra sao, bằng cách đổ xô vào các phụ lưu và dòng chính con sông Mekong để *"xây thêm, xây thêm"* những con đập trong đó phải kể tới hàng chuỗi những con đập bậc thềm khổng lồ Vân Nam mà trước đó người ta không hề có những cuộc nghiên cứu sâu rộng để trả lời tất cả những câu hỏi cơ bản về *"cái giá phải trả"* có thể chấp nhận được hay không trên sinh cảnh và cư dân trong vùng.

• **LQM:** ***Với ý kiến của nhà văn Ngô Thế Vinh, người Việt ở hải ngoại phải làm gì trước "những đám mây bão báo hiệu thiên tai đang đổ đến từ phương bắc"?*** [9]

• **NTV:** Làm sao tạo được mối quan tâm rộng rãi của người Việt bên trong và bên ngoài về những mối đe dọa có thật từ phương bắc: Biển Đông với Hoàng Sa đã mất vào tay Trung Hoa từ 1974, số phận Trường Sa cũng treo trên sợi chỉ mành rồi thảm họa môi sinh đổ xuống từ các khúc thượng nguồn con sông Mekong mà đáng quan ngại nhất là chuỗi tám* con đập bậc thềm khổng lồ Vân Nam với hậu quả là sẽ thiếu nước, mất nguồn phù sa và ô nhiễm kỹ nghệ cho các quốc gia dưới nguồn… Không có tự do báo chí ở trong nước đã đành, nhưng ngay tại hải ngoại tuy có tự do, có nhiều báo, đài phát thanh và các trang nhà / websites tiếng Việt nhưng nội dung lại không đặt trọng tâm cho những tin tức thiết thân với tương lai của Việt Nam [tôi muốn nói tới tương lai của dân tộc chứ không phải của một thể chế chính trị nhất thời]. Một ví dụ mới đây, có một tin nóng bỏng về Hoàng Sa và Trường Sa liên quan tới tranh chấp giữa Việt Nam và Trung Quốc có thể gây xúc động sâu xa cho mọi con tim Việt Nam, nhưng tin ấy đã chỉ chiếm một vị trí rất khiêm tốn chìm khuất trên các trang báo Việt, trong khi những slogans 8 cột ở trang nhất lại dành cho những điều có thể gọi là vô thưởng vô phạt có thể tìm thấy trên bất cứ tờ báo Mỹ nào. Những bài báo tiếng Việt ấy không phải là không có ích cho lớp độc giả thế hệ thứ nhất chưa rành tiếng Anh nhưng quan trọng hơn thế là "thời điểm, và liều lượng nội dung của các tin tức" đăng tải! Khi có được thông tin đầy đủ, người Việt nói chung sẽ không còn giữ thái độ thụ động mà người Mỹ gọi là Chờ Xem – Wait and See. Tôi cũng muốn nhắc lại một chi tiết nổi bật cần ghi nhận, là cho dù quốc hay cộng, Đài Loan luôn luôn tỏ ra mau lẹ thống nhất với lập trường của Hoa Lục nhân danh "dân tộc Trung Hoa" về vấn đề Biển Đông cho dù hai bên còn rất khác biệt về thể chế chính trị và đang có cả những tranh chấp. [*Cửu Long Cạn Dòng - Biển Đông Dậy Sóng*, tr. 377 VNxb 2000]

• **LQM:** *Để đối phó với mưu đồ "Tây Tạng hóa Biển Đông" của Trung Quốc, ông đưa ra hai giải pháp: "thứ nhất là tiết kiệm để xây dựng một lực lượng quốc phòng nhất là hải quân hùng mạnh đủ sức bảo vệ vùng biển vùng trời, thứ hai là vũ khí trí tuệ có tầm xa thời gian để khẳng định chủ quyền của Việt Nam tại hai khu vực Hoàng Sa và Trường Sa". Việt Nam làm sao thực hiện được trong tình trạng phân hóa về kinh tế xã hội như hiện nay?*

• **NTV:** Tây Tạng Hóa Biển Đông – *Tibetization*, một từ mới rất gợi hình của B.A. Hamzak, Giám đốc Viện Nghiên cứu Hàng hải Mã Lai và hiện đang được báo chí và giới ngoại giao sử dụng nói tới tình huống các nước Đông Nam Á một hôm thức dậy thấy Biển Đông đã nằm trong tay Hoa Lục giống như cảnh ngộ của quốc gia Tây Tạng. Phải sống trên một dải đất định mệnh trong suốt dòng lịch sử, hai yếu tố vừa phá hủy vừa tạo dựng xã hội Việt Nam, đó là vừa phải chống chỏi với sự khắc nghiệt của thiên nhiên, vừa phải đối đầu với cường địch Phương Bắc [hình như Sar Desai khi nghiên cứu về Việt Nam cũng đã đưa ra ý kiến như vậy]. Hòa bình luôn luôn rất ngắn ngủi, chiến tranh thì triền miên. Như một nghịch lý, đã là một đất nước nghèo lại phải cắt ra một phần lớn tài nguyên quốc gia để xây dựng một lực lượng quốc phòng vững mạnh đủ sức bảo vệ vùng đất, vùng biển và cả vùng trời của tổ quốc vẫn là điều không thể không làm. Bước vào thế kỷ toàn cầu hóa, ngoài sức mạnh của sự đoàn kết trong một thể chế dân chủ để mọi người dân Việt có cơ hội tham gia và đóng góp, còn phải kể tới tiềm năng *"chất xám"* của giới trẻ ở hải ngoại và cả trong nước, điều mà tôi gọi là "vũ khí trí tuệ có tầm xa thời gian" của cả *"tam bách dư niên hậu"*.

• **LQM:** *Chủ quyền Việt Nam trong quần đảo Hoàng Sa đã được ghi trong tài liệu An Nam Đại Quốc Họa Đồ in năm 1838 tại Calcutta Ấn Độ.* [10] *Nhưng thế giới và người bạn đồng minh Hoa Kỳ đã để Trung Cộng chiếm Hoàng Sa năm 1974. Theo ông chúng ta có nên lập tượng đài để vinh danh các chiến sĩ như Hạm trưởng Ngụy Văn Thà và thủy thủ đoàn Nhật Tảo HQ10 đã "vị quốc vong thân" trong trận chiến Hoàng Sa không?* [11]

• **NTV:** Đó là một ý kiến hay đáng để Tổng Hội Hải Quân quan tâm nghiên cứu. Một tượng đài Ngụy Văn Thà hạm trưởng con tàu Nhật Tảo và đồng đội đã anh dũng hy sinh ở Hoàng Sa sẽ có tác dụng cảnh thức nhắc nhở quần đảo ấy đang còn mất trong tay Trung Quốc. Tưởng cũng nên nhắc lại một đoạn viết của Giáo Sư Hoàng Xuân Hãn trên Tập san Sử Địa (1975) số đặc khảo về Hoàng Sa và Trường Sa: *"Một gương sáng lịch sử là mỗi khi thế nước suy hèn vì chia rẽ và nội loạn thì mỗi khi lân bang lấn cõi. Ngày nay vụ Hoàng Sa bị chiếm là triệu chứng cụ thể gây nên bởi sự bất hòa của dân ta... tuy rằng nhiều chứng xưa nay, trong ngoài bảo rằng đó là đất Việt."* Một tượng đài như vậy, với câu trích dẫn trên sẽ có tác dụng nối kết Người Việt Đôi Bờ.

• **LQM:** ***Thập niên 60 với Vòng Đai Xanh, ông đã đề cập tới cuộc chiến tranh bị lãng quên với hạnh phúc tồn tại của hơn 30 sắc dân Thượng và chủ quyền nơi miền cao nguyên bát ngát. Thập niên 90 với cuốn Cửu Long Cạn Dòng Biển Đông Dậy Sóng, ông đề cập tới tương lai bất trắc của con sông Mekong và sự suy thoái của toàn hệ sinh thái trong vùng đồng bằng châu thổ. Qua Thiên Niên Kỷ thứ Ba, ông quan tâm tới vấn đề gì?***

• **NTV:** Người Thượng trên Tây nguyên, môi sinh và phát triển sông Mekong, Biển Đông và cả kho trữ lượng dầu khí – tất cả vẫn là những nan đề của Việt Nam trong Thế Kỷ đầu của Thiên Niên Kỷ Thứ Ba.

•**LQM:** ***Ông đã bỏ ra bao nhiêu thời gian, kể cả lúc khởi đầu thu thập tài liệu, tham dự các hội nghị, thăm các địa danh để viết nên tác phẩm Cửu Long Cạn Dòng Biển Đông Dậy Sóng?***

• **NTV:** Khoảng hơn 5 năm.

• **LQM:** ***Giữa một thời đại không thiếu gì người theo chủ nghĩa Dương Chu "dù nhổ một sợi lông mà làm lợi cho thiên hạ cũng không chịu", hoặc như Marquise De Pompadour: "Après***

***nous le déluge", theo ông Nhóm Mekong Forum có thấy cô đơn trong mục đích "cứu lấy dòng sông" hay không?***

• **NTV:** Bảo rằng cô đơn trong mục đích thì không nhưng trong thực hiện và phát triển thì chưa đạt được những bước như mong đợi. Webpage www.mekongforum.org có từ hơn 5 năm chỉ mới có hơn 10.000 lượt [trong đó rất nhiều lần là khách nhà]. Phải nói là ít. Theo BS Trần Tấn Phát webmaster của Mekong Forum thì đã có những dấu hiệu tích cực hơn trong thời gian gần đây: có thêm nhiều khách mới của các tổ chức môi sinh quốc tế và các đại học không chỉ vào thăm mà cả xin được nối kết [LINKS] với trang nhà của Mekong Forum kể cả khởi đầu cho những cuộc trao đổi đối thoại. Tưởng cũng nên nhắc tới ở đây người đã có bài viết rất sớm về *"Khai Thác Sông Mekong"* [được phổ biến rộng rãi ở hải ngoại và cả trên báo Tuổi Trẻ trong nước], đó là Kỹ sư Phạm Phan Long, anh ấy vẫn cùng với các bạn khác hoạt động bền bỉ, với tổ chức các cuộc Hội thảo Sông Mekong 1999, 2000, đồng thời tiến tới một tổ chức phi chính phủ quy tụ các trí thức và chuyên viên trong lẫn ngoài nước nhằm thu thập kiến thức, theo dõi các kế hoạch phát triển sông Mekong, vốn là mạch sống của hàng trăm triệu cư dân lưu vực thuộc 7 quốc gia trong đó có Việt Nam để chính người Việt có tiếng nói trên các diễn đàn quốc tế, khiến cho Ủy Hội Sông Mekong [Mekong River Commission], Ngân Hàng Thế Giới, Ngân Hàng Phát Triển Á Châu và các công ty tư bản đầu tư khai thác... khi biết bị theo dõi, họ phải làm việc với những phương thức minh bạch đứng đắn và hành xử một cách có trách nhiệm. Một tổ chức độc lập như thế lại có sự hậu thuẫn của dân chúng sẽ giúp cho chính phủ Việt Nam dân chủ có thêm khả năng thương thảo.

• **LQM:** ***Hồi ký như một bức màn khói bao phủ lên những sự thật, nếu không để huyền thoại hóa về mình thì thường cũng là để tự bào chữa, chẳng ai viết hồi ký để tự hạ giá mình. Phải có hùng tâm và can đảm lắm mới dám tự phê phán và cả nhận trách nhiệm về những lỗi lầm" [12] Ông nghĩ gì về học giả Nguyễn Hiến Lê nói: "Tôi ngây thơ quá" trong cuốn Hồi Ký III, trang 23 do nhà Văn Nghệ xuất bản 1988? [13]***

• **NTV:** Tôi muốn nói tới những cuốn hồi ký chính trị và tâm đắc với câu nói của David Halberstam, tác giả nhiều cuốn sách liên quan tới cuộc chiến Việt Nam, đó là "Ký ức thường giữ ít sự thật hơn so với những điều mà chúng ta mong có – *Memory is often less about the truth than about what we want it to be*" – David Halberstam / New York Times. Riêng cụ Nguyễn Hiến Lê thì chưa bao giờ làm chính trị mà thuần túy chỉ là một học giả trước tác hơn 100 tác phẩm tận tụy làm việc trong suốt hơn 35 năm và nhân cách tỏa sáng của cụ trước sau được mọi người kính trọng. Tập hồi ký của cụ viết sau 1975 nói lên sự vỡ mộng của một người trí thức sống ở miền Nam Việt Nam trước đó vốn có cảm tình với kháng chiến, cả lòng nể phục đối với những người cộng sản nhưng chỉ sau 5 năm thực sự sống dưới chế độ ấy qua kinh nghiệm bản thân với những điều tai nghe mắt thấy đã khiến cụ phải thức tỉnh đau đớn ra sao. Không có màn khói nào bao phủ, đây là tập hồi ký của sự thật.

• **LQM:** ***Qua các tác phẩm, ông là nhà văn của mơ ước, của lương tâm và của xã hội. Theo ông, con người phải sống ra sao giữa xã hội quay cuồng hiện nay "ở đâu thì nỗi khổ cũng mênh mông, nhìn lại chẳng thấy đâu là bờ?"*** [14]

• **NTV:** Chị hỏi về "con người phải sống ra sao giữa xã hội quay cuồng hiện nay", theo tôi mỗi người trong từng hoàn cảnh sẽ tự thân đi tìm câu trả lời. Nếu nghĩ rằng sống là sống với tha nhân, thì để xem nhân loại thế kỷ này sẽ hành động ra sao trước thảm họa "*một lục địa Phi Châu không còn bóng người*": sẽ chọn cứu những bà mẹ và trẻ con đang chết dần hay chọn bảo vệ lợi nhuận cho các đại công ty chế tạo thuốc chống bệnh AIDS thêm hai thập niên nữa cho tới hết thời gian bản quyền. Câu hỏi của chị cũng gợi nhớ cho tôi những ngày trong tù, ngoài những giờ "*cuốc đất trồng rau*" hay "*đốn tre trảy gỗ trên ngàn*", cũng phải tìm cách làm cho đầu óc mình bận rộn, tôi chọn học chữ Hán từ người bạn cải tạo nằm kế bên, anh nguyên là giáo sư dạy toán Trường Võ Bị. Anh ấy rất thông minh chỉ dẫn có phương pháp cho học những bộ chữ căn bản rồi từ đó phân tích ý nghĩa của những chữ mới. Bằng cách ấy ngữ vựng của tôi rất khá khi ra trại. Bây giờ thì bao nhiêu chữ  trả lại thầy, chỉ còn đôi ba từ không bao giờ quên vì mang dấu ấn sâu đậm của một tâm trạng nào đó như chữ "Nhẫn" với hình mũi dao trên trái tim hay câu "Khổ hải vượng dương, hồi đầu thị ngạn"...

• **LQM:** ***Ông viết "chiến tranh đã tạo ra nhiều gặp gỡ thú vị và tình cờ".*** [15] ***Khi chiến tranh chấm dứt, ông có những gặp gỡ tình cờ và thú vị nào khác?***

• **NTV:** Trong chiến tranh tình yêu và cái chết quyện lấy nhau. "Có hai điều lớn hơn mọi điều. Thứ nhất là Tình Yêu và Thứ hai là Chiến Tranh" [Two things greater than all things are. The First is Love, and the Second is War]. Mà chiến tranh là cái chết. Rudyard Kipling cũng đã viết như vậy. Trước Mùa Hè Đỏ Lửa trong một quán biên thùy trên cao nguyên, như một tình yêu sét đánh cô hàng cà phê tuổi nữ sinh ấy đã yêu thiếu úy Hoàng của đơn vị chúng tôi ngay ở lần mới gặp, cô ta đã tỏ tình qua tiếng hát réo rắt của Thái Thanh "*Đừng Bỏ Em Một Mình*". Hôm sau thì thiếu úy Hoàng nhảy toán đụng địch khi vừa xuống bãi đáp. Phải tới hai ngày sau mới tìm được xác. Bài ca tối hôm đó vẫn người ca sĩ ấy nhưng nức nở với "*Anh Trở Về trong chiếc Poncho*". Nếu bảo rằng những cuộc gặp gỡ tình cờ như vậy là thú vị thì đó là cái "*Thú Đau Thương*" [thơ Dương Kiền] của thời chiến. Nhưng cũng không phải luôn luôn ảm đạm như vậy: hành quân lẽ ra là xa nhà nhưng với anh Trung sĩ tiếp liệu của đơn vị thì khắp cả 4 vùng chiến thuật, đi tới đâu chỉ một thời gian ngắn anh ấy đã có ngay một mái nhà!

• **LQM:** ***Trong tác phẩm đầu tay Mây Bão trang 58, ông đứng trên quan điểm y khoa hay thẩm mỹ khi viết "Có lẽ ái tình ghê sợ những lớp mỡ và kích thước chiều ngang"?*** [16]

• **NTV:** Khi chị hỏi "Nhà văn Doãn Quốc Sỹ có đau không?" về một câu viết trong *Khu Rừng Lau*, ông trả lời đó chỉ là cảm xúc của nhân vật trong truyện chứ không phải tác giả phát biểu. "*Ghê sợ những lớp mỡ và kích thước chiều ngang*" cũng chỉ là nhãn quan theo phát triển cá tính của một nhân vật phụ tên Hoạt trong tiểu thuyết Mây Bão. Lại càng không phải đứng trên quan điểm y khoa vì như vậy là trái với y đức [unethical] nói theo nghĩa vụ luận.

● **LQM:** ***"Tiểu xảo chữ nghĩa chẳng thể tạo được những áng văn hay, điều quan trọng là ngòi bút phải có lửa, mà cái đó chỉ có ở lớp người trẻ đang đi tới".*** [17] ***Ông nghĩ gì về những tác giả trẻ nổi bật hiện nay như Đinh Linh, Andrew Phạm, Lê Minh Hà...?***

● **NTV:** Tiểu xảo đôi khi cũng tạo được những dòng chữ đẹp long lanh nhưng đã thực sự là áng văn hay chịu được thử thách của thời gian đều có một nội dung mang tính nhân loại mà điều đó đòi hỏi tới "Tâm và Thức" của nhà văn. Với các tác giả trẻ tài năng như chị vừa nhắc ấy tôi hy vọng họ đủ dài hơi để có thể hoàn tất những tác phẩm lớn mà chúng ta đều mong đợi.

● **LQM:** ***Nhà văn Ngô Thế Vinh viết: "Tôi rất thích hội họa".*** [18] ***Ông có thể cho biết về họa sĩ và trường phái hội họa yêu thích nhất?***

● **NTV:** Hội họa như một cách nhìn khác về đời sống. Tôi có một người bạn "Tấm Cám" hơn 40 năm là một họa sĩ, chúng tôi rất khác nhau nhưng lại là đôi bạn thân. Tôi thích những bức tranh sơn dầu lớn của anh ấy, ngoài những đường nét tạo hình, tôi thích hơn là những khoảng trống trên các bức tranh ấy với những tảng màu gây ấn tượng thật thanh thoát. "*Người nghệ sĩ đã tìm được một nét đúng trong tranh giữa hai nét sai ngoài đời.*" Chỉ tiếc là người nghệ sĩ tài hoa ấy không sáng tác nhiều. Đó là Nghiêu Đề, anh ấy đã không còn nữa.

●**LQM:** ***Xin ông cho biết ý kiến về giải Nobel 2000 Cao Hành Kiện và tác phẩm Linh Sơn (Soul Mountain)?***

● **NTV:** Trong 100 cuốn sách hay của thế kỷ 20, không nhất thiết là những cuốn có gắn nhãn hiệu giải Nobel văn chương từ

Stockholm. Tôi thú vị đọc một số trích đoạn hay của Linh Sơn, nhưng tác phẩm ấy đã không đem lại cho tôi những xúc động lớn.

● **LQM:** ***Theo nhà văn Ngô Thế Vinh, có gì khác biệt giữa một nhà văn nổi tiếng hành nghề y khoa và một bác sĩ với những tác phẩm đi vào văn học sử?***

● **NTV:** Văn chương làm phong phú nghề thuốc, ngược lại trong nghề thuốc "mỗi ngày tiếp xúc với bao nhiêu cái tôi không phải là tôi", cả hai có tác dụng hỗ tương. Trong tác phẩm *"Viết và Đọc Tiểu Thuyết"* của Nhất Linh, khi bàn về chân thiện mỹ, ông có nói tới nghệ thuật nấu bếp, có nghĩa là trong bất cứ lãnh vực nào người ta cũng có thể đưa công việc của mình tới trình độ nghệ thuật và thời gian là sự đãi lọc nghiêm khắc và công bằng nhất.

● **LQM:** ***Nếu có quyền lực nào ngăn cấm không cho Ngô Thế Vinh viết nữa, ông sẽ phải làm sao?***

● **NTV:** Dùng quyền lực để ngăn cấm người cầm bút về lâu dài chỉ có tác dụng ngược lại. Nhưng *"tự ngăn cấm mình"*, biết lúc nào phải dừng lại cũng là một hình thái tự do của người cầm bút, không viết ra những dòng chữ không có nghĩa hay có nội dung chống lại chính mình. *"Nếu không ngăn chống thứ gì thì hoặc ít nhất không hỗ trợ cho thứ gì như góp thêm đất màu cho những tàn ác của cuộc đời."* Đó là những dòng chữ trong bức thư của một người bạn văn khi anh sắp bước vào tuổi 70, viết cho tôi sau lần gặp cuối năm.

● **LQM:** ***Ông vừa thực hiện chuyến đi Lào. Nhà văn Ngô Thế Vinh có thể cho biết mục đích của chuyến đi này hay không? Và nhận xét của ông như thế nào về quốc gia này hiện nay?***

● **NTV:** Đó là một chuyến đi quan sát thực địa, hay đúng hơn để thấy tận mắt khúc đoạn của con sông Mekong trên Thượng Lào không mấy xa các con đập bậc thềm khổng lồ Vân Nam. Sự suy thoái của con sông Mekong đã nhanh hơn tôi nghĩ. Thêm vào đó, một đất nước chỉ bằng 1/3 diện tích bang Texas, đang vội vã "Đổi Mới" với hơn 600 ngàn du khách/năm với dịch AIDS, HIV và thuốc phiện, thì cảm tưởng chung là sau chủ nghĩa xã hội, Lào đang có nguy cơ trở thành tổn thất của chủ nghĩa tư bản.

● **LQM:** *Theo ông, trong một cuộc phỏng vấn, đối tượng là một nhà khoa học hoặc tác giả có những tác phẩm chuyên nghiên cứu về những dữ kiện lịch sử, có nên đặt câu hỏi về tình yêu, cuộc sống hạnh phúc gia đình hay không? (vấn đề nhân bản của cuộc sống). Nếu có, ông cho biết ý kiến về hai câu hỏi trên. Nếu không, tại sao?*

● **NTV:** Y khoa là một nghề bận rộn, viết văn mà lại đam mê là một bận rộn thứ hai. Hai cái bận rộn ấy chiếm bao nhiêu thời gian của 24 giờ một ngày của đời sống, để có thể đi những chặng đường dài chắc chắn cần sự cảm thông, hợp tác và cả phần nào hy sinh của gia đình, mà điều ấy thì không phải lúc nào cũng có được.

● **LQM:** *Xin cảm ơn nhà văn Ngô Thế Vinh.*

**LÊ QUỲNH MAI**
*Thực hiện cuộc Phỏng Vấn tại Nam California*

(Phần giới thiệu tác phẩm CLCD-BĐDS và tác giả Ngô Thế Vinh phát thanh trên chương trình VHNT Đài TNVN 103.3 FM, Montréal, ngày 25/03/2001)

*(1)Vòng Đai Xanh, tr.5, (2) Mặt Trận Ở Sài Gòn, tr.80, (3) CLCDBĐDS, tr, 325, (4) Vòng Đai Xanh, tr.19, (5) Vòng Đai Xanh, tr.179, (6) Mặt Trận Ở Sài Gòn, tr.32, (7) CLCDBĐDS, tr.205, (8) CLCDBĐDS, tr.304, (9) CLCDBĐDS, tr.67, 10) Khởi Hành, số 43, tr.7, (11) CLCDBĐDS, tr.383, (12) CLCDBĐDS, tr.562, (13) Hồi ký 3 Nguyễn Hiến Lê, tr.23 VNxb 1988, (14) Mặt Trận Ở Sài Gòn, tr.152, (15) Mây Bão, tr.28, (16) Mây Bão, tr.58, (17) Vòng Đai Xanh, tr.133, (18) Mặt Trận Ở Sài Gòn, tr.183*

## LÊ QUỲNH MAI

Nhà văn, nhà báo. Sinh tại Sài Gòn, định cư tại Québec, Canada. Phụ trách chương trình Văn Học Nghệ Thuật đài Tiếng Nói Việt Nam (băng tần 103.3 FM) Montréal, Canada. Cộng tác viên Tạp chí Hợp Lưu, Văn Học, Văn, Đi Tới, Tập San Y Sĩ Canada.

**Tác phẩm:** *Tác giả, với chúng ta* (Nxb Khôi Nguyên 2004), Audiobook *Gã Đấu Bò Rừng Thành Malaga.*

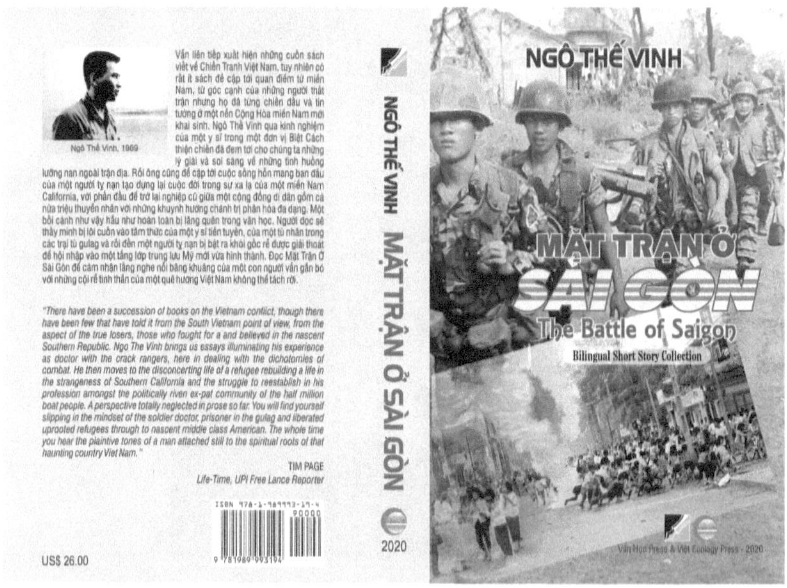


*Mặt Trận Ở Sài Gòn, tuyển tập truyện ngắn, mẫu bìa của họa sĩ Nguyễn Đồng, Nxb Văn Nghệ, Hoa Kỳ 1996 (trái); The Battle of Saigon, Short Story Collection, Jacket design by Khánh Trường, Xlibris Publisher 2005 (phải); Mặt Trận ở Sài Gòn / The Battle of Saigon, Bilingual, Nxb Văn Học Press & Việt Ecology Press (dưới).*

# NGÔ THẾ VINH

## Mặt Trận Ở Sài Gòn

*Bìa và trang báo Tạp chí Trình Bầy số 34, ngày 15.12.1971*

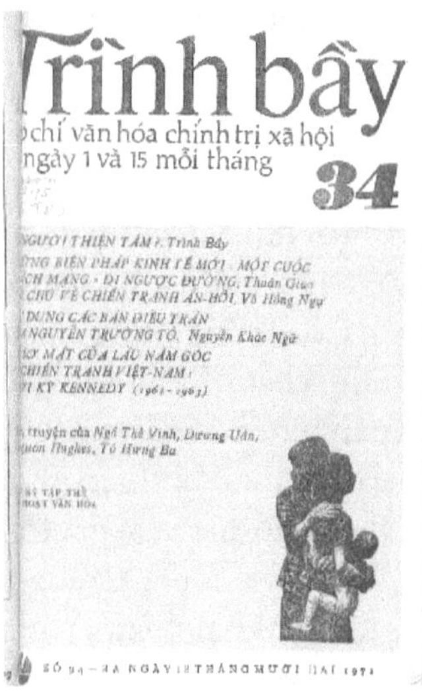

Trình bầy
chí văn hóa chính trị xã hội
ngày 1 và 15 mỗi tháng
34

văn nghệ

Mặt trận ở Sài-gòn

NGÔ THẾ VINH

Tháo dỡ doanh trại. Về Sài Gòn. Đám lính tráng vô tư thì hân hoan. Hàng tháng trường hành quân khổ nhọc, lẽ ra như tụi nó, tôi phải ao ước được trở về. Nơi có những người thân yêu chờ đợi, nơi không có vẩn bụi của chết chóc chiến tranh. Vậy mà tôi vẫn cảm thấy mệt nản. Chán nản với mọi sự đổi thay và cả những khúc mắc ở vai trò nhiệm vụ mới.

Những phỏng đoán mơ hồ đã trở thành đã trở thành sự thực – rằng chiến trường sắp tới của chúng tôi sẽ chẳng phải là núi rừng Tây nguyên, mà đích thực là một cuộc chiến tranh trong thành phố. Ở kỳ về Sài Gòn lần đầu tiên trong dịp Tết Mậu Thân, chính chúng tôi đã ra tay thanh toán chớp nhoáng những cường điểm của địch quân. Những địa danh Cây Thị, Cây Quéo thân thuộc, đã đưa đơn vị Mũ Xanh tới những huyền thoại, biến chúng tôi trở thành những chuyên viên du kích trong thành phố. Có lẽ đó là lý do đáng tin cậy để Trung ương quyết định đưa chúng tôi trở về thủ đô, giữa một không khí rục rịch biểu tình khởi đi từ những phong trào quần chúng đấu tranh chống chánh phủ.

Ngày mai chúng tôi lại có mặt ở Sài Gòn. Kiểm điểm lại đây là lần thứ năm chúng tôi đặt chân lên Cao nguyên. Chẳng bao giờ sai hẹn, như một chu kỳ hàng năm, cứ vào đầu mùa mưa, chúng tôi cùng những đơn vị bạn từ vùng đồng bằng châu thổ, ùn ùn kéo lên Cao nguyên để tao ngộ với những đại đơn vị địch quân – để tranh nhau một vài ngọn đồi trơ trụi hay giành giật một khúc lộ trống.

Cao nguyên, từ cái vùng Đất Khổ với những người dân thiểu số bị bỏ quên ấy, nhờ chiến trận mỗi năm, những địa danh xa lạ như Dakto, Chu Prong, Pleime, Đức Cơ... bỗng dưng trở thành nổi tiếng vì khói lửa bom đạn và chồng chất những xác chết. Và năm nay, riêng chiến dịch Đông Xuân, với cao điểm Mùa Mưa – theo phát ngôn viên chánh phủ, đã kết thúc bi thảm cho phía những người chiến sĩ Giải phóng. Nhưng thực ra cái giá tổn thất mà đôi bên phải trả đã lên tới mức độ được coi là khủng khiếp nhất kể từ ngày có chiến trận Đông dương khai diễn... Chỉ riêng vùng Ngok Tobas, hàng tiểu đoàn quân chánh phủ đã bị xóa tên. Và riêng phía địch quân, mới chỉ ở ngọn đồi 1007 – tức là căn cứ hỏa lực số 7, con số ba ngàn xác phanh thây cũng chẳng phải là một ước tính lạc quan quá đáng như truyền thông của đài phát thanh chánh phủ. Đó là chưa kể mức sát hại của hàng trăm ngàn tấn bom do B52 đêm ngày đổ dọc theo các ngả đường mòn xâm nhập. Và ở Mùa Mưa năm nay, cũng là lần đầu tiên trong chiến cuộc của Việt Nam – và của cả thế giới, không lực Mỹ đã phải sử dụng thứ bom *Demolition Mark* khổng lồ mười lăm ngàn cân Anh với sức tàn phá của một trái bom nguyên tử cỡ nhỏ, để hư-vô-hóa hy vọng chiến thắng của địch quân. Để chẳng còn lại gì ở giữa những hố bom lớn hơn sân banh đó. Và ngay giữa địa thế khó khăn của rừng già hàng phi đoàn trực thăng chở quân có thể đáp xuống một lúc, để mở những đường máu, tạo mũi dùi chọc thủng vòng vây đối phương. Ít ra phải nhiều tháng nữa, vào mùa mưa năm sau chúng tôi mới lại dám đặt chân xuống đó: rừng rú của cạm bẫy, dày đặc những hơi ngạt và đầy rẫy bom bi CBU.

Rồi Mùa Mưa cũng phải qua đi, không hẹn mà định, chiến cuộc điên cuồng lại tạm ngưng nghỉ khi thời tiết bắt đầu mùa khô ráo. Và từ những ngả tận cùng của biên giới, men dần ra quốc lộ, đoàn xe lại lũ lượt nối đuôi nhau đưa chúng tôi trở về đồng bằng – với những chiếc xe trống trải hơn, cùng những người lính mỏi mệt xác xơ hơn nhưng may mắn còn được sống sót.

Như đã có kinh nghiệm từ những năm trước, ở chặng dừng nghỉ đầu tiên, cái thành phố phải tiếp nhận họ như được báo động trước. Nhiều nhà hàng quán ăn tự động đóng cửa để tránh bất trắc, nhất là khi có tin đồn rằng ngay cả ông Tướng cũng đã cho lệnh xuống tiểu đoàn quân cảnh địa phương làm ngơ mọi chuyện với lính tráng trở về từ cõi chết này nếu như phá phách không tới mức độ được coi là quá đáng.

Và ở buổi tối đầu tiên, tại hội quán Phượng Hoàng, đích danh ông Tướng mở tiệc khoản đãi những người hùng trở về sau chiến thắng rực rỡ mùa mưa. Không kể những người đã chết, chỉ riêng trong đám sống sót trở về – có thể nói họ xứng đáng mang danh anh hùng bằng chính những chiến tích lẫy lừng đi vào huyền thoại.

Thử điểm sơ qua những cái đinh của buổi liên hoan hôm nay. Người đầu tiên phải được kể tới là Đại úy Thỏa, người chỉ huy trực tiếp ngọn đồi 1007: vóc người nhỏ nhắn, da đen sạm với vẻ mặt rắn đanh lại, đầy nét phong sương gian khổ. Ông và một tiểu đoàn Biệt kích quân phải chịu đựng suốt ba mươi ngày dưới hầm sâu, trong những công sự phòng thủ, dưới những cơn mưa pháo kích và nhiều đợt tấn công biển người của địch quân.

Rồi đến vị Thiếu tá Tiểu đoàn trưởng TĐ 93 Biệt động quân và bộ Tham mưu đã có công lớn nhất trong việc giải tỏa áp lực vòng vây địch mà tài điều quân thần tình đã được đám cố vấn Mỹ mô tả là hay-nhất-thế-giới, trong một cuộc phản phục kích chớp nhoáng, gây tổn thất nặng nề cho địch quân ba ngày trước khi trận chiến kết thúc. Kế đến cũng không thể không nhắc tới Thiếu tá Bính, một phi công trẻ tuổi hào hoa nhưng vô cùng gan dạ. Trong suốt cuộc hành quân, ông đích thân chỉ huy phi đoàn 215 trực thăng, đã yểm trợ hữu hiệu các đơn vị Biệt động quân và Nhảy dù trong các giai đoạn phản công và tái chiếm căn cứ Hỏa lực 7. Mặc dù lưới đạn phòng không của địch dày đặc từ dưới đất, ông và các chiến hữu vẫn thực hiện ngày đêm hàng trăm phi suất tải quân và tiếp tế, đáp cả trên những hố bom mới thả ngay giữa lòng địch quân còn nóng hổi. Kiểm điểm lại đã không còn một phi cơ nào nguyên vẹn: riêng trên thân tàu CNC chỉ huy, người ta đã đếm được trên hai mươi lỗ đạn. Và ở lần nguy kịch, ông đã phải đáp khẩn cấp ngay trên đỉnh đồi 1007, may mắn thoát hiểm dưới hỏa lực pháo kích không ngớt của đối phương. Và cũng thật là thiếu sót nếu không kể ra đây tên của Bác sĩ Bảo: ông là vị y sĩ duy nhất tình nguyện nhảy xuống căn cứ 3 Hỏa lực giữa tình trạng còn bị địch quân vây khốn. Ông đã ở lại đó trong suốt 15 ngày, săn sóc giải phẫu cấp thời cho vô số những thương bệnh binh mắc kẹt trong các địa đạo cho tới khi căn cứ được giải tỏa. Sự kiện làm thế nào để ông có thể đặt chân lên đỉnh căn cứ 3 lúc đó là cả một ước tính mạo hiểm, vô cùng táo bạo và kỳ thú. Sau nhiều vụ phi cơ bị bắn rơi vì lưới đạn phòng không dày đặc của địch quân từ trong những hốc đá dưới thung lũng, lệnh của ông Tướng là phải tạm thời cắt đứt cầu không vận cho tới khi áp lực địch được thanh toán. Lương thực và đạn dược thì còn đủ để kéo dài cuộc chiến đấu trong nhiều ngày, nhưng vấn đề là tình cảnh mắc kẹt bi thảm của những thương bệnh binh ngày một gia tăng, thiếu săn sóc thuốc men và không được di tản. Đó là lý do tình nguyện của vị y sĩ Trung đoàn, cộng thêm hai phi công trực thăng Hoa Kỳ. Vào buổi sáng tinh sương ngày N, khi sương mù còn bao phủ mờ mịt núi rừng quanh ngọn đồi 1003, từ trên cao trên cả những đám mây, trong sự hồi hộp của mọi người, chiếc trực thăng cán gáo như một chiếc lá, đã bất chợt rơi nhẹ nhàng xuống căn cứ an toàn, đem theo vị bác sĩ và cả những dụng cụ thuốc men. Chiếc phi cơ bị trúng đạn trên bãi đáp và bị hủy hoại ngay sau đó. Ở lại với hai viên phi công, với những trận đánh kinh hoàng; vị y sĩ đã phải ngày đêm đích thân làm việc dưới những con đường hầm, săn sóc cấp cứu cho hàng loạt thương bệnh binh. Sự xuất hiện can đảm của ông lúc đó đã gây phấn chấn không ít cho những người lính còn cầm súng tiếp tục cuộc chiến đấu. Dù là một tay phẫu thuật tài hoa, khi gặp lại, ông đã tỏ ý chán nản về sự kiện đã chẳng làm được gì nhiều giữa một trận địa thiếu tất cả những phương tiện. Và ông cũng tỏ vẻ khó chịu thành thực với những xưng tụng anh hùng qua hành vi tự nguyện của mình. Ông bảo, tôi chỉ làm bổn phận của một y sĩ tiền tuyến. Ông còn nói thêm là chỉ xứng đáng được xưng tụng như vậy là những người lính vô danh vừa chết đi, (dẫu sao đó cũng chỉ là quan điểm của riêng ông). Liệu tôi còn phải kể thêm bao nhiêu tên nữa, thuộc các binh chủng khác, mới gọi là điểm đủ mặt anh hùng tụ hội ở hội quán Phượng Hoàng đêm nay. Và cũng có lẽ vì khiêm tốn, tôi đã không nhắc tới công lao của đồng bạn và đơn vị mình: những đại đội xung kích Mũ Xanh và các toán Thám sát. Họ đã hoạt động một cách xuất thần ngay giữa lòng địch quân, tạo được những nút chặn hữu hiệu và gây rối loạn ở khắp các ngả đường giao liên của địch quân.

Ông Tướng Biên cương tối nay đã thôi treo tay. Như nhịp độ những trận đánh trên Cao nguyên, chứng tê thấp khớp xương của ông cũng trở lại với chu kỳ của mùa mưa và bệnh tình cũng bắt đầu thuyên giảm khi bước sang thời tiết khô ráo. Ở buổi dạ hội hôm nay, ông Tướng mặc thường phục và khoác thêm một chiếc áo rực rỡ cổ truyền của người Thượng. Dưới mắt thuộc cấp, ông Tướng là hình ảnh của hào hùng và là sự cần thiết cho sự ổn định của vùng địa đầu Cao nguyên. Sau nghi thức đơn giản với đôi lời chào mừng, ông Tướng đã cùng mọi người hân hoan nâng ly rượu mừng cho chiến thắng rực rỡ của Mùa Mưa. Tiếp đó ông cũng là người đầu tiên bước ra sàn nhảy, cùng với một thiếu phụ đẹp lộng lẫy, đi những bước thật bay bướm mở màn cho buổi dạ vũ. Âm thanh của những tiếng cười nói ồn ào.

Không khí dày đặc khói thuốc và hơi rượu mạnh. Nhạc sống và khiêu vũ. Những người đàn bà dễ dãi. Mọi tự do được phóng thả, để tìm lại được chút dục vọng xác thịt đang nguội lạnh, cho quên đi những ám ảnh của sợ hãi và nỗi chết. Đưa ly rượu tới môi, tôi tự nhủ rằng hãy nghĩ tới những người sống chứ không phải những xác chết. Nhưng vấn đề là làm sao để quên đi. Cái hình ảnh kinh hoàng của chiến địa, hôi thối nồng nặc, chồng chất những tử thi hai bên. Xác của những người bạn bị oanh kích lầm với thứ hỏa tiễn mũi tên xóa tan cả mặt mũi. Xác của người phi công được trực thăng móc ở rừng ra, héo rũ trên dây treo như cách người ta câu về những con thú. Cả đến người Hạ sĩ quan thân tín của tôi trong bao năm nay trên khắp trận mạc cũng lại vừa chết trước một ngày khi chúng tôi được lệnh về Sài Gòn. Xác của nó chỉ được kiếm ra hai hôm sau trong một bụi rậm khiến tôi hiểu rằng nó chỉ bị thương và bị bỏ rơi lại bãi. Với sẵn cái bản năng mưu sinh và thoát hiểm, tuy bị đạn, nó đã cố lết mình vào bụi rậm, sửa soạn một chỗ nằm chờ đợi được cứu hay nếu không cũng chu đáo sửa soạn một cái chết. Lúc tìm ra, xác nó còn gối đầu trên ba-lô, còn chiếc nón rừng được hắn úp lên ngực chỗ vết thương trổ từ sau lưng... Vẫn những hình ảnh ấy cứ lượn lờ trong óc dù thực tâm tôi muốn được quên đi dứt khoát. Từ nãy, ông Trung tá vẫn chỉ ngồi tư lự, cả ông Bác sĩ cũng vậy nữa. Giữa cuộc vui mừng chiến thắng, tại sao chúng tôi lại đứng bên lề. Ưu tư chẳng phải là trạng thái thích nghi để chúng tôi có thể sống lâu dài với cuộc chiến. Đại úy Thỏa hỏi tôi:

- Sao "*Hawk*", bao giờ về Sài Gòn?

"Diều Hâu" là biệt danh ông Bác sĩ đặt cho tính hiếu chiến của tôi. Xem ra ai cũng có vẻ bực bội về những tin tức xáo trộn ở Sài Gòn. Ông tiếp:

- Tụi sinh viên có đứa nào bất mãn, Diều Hâu cứ việc hốt hết đem lên căn cứ 7 giao cho tôi.

Cầm lấy ly rượu như muốn bóp vỡ trong tay, Thiếu tá Bính giọng gay gắt hơn:

- Cứ để tôi thì khỏi cần tốn phi tiễn với lựu đạn cay. Chỉ cần mấy cỗ đại liên trí mấy đầu phố.

Xem ra chính trị đã làm phân hóa giữa chúng tôi. Rồi ông quay sang hỏi ông Bác sĩ:

- Sao Docteur Zhivago, ông nghĩ sao về tụi sinh viên tối ngày chỉ biết có biểu tình phá rối ấy?

Zhivago là biệt danh chúng tôi đặt cho ông bởi cái con người nghệ sĩ nhưng cuộc sống lại rất nguyên tắc ấy. Quá khứ ông đã từng trải qua một giai đoạn sôi nổi thời sinh viên nhưng hiện tại lại chấp nhận một nếp sống chịu đựng và ẩn nhẫn. Tuy ít bộc lộ nhưng tâm hồn ông là một tổng hợp những mâu thuẫn sâu xa. Bằng một giọng cố giữ vẻ bình tĩnh, ông bảo:

- Ở những năm dài trên đại học. tôi đã từng sống cái tâm trạng của họ và hiện tại tôi cũng lại đang sát cánh với các anh sống giữa hoàn cảnh gai lửa này. Tôi hiểu được nỗi bực dọc của các anh, tôi cũng lại cảm thông với những động lực đấu tranh của họ. Không phải là hoàn toàn vô lý khi họ phải bỏ cả sự học, hy sinh cả tương lai để dấn thân vào những cuộc tranh đấu...

Riêng tôi thì hiểu rằng, chính ông Bác sĩ đang ở một trường hợp lương tâm khó xử. Một đằng là những người lính mà ông có bổn phận phải chăm sóc, một đằng là những thanh niên sinh viên đang tham dự cuộc đấu tranh, mà quan điểm của họ được chính ông có phần chấp nhận và chia sẻ. Rõ ràng chúng tôi chỉ là một bánh xe nhỏ trong một guồng máy lớn lao. Trái với bản tính ít nói và kín đáo cố hữu, ông Trung tá cũng lại tham dự vào câu chuyện chính trị hôm nay:

- Thế Bác sĩ tính sao khi chúng tôi có lệnh tấn công vào vòng thành trường Đại học Y khoa?

Câu hỏi ngộ nghĩnh khiến cả ông Bác sĩ và chúng tôi cùng mỉm cười. Nhưng rồi bằng một giọng không có vẻ gì là cay đắng, ông Bác sĩ đáp:

- Ở trường hợp đó, dĩ nhiên tôi chẳng thể làm gì được hơn là đeo mặt nạ chống hơi cay, lái xe tản thương và săn sóc cho cả hai phía... Nhưng vấn đề đặt ra là sau đó...

Hướng về phía ông Trung tá, ông Bác sĩ giọng tâm sự:

- Nếu rõ ràng nhiệm vụ được giao phó là sự có mặt lâu dài ở Sài Gòn, tôi sẽ xin được rời khỏi đơn vị để về một bệnh viện nào đó trên Cao nguyên; mặc dù trước đây tôi vẫn tâm niệm rằng đơn vị này là nơi duy nhất tôi đã lựa chọn cho suốt thời gian quân ngũ của mình.

Không nói ra, ai trong chúng tôi cũng cảm thấy mỏi mệt trước khi dấn thân vào cái chiến trường buồn tênh ấy. Chỉ quen với rừng rú, xuống đó đám lính của tôi sẽ như bầy thú hoang về thành – lạc lõng bơ vơ. Rồi vẫn chỉ là những ngày cấm trại tù túng, để chỉ tập làm quen với mặt nạ, lưỡi lê và phương pháp đàn áp cắt xé những cuộc biểu tình. Đội hình hàng ngang, đội hình mũi tên, đội hình quả trám. Nhân danh sự ổn định, chúng tôi chẳng thể không thẳng tay đàn áp. Họ có thể là những thanh niên sinh viên lý tưởng hăng say, đám cô nhi quả phụ đói khổ hay chính những thương phế binh – những người anh em què cụt đã từng cầm súng sát cánh bên chúng tôi chiến đấu. Không lẽ bây giờ chúng tôi là cơn ác mộng trở về để quấy nhiễu giấc mơ của họ? Hơn một lần chúng tôi đã có những kinh nghiệm về những ngày ở Sài Gòn – lần cuối cùng cách đây tám tháng, đang sống những ngày dài trong rừng núi quạnh hiu, chúng tôi tức tốc được đưa về thủ đô. Để trấn đóng ngay giữa trái tim của Sài Gòn, chìm khuất giữa những buildings cao dập dìu đĩ điếm, nằm kế bên hội Kỵ Mã lúc nào cũng nhởn nhơ những con ngựa giống với từng bờ mông láng nhẫy. Đổi một không gian không xa nhưng người lính có cơ hội hiểu rằng, trên đời này không phải chỉ có những buồn thảm của một cuộc chiến tranh làm họ điêu đứng, với rình rập của nỗi chết cùng nỗi khổ cực của đám vợ con nheo nhóc – mà hơn thế nữa, giữa quê hương còn một thứ xã hội trên cao lộng lẫy sáng choang và thản nhiên hạnh phúc. Cái thế giới khác xa họ, chỉ có ngào ngạt hương thơm và những hưởng thụ thừa mứa. Của một đám người kêu gào chiến tranh nhưng lúc nào cũng ở trên và đứng ngoài cuộc chiến ấy. Rồi những người lính bơ vơ tự hỏi, cầm súng họ bảo vệ cái gì đây? Không lẽ cho một con thuyền xa hoa ngao du trên dòng sông loang máu, nổi trôi đầy những xác chết đồng loại. Cho sự an lạc của một dúm xã hội trên cao, cho những chăm sóc của những con chó con ngựa hơn cả tang thương của kiếp sống? Với những người trẻ tuổi chỉ biết sẵn sàng, lúc nào cũng sẵn sàng chấp nhận hy sinh cả tính mạng của họ để chiến đấu với kẻ thù ngoài chiến trường – tại sao bỗng dưng lại đưa họ về thủ đô. Không lẽ những mộng tưởng binh nghiệp chỉ có thể biến chúng tôi thành những tên gác-dan cho bọn nhà giàu, một thứ cảnh sát công lộ chỉ đường trên dòng luân lưu của lịch sử. Nhân danh quân đội, chúng tôi đang góp sức thực hiện một cuộc cải cách xã hội hay tự biến mình thành một nút-chặn-lịch-sử, một thứ đèn đỏ thường xuyên ngăn những bước tất yếu của cuộc cách mạng đi tới?

Người lính chỉ ao ước được cầm súng chiến đấu cho tổ quốc, hy sinh cho một lý tưởng cao cả, một chính nghĩa sáng ngời – mà khỏi cần phải bận tâm suy nghĩ điều gì. Nhưng bây giờ thì họ hiểu rằng, đã thất lạc và qua rồi sự bình an giả tạo sau những mỏi mệt trở về từ rừng rú. Rằng ngoài chiến trường súng đạn quen thuộc, họ còn phải đương đầu với một trận tuyến khác mỏi mệt hơn – đó là cảnh thối nát bất công của xã hội mà dân tộc đang phải hứng chịu trong tối tăm tủi nhục. Từ ba mươi năm nay, đã và đang có quá nhiều *anh-hùng-của-chiến-tranh* trong khi lại quá thiếu vắng những chiến sĩ xã hội. Vậy phải lựa chọn chiến trường nào? Rằng không phải chỉ ở chốn xa xôi biên cương – mà đích thực chiến-trường thách-đố của họ phải là ở Sài Gòn.

*NGÔ THẾ VINH*
*Dakto, 1971*
*[Trình Bầy số 34, 18.12.1971]*

# NGÔ THẾ VINH

## NƯỚC MẮT CỦA ĐỨC PHẬT

Theo nhận định của Bộ chỉ huy Trung tâm Hành quân thì đã có dấu hiệu bất thường trong mức độ xâm nhập của địch. Bởi lẽ, thông lệ thì cứ mười ngày sau khi tung các đơn vị Dù vào tham chiến, sức đối kháng của địch quân đương nhiên phải giảm sút. Nhưng đặc biệt ở lần này, dù đã bước sang ngày thứ mười lăm, dù địch đã chịu nhiều tổn thất nặng, các tiểu đoàn bạn vẫn phải đương đầu với cường lực không có vẻ gì suy yếu của đối phương. Và tôi nghĩ đó là lý do chính đáng nhất để Liên đoàn rời khỏi Sài Gòn, di chuyển về miền Tây biên tham gia chiến dịch hành quân giải tỏa áp lực địch bao vây thị trấn Krek. Phải nói là chúng tôi hân hoan để ra đi, nếu không muốn nói là từng ngày chúng tôi chờ dịp những con thú hoang trở lại rừng già – những người lính Mũ Xanh về với vùng biên cương quen thuộc.

Được đào luyện với thứ khả năng thích nghi mọi hoàn cảnh, ở lần này chiến trường của chúng tôi sẽ là những khu rừng già ngoại biên nằm sâu trong lãnh thổ Cam Bốt. Nơi giăng mắc những trạm giao liên, nơi che giấu những kho tàng quân lương, nơi phân tán và ẩn núp những đơn vị cơ động có cả chiến xa của hai Công trường nổi tiếng 5 và 9 của Bắc Việt. Và nhiệm vụ của các toán Thám sát, lẽ ra như từ bao giờ – nhảy vào lòng địch thu thập tin tức có tính cách chiến lược, phát giác kho tàng và bắt sống tù binh để khai thác, nhưng xem ra sau một tuần lễ hoạt động, bản chất của chiến trường mới mẻ này đã xô đẩy chúng tôi tới một nhiệm vụ khác, khó khăn và gian nan hơn. Đó là tạo những nút chặn bằng các toán nhỏ Biệt Cách, gây rối loạn ngay từ tuyến sau của các đơn vị địch quân. Nghiễm nhiên chúng tôi trở thành một thứ Kinh Kha mới của thời đại – một ra đi và rất ít hy vọng trở lại. Nhưng được cái ai cũng tin tưởng rằng vận may vẫn có thể xảy ra cho riêng mình, ý nghĩ đó cũng đủ sưởi ấm mọi hy vọng.

Từ mấy hôm nay, những trận pháo kích hỏa tiễn liên miên vào căn cứ xuất phát khiến tinh thần chúng tôi khá căng thẳng – lại thêm tin tức chạm địch dồn dập của các Toán, tuy được mô tả là thắng lợi nhưng cũng phải trả bằng giá đắt là sự tổn thất nặng nề của hai toán ưu tú. Mới rời Sài Gòn, sự đổi thay khung cảnh đột ngột, tâm lý những người lính chưa sẵn sàng để đương đầu với hoàn cảnh nhiều khó khăn như thế. Nói chung tinh thần có phần giảm sút nếu không muốn nói là nao núng. Có lẽ đó là lý do khiến tôi sau hai năm về nắm đại đội Xung kích, tự thấy tới lúc phải tình nguyện trở lại nhảy toán – để gây một không khí hứng khởi mới cần thiết cho đơn vị. Ông Trung tá đã chấp thuận lời yêu cầu của tôi với nhiều do dự. Điều mà ông e ngại, có phần dị đoan, là sự trở lại của các trưởng toán cũ – thứ diều hâu rất dễ bị gãy cánh.

Là gốc người Công giáo, tuy không nhiều mê tín như ông, nhưng cũng đã từng sống và chứng kiến sự rủi may của chiến trận, tôi không thể không tin một số điềm và cả ở sự bén nhạy của linh tính báo hiệu sẽ xảy ra điều bất trắc. Cũng bởi lẽ đó, tôi đã từ chối xâm nhập lần cuối trước khi rời toán, sau khi hai trưởng toán khác đã bị bắt hay mất tích ở trường hợp tương tự. Vậy mà ở lần này, sau một thời gian về Liên đội, tôi đã gần như quên điều cấm kỵ để trở lại nắm toán – cũng lại là một cái rớp rất khó trở về, điều đã xảy ra cho một liên toán trưởng rất nổi tiếng khác. Và có lẽ còn một lý do thầm kín khác mà ở phút này tôi mới chợt nhận thấy là thời gian ở Sài Gòn đã làm tôi chán nản. Tôi muốn tìm lại kiêu hãnh và nhựa sống đã chìm lắng, trong men say của cái chết.

Lệnh hành quân thay đổi vào phút chót. Toán sẽ xâm nhập sớm hơn một giờ vì lý do thời tiết có thể mưa to vào lúc sẩm chiều. Toán 81 được dẫn vào phòng thuyết trình, với phần trình bày kế hoạch thật vắn tắt. Khác hẳn những cuộc hành quân thám sát nội địa – ở lần này không có bóng dáng một cố vấn Mỹ hay thông ngôn. Cả phi hành đoàn cũng hoàn toàn Việt Nam, ngoài tuổi trẻ và gan dạ, họ chưa có kinh nghiệm nào về bản chất những cuộc hành quân Diều hâu thám sát. Ở bước cuối Việt hóa, thực sự người Mỹ đã muốn rửa tay gác kiếm. Và bằng cách này hay cách khác họ đang cố rút chân ra khỏi vũng lầy Đông dương. Ngoài đủ loại vũ khí tối tân là của họ, ở lần này chúng tôi thực sự chiến đấu đơn độc. Họ đã khôn ngoan dừng lại ở bên này lằn ranh giới. Vậy thì những khói lửa đổ vỡ ở bên kia chẳng phải là trách nhiệm của họ. Và hiện giờ đối với đơn vị chúng tôi, phần tham dự của họ chỉ là sự có mặt nhàn hạ và rong chơi ở hậu cứ. Giữa cái không khí căng thẳng và sôi động của chiến cuộc, họ là kẻ đứng bên lề – vẫn thản nhiên ngồi chơi bài, xem báo Playboy hay tập thể dục thẩm mỹ cùng là khán giả vô tư của chúng tôi qua các tin thắng trận hân hoan hay những tang thương tổn thất.

Và rõ ràng người Mỹ đã thực sự lùi bước. Phải chứng kiến những căn cứ doanh trại Mỹ bỏ lại tan hoang mới thấy sự ra đi của họ là "vội vã". Và mỗi ngày từ trục lộ của mặt trận Tây Biên, lũ lượt từng đoàn xe Sao Trắng với kềnh càng những súng đạn, đang rút về hướng đông theo ngả Sài Gòn. Với trên xe là hình ảnh lam lũ của những chú GI's tóc dài râu rậm, thở khói cần sa – với vẻ mặt hân hoan của cuộc tháo lui vinh quang. *Kill For Peace*, đó chỉ còn là những âm thanh trống rỗng. *Blood Sweat and Tears*, những hàng chữ trên nòng từng cỗ đại pháo Howitzer như bị bụi đỏ xóa mờ chìm đắm. Cũng như sự chìm đắm ý nghĩa của cuộc thánh-chiến không-thánh-giá, đã bị lấm lem bởi những phanh phui tài liệu mật ở tòa nhà Năm Góc hôm qua...

Toán sẵn sàng ở phi trường. Ông Trung tá đưa chúng tôi ra tận phi cơ. Đích thân ông sẽ bay trên tàu chỉ huy CNC. Ở những lúc nguy nan, sự hiện diện của ông trên vùng trời hoạt động là mối an tâm cho nhiều người – qua những kinh nghiệm và sự trầm tĩnh cùng cách gỡ rối lớp lang bằng những quyết định dứt khoát. Phi đoàn trưởng cho biết lại thêm một Slick hư ở giờ phút chót. Vấn đề kỹ thuật bảo trì của Không quân Việt Nam chắc phải trải qua nhiều năm nữa mới đạt tới mức tiêu chuẩn.

Tuy cố kìm hãm, tôi vẫn nhận ra vẻ thoáng giận trên nét mặt ông Trung tá. Như vậy chúng tôi sẽ không có tàu cấp cứu, chỉ còn một CNC, một tàu thả và hai Gunship tức trực thăng võ trang.

Sớm hơn một tiếng trước giờ H, những cánh quạt gió đã khỏa mù bụi đỏ. Đoàn tàu bốn chiếc nối đuôi nhau bốc khỏi phi đạo, đi vào đội hình ở cao độ ba ngàn bộ và trực chỉ hướng tây bắc. Bầu trời cực trong xanh và không mây. Không có dấu hiệu của một thời tiết sắp xấu. Những ô ruộng loang loáng nước. Ngọn núi Bà Đen ở phía xa đàng sau – hiện diện như một lầm lỡ của hóa công, một dị dạng của địa hình châu thổ – trơ trụi nhô lên từ mặt phẳng xanh đồng bằng. Ngọn núi chứa đựng nhiều kỳ bí và huyền thoại. Nơi của muỗi độc, sốt rét rụng tóc và của những trận đánh kinh hoàng. Nơi còn vùi xác của những đồng bạn ở cuộc hành quân cách đây bốn năm trước. Những đêm trăng rừng còn như in trong óc, trăng ở Bà Đen cũng mang bộ mặt xanh xao như bị sốt rét ngã nước. Trên chiếc nón rừng đã cũ bạc vì phong sương năm tháng, tôi có ý tìm lại địa danh này – ngọn Bà Đen nằm cạnh những Daksut, Polei Kleng, Mai Lộc, A Shau, Khe Sanh, Bunard, Pleime... và cả mấy chục tên quen thuộc khác. Nơi nào cũng đã vài lần trải qua và để lại ít nhiều kỷ niệm xương máu. Trong suốt chiều dài và rộng của lịch sử, tuổi trẻ Việt Nam đã được nuôi sống bằng những gieo trồng tang thương và nỗi chết. Tuổi đó không tính bằng năm tháng mà bằng những đổi thay không gian cùng với gót giày chiến binh của họ – đã và đang còn dẫm nát từng ngọn cỏ xanh còn sót lại trên quê hương yêu dấu.

Lẫn trong tiếng động cơ và gió lùa qua thân tàu, người Trung sĩ toán phó hỏi tôi – Hổ Xám, bao giờ đến lượt tụi em nhảy xuống Nam Vang? Trước những phút chờ đợi nghiêm trọng này, tôi chỉ có thể im lặng và mỉm cười. Rằng có thể có một vụ tổng công kích kiểu Mậu Thân xảy ra ở Nam Vang, cần được chúng tôi tới giải cứu. Nhưng xem ra yếu tố nhân tâm đã hoàn toàn thất lợi khi chúng tôi bước chân vào xứ Chùa Tháp này. Không khí thù nghịch nghi kỵ bắt nguồn từ một ám ảnh lịch sử. Ở lần vượt biên đầu tiên, cùng với đại quân ào ạt tiến sâu vào lãnh thổ Miên, trong một khung cảnh bom đạn tan hoang của làng xóm, trong một ngôi chùa tháp đổ nát, người thầy Cả Miên tức vị sư già thông thạo tiếng Pháp đã nghẹn ngào ứa nước mắt nói với tôi: "Thật là đại bất hạnh cho dân tộc Khmer chúng tôi, họ chẳng có thể có một lựa chọn nào ở cả hai phía người Việt..." "How sad to be a Cambodian", đó cũng là tựa đề thấm thía của một nhà báo Mỹ khi đề cập tới cuộc chiến đang lan rộng sang lãnh thổ Cam Bốt.

Đến trạm Thiện Ngôn đoàn tàu phải đổi hướng bay vì làn khói đen bốc lên cao ngút với rất nhiều tiếng nổ phụ từ phía dưới đất. Trại bị pháo kích trúng hầm xăng và kho đạn, đám cháy dữ dội vẫn kéo dài từ buổi sáng.

Không phải chỉ có những trận tao ngộ chiến mà chiến cuộc còn kinh hoàng hơn bằng những trận địa pháo và hỏa tiễn. Ở đó con người chẳng thể định đoạt được gì ngoài sự chấp nhận rủi may như một định mệnh. Bây giờ đến lượt thằng Lượng lên tiếng: – Kiếm được hầm 122 ly, ráng chạy cho em cái cánh gà nghe Hổ Xám! Nó là thằng Hạ sĩ lâu năm nhất kể từ ngày tôi còn ở dưới toán. Cốc vào cái đầu trọc lốc, tôi nói như hét to vào tai nó: – Không những có cánh gà mà còn thêm biệt công bội tinh nữa. Đó là thứ huy chương cao quý nhất dành cho những chiến tích lập được ở ngoại biên hay ngay giữa lòng địch. Nó đã hai lần được gắn loại biệt công này. Trong rừng, nó xuất sắc và lì lợm nhưng phải cái tật phá phách ba gai khi trở về thành phố. Nó vô địch cả về huy chương lẫn nhiều ngày phạt nên sáu năm mà vẫn chưa ngoi lên được cấp Trung sĩ. Lại vẫn nó lên tiếng: – Ở kỳ này về mà vẫn chưa có cánh gà cho phép em đào ngũ nghe Hổ Xám? Nó tin cậy tôi để có thể nói trước ý định đó. Nhưng tại sao vẫn chỉ là câu nói đùa và tôi bỗng thấy vẻ thất thần rất khác lạ trên khuôn mặt không vui của nó. Không lẽ ở lần này nó... Tôi thầm nghĩ và cố gạt ngay ý tưởng quái gở đó ra khỏi óc. Để tránh các ổ phòng không, đoàn tàu bay trở lại theo ngả quốc lộ. Chỉ là con đường đất đỏ thẳng băng như mũi tên lửa phóng sâu vào lãnh thổ Cam Bốt. Lũ lượt từng đoàn xe GMC vận tải, chất đầy quân lương và đạn dược, ùn ùn lên tiếp tế cho mặt trận đang đụng nặng ở Krek.

Sau khoảng 15 phút bay, có lẽ chúng tôi đã ra khỏi nội địa, vì từ đồng ruộng xanh dưới kia đã nổi bật chiếc mái cong, kiến trúc đặc biệt của những ngôi chùa tháp. Làng xã không mấy khác làng xã của Việt Nam nhưng khang trang hơn. Những mái nhà ngói đỏ san sát, xen lẫn những mái tranh xám. Ngọn khói lam của buổi chiều, lũ trẻ nhỏ và đàn trâu bò về chuồng. Khung cảnh nên thơ của một khoảnh đất Á châu còn chút thanh bình kia liệu sẽ còn kéo dài thêm được bao lâu nữa hay thực sự đã qua rồi sau mười lăm năm tài tình đu bay trên biển lửa của ông hoàng Sihanouk. Đàng xa về phía nam, nắng chiều rắc vàng trên dòng Cửu Long bao la đầy cá và phù sa. Chập chùng là những cánh rừng cao su tiếp nối với rừng già. Cũng đã hiện ra những ngôi làng trơ trụi bỏ hoang với từng dãy hố bom B52 cày nát. Không còn dấu hiệu người và sinh vật ở dưới đó. Lại như một Dakto, Khe Sanh hay Sơn Mỹ của Việt Nam? Bom đạn giữa những người Việt đã xô giạt những người Khmer kia đi về đâu? Cả xứ Chùa Tháp này đi về đâu? Trong cái mênh mang của cơn say lịch sử, có ai nghĩ được rằng cuộc chiến đang diễn ra giữa những người Việt lại có thể xóa nhòa một nền văn minh Angkor cổ kính. Và trong cái hoang vu lặng lẽ của buổi chiều tàn, giữa ngôi làng đổ nát kia, tôi tưởng tượng rằng vẫn còn một người đàn bà không rõ mặt mũi vẫn ẩn nhẫn ngồi ôm đứa con ru cho bú. Phải chăng vẫn còn hình ảnh an ủi tuyệt đẹp và ngàn năm của ý nghĩa tồn sinh nhân loại. Đó là sự sống thách thức và cũng là tha thứ bao dung đối với cả cuộc chiến tranh dài đằng và vô ích này, với những tàn phá vô tri của bọn đàn ông và khí giới bom đạn. Ưu tư liệu có giúp được gì cho chúng tôi ở những giờ phút này, khi mà mọi sự đã chuẩn bị sẵn sàng và chúng tôi chỉ có việc thụ động thả mình vào trong cuộc. Cam Bốt bây giờ đã trở thành một thứ đấu trường mà chỉ có người Việt là những tên giác đấu hung hãn với võ trang là mâu thuẫn ý thức hệ và cả sự u mê. Từ ba mươi năm điều mà chúng tôi không tự biết – là mọi suy tư của mỗi người Việt đã được điều kiện hóa, để họ không còn thấy nhau. Nói chuyện với người tù binh cộng sản Bắc Việt, tôi đã không thể tượng tượng được rằng giữa người Việt, nói tiếng mẹ đẻ nhưng chúng tôi đã không còn chung một ngôn ngữ. Không phải chỉ bởi súng đạn mà chính những bế tắc tinh thần đã khiến chúng tôi không còn khả năng suy diễn một điều gì. Đầu óc chỉ còn là một khối chất xám vữa nát, để chỉ còn là thụ động chấp nhận – như một định mệnh, đi vào cuộc chém giết vô tri giác. Còn lại chăng, là thổn thức một trái tim Việt Nam chưa đổi khác, không còn biết hân hoan mà chỉ còn chung một nỗi hận thù đau đớn...

Ý thức sáng suốt rằng khoảnh khắc nữa đây, chúng tôi sắp từ cửa trực thăng nhảy xuống đất Miên, cùng với tin thời sự Tổng thống Mỹ Nixon sắp sang Bắc Kinh rồi Mạc Tư Khoa chuẩn bị cho một giai đoạn giải kết, để rồi chỉ còn sự đối đầu thù nghịch trơ trẽn giữa những người Việt, như một chia lìa lịch sử, một thảm cảnh không thể tránh.

Tách khỏi đội hình, giảm dần cao độ, chiếc tàu thả chếnh choáng trên những ngọn cây. Không có bãi đáp, chúng tôi sửa soạn xuống bằng thang dây. Mọi giác quan tinh nhạy trở lại, tất cả sẵn sàng phản ứng. Và chúng tôi đã sẵn sàng ở vị thế tấn công. Sẽ chẳng còn phân biệt nào trên đấu trường. Không có đối thoại giữa súng đạn. Và chỉ còn những người Việt anh dũng – hai phía, tự nguyện đem thân làm đuốc hâm nóng cuộc chiến Đông dương.

*

Liệu phải cần bao nhiêu trang sách để nhắc tới những chiến tích lẫy lừng của các anh hùng vô danh này. Ngay từ phút vừa đặt chân xuống đất, hoạt động suốt 96 giờ của toán 81 là một thiên anh hùng ca rực rỡ. Một hỏa ngục cho những người trong cuộc còn sống sót. Chiếc tàu thả bị bắn ngay trên bãi phải vọt lên cao, vội vã mang theo một toán viên còn móc trên thang bị tử thương. Lẽ ra phải bốc toán trở về ngay sau đó, nhưng theo lời yêu cầu của trưởng toán, bộ Chỉ huy chấp nhận cho họ tiếp tục thi hành kế hoạch giao phó với năm người còn lại dưới bãi.

Với sáu lần đụng địch nặng, họ vẫn phục kích hiệu quả một đoàn xe Molotova bốn chiếc và hủy diệt thêm một cỗ đại pháo. Họ đã hoạt động xuất thần và hoàn tất nhiệm vụ tốt đẹp trên cả sự mong ước. Nhưng họ đã gần như kiệt quệ ở giờ thứ 96 – toán chỉ còn lại có hai người, mất cả xác đồng bạn, chỉ còn lại một trưởng toán bị vết đạn xuyên bàn tay và một Trung sĩ bị thương nặng ở ngực. Họ vẫn cố tử thủ với súng cá nhân và chính là lựu đạn. Trong nhiều tiếng đồng hồ bị bao vây, mà địch quân quyết bắt sống, họ đã bẽ gãy ba đợt xung phong và gây tổn thất nặng về nhân mạng cho phía địch quân. Nhưng rồi họ cũng bị tràn ngập. Tiếng nói cuối cùng của họ trong máy là: – Địch quân tràn lên quá đông... Và sau đó bộ Chỉ huy hoàn toàn bị mất liên lạc với toán.

Điều hoàn toàn không may đã xảy ra với toán 81 lúc đó. Kế hoạch cứu toán đã không thể thực hiện được vì thời tiết xấu làm tê liệt mọi hoạt động của không lực. Và khí hậu chỉ bình thường trở lại hai ngày sau. Ở điều kiện có thể sớm nhất, mọi phương tiện được huy động cho cuộc cấp cứu. Để suốt 72 giờ nỗ lực tìm kiếm vô vọng trong khắp cả vùng hoạt động, sau những phối kiểm tin tức từ nhiều phía, bộ Chỉ huy đành đi tới kết luận: toán 81 được coi như hoàn toàn mất tích nếu không muốn nói là đã bị tiêu diệt một cách anh dũng. Để cứu vãn tình thế và cũng thể theo lời yêu cầu của Phòng Ba Trung tâm Hành quân xin được oanh kích tự do – với sự chấp thuận của bộ Chỉ huy. Chỉ có sáu tiếng đồng hồ sau, đã có ít nhất là bốn phi tuần B52 được sử dụng trên vùng, với hàng ngàn tấn bom để biến cả khu rừng thành biển lửa, đủ thiêu thành tro bụi xác những đồng bạn và nhất là hư vô hóa mọi tham vọng chiến thắng của địch quân. Nhận xét từ những bức không ảnh kiểm chứng, một phi công thuộc toán Pink Team Hoa Kỳ đã phải thốt lên: – Lại mới thêm một tiểu sa mạc Arizona trên Cao Miên đất lún! Riêng hiệu quả hoạt động của toán 81 một lần nữa được xác nhận bằng tài liệu: một công điện mật do sư đoàn Dù bắt được của địch khi khai thác mục tiêu oanh kích của B52, công điện của đơn vị K30 gửi Công trường 9 hỏi về sự hiện diện của một đơn vị địch không rõ quân số đang hoạt động từ tuyến sau của họ. Hơn thế nữa với sự hoạt động phá hoại của các toán Thám sát nói chung khiến

Trung ương Cục R phải phổ biến một bạch thư tố cáo những hoạt động của các toán Biệt Cách mà họ gọi là những Tổ Gián điệp, xuất hiện ngay trong các an toàn khu để gây rối. Và phần sau của cuốn bạch thư là những biện pháp hướng dẫn để các đơn vị đề cao cảnh giác.

Và cũng không xa Cục R bao nhiêu về hướng đông bắc, sau bảy ngày thất lạc trong hoang vu của rừng già, có hai bóng ma lần mò được vào một ngôi làng đổ nát, người được cõng trên vai gần như đã chết. Và suốt trong đêm hôm đó tại một ngôi chùa Miên bỏ hoang, có một người lính Công giáo Việt Nam kiệt quệ và đau khổ, quỳ gối bên xác một đồng bạn, mắt đẫm lệ hướng lên vẻ mặt an tĩnh của Đức Phật thành tâm cầu nguyện cho linh hồn người bạn xấu số sớm được giải thoát. Và bên ngoài trời cơn mưa bão vẫn tràn trề. Gió lung lay cả đêm dài vô minh đang bao trùm khắp Á châu lục địa.

*NGÔ THẾ VINH*
*Thị trấn Krek, Cambodia 1971*

TN

# NGÔ THẾ VINH

## CỰU KIM SƠN CHƯA HỀ GIÃ BIỆT

Gửi Nguyễn Trùng Khánh

*Thế rồi, cái gì phải đến cũng đến. Ngày trở về Việt Nam đã tới. Mấy tuần trước đó có vài người khuyên tôi nên ở lại. Nếu tôi muốn họ sẽ giúp tôi trốn sang Canada. Tôi lưỡng lự mãi. Một bên là cám dỗ của một đời sống mới, tự do và đầy đủ tiện nghi. Một bên là nỗi nhớ nhung, mái tóc bạc của bà mẹ già, ngọn gió rì rào trong bụi tre ngà, một tô phở nóng, một cái gì rưng rức khó tả. Và nhất là cuộc đối thoại ngắn ngủi giữa bác sĩ Rieux và Rambert trong La Peste của Camus: "Il n'y a pas de honte à préférer le bonheur, mais il peut avoir de la honte à être heureux tout seul". Tôn Kàn, Quan hai lang tây lính thủy đánh bộ. (tr. 94-95 TSYS 1993)*

*

Tiếng leng keng của chiếc tàu điện đang đổ dốc với chật ních du khách đứng lan cả ra thành tàu, trên một nền xa mờ thấp thoáng chiếc cầu Golden Gate: cảnh ấy như biểu tượng của Cựu Kim Sơn không đổi thay từ bao năm trên tấm Postcard gửi đi từ thành phố thanh lịch mỹ miều này. Từ ngày hôm ấy, mười lăm năm sau, chẳng thể nghĩ rằng hơn một lần Phan trở lại nơi đây. Cảm giác như không hề có thật.

Cuộc hành trình qua suốt 15 tiểu bang, trong một khoảng thời gian không dài, để thấy cái mông mênh của tân lục địa và những cơ hội cho người lưu dân mới tới. Mỗi nơi là một quyến rũ bào chữa bảo chàng không về. Cùng chuyến đi với Phan, có Chính. Không thắc mắc vấn nạn, Chính đã có ý định ở lại ngay từ ngày còn bên nhà. Biết nhau từ hồi Đại học xá Minh Mạng. Chính học giỏi nhưng chẳng may Tú tài chỉ đậu bình thay vì ưu hạng nên đã một lần lỡ mộng du học. Sau đó Chính chọn Y khoa, là một trong số những nội trú xuất sắc, được chọn vào Ban Giảng huấn và cho đi du học Mỹ sau đó. Khi tới thăm Walter Reed, có dịp gặp lại Chính ở Hoa Thịnh Đốn giữa mùa hoa anh đào nở. Chính cũng đang bay qua nhiều tiểu bang cho những cuộc Interviews để được chọn vào chương trình Nội trú các bệnh viện. Câu chuyện rồi cũng lại xoay quanh chuyện ở hay về. Hắn thuyết phục Phan bằng vô số những "bởi vì", rằng không chấp nhận cộng sản phía bên kia, cũng không thể chấp nhận thối nát của bên này, rằng sớm muộn Mỹ cũng sẽ bỏ rơi miền Nam. Chính đã dứt khoát khôn ngoan sử dụng trí thông minh và cơ hội để chọn một cuộc sống lưu dân êm ấm. Không phán đoán mà rất thản nhiên với chuyện lựa chọn của Chính, Phan còn lý luận tốt cho bạn, rằng thông minh như nó lại có cơ hội, biết đâu hắn chẳng trở thành một giáo sư y khoa lỗi lạc. Trường hợp Chính cũng như nhiều nhân viên giảng huấn được gửi đi mà không trở về chỉ nằm trong hiện tượng "*brain drain*" rất phổ quát của trí thức năm châu. Người ta luôn luôn nhắc tới một bà mẹ Teresa yếu đuối tận tụy hy sinh giúp những người bệnh nghèo ở Ấn nhưng chẳng ai chú ý tới sự hiện diện của hàng chục ngàn bác sĩ Ấn Độ không thiếu những thành phần lỗi lạc vẫn tiếp tục hàng năm đổ thêm vào nước Mỹ. Chính cũng chỉ là một giọt rất nhỏ nhoi rót thêm vào lượng nước của một chiếc ly chẳng bao giờ biết đầy.

*Golden Gate Bridge San Francisco trong sương mù*

Bước vào tuổi 30, chưa xa lâu sân trường đại học nhưng những năm thực sự lăn lộn với những người lính chiến trận, Phan thấy mình vĩnh viễn bước ra khỏi đời sống sinh viên tự bao giờ. Cảm giác ấy thật rõ ràng khi vào ngày cuối tuần, Phan thường sang bên khu Đại học Berkeley hiện đại và cổ kính, tìm sự hòa mình để càng thấy rõ là người đứng bên lề. Khá đông sinh viên Việt ở nội trú trong campus, đa số gốc con ông cháu cha ở Sài Gòn nhưng phản chiến hơn cả sinh viên Mỹ. Chưa hề biết đồng quê là gì nhưng lại biết mặc đồng phục bà ba đen khi lên sân khấu hát *"Quảng Bình quê ta ơi"* và tích cực quyên tiền giúp Mặt trận Giải phóng. Không, chẳng phải vì cái sân khấu ấy mà Phan có mặt; thực ra Phan có phần đời sống riêng tư ở bên đó. Phương Nghi em gái một đồng nghiệp, thông minh ngây thơ và mong manh trẻ đẹp, có thể chỉ là hình ảnh giấc mộng trăm năm của đời chàng. Làm sao nỡ đem cái mong manh dễ vỡ ấy trở về để mà bắt chia sẻ với chàng những giông bão và bất trắc. Lần gặp Phương Nghi tối qua rất khuya đi giữa các đường phố nhỏ chỉ có những nam nữ sinh viên, chưa hề nói câu từ biệt nhưng Phan cảm tưởng rất rõ đó là chuyến gặp nhau lần cuối cùng...

Buổi sáng nắng đẹp, cầu Golden Gate rực rỡ ửng hồng, nơi mỏm sương mù gần bệnh viện Letterman vẫn như còn sương khói ẩn hiện mờ mờ. Đứng trên chiếc du thuyền, phơi mình trong nắng chan hòa nhưng vẫn thấm lạnh vì từng đợt từng đợt những cơn gió từ biển thổi sâu vào trong vịnh. Không suy nghĩ, như một cử chỉ dứt khoát, Phan ném chiếc máy ảnh, cả những cuộn phim rơi sâu xuống lòng vịnh. Hành động trong khoảnh khắc tưởng như chẳng có ai có thể chứng kiến. Một bà Mỹ già, đôi mắt vui và rất sáng đang tiến lại phía chàng. Hình như ông đã để rơi chiếc máy hình xuống biển. Thay cho câu trả lời Phan nói rất bâng quơ. Gió thổi vào vịnh lớn quá, thưa bà. Một tay giữ cổ áo, bàn tay trắng đẹp đẽ kia xuôi vuốt mái tóc bạch kim lấp lánh ánh nắng. Chả thế mà tôi cũng vừa bị thổi văng chiếc mũ lông xuống mặt nước. Rồi bà lân la gợi chuyện. "Ông có phải từ Việt Nam không? Tôi cứ nghĩ ông là người Việt Nam, tôi muốn hỏi tin tức và tình hình bên đó. Cứ theo tin truyền hình CBS thì rối mù, chỉ thấy cảnh lính Mỹ châm lửa đốt nhà dân quê, lại tới vụ thảm sát cả đàn bà trẻ em ở Mỹ Lai. Đến bây giờ tôi cũng chẳng hiểu tại sao thằng con trai tôi phải có mặt bên đó". Thấy Phan không hào hứng bắt chuyện, người đàn bà vẫn lại vui vẻ đi về phía những du khách đang tụ lại nơi mũi tàu. Tuổi già, du lịch giúp bà trốn chạy ra khỏi căn nhà rộng trống trải của mình. Không ngờ cái xứ sở Việt Nam nhỏ bé xa hơn nửa vòng trái đất ấy đã bắt đầu để hằn sâu những dấu ấn trên lục địa này. Hôm sang Palo Alto tới thăm đại học Stanford, như mọi campus khác trên khắp nước Mỹ đang hừng hực những phong trào *Sit-in, Teach-in* phản chiến. Đốt cờ, đốt thẻ trưng binh, trốn ra nước ngoài, đến vụ tự thiêu chết ở Hoa Thịnh Đốn, xã hội Mỹ đang phân hóa đến cực điểm giữa cao độ của cuộc chiến tranh đã lan ra cả Đông dương. Sau Thích Quảng Đức, tự thiêu không còn là một hình thức phản đối bất bạo động của Phật giáo mà đã trở thành phương thức đấu tranh của cả sinh viên Mỹ.

Phan được hướng dẫn dặn rất kỹ không bao giờ mang quân phục hay có dấu hiệu của quân đội vì có thể bị hành hung và cả đốt xe. Cũng ngày hôm đó một đám sinh viên Mỹ kéo tới nằm trên đường rầy xe lửa chặn không cho các chuyến tàu chở vũ khí bom đạn tới cảng Oakland để chuyển đưa sang Việt Nam. Vĩnh biệt Cựu Kim Sơn. Thanh thản nhẹ nhàng không lưu luyến buồn vui, để rồi ngày mai chưa biết ra sao nhưng chàng sẽ trở về với bà mẹ già, những người lính đồng đội và cánh đồng lúa thơm chín vàng của Việt Nam. Chẳng phải Cựu Kim Sơn, Phan đã để trái tim mình ở Sài Gòn. Chàng mơ ước cho xứ sở cái sung túc mà người Mỹ đang có nhưng bằng niềm tin tạo dựng với sức lao động vốn siêng năng của người dân mình...

Những năm sau hồi hương, trở lại cuộc sống của một bác sĩ quân y bình thường. Lương sĩ quan, không thể gọi là dư giả, cuộc sống người thầy thuốc bận bịu với những người lính và gia đình họ nhưng thanh thản. Vốn không nhiều lý luận, không mang nặng luân lý hy sinh của các bà sơ, nhưng Phan nhạy cảm sống nhiều bằng trực giác. Gặp khó khăn, phải làm việc trong những điều kiện thiếu thốn như một hoàn cảnh chung của cả nước, Phan vẫn tìm cách giải quyết mà anh cho là tốt nhất có thể được khi anh xem mỗi người bệnh ấy như phần ruột thịt thân yêu của gia đình mình. Không quá nhiều tham vọng, lại không thích chánh trị mà anh cho là thời cơ và giả dối; bằng những cố gắng bình thường mỗi ngày, Phan thấy mình có ích và nghĩ như vậy là hạnh phúc. Những tháng ngày sống ở Mỹ như một thế giới rất xa xôi với hiện tại của chàng...

Ngày hôm đó đang nghỉ phép giữa một Sài Gòn đầy xao xuyến, về chuyện ở đi, Phan lại có một quyết định, có thể gọi là lầm lẫn được không, lần thứ hai thay đổi cả hướng đi của đời mình. Chiếc máy ảnh và cả cuộn phim nằm sâu ở một nơi nào đó trong lòng vịnh Cựu Kim Sơn, vẫn ám ảnh Phan như một lời nguyền ngăn chàng không thể trở lại nơi ấy lần thứ hai. Khi mà cứ điểm cuối cùng là Sài Gòn cũng không còn hy vọng đứng vững, thì người ta bắt đầu chạy tứ tán ra các vùng biển, nhào vào các hải cảng và phi trường để tìm phương tiện thoát thân. Bọn du kích đã ra mặt kiểm soát các trục lộ ra Vũng Tàu, xuống Rạch Giá. Từ cảng Sài Gòn đa số tàu Hải quân đã theo đội hình tác chiến bắn phá dữ dội dọc hai bên sông trên đường ra biển từ hai hôm trước. Còn lại phi trường Tân Sơn Nhứt, tuy lác đác bị pháo kích nhưng vẫn còn những chuyến bay lên xuống. Chuyến bay dân sự cuối cùng đã phải trở lại Hồng Kông. Số máy bay thưa dần nhưng lượng người đổ vào trong phi trường càng đông cho dù đám quân cảnh ra sức mạnh tay ngăn cản. Bây giờ chỉ những chuyến xe có người hướng dẫn với Manifest của chuyến bay mới được phép vào cổng phi trường. Đây là cơ hội cho những nhân viên trung cấp của tòa Đại sứ Mỹ qua trung gian của các bà vợ Việt tung hoành. Cũng chẳng cần có liên hệ mật thiết với chánh phủ Hoa Kỳ hay tòa Đại sứ Mỹ, nếu có tiền đô la hay vàng, là có thể thêm tên vào danh sách hành khách cho một chuyến bay nào đó sắp tới. Xứ sở này đã hơn một lần được báo Mỹ mệnh danh có một nền văn hóa tham nhũng/ *culture of corruption*, đã rất sớm dạy cho những người Mỹ cách tham nhũng, kể cả những vụ đổ hàng PX lậu từ Tân Cảng tới các bãi rác, đủ mọi thứ hàng gì, kể cả súng. Và bây giờ ở trận chiến tàn, trong chuyến tàu vét, họ đang thản nhiên ra giá cho những tấm vé nếu chưa phải để tới thiên đường thì ít ra cũng thoát ra khỏi quần đảo ngục tù hay cả cái chết.

Phan với vợ và con nhỏ, cùng bốn năm gia đình khác, mỗi người với túi hành lý nhẹ, ngồi kín chiếc xe van chờ bốc họ nơi sân sau của một khách sạn gần trung tâm thành phố. Mỗi người bước lên xe là một trao đổi sòng phẳng. Không biết bằng cách nào, có lẽ qua giúp đỡ của gia đình, vợ Phan đã đưa được tên cả ba người vào danh sách. Người đàn bà quá hiểu chồng, sống bằng trực giác phụ nữ, nàng tìm cách chuyển con sang tay Phan. Như vậy nàng có thể yên tâm cho tới khi vào được bên trong của phi trường. Dù lẫn cả trẻ con nhưng sao không khí thật nặng nề và im lặng. Chiếc xe lầm lũi chạy nhanh trên các đường phố nhao nhác. Đám người trên hè phố tụ tập bàn tán, chỉ chỏ nhìn dõi theo chiếc xe mà chắc họ cũng biết là đang hướng về phía phi cảng.

Xe tới gần Bộ Tổng Tham mưu, vẫn còn rải rác những người lính đứng canh giữ. Canh giữ cho một tổng hành dinh trống trơn. Không ra khỏi cổng, nhưng các ông tướng còn lại đã thoát khỏi Bộ Tổng Tham mưu bằng những chiếc trực thăng cuối cùng. Con bé lại làm xấu, nước đái thơm ấm thấm xuống cả đùi chàng. Chuyền lại đứa con sang tay vợ, như có linh tính con bé nhất định ôm chặt lấy bố, òa khóc khi lọt sang vòng tay mẹ nó. Khi chiếc xe vừa dừng lại nơi trạm kiểm soát, do một quyết định rất nhanh, không biết có tự bao giờ, Phan mở cửa bước xuống, dặn với vợ. Em và con đi trước, rồi anh sẽ gặp hai mẹ con. Phan tránh không nhìn thẳng vào khuôn mặt vợ, vì biết mình chẳng thể cứng lòng quyết định dứt khoát về một cuộc chia ly như vậy...

Gần trưa ngày 30 tháng 4. Tướng Big Minh qua đài phát thanh kêu gọi buông súng. Hoang mang, ngỡ ngàng, rồi bàng hoàng đau đớn. Lệnh đầu hàng là "phát súng thi ân" cho những đơn vị quyết tâm tử thủ cho tới viên đạn cuối cùng... Trên đường Công Lý, từ hướng phi trường Tân Sơn Nhứt, không biết từ bao giờ, chuẩn úy Ngộ và tiểu đội của anh vẫn trật tự lầm lũi theo hàng một tiến về hướng Dinh Độc Lập. Trước đó nhiều ngày đơn vị anh và các tiểu đoàn Nhảy Dù đã bám trụ ngày đêm từ ngã tư Bà Quẹo tới cổng Phi Long, như nút chặn vững chãi cho cửa ngõ đi vào Sài Gòn và cả bảo vệ vòng đai phi trường. Người chuẩn úy da sạm đen, gương mặt xương gầy với đôi mắt rất sáng nhưng buồn. Súng lục trễ bên hông, trên tay một cây gậy nhỏ, dẫn đầu tiểu đội 12 người lính da cũng đen sạm trong những bộ rằn ri lấm bụi bạc sờn. Không chút ảnh hưởng nao núng bởi những khuôn mặt dân chúng hoảng loạn giữa một thành phố xao xác, họ vẫn đều bước theo chân người chuẩn úy, với ba lô trên vai và mũi súng chúc xuống. Có điều gì đó rất thiết thân và thiêng liêng ràng buộc giúp họ thắng mọi sợ hãi trong nỗi sống chết không rời. Cuộc diễn hành kỳ lạ với không trống chiêng không cờ xí, hoàn toàn vắng mặt hàng tướng lãnh đẹp đẽ trong nhung phục với ngực đầy huy chương trên kỳ đài, mà chỉ có những sĩ quan cấp thấp như chuẩn úy Ngộ và các đồng đội vô danh của anh vẫn can đảm bình thản tới gần tuyến lửa, đi tới trong kỷ luật đội ngũ, diễn qua rải rác những đám đông dân chúng lớn nhỏ tụ tập nhao nhác trên các con phố của một Sài Gòn đang chết dần.

Đã bao năm rồi, biết bao nhiêu nước chảy qua cầu, có quá nhiều điều để không thể nào quên. Ngay trong tù đày, những hình ảnh hồi tưởng chưa bao giờ là cuộc duyệt binh vĩ đại đầy màu sắc và ồn ào của ngày Quân Lực; mà luôn luôn là những bước chân diễn hành thầm lặng của một tiểu đội lính vô danh ở ngày giờ cuối cùng của một thành phố trước khi mất tên Sài Gòn. Người chuẩn úy ấy bây giờ ở đâu, trong một trại cải tạo nào, còn sống hay đã chết, số phận những người lính can đảm kỷ luật tới giờ phút chót ấy bây giờ ra sao, cũng không ai được biết. Liệu có thêm được một dòng chữ nào giữa những trang quân sử viết dở dang để nói về cuộc diễn binh kỳ lạ cấp tiểu đội mang biểu tượng hào hùng của quân lực ở ngày giờ cuối cùng trước khi cả toàn quân tan hàng rã ngũ...

Ở cái tuổi gần 50 không còn trẻ nữa, mái tóc đã pha chút điểm sương, khi người thầy thuốc là con bệnh, lần thứ hai trở lại lục địa cơ hội này, lẫn trong đám đông phức tạp của những người tỵ nạn mà Phan tưởng rằng đã có thể tách ra từ bao lâu rồi. Được các nhân viên xã hội dắt từ sân bay tới trạm tiếp đón, đó là một *hangar* trống trải nhưng rộng mênh mông ngay trong phi trường, với trang trí chỉ là một lá cờ vĩ đại ba màu xanh trắng đỏ sặc sỡ những sao và sọc. Rồi cũng như mọi người, Phan chờ cho được kêu tên để đứng vào hàng làm thủ tục giấy tờ, để được phát chiếc áo ấm cùng một màu nâu đồng phục, để được hướng dẫn bước đầu hội nhập vào xã hội Mỹ. Người đàn ông cán sự xã hội rất nhanh nhẹn và hoạt bát, thao thao bất tuyệt với giọng Bắc nhưng vẫn là âm gốc Huế. Anh dí dỏm kết luận bài học công dân đầu tiên: "Xin nhớ cho đây không còn là ở Việt Nam nữa, quý vị bây giờ đang ở trên đất Hoa Kỳ, đã có hoàn toàn tự do, kể cả tự do phê bình tổng thống hay quốc hội, nhưng – anh ta ngưng lại một chút như để tự tán thưởng bằng một nụ cười riêng thú vị: nhưng quý vị sẽ không có tự do trốn thuế. Trốn thuế ở Mỹ thì chỉ có ở tù và được coi là tội nặng nhất..."

Phan vẫn còn ngạc nhiên không hiểu lý do nào vấn đề đóng thuế lại được quan tâm đến như vậy ở đám người tỵ nạn mới tới mà nguồn sống lợi tức trước mắt chỉ là đồng tiền "oen phe". Quanh Phan, mấy chú ba gốc Chợ Lớn có vẻ rất tập trung và nghiêm túc tiếp thu bài lên lớp đầu tiên ấy. Mũi dao trên trái tim, đó là Chữ Nhẫn Phan học được ở những tháng ngày dài đằng vô ích và lãng phí của tù đày. Lúc này, không có chỗ cho cảm giác mỏi mệt, không buồn bã, không cả dư vị đắng cay, như một thói quen vô cớ Phan tự mỉm cười và hơn bao giờ hết anh hiểu rất rõ vị trí của mình khi chưa có được *"một tấm căn cước"* để bước vào cuộc sống mới. Khoảng cách mười lăm năm ấy bỗng dưng bị xóa nhòa. Phải chăng có một ràng buộc định mệnh, Phan đã trở lại Cựu Kim Sơn như chưa hề nói một câu giã biệt.

*NGÔ THẾ VINH*
*San Francisco 1972 – Los Angeles 1984*

# NGÔ THẾ VINH

## GIẤC MỘNG CON NĂM 2000

*Khung cảnh nhân vật chỉ là cái cớ và là hư cấu của tiểu thuyết.*

CÂU CHUYỆN CUỐI NĂM. *Người đàn ông nông dân ấy gốc lính cũ, hai mươi năm sau đã bước vào tuổi trung niên, chưa tới tuổi năm mươi nhưng cuộc sống lao động lam lũ khiến anh ta trông xanh xao và già xọm. Anh mất một bàn chân trái khi đã mãn lính do đạp phải mìn ngay trên ruộng nhà. Không cần là bác sĩ cũng biết là anh ta mang trên người đủ thứ bệnh tật: thiếu ăn suy dinh dưỡng, sốt rét kinh niên và thiếu máu. Tất cả sinh lực và nhân cách của anh là nơi đôi mắt sáng tuy hơi buồn nhưng luôn luôn nhìn thẳng vào mặt người đối diện. Hôm nay anh tới đây vì một lý do khác. Một mảng đen bầm nơi lưng không đau rỉ nước vàng từ bấy lâu, trị cách gì cũng không hết. Chầu chực lên trạm y tế huyện được y sĩ cách mạng cho ít viên thuốc tây, rồi đến thầy đông y cho bốc thuốc nam và cả châm cứu nữa mà bệnh thì vẫn không chuyển trong khi người anh cứ gầy rốc ra. Nay nghe có đoàn y tế thiện nguyện ở ngoại quốc về, anh cũng muốn tới thử coi, biết đâu anh lại được gặp ông thầy cũ – người y sĩ trưởng của anh năm nào. Và rồi anh chỉ gặp toàn những khuôn mặt trẻ lạ, nhưng anh vẫn cứ đưa lưng ra cho người ta khám. Một tiếng ồ rất đỗi kinh ngạc của cả toán. Tim người bác sĩ trẻ trưởng đoàn như lạc một nhịp. Không cần một chẩn đoán phức tạp, Toản nhận ra ngay đây là một dạng ung thư mêlanin ác tính - malignant melanoma, chắc chắn với di căn đã tràn lan. Dĩ nhiên căn bệnh có thể trị khỏi nếu phát hiện sớm; nhưng trường hợp này cho dù với phương tiện tiên tiến nhất trên đất Mỹ cũng đành bó tay. Chẳng phải là người bệnh mà là người thầy thuốc trẻ nói giọng buồn bã: – Ông tới trễ quá, lẽ ra bệnh có thể trị khỏi... Bệnh nhân không tỏ vẻ bối rối, anh vẫn nhìn thẳng vào mặt người thầy thuốc, ánh mắt tím thẫm xuống vừa giận dữ vừa nghiêm khắc: – Tới trễ? Chỉ có bác sĩ các ông là Những Người Tới Trễ chứ tôi cũng như mọi người dân vẫn ở đây từ bao giờ... Dứt khoát không chờ đợi một điều gì thêm ở đám thầy thuốc xa lạ ấy, anh quay lưng bước ra khập khễnh trên đôi nạng tre mắt vẫn nhìn thẳng về phía trước, khắc khổ cam chịu và vẫn can trường như một người lính thuở nào.*

*

Hội nghị Y sĩ Thế giới lần thứ 5 sẽ là một Đại hội Y Nha Dược. Với Chính đó là một tin vui biểu hiện sức mạnh đoàn kết của ngành y ở hải ngoại. Buổi họp cuối cùng ở Palo Alto kết thúc quá nửa khuya, sáng hôm sau như thói quen của người có tuổi, Chính vẫn dậy rất sớm chuẩn bị cho một ngày đi Las Vegas thăm con. Chỉ còn mấy tháng nữa Toản -- đứa con trai lớn của Chính, hoàn tất bốn năm Thường trú Giải phẫu tổng quát. Sau đó nó sẽ đi New York học tiếp thêm 4 năm về giải phẫu bổ hình. Một ngành mà đã có lần Toản cho là một số các bác bạn của ba đã tha hóa -- prostitution of plastic surgery, biến thành kỹ nghệ sửa sắc đẹp nâng mũi đệm mông. Toản khỏe mạnh, cao lớn hơn bố, sống như một thanh niên sinh đẻ ở Mỹ, rất năng động xông xáo trong công việc cũng như giải trí vui chơi; suy nghĩ và hành động đơn giản. Không phải chỉ cách suy nghĩ mà cách đặt vấn đề của tụi nó cũng khác xa với thế hệ của Chính. Sinh đẻ ở Việt Nam sống ở nước ngoài, là công dân hạng nhất hay hạng hai, chưa bao giờ là một "issue" đối với nó.

Tuy chỉ có một ngày để cho hai bố con gặp nhau hàn huyên, nhưng Toản vẫn lái xe đưa bố lên một khu trượt tuyết rất xa khu giải trí Las Vegas. Toản tâm sự với bố là không phải tình cờ mà nó chọn đi về chuyên khoa bổ hình mà chủ yếu là phẫu thuật bàn tay. Chẳng phải chỉ vì Toản có tâm hồn nghệ sĩ, là tay chơi guitare classic có hạng mà nó biết quý bàn tay của nó. Với Toản chức năng đôi bàn tay là một biểu tượng vô cùng quý giá của cuộc sống lao động và nghệ thuật. Khác với bố và các bạn đồng lứa, Toản may mắn được trời cho đôi bàn tay vàng. Ông giáo sư dạy Toản đã phải thốt ra như vậy. Trong mọi trường hợp từ thông thường tới những "cas" mổ đầy thử thách, qua từng nét rạch đường cắt rất tiết kiệm, trường hợp nào cũng được đánh giá như là đạt tới mức nghệ thuật -- "state of art". Từ lâu Toản đã bị thuyết phục bởi tên của một bác sĩ chỉnh hình Anh Paul Brand, phục vụ tại Ấn Độ, người mà không phải chỉ với tài năng mà còn cả với niềm tin và sự tận tụy can đảm đã có nhiều cống hiến to lớn trong lãnh vực phẫu thuật phục hồi bàn tay cho người bệnh Hansen, đem lại hy vọng cho hàng triệu người bệnh trên khắp thế giới. Toản đã thích thú theo dõi các công trình của Brand trong suốt bốn thập niên qua. Gần đây Toản cũng đã vô cùng xúc động khi lần đầu tiên được đọc một cuốn sách tiếng Việt xuất bản ở hải ngoại của một linh mục nói về thực trạng bi thảm của những trại cùi ở quê nhà nhất là ở miền Bắc. Toản tâm niệm sẽ không phải Brand hay một bác sĩ ngoại quốc nào khác mà là chính Toản và các bạn sẽ là thành viên của Chiến dịch Phục hồi Hy vọng -- Mission Restore Hope. Toản mơ một giấc mơ năm 2000, bệnh Hansen không còn là vấn đề y tế công cộng nơi quê nhà.

Toản tâm sự với bố là gần đây đã liên tiếp nhận được những thư và các cú điện thoại mời mọc từ Colorado, Boston, Houston để về làm việc tại Á châu, ưu tiên là ở Việt Nam với những điều kiện hết sức hấp dẫn: lương khởi đầu 6 digits nghĩa là trên trăm ngàn đô la một năm, đi kèm theo bao nhiêu những bảo đảm quyền lợi khác kể cả không phải đóng thuế khi làm việc ở hải ngoại. Toản có thái độ dứt khoát: nếu chỉ vì mục đích làm giàu, con chẳng cần phải trở về Việt Nam. Họ cũng cho con biết đã có những phái đoàn Bác sĩ Mỹ gốc Việt, không phải chỉ có nhóm lớn tiếng ồn ào như Lê Hoàng Bảo Long mà còn những toán khác "có đầu óc hơn" âm thầm lặng lẽ đi về chuẩn bị cho mạng lưới y tế thị trường này. Cơ sở đầu tiên sẽ là bệnh viện Thống

Nhất, sẽ được tân trang và upgrade đúng tiêu chuẩn Mỹ và bác sĩ hoàn toàn được đào tạo tại Mỹ. Không có gì thay đổi là bệnh viện ấy vẫn ưu tiên điều trị cho các cán bộ cao cấp. Chỉ có khác và "đổi mới" cho phù hợp với kinh tế thị trường, đây còn là nơi chữa trị cho khách ngoại quốc có bảo hiểm giàu tiền bạc thuộc bốn biển năm châu. Nam Triều Tiên có, Tàu Đài Loan có, Tàu Hồng Kông có, Mỹ, Pháp, Úc, Gia Nã Đại, có đủ cả. Làm sao bảo đảm sức khỏe cho họ với tiêu chuẩn cao nhất để họ yên tâm khai thác làm ăn và cả hưởng thụ trên khắp ngõ ngách của Việt Nam từ ải Nam Quan cho đến mũi Cà Mau. Và đây cũng là món lợi nhuận béo bở không phải chỉ có các hãng bảo hiểm Mỹ đang muốn nhảy vào mà phải kể tới đám bác sĩ Mỹ gốc Việt cũng đang nao nức rất muốn "về giúp Việt Nam". Chưa qua tuổi 30, Toản suy nghĩ trong sáng độc lập và tự tin trên bước đường dấn thân của nó. Không hẳn là Chính đã đồng ý, nhưng lại rất hiểu tính cứng cỏi độc lập của con, Chính không muốn có lần đụng độ thứ hai giữa hai bố con. Chính tạm yên tâm khi thấy con mình cho dù với chọn lựa nào cũng thôi thúc bởi những động lực trong sáng, nó không thể lẫn vào đám bọn người cơ hội. Và theo một nghĩa nào đó, Chính thấy hơi ganh tỵ với tuổi trẻ và sự cả tin đến trong suốt của con; rồi cho đó như một ý nghĩ kỳ quái anh lắc đầu tự mỉm cười khi một mình lái xe đổ dốc trên con đường về...

Hơn một lần viếng thăm Cali, nhưng mỗi chuyến đi đều đem lại cho Chính những cảm tưởng đổi mới của những cộng đồng Việt Nam rất sinh động. Thay vì chỉ hơn một giờ bay, Chính đã quyết định thuê một chiếc xe của hãng Hertz từ phi trường, đích thân lái từ Palo Alto về tới Little Saigon. Chuyến đi hướng về một thành phố trẻ trung của tương lai nhưng cũng lại là một cuộc hành trình ngược về quá khứ nhìn lại khoảng thời gian đã mất. Anh nghĩ cho dù trong bối cảnh lạnh lùng của thực tế chính trị, đương đầu với những vấn đề của Việt Nam tương lai ở ngưỡng cửa thế kỷ 21, không phải chỉ có vận dụng bộ óc mà phải là sự hòa hợp với rung động của con tim. Quỷ dữ không chỉ là bóng ma cộng sản mà ngay chính cõi lòng sao vẫn cứ chai đá của chúng ta.

Tuy chỉ là câu nói đùa của Thiện nhưng sao vẫn cứ ám ảnh Chính mãi. Rằng nếu có tên quá khích điên khùng bắn chết Lê Hoàng Bảo Long, chắc Little Saigon sẽ buồn bã biết chừng nào. Chắc rồi cũng phải tìm cho ra một Lê Hoàng Bảo Long thứ hai. Không có chống cộng thì còn đâu là sự sinh động của Little Saigon. Chỉ có điều cộng sản thì ẩn hiện, lúc nào mục tiêu cũng di động và xảo quyệt, vô hình trung bọn chúng đã khiến các tay xạ thủ chống cộng cũng di chuyển để rồi tự nguyện sắp theo đội hình vòng tròn tự lúc nào và dĩ nhiên ngay từ loạt súng đầu tiên tổn thất có thể kiểm kê được là nơi chính các đồng bạn... Chính có dự định sẽ gặp Thiện -- tác giả của Project 2000, nhằm kết hợp toàn y giới ở hải ngoại mà Chính cho là táo bạo và hấp dẫn với quan niệm "vận dụng và chuyển hóa tài lực của thế giới thành tài lực của Việt Nam, khai thông những hưng thịnh của thế giới chuyển đổ về quê hương, thực hiện vận mạng Việt Nam bằng những phương tiện của thế giới"... Dự trù hình thành một tổ hợp vô vị lợi, mỗi y nha dược sĩ đóng 2000 Mỹ kim như một phần khấu trừ thuế rất nhỏ trong phần thuế khóa rất lớn mà họ đóng góp hàng năm trên các vùng đất tạm dung đang cưu mang họ, thì với một ngàn người tham gia số tiền hành sự đã lên đến 2 triệu đô la tiền mặt, với tiềm năng ấy thì không có việc gì mà Hội Y Nha Dược Thế giới không làm được, từ đáp ứng tức thời như cứu trợ đồng bào nạn nhân trong bạo loạn ở Los Angeles, nạn nhân bão lụt thiên tai ở đồng bằng sông Cửu Long, đến các công trình dài hạn như xây dựng Convention Center - Nhà Văn hóa Công viên Việt Nam cạnh thủ đô Little Sài Gòn, tham gia dứt điểm một dự án y tế của OMS thanh toán bệnh Hansen ở Việt Nam vào năm 2000... Chính thấy rằng chỉ ngay trong trái tim Tiểu Sài Gòn ấy giữa đa số thầm lặng đã có biết bao nhiêu người có lòng có cái tâm thành: ông Đại tá chỉ huy đơn vị cũ với thành tích 14 năm tù mới sang được tới Mỹ trong tình trạng sức khỏe suy kiệt chẳng biết lo thân đã ngồi viết ngay thư đầu tiên liên lạc với Chính yêu cầu anh với uy tín sẵn có giúp ông vận động dựng lại được bức tượng Thương Tiếc để mọi người không quên những người lính đã chết. Tiến người bạn đồng môn, gốc tráng sinh Bạch Mã chỉ có hai niềm say mê: phục hồi phong trào Hướng Đạo Việt Nam tại hải ngoại cho giới trẻ và thiết lập một bệnh viện Việt Nam đầu tiên trên đất Mỹ. Nguyễn lớp đàn anh của Chính, tuổi ngót 60 rồi mà vẫn còn độc thân, vẫn bền bỉ trong bấy nhiêu năm liền là người bạn thiết tận tụy của thuyền nhân và cũng là thầy thuốc miễn phí của giới văn nghệ sĩ các gia đình H.O. Liên một bác sĩ muộn màng mới từ đảo qua đang sống mái ngày đêm đèn sách để trở lại hành nghề nhưng vẫn tích cực mơ ước thực hiện một tượng đài vĩ đại *Mẹ Bồng Con* lao vào đại dương theo nước non ngàn dặm ra đi -- biểu tượng cho một cuộc di dân khổng lồ của 2 triệu người Việt đi khai sinh một siêu Việt Nam trong lòng thế giới... Và còn biết bao nhiêu, bao nhiêu những điển hình và ý nghĩ tốt đẹp khác nữa, vậy mà -- Chính tự hỏi, tại sao anh và các bạn vẫn lạc nhau trong bóng đêm của "kiêu khí, đố kỵ và mê chướng", lại vẫn theo ngôn từ của Thiện.

Bao nhiêu chục năm rồi, Chính vẫn là con người trăn trở, vẫn là trí thức chứng nhân của những bi kịch của một thời nhiễu nhương và lừa dối hào nhoáng. Giữa rất nhiều ồn ào và tiếng động của ngôn từ sa đọa và những thực tế chính trị giả dối, nhiều lúc Chính cũng muốn tĩnh lặng, từ bỏ những suy nghĩ khúc mắc, chỉ làm khổ chính anh và cảm tưởng như cũng chẳng ích gì cho ai; nhưng như vậy thì anh đâu còn là Chính nữa. Trước sau anh vẫn là anh, con người của xác tín. Dùng ngôn từ của điện toán, thì con người anh đã được *thảo chương -- programmed*, chẳng thể nào mà nói đến chuyện đổi thay, chỉ có thể anh sẽ nhạy cảm hơn, chấp nhận đối thoại với những khác biệt mà anh tin rằng vẫn có thể có đoàn kết, cho dù đó là một liên kết nhiều màu sắc -- rainbow coalition, và theo anh sự đa dạng chính là chất men của sáng tạo. Anh hiểu rằng số người còn theo và ủng hộ anh ngày càng ít đi. Không ra mặt chống anh nhưng họ tách ra và mỗi người chọn đi theo hướng riêng của họ. Riêng anh chắc hẳn rằng trong suốt phần cuộc đời còn lại, anh sẽ vẫn cứ đi trên con đường thẳng băng đã vạch ra cho dù quạnh quẽ. Sự mau quên và thỏa hiệp của những người Việt hải ngoại -- mà anh cho là thương tổn tới nhân cách chính trị và quyền tỵ nạn của họ, cộng thêm với sự vui mừng quá độ của người dân trong nước trước những điều được gọi là "đổi mới" chỉ làm cho anh thêm đau lòng. Rồi ra ai thì cũng tìm cách thích nghi để mà tồn tại, cuộc sống ngồn ngộn bản năng thì vẫn cứ dễ dàng thay da đổi màu và bừng bừng đi tới. Số rất ít người cứng rắn nguyên tắc và nhất quán như anh hình như đang có nguy cơ trở thành một chủng loại hiếm hoi sắp bị tiêu diệt - endangered species. Chính còn lại bà mẹ già bên Việt Nam, mái tóc đã trắng bạc như sương. Anh mơ một giấc mơ đơn giản, cũng chỉ mong đất nước thanh bình để kịp về thăm mẹ, về thăm ngôi làng cũ, ngắm đàn trẻ thơ nô đùa nơi sân trường làng, và hạnh phúc biết bao nhiêu khi được trở lại khám bệnh chăm sóc cho những nông dân thân thuộc bao giờ cũng đôn hậu và chất phác mà y phí có khi chỉ là một nải chuối ít trái cây hay mấy hột gà tươi. Ước mơ có gì là cao xa đâu nhưng sao vẫn ở ngoài tầm tay và có vẻ như còn rất xa vời. Bởi vì anh vẫn dứt khoát tự nhủ lòng mình anh sẽ không thể và không bao giờ trở lại quê hương như một kẻ bàng quan, một khách du lịch hay tệ hơn nữa như một tên mại bản với vênh vang áo gấm về làng. Mặc dầu rất muốn gặp mẹ nhưng anh vẫn không thể nào về với tâm cảnh và ngoại cảnh bây giờ.

Kể từ giữa thập niên 70, cùng với sự sụp đổ của miền Nam, là một làn sóng ồ ạt dân tỵ nạn Đông Dương rải ra khắp nước Mỹ, nhưng đông đảo nhất vẫn là tiểu bang Cali. Khó khăn của những người tới sớm không phải là ít. Từ ngoài các căn cứ Pendleton, Fort Chaffee không phải chỉ có những bảo trợ người Mỹ giàu lòng bác ái tới giúp đỡ họ mà cả không thiếu những người địa phương kỳ thị thù ghét trù ẻo và muốn đuổi họ về nước. "*We Don't Want Them, May They Catch Pneumonia And Die...*". Và trong đám người tỵ nạn ấy đã có các đồng nghiệp của Chính. Cho tới nay con số bác sĩ Việt Nam lên tới 2000 chỉ riêng ở Mỹ, chưa kể một số không ít khác sống ở Canada, Pháp, Úc châu và một số nước khác. Hơn 2500 bác sĩ trên tổng số 3000 của toàn miền Nam đã thoát ra khỏi xứ, không khác một cuộc tổng đình công của toàn ngành y tế, liên tục kéo dài từ 75 tới nay. Chính cũng biết rất rõ anh là một trong số ít người đã vận động và lãnh đạo một cách có hiệu quả cuộc đình công dài bất tận một cách không tiền khoáng hậu ấy.

Chính sẽ lần lượt ghé thăm: San Jose thung lũng điện tử hoa vàng, Los Angeles thành phố thiên thần nhưng lại sắp kết nghĩa với thành phố mang tên Hồ Chí Minh, Orange thủ đô tỵ nạn chống cộng với Sài Gòn Nhỏ và San Diego nơi nổi tiếng khí hậu tốt nhất thế giới – đều là những nơi có đông đảo người Việt, và con số ấy tiếp tục gia tăng không phải chỉ bởi những người mới tới; mà còn do hiện tượng "di dân lần thứ hai" của những người Việt đã tới sinh sống ở những tiểu bang khác, cuối cùng rồi cũng lựa chọn trở về Cali nơi có nắng ấm, có khí hậu nhiệt đới giống Việt Nam như ở Đà lạt, họ nói với nhau như thế.

Tiêu chuẩn hóa, đó là đặc tính rất Mỹ. Thành phố lớn nhỏ nào ở Mỹ thì cũng rất giống nhau, với những trạm xăng, các siêu thị và những tiệm fast food McDonald's. Đi vào những phố chợ Việt Nam sầm uất ngay trên đường Bolsa là thấy những tiệm phở, các siêu thị lớn nhỏ, phòng mạch bác sĩ, hiệu thuốc tây, các văn phòng luật sư và dĩ nhiên cả những tòa báo.

Các đồng nghiệp của Chính đã có mặt ngay từ đầu trong số đông đảo những người tới sớm. Họ biểu tượng cho một tập thể trí thức khoa bảng, được sự giúp đỡ của chương trình tỵ nạn như mọi người, đa số đã mau chóng trở lại hành nghề trong những điều kiện hết sức thuận lợi. Sau đó phải chi ai cũng có trí nhớ tốt về những cảm xúc đầu tiên khi dứt bỏ hết mọi thứ bất kể sống chết ra đi. Chính còn nhớ như in về những ngày ở trên đảo, Ngạn đã nhiều lần tâm sự là chỉ mong có ngày đặt chân tới Mỹ anh chẳng bao giờ còn mơ ước tới một nơi nào xa hơn nữa, cũng chẳng hề có cao vọng trở lại nghề cũ mà hạnh phúc nếu có là được hít thở không khí tự do, được sống như một con người và được khởi sự lại từ đầu, gây dựng mái gia đình bằng sức lao động của tay chân, hy sinh cho tương lai thế hệ những đứa con. Nhưng sự thể lại tốt hơn với mong đợi, chính Ngạn bằng trí thông minh nghị lực làm việc và dĩ nhiên cả may mắn nữa, chỉ trong một thời gian ngắn anh là một trong số những người trở lại hành nghề rất sớm. Là bác sĩ ở Mỹ có nghĩa là đã thuộc vào thành phần xã hội trung lưu trên cao, địa vị hoàn cảnh của họ là ước mơ ngay cả đối với rất nhiều người dân Mỹ bản xứ. Nhưng Ngạn và một số người khác đã không dừng lại ở đó. Và điều gì phải đến đã đến. Hậu quả là một cuộc ruồng bố được mệnh danh là *"gian lận y tế lớn nhất trong lịch sử tiểu bang Cali"*. Để trở thành tin tức hàng đầu nơi trang nhất của báo chí và các đài truyền hình khắp nước Mỹ. Mới chín năm từ ngày sụp đổ cả miền Nam đang còn là một cơn ác mộng chưa nguôi, biến cố tháng Hai 1984 là một cơn mộng dữ thứ hai nhưng với bản chất hoàn toàn khác. Chưa bao giờ hai chữ Việt Nam lại được nhắc tới nhiều như thế trong suốt tuần lễ. Cũng chưa bao giờ quá khứ bị đối xử tàn nhẫn đến như thế. Cảnh tượng hàng loạt bác sĩ dược sĩ trong đó có Ngạn bị các cảnh sát sắc phục còng tay ngoài đường, bêu trước nắng gió đã bị báo chí Tivi Mỹ khai thác triệt để. Ai cũng cảm thấy bị thiệt hại về mặt thanh danh, cộng thêm với những cảm giác bất an và sợ hãi. Rõ ràng sau đó đã có một làn sóng nguyền rủa của người dân bản xứ nhắm chung vào người Việt tỵ nạn. Trong các xưởng hãng bọn sỗ sàng trực tiếp thì xách mé gọi các đồng nghiệp Việt Nam là đồ ăn cắp, hoặc gián tiếp hơn họ cắt những bản tin với hình ảnh đăng trên báo Mỹ đem dán lên tường chỗ có đông các công nhân Việt Nam làm việc. Những người dân Việt bình thường lương thiện, tới Mỹ với hai bàn tay trắng, đang tạo dựng lại cuộc sống từ bước đầu số không, bằng tất cả ý chí và lao động cần mẫn của đôi bàn tay nay bỗng dưng trở thành nạn nhân oan khiên của kỳ thị và cả khinh bỉ. Có người uất ức quá đã phải la lên: hỡi các ông trí thức khoa bảng ơi, ngay từ trong nước bao giờ và ở đâu thì các ông cũng là người sung sướng, sao các ông không có mặt ở đây để nhận lãnh sự nhục nhã này... Chuyện xảy ra đã hơn mười năm rồi mà vẫn tưởng như mới hôm qua, như một flashback nặng nề diễn ra trong đầu óc Chính. Hiện giờ anh cố chủ động thoát ra khỏi những ngưng đọng của ký ức về một giai đoạn bi ai quá khứ. Đưa tay bấm nút tự động hạ mở kính xe, gió biển thổi cuộn vào trong lòng xe vỗ phần phật. Trời xanh biển xanh, vẫn màu xanh thiên thanh ấy, có gì khác nhau đâu giữa hai bờ đại dương này. *Khổ hải vượng dương, hồi đầu thị ngạn.* Ở đâu thì nỗi khổ cũng mênh mông, nhìn lại chẳng thấy đâu là bờ. Con đường 101 dọc theo bờ biển Thái Bình Dương lúc này lại gợi nhớ Quốc lộ 1 bên kia đại dương trên đất nước thân yêu của chàng. Vẫn những giọt nước ấy là nước mắt và làm nên biển cả, những dải cát sáng long lanh như thủy tinh, những ruộng muối trắng, những hàng dừa xanh. Quê hương của trí nhớ đó sẽ đẹp đẽ biết bao nhiêu nếu không có những khúc phim hồi tưởng của *"dọc đường số 1"*, của *"đại lộ kinh hoàng"*, của *"những dải cát thấm máu"* ở những ngày cuối tháng Ba 1975.

Little Saigon vẫn được coi là thủ đô của những người Việt tỵ nạn. Theo nghĩa nào đó là một Sài Gòn nối dài. Nếu khảo sát về địa dư chí, thì như một điều trớ trêu của lịch sử, tên người Việt Nam đầu tiên đến ở quận Cam rất sớm này lại là một người Việt xấu xí -- có tên là Phạm Xuân Ẩn, một đảng viên cộng sản. Bề ngoài anh ta là một ký giả của tuần báo Time trong suốt 10 năm, nhưng điều mà không ai được biết là từ lâu anh vốn là một điệp viên cao cấp của Hà Nội. Ẩn đã từng được học bổng của Bộ Ngoại giao đi du học tại Mỹ vào cuối những năm 50, học xong Ẩn đi tham quan khắp nước Mỹ rồi trở về sống ở quận Cam; sau đó trở lại Sài Gòn làm cho hãng thông tấn Reuters của Anh, rồi tuần báo Time của Mỹ cho tới những ngày cuối của miền Nam. Mãi sau này người ta mới được biết Ẩn đã gia nhập phong trào Việt minh rất sớm từ những năm 40, khởi từ vai trò một giao liên chẳng có gì là quan trọng để rồi cuối cùng trở thành một điệp viên chiến lược qua mắt được bao nhiêu mạng lưới CIA với danh hiệu phóng viên rất an toàn của một tờ báo Mỹ uy tín... Hiện giờ đã có tới khoảng ba trăm ngàn người Việt đang chiếm chỗ của Ẩn trước kia. Còn riêng Ẩn thì lại đang sống lặng lẽ ở Sài Gòn, tiếp tục là chứng nhân cho cuộc cách mạng thất bại mà Ẩn đã trung thành và toàn tâm phục vụ trong suốt hơn 40 năm. Trở về với thực tại của quận Cam hôm nay, nếu Ẩn có dịp trở lại đây chắc cũng chẳng thể nào nhận ra chốn cũ. Biến từ một khu phố chết với những vườn cam xác xơ, nay trở thành một Sài Gòn Nhỏ trẻ trung và sầm uất. Con em của những người Việt mới tới, ngay từ thế hệ di dân thứ nhất đã rất thành công trong học vấn và nâng tiêu chuẩn giáo dục địa phương cao thêm một bước mới. Chúng tốt nghiệp từ đủ khắp các ngành. Hơn cả giấc mộng Đông Du, chỉ trong khoảng thời gian chưa đầy hai thập niên, nước Việt Nam tương lai có cả một đội ngũ chuyên viên tài ba để có thể trải ra cùng khắp.

Trong kiếp sống lưu dân, chưa làm được gì trực tiếp cho quê hương, nhưng Chính vẫn có thể mơ một *Giấc Mộng Con Năm 2000*. Trải qua bao nhiêu hội nghị, Chính có cảm tưởng anh và các bạn vẫn như những người không nhà cho dù các nơi tạm trú đều là những đệ nhất khách sạn không dưới bốn sao. Chuyến đi thực tế này, dự định rằng là bước khởi đầu vận động hình thành không phải chỉ là một mái nhà cho hội y sĩ, mà bao quát hơn là một convention center, một tòa Nhà Văn hóa, một viện Bảo tàng, một Công viên Việt Nam. Đó phải là công trình biểu tượng có tầm vóc, sẽ được thực hiện ưu tiên qua từng giai đoạn. Nếu nghĩ rằng ngôi Đình là biểu tượng cho cái thiện của làng, thì khu Công viên Văn hóa ấy là biểu tượng cho cái gốc tốt đẹp không thể thiếu của các thế hệ di dân Việt Nam từ những ngày đầu đặt chân tới lục địa mới của cơ hội này, nó sẽ như một mẫu số chung rộng rãi cho một cộng đồng hải ngoại đang rất phân hóa, giúp đám trẻ hãnh tiến hướng Việt tìm lại được cái căn cước đích thực của tụi nó. Dự phỏng rằng Công viên Văn hóa sẽ được thiết lập trong vùng tây nam Hoa Kỳ, tọa lạc trên một diện tích rộng lớn phía bờ nam của xa lộ 22 và 405 tiếp giáp với khu Little Saigon. Đó là nơi có khả năng giới thiệu một cách sinh động những nét đặc thù của văn hóa Việt qua những bước tái thể hiện các giai đoạn lịch sử hào hùng và cả bi thảm của dân tộc Việt từ buổi sơ khai lập quốc. Đây không phải thuần chỉ là công trình của một Ủy ban Đặc nhiệm, gồm tập hợp những tinh hoa trí tuệ của mọi ngành sinh hoạt. Đó phải là một công trình của toàn thể những người Việt tự do ở hải ngoại, không phân biệt màu sắc cá nhân phe nhóm. Bước khởi đầu đơn giản chỉ một đô la cho mỗi đầu người mỗi năm, thì chúng ta đã có hơn một triệu mỹ kim cộng thêm với hai triệu mỹ kim nữa của Hội Y Nha Dược, Hội Chuyên Gia và các giới doanh thương. Sẽ không phải là nhỏ với ba triệu đô la mỗi năm để làm nền móng khởi đầu cho Dự Án 2000 ấy. Ngũ niên đầu là giai đoạn sở hữu một khu đất đủ lớn cho nhu cầu quy hoạch Công viên Văn hóa với một convention center là công trình xây cất đầu tiên: đó như một cái nôi cho sinh hoạt cộng đồng văn hóa và nghệ thuật. Chính cứ vẫn phải nghe một điệp khúc đến nhàm chán rằng người Việt Nam không đủ khả năng tạo dựng những công trình lớn có tầm vóc. Viện cớ rằng do những cuộc chiến tranh tàn phá lại cộng thêm với khí hậu ẩm mục của một Á châu nhiệt đới gió mùa, đã không cho phép tồn tại một công trình nhân tạo lớn lao nào. Nhưng bây giờ là trên đất nước Mỹ và Chính muốn chứng minh điều đó không đúng. Yếu tố chính vẫn là con người. Làm sao có được một giấc mơ đáng gọi là giấc mơ. Để rồi cái cần thiết là chất xi măng hàn gắn và nối kết những đổ vỡ trong lòng... Chính đã hơn một lần chứng tỏ khả năng lãnh đạo một tập thể trí tuệ nhất quán không làm gì trong suốt hai thập niên qua; bây giờ thì anh đang đứng trước một thử thách ngược lại, vận dụng sức mạnh cũng của tập thể ấy để phải làm một cái gì nếu không phải ở trong nước thì cũng ở hải ngoại, trong một kế hoạch ngũ niên cuối cùng của thế kỷ trước khi bước sang thế kỷ 21. Một ngũ niên có ý nghĩa của kế hoạch và hành động thay vì buông xuôi.

Chỉ qua một vài bước thăm dò Chính cảm nhận được ngay rằng quả là dễ dàng để mà đồng ý với nhau khỏi phải làm gì nhưng vấn đề bỗng trở nên phức tạp hơn nhiều khi bước vào một dự án cụ thể đòi hỏi sự tham gia và đóng góp của mỗi người kéo theo bao nhiêu câu hỏi "tại sao và bởi vì" từ ngay chính những người bạn tưởng là đã rất thân thiết của anh đã cùng đi với nhau suốt một chặng đường. Hội nghị Palo Alto sẽ là một trắc nghiệm thách đố không phải của riêng anh mà là của toàn thể y giới Việt Nam hải ngoại.

Thay vì đứng ngoài bàng quan Hội Y sĩ Thế giới sẽ tiên phong trực tiếp tham gia ngay từ bước đầu hình thành Công viên Văn hóa ấy. Đó là một chuẩn bị thao dượt, như một ấn bản gốc cho mô hình của Viện Bảo tàng Chiến tranh Việt Nam của ISAW. Người Mỹ có dự án ISAW (Institute for the Study of American Wars) thiết lập một Quảng trường Hào hùng tại Maryland gồm một chuỗi viện bảo tàng liên quan tới bảy cuộc chiến tranh, mà người Mỹ đã trực tiếp can dự kể từ ngày lập quốc. Dĩ nhiên trong đó có chiến tranh Việt Nam, cũng là cuộc chiến tranh duy nhất có chính nghĩa mà miền Nam Việt Nam và Mỹ đã bị thua. Cung cấp dữ kiện đi tìm đáp số cho những câu hỏi vấn nạn tại sao sẽ phải là nội dung của viện bảo tàng tương lai này. Hai triệu người thoát ra khỏi nước bằng một cuộc di dân vĩ đại, họ không thể chấp nhận cuộc thất trận lần thứ hai khác lâu dài và vĩnh viễn tại Valor Park với lặp lại những gian dối lịch sử cũng vẫn do người cộng sản chủ động sắp xếp. Không phải chỉ là vấn đề ai thắng ai; nhưng đó là nhân cách chính trị của hai triệu người di dân tỵ nạn đang phấn đấu cho một thể chế chính trị tự do nơi quê nhà. Và Chính quan niệm những bước hình thành khâu Viện Bảo tàng Việt Nam tại ISAW phải được khởi đầu từ dự án khu Công viên Văn hóa Việt Nam năm 2000 ngay giữa thủ đô tỵ nạn. Đó là một phác thảo và chọn lọc tất cả các hình ảnh tài liệu và chứng tích của các giai đoạn Việt Nam Tranh đấu sử. Đó là nơi giúp thế hệ trẻ hướng Việt tìm lại khoảng thời gian đã mất, giúp chúng hiểu được tại sao chúng lại hiện diện trên lục địa mới này.

Giữa hai bố con Chính đang âm thầm diễn ra tranh chấp về trận địa của những giấc mơ. Giấc mơ của Toản thì xa hàng vạn dặm mãi tận bên quê nhà. Giấc mơ nào là không thể được, bên trong hay bên ngoài? Hiện thực của giấc mơ nào đi nữa không phải chỉ do hùng tâm của một người mà là ý chí của cả một tập thể cùng nhìn về một hướng, cùng trông đợi và ước ao niềm vui của sự thành tựu. Riêng Chính thì đang ao ước không phải để có một ngôi đền thờ phụng, mà là một mái ấm của Trăm Họ Trăm Con, nơi ấy sưu tập và lưu trữ những giá trị của quá khứ, nơi hội tụ diễn ra sức sống sinh động của hiện tại, và là một điểm tựa thách đố hướng về tương lai, chốn hành hương cho mỗi người Việt Nam đang sống bất cứ ở đâu trong lòng của thế giới.

*NGÔ THẾ VINH*
*Little Saigon, 01/1995*

# NGÔ THẾ VINH

## TÌM LẠI THỜI GIAN ĐÃ MẤT
## Tưởng Nhớ Một Vị Danh Sư
## Giáo Sư Y Khoa Phạm Biểu Tâm

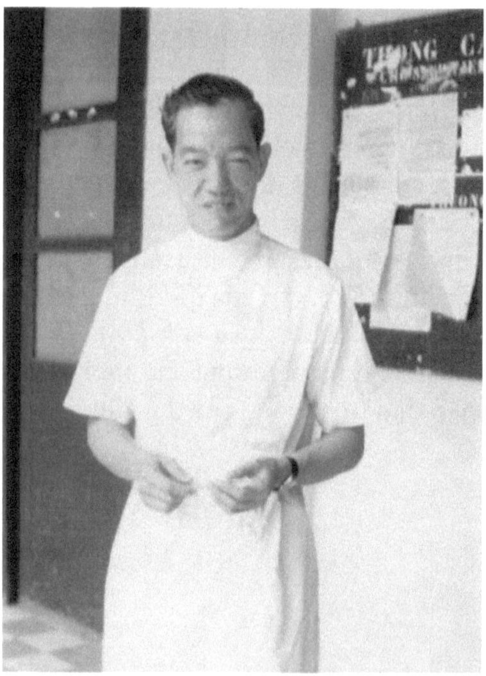

Đây là bài mới bổ sung cho một bài viết khởi đầu chỉ là hồi tưởng và những kỷ niệm rất riêng tư với Giáo sư Phạm Biểu Tâm nhân dịp lễ tưởng niệm 100 năm ngày sinh của một vị danh sư đã để lại những dấu ấn lâu dài trong Ngành Y của Việt Nam từ thế kỷ trước.

**Hình 1:** *Giáo sư Phạm Biểu Tâm tại Bệnh viện Bình Dân (1960), mỗi buổi sáng cùng các nội trú và sinh viên đi thăm trại bệnh trước khi vào phòng mổ.* [nguồn: hình tư liệu gia đình Gs Phạm Biểu Tâm*]

### ĐÔI DÒNG TIỂU SỬ

Giáo sư Phạm Biểu Tâm sinh ngày 13 tháng 12 năm 1913 tại Thừa Thiên, Huế; mất ngày 11 tháng 12 năm 1999 tại Hoa Kỳ, hưởng thọ 86 tuổi.

Vào cuối đời, thầy Tâm cho biết thực sự thầy gốc người Nam Bộ, sinh ra và lớn lên tại miền Trung. Sau đây là thông tin từ người em ruột Gs Phạm Biểu Tâm, Băng-sĩ Phạm Hữu Nhơn nguyên là một tướng lãnh thuộc Bộ Tổng Tham Mưu Quân Lực VNCH từ Falls Church, Virginia gửi cho Bông, tức tên gọi ở nhà của Phạm Biểu Trung, trưởng nam của thầy Tâm:

*"Bông thân mến, Cha cháu sinh ngày 13/12/1913. Quê quán làng Nam Trung, huyện Phú Vang, tỉnh Thừa Thiên, trong một gia đình khoa bảng. Cụ cố là Tổng binh Phạm Tấn, gốc miền Nam, quê quán làng Long Phú (Bến Lức, Gò Công), tỉnh Gia Định. Được vua Gia Long vời ra làm quan ngoài Bắc Hà (Ninh Bình và Nam Định). Cụ nội là Phạm Năng Tuấn, tước hiệu Hàn Lâm Viên Đại Phu. Cụ khai khẩn và thành lập làng Nam Trung, tỉnh Thừa Thiên cho các quan gốc miền Nam ra Trung. Cụ thân sinh là Phạm Hữu Văn, thi đậu Tiến sĩ khoa Quí Sửu 1913. Làm quan tới chức Bố Chánh tỉnh Thanh Hóa, được thăng Thượng Thư Trị Sứ khi đã về hưu."*

Giáo sư Phạm Biểu Tâm học tiểu học tại Huế, trung học phổ thông tại Vinh, rồi trường Quốc Học Huế, và trường Bưởi Hà Nội.

Suốt thời tuổi trẻ, Giáo sư Phạm Biểu Tâm đã là một hướng đạo sinh, rất hoạt động trong giai đoạn dầu sôi lửa bỏng của đất nước. Ông gia nhập tráng đoàn Lam Sơn của Hoàng Đạo Thúy, từ những năm 1930 từng tham dự khóa huấn luyện Tráng tại Bạch Mã, Huế. Có thể nói suốt cuộc đời, ông vẫn gắn bó với phong trào hướng đạo Việt Nam và vẫn cứ mãi là một tráng sinh lên đường. Không chỉ là nội trú lâu năm nhất ở Bệnh viện Phủ Doãn, theo Gs Trần Ngọc Ninh: *"Anh Tâm còn là Chủ tịch Hội Sinh viên Y khoa 1942, là cầu thủ Đội Bóng Rổ của Tổng Hội Sinh viên, đang là tuyển thủ hữu danh của Hội Thuyền Buồm Việt Nam."* (1)

Năm 1932, thầy Tâm theo học Trường Y Khoa Hà Nội, sau Bác sĩ Tôn Thất Tùng một năm. Sau khi tốt nghiệp y khoa, vẫn tiếp tục tình nguyện ở lại làm Nội Trú Bệnh Viện thêm 8 năm. Mãi tới năm 1947 mới trình luận án Tiến Sĩ Y Khoa với đề tài mang tính văn hóa: *"Introduction de la Médecine Occidentale en Extrême-Orient / Sự Du Nhập của Y học Tây Phương sang Viễn Đông"*.

Nói về đời sống gia đình, Giáo-Sư Phạm Biểu Tâm đã kết hôn với Bà Công Tằng Tôn Nữ Tuyết Lê vào năm 1944, nguyên là nữ sinh trường Đồng Khánh rất cấp tiến. Thầy Cô có năm người con, ba trai hai gái theo thứ tự: Phạm Biểu Trung, Phạm Biểu Chí, Phạm Biểu Kim Hoàn, Phạm Biểu Kim Liên và Phạm Biểu Tình nhưng tên gọi ở nhà thì chỉ là tên các vật liệu trong phòng mổ: *Bông, Gạc, Băng, Kim, Chỉ*. Thầy cô còn có thêm một dưỡng nữ Trần Thị Hồng.

***Hình 2a, b:*** *Thầy Cô Phạm Biểu Tâm tại căn nhà đường Ngô Thời Nhiệm (1970); và 5 người con với tên gọi ở nhà: Bông, Gạc, Băng, Kim, Chỉ.* [nguồn: hình tư liệu gia đình Gs Phạm Biểu Tâm]

Năm 1948, Giáo Sư Phạm Biểu Tâm trúng tuyển kỳ thi Thạc Sĩ Y Khoa [Professeur Agrégé des Universités] tại Paris, đồng thời với Giáo sư Trần Quang Đệ cũng là một bác sĩ phẫu thuật lừng danh tại Bệnh viện Chợ Rẫy sau này. Trở về nước, thầy Tâm tiếp tục giảng dạy tại Đại Học Y Khoa Hà Nội kiêm Giám Đốc Bệnh Viện Yersin hay còn gọi là Nhà Thương Phủ Doãn cho đến ngày ký kết Hiệp định Genève 1954 phân đôi đất nước.

***Hình 3:*** *Gs Phạm Biểu Tâm (trái) và Bs chuyên khoa Ung thư Nguyễn Xuân Chữ đi dự Tuần lễ Ung Thư / Semaine Du Cancer (1950) tại Pháp, phía sau là tấm poster tiếng Việt với slogan: Ung thư càng để lâu bao nhiêu càng kém hy vọng khỏi bấy nhiêu. Hãy đến khám tại Cơ quan Trung ương Việt Nam Trừ Ung thư tại Bệnh Viện Yersin Hà Nội.* [nguồn: hình tư liệu gia đình Gs Phạm Biểu Tâm]

***Hình 4:** Buổi trình luận án tại Đại học Y Khoa Hà Nội (1952) của Bs tân khoa Nguyễn Tấn Hồng, với Giáo sư Phạm Biểu Tâm trong Hội đồng Giám khảo.*
[nguồn: hình tư liệu gia đình Gs Phạm Biểu Tâm]

Năm 1950, Quân đội Quốc gia Việt Nam được thành lập, cũng khởi đầu ngành Quân Y Việt Nam 1951, Gs Phạm Biểu Tâm có thời gian đảm trách chức vụ Phó Giám Đốc Trường Quân Y với cấp bậc Trung Tá.

Năm 1954, Giáo-Sư Phạm Biểu Tâm đã cùng gia đình di cư vào Nam, được đề cử làm Giám Đốc Bệnh Viện Bình Dân mới xây cất xong trên đường Phan Thanh Giản Sài Gòn, đồng thời cũng là Trưởng Khu Ngoại Khoa tại bệnh viện này. Đa số nhân viên y tế từ nhà thương Phủ Doãn di cư vào Nam đều trở lại làm việc tại bệnh viện Bình Dân. Đây cũng là một bệnh viện giảng huấn trực thuộc trường Đại Học Y Nha Dược duy nhất của Miền Nam Việt Nam thời bấy giờ.

Khi Đại Học Hỗn Hợp Pháp Việt được người Pháp trao trả lại cho Việt Nam [11.05.1955], Giáo-Sư Phạm Biểu Tâm được đề cử làm Khoa Trưởng, và là vị Khoa Trưởng đầu tiên của Trường Đại Học Y Dược Sài Gòn [Faculté Mixte de Médecine et Pharmacie].

**Hình 5:** *Giáo sư Phạm Biểu Tâm Khoa Trưởng Y Khoa Sài Gòn (trái) và Linh Mục Cao Văn Luận Viện Trưởng sáng lập của Viện Đại Học Huế từ 1957, đi dự một Hội nghị Quốc tế về Giáo Dục.* [nguồn: hình tư liệu gia đình Gs Phạm Biểu Tâm]

**Hình 6:** *Hội Đồng Khoa, với một số giáo sư trong Ban Giảng Huấn Đại Học Y Khoa Sài Gòn: từ trái, Gs Trần Ngọc Ninh, Gs Trịnh Văn Tuất, Gs Trần Vỹ, Gs Caubet, Gs Phạm Biểu Tâm, Gs Huard, Gs Trần Đình Đệ, Gs Nguyễn Đình Cát, Gs Nguyễn Hữu, Gs Ngô Gia Hy.* [nguồn: hình tư liệu gia đình Gs Phạm Biểu Tâm]

***Hình 7:*** *Sau buổi trình luận án của 2 Bs tân khoa: Nguyễn Khắc Minh, Đào Hữu Anh tại Đại học Y Khoa Sài Gòn (1960); với Hội đồng Giám khảo, hàng trước từ trái: Giáo sư Nguyễn Hữu, Giáo sư Phạm Biểu Tâm, Giáo sư Trần Đình Đệ, Giáo sư Trịnh Văn Tuất. (Bs Nguyễn Khắc Minh, Bs Đào Hữu Anh, cả hai đều trở thành giáo sư của trường Y Khoa sau này).* [nguồn: hình tư liệu của Gs Nguyễn Khắc Minh]

Năm 1962, Hiệp Hội Y Khoa Hoa Kỳ / American Medical Association [AMA] đã viện trợ một ngân khoản lớn cho Việt Nam để xây cất một Trung Tâm Giáo Dục Y Khoa với tiêu chuẩn hiện đại tại đường Hồng Bàng, Chợ Lớn, gồm một Trường Y Khoa [giai đoạn I] và một Bệnh Viện thực tập [giai đoạn II]. Lễ đặt viên đá đầu tiên do Tổng Thống Ngô Đình Diệm chủ tọa.

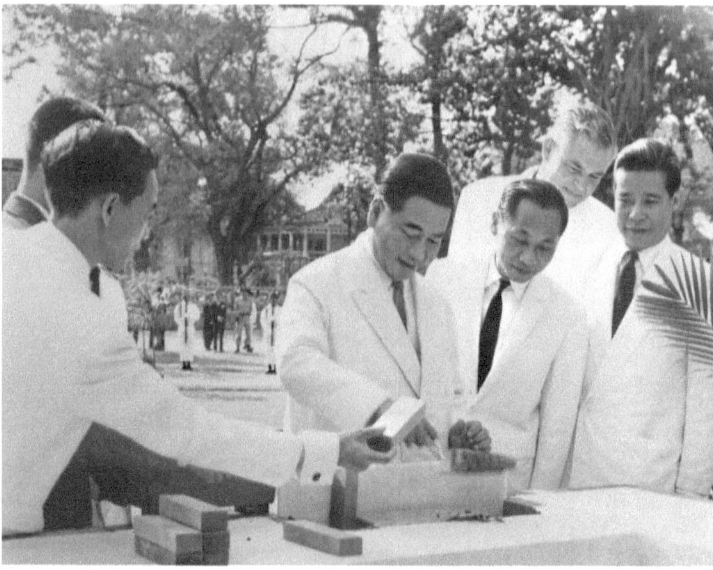

***Hình 8a:** Lễ đặt viên đá đầu tiên (1962) xây cất Trung Tâm Giáo Dục Y Khoa tại đường Hồng Bàng, Chợ Lớn; từ trái: Gs Khoa Trưởng Phạm Biểu Tâm, Tổng Thống Ngô Đình Diệm, Gs Nguyễn Quang Trình, Gs Lê Văn Thới; đứng phía sau là Đại sứ Mỹ Frederick E. Nolting, Jr.*

***Hình 8b:** Lễ đặt viên đá đầu tiên xây cất Trung Tâm Giáo Dục Y Khoa tại đường Hồng Bàng; hàng trước từ trái: Gs Phạm Biểu Tâm, Tổng Thống Ngô Đình Diệm, Kiến trúc sư Ngô Viết Thụ, Gs Nguyễn Quang Trình, Viện trưởng Viện Đại học Sài Gòn. Trung Tâm Giáo Dục Y Khoa được khánh thành 3 4 năm sau 1966.* [nguồn: hình tư liệu gia đình Gs Phạm Biểu Tâm]

Sau biến cố 1963, Gs Phạm Biểu Tâm tiếp tục ở lại với Trường Y Khoa cho đến tháng 3 năm 1967, khi tướng Nguyễn Cao Kỳ, lúc đó là Chủ tịch Ủy ban Hành pháp Trung ương đã đơn phương ký sắc lệnh giải nhiệm chức vụ Khoa Trưởng của Gs Phạm Biểu Tâm để thay thế bằng một Ủy ban 5 người, đây cũng là lần đầu tiên ở miền Nam chính trị can thiệp vào nền tự trị đại học. Từ nhiệm chức Khoa trưởng, thầy Tâm vẫn cứ ẩn nhẫn, tiếp tục công việc của một Giáo sư Giải phẫu, giảng dạy và điều trị mổ xẻ tại Khu Ngoại Khoa B Bệnh viện Bình Dân.

Cùng lúc với Dự án của Hiệp Hội Y khoa Hoa Kỳ / AMA Project, kết hợp với trường Y khoa Sài Gòn để cải tiến các bộ môn từ khoa học cơ bản tới các khoa lâm sàng như nội khoa, sản phụ khoa, nhi khoa, giải phẫu, gây mê, quang tuyến... với kế hoạch vừa huấn luyện tại chỗ vừa gửi nhân viên giảng huấn sang tu nghiệp tại các Đại học Hoa Kỳ. Đây là giai đoạn thầy Tâm đã bỏ ra rất nhiều công sức để phát triển chương trình đào tạo thêm nhân viên giảng huấn Khoa Giải phẫu cho trường Y khoa.

Sự hợp tác giữa giáo sư Henry Bahnson danh tiếng từ Đại học Pittsburgh và Gs Phạm Biểu Tâm tại Bệnh viện Bình Dân được coi là thành công nhất trong số những chương trình được AMA bảo trợ.

***Hình 8c, d:*** *Trung Tâm Giáo Dục Y Khoa trên đường Hồng Bàng, Chợ Lớn hoàn tất 3 4 năm sau (giai đoạn I), việc xây dựng một Bệnh viện Thực Tập hiện đại (giai đoạn II) phải ngưng vì những biến động chính trị cho tới 1975.* [nguồn: internet]

Tưởng cũng nên ghi lại ở đây, tên tuổi của một học viên Bs Nghiêm Đạo Đại sau này đã trở thành một giáo sư phẫu thuật lừng danh trong chuyên khoa thay ghép / transplant tụy tạnggan-thận ở Đại học MCP Hahnemann / Drexel, Pittsburgh nhưng anh Đại thì trước sau vẫn không quên ơn thầy. Anh viết: *"Tôi đã thấm nhập những điều dạy dỗ của "lò Bình Dân". Quả như vậy, sau khi vào ban giảng huấn Đại học Iowa bảy năm, trường Medical College of Pennsylvania / Hahneman / Drexel Pittsburgh hơn hai thập niên, tôi đã cảm nhận được là mình có phước rất lớn được học những tinh túy của các Thầy ở bệnh viện Bình Dân. Các Thầy đã trao cho tôi một hành trang đầy đủ để sử dụng trong suốt cuộc đời đi dạy học."* (2)

**Hình 9:** *Giáo sư Phạm Biểu Tâm tới thăm một Trung Tâm Y Khoa tại Minnesota (1960s), như bước khởi đầu hòa nhập hai hệ giáo dục Y khoa Pháp và Mỹ.* [nguồn: hình tư liệu gia đình Gs Phạm Biểu Tâm]

**Hình 10:** *Tiếp tân tại tư gia thầy Tâm cho buổi học Hậu Đại học Khóa 1972 từ trái: Bs Steven Reeder, Gs Phạm Biểu Tâm, Văn Kỳ Chương, Nguyễn Hữu Chí, Phan Văn Tường, Gs Anatolio Cruz, Gs Norman Hoover, Gs Đào Đức Hoành, Gs Phan Ngọc Dương, Văn Kỳ Nam, Lê Quang Dũng, Nguyễn Khắc Lân, Nguyễn Tiến Dy, Văn Tấn, Nguyễn Đỗ Duy.* [nguồn: hình tư liệu gia đình Gs Phạm Biểu Tâm]

Sau biến cố 1975, mặc dù phải sinh hoạt trong những điều kiện cực kỳ khó khăn, phải sống với bên thắng cuộc chỉ biết chuộng *"hồng hơn chuyên"*,

Giáo sư Phạm Biểu Tâm vẫn sống hết lòng cho y nghiệp, thương mến chăm sóc bệnh nhân không phân biệt giàu nghèo, hay màu sắc chính trị nào. Thầy Tâm tiếp tục công việc dìu dắt giảng dạy nhiều thế hệ sinh viên y khoa. Như từ bao giờ, thầy Tâm thâm trầm, nhưng cương nghị, làm nhiều và ít nói. Trong nghịch cảnh, thầy không bao giờ biểu lộ sự giận dữ, vẫn nhỏ nhẹ nhưng thâm thúy và sâu sắc, câu nói giản dị của thầy vẫn cứ mãi được truyền tụng trong đám môn sinh: *"Cố gắng làm việc, lấy chăm sóc bệnh nhân làm nhiệm vụ trước mắt của người thầy thuốc"*.

Vẫn với kinh nghiệm của giới trí thức Hà Nội sau 1954, thuộc chế độ cũ, trước sau họ chỉ là thành phần được "lưu dung - không có dấu nặng" và không hề được tin cậy. Kinh nghiệm sau 1975 mà Giáo sư Phạm Hoàng Hộ đã từng trải qua, đó thực sự là một chặng đường đau khổ mà Giáo sư Hộ gọi đó là *"những năm ảo vọng"*.

Năm 1984, Giáo sư Phạm Biểu Tâm buộc phải nghỉ hưu ở tuổi 71 sau một cơn tai biến mạch máu não/ stroke với liệt nửa người trái. Không có cơ hội hồi phục, năm 1989 Giáo sư Phạm Biểu Tâm đã phải rời bỏ quê hương yêu dấu, nơi mà Giáo sư đã dâng hiến gần trọn cuộc đời cho người bệnh, cho nền y học Việt Nam, để sang đoàn tụ với các con tại Hoa Kỳ.

## MỘT CHÚT RIÊNG TƯ

Những dòng chữ này được viết cách đây 4 năm nhân dịp kỷ niệm 100 năm ngày sinh của Gs Phạm Biểu Tâm.

Đây chỉ là hồi tưởng, ghi lại những kỷ niệm rất riêng tư với Gs Phạm Biểu Tâm – không phải từ trong các giảng đường hay bệnh viện mà là với một thầy Tâm ngoài đời thường. Trong suốt học trình y khoa, tôi chưa từng được là môn sinh gần gũi của

Thầy nhưng lại cảm thấy rất thân thiết với Thầy trong các năm học và cả những năm đã rời xa trường Y khoa về sau này. Chỉ đảm nhiệm chức vụ Khoa trưởng 12 năm (1955-1967), nhưng dấu ấn ảnh hưởng của thầy Tâm trên các thế hệ môn sinh thì lâu dài hơn nhiều, kể cả những người chưa được học hay không biết mặt Thầy. (5)

Chỉ còn 2 ngày nữa là kỷ niệm 100 năm ngày sinh của giáo sư Phạm Biểu Tâm [13/12/1913].

Hôm nay ngày 11 tháng 12, 2013 là ngày giỗ của Thầy, vậy mà cũng đã 14 năm rồi [11/12/1999], và khi thầy Tâm mất, gặp Cô để phân ưu, thì được Cô nhắc là anh Vinh có thể có một bài viết về Thầy. Vậy mà chưa làm được điều ấy thì Cô nay cũng đã mất.

Tiểu sử giáo sư Phạm Biểu Tâm đã được bạn đồng môn Hà Ngọc Thuấn từ Úc Châu tường trình khá đầy đủ – tưởng cũng nên ghi lại là anh Hà Ngọc Thuấn đã cùng với anh Nghiêm Sỹ Tuấn từng là hai cây bút chủ lực của báo Y khoa Tình Thương, cùng biên soạn một công trình giá trị "Lịch Sử Y Học" với bút hiệu chung Hà Hợp Nghiêm, đăng từng kỳ trên Tình Thương cho tới khi báo đình bản 1966. (3)

Rất khác với vẻ uy nghi cao lớn của Gs Trần Quang Đệ, cũng là một nhà phẫu thuật lừng danh khác của Việt Nam, cùng trúng tuyển kỳ thi Thạc sĩ Y khoa tại Paris năm 1948, thầy Tâm có dáng nhỏ nhắn của một thư sinh, vẻ nhanh nhẹn của một tráng sinh, nét mặt thầy không đẹp nhưng ngời thông minh và có thể lột tả – theo ngôn từ của bạn đồng môn Đường Thiện Đồng thì "thầy có những nét của một quý tướng".

Trước khi bước vào trường Y khoa, đã được biết tiếng về tài năng và đức độ của Gs Phạm Biểu Tâm, được nghe nhiều giai thoại về Thầy ngoài đời thường. Thầy là một trong những tráng sinh đầu tiên của ngành Hướng đạo Việt Nam từ những năm 1930 như biểu tượng của một thế hệ dấn thân. Tuy không là cầu thủ nhưng Thầy lại rất hâm mộ môn bóng đá; bạn bè trong Đại học xá Minh Mạng kể lại, Thầy thường có mặt nơi khán đài bình dân trong sân banh Tao Đàn, như mọi người Thầy cũng tung nón hò hét sôi nổi để ủng hộ cho đội banh nhà.

Đến khi được gặp, thì thấy thầy Tâm là một con người rất giản dị, tạo ngay được cảm giác gần gũi và tin cậy với người đối diện nhưng vẫn luôn có đó một khoảng cách dành cho sự kính trọng. Kỷ niệm của người viết với thầy Tâm như là những khúc phim đứt đoạn.

Từ 1963 tới 1967 là một giai đoạn cực kỳ xáo trộn ở miền Nam với liên tiếp những cuộc biểu tình xuống đường và bãi khóa của sinh viên mà phân khoa đầu não là Y khoa, lúc ấy vẫn còn tọa lạc nơi ngôi trường cũ 28 Trần Quý Cáp, Sài Gòn. Ở cương vị Khoa trưởng lúc đó thật khó khăn: thầy Tâm vừa phải duy trì sinh hoạt bình thường trong giảng đường và các bệnh viện mà vẫn tôn trọng tinh thần "tự trị đại học". Thầy luôn luôn bao dung chấp nhận đối thoại và cũng do lòng kính trọng Thầy, các nhóm sinh viên y khoa tranh đấu lúc đó đã hành xử có trách nhiệm, trừ số rất ít cộng sản nằm vùng thì manh động theo chỉ thị của Thành ủy. Tình trạng thăng trầm của trường Y khoa trong cơn lốc chính trị với cả đổ máu ám sát tiếp tục kéo dài cho tới tháng Tư 1975.

**Hình 11:** *Gs Phạm Biểu Tâm nói chuyện với SVYK trong một giảng đường 28 Trần Quý Cáp, Sài Gòn sau vụ Thầy bị bắt trước biến cố 1963.* [nguồn: Life Magazine]

Khi tờ báo Sinh viên Y khoa Tình Thương ra đời đầu năm 1964, ở cương vị khoa trưởng, Gs Phạm Biểu Tâm tỏ ra tâm đắc với *manchette* của tờ báo mang tên "Tình Thương" mà thầy cho rằng ý nghĩa rất phù hợp với chức năng của những người Áo Trắng và thầy có viết một bài éditorial trên Tình Thương để giới thiệu tờ báo. Không nhiều biểu lộ nhưng chúng tôi hiểu rằng báo Tình Thương luôn luôn được hỗ trợ tinh thần của Gs Khoa Trưởng. Tình Thương không chỉ là tờ báo của những cây bút sinh viên mà khá thường xuyên còn có bài viết của các giáo sư y khoa như Trần Ngọc Ninh, Trần Văn Bảng, Nguyễn Đình Cát, Ngô Gia Hy và Vũ Thị Thoa…

***Hình 12:*** *Bìa Nguyệt san Tình Thương của Sinh Viên Y Khoa, Số 1 ra mắt tháng 01.1964, và bị đình bản vào tháng 6/1966 với 30 số báo.* [nguồn: tư liệu Trần Hoài Thư; Thư Quán Bản Thảo]

Sinh viên Y khoa tới ngày tốt nghiệp ra trường, dân y hay quân y thì đều phục vụ trong quân đội, với các binh chủng chọn lựa hay được chỉ định. Là những bác sĩ trong thời chiến nên trước sau đã có một số đồng nghiệp hy sinh như các anh Đoàn Mạnh Hoạch, Trương Bá Hân, Đỗ Vinh, Trần Ngọc Minh, Phạm Bá Lương, Nguyễn Văn Nhứt, Trần Thái, Lê Hữu Sanh, Nghiêm Sỹ Tuấn, Phạm Đình Bách… chưa kể một số bị chết trong các trại tù cải tạo từ Nam ra Bắc, hay trên đường vượt biên sau này.

Riêng những người chết hay mất tích khi vượt trại tù, ít nhất có hai bạn mà tôi quen biết: bác sĩ Nguyễn Hữu Ân Nha Kỹ Thuật cũng là dân Đại học xá Minh Mạng, cùng với bác sĩ Vũ Văn Quynh binh chủng Nhảy Dù là anh ruột của bác sĩ Vũ Văn Dzi hiện ở Oklahoma.

Rất riêng tư, tôi không thể không nhắc tới một Trần Ngọc Minh, anh sống khá trầm lặng những năm sinh viên trong Đại học xá Minh Mạng, không những cùng dãy 7 mà còn ở ngay cạnh phòng tôi trong nhiều năm. Ra trường anh là một y sĩ Thủy quân Lục chiến, anh đã hy sinh trong một trận đánh khốc liệt tại thung lũng Việt An, tỉnh Quảng Tín 1965. Ít năm sau đó, một quân y viện mới trên đường Nguyễn Tri Phương ngay cạnh Trường Quân Y được khánh thành và mang tên anh.

Xúc động nhất là cái chết của Nghiêm Sỹ Tuấn, mà tôi được sinh hoạt gần gũi với anh trong tòa soạn báo sinh viên Tình Thương. Ra trường, sự kiện Nghiêm Sỹ Tuấn chọn binh chủng Nhảy Dù, theo người bạn thân của anh là Đặng Vũ Vương, nhận định đó là một chọn lựa "thử thách cá nhân". Anh đã hơn một lần bị thương sau đó vẫn tình nguyện trở lại trận địa và đã hy sinh trên chiến trường Khe Sanh 1968 khi anh đang cấp cứu một đồng đội…

Do mối quan tâm tới các sắc dân Thượng từ thời làm báo sinh viên, ra trường tôi chọn phục vụ một đơn vị Lực Lượng Đặc Biệt với địa bàn hoạt động chủ yếu là vùng Tây nguyên; cũng trong khoảng thời gian này tôi có thêm chất liệu sống để hoàn tất tác phẩm Vòng Đai Xanh. Mỗi khi có dịp về Sài Gòn, tôi đều tìm cách đến thăm thầy Phạm Biểu Tâm. Trường Y khoa thì nay đã di chuyển sang một cơ sở mới có tên là Trung Tâm Giáo dục Y khoa trên đường Hồng Bàng, Chợ Lớn. Cũng để thấy rằng, tuy ở Sài Gòn nhưng Thầy luôn theo dõi và biết khá rõ cuộc sống quân ngũ của những học trò của Thầy ra sao.

Sau 1975, trừ một số ít đã được di tản trước đó, số bác sĩ còn ở lại trước sau đều bị tập trung vào các trại tù cải tạo. Từng hoàn cảnh cá nhân tuy có khác nhau nhưng tất cả hầu như đồng một cảnh ngộ: bị giam giữ trong đói khát, với lao động khổ sai và học tập tẩy não. Những bao gạo in nhãn "Đại Mễ" đầy mối mọt viện trợ của Trung Quốc được đưa vào nuôi tù cải tạo trong giai đoạn này. Không khác với các trang sách viết của Solzhenitsyn về Gulag Archipelago nhưng là *Made in Vietnam*, tinh vi hơn với phần học thêm được cái ác từ Trung Quốc.

Cũng thật trớ trêu, trại giam đầu tiên của tôi lại là Suối Máu, nơi từng là trung tâm huấn luyện của Liên đoàn 81 Biệt Cách Dù, một đơn vị mà tôi đã từng phục vụ. Như một chính sách rập khuôn, không giam giữ lâu ở một nơi, cứ sau một thời gian, các tù nhân lại bị tách ra, di chuyển đi các trại khác. Từ Suối Máu, tôi lần lượt trải qua các trại Trảng Lớn Tây Ninh, Đồng Ban và trại cuối cùng là Phước Long Bù Gia Mập. Một số khác thì bị đưa ra Bắc, sau này được biết là điều kiện tù đày khắc nghiệt hơn rất nhiều.

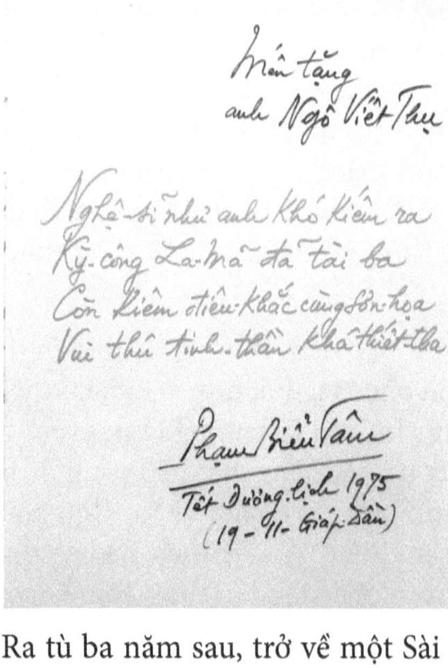
Mến tặng
anh Ngô Viết Thụ

Nghệ-sĩ như anh khó kiếm ra
Kỳ-công La-mã đã tài ba
Còn kiêm điêu-khắc cùng hội-họa
Vui thú tinh-thần khá thiết tha.

Phạm Biểu Tâm
Tết Dương-lịch 1975
(19-11- Giáp-Dần)

**Hình 13:** *Bài thơ với thủ bút của Gs Phạm Biểu Tâm tặng Kiến trúc sư Ngô Viết Thụ (1975), Giải Khôi nguyên La Mã, người thiết kế Dinh Độc Lập và Trung Tâm Giáo Dục Y Khoa (1962) trên đường Hồng Bàng, Chợ Lớn.* [nguồn: hình tư liệu gia đình Gs Phạm Biểu Tâm]

Ra tù ba năm sau, trở về một Sài Gòn đã thật sự hoàn toàn đổi khác. Ngôi trường cũ 28 Trần Quý Cáp góc đường Lê Quý Đôn rợp bóng cây xanh thì nay biến thành khu triển lãm "Tội ác Mỹ Ngụy", không phải chỉ có trưng bày vũ khí súng đạn giết người, chuồng cọp với đủ dụng cụ tra tấn mà còn có cả sách báo nọc độc (sic) tàn dư văn hóa của "chủ nghĩa thực dân mới" trong đó có cuốn Vòng Đai Xanh.

**Hình 14:** *Trường Đại học Y khoa cũ, 28 Trần Quý Cáp Sài Gòn, nơi từng đào tạo bao thế hệ bác sĩ, sau 1975 biến thành khu triển lãm "Tội ác Mỹ Ngụy"* [nguồn: internet]

Một hôm, tình cờ thấy Thầy Tâm đang đi bộ rảo bước trên khúc đường Trương Minh Giảng gần Tòa Tổng Giám Mục nơi góc đường Phan Đình Phùng. Dừng chiếc xe đạp cũ kỹ bên lề đường, tôi chạy tới chào Thầy. Thầy trò gặp nhau không nói gì nhiều nhưng tôi thì đọc được những xúc cảm trong ánh mắt của Thầy. Rất ngắn ngủi khi chia tay Thầy chỉ nhắc tôi hai điều: Vinh nên đi chụp một hình phổi và ra ngoài rồi cũng ráng ăn thêm một chút thịt. Đôi điều dặn dò ấy chứng tỏ Thầy Tâm biết rất rõ cảnh sống của các học trò Thầy trong trại tù cải tạo.

Khoảng đầu năm 1981, mấy ngày trước Tết Tân Dậu thầy trò còn ở lại có buổi họp mặt tất niên, bao gồm nhiều khóa, đông nhất là Y Khoa 68. Có được hai giáo sư Hoàng Tiến Bảo và Phạm Biểu Tâm tới dự. Tâm trạng của mọi người ngổn ngang lúc đó nên *"vui là vui gượng kẻo là"*. Thầy Tâm thì không uống rượu nhưng lại có mang rượu tới để chung vui. Thầy giơ cao chai rượu trước mặt các học trò và nói đại ý: *"Lần này thì các anh thực sự yên tâm, đây không phải là rượu giả vì là chai rượu lễ của một Cha mới biếu tôi."* Trước sau, Thầy Tâm vẫn có một lối nói chuyện gián tiếp với *"ý tại ngôn ngoại"* như vậy. Không ai là không hiểu ý Thầy, muốn nói về một *"thời kỳ giả dối"* mà cả miền Nam đang phải trải qua.

Sau biến cố 1975, Thầy Tâm tuy vẫn có được sự kính trọng và vị nể của chế độ mới, vì đức độ tài năng và nhân cách đặc biệt của Thầy. Thầy thì cứ như một nhà nông biết là thời tiết không thuận lợi, nhưng vẫn cứ cắm cúi vun xới thửa đất để cấy trồng. Trước sau, chưa bao giờ Thầy có phòng mạch tư, cuộc sống của Thầy rất thanh bạch. Hàng ngày toàn thời gian Thầy tới nhà thương Bình Dân khám bệnh, mổ xẻ và hết lòng chăm sóc người bệnh cùng với công việc giảng dạy cho các thế hệ môn sinh. Chế độ mới cần tới uy tín Thầy nhưng họ vẫn không bao giờ tin nơi Thầy. Bằng cớ là căn nhà của Thầy Tâm trên đường Ngô Thời Nhiệm ít nhất đã hai lần bị công an thành phố xông vào lục xét. Và cứ sau một lần như vậy, không phát hiện được gì thì Thành Ủy đã lại đứng ra xin lỗi coi đó chỉ là hành động sai trái của thuộc cấp. Sự giải thích ấy thật ra chỉ là hai bản mặt của chế độ.

Tới năm 1984, đã ngoài tuổi 70, sau hơn 40 năm cầm dao mổ, sống tận tụy với người bệnh và các thế hệ môn sinh, Thầy Tâm đột ngột phải nghỉ hưu vì một cơn tai biến mạch máu não. Năm ấy tôi cũng đã qua Mỹ, đoàn tụ với gia đình xa cách đã tám năm. Vừa chữa bệnh lao phổi vừa chuẩn bị đi học lại. Như truyền thống tốt đẹp của gia đình y khoa, các bạn bè qua trước đã đem tới cho tôi những thùng sách và cả textbooks; các bạn ấy đều đã đậu các kỳ thi, có người trước đó 3-4 năm nhưng vẫn chờ để được nhận vào chương trình nội trú trước khi có thể lấy lại bằng hành nghề.

Tôi đã phạm một lầm lẫn lúc đó, vội vàng học rồi thi FLEX/ ECFMG tuy đậu nhưng với số điểm không cao, có nghĩa là vào giai đoạn "đóng cửa" ấy rất ít hy vọng được nhận vào bất cứ một chương trình thực tập bệnh viện nào. Con đường trở lại y nghiệp xa vời vợi. Một giáo sư UCLA giới thiệu tôi vào chương trình MPH/ Master of Public Health, đây có thể là một cánh cửa khác, với cấp bằng Y Tế Công Cộng, tôi hy vọng có thể làm việc với WHO / Tổ chức Y tế Thế giới của Liên Hiệp Quốc tại các nước vùng Đông Nam Á hoặc Phi Châu.

Cũng lúc đó tôi được gặp lại Giáo sư Hoàng Tiến Bảo và luôn luôn được thầy Bảo khuyến khích nên trở lại với y nghiệp. Thầy

Bảo thì sáng nào cũng từ nhà đi xe bus tới nhà thờ dự lễ trước khi tới USC/ University of Southern California. Mỗi ngày hai thầy trò đều đặn vào Norris Medical Library, trên đường Zonal ngồi học, chờ ngày thi lại; cùng với Thầy đi làm *clinical fellow* không lương ở Department of Medicine / Hypertension Service với các Gs DeQuattro, Gs Barndt – không gì hơn để có được *letters of recommendation* của các giáo sư Mỹ, đồng thời làm quen thêm với môi trường bệnh viện bên này. Cho dù trước 1975 thầy Bảo cũng đã du học về Orthopaedics ở Mỹ và tôi thì cũng đã có một thời gian tu nghiệp về Rehab ở San Francisco.

Hệ thống y khoa Mỹ lạnh lùng và tàn nhẫn với bất cứ một bác sĩ ngoại quốc nào tới Mỹ theo diện di dân muốn hành nghề trở lại, cách đối xử khác xa với thành phần du học nếu sau đó trở về nước. Nhưng cũng có một nhận định khác cho rằng đó là sự tuyển chọn rất công bằng chỉ có ở nước Mỹ. Không là ngoại lệ, cả hai thầy trò phải đi lại từ bước đầu; trong khi đó ai cũng biết Thầy Bảo xứng đáng ở cương vị một giáo sư chỉnh trực giỏi của một trường đại học y khoa. Sau này, có thời gian làm việc tại các bệnh viện New York, tôi cũng đã chứng kiến hoàn cảnh vị giáo sư ObGyn đáng kính người Ba Lan phải đi làm EKG technician, rồi một bác sĩ giải phẫu người Nga thì làm công việc của một respiratory therapist. Họ là thế hệ thứ nhất tới Mỹ với tuổi tác không thể đi học lại từ đầu nên chấp nhận hy sinh lót đường cho thế hệ thứ hai vươn lên.

Thầy Bảo thì chỉ chú tâm lo cho học trò nhiều hơn là cho chính Thầy. Thầy đã từng đích thân đi xe bus tới nhà khuyên một học trò của Thầy nên tiếp tục học thay vì bỏ cuộc. Cho dù sắp tới ngày thi cử, thầy Bảo cũng vẫn dẫn một phái đoàn lên Medical Board trên Sacramento tranh đấu cho các học trò của Thầy ra trường sau 1975 được công nhận là tương dương và quyền trở lại y nghiệp.

Rồi cũng là một kết thúc có hậu. Thầy Bảo thi đậu dễ dàng rồi hoàn tất năm nội trú và có bằng hành nghề trở lại ở California. Riêng tôi thì phải khá vất vả thi lại hai ngày FMGEMS với score phải khá hơn trên 80 để có thể được các chương trình Residency nhận đơn và cho phỏng vấn. Vào tháng Ba 1988 qua ngả *National Resident Matching Program/ NRMP*, tôi được nhận vào một chương trình nội khoa của các bệnh viện Đại học ở New York. Cũng thầy Bảo là người đầu tiên chia vui với tin tưởng là học trò của Thầy cũng sẽ qua được chặng đường thử thách 3 năm trước mặt. Thầy Hoàng Tiến Bảo thì nay cũng đã mất (20/01/2008), tôi và cả rất nhiều học trò khác không bao giờ quên ơn và nhớ mãi tấm gương sáng với tấm lòng quảng đại và đầy nhân hậu của Thầy Bảo.

***Hình 15:*** *Gs Hoàng Tiến Bảo (phải) tới thăm Gs Phạm Biểu Tâm tại Tustin, Quận Cam Nam California* [nguồn: tư liệu TSYS Canada]

## GẶP LẠI THẦY CŨ GIÁO SƯ PHẠM BIỂU TÂM

Trở lại làm nội trú bệnh viện muộn màng ở cái tuổi 47, từ New York qua bạn đồng môn Đường Thiện Đồng, tôi được tin thầy Phạm Biểu Tâm mới cùng gia đình đi đoàn tụ và sống với các con ở Mỹ 1989 – cũng đã 5 năm kể từ ngày Thầy bị tai biến mạch máu não. Có được địa chỉ của Thầy ở Santa Ana California, tôi viết thơ thăm thầy Tâm và được Thầy hồi âm bằng lá thư viết tay. Nét chữ của Thầy còn rất đẹp. Tôi nhớ là thầy Tâm thuận tay phải và đoán chừng Thầy chỉ bị liệt nửa người bên trái.

*[1] Santa Ana, 25-8-1989. Anh Vinh, tôi đã nhận được thiếp bưu điện anh gửi thăm tôi và gia đình. Thấy lại nét chữ lại nhớ lại hình ảnh của anh từ lúc anh còn ở Saigon. Sau này tôi có dịp trở lại chỗ anh làm việc cũ mà anh không ngờ, đó là Trung tâm Chỉnh Hình ở Bà Huyện Thanh Quan và Hiền Vương vì lúc ấy tôi đã sang giai đoạn vật lý trị liệu đều đều vì bệnh mới của tôi. Các cô tập cho tôi ở đây hỏi tôi có biết BS Vinh không? Tôi đã giả lời "Biết lắm chứ!" Rồi tôi nhớ lại tập sách anh viết và gởi cho xem lúc anh còn ở trong quân đội một thời gian...*

Tháng 7/1972 tôi có cơ duyên được đi học về Rehabilitation Medicine ở Letterman General Hospital, Presidio San Francisco, nên sau này với chuyên môn ấy, tôi có một thời gian giảng dạy và làm việc ở Trung tâm Y khoa Phục Hồi, 70 Bà Huyện Thanh Quan Sài Gòn. Một số các cô chuyên viên Vật Lý Trị Liệu được tôi đào tạo trong các khóa học này. Và thật không thể ngờ, ở một tình huống quá đặc biệt, trong nghiệp vụ thường nhật, các cô học trò cũ ấy lại được vinh dự chăm sóc một vị danh sư và cũng chính là bậc thầy của "thầy dạy các cô".

Hình như Gs Phạm Biểu Tâm và Gs Nguyễn Hữu đã sang thăm đất nước Mỹ rất sớm. Khi nhận được một Postcard tôi gửi từ New York, thầy Tâm viết: *"Anh Vinh làm tôi nhớ lại lần đầu tiên tôi đã đặt chân xuống thành phố New York năm 1951 cách đây non một nửa thế kỷ rồi! Lúc ấy còn là thời kỳ đi xem Empire State Building và Rockefeller Center là lúc thấy cái nào cũng ngẩng cổ lên mà đếm từng lầu. Cũng chả đếm hết được, rồi cảm giác đi "Ascenseur Tàu Suốt" một mạch được luôn mấy từng. Bây giờ đỡ thèm đi trở lại nhiều – thời nào cũng có cái thú của thời ấy."*

**Hình 16:** *Gs Phạm Biểu Tâm và môn sinh Ngô Thế Vinh tại nhà riêng của Thầy, thành phố Tustin, Santa Ana 1990.* [photo by Đường Thiện Đồng]

Qua một năm nội trú, từ New York với mùa đông giá lạnh ngập tuyết bước sang mùa hè nóng ẩm quá độ, nay tôi mới lại có dịp trở về vùng California nắng ấm để thăm thầy Tâm. Trong cảnh tha hương, cảm động và mừng tủi biết bao nhiêu khi được gặp lại Thầy, trên một lục địa mới ở một nơi xa quê nhà hơn nửa vòng trái đất. Được cầm bàn tay ấm áp và mềm mại của thầy Tâm trong bàn tay mình, rồi như từ trong tiềm thức của một hướng đạo sinh ngày nào, tôi siết nhẹ bàn tay trái của Thầy và chỉ có thể nói với Thầy một câu thật bâng khuâng "... đôi bàn tay này Thầy đã cứu sống biết nhiêu người." *"Có gì đâu Vinh."* Thầy xúc động và nghẹn ngào nói thêm một câu gì đó mà tôi không nghe rõ. Tôi hiểu rằng sau tai biến mạch máu não, người bệnh đều ít nhiều trải qua những biến đổi sâu xa về mọi phương diện ngoài thương tật thể chất, còn có những thay đổi về xúc động tình cảm và tâm lý. Và tôi nhận thấy được sự thay đổi nơi Thầy, từ một con người rất trầm tĩnh nay trở thành dễ bị xúc động về sau này.

## MỘT DỰ ÁN LỊCH SỬ Y KHOA DỞ DANG

Thầy Tâm còn rất minh mẫn, trí nhớ hầu như nguyên vẹn khi Thầy nhắc về những ngày ở bệnh viện Phủ Doãn Hà Nội cho tới bệnh viện Bình Dân và trường Y Nha Dược ở Sài Gòn. Hồi ức ấy nếu được ghi lại, đây sẽ là những trang tài liệu vô giá nếu không muốn nói là độc nhất vô nhị cho bộ sách Lịch sử Trường Y Khoa Hà Nội - Sài Gòn.

Tôi mạn phép đề nghị đem tới Thầy một *tape recorder* thật gọn nhẹ để được Thầy đọc và ghi âm về những điều Thầy còn nhớ về Trường Y Khoa và sau đó tôi hứa sẽ làm công việc transcript. Nhưng tôi được thầy Tâm trấn an ngay: *"Vinh đừng lo, công việc ấy đã có anh Nguyễn Đức Nguyên đảm trách và anh ấy sẽ làm chu đáo."* Tôi cảm thấy yên tâm vì được biết anh Nguyên trước đó cũng đã hoàn tất bộ sách rất công phu: *Bibliographie des Thèses de Médecine [Tome I: Hanoi 1935-1954, Saigon 1947-1970; Tome II: Saigon 1971-1972, Hue 1967-1972].*

Khi tôi trở lại New York, Thầy còn viết thư để tôi có thể liên lạc với anh Nguyễn Đức Nguyên, lúc ấy anh đang sống ở bang Maryland.

*[2] Santa Ana 12-8-1990. Anh Vinh, cảm ơn anh đã dành thì giờ và tìm đến thăm tôi và cũng để cho tôi thăm lại anh. Trước hết xin phép trả nợ đã. Chép cho anh địa chỉ anh Nguyên như sau:*

*N. D. NGUYÊN*
*c/o Kathy Nguyên*
*11616 Stewart Lane Apt # 302*
*Silver Spring, MD 20904*

*Thế là khỏi quên. Mong anh sẽ gặp lại được người làm đúng cái anh mong. Vì anh ấy đã có ý định rồi, anh cũng sẽ yên tâm. Thân ái chào anh, Phạm Biểu Tâm.*

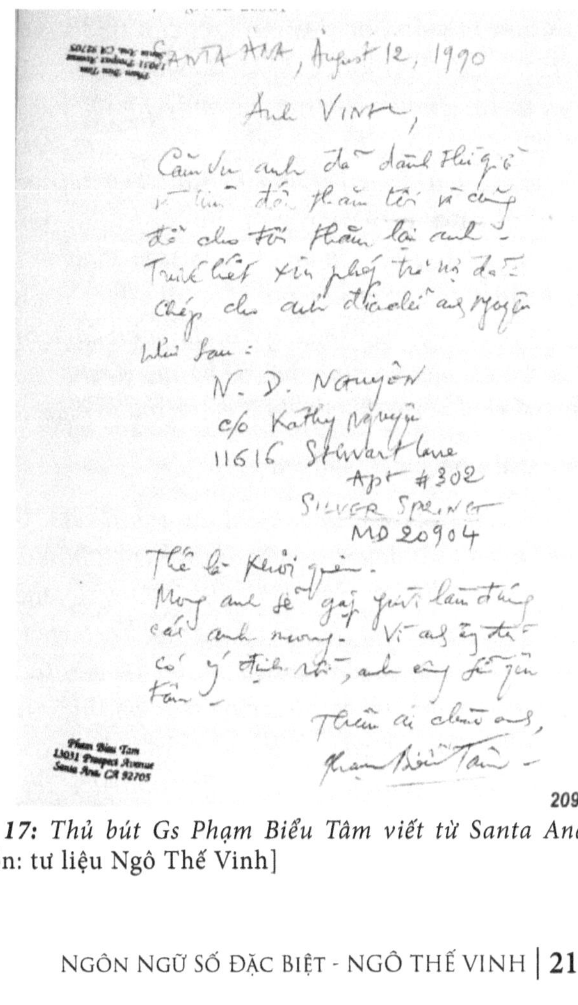
Santa Ana, August 12, 1990

Anh Vinh,

Cảm ơn anh đã dành thì giờ và tìm đến thăm tôi và cũng để cho tôi thăm lại anh. Trước hết xin phép trả nợ đã. Chép cho anh địa chỉ anh Nguyên như sau:

N. D. Nguyên
c/o Kathy Nguyên
11616 Stewart Lane
Apt # 302
Silver Spring
MD 20904

Thế là khỏi quên. Mong anh sẽ gặp người làm đúng cái anh mong. Vì anh ấy đã có ý định rồi, anh cũng sẽ yên tâm.

Thân ái chào anh,
Phạm Biểu Tâm

Pham Bieu Tam
13031 Prospect Avenue
Santa Ana CA 92705

209

***Hình 17:*** *Thủ bút Gs Phạm Biểu Tâm viết từ Santa Ana 12.08.1990* [nguồn: tư liệu Ngô Thế Vinh]

Giã từ New York sau 3 năm "cải tạo tự nguyện" – đây là ngôn từ của Vũ Văn Dzi, hành nghề ở Oklahoma VA là bạn đồng môn đã qua Mỹ trước từ 1979. Tôi trở về California năm 1991, làm việc trong một bệnh viện VA ở Long Beach mà bệnh nhân đa số là các cựu chiến binh Mỹ trở về từ Việt Nam. Thời gian này, tôi vẫn giữ liên lạc khá thường xuyên với anh Nguyễn Đức Nguyên, được theo dõi từng bước về công trình của anh Nguyên.

*[3] Silver Spring, Feb 11, 1994. Anh Vinh thân mến, Anh có nhắc "Lịch sử Trường Y khoa Hà Nội – Sài Gòn" ở trang để tựa khiến tôi thích thú bội phần; tôi vẫn nhớ anh khuyến khích tôi viết tập sách này từ lâu. Có thể nói phần đầu tới 1945 coi là xong rồi; phần Trường Y về ta tới 1954 và đến khi vào Sài Gòn cho tới khi có Hoa Kỳ giúp chính phủ Ngô Đình Diệm cải tổ giáo dục – nhất là giáo dục y khoa – thì còn thiếu một số tài liệu cần thiết: tôi đã nhờ một cô Mỹ trước làm với USOM Sài Gòn kiếm giùm; tôi cũng viết thư cho mấy người bác sĩ Hoa Kỳ trước kia cộng tác với Chương trình Trung tâm Y khoa để mượn tài liệu và hình ảnh. Archives của State Department rộng mênh mông, phải có chuyên viên mới tìm được. Sau khi AMA ký contract năm 1966-1967 thì đã có cuốn sách "Saigon Medical School: An Experiment in International Medical Education" của các ông Ruhe, Singer & Hoover viết khá đầy đủ, chắc anh đã đọc rồi chứ? Sở dĩ lâu là vì chờ tài liệu và hình ảnh để bổ túc và cho sách thêm phần hấp dẫn; nếu chỉ có chữ không thì ít người muốn đọc…*

Trong một thư khác anh Nguyên viết:

*[4] Silver Spring, Dec 28, 1995. Cảm ơn anh đã hỏi thăm về tập Lịch sử Trường Y. Tài liệu thu thập đầy đủ cho phần đầu (Hà Nội – 1954). Còn phần thứ hai (Sài Gòn – 1975) đang tìm thêm ở Bộ Ngoại Giao / State Department cho đủ viết từ thời kỳ có viện trợ Mỹ. Tiện đây tôi muốn hỏi anh về việc liên quan tới xuất bản sách ở bên này: nhà xuất bản lo từ đầu tới cuối và mình sẽ hưởng tác quyền như thế nào? Nếu mình trình bày bằng "computer" và chỉ cần đưa in thì họ sẽ tính thế nào? Tôi dự tính sang chơi California trước Tết ta, nếu đi được sẽ tin để anh biết và có thể hẹn gặp nhau ở đâu nói chuyện dài về sách vở. Thân, Nguyễn Đức Nguyên*

Khi được anh Nguyên hỏi về việc xuất bản sách ở hải ngoại, tôi lạc quan nghĩ rằng tác phẩm *"Lịch sử Trường Y khoa Hà Nội – Sài Gòn"* của anh đã bước vào giai đoạn hoàn tất. Anh Nguyên thì cầu toàn, muốn có một tác phẩm thật ưng ý mới cho ra mắt. Riêng tôi thì lại có mối quan tâm khác anh. Bởi vì anh Nguyên cũng đã bước qua khá xa tuổi "cổ lai hy" và điều gì cũng có thể xảy ra. Tôi nhớ đã có lần bày tỏ với anh Nguyên là chờ một tác phẩm toàn hảo thì không biết đến bao giờ và đề nghị với anh cứ cho xuất bản những gì anh đã hoàn tất, sau đó anh vẫn có thời gian và cơ hội để hoàn chỉnh.

Nhưng rồi rất tiếc là sau đó tôi mất liên lạc với anh Nguyễn Đức Nguyên, anh đã đổi địa chỉ, số phone và cả email. Được biết Anh Nguyên cũng gần tuổi với Gs Trần Ngọc Ninh (1923), anh cũng bước qua tuổi thượng thọ 90 rồi. Tôi cầu mong công trình của anh sẽ không bị thất lạc, rồi ra tác phẩm sẽ được ra mắt như sự tin cậy và mong đợi của giáo sư Phạm Biểu Tâm từ mấy thập niên của thế kỷ trước.

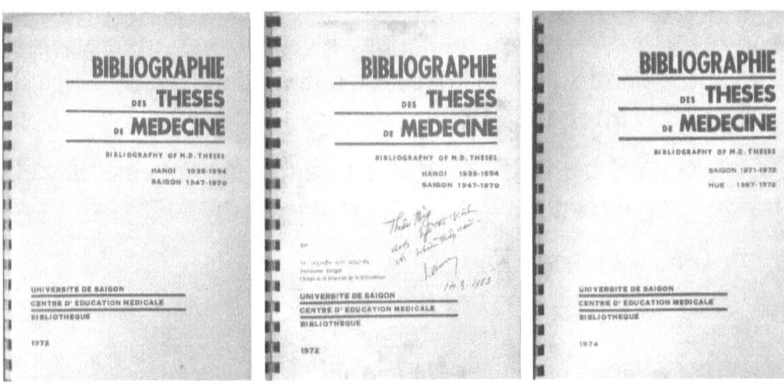


**Hình 18:** *Bibliographie des Thèses de Médecine; Tome I: Hanoi 1935-1954, Saigon 1947-1970; Tome II: Saigon 1971-1972, Hue 1967-1972.* [nguồn: tư liệu Ngô Thế Vinh]

## TRĂM NĂM CÒN LẠI CHÚT LÒNG TỪ BI

Ngày 13 tháng 12 năm 2013, nhân 100 năm ngày sinh của giáo sư Phạm Biểu Tâm 1913-2013, các thế hệ sau nhìn lại để thấy rằng thầy Tâm là người đã dày công xây dựng một trường Đại học Y khoa có truyền thống, cùng với một ban giảng huấn đầy khả năng và thành phần sinh viên được tuyển chọn công bằng và nghiêm khắc, dù trong chiến tranh, ngôi trường ấy vẫn có tiềm lực vươn tới một Trung tâm Y Khoa hiện đại với đẳng cấp thế giới / world-class; vậy mà từ sau 1975 cả một nền tảng tốt đẹp ấy đã bị chế độ cộng sản hoàn toàn làm cho băng hoại.

Nhớ lại khoảng thời gian được gần gũi với thầy Tâm, với tôi, Thầy như một biểu tượng sống động cho lời thề Hippocrates, luôn luôn là tấm gương sáng cho các thế hệ y khoa, không chỉ về tài năng chuyên môn mà cả về đạo đức nghề nghiệp; Thầy vẫn cứ mãi mãi là hình ảnh "sẵn sàng dấn thân" của một Tráng Sinh Bạch Mã Lên Đường.

Giáo sư Phạm Biểu Tâm mất tại Hoa Kỳ ngày 11 tháng 12 năm 1999 trong sự thương tiếc của gia đình, các môn sinh và toàn thể y giới Việt Nam tại hải ngoại và cả trong nước, thương tiếc một vị danh sư đã để lại những dấu ấn lâu dài trong Ngành Y của Việt Nam từ thế kỷ trước.

Nhớ Thầy Phạm Biểu Tâm, đọc lại bài thơ thiền của Thầy, để tìm được nguồn an ủi:

*Trăm năm trước thì ta chưa có*
*Trăm năm sau có cũng như không*
*Cuộc đời sắc sắc không không*
*Trăm năm còn lại chút lòng từ bi...*

*NGÔ THẾ VINH*
*California, 20.07.2017*

***Tham Khảo:***

1/ Trần Ngọc Ninh. *Một Hình Bóng, Một Con Người, Giáo Sư Bác Sĩ Phạm Biểu Tâm*. Tập San Y Sĩ, số 201, 05.2014

2/ Nghiêm Đạo Đại. *Nhìn Lại Trường Y Khoa Đại Học Sài Gòn với Giáo Sư Phạm Biểu Tâm*. Tập San Y Sĩ, số 201, 05.2014

3/ Hà Ngọc Thuần. *Tiểu sử Giáo sư Phạm Biểu Tâm* [1913-1999]. Tập San Y Sĩ, số 201, 05.2014

4/ Thân Trọng An. *Giáo Sư Phạm Biểu Tâm, Biểu Tượng của Y Đạo, Y Học, Y Thuật*. Tập San Y Sĩ, số 201, 05.2014

5/ Ngô Thế Vinh. *Tìm Lại Thời Gian Đã Mất, Tưởng Nhớ Thầy Phạm Biểu Tâm*. Tập San Y Sĩ, số 201, 05.2014

# NGÔ THẾ VINH

## NHỚ VỀ NGƯỜI BẠN TẤM CÁM NGHIÊU ĐỀ 1939 - 1998

*Bài viết chỉ là hồi tưởng với những kỷ niệm rất riêng tư về một người bạn tấm cám Nghiêu Đề, với mối giao tình hơn nửa thế kỷ; người viết không ở trong giới hội họa nên cũng không dễ dàng để viết về một họa sĩ tài hoa, sáng tác tuy ít nhưng đã để lại dấu ấn lâu dài trong lãnh vực nghệ thuật tạo hình của Việt Nam, qua một giai đoạn đầy sáng tạo trong những năm 1960-1970 với Hội Họa Sĩ Trẻ Việt Nam mà Nghiêu Đề là một trong những thành viên với cá tính nổi bật.* Ngô Thế Vinh

Chân dung Nghiêu Đề
*(Nghiêu Đề, Viet Art Society 1998)*

### TIỂU SỬ NGHIÊU ĐỀ

Nghiêu Đề tên thật Nguyễn Tiếp nhưng Trai là tên gọi ở nhà, sinh năm 1939 tại Quảng Ngãi. Là con trai trưởng trong một gia đình sáu anh chị em. Học Cao đẳng Mỹ thuật Gia Định nhưng đã tự rời trường ốc trước khi tốt nghiệp; là một thành viên Hội Họa Sĩ Trẻ Việt Nam; Huy chương Bạc Hội họa mùa Xuân 1961, từng tham dự triển lãm tại nhiều quốc gia. Ngoài hội họa, Nghiêu Đề còn viết văn, làm thơ mà sau này Nghiêu Đề coi như hai "bước lỡ" không nên dấn thân vào. Tác phẩm đã xuất bản: Ngọn Tóc Trăm Năm (Sài Gòn 1965). Nghiêu Đề cùng gia đình đến Hoa Kỳ năm 1985 và mất vào ngày 09 tháng 11 năm 1998 tại San Diego, California khi chưa tới tuổi 60.

Vào tháng 8 năm 2014 khi Trịnh Cung còn ở Mỹ, tôi gợi ý anh nên có một bài viết về "cố tri" Nghiêu Đề. Trịnh Cung (cùng ở trong Hội Họa Sĩ Trẻ với Nghiêu Đề) đồng ý là sẽ có bài viết vào tháng 11, nhân ngày giỗ thứ 16 của Nghiêu Đề. Nhưng rồi đến tháng 11, chỉ có đôi dòng giới thiệu ngắn trên Da Màu và hai bức tranh trích từ cuốn Nghiêu Đề của *Viet Art Society*, Trịnh Cung cho biết không đủ tư liệu nên đành *botay.com*.

Vợ chồng Nghiêu Đề - Giang và ba con: bé Búp, cu Bi, bé Saigon khi mới tới San Diego, Mỹ 1985. *(Album gia đình Nghiêu Đề)*

Tôi đã không ngạc nhiên về "khoảng trống" Nghiêu Đề, một người bạn mà hình như suốt đời không ham muốn sở hữu một điều gì. Sự nghiệp của anh chỉ là những dấu chân chim trên cát mau chóng bị xóa nhòa bởi lớp sóng thời gian. Anh không có đức tính của một người rất sớm bền bỉ vun đắp và tích lũy cho sự nghiệp của mình. Điển hình cho đức tính ấy là bạn anh, họa sĩ Đinh Cường, có cả một kho tư liệu như một viện bảo tàng cá nhân mà ít ai có thể sánh kịp.

Với bài viết này, nói theo họa sĩ Khánh Trường thì tôi chỉ như một người chuộng "cố sự" đang làm công việc góp nhặt cát đá, tìm lại thời gian đã mất với người bạn tấm cám Nghiêu Đề.

## NGHIÊU ĐỀ VÀ NHỮNG NGƯỜI BẠN

Bước vào năm đầu y khoa, thay vì như các bạn đồng khóa tập trung vào học tập, tôi đã không được gương mẫu như vậy, sớm say mê chuyện viết lách làm báo và cả rong chơi với giới nghệ sĩ nhóm bạn Nghiêu Đề. Rất khác nhau nhưng không hiểu sao tôi và Nghiêu Đề lại có thể thân nhau đến như vậy. Nghiêu Đề có nếp sống lang bạt, có nhiều bạn tấm cám từ thời còn rất trẻ, xóm Bùi Viện gần Ngã tư Quốc tế là khu giang hồ nơi chúng tôi thường lui tới lúc đó, họ tiềm ẩn tài năng nhưng còn như những *"viên ngọc ẩn thạch"*, giới hội họa như Nguyễn Trung, Cù Nguyễn, Lâm Triết, Nguyên Khai; nhóm thơ văn Trần Dạ Từ, Nguyễn Đức Sơn/ Sao Trên Rừng, Trần Tuấn Kiệt, Trần Đức Uyển/ Tú Kếu, Nguyễn Nghiệp Nhượng, Nguyễn Thụy Long, mỗi người một vẻ với khao khát nghệ thuật là mẫu số chung mà họ hướng tới. Sức sáng tác của họ mạnh mẽ, sớm có tác phẩm và họ đều trở thành những tên tuổi. Nghiêu Đề còn có cả những người bạn vong niên mà tôi được biết từ tòa soạn Bách Khoa như Lê Ngộ Châu, Nguiễn Ngu Í, Võ Phiến, Vũ Hạnh…

## TIẾNG HÓT CON CHIM NGUYỆT

Trả lời nhà báo Nguiễn Ngu Í trên Tạp chí Bách Khoa số 137 ngày 15-9-1962, Nghiêu Đề kể chuyện như người đi trên mây:

*"... Ở quê tôi, có một giống chim lạ, sắc trắng, và dáng mong manh lắm, thường bay một mình trong đêm trăng. Người ta bảo rằng nó bay mãi lên cao, và tan vào mặt trăng, không bao giờ trở lại. Tên nó là 'Nguyệt' tiếng hót hay vô cùng. Không biết vì sao tôi yêu nó. Chỉ biết mỗi lần nó bay ngang cùng tiếng hót đã làm tôi xúc động. Bây giờ tôi nghĩ Nghệ Thuật tôi muốn là một cái gì hết sức tự nhiên như tiếng hót của chim Nguyệt vậy."*

*Trái: Nghiêu Đề 16 tuổi trước Thương xá Tax, người xưa cảnh cũ đều không còn; Từ giữa sang phải: Nguiễn Ngu Í và Nghiêu Đề.* (nguồn: tư liệu gia đình Nghiêu Đề)

Khi hỏi nhà thơ Luân Hoán và những người bạn cùng quê xứ Quảng với Nghiêu Đề, thì cũng chưa ai thấy hay được nghe tiếng hót của chim Nguyệt. Nhưng đâu có hề gì, vẫn có đó con chim Nguyệt sắc trắng dáng mong manh bay một mình trong đêm trăng, cũng như mãi mãi có đó một Chú Cuội ngồi gốc cây đa trên Cung Hằng. Chim Nguyệt thì vẫn cứ bay mãi lên cao, và tan vào mặt trăng, không bao giờ trở lại… Phải chăng đó chính là thế-giới-thanh-thoát và cũng là giấc mộng trăm năm của Nghiêu Đề?

## MỘT NHÀ IN TRƯỜNG SƠN

Trước những năm 1960, kỹ thuật in ấn ở Miền Nam chủ yếu là Typo. Những trang sách báo thời ấy được sắp từ các bát chữ với từng con chữ đúc chì. Thợ Typo thường là gốc Tàu Chợ Lớn không rành tiếng Việt nhưng tốc độ sắp chữ thì nhanh đến dễ nể. Thời kỳ đó, kỹ thuật Offset còn hiếm, cơ sở tư nhân có Cliché Dầu, nơi tôi và Nghiêu Đề thường tới đặt các bản kẽm cho bìa sách báo hoặc các tranh phụ bản. Phạm Ngũ Lão vẫn được coi như con đường báo chí của Sài Gòn nhưng nhà in Trường Sơn của nhà văn Nguyễn Thị Vinh lại nằm trên đường Nguyễn An Ninh, gồm hai dàn máy Typo khổ lớn một trang báo, không kể mấy chiếc máy in nhỏ cả máy pedal / đạp chân. Báo sinh viên Tình Thương của Y Khoa, báo Đất Sống của Dược Khoa cùng với báo Văn Học của Dương Kiền đều được in ở nhà in này. Nghiêu Đề và tôi thường có dịp gặp nhau nơi đó, nhất là khi có mẫu bìa báo Xuân được Nghiêu Đề trình bày.

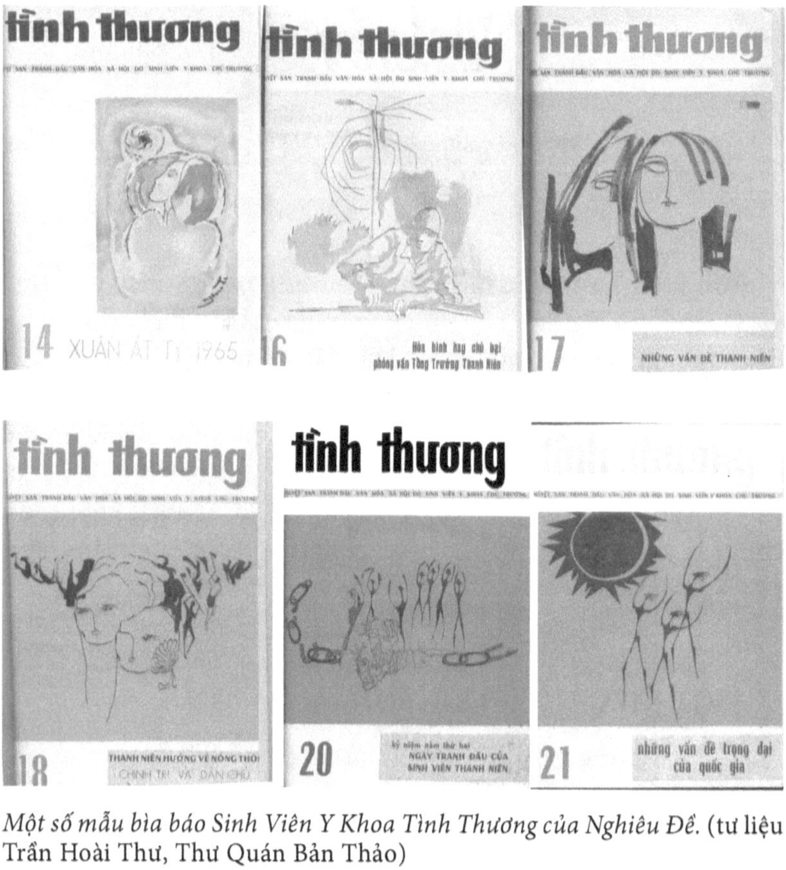


*Một số mẫu bìa báo Sinh Viên Y Khoa Tình Thương của Nghiêu Đề.* (tư liệu Trần Hoài Thư, Thư Quán Bản Thảo)

## NGHIÊU ĐỀ VÀ MẪU BÌA SÁCH

*Đôi bạn vong niên, từ phải: Nghiêu Đề, Võ Phiến tháng 12. 1987* (tư liệu Viễn Phố)

*Tiểu thuyết Giã Từ của Võ Phiến, mẫu bìa Nghiêu Đề 1962, nhan đề cuốn sách không bỏ dấu "gia tu" khiến cho độc giả "tùy nghi" với bao nhiêu cách đọc: Gia Tư, Giả Tu, Giả Từ, Giã Tự...*(tư liệu Phan Nguyên, Emprunt Empreinte)

Nhà văn Võ Phiến đặc biệt rất quý Nghiêu Đề. Một giai thoại về cuốn sách Giã Từ: Võ Phiến nhờ Nghiêu Đề vẽ bìa; thời kỳ đó các mẫu chữ đẹp để làm bìa rất hiếm, đôi khi phải tìm trong mấy tờ báo Mỹ mua được nơi các Kiosk sách báo trên vỉa hè đường Lê Lợi và sau đó là cắt dán từng mẫu tự và thêm dấu. Do chỉ quan tâm tới một mẫu bìa đẹp, nên Nghiêu Đề quyết định "không thêm râu ria" không bỏ dấu trên nhan sách và cũng để mở ra cho độc giả "tùy nghi" với bao nhiêu cách đọc: Gia Tư, Giả Tu, Giả Tù, Giã Tự... Sách do Thời Mới xuất bản, sau đó Nghiêu Đề được Võ Phiến tặng một ấn bản đặc biệt với lời đề tặng thật trân trọng: "*là cuốn sách ưng ý nhất về hình thức của tác giả.*"

Ai có sách hoặc tập san sắp xuất bản cũng muốn được Nghiêu Đề vẽ bìa. Anh chưa hề nói không với ai, nhưng bao giờ thì có được mẫu bìa đem in là vấn đề hoàn toàn khác. Nhà thơ Luân Hoán viết: "*Anh hết lòng với bạn bè, thường không từ chối những việc làm có liên quan đến nghệ thuật. Nhưng để anh hoàn tất nhanh chóng một mẫu bìa không phải là chuyện dễ dàng. Với phong thái làm việc thong dong, tùy hứng, Nghiêu Đề không muốn bị ràng buộc, thúc giục.*" Bìa báo Xuân cho Tạp chí Bách Khoa của anh chủ nhiệm Lê Ngộ Châu, hay cho Nguyệt san Tình Thương của Sinh viên Y khoa cũng đều kinh qua những chờ đợi và cả đôi lúc lỡ hẹn.

*Mấy mẫu bìa sách của Nghiêu Đề: Mây Bão (1963, 1993), Bóng Đêm (1964), Cửu Long Cạn Dòng Biển Đông Dậy Sóng: tranh Nghiêu Đề, mẫu bìa Khánh Trường (2000)* [tư liệu Ngô Thế Vinh]

Riêng 4 cuốn sách của tôi: *Mây Bão* (1965), *Bóng Đêm* (1964), *Gió Mùa* (1965), và *Vòng Đai Xanh* (1971) đều được người bạn tấm cám Nghiêu Đề trình bày theo lối thủ công.

Có một giai đoạn ngắn, rất hiếm khi Nghiêu Đề làm việc nhiều, ngoài vẽ tranh anh giữ phần trình bày và minh họa cho các cuốn sách quý của nhà xuất bản Cảo Thơm, trong đó có cuốn

"*Vang Bóng Một Thời*", và sau 1975, khi Nguyễn Tuân vào Sài Gòn đã rất tâm đắc và trân trọng khi được cầm tác phẩm rất mỹ thuật của chính mình nhưng lại được xuất bản từ Miền Nam.

## ĐẠI HỌC XÁ MINH MẠNG VÀ TRANH NGHIÊU ĐỀ

Trước 1975, tranh Nghiêu Đề là sơn dầu, khổ tranh khá lớn, khi mới vẽ xong sơn còn ướt, nếu không bị xếp úp mặt vào đống tranh cũ đã bám bụi, thì thường được bạn bè khuân đi. Đôi khi có nhu cầu vẽ mà không có tiền mua khung vải, Nghiêu Đề đã lấy một bức tranh cũ và vẽ chồng lên đó. Căn phòng 3/7 trong Đại Học Xá của tôi cũng là nơi treo tranh của Nghiêu Đề (Trăng, sơn dầu phụ bản 1), ít lâu sau đó bức tranh này được Nghiêu Đề đem bán, không biết nay ai hiện là sở hữu bức tranh mang nhiều kỷ niệm như vậy. Và đây cũng là một trong 3 phụ bản mà sau này bạn tôi, kỹ sư Nguyễn Công Thuần, đã sao chụp lại được từ cuốn tiểu thuyết Gió Mùa còn lưu trữ trong Thư viện Đại học Cornell.

*Trăng, tranh sơn dầu, phụ bản 1 trong tiểu thuyết Gió Mùa, Sông Mã xuất bản 1965* (nguồn: Thư viện Cornell; Label, Wason PL 4389, N473, G4)

Khách ngoại quốc hay người Việt tha hương lâu năm khi về thăm quê nhà, thường rất chuộng và tìm mua cho được tranh Nghiêu Đề. Hoàn toàn không có khả năng sáng tạo theo đơn đặt hàng, *gallery* của Nghiêu Đề là những bức tranh thất tán nơi đám bạn hữu. Nghiêu Đề vẽ rất ít không đủ tranh bán và giá tranh thường rất cao. Và mỗi lần bán được một bức tranh, trong ít ngày sau đó là một Nghiêu Đề hoàn toàn khác, không chỉ chiếc Mobilette cũ kỹ hiếm khi được đổ đầy một bình xăng, bạn bè thì được Nghiêu Đề tìm tới và chiêu đãi liên miên cho tới đồng bạc cuối.

Cũng vẫn Nghiêu Đề trả lời nhà báo Nguiễn Ngu Í trên tạp chí Bách Khoa ngày 15-9-1962: *"Tôi không thích tranh tôi được quá một giờ khi vẽ xong. Chúng thường bị úp một xó cho bụi... Tôi mang ơn những thằng bạn thường đến và lấy đi biệt tăm, như thế tôi yên tâm hơn. Mỗi lần bán được một bức tranh, tôi thấy như số tiền đó từ trời rơi xuống. Cho nên tôi vội vung tay quá trán mà không tiếc. Nhiều khi thấy tiền nó quá nhiều, mình không đáng được! Như một vụ lường gạt. Tôi cảm ơn hết những người yêu tranh tôi về sự rộng lượng của họ, rộng lượng quá sức!"*

## MATIÈRE TRANH NGHIÊU ĐỀ

Hai chữ "tạo hình" có lẽ không hoàn toàn đúng với ý niệm hội họa của Nghiêu Đề. Tạo hình không là giai đoạn quan trọng trên mỗi bức tranh sơn dầu của Nghiêu Đề. Theo anh, tài năng họa sĩ là nơi *vẻ đẹp chất liệu* trên khoảng trống hay là nền của bức tranh ấy. Có ngồi hàng giờ, im lặng theo dõi những nét cọ của Nghiêu Đề, để thấy là từ những tảng sơn dầu dày cộm màu thô sượng, khi được cây cọ Nghiêu Đề miết lên mặt bố thoáng chốc trở thành một nền xanh ngọc ửng sáng mềm mại, cho dù chuyển sang vùng xanh đậm mảng tranh vẫn không hề thiếu nét long lanh của ánh sáng, chất liệu thì mượt mà, bố cục vững chắc mà vẫn thanh thoát, rất Nghiêu Đề.

Nghiêu Đề thường nhắc tới chữ *matière* trên mỗi bức tranh, tôi chưa tìm được một thuật ngữ hội họa nào để dịch sang tiếng Việt. Nguyên Khai thì gọi đó là gamme màu, Huỳnh Hữu Ủy, thì đơn giản gọi đó là "chất" như chất tranh của Nguyễn Trung, Cù Nguyễn, Lâm Triết... Trở lại với đường nét tạo hình, theo

Nghiêu Đề thì đó không phải là một sao chép từ cuộc sống, *"họa sĩ là người tìm được một nét đúng giữa hai nét sai của thực tại."*

Gần đây khi bàn về vẻ đẹp của một tác phẩm hội họa, Trịnh Cung đã phân tích ra 5 yếu tố: ý tưởng, bố cục, đường nét, màu sắc ánh sáng, vẻ đẹp chất liệu / matière. Có thể nói yếu tố thứ năm: *"vẻ đẹp chất liệu / matière"* đã tạo nên sự thanh thoát và cũng là phong cách tranh của Nghiêu Đề.

Sau 1975, có giai đoạn Nghiêu Đề chuyển qua tranh sơn mài, cùng với Nguyễn Lâm, Hồ Hữu Thủ mà sau này chính anh cũng công nhận là nặng phần kỹ thuật, và anh nói sau khi phủ các lớp sơn lên để mài thì vẻ đẹp chất liệu của bức tranh nhiều khi rất tình cờ ngoài tầm kiểm soát của họa sĩ. Nghiêu Đề khi sang định cư ở Mỹ năm 1984, có đem theo được một số tranh sơn mài rất đẹp, tuy thành công về tài chánh nhưng chính anh tự biết giai đoạn hội họa thực sự nghệ thuật của Nghiêu Đề là tranh sơn dầu được vẽ vào những năm 1960-1970, như những bức: Đêm, Tỏ Tình, Vùng Thanh Thoát, và điển hình là bức *Chân Dung* đoạt huy chương Bạc Hội họa Mùa Xuân 1961.

*Thiếu nữ, tranh sơn dầu: phụ bản 2 và 3 trong tiểu thuyết Gió Mùa, Sông Mã xuất bản 1965.* (nguồn: thư viện Cornell; Label, Wason PL 4389, N473, G4)

## NGHIÊU ĐỀ VÀ NGỌN TÓC TRĂM NĂM

Truyện của Nghiêu Đề như những bài thơ xuôi. Cũng như tranh, Nghiêu Đề chưa bao giờ tỏ ra ưng ý một sáng tác nào. Nhưng rồi cuối cùng vẫn có được một tuyển tập *Ngọn Tóc Trăm Năm* được Sông Mã xuất bản (1965). Cuốn sách đẹp, cho dù in theo lối thủ công từ nhà in Nguyễn Trọng rất nhỏ, khuất lấp trong một ngõ hẻm phía sau Lăng Ông bên Gia Định. Sách được in từng 2 trang trên đĩa xoay của một máy *pedal* với bộ chữ đã mòn cũ. Chủ và cũng là thợ nhà in rất quý Nghiêu Đề, nên chỉ tính tiền giấy và công in rất tượng trưng, nhưng thời gian in xong cuốn sách 122 trang kể cả phụ bản thì khá lâu do sách chỉ được in xen kẽ khi máy rảnh công việc. Thường mỗi cuối tuần, hai anh em chở nhau xuống nhà in, cầm trên tay những trang sách còn thơm mùi giấy mực. Sách in rất ít nên có lẽ không được nhiều người biết hay còn lưu giữ được.

Có một chi tiết tưởng cũng nên ghi lại ở đây: năm 1985, khi gặp lại Nghiêu Đề trên đất Mỹ tôi mới được biết ông chủ nhà in Nguyễn Trọng năm xưa là một cán bộ VC cấp cao nằm vùng và nhà in thủ công ấy có lẽ chủ yếu là nơi in ấn những truyền đơn và tài liệu nội thành của Mặt Trận.

Thật xúc động khi tìm lại được một ấn bản đặc biệt *Ngọn Tóc Trăm Năm* có lẽ là duy nhất in trên giấy *croquis* còn trong tủ sách của Bé Búp con gái Nghiêu Đề ở San Diego. Sách đóng bìa cứng bọc da, in chữ Nguyễn Toản mạ vàng nơi gáy sách, là tên của thân phụ mà Nghiêu Đề hết lòng yêu mến. Ông mất khá sớm khi gia đình Nghiêu Đề còn sống trong một chung cư nhiều tầng trên con đường Duy Tân. Sau đó gia đình mới dọn về địa chỉ 19B Lý Trần Quán, Sài Gòn. Đây cũng là địa chỉ mà hai anh em chọn cho Nhà Xuất bản Sông Mã. *Ngọn Tóc Trăm Năm*, gồm 4 truyện ngắn và 4 phụ bản tranh, đã như cơ hội họp mặt của bằng hữu.

Nguyễn-Xuân Hoàng biết Nghiêu Đề là tác giả của *Ngọn Tóc Trăm Năm*, nên đã đôi lần hỏi xin một truyện ngắn cho báo Văn, nhưng anh chỉ cười và Nguyễn-Xuân Hoàng kể lại: "*Thỉnh thoảng Nghiêu Đề gửi cho Văn một bài thơ và tuyệt nhiên không thấy một truyện ngắn mới nào. Nhiều lần tôi hỏi anh và anh nói:*

*màu sắc đủ rồi, thơ cũng là quá một bước, truyện ngắn là lỡ bước thứ hai...*" (Một Chút Kỷ niệm với Nghiêu Đề, NXH San Jose, 16/11/1998)

*Ngọn Tóc Trăm Năm, truyện nghiêu đề*

*Bìa: nguyễn trung, Phụ Bản: lâm triết, cù nguyễn, nguyễn trung, nghiêu đề; Trình Bày: trần dạ tử, Sông Mã Saigon 1965.*

*MỤC LỤC*

*Ngọn Tóc Trăm Năm, tập truyện Nghiêu Đề, mẫu bìa Nguyễn Trung, Nxb Sông Mã 1965, Sài Gòn.* (tư liệu gia đình Nghiêu Đề)

Khi Nghiêu Đề lâm trọng bệnh, Giang và các con kết hợp với Viet Art Society, chuẩn bị ra một cuốn sách về Nghiêu Đề, tôi không ngạc nhiên khi biết ngoài phần hội họa bạn mình đã không muốn đưa *Ngọn Tóc Trăm Năm* vào cuốn sách như một tổng kết cuối đời. Cho dù Nghiêu Đề phủ nhận tác phẩm của mình thì những trang sách ấy tự nó vẫn là một giá trị của văn học của Miền Nam trước 1975.

## MỘT THOÁNG NGHIÊU ĐỀ VÀ VÒNG ĐAI XANH

Triết, nhân vật chính trong tiểu thuyết Vòng Đai Xanh, một hình tượng văn học, nguyên gốc họa sĩ sau trở thành phóng viên chiến trường có bóng dáng Nghiêu Đề trộn lẫn với cái tôi của tác giả.

*... Rồi cũng như mọi buổi sáng khi tờ báo lên khuôn là lúc tôi có thể rời tòa soạn xuống tán dăm ba câu chuyện gẫu với cô thư ký hay ra đầu ngõ kêu một ly cà phê bít tất đắng, ngồi nói chuyện tầm phào với bất kỳ người nào có mặt ở đó, thường là đám công nhân nhà in hay thợ sắp chữ. Cái còn lại của một ngày là tất cả sự vắng lặng êm ái. Từ một cầu thang xoắn ốc và mờ tối, không khí căn phòng như ngưng đọng lạnh lẽo. Những chiếc bàn máy đen sẫm im ngủ. Bàn ghế cũng có những tương quan chỗ đứng của chúng.*

*Tiểu thuyết Vòng Đai Xanh, Ngô Thế Vinh, mẫu bìa Nghiêu Đề, Thái Độ xuất bản (1971).* (nguồn: thư viện Cornell, Label: Wason PL 4389, N473, V9)

*Đôi khi sự quen thuộc cũng nhuốm vẻ xa lạ như ngày mới tới. Nếu còn vẽ chắc tôi có thể làm việc với những cảm giác đầu tiên như vậy. Bỏ xa khung vải tôi không tránh được những cảm giác nhớ nhung. Sau vụ cháy thiêu hủy tất cả, tôi đã dứt khoát từ bỏ giá vẽ chưa biết đến bao giờ. Dù vậy mà ở lần triển lãm mới nhất tôi vẫn góp mặt với bốn bức tranh lớn, những bức tranh còn lại rải rác trong đám bạn hữu. Sự kiện có thêm tên tôi cũng không có gì để phản đối và thêm ý kiến. Nhưng điều ngạc nhiên là ngay trong buổi đầu, tôi là người đầu tiên có tranh bán được, ba trong số bốn bức. Riêng bức Mèo Đen Trên Thảm Hồng do một người đàn bà tên Như Nguyện hỏi mua, còn hai bức kia do một người khách Mỹ mà sau này tôi được biết là nhà báo Davis. Tranh tôi thuộc loại khó được ưa thích và vì khó bán nên giá thường rất cao. Cũng bởi vậy lần này tôi đủ tiền để trả những món nợ lớn, sắm thêm một bàn máy đánh chữ nhỏ và một ống ảnh thật tốt. Như một nhà nông hưởng vụ gặt trái mùa, tôi dứt khoát từ bỏ hội họa với những ưu đãi thật trễ muộn của nó.*

*(VĐX, Chương 1, Nxb Thái Độ 1970)*

## MỘT NGHIÊU ĐỀ KHÁC

Không tự ràng buộc vào những quy ước thông tục của đời sống, dễ nhìn Nghiêu Đề như một người phóng giật hay buông thả bất cần đời, anh hòa nhập với mọi người nhưng lại hàm chứa vẻ cao ngạo với chính anh chứ không với ai khác. Là người bạn đôn hậu, không hề cay độc nhưng lại rất *cynical*, Nghiêu Đề vẫn hồn nhiên gọi chó là đồng loại. Nói như Oscar Wilde: *"Anh là mẫu người biết giá của mọi thứ, nhưng không có gì giá trị đối với anh / A man who knows the price of everything and the value of nothing"*.

Giữa cuộc chiến tranh khốc liệt, nhiều bạn thân của anh là nhà văn nhà thơ nơi tuyến đầu, anh không phê phán và chọn đứng ngoài cuộc tranh chấp ấy. Anh sống với màu sắc, trong an nhiên tự tại, Nghiêu Đề chính là hình ảnh con chim Nguyệt trong thế giới mộng ảo nơi quê anh rất mong manh, bay thật cao hót thật hay và tan vào trong đêm trăng. Nghiêu Đề khiến tôi liên tưởng tới nhân vật Sơn Ca của Vũ Khắc Khoan trong vở kịch *Thành Cát Tư Hãn.*

*Đôi lãng tử với chiếu manh túi xách trên đường gió bụi;*
*Từ trái: Nghiêu Đề, Lâm Triết.*
(nguồn: tư liệu gia đình Nghiêu Đề)

Rất tình cờ khi giở những trang sách Ngọn Tóc Trăm Năm, thấy rơi ra một tấm hình không rõ năm nhưng rất cũ đã hoen màu thời gian, nhưng tôi vẫn còn nhận ra đôi lãng tử Nghiêu Đề và Lâm Triết với chiếu manh túi xách trên dọc đường gió bụi, có khoảng thời gian họ đã cùng thuê căn gác xép để vẽ vời và cả tụ hội với bạn bè, nơi mà chủ căn nhà còn có nuôi thêm gà và heo, nặng mùi khó thở ngày đêm, nhưng họ vẫn ở đó lâu năm với giấc mộng dài. Rồi Nghiêu Đề đoạt huy chương Bạc với bức Chân Dung trong triển lãm Hội họa Mùa Xuân 1961; sau đó Lâm Triết huy chương Vàng với bức Ngựa trong Triển lãm Hội họa Mùa Xuân 1962. Nghiêu Đề thì nay đã mất, Lâm Triết đã dừng cơn gió loạn, giã từ Sài Gòn để về "cõi an bình" sống lặng lẽ với cỏ cây nơi Bình Định quê nhà.

## BA BỨC TRANH CUỐI ĐỜI CỦA NGHIÊU ĐỀ TRÊN ĐẤT MỸ

1986: *Bố cục Sen*, một thiếu nữ thanh thoát vươn lên từ những búp sen. Được hoàn tất sau ngày gia đình Nghiêu Đề đặt chân trên đất Mỹ. Tiền bán bức tranh lúc đó đủ mua một cây đàn piano cho tụi nhỏ. Hành trình của bức tranh này cũng khá kỳ lạ, từ San Diego theo chủ nó về Việt Nam, sau một thời gian bức tranh ấy lại sang tay một người khác, sau đó bức tranh lại sang tay một người thứ ba và nay trở lại đất Mỹ. Hình bức tranh do người viết mới chụp từ trong một ngôi nhà vùng Huntington Beach.

***Bố Cục Sen***, tranh sơn dầu Nghiêu Đề 1986.
*(sưu tập: Nguyễn Văn Hưng)*

1988: *Vườn chuối 1988*, một cô gái nhỏ nép bên vườn chuối mướt xanh. Khác các chân dung thiếu nữ có nét già dặn chín muồi của những người yêu Nghiêu Đề trước 1975, nay chỉ còn là những cô gái nhỏ mang dáng nét thơ ngây của mấy đứa con Nghiêu Đề. So với trước 1975, tranh sơn dầu của Nghiêu Đề trên đất Mỹ vẫn có màu xanh nhưng nay có thêm những mảng màu vàng đỏ như phản ánh một giai đoạn có thoáng hạnh phúc. Bức tranh này đã có người từ Los Angeles xuống nhà San Diego để mua và không còn nhớ ai là chủ nhân nữa.

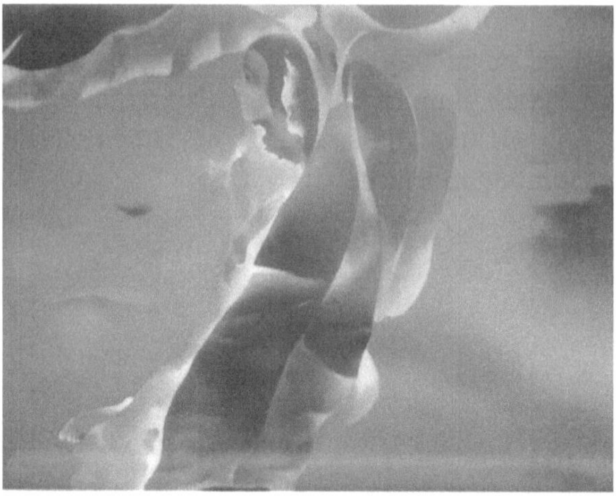

*Vườn Chuối*, tranh sơn dầu Nghiêu Đề 1988. (nguồn: từ Album gia đình Nghiêu Đề)

1998: *Bé Sài Gòn*, Nghiêu Đề khi biết mình ngã bệnh, xuống sắc rất mau, cả vật vã đến xanh xao với những cơn đau nhưng anh vẫn gượng dậy vẽ bức chân dung con gái út Bé Sài Gòn lúc ấy 19 tuổi. Có lẽ đây là tác phẩm sơn dầu cuối cùng, còn dở dang của Nghiêu Đề mấy tháng trước khi anh mất. Bức tranh hiếm hoi ấy nay còn được treo nơi nhà Nguyễn Nghiêu Ngung, Cu Bi con trai Nghiêu Đề dưới San Diego.

***Bé Sài Gòn***, *chân dung con gái út của Nghiêu Đề vẽ dở dang, tranh sơn dầu 1998, có lẽ đây là tác phẩm sơn dầu cuối cùng, còn dở dang của Nghiêu Đề mấy tháng trước khi anh mất.* (nguồn: sưu tập gia đình Nghiêu Đề, San Diego)

Sau khi Nghiêu Đề mất, 09.11.1998 tại San Diego, California, rất sớm một *Tuyển Tập Nghiêu Đề của Viet Art Society* được hoàn tất và xuất bản cùng năm, với nội dung bao gồm: cuộc phỏng vấn Nghiêu Đề về quan niệm hội họa do Nguiễn Ngu Í thực hiện (Bách Khoa số 137, ngày 15.09.1962), các bài tưởng niệm của một số bằng hữu như Thái Tuấn, Huỳnh Hữu Ủy, Trần Dạ Từ, Đỗ Quý Toàn, Du Tử Lê viết về Nghiêu Đề, phần Anh ngữ của Lê Thọ Giáo, và quý giá nhất là một số tranh hiếm hoi của Nghiêu Đề mà gia đình còn sưu tập lại được. Và trong buổi ra mắt sách đã có rất nhiều bạn của Nghiêu Đề.

*Nhà văn Võ Phiến phát biểu trong buổi ra mắt Tuyển Tập Nghiêu Đề 05.1999* (photo by Phan Diên, tư liệu Viễn Phố)

*Hình bìa 1 và bìa 4 Tuyển Tập Nghiêu Đề của Viet Art Society 1998* (tư liệu Ngô Thế Vinh)

Bài viết tháng 11 muộn màng này để tưởng nhớ người bạn tấm cám và cũng gửi tới chị Giang, Cu Bi, Bé Búp và Bé Sài Gòn nhân ngày giỗ thứ 16 của Nghiêu Đề.

*NGÔ THẾ VINH*
*Sài Gòn 1958 - California 2014 - 2017*
*(Trích: Chân Dung VHNT & VH, Viet Ecology Press 2017)*

*Mẫu bìa của họa sĩ Nghiêu Đề cho tập thơ nhạc "Hòa Bình Ơi Hãy Đến" (xb 1970) của Luân Hoán, Lê Vĩnh Thọ, Phạm Thế Mỹ.*

B

# NGÔ THẾ VINH
## TỪ VÒNG ĐAI XANH 1970 TỚI NGƯỜI THƯỢNG ĐÔI BỜ 2017

**Tin VOA, 15/03/2017.** *6 người Thượng ở Tây Nguyên xin tị nạn với lý do bị đàn áp chính trị và tôn giáo vừa bị trả về Việt Nam hôm thứ Ba, sau khi Campuchia bác đơn xin tị nạn của họ. Cambodia Daily cho hay trong 6 người, có một bé gái dưới 10 tuổi. Nhóm người này đã được các giới chức Cao ủy Tị nạn Liên Hiệp Quốc (UNHCR) hộ tống qua biên giới để trở về Việt Nam, theo lời ông Sok Sam An, Phó chỉ huy trạm kiểm soát biên giới O'yadaw ở tỉnh Ratanakiri, Campuchia... Trong khi đó, Cambodia Daily dẫn lời người đứng đầu Dịch vụ Tị nạn Jesuit, tổ chức hỗ trợ người Thượng ở Phnom Penh, cho biết hiện vẫn còn 143 người đang chờ quyết định về số phận của họ. Làn sóng người Thượng mới nhất vượt biên sang tỉnh Ratanakiri bắt đầu vào cuối năm 2014. Nhưng làn sóng này đã chậm lại sau khi xảy ra hàng chục vụ trục xuất trở về Việt Nam. Cho tới nay, chỉ có 13 người Thượng được cấp quy chế tị nạn và tới Philippines vào tháng 5, trong khi hàng chục người khác bị trả về Việt Nam.* [hết lược dẫn]

### NGƯỜI THƯỢNG Ở VIỆT NAM

Người Thượng là tên gọi chung cho khoảng 29 sắc dân bộ lạc sinh sống trên vùng Cao nguyên Trung phần Việt Nam, nói nhiều thứ ngôn ngữ, mặc nhiều thứ y phục, chủ yếu sống bằng du canh và săn bắn. Họ quen sống trên những ngôi nhà sàn, nuôi thêm các loại gia súc: trâu bò heo gà. Ngày nay tại một số ít buôn bản, người Thượng vẫn còn giữ được những nghi thức sinh hoạt bộ lạc cổ truyền, rất hấp dẫn và thu hút du khách.

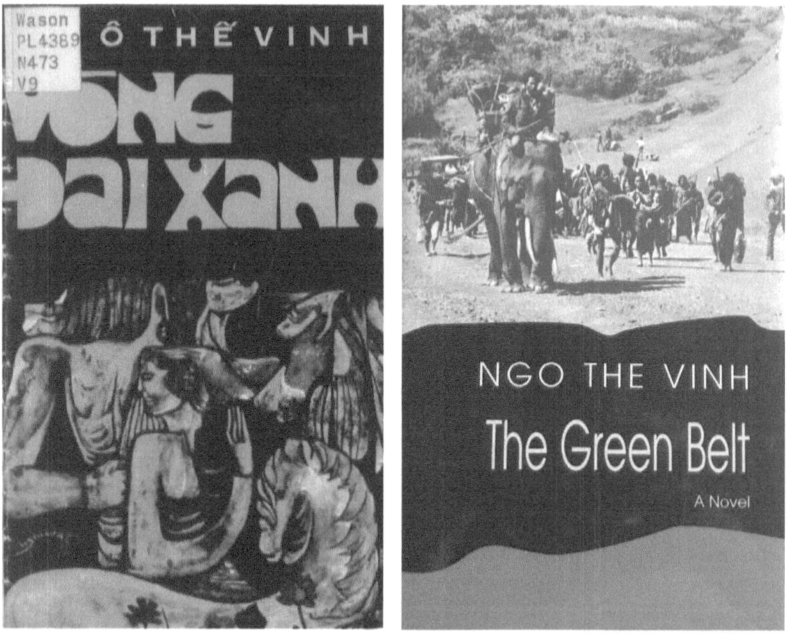


*Hình 1: Từ trái: Vòng Đai Xanh, Nxb Thái Độ Sài Gòn 1970; The Green Belt, Ivy House Publishing Group 2014.*

Trước các cuộc chiến tranh, có thể nói người Thượng có một cuộc sống xa xôi cách biệt hẳn với người Kinh ở đồng bằng. Nhưng cuộc sống thanh bình ấy hầu như đã bị kết thúc kể từ Thế Chiến Thứ Hai.

Với cuộc chiến tranh Việt Pháp chín năm, lần đầu tiên người Thượng đã phải thật sự va chạm với thế giới bên ngoài. Cuộc chiến ấy kết thúc với sự thất trận của người Pháp. Hiệp định Genève chia đôi Việt Nam và chánh quyền miền Nam được giao cho quyền kiểm soát cả một vùng Cao nguyên Trung phần rộng lớn với khoảng 1,5 triệu người Thượng thuộc nhiều bộ lạc khác nhau sống rải rác trong các vùng rừng núi phía đông dãy Trường Sơn. Ý thức được tầm quan trọng chiến lược của vùng địa bàn Cao nguyên, ngay từ những tháng đầu tiên, chánh phủ Sài Gòn đã tung ra hàng loạt các nỗ lực đồng hóa người Thượng vào đời sống xã hội người Việt mà không kể gì tới những sắc thái văn hóa đặc thù của riêng họ. Quy chế Hoàng Triều Cương Thổ riêng biệt dành cho người Thượng có từ thời vua Bảo Đại, đã bị xóa bỏ vào ngày 10/8/1954 và thông qua Dụ số 21 ngày 11 tháng 3 năm 1955 được Quốc trưởng Bảo Đại chấp thuận, Thủ tướng Ngô Đình Diệm chính thức sáp nhập Hoàng triều Cương thổ lại vào Trung phần. Có nghĩa là không còn chính sách đãi ngộ và tôn trọng quyền lợi đặc biệt của những người thiểu số. Với chính sách Dinh điền, hàng chục ngàn người dân công giáo di cư từ miền Bắc đã được đưa lên Cao nguyên định cư, xâm phạm cả những vùng đất đai màu mỡ đã từng là sở hữu của người Thượng qua nhiều thế hệ. Cộng thêm với vô số những lỗi lầm khác của chánh quyền thời bấy giờ, như ra lệnh đóng các tòa án phong tục Thượng, ngăn cấm các thổ ngữ và hạn chế số người Thượng có khả năng và có học tham gia vào các cơ cấu hành chánh. Thái độ bất mãn và không hợp tác của người Thượng và cả chống đối nữa là điều rất dễ hiểu.

Vào đầu thập niên 1960, cùng với sự tham dự trực tiếp của người Mỹ vào cuộc Chiến Tranh Việt Nam – tình cảnh của người Thượng hầu như đã hoàn toàn đổi khác. Người Thượng đã tiếp đón người Mỹ bằng vòng tay rộng mở, với những ràng buộc gắn bó nảy nở từ cả hai phía. Các cố vấn Mỹ cần người Thượng giúp đỡ họ thu thập các tin tức tình báo về sự xâm nhập và di chuyển của quân đội cộng sản. Trong khi đó người Thượng lại tin tưởng rằng, những người bạn Mỹ có thể bảo vệ họ chống lại sự đe dọa từ cả hai phía người Việt, [dù là cộng sản hay không], hơn thế nữa cả bảo đảmnền tự trị của họ một mai khi cuộc chiến tranh chấm dứt.

Và trong suốt cuộc Chiến Tranh Việt Nam, người Thượng luôn luôn là nạn nhân kẹt giữa các thế lực tranh chấp. Khoảng năm 1972, giới quân sự Mỹ ước lượng rằng đã có khoảng 200 ngàn người Thượng bị chết trong các cuộc giao tranh, với khoảng 80 phần trăm buôn ấp có tự lâu đời hoàn toàn bị phá hủy và những bản đồ sắc tộc đã chẳng còn mang một ý nghĩa nào.

Đến năm 1975, bối cảnh chánh trị và quân sự Việt Nam càng ngày càng suy thoái. Sau biến cố mất Ban Mê Thuột, bằng một quyết định sai lầm có tính cách chiến lược của ông Thiệu khi bỏ Cao nguyên, với hậu quả là một cuộc di tản đẫm máu, kéo theo sự tan rã hoàn toàn của chánh quyền Sài Gòn.

Dưới chế độ cộng sản mới, hàng ngàn người Thượng do bị nghi ngờ đã sát cánh chiến đấu với người Mỹ, bị hành hạ tù đày trong các trại cải tạo, một số lãnh tụ Thượng bị hành quyết và những người dân Thượng sống trong các buôn bản cũng bị kiểm soát rất chặt chẽ khiến cuộc sống của họ càng ngày khốn khổ và trở nên bi đát hơn.

***Hình 2:*** *Nhóm người Thượng vượt biên bằng đường bộ từ Việt Nam sang tỉnh Ratanakiri, Cam Bốt - 22/07/2004* [nguồn: Reuters]

Một số người Thượng khác đã chọn cầm vũ khí, tìm tự do trong rừng sâu, chống lại chế độ mới. Nhưng họ đã bị tổn thất nặng nề do nhà nước Hà Nội có hỏa lực nhiều lần mạnh hơn. Nhóm người Thượng này đã phải chạy sang Lào rồi Cam Bốt cuối cùng cho dù kiệt sức, họ cũng thoát được sang Thái Lan. Qua bao nhiêu vận động và thủ tục, lần đầu tiên có một nhóm đông đảo 213 người Thượng được vào Mỹ và cuối cùng đi định cư ở tiểu bang North Carolina, nơi có những người bạn cựu chiến binh Mũ Xanh Mỹ chờ đón và giúp đỡ họ.

Vẫn tại Việt Nam, với không ngừng các đợt di dân lên Cao nguyên, cho tới năm 2000, dân số trên các tỉnh Tây nguyên đã tăng vọt lên tới con số 4 triệu, mà đa số lại là người Kinh đến từ đồng bằng. Chỉ còn khoảng 1 triệu người Thượng với ngót 30 sắc tộc bao gồm 6 bộ lạc lớn chính như: Jarai (320 ngàn), Rhadé (258 ngàn), Bahnar (181 ngàn), Koho (122 ngàn), Mnong (89 ngàn) và Stieng (66 ngàn). Và người Thượng nay trở thành thiểu số trên chính vùng đất đai vốn là quê hương của họ.

Với áp lực di dân khổng lồ và ồ ạt của người Kinh [do chính sách của Nhà nước cộng sản hoặc từ các cuộc di dân tự phát], người Thượng hầu như không còn có được một khoảng không gian sinh tồn, họ không có cách nào duy trì được nếp sinh hoạt du canh truyền thống vì họ đã hoàn toàn bị tước đoạt quyền kiểm soát đất đai trước đây là của họ. Họ phải chấp nhận sinh sống trên từng mảnh vườn nhỏ, làm thuê trên những vùng trồng trà hay cà phê của người Kinh; họ cảm thấy bị kỳ thị và bị bóc lột ngay trên vùng đất đai vốn là của tổ tiên họ.

Tôn giáo nguyên thủy của người Thượng là đa thần và thờ cúng những vật linh, với nhiều nghi thức thường thấy như cảnh giết trâu hay súc vật khác trong các buổi tế lễ. Nếp sinh hoạt ấy vẫn còn được duy trì nơi một số ít buôn bản Thượng ở Việt Nam.

Nhưng cũng do có các đoàn truyền giáo Tây phương [Pháp và Mỹ] hoạt động rất mạnh trên Cao nguyên từ những thập niên 1930, càng ngày càng có đông số người Thượng theo đạo Tin Lành, một số khác ít hơn theo đạo Thiên Chúa [có khoảng 150 ngàn theo đạo Thiên Chúa].

Trong số một triệu người Thượng ở Cao nguyên hiện nay, ước định có khoảng hơn 300 ngàn người theo đạo Tin Lành -- hay còn được gọi là *Tin Lanh Dega*. Từ thập niên 1990, theo nhận định của Human Rights Watch, *Tin Lanh Dega* trở nên càng ngày càng hấp dẫn đối với người Thượng không phải chỉ có thuần đức tin tôn giáo mà nó còn được kết hợp với khát vọng độc lập và niềm kiêu hãnh về văn hóa. Đó như một kết hợp chánh trị và tôn giáo khá tinh vi. Trong những buổi lễ rao giảng đạo cùng một lúc cầu nguyện cho một quê hương độc lập không phải là hiếm có.

*[Dega có nguồn gốc từ tiếng Rhadé: Anak Ede Gar có nghĩa là Những Đứa Con của Núi Rừng – một từ ngữ đã được người Thượng Chính-trị-hóa / politicized để chỉ chung cho các nhóm sắc dân thiểu số sống trên Cao nguyên. Nhiều người Thượng không muốn dùng từ*

*Montagnard vì cho đó là sản phẩm của thời thực dân Pháp. Giới quân sự Mỹ trên Cao nguyên trong thời Chiến Tranh Việt Nam gọi họ là Yard, được người Thượng chấp nhận dễ dàng hơn nhưng đó cũng chỉ là một từ rút ngắn từ chữ Montagnard].*

## NGƯỜI THƯỢNG Ở MỸ

Vào thời điểm 1975, hầu như không có người Thượng nào có cơ hội di tản khỏi Việt Nam cho dù trước đó họ đã cộng tác rất chặt chẽ với người lính Mũ Xanh Mỹ trong suốt cuộc Chiến Tranh Việt Nam.

Trước 1986, chỉ có khoảng không quá 30 người Thượng sống rải rác trên đất nước Mỹ. Tới khoảng năm 1987, mới có một đợt những người Thượng tỵ nạn đầu tiên từ Thái Lan tới Mỹ. Họ khoảng 200 người đa số là đàn ông, được đưa tới định cư tại tiểu bang North Carolina.

Vào tháng 12 năm 1992, thêm một nhóm khoảng 402 người Thượng từ Tây nguyên vượt biên sang các tỉnh Mondulkiri và Ratanakiri bên Cam Bốt. Giữa hai lựa chọn phải trở về Việt Nam hay được phỏng vấn cho đi định cư tại Mỹ, đa số đã chọn giải pháp thứ hai: họ gồm 269 đàn ông, 24 phụ nữ và 80 trẻ em.

Cho tới năm 2000, con số người Thượng ở Mỹ tiếp tục gia tăng. Họ bao gồm từng nhóm nhỏ người Thượng vào Mỹ, hoặc với tính cách tỵ nạn sau khi được ra khỏi các trại cải tạo của nhà cầm quyền cộng sản Việt Nam, hoặc được đi theo các diện đoàn tụ ODP [Orderly Departure Program], hoặc theo diện con lai [thường cha là lính Mỹ, mẹ là những người đàn bà Thượng bị bỏ rơi lại từ cuộc Chiến Tranh Việt Nam trước đây], hầu hết cũng đều được đưa tới định cư tại North Carolina.

Theo thống kê dân số năm 2000, riêng tại tiểu bang North Carolina đã có khoảng hơn 3000 người Thượng, nơi định cư đông nhất của người Thượng bao gồm khoảng 2000 người ở Greensboro, 700 ở vùng Charlotte, 400 ở Raleigh. (1)

Vào tháng Hai năm 2001, tại Việt Nam lại xảy ra biến cố gây nhiều tiếng vang trong giới truyền thông quốc tế và cả tạo phản ứng từ các tổ chức bảo vệ nhân quyền: nhiều ngàn người Thượng đã đồng loạt biểu tình trên các tỉnh Cao nguyên đòi độc lập, đòi lại đất đai của tổ tiên và đòi quyền tự do tôn giáo. Và cũng là điều khiến mọi người khá ngạc nhiên là các phương tiện high-tech đã được người Thượng bên trong cũng như bên ngoài vận dụng rất hữu hiệu trong cuộc tranh đấu của họ, như liên lạc điều hợp bằng cellular phone, email và thông tin nhanh chóng qua các mạng lưới Internet [(2)]. Nhà nước cộng sản Việt Nam đã thẳng tay trấn áp mạnh mẽ khiến ngót 1 ngàn người Thượng phải chạy sang Cam Bốt. Một số đã bị quân đội cộng sản Việt Nam truy lùng và cưỡng bách trở lại Việt Nam. Phủ Cao ủy Tỵ nạn Liên Hiệp Quốc [UNHCR] đã phải can thiệp, và đa số đã bày tỏ nguyện vọng không muốn trở lại Việt Nam. Cuối cùng vào năm 2002, thêm số 900 người Thượng nữa được nhận vào Mỹ và cũng được tới định cư tại North Carolina. Tưởng cũng nên nhắc lại ở đây về một tình cảm chia sẻ ấm áp của cộng đồng người Việt sống tại Nam California đối với đợt những người Thượng mới tới này bằng buổi đón tiếp họ ở phi trường và một số hiện kim tượng trưng đã được quyên góp.

Những người Thượng tới Mỹ sớm trước hoặc sau, tất cả đều có mẫu số chung là những khó khăn của bước đầu hội nhập với một môi trường và cảnh vực hoàn toàn xa lạ với họ. Cho dù từ những bộ lạc sắc tộc khác nhau nhưng họ đều xuất thân từ vùng rừng núi Cao nguyên Trung phần Việt Nam. Ngôn ngữ của các nhóm sắc tộc Thượng này có gốc gác từ hai nhóm Mon-Khmer và Malayo-Polynesian. Đông nhất là người sắc tộc Rhadé.

Tưởng cần nên nhấn mạnh ở đây là những người Thượng Tây nguyên có nguồn gốc chủng tộc khác hẳn và không có liên hệ gì với người Hmong ở Lào sống phía tây dãy Trường Sơn và các sắc tộc thiểu số khác trên vùng thượng du miền bắc Việt Nam.

Với những người Thượng đã vào Mỹ, đa số theo đạo Tin Lành, một số khác khoảng một ngàn người theo đạo Thiên Chúa. Các nhà thờ và trường đạo dần dà trở thành định chế sinh hoạt xã hội của người Thượng sinh sống ở Mỹ.

***Hình 3:** Các em học sinh Thượng trên đất Mỹ, tại trường học Brookstone, Charlotte, North Carolina.* [nguồn: http://brookstoneschools.blogspot.com-16.09.2014]

Cũng như với những người Chăm [sống ở Việt Nam hay bên Cam Bốt] khi chọn theo đạo Hồi, cho dù đó không phải là đạo gốc của họ, người Thượng khi chọn theo đạo Tin Lành, đối với họ có ý nghĩa như tìm tới một sự cứu rỗi, xác định và tìm lại một thứ căn cước chủng tộc đang bị tiêu vong và giúp họ sống còn với đầy đủ nhân phẩm và cả bảo tồn văn hóa.

Đời sống gia đình và xã hội của người Thượng khi còn ở Việt Nam, giữ nét mẫu hệ, con cái mang họ mẹ. Người đàn bà đóng vai chủ động và quán xuyến mọi chuyện trong gia đình và thường chọn chồng trong cùng một sắc tộc với mình.

Nhưng với những người Thượng di cư vào Mỹ thì nếp sống ấy đã thật sự phải thay đổi: dù là đàn ông hay đàn bà thì cũng phải cùng nhau chia sẻ công việc trong gia đình và ngoài xã hội, và đã có những cuộc hôn nhân giữa các sắc tộc khác nhau, bắt nguồn từ một nét rất đặc thù của cộng đồng người Thượng trên đất Mỹ, đó là là tình trạng "trai thừa gái thiếu", nên đã có nhiều cuộc hôn nhân giữa người đàn ông Thượng với các phụ nữ thuộc ngoài chủng tộc như với người Lào, Cam Bốt, Việt Nam và ngay cả với người Mỹ Đen hay Mỹ Trắng.

Với thế hệ thứ nhất người Thượng tới Mỹ thường gặp rất nhiều khó khăn trong vấn đề hội nhập, do trình độ hiểu biết rất hạn chế lại thêm sự khác biệt quá lớn về phong tục và văn hóa nên đã có những va chạm với cộng đồng địa phương là điều không thể tránh, ví dụ như những vi phạm thường xuyên luật lệ ở Mỹ như say rượu lái xe, chạy xe không có bảo hiểm, các sinh hoạt nhà cửa vệ sinh thiếu tiêu chuẩn như cảnh phơi thịt cá khô trước nhà, đem bày hết đồ đạc cả ra ngoài sân…

Họ phải chấp nhận làm những công việc tay chân nặng nhọc trong các hãng xưởng, cả vợ và chồng đều phải đi làm, có người phải làm hai jobs với đồng lương tối thiểu để trả tiền nhà và nuôi đám con cái ăn học.

Với những người Thượng trẻ thuộc thế thệ thứ hai, họ có khả năng thích nghi mau chóng với nếp sống Mỹ quốc, từ trang phục cho tới cách ăn uống fast food, nói thông thạo tiếng Anh và được tới trường đi học.

Nếu lớp người trẻ này được hướng dẫn và không bị lạc lối, số có học sẽ có khả năng trở thành tầng lớp lãnh đạo Cộng Đồng Người Thượng Đôi Bờ trên đất Mỹ và trên đất Việt trong tương lai.

*NGÔ THẾ VINH*
*California, 12/2003 cập nhật 03/2017*

<u>*THAM KHẢO*</u>

*(1) Montagnards: Their History and Culture – Cultural Orientation.net*

*(2) Repression of Montagnards: Conflicts over Land and Religion in Vietnam's Central Highlands – Human Rights Watch, April2002.*

*(3) Window on a War: An Anthropologist in the Vietnam Conflict – Gerald C. Hickey, Texas Tech Univ. Press, 2002*

*(4) The Ethnography of Vietnam's Central Highlanders – Oscar Salemink, Univ. of Hawaii Press, 2003.*

*(5) Thêm 6 người Thượng xin tị nạn bị trả về Việt Nam. VOA 15/03/2017 http://www.voatiengviet.com/a/them-6-nguoi-thuong-xin-ti-nan-bi-tra-ve- viet-nam/3767330.html*

B

# PHỎNG VẤN

## CHÍN MƯƠI SÁU PHÚT VỚI THƯỢNG TỌA THÍCH TRÍ QUANG [05.05.1966]

*LỜI DẪN NHẬP: Đã 44 năm sau cuộc Chiến tranh Việt Nam, vẫn còn những câu hỏi chưa có lời giải đáp. Chỉ riêng tên tuổi Thích Trí Quang đã gây ra rất nhiều tranh cãi.[1] Có nhiều nhãn hiệu gán cho ông: với một số người Việt chống cộng thì cả quyết Thích Trí Quang là cộng sản đội lốt tu hành hoạt động với sự chỉ đạo của Hà Nội; nhưng ngay với giới chức cộng sản cũng đã từng coi Trí Quang là một loại CIA chiến lược; còn theo tài liệu giải mật của CIA thì đánh giá Trí Quang không phải cộng sản, mà là*

***Hình 1:*** *Bìa báo SVYK Tình Thương số 29 phát hành tháng 5 - 1966*

*một nhà tu hành đấu tranh cho hòa bình và muốn sớm chấm dứt chiến tranh. Thêm nguồn tài liệu còn lưu trữ về những cuộc đàm luận giữa Trí Quang và các giới chức Hoa Kỳ, cho rằng Trí Quang chống cộng mạnh mẽ và hiểu được sự việc sử dụng quân đội Hoa Kỳ để chống lại Cộng sản Bắc Việt và Trung cộng.*

***Và trong phần trả lời phỏng vấn của báo Sinh viên Tình Thương 1966, cách đây 53 năm, khi "đề cập tới sự nguy hiểm của Cộng sản, TT Trí Quang đã so sánh họ với những chiếc lá vàng có đóng đinh, phải cần tới một cơn gió lốc cách mạng thổi đúng hướng, không phải làm bay những niềm tin mà là bốc sạch đám lá vàng có đóng đinh là Cộng sản."***

*Vậy thì đâu là sự thật? Đâu là con người thật của Thích Trí Quang? Như câu hỏi trong phim Rashomon, một kiệt tác điện ảnh của Nhật Bản. Người viết sẽ không đưa ra một kết luận nào về chân dung TT Thích Trí Quang, nhưng muốn trở lại bối cảnh chính trị xã hội của thập niên 1960s, khi mà tên tuổi Trí Quang hầu như gắn liền với những biến động thời bấy giờ.*

***Từ sau 1975 TT Trí Quang sống lặng lẽ những năm tháng cuối đời trong ngôi chùa Già Lam ở Gò Vấp Sài Gòn, rồi sau đó trở về chùa Từ Đàm Huế. Và mới đây, khi tin Thích Trí Quang vừa viên tịch ngày 8.11.2019 ở tuổi 96 (ông sinh năm 1923) cũng tại chùa Từ Đàm Huế [(6)] – nơi chúng tôi thực hiện cuộc phỏng vấn ngày 5.5.1966 cách đây cũng đã hơn nửa thế kỷ. Trên báo chí truyền thông và dư luận trong và ngoài nước lại dấy lên những ý kiến rất khác nhau về ông, nhưng các thông tin về ông thì lại rất ít.***

*Nhìn lại thập niên 1960s, trong khi tin tức về các phong trào Phật giáo tranh đấu ngoài miền Trung rất nhiễu loạn, thì tại Sài Gòn, ngoài một cuộc phỏng vấn hiếm hoi dành cho tuần báo TIME ngày 22.04.1966 với hai ký giả McCulloch và James Wilde [(2)]; TT Trí Quang sau đó trở ra Huế và rất ít khi dành cho báo giới Tây phương những cuộc tiếp xúc nào khác. Riêng với TÌNH THƯƠNG tuy chỉ là tờ báo của Sinh viên Y khoa nhưng lại rất quan tâm theo dõi thời cuộc, nên hai phóng viên Phạm Đình Vy[(5)] và Ngô Thế Vinh được sự chỉ định của Tòa soạn, đã bay ra Huế, được gặp và thực hiện cuộc phỏng vấn* ***Chín mươi sáu phút với Thượng Tọa Thích Trí Quang buổi chiều ngày 5-5-1966 tại Chùa Từ Đàm Huế.*** *Và bài phỏng vấn này đã được đăng ngay trên báo Tình*

*Thương số 29, 1966, và đã được phóng viên của US News & World Report xin dịch sang tiếng Anh nhưng rồi không rõ lý do, bài báo đã không được phổ biến sau đó.*

*Và nay qua bộ báo Tình Thương mà Thư Quán Bản Thảo của nhà văn Trần Hoài Thư [4] mới tìm lại được từ Thư viện Đại Học Cornell, trong đó có số báo TT 29, với 4 trang 2-3-4-5 đăng trọn vẹn cuộc phỏng vấn đã thực hiện từ hơn nửa thế kỷ trước. Chúng tôi cho phổ biến bài báo này – với không bình luận, không ngoài mục đích chỉ muốn cung cấp tới các bạn trẻ và các sử gia tương lai có thêm một sử liệu hiếm quý về TT Trí Quang tưởng như đã thất lạc.*

*Ngô Thế Vinh*

## CHÍN MƯƠI SÁU PHÚT VỚI THƯỢNG TỌA THÍCH TRÍ QUANG [05.05.1966]

## NGÔ THẾ VINH & PHẠM ĐÌNH VY

### ĐỘNG CƠ THÚC ĐẨY

Với những rối loạn chính trị trong tuần lễ vừa qua, có một hiện tượng TRÍ QUANG trên khắp các báo chương ngoại quốc. Tuần báo Time coi ông như xuất hiện của một Machiavel mới, trong khi báo L'Express gán cho ông là mẫu người đang làm rung động cả Mỹ quốc, đó là chưa kể tới những bài báo nói về ông đăng trên US News and World Report và Newsweek... Hiện tượng trên cũng được các báo Việt ngữ toa rập theo, thích thú đem ra phiên dịch và đăng tải; nhiều người coi đó như một khám phá mới lạ về một nhà tu hành tài ba, nhiều quyền lực nhưng cũng rất bí ẩn và khó hiểu.

Đã từ lâu chúng tôi vẫn có thành kiến với các nhà báo ngoại quốc khi họ nhận định về các vấn đề Việt Nam và chúng tôi thành thật tin tưởng rằng không một người ngoại quốc nào am hiểu vấn đề Việt Nam bằng chính những người Việt. Cái thái độ dễ dàng tin cậy vào mấy ông nhà báo ngoại quốc trong công việc tìm hiểu đất nước mình nếu không bắt nguồn từ một thái độ ỷ lại của báo chí Việt thì cũng đáng coi là một hiện tượng quái gở.

Trở lại trường hợp Thích Trí Quang, từ nhận định bảo ông là cộng sản đến ý nghĩ một tay quốc gia cực đoan, hình như chỉ cần một chút ngộ nhận. Nghĩ rằng tôn giáo sẽ còn đóng một vai trò quan trọng trong tương lai chính trị miền Nam, việc tìm hiểu mẫu một nhà tu-hành-dấn-thân đang có nhiều ảnh hưởng là điều cần thiết, đó là lý do cuộc gặp gỡ Chín mươi sáu phút với Thượng Tọa Thích Trí Quang buổi chiều ngày 5-5-1966 tại Chùa Từ Đàm Huế.

## NHỮNG SAI LẦM CỦA TIME

Hình như có một sự khác biệt rất xa giữa thực trạng miền Trung và các tin tức thổi phồng trên báo chí. Sau hơn bốn tuần lễ tranh đấu, Huế đã có một khuôn mặt sinh hoạt bình thường ngoại trừ những biểu ngữ khẩu hiệu còn treo dán rải rác, các chữ Bãi Khóa Bãi Thị kẻ sơn còn lưu vết trên nền tường; các cô nữ sinh Quyết tử đã lại tóc thề áo dài trắng tới trường đi học, súng ống cũng được trả lại cho quân đội, đài phát thanh cho đọc thông cáo kêu gọi tất cả sinh viên họp đại hội để bàn về bình thường hóa sinh hoạt Đại học.

Nơi bến Tòa Khâm, ngay trước khu Đại học, các tàu Há Mồm của Mỹ đang đổ lên bến chồng chất những thực phẩm và đạn dược, đám trẻ con xúm quanh đùa giỡn với những anh lính Thủy quân Lục chiến Mỹ. Trước trụ sở Thông tin ngoài các khẩu hiệu đòi bầu cử Quốc hội, chống chánh phủ Trung ương, còn có khẩu hiệu lên án Việt cộng pháo kích vào Thành nội sát hại dân chúng...

Dấu vết những ngày máu lửa chỉ có vậy.

Trên dốc tới Nam Giao, chùa Từ Đàm vẫn yên tĩnh nằm đó. Ngoài một số đệ tử đi lễ chùa, trong sân không có chút náo nhiệt của những phút tranh đấu. Nơi nhà Trai, trong bộ đồ rộng trắng, Thượng tọa Trí Quang đang ngồi bình thản đánh cờ với một cụ già, ngồi cạnh đó là một nhà sư trẻ Thích Mẫn Giác.

Khi chúng tôi tới ván cờ đã mãn với phần thắng về phía Thượng Tọa, dĩ nhiên. Tuy chưa giáp mặt ông lần nào, chúng tôi đã biết mặt Thượng Tọa qua hình ảnh báo chí, và đặc điểm đầu tiên để nhận ra ông là đôi mắt vô cùng sắc sảo. Không với một cử chỉ xa cách nghiêm trọng, không với cả tia nhìn mãnh liệt như thôi miên, Thượng Tọa vui vẻ tiếp chúng tôi qua những nụ cười dễ gây thiện cảm và những cử chỉ tự nhiên thoải mái.

Vào đề ngay, chúng tôi nhắc tới những lời tuyên bố của Thượng Tọa trên các báo chí ngoại quốc, đặc biệt là bài của tuần báo TIME [(2)]. Thượng Tọa cho biết:

*- Họ có tới gặp tôi hỏi ý kiến, tôi cũng có trả lời họ một số những câu hỏi, nhưng khi bài đăng có cả những ý kiến mà tôi không hề nói, tính tôi không bao giờ muốn đính chính, bởi vậy trong các bài báo đó có những điều sai lạc.*

*- Chẳng hạn tuần báo TIME gán cho tôi óc bài ngoại gay gắt và nhất là muốn quay lại thời Hoàng kim của đời nhà Lý là một điều hoàn toàn bịa đặt.*

*- Không bao giờ tôi chủ trương như vậy; hơn nữa công thức đời nhà Lý với những thầy chùa hăng hái nắm quyền chính hoàn toàn không còn thích hợp với thời đại bây giờ, mơ ước điều đó là vô lý. Cũng như khi hỏi tôi về Quốc hội, tôi chỉ nhấn mạnh với họ ở mấy điểm: số người đi bầu, sự xâm nhập của Việt cộng và cách bầu gián tiếp người lãnh đạo hành pháp qua một Quốc hội trung gian.*

Còn về tiểu sử Thượng Tọa, ông cho rằng đó chỉ là tài liệu không xác thực của Công an.

Xem ra bài báo TIME đã mô tả nhiều điều không đúng ý Thượng Tọa nhưng chúng tôi không muốn đi sâu vào thêm.

## CHIẾN TRANH HAY HÒA BÌNH

Từ những nhận định cho ông có óc bài Mỹ, nhiều người e sợ rằng Quốc hội đầu tiên được thiết lập với ảnh hưởng của Phật giáo sẽ biểu quyết yêu cầu Mỹ rút lui khỏi Việt Nam để đi tới thương thuyết và chấm dứt chiến tranh. Thượng Tọa cho rằng:

*- Bây giờ còn quá sớm để nói tới nên thương thuyết hoặc tiếp tục chiến tranh. Chỉ biết rằng chính quyền hiện tại chẳng đại diện cho một ai và hậu quả là tình trạng vô cùng bi thảm về chính trị cũng như*

*quân sự. Nói chiến tranh thì chẳng ra chiến tranh, nói thương thuyết thì lại càng nhục nhã, chỉ có Mỹ với Hà Nội mà không ai đếm xỉa tới chính phủ Sài Gòn. Bởi vậy, chúng ta bắt buộc phải có một Quốc hội, một chính quyền dân cử, tạo một khuôn mặt quốc gia cho đúng nghĩa một QUỐC GIA, việc chiến hay hòa là do nơi Quốc hội. Nếu tiếp tục chiến tranh thì lúc đó mới đúng nghĩa là một cuộc chiến tranh và nếu thương thuyết thì đó đúng là một cuộc thương thuyết nghĩa là chúng ta đã có một ưu thế.*

*- Phải ngồi trên chiếc xe lúc đó mới nói tới chuyện lái tới hoặc lui. Đó là phải cho có một Quốc hội. Nhiều nhà báo ngoại quốc gán cho tôi có ý muốn thương thuyết, điều đó là quá đáng bởi đó là công việc của Quốc hội. Và tôi cũng không dại gì đính chính là không muốn thương thuyết để mang lấy tiếng hiếu chiến.*

Khi nhắc đến giải pháp Trung Lập mà có người nghĩ rằng đó là chủ trương tương lai của Phật giáo, Thượng Tọa Trí Quang nói:

*- Nếu có thương thuyết để tiến tới giải pháp trung lập thì nền trung lập đó phải như thế nào. Người liều lĩnh nhất cũng không thể chấp nhận một hoàn cảnh như Lào. Pathet Lào trước đó là một phe nổi loạn, hiệp ước đình chiến 62 ở Lào là một công khai chấp nhận cuộc chiến tranh đó, Pathet Lào đương nhiên được hợp thức hóa và lại tiếp tục chiến đấu và thực sự không có một nền trung lập ở Lào.*

*- Như Việt Nam với tình trạng hiện giờ, một ký kết như thế là đương nhiên chấp nhận Việt Cộng và chỉ trong sáu tháng là miền Nam rơi vào tay họ. Bởi vậy tôi vẫn nghĩ phải có chiếc xe cái đã, một Quốc hội được đa số dân chúng đi bầu, đến lúc đó hãy tính xa hơn. Mọi dự đoán trước theo tôi là quá sớm.*

## MỘT QUỐC HỘI KHÓ KHĂN

Khi đề cập tới những khó khăn của một Quốc hội sắp tới: Cộng sản, Chính quyền hiện tại và người Mỹ; Thượng tọa cho rằng:

*- Hơn ai hết, người dân quê Việt Nam đã có kinh nghiệm Cộng sản là thế nào rồi và họ biết rõ ai là Cộng sản ai không. Bởi vậy không đáng lo ngại sự xâm nhập của Việt cộng vào Quốc hội.*

*- Còn về phía chính quyền, Phật giáo đã giữ đúng lời hứa và để cho chính quyền có cơ hội thực hiện lời cam kết của mình với*

*dân chúng về vấn đề Quốc hội. Nếu là một chính quyền thiện chí họ hãy tỏ thiện chí đó trong việc đi tới một Quốc hội. Nếu chính quyền phản bội thì không những lịch sử sẽ phán xét họ mà chính dân chúng sẽ có ngay phản ứng. Việc duy trì chính phủ hiện thời cho tới ngày bầu Quốc hội cũng là một cách để những tướng lãnh phản bội âm mưu phá hoại không có cơ hội lẩn tránh hèn nhát những trách nhiệm mà họ gây ra trước lịch sử.*

*- Còn người Mỹ thực tâm muốn miền Nam có một Quốc hội hay họ muốn ngăn cản, điều đó chưa thể đo lường được, nhưng điều quan trọng là chúng ta phải tin ở mình và không nên có những hành động làm cho người Mỹ khiếp sợ.*

## CÁC TƯỚNG LÃNH SAU QUỐC HỘI

Khi đề cập đến vai trò các tướng lãnh hiện thời và sau ngày có Quốc hội, Thượng Tọa Trí Quang nhận định:

*- Nào là tình trạng chiến tranh, nguy cơ của Cộng sản, các tướng lãnh kêu gọi dân chúng, tôn giáo, đảng phái phải đoàn kết thì chính họ lại chia rẽ hơn ai hết. Họ tranh giành quyền hành, thanh toán nhau vì quyền lợi và loại dần những tướng lãnh có công khác. Nhưng trước sự chống đối của dân chúng, trước hiểm họa đe dọa họ liên kết chặt chẽ hơn ai hết để bảo thủ quyền lợi và lũng đoạn dân chủ. Bởi vậy mối băn khoăn chính của nhiều người là làm sao trả họ về vị trí thuần túy quân sự, gây lại sức mạnh uy tín và kỷ luật quân đội cùng phục hồi danh dự cho những tướng lãnh có công khác.*

*-Hiện thời người ta phải chứng kiến một trung ương các tướng lãnh chỉ âm mưu thanh toán nhau để tự đi đến chỗ đào thải. Tại các địa phương dân chúng vẫn dành nhiều cảm tình cho các tướng lãnh trong sạch có công với cách mạng tháng 11. Như trung tướng Đính được dân chúng miền Trung chấp nhận cũng ở trong trường hợp đó.*

## VỚI NGƯỜI MỸ

Cuộc tranh đấu cho Quốc hội vừa qua có pha mùi *Bài Mỹ* khiến cho nhiều e ngại và tự đặt ra nhiều giả thuyết về sự lợi dụng của Cộng sản. Với vai trò của người Mỹ ở Việt Nam, Thượng Tọa Trí Quang cho rằng:

*- Sau cuộc cách mạng '63, người Mỹ được hưởng ở Việt Nam vô số lợi lộc: gia tăng gấp bội quân số, chiếm được những căn cứ tốt như Đà Nẵng, Cam Ranh; được thêm cả nước Thái Lan. Không chắc người Mỹ thực tâm muốn chống cộng tại Việt Nam, họ muốn duy trì Cộng sản, duy trì cuộc chiến tranh này để thủ lợi. Vì nếu thực tâm người Mỹ muốn, họ có thể làm khá hơn nhiều cục diện bây giờ bằng cách trợ giúp Việt Nam vừa chống cộng vừa xây dựng những căn bản dân chủ hơn là nâng đỡ những chính phủ tay sai. Điển hình là vụ Đà Nẵng vừa qua.*

## MỘT TRƯỜNG HỢP ĐÀ NẴNG

Theo Thượng Tọa thì *nhờ phước ông bà* mới không xảy ra vụ đổ máu tại Đà Nẵng. Ngoài trách nhiệm lỗi lầm của ông Kỳ trước lịch sử còn những trách nhiệm lớn lao của Mỹ. Việc người Mỹ sử dụng những chiếc C130 để chở những tiểu đoàn Thủy quân Lục chiến và xe tăng ra đàn áp phong trào dân chúng đấu tranh tại miền Trung là một lỗi lầm không thể tha thứ, Thượng Tọa nói:

*- Chỉ cần một chút nữa là xảy ra đổ máu lớn lao với trách nhiệm nặng nề về phía người Mỹ. Lịch sử Mỹ Thế kỷ Hai Mươi sẽ có ba vết nhơ: ném bom nguyên tử xuống Nhật Bản, đàn áp nền cộng hòa Santo Domingo và vết nhơ thứ ba là vụ Đà Nẵng.*

## MỘT CHÍNH PHỦ PHẬT GIÁO

Khi nhắc tới nhận định của Tuần báo Newsweek cho rằng sở dĩ Thượng Tọa Trí Quang đòi bầu cử gấp rút một Quốc hội vì ông tin rằng tổ chức Phật giáo sẽ thắng thế trong cuộc bầu cử đó và chính phủ tương lai sẽ là một chính phủ Phật giáo với bàn tay chi phối trực tiếp của chùa chiền, Thích Trí Quang đã phủ nhận mạnh mẽ ý kiến đó và bày tỏ rằng:

*- Quan niệm đó không những không có lợi gì mà còn làm mất Danh Dự của Phật giáo. Tôi hoàn toàn không mong muốn như vậy. Kinh nghiệm cho thấy với những chính phủ tạm thời dù được hậu thuẫn của tôn giáo này hay tôn giáo khác chỉ cần những cuộc biểu tình vài trăm người cũng đủ sụp đổ. Như một chính phủ thành lập do hậu thuẫn của Phật giáo sẽ gặp ngay những khó khăn với các tôn giáo bạn, không làm được việc gì mà chính Phật*

*giáo lại mang tiếng. Bởi vậy Phật giáo không bao giờ muốn tái diễn những lỗi lầm của thời ông Diệm.*

*- Tranh đấu cho Quốc hội, Phật giáo chỉ muốn xây dựng một cái gì thực sự cho quốc gia dân tộc trong đó không phải chỉ có những Phật tử mà là cả những thành phần Tôn giáo bạn và các tầng lớp dân chúng.*

*- Quốc hội, Chính phủ sẽ không đại diện cho một ưu thế riêng nào mà là đại diện xứng đáng của dân chúng.*

## CHIẾN TRANH TÔN GIÁO

Rối loạn tháng Tám năm 1964 với những vụ thảm sát trong thành phố vẫn là ám ảnh đen tối trong đầu óc nhiều người. Sự cọ xát giữa hai tôn giáo trong những ngày gần đây làm thức dậy nỗi ám ảnh đó. Viễn tượng một cuộc chiến tranh tôn giáo đã được một số báo chí e ngại nhắc tới. Theo ý Thượng Tọa sự thật sự đe dọa đó như thế nào? Thích Trí Quang cho rằng:

*- Sự e ngại đó quá đáng và không thể nào có. Những đáng tiếc hồi tháng Tám là do âm mưu của Nguyễn Khánh, hoàn toàn ngoài ý muốn của các vị lãnh tụ Tôn giáo. Khi phải tiếp xúc với những vị lãnh đạo tôn giáo bạn, tôi có nói rằng chẳng thà thực sự có một cuộc chiến tranh tôn giáo vì quyền lợi hai phía; nhưng mâu thuẫn quyền lợi đó hoàn toàn không có. Bởi vậy không vì lý do gì để xảy ra những điều đáng tiếc mà nguyên nhân chỉ tại một anh tướng Kaki đứng ở giữa.*

## TÍN ĐỒ HAY CÔNG DÂN

Việc tiến tới Quốc hội Lập hiến một cách nhanh chóng là công của Phật giáo, nhiều người nghĩ như vậy. Đó là điều mà Thượng Tọa Trí Quang không muốn. Ông nói:

*- Một phong trào đấu tranh có màu tôn giáo sẽ gặp nhiều khó khăn, tự nó gây ra những mặc cảm thắng bại nơi các tôn giáo bạn. Bởi vậy tôi vẫn muốn các phong trào tranh đấu dân chủ phát xuất tự quần chúng không mang màu sắc tôn giáo, nếu có lợi cho tổ quốc, Phật giáo sẽ đứng sau hậu thuẫn. Trong cuộc xáo trộn vừa qua, khi gặp các Đại diện Hội đồng Đô Thành, tôi có nói: quý vị*

*là đại diện cho các tầng lớp dân chúng, nếu chính quý vị đứng ra tranh đấu cho Quốc hội, Phật giáo sẽ đứng sau ủng hộ quý vị. Và trong thâm tâm tôi mong muốn như vậy.*

Sau khi tỏ ý không tin tưởng vào thực lực các đảng phái quốc gia, Thượng Tọa cho rằng vai trò tranh đấu cho tự do dân chủ chính là bổn phận của thanh niên sinh viên chứ không phải của Phật giáo hay một tôn giáo nào. Thượng Tọa nói:

*- Tôi hiểu rằng khi các anh em sinh viên tham dự cuộc tranh đấu chống ông Diệm năm 1963, anh em nhìn các vị Thượng Tọa hồi đó khác bây giờ. Tôi muốn được giữ nguyên cái nhìn lúc trước, bởi vậy* ***tôi muốn Phật giáo cũng như các tôn giáo bạn được trở về vị trí của mình.*** *Phật giáo bất đắc dĩ phải đứng ra lãnh đạo các cuộc đấu tranh là một điều tôi thấy rất chướng.*

tình thương

trong số này

29

Tháng 5 - 1966

CHÍN MƯƠI SÁU PHÚT VỚI THƯỢNG TỌA

THÍCH TRÍ QUANG

**Hình 2:** *Nguyệt san Sinh Viên Y Khoa* Tình Thương số *29: trang 1 Mục Lục và 4 trang 2-3-4-5 đăng trọn vẹn cuộc phỏng vấn 96 phút với Thượng Tọa Thích Trí Quang ngày 05.05.1966 tại Chùa Từ Đàm Huế.* [tư liệu Ngô Thế Vinh]

## NIỀM TIN TẤT THẮNG

Trái hẳn với triết lý nhà Phật hiểu theo nghĩa thông thường là xuất thế và yếm thế, Thượng Tọa Thích Trí Quang mang khuôn mặt của một nhà tu hành mới: một Nhà-Sư-Dấn-Thân, dấn thân vào tất cả những biến động xã hội, dùng tất cả những uy tín và quyền năng sẵn có để lèo lái tới một cảnh đời thích hợp với sự phát triển của đạo giáo.

Với con mắt nhận xét tinh tế về thời cơ đúng lúc, với niềm kiêu hãnh cao độ về nhân cách Á Đông của mình cộng thêm với tinh thần quốc gia cực đoan cố hữu, triết lý hành động kỳ lạ của Thích Trí Quang ở nơi niềm tin sắt đá về sự tất thắng trong mọi mưu lược tranh đấu. Tên ông đồng nghĩa với những âm mưu nhưng chính ông muốn đối thủ phải kính trọng cái nhân cách Á Đông của mình nên mọi hành động của ông đều được báo trước. Thượng tọa nói:

*- Nhiều người gán cho tôi mối liên hệ mật thiết với ông Lodge, sự thật không có. Với ông Lodge hay Taylor* (3) *cũng vậy, mỗi lần tranh đấu tôi đều gặp, nói cho họ biết lập trường của Phật giáo thế nào, còn người Mỹ muốn sao tùy họ. Tôi hành động đều có báo trước ít nhất là 24 tiếng. Như vụ tranh đấu gần đây tôi chỉ gặp ông Lodge có một lần, nói rõ lập trường của Phật giáo về Quốc hội. Ông ta nói Thượng Tọa nên nghĩ lại. Tôi chỉ cười và trả lời đã nghĩ rồi. Có vậy thôi. Còn dư luận cho rằng ông Kỳ đã gặp tôi trước vụ hạ Trung tướng Thi là hoàn toàn bịa đặt. Tôi chưa hề gặp ông Nguyễn Cao Kỳ một lần nào.*

## LÁ VÀNG VÀ GIÓ LỐC

Có lá vàng thì phải có gió lốc. Đó là câu so sánh của Thượng tọa Trí Quang với hiện tình người Mỹ và Cộng sản:

***- Lá vàng đó là Cộng sản, và gió lốc chính là người Mỹ. Muốn chống Cộng thì phải cần tới người Mỹ, thế thôi. Đối với tôi, những ảnh hưởng ngoại lai chỉ nên dùng như những phương tiện chứ bảo chấp nhận thì không.***

Để cập tới sự nguy hiểm của Cộng sản, ông nói họ không phải chỉ là những chiếc lá vàng làm nhớp nhà mà là những chiếc lá vàng có đóng đinh.

Vì khía cạnh chống Mỹ trong các phong trào tranh đấu vừa qua của Phật giáo, có báo ngoại quốc cho rằng Thượng Tọa Trí Quang muốn đuổi Mỹ. Thượng tọa nói:

*- Người Mỹ rất ngờ nghệch, họ không phân biệt được giữa Bài Mỹ và Chống Mỹ. Bài Mỹ là một thái độ thù ghét đương nhiên, dù người Mỹ có làm hay đến đâu cũng vẫn bị ghét bỏ, có khi lại còn thù ghét hơn. Trong khi Chống Mỹ là một thái độ phản kháng xây dựng. Bởi quan niệm hai người cùng ngồi trên một chiếc xe, thấy người kia lái bậy thì người nọ phải giành lấy mà lái nếu không muốn rớt xuống hố. Các phong trào vừa qua không mang tính chất bài Mỹ mà là chống Mỹ; chống Mỹ đã ngăn cản việc đi tới Quốc hội, chống Mỹ đã hậu thuẫn những chính phủ tay sai thối nát, chống Mỹ đã giúp phương tiện đàn áp Đà Nẵng.*

**Thì ra thái độ của Thượng Tọa là muốn cảnh giác người Mỹ. Cơn gió lốc phải được thổi đúng hướng, không phải làm bay những niềm tin mà là bốc sạch đám lá vàng có đóng đinh là Cộng sản.**

*NGÔ THẾ VINH*
*PHẠM ĐÌNH VY*
*Chùa Từ Đàm, Huế 05.05.1966*
*[Trích Nguyệt san Tình Thương, số 29, 1966]*

***Ghi chú:***

*1/ Only Religions Count in Vietnam: Thich Tri Quang and the Vietnam War. James McAllister; Department of Political Science, Williams College, Williamstown, MA 01267*

*2/ A Talk with Thich Tri Quang. McCulloch, James Wilde. Time Magazine, April 22, 1966 | Vol. 87 No. 16*

*3/ Henry Cabot Lodge, Đại sứ Hoa Kỳ tại Việt Nam 1963-1964. Maxwell D. Taylor, Đại sứ Hoa Kỳ tại Việt Nam 1964-1965*

*4/ Hành Trình Tình Thương. Trần Hoài Thư, Thư Quán Bản Thảo, số 74, tháng 4/2017*

*5/ Phạm Đình Vy, nguyên chủ nhiệm Tình Thương 1964-1966, bác sĩ Thủy Quân Lục Chiến VNCH, sau tù cải tạo 3 năm vượt biển, sang định cư và hành nghề y khoa tại Pháp.*

*6/ Hòa thượng Thích Trí Quang viên tịch, thọ 96 tuổi – VOA 9.11.2019*

*https://www.voatiengviet.com/a/tu-dam-hoa-thuong-thich-tri-quang-vien-tich/5158371.html*

## MỘT TRANG SỬ KHÉP LẠI

***Hình 3:** Có lẽ đây là bức hình cuối cùng của TT Thích Trí Quang, chụp ngày 29 tháng Tư, 2018 do BS Thân Trọng Minh gửi cho tôi qua một email viết ngày 27 tháng Năm, 2018 trong một chuyến ra Huế tới chùa Từ Đàm viếng thăm "Ôn" – cách xưng hô của TTM với TT Trí Quang. Thân Trọng Minh viết: "Thầy đã ngoài 90 tuổi nhưng còn minh mẫn và còn thao thức chuyện thế sự. Gửi vài tấm hình của Thầy để Vinh giữ làm tư liệu nhưng khi Thầy mất mới sử dụng được." Cũng trong dịp này, Thân Trọng Minh có đưa Thầy đọc lại bài phỏng vấn năm xưa của báo SVYK Tình Thương 1966, cách đây 53 năm. TT Thích Trí Quang nay không còn nữa, ông đã thuộc về một phần của lịch sử.*

TL

# HOÀNG XUÂN HÃN

## THƯ HỌC GIẢ HOÀNG XUÂN HÃN GỬI NHÀ VĂN NGÔ THẾ VINH

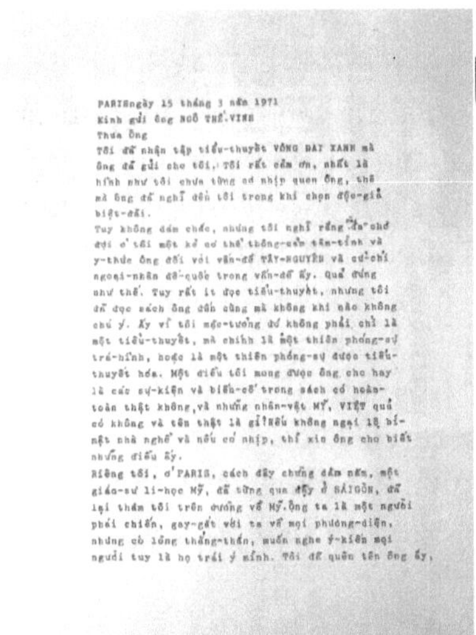

PARIS ngày 15 tháng 3 năm 1971
Kính gửi ông NGÔ THẾ VINH
Thưa ông
Tôi đã nhận tập tiểu-thuyết VÒNG ĐAI XANH mà ông đã gửi cho tôi. Tôi rất cảm ơn, nhất là hình như tôi chưa từng có nhịp quen ông, thế mà ông đã nghĩ đến tôi trong khi chọn độc-giả biệt-đãi.
Tuy không dám chắc, nhưng tôi nghĩ rằng ông chờ đợi ở tôi một kẻ có thể thông-cảm tâm-tình và ý-thức ông đối với vấn-đề TÂY-NGUYÊN và cử-chỉ ngoại-nhân đế-quốc trong vấn-đề ấy. Quả đúng như thế. Tuy rất ít đọc tiểu-thuyết, nhưng tôi đã đọc sách ông đến cùng mà không khi nào không chú ý. Ấy vì tôi mộng-tưởng đó không phải chỉ là một tiểu-thuyết, mà chính là một thiên phóng-sự trá-hình, hoặc là một thiên phóng-sự được tiểu-thuyết hóa. Một điều tôi mong được ông cho hay là các sự-kiện và biến-cố trong sách có hoàn-toàn thật không, và những nhân-vật MỸ, VIỆT quả có không và tên thật là gì! Nếu không ngại lộ bí-mật nhà nghề và nếu có nhịp, thì xin ông cho biết những điều ấy.
Riêng tôi, ở PARIS, cách đây chừng dăm năm, một giáo-sư lí-học Mỹ, đã từng qua dạy ở SÀIGÒN, đã lại thăm tôi trên đường về Mỹ. Ông ta là một người phái chiến, gay-gắt với ta về mọi phương-diện, nhưng có lòng thẳng-thắn, muốn nghe ý-kiến mọi người tuy là họ trái ý mình. Tôi đã quên tên ông ấy,

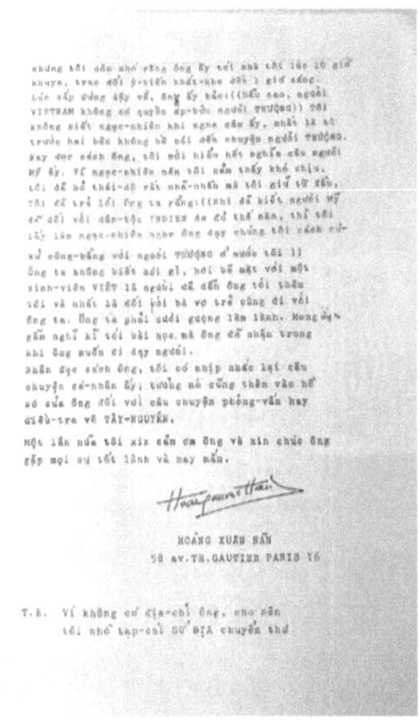

nhưng tôi còn nhớ rằng ông ấy tới nhà tôi lúc 10 giờ khuya, trao đổi ý-kiến khắt-khe đến 1 giờ sáng. Lúc sắp đứng dậy về, ông ấy bảo: ((Dầu sao, người VIETNAM không có quyền áp-bức người THƯỢNG)) Tôi không xiết ngạc-nhiên khi nghe câu ấy, nhất là từ trước hai bên không hề nói đến chuyện người THƯỢNG. Nay đọc sách ông, tôi mới hiểu hết nghĩa câu người Mỹ ấy. Vì ngạc-nhiên nên tôi cảm thấy khó chịu, tôi đã bỏ thái-độ vui nhã-nhặn mà tôi giữ từ đầu. Tôi đã trả lời ông ta rằng: ((Khi đã biết người Mỹ đã đối với dân-tộc INDIEN da đỏ thế nào, thì tôi lấy làm ngạc-nhiên nghe ông dạy chúng tôi cách cư-xử công-bằng với người THƯỢNG ở nước tôi ))
Ông ta không biết nói gì, nói bỏ mặt với một sinh-viên VIỆT là người đã dẫn ông tới thăm tôi và nhất là đối với bà vợ trẻ cùng đi với ông ta. Ông ta phải cười gượng làm lành. Mong ông ấy gẫm nghĩ kĩ tới bài học mà ông đã nhận trong khi ông muốn đi dạy người.
Nhân đọc sách ông, tôi có nhịp nhắc lại câu chuyện cá-nhân ấy; tưởng nó cũng thêm vào hồ sơ của ông đối với câu chuyện phỏng-vấn hay điều-tra về TÂY-NGUYÊN.
Một lần nữa tôi xin cảm ơn ông và xin chúc ông gặp mọi sự tốt lành và may mắn.

HOÀNG XUÂN HÃN
58 av. TH. GAUTIER PARIS 16

T.B. Vì không có địa-chỉ ông, cho nên tôi nhờ tạp-chí SỬ ĐỊA chuyển thư

*LTS. Tiểu thuyết Vòng Đai Xanh của Ngô Thế Vinh xuất bản tại Sài Gòn năm 1970 và cuốn sách được gửi tặng Giáo sư Hoàng Xuân Hãn lúc đó ở Paris. Tuy rất ít đọc tiểu thuyết nhưng ông đã rất chú ý tới nội dung chủ đề của cuốn sách. Sau đây là bức thư riêng của Giáo sư Hoàng Xuân Hãn gửi cho tác giả Vòng Đai Xanh qua tập san Sử Địa.*

*Cho phổ biến nội dung bức thư như một bút tích của GS Hoàng Xuân Hãn đồng thời cũng để ghi lại chi tiết trao đổi giữa GS Hoàng Xuân Hãn và Giáo sư người Mỹ khi đề cập tới vấn đề người Thượng và Tây nguyên.*

*

Paris ngày 15 tháng 3 năm 1971
Kính gửi ông NGÔ THẾ VINH

Thưa Ông

Tôi đã nhận tập tiểu thuyết VÒNG ĐAI XANH mà ông đã gửi cho tôi. Tôi rất cám ơn, nhất là hình như tôi chưa từng có nhịp quen ông, thế mà ông đã nghĩ đến tôi trong khi chọn độc-giả biệt-đãi.

Tuy không dám chắc, nhưng tôi nghĩ rằng ông đã chờ đợi ở tôi một kẻ có thể thông-cảm tâm-tình và ý-thức ông đối với vấn-đề TÂY-NGUYÊN và cử chỉ ngoại-nhân đế-quốc trong vấn-đề ấy. Quả đúng như thế. Tuy rất ít đọc tiểu-thuyết, nhưng tôi đã đọc sách ông đến cùng mà không khi nào không chú ý. Ấy vì tôi mặc-tưởng đó không phải chỉ là một tiểu-thuyết mà chính là một thiên phóng-sự trá-hình, hoặc là một thiên phóng-sự được tiểu-thuyết hóa. Một điều tôi mong được ông cho hay là các sự-kiện và biến-cố trong sách có hoàn-toàn thật không, và những nhân-vật MỸ, VIỆT quả có không và tên thật là gì? Nếu không ngại lộ bí-mật nhà nghề và nếu có nhịp, thì xin ông cho biết những điều ấy.

*Giáo sư Hoàng Xuân Hãn [nguồn: BlogKhoahoc.net]*

Riêng tôi, ở PARIS, cách đây chừng dăm năm, một giáo-sư li-học Mỹ, đã từng qua dạy ở SÀIGÒN, đã lại thăm tôi trên đường về Mỹ. Ông ta là một người phái chiến, gay gắt với ta về mọi phương diện, nhưng có lòng thẳng thắn, muốn nghe ý kiến mọi người tuy là họ trái ý mình. Tôi đã quên tên ông ấy, nhưng tôi còn nhớ rằng ông ấy tới nhà tôi lúc 10 giờ khuya, trao đổi ý-kiến khắt-khe đến 1 giờ sáng. Lúc sắp đứng dậy về, ông ấy bảo: "Dẫu sao, người VIETNAM không có quyền áp bức người THƯỢNG". Tôi không xiết ngạc-nhiên khi nghe câu ấy, nhất là từ trước hai bên không hề nói đến chuyện người THƯỢNG. Nay đọc sách ông, tôi mới hiểu hết nghĩa câu người Mỹ ấy. Vì ngạc-nhiên nên tôi cảm thấy khó chịu, tôi đã bỏ thái-độ rất nhã-nhặn mà tôi giữ từ đầu. Tôi đã trả lời ông ta rằng: "Khi đã biết người Mỹ đã đối với dân tộc INDIEN da đỏ thế nào, thì tôi lấy làm ngạc-nhiên nghe ông dạy chúng tôi cách cư-xử công-bằng với người THƯỢNG ở nước tôi". Ông ta không biết nói gì, hơi bẽ mặt với một sinh viên VIỆT là người đã dẫn ông tới thăm tôi và nhất là đối với bà vợ trẻ cùng đi với ông ta. Ông ta phải cười gượng làm lành. Mong ông ta gẫm nghĩ kĩ tới bài học mà ông đã nhận trong khi ông muốn đi dạy người.

Nhân đọc sách ông, tôi có nhịp nhắc lại câu chuyện cá-nhân ấy, tưởng nó cũng thêm vào hồ sơ của ông đối với câu chuyện phỏng-vấn hay điều-tra về TÂY-NGUYÊN.

Một lần nữa tôi xin cảm ơn ông và xin chúc ông gặp mọi sự tốt lành và may mắn.

*HOÀNG XUÂN HÃN*
*58 av. TH. GAUTIER PARIS 16*

T.B. Vì không có địa-chỉ ông, cho nên tôi nhờ tạp-chí SỬ ĐỊA chuyển thư.

## BÁCH KHOA

### ĐÀM THOẠI VỚI NGÔ THẾ VINH
### TỪ VÒNG ĐAI XANH ĐẾN MẶT TRẬN Ở SÀI GÒN

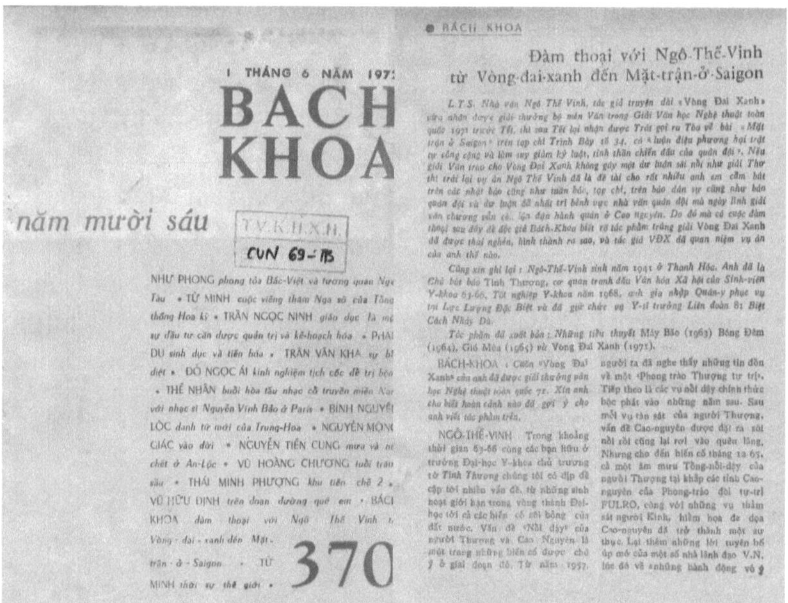
1 THÁNG 6 NĂM 197[illegible]

BACH KHOA

năm mười sáu



NHƯ PHONG phong tỏa Bắc-Việt và tương quan Nga Tàu • TỪ MINH cuộc viếng thăm Nga sô của Tổng thống Hoa kỳ • TRẦN NGỌC NINH giáo dục là một sự đầu tư cần được quản trị và kế-hoạch hóa • PHẠM DU sinh dục và tiến hóa • TRẦN VĂN KHA sự bị diệt • ĐỖ NGỌC ÁI kinh nghiệm tịch cốc để trị bệnh • THẾ NHÂN buổi hòa tấu nhạc cổ truyền miền Nam với nhạc sĩ Nguyễn Vĩnh Bảo ở Paris • BÌNH NGUYÊN LỘC danh từ mới của Trung-Hoa • NGUYỄN MỘNG GIÁC vào đời • NGUYỄN TIẾN CUNG mưa và người chết ở An-Lộc • VŨ HOÀNG CHƯƠNG tuổi trâu sầu • THÁI MINH PHƯỢNG khu tiền chế 2 • VŨ HỮU ĐỊNH trên đoạn đường quê em • BÁCH KHOA đàm thoại với Ngô Thế Vinh từ Vòng - đai - xanh đến Mặt - trận - ở - Saigon • TỪ MINH thời sự thế giới •

370

● BÁCH KHOA

Đàm thoại với Ngô-Thế-Vinh
từ Vòng-đai-xanh đến Mặt-trận-ở-Saigon

L.T.S. Nhà văn Ngô Thế Vinh, tác giả truyện dài «Vòng Đai Xanh» vừa nhận được giải thưởng bộ môn Văn trong Giải Văn học Nghệ thuật toàn quốc 1971 trước Tết, thì sau Tết lại nhận được Trát gọi ra Tòa về bài «Mặt trận ở Saigon» trên tạp chí Trình Bày số 34, có «luận điệu phương hại trật tự công cộng và làm suy giảm kỷ luật, tinh thần chiến đấu của quân đội». Nếu giải Văn trao cho Vòng Đai Xanh không gây một dư luận sôi nổi như giải Thơ thì trái lại vụ án Ngô Thế Vinh đã là đề tài cho rất nhiều anh em cầm bút trên các nhật báo cũng như tuần báo, tạp chí, trên báo dân sự cũng như báo quân đội và dư luận đã nhất trí bênh vực nhà văn quân đội mà ngày lĩnh giải văn chương vẫn còn ... hành quân ở Cao nguyên. Do đó mà có cuộc đàm thoại sau đây để độc giả Bách-Khoa biết rõ tác phẩm trúng giải Vòng Đai Xanh đã được thai nghén, hình thành ra sao, và tác giả VĐX đã quan niệm vụ án của anh thế nào.

Cũng xin ghi lại: Ngô-Thế-Vinh sinh năm 1941 ở Thanh Hóa. Anh đã là Chủ bút báo Tình Thương, cơ quan tranh đấu Văn hóa Xã hội của Sinh-viên Y-khoa 63-66. Tốt nghiệp Y-khoa năm 1968, anh gia nhập Quân-y phục vụ tại Lực Lượng Đặc Biệt và đã giữ chức vụ Y-sĩ trưởng Liên đoàn 81 Biệt Cách Nhảy Dù.

Tác phẩm đã xuất bản: Những tiểu thuyết Mây Bão (1963) Bóng Đêm (1964), Gió Mùa (1965) và Vòng Đai Xanh (1971).

BÁCH-KHOA: Cuốn «Vòng Đai Xanh» của anh đã được giải thưởng văn học Nghệ thuật toàn quốc 71. Xin anh cho biết hoàn cảnh nào đã gợi ý cho anh viết tác phẩm trên.

NGÔ-THẾ-VINH: Trong khoảng thời gian 63-66 cùng các bạn hữu ở trường Đại-học Y-khoa chủ trương tờ Tình Thương chúng tôi có dịp đề cập tới nhiều vấn đề, từ những sinh hoạt giới hạn trong vòng thành Đại-học tới cả các biến cố sôi bỏng của đất nước. Vấn đề «Nổi dậy» của người Thượng và Cao Nguyên là một trong những biến cố được chú ý ở giai đoạn đó. Từ năm 1957, người ta đã nghe thấy những tin đồn về một «Phong trào Thượng tự trị». Tiếp theo là các vụ nổi dậy chính thức bộc phát vào những năm sau. Sau mỗi vụ tàn sát của người Thượng, vấn đề Cao-nguyên được đặt ra sôi nổi rồi cũng lại rơi vào quên lãng. Nhưng cho đến biến cố tháng 12-65, cả một âm mưu Tổng-nổi-dậy của người Thượng tại khắp các tỉnh Cao-nguyên của Phong-trào đòi tự-trị FULRO, cùng với những vụ thảm sát người Kinh, hiểm họa đe dọa Cao-nguyên đã trở thành một sự thực. Lại thêm những lời tuyên bố úp mở của một số nhà lãnh đạo V.N. lúc đó về «những hành động vô ý

*Tạp chí Bách Khoa số 370, ngày 01 tháng 6 năm 1972 từ trang 77-80 [nguồn: tư liệu Phạm Lệ Hương]*

*L.T.S. Nhà văn Ngô Thế Vinh, tác giả truyện dài "Vòng Đai Xanh" vừa nhận được giải thưởng bộ môn Văn trong Giải Văn học Nghệ thuật toàn quốc 1971 trước Tết, thì sau Tết lại nhận được trát gọi ra Tòa về bài "Mặt Trận Ở Sài Gòn" trên tạp chí Trình Bầy*

*số 34, có "luận điệu phương hại trật tự công cộng và làm suy giảm kỷ luật, tinh thần chiến đấu của quân đội". Nếu giải Văn trao cho Vòng Đai Xanh không gây dư luận sôi nổi như giải Thơ thì trái lại vụ án Ngô Thế Vinh đã là đề tài cho rất nhiều anh em cầm bút trên các nhật báo cũng như tuần báo, tạp chí, trên báo dân sự cũng như báo quân đội và dư luận đã nhất trí bênh vực nhà văn quân đội mà ngày lĩnh giải thưởng văn chương vẫn còn lận đận hành quân ở Cao nguyên. Do đó mà có cuộc đàm thoại sau đây để độc giả Bách Khoa biết rõ tác phẩm trúng giải Vòng Đai Xanh đã được thai nghén hình thành ra sao, và tác giả VĐX đã quan niệm vụ án của anh thế nào.*

*Cũng xin ghi lại: Ngô Thế Vinh sinh năm 1941 ở Thanh Hóa, Anh đã là Chủ bút báo Tình Thương, cơ quan tranh đấu văn hóa xã hội của Sinh viên Y khoa 63-66. Tốt nghiệp Y khoa năm 1968, anh gia nhập Quân y phục vụ tại Lực Lượng Đặc Biệt và đã giữ chức vụ Y sĩ trưởng Liên đoàn 81 Biệt Cách Nhảy Dù. Tác phẩm đã xuất bản: những tiểu thuyết* Mây Bão *(1963),* Bóng Đêm *(1964),* Gió Mùa *(1965) và* Vòng Đai Xanh *(1970).*

*Từ phải: Anh Chủ nhiệm Lê Ngộ Châu và Ngô Thế Vinh tại tòa soạn Báo Bách Khoa, 160 Phan Đình Phùng, Sài Gòn* [hình chụp của Chị Lê Ngộ Châu 11.1999]

• BÁCH KHOA: ***Cuốn "Vòng Đai Xanh" của anh đã được giải thưởng Văn học Nghệ thuật toàn quốc 71. Xin anh cho biết hoàn cảnh nào đã gợi ý cho anh viết tác phẩm trên?***

• NGÔ THẾ VINH: Trong khoảng thời gian 63-66 cùng các bạn hữu ở trường Đại học Y khoa chủ trương tờ *Tình Thương*, chúng tôi có dịp đề cập tới nhiều vấn đề, từ những sinh hoạt giới hạn trong vòng thành Đại học tới cả các biến cố sôi bỏng của đất nước. Vấn đề "Nổi dậy" của người Thượng và Cao nguyên là một trong những biến cố được chú ý ở giai đoạn đó. Từ năm 1957, người ta đã nghe thấy những tin đồn về một "Phong trào Thượng tự trị". Tiếp theo là các vụ nổi dậy chính thức bộc phát vào những năm sau. Sau mỗi vụ tàn sát của người Thượng, vấn đề Cao nguyên được đặt ra sôi nổi rồi cũng lại rơi vào quên lãng. Nhưng cho đến biến cố tháng 12-65, cả một âm mưu Tổng nổi dậy của người Thượng tại khắp các tỉnh Cao nguyên của Phong trào đòi tự trị FULRO, cùng với những vụ thảm sát người Kinh, hiểm họa đe dọa Cao nguyên đã trở thành một sự thực. Lại thêm những lời tuyên bố úp mở của một số nhà lãnh đạo Việt Nam lúc đó về "những hành động vô ý thức của những tay sai ngoại bang", sự đả kích gần xa của báo chí về một thứ "Thực dân mới", khiến cho mọi người cảm thấy một điều gì thiếu minh bạch đằng sau những biến cố đó. Nói trắng ra, thái độ lúng túng của chính quyền thời đó về vấn đề này càng làm cho người dân tin rằng đã có bàn tay và áp lực từ phía người Mỹ, nhất là khi mà các thành phần nổi dậy lại thường phát xuất từ các trại Lực Lượng Đặc Biệt và Dân Sự Chiến Đấu Thượng, huấn luyện và trợ cấp trực tiếp bởi người Mỹ. Đó là những lý do của các chuyến đi của tôi lên Cao nguyên với tư cách một nhà báo sinh viên. Và một số báo *Tình Thương* đặc biệt về phong trào FULRO và vấn đề chủ quyền Việt Nam được hình thành sau đó.[1] Phải nói là tôi bị xúc động sâu xa bởi những chuyến đi này, khi ý thức được rằng cả người Thượng lẫn người Kinh chỉ là nạn nhân của một âm mưu lớn lao.

Như anh biết, chế độ kiểm duyệt thời đó đã giới hạn tối đa mọi phổ biến trên báo chí và do đó tôi có ý định viết một cuốn sách, không phải là tiểu thuyết, sưu khảo về vấn đề Cao nguyên.

• **BK:** ***Rồi tại sao từ cuốn sưu khảo dự định viết lại trở thành cuốn tiểu thuyết mà khung cảnh là Cao nguyên?***

● **NTV:** Ra đến số 30, tờ *Tình Thương* bị Nội các Chiến Tranh đóng cửa. Không có những bận rộn về báo chí, tôi đã có thì giờ để khởi viết những chương đầu tiên của cuốn sách và tiếp tục thu thập thêm tài liệu, tiếp xúc với các giới chức liên hệ kể cả những người Thượng.

Phải ghi nhận ở đây là kiểm duyệt đã là mối ám ảnh thường xuyên mỗi khi tôi cầm bút. Và cũng thật khó để mà có thể giữ nguyên hứng khởi và cả kiên nhẫn nữa để hoàn thành một cuốn sách khi không thấy tương lai có thể xuất bản.

Bởi vậy sau một thời gian gián đoạn, tôi phải tìm cách vượt qua khó khăn này bằng một lựa chọn hình thức tiểu thuyết cho cuốn sách.

● **BK:** ***Và anh đã viết và cho xuất bản cuốn "Vòng Đai Xanh" trong những trường hợp nào?***

● **NTV:** Có lẽ do bởi mối duyên với người Thượng, nên khi vừa tốt nghiệp Y khoa, gia nhập quân đội, tôi đã tình nguyện chọn binh chủng Lực Lượng Đặc Biệt, với địa bàn hoạt động là vùng Cao nguyên chung đụng rất nhiều với các sắc dân thiểu số. Tôi đã viết tiếp được một số chương của *Vòng Đai Xanh* trong giai đoạn này.

Nhưng ý định xuất bản *Vòng Đai Xanh* chỉ thật mãnh liệt khi tôi có trong tay cuốn *The Green Berets* của Robin Moore, một cuốn sách *best seller* trong nhiều tuần và nổ như một trái bom trên đất Mỹ, với nội dung ca ngợi những chiến sĩ Mũ xanh LLĐB Hoa Kỳ, còn lại là sự xuyên tạc và hạ giá người Việt cùng với sự kỳ thị tệ hại của các sắc dân Kinh Thượng ở Cao nguyên. Đối lại với *The Green Berets*, *Vòng Đai Xanh* sẽ là một "lối nhìn Việt Nam" về vấn đề Cao nguyên, cùng với thực chất và huyền thoại *De Oppresso Liber* của những người lính LLĐB Mũ Xanh Hoa Kỳ lúc nào cũng tự nhận là anh hùng giải phóng các dân tộc bị trị. Họ quan niệm đang làm một cuộc giải phóng cho những người Thượng bị áp bức ở Cao nguyên...

• **BK:** *Việc xuất bản Vòng Đai Xanh gặp khó khăn gì không và tại sao anh lại chọn nhà xuất bản Thái Độ để cho ra đời tác phẩm của anh?*

• **NTV:** Với kinh nghiệm từ ba cuốn sách trước về những khó khăn của kiểm duyệt, để *Vòng Đai Xanh* có thể được chấp thuận ra mắt, tôi đã phải tự cắt xén đi gần một nửa số trang của cuốn sách. Đó gần như một sự phá hỏng tác phẩm với mục đích để được xuất bản. Bởi vì như tôi đã trình bày với anh, tôi thiết tha mong muốn cho *Vòng Đai Xanh* ra đời được khá sớm để kịp đối lại với *The Green Berets* của Robin Moore. Nhưng Sở Kiểm Duyệt vẫn làm khó dễ, vẫn cấm đoán. Thoạt tiên anh Thế Nguyên chủ trương nhà Trình Bầy, nhận xuất bản. Sau anh chịu thua kiểm duyệt. Anh Thế Uyên chủ trương nhà Thái Độ lại nhảy vào vòng tranh đấu và anh kiên nhẫn làm đơn từ lên xuống mãi, rồi sau cùng thì kiểm duyệt nhượng bộ, Thế Uyên thành công và *Vòng Đai Xanh* được ra đời sau những hậu thuẫn nhiệt thành của các anh em cầm bút trên báo chí.

• **BK:** *Tại sao anh có ý kiến gửi Vòng Đai Xanh dự giải Văn học Nghệ thuật 71 và xin anh cho biết cảm tưởng khi trúng giải.*

• **NTV:** Sống với người Thượng và Cao nguyên tôi không ngừng nghĩ tới tương lai Vùng Đất Hứa này, tương lai đó ra sao là do mức độ quan tâm của nhiều người. Từ một cuốn sách bị cấm đoán cho tới khi VĐX được xuất bản, việc tham dự giải văn chương đối với tôi là một cách thế bày tỏ thái độ. Sự kiện VĐX được chọn, hay chính quan điểm VĐX được công khai chấp nhận, đối với tôi là một dấu hiệu khích lệ trong một hoàn cảnh nhiều thách đố như hiện tại.

• **BK:** *Hôm phát giải anh cũng không có mặt ở Dinh Độc Lập?*

• **NTV:** Trước Tết, sau cuộc hành quân vượt biên ở Krek, tôi theo đơn vị trở lại Sài Gòn để rồi sau đó lại trở lên Cao nguyên vì tình hình được coi là khẩn trương lúc đó. Có nhiều dấu hiệu của một cuộc tổng tấn công của Cộng Sản Bắc Việt trên khắp lãnh thổ, nhất là ở Cao nguyên vào dịp Tết, điều mà Hà Nội gọi là "cú đấm then chốt" để tạo một "dấu ngoặc lịch sử"; trong sự căng thẳng chờ đợi đó, tôi nhận được công điện từ hậu cứ báo tin về kết quả của giải thưởng văn chương. Vì nhu cầu hành quân, tôi đã không về Sài Gòn và quyết định ở lại đơn vị. Cũng như cách đấy gần một năm, tôi đã không thể về Sài Gòn để dự buổi ra mắt cuốn VĐX do nhà xuất bản Thái Độ tổ chức.

● **BK:** *Gần đây anh vừa bị ra tòa về một bài báo trên tập san Trình Bầy?*

● **NTV:** Dứt cuộc hành quân kéo dài gần hai tháng, trở lại Sài Gòn, tôi được anh Thế Nguyên cho biết tin bị truy tố vì một bài viết ở Trình Bầy số 34, mà theo anh, ngoài Chủ nhiệm, Bộ Nội Vụ còn truy tố đích danh tác giả. Tuy là một vụ án truy tố theo quy chế báo chí, điều 28, nhưng tôi quan niệm ngay tính cách văn nghệ của vụ án này, liên quan tới nhà văn và quyền phát biểu trong sáng tác. Đó là lý do tôi quyết định sẽ ra Tòa chứ không chấp nhận một bản án khuyết tịch như ý kiến một số bạn hữu khác.

● **BK:** *Anh có thể cho biết qua nội dung bài báo mà anh bị truy tố không?*

● **NTV:** Đó là bài *"Mặt Trận Ở Sài Gòn"* một bút ký ngắn ghi lại cuộc hành trình ý thức của một người lính chấp nhận cuộc hy sinh chiến đấu gian khổ hiện tại, đồng thời cũng có những mơ ước về một xã hội tốt đẹp hơn trong tương lai. Chỉ với nội dung đó mà tôi bị truy tố dùng báo chí phổ biến luận điệu phương hại trật tự công cộng và làm suy giảm kỷ luật, tinh thần chiến đấu của quân đội, một tập thể mà chính tôi là một thành phần trong đó!

● **BK:** *Vụ án diễn tiến ra sao?*

● **NTV:** Như anh biết vụ án đã được đem ra xét xử sáng ngày 18-5-72 sau hai lần bị đình hoãn. Các luật sư Vũ Văn Huyền, Mai

Văn Lễ và Đinh Thạch Bích đã biện hộ theo chiều hướng một vụ án văn nghệ chứ không phải một vi phạm báo chí. Về việc tách rời một câu một đoạn ra khỏi một bài hay một tác phẩm để buộc tội, luật sư Huyền có đem cuốn Vòng Đai Xanh ra tòa trích ngay một đoạn đầu đọc lên và nói rằng nếu tách ra riêng đoạn đó thì không phải là phát giải Văn học Nghệ thuật cho tác giả mà có thể lại truy tố tác giả thật nặng nề là khác nữa. Phải xét sự nhất trí của lập luận toàn bài hay toàn tác phẩm chứ không thể cắt rời một mảnh mà phê phán được. Tuy nhiên phán quyết của ông Chánh án Nguyễn Huân Trình vẫn là xác nhận tội trạng của tác giả bài *"Mặt Trận Ở Sài Gòn"* và phạt án treo 100.000 đồng tiền vạ, cùng bồi thường 1 đồng bạc danh dự cho Bộ Nội Vụ.

Đây là vụ án có tính cách tượng trưng và để tránh một tiền lệ cho nhà văn có thể bị truy tố ra tòa bất cứ lúc nào về những phát biểu trong sáng tác của họ, nên tôi quyết định kháng án lên Tòa Thượng Thẩm.

● **BK:** ***Sau cùng xin anh cho biết dư luận báo chí và các hội đoàn văn nghệ về vụ án của anh.***

● **NTV:** Mặc dù vụ án xảy ra giữa một tình hình sôi bỏng của chiến cuộc, như anh thấy, đã có một hậu thuẫn khá tốt đẹp trên dư luận báo chí, kể cả những tờ báo đại diện cho khuynh hướng của quân đội. Và tôi nghĩ rằng một dư luận báo chí như vậy sẽ có tác dụng ngăn chặn những vụ án tương tự xảy ra trong tương lai. Riêng đối với Hội Bút Việt, sự im lặng của Hội cho đến hôm nay là một sự kiện đáng phàn nàn. Ngoài những cuộc tiếp xúc riêng tư với các cấp lãnh đạo của chánh quyền, tôi nghĩ một khuyến cáo chính thức của Hội với Nhà Nước là một sự cần thiết. Phải chăng đó là một thái độ không làm chính trị như linh mục Thanh Lãng đã xác nhận, đúng với Hiến chương của Văn Bút Quốc tế, chính trị ở đây phải hiểu bao gồm cả những phát biểu của nhà văn trong sáng tác tự do của họ. Một lý lẽ thứ hai để giải thích sự không lên tiếng của Bút Việt là vụ án chưa xử hay bản án chưa thành hình, trong khi tiếng nói đó có thể ngăn chặn lại vụ án. Không lẽ Ban Chấp hành của một Hội Nhà văn lại tự giới hạn trong cái quyền đi xin nhà nước gia ân tha cho những văn nghệ sĩ đã bị án tù tội chứ không phải là ngăn chặn những sai lầm của chính quyền trong quyết tâm bảo vệ nhân quyền, với văn nghệ sĩ là quyền tự do được thể hiện trong các sáng tác phẩm của họ. (2)

Dù trong hoàn cảnh nào, tôi vẫn không ngừng tin tưởng rằng trong tương lai Miền Nam vẫn có một chỗ đứng xứng đáng cho nhân phẩm và trí tuệ để có thể giữ vững cuộc chiến đấu.

*BÁCH KHOA CCCLXX*
*[Số 370 ngày 01.06.1972]*

---

*(1) Tình Thương số 25, 1965.*

*(2) Sau khi có bản án của Tòa Sơ Thẩm Sài Gòn, trong phiên họp Ban Chấp hành ngày 24-5-72 vừa qua, Hội Bút Việt đã quyết định lên tiếng về vụ án Ngô Thế Vinh và một bản tuyên bố đã được phổ biến ngày 25-5 phản đối bản án xử các nhà văn Ngô Thế Vinh và Thế Nguyên "là một trường hợp xâm phạm đến tự do tư tưởng và ngôn luận" và "tố cáo trước dư luận trong nước và quốc tế, cùng kêu gọi các vị có thẩm quyền xét xử tại Tòa Thượng thẩm hãy sáng suốt duyệt xét nội vụ để tiêu hủy bản án."*
(Ghi chú của Tòa soạn Bách Khoa)

*(3) Ghi chú của Ngô Thế Vinh: cuộc đàm thoại do Anh Lê Ngộ Châu, Chủ Nhiệm báo Bách Khoa thực hiện tại Tòa soạn.*

## LÊ NGỘ CHÂU

Sinh năm 1923 tại Hà Nam. Có thời gian theo kháng chiến chống Pháp. Năm 1951, Lê Ngộ Châu hồi cư về Hà Nội, dạy học. Di cư vào Nam 1954, gia nhập Hội Văn hóa Bình dân, có xuất bản một *nội san* với tên *Bách Khoa Bình Dân*. Năm 1957, một tạp chí có tên Bách Khoa do

hai ông Huỳnh Văn Lang, Hoàng Minh Tuynh sáng lập, xuất bản mỗi tháng hai kỳ. Chủ nhiệm ban đầu là Huỳnh Văn Lang, sinh năm 1922, quê ở Trà Vinh, trong một gia đình Thiên Chúa giáo toàn tòng, từng được du học Pháp, Canada và Mỹ. Rất sớm, HVL là nhân vật số 2 của đảng Cần Lao với chức danh Tổng bí thư Liên Kỳ Bộ Nam Bắc Việt, là một đảng của chính quyền thời bấy giờ. Sau cuộc đảo chánh 1963, chấm dứt 9 năm nền Đệ Nhất Cộng Hòa, ông Huỳnh Văn Lang bị bắt; một thời gian sau, ông HVL không còn đứng tên chủ nhiệm trên *manchette* Bách Khoa nữa. Từ 1965, và cả trước đó với tài điều hành của Lê Ngộ Châu, Bách Khoa đã có nhiều bước cải tiến và là một tạp chí có tuổi thọ lâu nhất của miền Nam: 18 năm, cho tới tháng 4/1975.
Lê Ngộ Châu mất năm 2006 tại Sài Gòn, thọ 83 tuổi.

*Tòa Soạn báo Bách Khoa, 160 Phan Đình Phùng Sài Gòn ngày nào, 49 năm sau (1975 - 2024), nay là 160 Nguyễn Đình Chiểu — dù có giàu tưởng tượng đến mấy, cũng không sao nhận ra được chốn cũ. Những người muôn năm cũ, Hồn ở đâu bây giờ. [Vũ Đình Liên, 1936]* (Photo by Nguyễn Quốc Thái, 29.01.2024)

# NGUYỄN MAI

## PHỎNG VẤN NHÀ VĂN NGÔ THẾ VINH TÁC GIẢ "VÒNG ĐAI XANH"

NHÀ VĂN tuổi trẻ Ngô Thế Vinh ở trong một căn nhà khang trang, vùng ngoại ô Hòa-Hưng, mang một con số rất khó tìm, — không phải vì số nhà có nhiều cái *xuyệt*, mà khó tìm vì con số dẫn đầu lại nhằm một căn phố không dẫn theo một con hẻm nào cả.

Ngô Thế Vinh đã tiếp chúng tôi trong căn-nhà-khó-tìm đó bên một bàn giấy nhỏ, trên bàn đồ "văn phòng tứ bảo" không có gì khác hơn là một bàn máy đánh chữ loại xách tay (chắc nó đã theo anh đi khắp vùng tam biên, cũng đã vượt biên sang Căm-pu-chia, và những đâu nữa ai mà biết được,—với một y sĩ phục vụ trong Biệt Cách Nhảy Dù?) và một mẩu bút chì, một tách lớn dưới đáy còn đọng cặn cà phê. Thú thật, khi anh Chủ bút trao cho tôi cái địa chỉ của Ngô Thế Vinh, tôi đã tưởng sẽ gặp anh trong một phòng mạch hay ít nữa một phòng khách loại sang. Không khí "văn nghệ cật lực" nơi anh tiếp tôi, may thay, đã giúp cho câu chuyện giữa anh và chúng tôi thật cởi mở và thân mật.

Hẳn độc giả còn nhớ, mới trước Tết Nhâm Tý, khi còn bận hành quân trấn giữ Kontum, nhà văn y sĩ Ngô Thế Vinh đã không rời đơn vị để về Sài Gòn lãnh Giải thưởng Văn chương Toàn quốc 1971, trao tặng cho cuốn *Vòng đai xanh* của anh. Sau

Tết, khi được đổi về Sài Gòn để chuẩn bị xuất ngoại tu nghiệp thì anh lại nhận được trát gọi ra hầu tòa về bài "Mặt trận ở Sài Gòn đăng trên tạp chí Trình Bầy số 34 vì tội "có luận điệu phương hại trật tự công cộng và làm suy giảm kỷ luật, tinh thần chiến đấu của quân đội." Ngày 18 tháng 5 vừa qua, Tòa Sơ thẩm Sài Gòn, ông Chánh Án Nguyễn Huân Trình đã xác nhận tội trạng của tác giả bài báo và phạt án (treo) 100.000 đồng tiền vạ, cùng là bồi thường 1 đồng bạc danh dự cho Bộ Nội vụ. Ngô Thế Vinh đã kháng cáo, và nội vụ sẽ được xét xử lại, ngày gần đây tại Tòa Thượng thẩm. Mặc dù vụ án xảy ra giữa tình hình dầu-sôi-lửa-bỏng, dư luận báo chí (dân sự cũng như báo quân đội) và dư luận quần chúng đã nhất trí bênh vực nhà văn có một lập trường dấn thân minh bạch cũng như một ý thức vững vàng về sứ mệnh của người làm văn nghệ trong giai đoạn lịch sử khó khăn này.

Chúng tôi coi như một vinh dự khi được phỏng vấn Ngô Thế Vinh, nhà văn mở đầu cho loạt bài phỏng vấn từ nay sẽ được đăng thường xuyên trên *Chính Văn*.

● **NgM:** Xin anh cho biết sơ qua về cuộc đời anh?

● **NTV:** Tôi sinh năm 1941…

● **NgM:** Thưa, có phải ngày 1 tháng 4?

● **NTV:** Sao anh biết?

●**NgM:** Tôi biết nhờ tài liệu trong tập Từ điển các "Tác giả Hiện đại" của anh Trần Phong-Giao.

● **NTV:** Như thế, chắc hẳn anh TPG còn viết rõ hơn, nhiều hơn rồi.

● **NgM:** Thưa anh, theo anh TPG thì anh sinh ngày 1 tháng 4 năm 1941 tại Thanh Hóa. Anh học trung học rồi theo Đại học Y khoa Sài Gòn. Anh viết nhiều trong thời gian làm Tổng thư ký Tòa soạn Nguyệt san *Tình Thương*, cơ quan của anh em sinh viên trường Thuốc (1963 — 66). Anh ra trường năm 1968, tình nguyện phục vụ trong Lực lượng Đặc biệt, giữ chức vụ Y sĩ trưởng Liên đoàn 81 Biệt cách Nhảy dù. Hiện nay anh đang làm việc tại một bệnh viện trên Thủ Đức.

• **NTV:** *Nhún vai và trên môi thoáng một nụ cười.*

• **NgM:** Vẫn theo anh TPG, các tác phẩm anh đã cho xuất bản gồm 4 cuốn tiểu thuyết: *Mây bão, Bóng đêm, Gió mùa* và *Vòng đai xanh*. Ba cuốn trên đều do nhà Sông Mã xuất bản liên tiếp trong ba năm 1963-64-65. Cuốn sau chót, nhân đây xin được anh cho biết, lại do nhà Thái Độ ấn hành (1970), cũng xin anh cho biết thêm là tại sao anh không có cuốn nào xuất bản trong những năm 1966-69?

• **NTV:** Thật ra, từ năm 1966, nghĩa là từ sau khi tờ *Tình Thương* số 30 bị Nội các Chiến tranh đóng cửa, tôi không còn có những bận rộn về tờ báo đó nữa. Tôi đã có nhiều thì giờ hơn để sáng tác nhưng, xin anh cũng ghi nhận thêm là từ năm 1969, phục vụ trong Lực lượng Đặc biệt tôi bận hành quân nhiều. Vì sống xa Sài Gòn nên tôi đã nhờ anh em lo liệu việc ấn hành cuốn *Vòng đai xanh*. Trước hết là anh Thế Nguyên, nhà Trình Bầy. Sau anh Thế Nguyên, anh Thế Uyên đã "đấu tranh tích cực" với Sở Phối hợp Nghệ thuật, được sự hỗ trợ của báo chí thân hữu, và như anh thấy, *Vòng đai xanh* đã mang nhãn hiệu Thái Độ, trong tủ sách *Văn nghệ Xám*.

• **NgM:** Thành ra, sau chót, không như ba cuốn trước, tác phẩm mà anh khổ công nhất lại không được mang tên con sông kiêu dũng của quê hương anh?

• **NTV:** *Cười buồn và phác một cử chỉ bâng quơ trước mặt.*

• **NgM:** Xin anh cho biết kể từ cuốn tiểu thuyết thứ nhất của anh tới cuốn *VĐX*, quan điểm sáng tác của anh có thay đổi nào không?

• **NTV:** Tôi nghĩ là không. Từ cuốn tiểu thuyết *Mây Bão* (1963) tới *VĐX* (1971) cũng vẫn duy nhất một ý hướng của người viết. Chỉ có sự thay đổi ở khung cảnh và khí hậu của mỗi cuốn tiểu thuyết.

• **NgM:** Anh đã trải qua những cảm tưởng nào về cuốn *VĐX* kể từ khi bắt đầu viết đến khi được giải thưởng Văn chương Toàn quốc năm 1971?

• **NTV:** Khi còn ở trong nhóm chủ trương tờ *Tình Thương* (63-66), với tư cách một nhà báo sinh viên đã có dịp đi nhiều nơi, một trong những biến cố đã làm tôi bị xúc động sâu xa là những vụ đổ máu và mâu thuẫn Kinh Thượng ở Cao nguyên. Không có hoàn cảnh trình bày trên báo chí, tôi dự định viết sách. Bản thảo *VĐX* được hình thành với nhiều sự gián đoạn, giữa khoảng thời gian 65-70 do bởi hai mối ám ảnh: thứ nhất là ám ảnh về đề tài và thứ hai là cái giới-hạn-có-thể-khai-thác về đề tài đó. Tôi muốn nói tới mối ám ảnh về kiểm duyệt. Dù *VĐX* được viết với rất nhiều tự chế và cả cắt xén của chính tác giả nhưng vẫn bị kiểm duyệt một thời gian cấm đoán, để rồi thì giải tỏa ở cấp Bộ sau khi đã có một áp lực đáng kể của dư luận Báo chí lúc đó. Với giải VCTQ 71, sự kiện *VĐX* được chọn — ngoài tính cách văn chương, đối với tôi còn có ý nghĩa một khêu gợi mối quan tâm chung đối với tương lai vùng Đất Hứa Cao nguyên. Nhưng có lẽ thực tế không được như vậy. Tưởng cũng nên nhắc lại đây một "hiện tượng" về kiểm duyệt: Dù đã được Sở Phối hợp Nghệ thuật cho xuất bản, những dòng chữ VĐX vẫn có thể bị "phối hợp" một lần thứ hai, Thế Uyên đã cho tôi biết như vậy khi anh phải nhượng bộ Thông tin bỏ đoạn văn trích VĐX cho cuốn sách giáo khoa mới của anh.

• **NgM:** Trên *Bách Khoa* số 370, anh có cho biết đã phải tự cắt xén mất gần nửa số trang của cuốn sách. Xin anh cho một tóm tắt về phần đó. Và như vậy anh có định viết lại vào một dịp thuận tiện nào khác không?

• **NTV:** Phải nói là tôi rất tiếc về sự cắt xén này, khiến nội dung cuốn sách có thể thiếu sót. Đó là một thái độ tự chế để

*VĐX* có hoàn cảnh được ra mắt sớm. Phần cắt đi có tính cách như những tài liệu mật — một thứ Highland Papers, liên quan tới những biến động gần xa của Cao nguyên. Chẳng hạn sự xúi giục của người Pháp lập một nước Cao nguyên tự trị trước khi họ ra đi năm 54, sự móc nối và can thiệp trực tiếp của người Mỹ mới tới sau đó, kế hoạch chiêu dụ dài hạn của Hà Nội với các sắc dân thiểu số bằng những tổ chức "Tuần Du" ra Bắc, lập Trung tâm Huấn luyện ở Gia Lâm để đào tạo những cán bộ Thượng cao cấp của Mặt trận Tây nguyên Tự trị. Đó là chưa kể tới sự giản lược nhiều chi tiết "quá thực" nhưng có vẻ tàn nhẫn trong các diễn biến đầy khúc mắc chính trị ở Cao nguyên. Cho tới bây giờ hoàn cảnh cũng không thuận tiện gì hơn để viết lại những điều này. Vả lại theo tôi không phải chỉ có vấn đề Cao nguyên, một phần của bối cảnh cuộc chiến tranh VN rộng lớn, hiện tại tôi đang có những mối quan tâm khác cho những chương sách của "Mặt trận ở Sài Gòn".

• **NgM:** Đứng trước phiên tòa vào sáng ngày 18-5-72 xử thiên bút ký "Mặt trận ở Sài Gòn", anh đã có những cảm tưởng nào?

• **NTV:** Không còn là thứ cảm tưởng bị xúc phạm như khi mới biết tin bị truy tố. Cũng là lần thứ ba đứng trước tòa. Trong phiên xử sáng ngày 18-5-72 cùng với bao nhiêu vụ án báo chí khác, kể cả vụ "Tiêu Lang là ai?" liên quan tới Tối cao Pháp viện, tôi chỉ có một ý nghĩ là đang bất đắc dĩ phải tham dự một thứ "Trò chơi Dân chủ" mà ở đó không có đối thoại, không có chỗ cho tiếng nói của những "niềm tin".

• **NgM:** Trong binh chủng LLĐB ngoài vấn đề đồng bào Thượng, qua cuốn *VĐX*, anh còn thấy một vấn đề nào khác cần trình bày nữa không?

• **NTV:** Lực lượng Đặc biệt là một thứ tổ chức quân đội "ngoại lệ" để đương đầu với một loại chiến tranh "không quy ước" mà ở VN địa bàn chính hoạt động là Cao nguyên. Thực ra vấn đề đồng bào Thượng chỉ là một chủ điểm quan trọng của cuốn *VĐX* nhưng cũng còn nhiều vấn đề khác xoay quanh đó. Tôi muốn nói đến một chiến tranh chìm đắm giữa một cuộc chiến tranh khác với phản ảnh sâu sắc tấn thảm kịch trong mối tương giao Việt Mỹ. Hiện nay đã không còn binh chủng LLĐB trong tổ chức quân lực VN, cả những người lính "Mũ Xanh" Hoa Kỳ cũng đã ra đi. Trước và sau ngày ra đi của họ dĩ nhiên còn những khía cạnh cần trình bày, nhất là ảnh hưởng của một giai đoạn đặc biệt của cuộc chiến tranh được mệnh danh là Việt hóa.

• **NgM:** Hình như anh là một tác giả ít cho phổ biến bài viết trên các tạp chí ở Sài Gòn. Nhân đây, xin anh cho biết ý kiến của anh về văn chương VN từ đầu năm 1971 trở lại đây?

• **NTV:** Với hoàn cảnh khách quan như hiện tại, tôi tự thấy được cái giới-hạn-có-thể để cho phổ biến những bài viết trên báo chí. Do đó tôi thường chú tâm tới việc xây dựng trọn vẹn một tác phẩm để nếu có cơ hội thuận tiện thì cho ra mắt.

Khi anh hỏi về văn chương Việt Nam, tôi cũng nghĩ tới một nền văn chương của miền Bắc, mà tôi biết rất ít.

Với bề thế của một Thư viện Quốc gia, tôi đã nghĩ tới sự cần thiết của một Thư viện cho miền Bắc. Tôi hy vọng sẽ có dịp nói nhiều hơn về vấn đề này. Riêng tại miền Nam, hình như văn chương những năm trở lại đây đã phản ánh một cách khá trung thực cái bối cảnh đầy mâu thuẫn của xã hội hiện tại: có đủ văn chương của thời đại nhàn rỗi đến những sáng tác mang đầy máu lửa chiến tranh. Tôi vẫn nghĩ khi thời cuộc giông bão đã qua đi, sẽ là một giai đoạn kết tinh, đó là sự hình thành và xuất hiện những tác phẩm lớn tiêu biểu cho nền văn chương VN hiện đại.

• **NgM:** Hiện anh đang kháng án lên Tòa Thượng thẩm. Xin anh cho biết anh sẽ tự biện hộ những gì?

• **NTV:** Cũng như dưới Sơ thẩm, phát biểu của tôi trước tòa trên nếu có sẽ không phải những lời tự biện hộ, mà là một công khai xác nhận trách nhiệm với tư cách là tác giả nội dung "Mặt trận ở Sài Gòn". Lựa chọn sự có mặt trước tòa, thái độ của tôi là chấp nhận, và không mấy quan tâm tới hậu quả của bản án, cả sự khó khăn về phía quân đội khi tôi đang là một thành phần trong đó. Bởi quan niệm đây là một trường hợp xâm phạm quyền tự do sáng tác của nhà văn, tôi không muốn chấp nhận một bản án khuyết tịch. Dầu sao cũng phải tin rằng vẫn còn một lương tâm sáng suốt của nền luật pháp VN trong quyết tâm bảo vệ những quyền tự do căn bản, với nhà văn đó là quyền tự do diễn tả. Điều này cũng còn phụ thuộc vào phẩm cách và sự nhất trí của tất cả giới cầm bút.

• **NgM:** Trong tương lai, những điều anh viết hẳn vẫn là những điều anh quan tâm cho tương lai và hy vọng của xứ sở?

• **NTV:** Có dịp sống giữa những biến cố, so sánh những điều xuất hiện trên báo chương ngoại quốc, tôi không mấy tin tưởng ở những phát biểu của các ngòi bút quốc tế "chuyên viên" này. Không ai hiểu những vấn đề của VN hơn chính những người Việt. Tôi nghĩ rằng tương lai và hy vọng của xứ sở đối với nhà văn VN sẽ không chỉ giới hạn trong sự diễn tả mà còn là nỗ lực truy nguyên những biến cố của đất nước.

Đã có lần tôi bày tỏ sự ao ước một ngày nào đó, có hoàn cảnh viết được một tác phẩm thật nhẹ nhàng và thơ mộng, nhưng hiện tại thì không. Chính thân phận người cầm bút cũng đang bị de dọa cuốn hút vào trong sự nghiền nát của guồng máy.

• **NgM:** Xin anh cho biết một dự định gần nhất của anh?

• **NTV:** Nếu không quá bận rộn với công việc chuyên môn, tôi mong có thì giờ hoàn tất cuốn sách đang viết dở dang vào cuối năm. Đó là một tiểu thuyết mà "Mặt trận ở Sài Gòn" chỉ là một chương trong đó.

• **NgM:** Anh có điều nào muốn nói thêm với độc giả của anh không?

● **NTV:** Không. Với độc giả tôi đã có những gửi gắm tới họ qua các trang sách.

"Qua các trang sách". Đáng tiếc là những trang sách chứa đựng nhiều nhất những điều anh muốn gửi tới độc giả thì chính anh lại đã phải *"tự cắt xén (...) gần như một sự phá hỏng tác phẩm với mục đích để được xuất bản..." (Bách Khoa số 370)*. Giữa những hàng chữ được phép in, không hiểu độc giả đã đọc được những gì mà Ngô Thế Vinh muốn gửi tới họ? Thắc mắc đó còn ám ảnh tôi mãi sau khi đã chia tay anh sau một cái siết tay thật chặt, với một nụ cười "nào đó" trên môi, và một thoáng gì đó, như ngậm ngùi, như buồn bã mà tôi bất chợt bắt gặp trong đôi mắt sáng, trong, và thông minh của anh.

*NGUYỄN MAI*
*thực hiện (19-6-1972)*

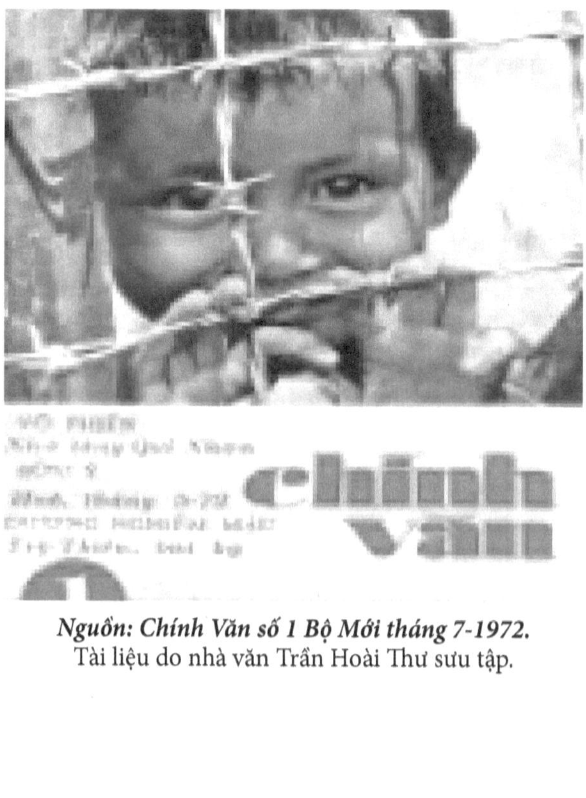

***Nguồn: Chính Văn số 1 Bộ Mới tháng 7-1972.***
Tài liệu do nhà văn Trần Hoài Thư sưu tập.

# NGUYỄN QUỐC TRỤ

## ĐỈNH CỒN, VÒNG ĐAI XANH, NGÔ THẾ VINH, VÀ TÔI

Tôi quen biết Ngô Thế Vinh rất sớm, từ cái thuở anh còn là sinh viên ở cư xá Minh Mạng. Anh học y khoa, chữa bệnh cho từng con người. Anh làm báo Tình Thương, toan tính chữa bệnh cho một thời đại. Anh viết văn, mơ tưởng chuyện chữa bệnh cho một dân tộc. Nhân làm báo Tình Thương, với tư cách một phóng viên, anh khám phá ra một cuộc chiến trong một cuộc chiến: Cuộc chiến của những đồng bào Thượng. Độc giả đọc Vòng Đai Xanh, có thể coi đây là một ân sủng, đối với tác giả. Ông đã tìm ra cái cõi của riêng ông. Trong cõi đó, không chỉ có văn chương mà còn có những đứa con của núi rừng.

Đó là lần gặp gỡ đầu tiên, và cuối cùng của hai đứa tại Việt Nam. Chúng tôi xa thật xa mà cũng gần thật gần. Tôi xa anh thì đúng hơn. Anh vẫn thường xuyên theo dõi những bài viết của tôi. Tôi còn nhớ có một lần, khi tôi phụ trách trang Văn học Nghệ Thuật cho báo Tiền Tuyến, trong một bài viết, tôi sử dụng giọng văn khề khà, và tôi nhận được ngay một lời trách cứ của anh, qua một người bạn, đại khái như vầy: Bạn chưa già đâu, đừng giở cái giọng văn "mệt mỏi" đó ra. Lẽ dĩ nhiên, đây là cách diễn đạt của riêng tôi, về lời ân cần nhắc nhở của anh. Ai đã từng quen biết Ngô Thế Vinh, đều biết rõ con người nhỏ nhẹ từng lời nói, trân trọng từng cử chỉ đó. Tôi chưa hề nói cho anh biết tôi đã cảm động và biết ơn anh như thế nào, khi đó, và sau này, khi tôi bị cuộc sống cá nhân hành hạ đến trở thành sống dở chết dở, có những lúc muốn buông xuôi, nhưng trong tiềm thức, vẫn oái oăm một câu trách cứ của anh ngày nào, và tất nhiên của những người thân, của một hồng nhan tri kỷ (cũng có thể)... đã khiến tôi đành phải bò dậy.

Tôi xa anh, xa anh thật. Hồi đó tôi làm UPI, chuyên viên chuyển vô tuyến viễn ảnh. Máy đặt ngay tại Đài Liên Lạc Vô Tuyến Điện Thoại Quốc Tế, tầng lầu trên cùng, tòa nhà số 7 Phan Đình Phùng Sài-Gòn. Ở trên đỉnh cồn đó, đọc đủ thứ văn chương "viễn mơ", chứng kiến - qua hình ảnh - cuộc chiến từ khắp nơi, từ khắp các vùng chiến thuật, quen biết, chuyện trò với đủ thứ tinh anh hào nhoáng của giới truyền thông Tây-phương, nhìn cuộc chiến từ phía hậu trường của nó... tôi vẫn tự cho mình là kẻ thấy hết, hiểu hết: Tôi đã đọc Vòng Đai Xanh, như một kẻ chân không chấm đất... như thế đó, khi cuốn truyện được xuất bản lần thứ nhất, tại Sài-Gòn.

Nói hết ra: Khi đó tôi không sống, anh sống.

Qua đây, anh cũng lại là người đầu tiên chú ý đến những bài viết của tôi. Tôi biết là anh rất mừng khi thấy tôi viết lại. Và anh gửi cho tôi, những cuốn sách của anh, những cuốn tôi chưa hề đọc tuy đã từng được anh gửi tặng. Hay đúng ra, đã từng đọc, khi không sống. Anh cũng gửi tập truyện mới nhất của anh, Mặt Trận Ở Sài-Gòn.

Như trong cuộc trả lời phỏng vấn của báo Bách Khoa, nay được dùng thay cho lời tựa của cuốn Mặt Trận Ở Sài-Gòn, Ngô Thế Vinh cho biết, ông có ý định viết một cuốn sách sưu khảo về cao nguyên, thay vì cuốn tiểu thuyết Vòng Đai Xanh. Lý do, theo ông là để tránh kiểm duyệt. Nhưng sau đó, báo Tình Thương bị bắt buộc phải đóng cửa, ông có thì giờ tưởng tượng hóa tư liệu, cho nó chết đi để rồi sống lại, trong tiểu thuyết.

Thật kỳ cục, đọc Vòng Đai Xanh, tôi vẫn có cảm giác đây là một cuốn biên khảo, một thứ khảo cổ học [(1)]. Ở đây là khảo cổ học về nguồn gốc một cuộc chiến (trong một cuộc chiến). Hoặc có thể coi đây là chương mở đầu của một trường thiên tiểu thuyết về cuộc chiến Việt Nam.

Là những kẻ sống sót, tuy do những lý do hoàn toàn khác biệt, một kẻ chui rúc trên dỉnh cồn, đọc, ngốn bất cứ thứ gì vướng vào mắt, như loài trâu bò, để mong rằng sau này nhai lại, nếu sống sót, hoặc mang đi sang thế giới bên kia, như những kỷ niệm tức tưởi về một đời "lầm lỡ đầu thai", "hết thuốc chữa"; còn một kẻ, đã từng mường tượng ra thế giới (Miền Nam) sẽ phân ba: Những đứa con của núi rừng, những người CS miền Bắc, những người quốc gia ở miền Nam, ngay từ khi còn ở trong "lều cỏ" là khu cư xá sinh viên Minh Mạng. Đã từng là y sĩ trưởng của Liên Đoàn 81 Biệt Cách Dù, *"chẳng bao giờ sai hẹn, như chu kỳ hàng năm, cứ vào đầu mùa mưa, chúng tôi cùng những đơn vị bạn từ vùng đồng bằng châu thổ, ùn ùn kéo lên Cao nguyên (Tây Thục, người viết thêm vô), để tao ngộ với những đại đơn vị địch quân - để tranh nhau một vài ngọn đồi trơ trụi hay giành giựt một khúc lộ trống... Rồi Mùa Mưa cũng phải qua đi, không hẹn mà định, chiến cuộc điên cuồng lại tạm ngưng nghỉ khi thời tiết bắt đầu mùa khô ráo... chúng tôi trở về đồng bằng - với những chiếc xe trống trải hơn, cùng những người lính mỏi mệt xác xơ hơn nhưng may mắn còn được sống sót."* (Mặt Trận Ở Sài-Gòn). Hai cái sống sót thật khác xa nhau. Nhưng cuộc gặp gỡ qua điện thoại giữa hai đứa chúng tôi gần như bắt thời gian quay ngược lại, cùng với lần gặp gỡ tại cư xá Minh Mạng. Anh có giấc mộng năm 2000. Còn tôi, hầu như chẳng có gì. Nếu có chăng, vẫn là lời nhắn nhủ của anh ngày nào: Bạn chưa già đâu...

Hy vọng được như vậy.

***Nguyễn Quốc Trụ***
*09/01/2001*

---

(1) Từ "khảo cổ học" (archeology) ở đây, được sử dụng theo nghĩa của Michel Foucault, không họ hàng gì với địa chất học (geology), hoặc phả hệ học (genealogy), và chỉ là phân tích bản văn/nói trong dạng thức thư khố của

nó (it's the analysis of discourse in its modality of archive). M. Foucault cho biết, ông luôn bị "săn đuổi" bởi một cơn ác mộng từ hồi còn nhỏ: Dưới mắt ông là một văn bản mà ông không làm sao đọc được, hoặc chỉ một phần rất nhỏ của bản văn có thể được "giải mã"; "Tôi làm bộ như đang đọc nó, nhưng tôi biết là tôi đang bịa đặt; rồi bản văn bỗng nhiên mờ hẳn đi. Tôi không còn đọc được gì nữa, ngay cả bịa đặt cũng không, cổ họng tôi thắt nghẹn, và tôi tỉnh dậy..." (M. Foucault, The Discourse of History, Foucault Live, nhà xb Columbia University, 1989). Chúng ta (những độc giả của Ngô Thế Vinh) cứ "giả dụ" rằng, ông cũng bị một bản cổ văn (cuộc chiến trong một cuộc chiến) ám ảnh, và chỉ một phần rất nhỏ của nó được giải mã (Vòng Đai Xanh, Mặt Trận Ở Sài-Gòn...), và ông cũng làm bộ đọc nó, mà sự thực là đang bịa đặt...

## NGUYỄN QUỐC TRỤ

Nhà văn, nhà biên khảo. Nguyễn Quốc Trụ tên thật, bút hiệu Sơ Dạ Hương. Sinh năm 1937 tại Hải Dương, chánh quán Sơn Tây. Di cư vào Nam 1954, học Trung học Chu Văn An, sinh viên Văn Khoa. Công chức Bưu điện Sài Gòn. Cùng với Nguyễn Đình Toàn, Nguyễn Xuân Hoàng, Huỳnh Phan Anh, Đặng Phùng Quân, Nguyễn Nhật Duật, chủ trương nhà xuất bản Đêm Trắng, được coi như nhóm Tiểu Thuyết Mới ở Saigon thập niên 1960-1970, với quán La Pagode như một điểm hẹn sinh hoạt. Định cư ở Canada từ 1994.

**Tác phẩm:** *Những ngày ở Sài Gòn* (tạp ghi, 1970), *Lần Cuối Sài Gòn* (tạp ghi, 1998), *Nơi người chết mỉm cười* (tạp ghi, Văn Mới 1999).

## NHẬT TIẾN

### MỞ LẠI CUỐN VÒNG ĐAI XANH CỦA NHÀ VĂN NGÔ THẾ VINH

Ngô Thế Vinh sinh năm 1941 tại Thanh Hóa, bác sĩ, hiện đang làm việc tại bệnh viện dành cho các cựu chiến binh Mỹ ở Long Beach, California. Trước 1975, ông là chủ bút báo Tình Thương của Sinh viên trường Đại học Y Khoa Sài Gòn. Đã xuất bản các tác phẩm: Mây Bão (1963), Bóng Đêm (1964), Gió Mùa (1965), Vòng Đai Xanh (1971), và ở hải ngoại: Cửu Long Cạn Dòng, Biển Đông Dậy Sóng (2000).

Không phải là một sự tình cờ mà tôi ngồi giở ra đọc lại tác phẩm Vòng Đai Xanh của nhà văn Ngô Thế Vinh. Chính là số phận bi thảm của hàng trăm đồng bào Thượng (các báo chí xuất bản gần đây đã tường thuật sự việc khá đầy đủ) đã khiến cho tôi làm công việc đó. Các đồng bào này đã bị chính quyền Cộng Sản o ép đến phải bồng bế kéo nhau rời khỏi rừng núi của mình để ra đi, rồi sau những cuộc vận động, giằng co với đầy rẫy những tình tiết bi thảm ở bên trong, cuối cùng họ đã được đi định cư tại Hoa Kỳ.

Nhà văn Ngô Thế Vinh viết Vòng Đai Xanh từ năm 1969, thời gian ông làm bác sĩ Quân y phục vụ tại một đơn vị Biệt Cách Dù ở Tây Nguyên. Cuốn sách phát hành lần đầu năm 1971 tại Sài Gòn. Đây là một tác phẩm mang nặng tính cách phóng sự điều tra hơn là một tác phẩm tiểu thuyết dù ông đã ghi nó là tiểu thuyết và dù những trang có tính cách tiểu thuyết trong cuốn này cũng đã rất đậm đà, phong phú. Tuy nhiên, vì tình hình chiến tranh và vì những nhu cầu tin tức nóng hổi của thời cuộc, tác phẩm của Ngô Thế Vinh đã không gây được tiếng vang nào rộng rãi vào thời điểm đó, tuy đã chất chứa biết bao nhiêu vấn đề có thể gọi là lớn lao chẳng những gắn bó rất mật thiết đối với số phận của đồng bào Thượng miền cao mà còn tới cả sự toàn vẹn của lãnh thổ Việt Nam trong bất cứ thời điểm nào. Hơn 30 năm sau (2002) tính từ 1969 là thời điểm cuốn sách ra đời, khi đọc lại Vòng Đai Xanh, người đọc không khỏi sửng sốt khi thấy những vấn đề liên quan tới số phận của những người thuộc bộ lạc thiểu số ấy nay vẫn còn tồn tại. Và có thể nó sẽ còn tồn tại trong một thời gian lâu dài nữa, với mức độ xem ra còn tàn tệ hơn những gì mà chúng ta đã từng được nghe và thấy.

Vòng Đai Xanh đưa ra một vài nhân vật điển hình, mỗi nhân vật nhìn vấn đề Kinh Thượng theo một nhãn quan khác nhau được dẫn dắt bởi những ý đồ khác nhau của mỗi người.

- Đầu tiên là bác sĩ kiêm Mục sư Denman, một giáo sư chuyên về nhân chủng học, một người thiên về hoạt động xã hội và nghiên cứu hơn là công tác truyền giáo. Ông ta vừa nói tiếng Việt lưu loát, vừa thạo cả một số thổ ngữ nên có rất nhiều ảnh hưởng đối với đồng bào Thượng và chính nhờ ông mà Lực Lượng Đặc Biệt Mỹ đã xây dựng được những cơ sở đầu tiên ở các bộ lạc hẻo lánh. Cái nhìn của ông Mục sư này đối vấn đề Kinh Thượng như sau:

- Theo lịch sử và truyền kỳ thì cả miền Trung và Cao nguyên xưa kia là của người Thượng với kinh đô ở gần bờ biển phía đông, có lẽ là tỉnh Nha Trang hiện giờ. Những người già cả còn sống sót cũng kể lại rằng quê hương ông cha họ trước kia ở phía mặt trời mọc, cho đến vị vua cuối cùng của họ vì say mê cưới một nàng công chúa người Việt ở phương Bắc và chính nàng công chúa này đã âm mưu hãm hại nhà vua. Kể từ đấy họ hoàn toàn bơ vơ không ai hướng dẫn và bị người Kinh tàn ác xua đuổi họ vào mãi tận rừng núi sống khổ cực cho đến ngày nay… Khi kế hoạch bình định cao nguyên rơi vào tay người Mỹ, đã có nhiều điều được cải thiện. Khác hẳn với người Việt, dân Thượng sống rất hòa thuận với những người lính da trắng. Họ tin cậy vào các viên chức này sẽ bênh vực họ. Những lãnh tụ Thượng khi gặp tôi họ đều tỏ vẻ tin tưởng rằng sau người Pháp, người Mỹ có thể giúp họ kiến thiết lại một xứ cao nguyên tự trị. Đó là nguyện vọng của dân tộc họ, tôi không có thêm ý kiến.

Và mặc dù ông Mục sư không có ý kiến, nhưng chính ông cũng đã góp phần phiên dịch bức thư của nhóm lãnh đạo phong trào đấu tranh của người Thượng gởi ông Đại sứ Mỹ và cả Liên Hiệp Quốc để họ bày tỏ nguyện vọng của mình. Như thế ý đồ của ông Mục sư này đã quá rõ. Ông chủ trương thành lập một lãnh thổ tự trị của người Thượng trên cao nguyên, một ý đồ mà trước đây tổ chức FULRO đã từng theo đuổi. Nhân vật mục sư Denman không chỉ tồn tại trong tác phẩm tiểu thuyết của Ngô Thế Vinh viết ra từ hơn 30 năm trước, mà ngay trong thực tế, vào thời điểm của đầu thiên niên kỷ 21, người ta không khỏi giật mình khi thấy một nhân vật có tên tuổi, có chức sắc đang mở ra những cuộc vận động với những bài viết, những hình ảnh, có cả màu cờ riêng cho một nước tự trị được phổ biến trong một Website trên Internet. Những ai đã từng quan tâm đến sự toàn vẹn của lãnh thổ tất không thể nào bỏ qua được sự kiện này.

- Phụ họa cho Denman là Tacelosky, viên Tư lệnh Lực Lượng Đặc biệt của Mỹ tại Việt Nam. Quan điểm của nhân vật này cũng sặc mùi chia rẽ:

*"Lịch sử là một liên tục chứ không tái diễn, theo tôi ngày phải trả lại cho một nền tự trị cao nguyên là điều không thể tránh được.* (Vòng Đai Xanh, trang 54).

Nhưng đó chỉ là những ý đồ chính trị của những con người bên ngoài. Còn cái nhìn cũng như nguyện vọng đích thực của những người Thượng chân chính thì sao? Nhà văn Ngô Thế Vinh đã trình bày một khuôn mặt người Thượng tên Nay Ry, rất đáng chú ý như sau:

"...

*Nay Ry một nhân sĩ Thượng rất trẻ, một trong số những người Thượng hiếm hoi có học thức, xuất thân từ trường Yersin Đà Lạt, tốt nghiệp thủ khoa về các vấn đề cao nguyên tại học viện Quốc gia Hành chánh. Gốc người Djarai, là một nhân vật có uy tín với nhiều phía: chánh phủ, người Mỹ và kể cả phe tranh đấu. Ông cũng đang hoàn thành một cuốn sách nghiên cứu vấn đề thiểu số mà theo ông đã có rất nhiều ngộ nhận từ trước đến nay ở các nhà bác học Pháp và Mỹ. Khi được tôi hỏi về yếu tố chủng tộc chi phối các phong trào nổi dậy, quan niệm của Nay Ry rất rõ rệt:*

*Trên thế giới ngày nay không còn một dân tộc nào tự hào rằng mình còn giữ nguyên được sự thuần khiết về huyết thống. Đem yếu tố huyết thống vào cuộc tranh đấu chẳng phải là điều hữu lý. Thí dụ như Hiệp Chủng Quốc quy tụ gồm bao nhiêu sắc dân, mỗi sắc dân vẫn có thể giữ những tập tục và sinh hoạt cá biệt nhưng họ vẫn có thể hợp nhất để tạo một quốc gia hùng mạnh. Với một Âu Châu văn minh nhưng phân tán, người ta còn cố gắng đi tới một khối thống nhất huống chi một quốc gia quá nhỏ bé như Việt Nam; nếu không tìm được một liên minh trong cộng đồng Á Châu để tồn tại thì làm sao đối phó với lục địa của hơn 700 triệu dân Trung Hoa, còn nói chi tới sự xâu xé phân tán... Tôi quan niệm rất ư rõ rệt: tranh đấu cho quyền tiến bộ của người Thượng rất ư là chánh đáng nhưng biến nó thành một cuộc phiêu lưu của thù hận là điều không thể nào chấp nhận được. Khôn ngoan như người Pháp rồi cũng phải ra đi, người Mỹ còn cách xa chúng ta cả một đại dương mênh mông vậy không lý gì người Thượng chúng tôi lại nhẹ dạ chạy theo họ. Hơn ai hết chúng tôi hiểu rằng cuối cùng chỉ còn lại những người Kinh mà chúng tôi phải chung sống với để tồn tại và hy vọng tiến bộ. Một màu cờ riêng, một quân đội tách biệt, một quốc gia Đông Sơn ly khai chẳng phải là nguyện vọng thiết yếu của đồng bào Thượng. Còn những đòi hỏi khác thì không sai, chẳng hạn việc xin chánh phủ thiết lập Bộ Thượng Vụ, cử số người đại diện xứng đáng trong quốc hội, lập thêm trường học và duy trì việc giảng dạy thổ ngữ, trả lại những đất đai từ trước đến nay bị chiếm hữu, cho phép lập lại tòa án phong tục Thượng. Đó là những điều hợp lý và không mấy khó khăn mà chánh phủ có thể thỏa mãn ngay để làm yên lòng họ. Đặc tính của người Thượng chất phác là rất dễ tin và cũng rất dễ nghi ngờ, bởi vậy tục ngữ chúng tôi có câu hứa tay mặt phải cho ngay tay trái là nghĩa như vậy."*

Thật đáng ngạc nhiên là những nhận xét ở trên đã được viết ra từ năm 1969, từ một ngòi bút trẻ mới 28 tuổi. Ông dã như một nhà tiên tri, một kẻ cố vấn về những vấn đề Cao nguyên cho chính quyền VNCH trước chiến tranh cũng như cho cả nhà cầm quyền CS, hiện nay, vốn đã và còn đang bị thắt họng vì vấn đề Cao nguyên người Thượng. Vì không có một Bộ lo riêng vấn đề thiểu số, vì không lập thêm trường học, không duy trì việc giảng dạy thổ ngữ, vì không những không trả lại các đất đai từ trước bị chiếm hữu mà nhà nước CSVN lại còn đưa nhiều di dân vào cao nguyên để chiếm hữu đất đai của dân thiểu số, rồi nạn phá rừng, nạn chặt cây bừa bãi hủy hoại môi sinh và đất sống của các bộ lạc, nạn tham nhũng thối nát của các cán bộ ăn chặn tiền trợ cấp hay tiền sử dụng trong các công trình phát triển vùng cao… và chưa kể tới cả những thế lực đến từ bên ngoài với ý đồ xúi giục đòi tách riêng để tự trị, tất cả đã là nguyên nhân những cuộc nổi dậy của người Thượng để dẫn tới những cuộc đàn áp đẫm máu cũng như những cuộc bồng bế nhau bỏ nước ra đi.

Dĩ nhiên là chúng ta cảm thông với số phận đau thương của đồng bào Thượng trải dài trong lịch sử. Họ có nhiều lý do để tìm cách thoát khỏi vùng đất của một quê hương vốn cũng đã từng khổ đau trong những chặng đường dài như thế. Vào thời điểm Ngô Thế Vinh viết cuốn này thì:

"Dàn đại pháo của trại binh Mỹ đang nhả từng loạt đạn vào mãi xa trong rừng sâu, tiếng nổ rung chuyển cả động núi và lung lay đến tận trăng sao. Nạn nhân có thể là những tên cộng sản lẩn lút, đám người Thượng nào đó còn sót lại hoặc là cả những con thú vô phước có mặt trong một khu được coi là oanh kích tự do. Súng đạn dù không thù nghịch vẫn làm những người Thượng kinh hãi *(trang 38)*, – Hay là nói đến Việt cộng là chúng tôi hết cả hồn vía, dân làng vẫn thường gọi chúng là chim Dụng tức là con dơi, còn nói về tàn bạo thì chúng tôi sợ họ như cọp dữ. Họ bắt đồng bào chúng tôi đi dân công tải đạn, chúng lại còn thâu thuế cướp bóc gạo và gia súc của dân làng. Nếu chúng tôi có ý định bỏ đi thì họ dọa bắn giết cả làng, không ai có thể đi xa khỏi vùng quá mấy cây số" (*trang 50)*

Hoặc là cả những lý do chủ quan ở ngay trong hàng ngũ của các dân thiểu số:

*"Không làm gì có được một chủng tộc Thượng đồng nhất mà là sự cọ xát của hơn ba mươi sắc dân với những căn bản quyền lợi nhiều khi rất mâu thuẫn. Việc đặt để những người Thượng tự quản trị lấy cũng lại gây thêm nhiều khó khăn. Chung sống trong một hoàn cảnh xã hội chậm tiến như Việt Nam, người Thượng vẫn còn ngót một thế kỷ xa cách với thời đại văn minh. Một quốc gia Đông Sơn riêng biệt chỉ là sự nhiễm độc của vài bộ óc non nớt khi giao tiếp với những người lính Mũ Xanh. Cách đây ngót ba mươi năm, một Nam kỳ tự trị cũng được nhen nhúm khai sinh khi dải đất miền Nam đã bị dẫm nát bởi gót chân của những người lính Pháp. Lịch sử không phải là một sự liên tục như Tacelosky đã nói, đó là sự tái diễn ở trong những hoàn cảnh khác". (trang 58).*

Nhưng dù nhân danh bất cứ lý do nào, với bất kỳ sự đau thương, tang tóc thế nào thì sự chia cắt lãnh thổ thành những vùng đất đai riêng biệt, có cờ riêng, có tên quốc gia riêng là một điều không bao giờ có thể chấp nhận được. Xin nhắc lại rằng, ngay trong thời điểm hiện tại, tức những năm đầu của thiên niên kỷ mới, những âm mưu thâm độc nhằm chia cắt lãnh thổ nhân danh vấn đề sắc tộc vẫn đang còn tiếp diễn với những phương tiện hiện đại nhất vốn còn quá xa lạ với đa số đồng bào Thượng: phương tiện của Internet và Computer! Như thế phải nhìn nhận sự kiện này như một âm mưu thâm độc của chính những thế lực ở bên ngoài các sắc dân thiểu số. Để giải quyết tận gốc vấn đề Kinh Thượng, nhà văn trẻ 28 tuổi Ngô Thế Vinh, năm 1969 đã đưa ra quan điểm của mình qua lời một nhân vật nhà báo tên David như sau:

*- Tuyệt nhiên không có mặc cảm kỳ thị về chủng tộc đúng nghĩa như người Đức đối với dân Do Thái, hay như sự thù hằn đen trắng ở Mỹ trước đây. Bằng chứng là chẳng bao giờ có trong lịch sử ở đây một chiến dịch diệt chủng như Hitler diệt dân Do Thái hay một phong trào kiểu như KKK ở Mỹ. Có một điều kỳ lạ là sự dễ dàng chung sống giữa các sắc dân giữa các tôn giáo qua mấy ngàn năm ở trên lục địa Á châu này: hiện tượng Tam giáo ở Việt Nam là một bằng chứng. Theo tôi nguyên nhân tấn thảm kịch dai dẳng ở cao nguyên không bắt nguồn từ một mâu thuẫn chủng tộc mà là sự bất bình đẳng về quyền lợi và cơ hội tiến bộ giữa Kinh Thượng. Có điều là sự cách biệt đó sắc nét hơn giữa sự nghèo ở thôn quê và trong thành phố. Nhưng chúng cùng là một đối tượng cho một phương thức giải quyết, đó là một cuộc cách mạng về công bằng xã hội.*

Tác phẩm Vòng Đai Xanh của nhà văn Ngô Thế Vinh khi đặt trong bối cảnh thời sự hiện tại như thế, đã làm nẩy ra nhu cầu khiến ta phải đọc kỹ lại và để ta phải suy ngẫm nhiều hơn.

Từ Vòng Đai Xanh (1969) cho đến Cửu Long Cạn Dòng, Biển Đông Dậy Sóng (2000), nhà văn Ngô Thế Vinh đã đặt ra những vấn đề hết sức lớn lao, liên hệ mật thiết đến vận mệnh của dân tộc, chẳng những đối với chúng ta bây giờ mà còn cho cả nhiều thế hệ mai sau: Chúng ta và con cháu chúng ta sẽ phải hành xử như thế nào để lãnh thổ Việt Nam vẫn luôn luôn toàn vẹn không bị chia cắt bởi những âm mưu khai thác vấn đề chủng tộc và khu vực đồng bằng sông Cửu Long không bị rơi vào những hoàn cảnh bi đát: Nước sông cạn đi, nước biển tràn vào trước ảnh hưởng của những con đập ngang nhiên xây chặn dòng sông Cửu do Trung Quốc đã và đang còn tiếp tục thực hiện.

***NHẬT TIẾN***
*(tháng 9-2002)*

## NHẬT TIẾN

Sinh năm 1936 tại Hà Nội. Học Trung học Chu Văn An (Hà Nội). Năm 1951, truyện ngắn đầu tiên *"Chiếc nhẫn mặt ngọc"* được đăng trên tờ Giang Sơn. Sau đó, những sáng tác của ông tiếp tục được in trên các báo Chánh Đạo, Thời Tập, Hồ Gươm, Cải Tạo ở Hà Nội. Năm 1954, di cư vào Nam. Dạy học các trường tư thục môn Lý Hóa. Năm 1959 – 1975, là Chủ biên nhà xuất bản Huyền Trân, kiêm Chủ bút tuần báo Thiếu Nhi (1971-1975). Đã cộng tác với các tạp chí Tân Phong, Văn, Bách Khoa, Văn Học, Đông Phương. Phó Chủ tịch Trung tâm Văn Bút Việt Nam (1963-1975). Năm 1979 ông và gia đình vượt biển qua Thái Lan, rồi định cư tại California từ năm 1980. Ông theo học và đi làm trong ngành điện toán, tiếp tục viết văn. Đỗ Phương Khanh, hiền nội của ông cũng là một nhà văn, nhà báo. Nhật Tiến đã cho xuất bản nhiều tác phẩm văn học, *Thềm Hoang* đoạt giải Văn chương Toàn quốc 1962. Ông mất năm 2020, thọ 84 tuổi.

# LẠI MẠNH CƯỜNG

## TÂM TÌNH NGÔ THẾ VINH QUA VÒNG ĐAI XANH

*Từ phải: tác phẩm Vòng Đai Xanh, Nxb Thái Độ Sài Gòn 1970; trái: The Green Belt, ấn bản Anh Ngữ, Ivy House xuất bản 2004*

Ngô Thế Vinh ngày càng nổi tiếng qua *"Cửu Long Cạn Dòng, Biển Đông Dậy Sóng"*. Đây là tiểu thuyết dữ kiện (faction; fact+fiction), đã đoạt giải thưởng Văn học Montréal 2002 Hội Quốc Tế Y Sĩ Việt Nam Tự Do. Cách đây hơn 30 năm, NTV còn là tác giả một tác phẩm lớn khác. Đó là *"Vòng Đai Xanh"* (VĐX), cũng thuộc loại tiểu thuyết dữ kiện, mỏng hơn tác phẩm trên rất nhiều. VĐX đoạt Giải thưởng Văn học 1971. VĐX được tái bản lần thứ nhất tại hải ngoại vào năm 1987. Tác phẩm mới được dịch qua tiếng Anh dưới tựa đề *"The Green Belt"* [Ivy House Publishing Group 2004].

Nếu *"Cửu Long Cạn Dòng, Biển Đông Dậy Sóng"* nêu lên nan đề môi sinh tại Việt Nam và con sông Mekong, thì VĐX tường thuật lại những bí mật bị che giấu trong chiến tranh Đông Dương lần thứ hai. Trong đó nan đề sắc tộc vùng cao nguyên mạn tây nam Trung phần giáp giới với Lào và Miên, gọi tắt là Tây Nguyên, được tác giả mổ xẻ tường tận. Xung đột Kinh – Thượng vẫn còn là vấn đề nhức nhối cho đất nước hơn bao giờ hết. Hợp nhất lòng dân còn khó hơn thống nhất đất nước về địa dư gấp bội.

*

Ngô Thế Vinh (NTV) vốn đàn anh trong nghề, nhưng thuộc bậc thầy tôi về văn chương. Anh làm việc rất khoa học và vô cùng mẫn cán. Anh có viễn kiến đi trước người đồng thời vài thập niên!

NTV viết văn rất sớm, ngay từ năm đầu học Y. Trong lúc còn là sinh viên, anh đã cho ra mắt một loạt tác phẩm: *Mây Bão* (1963); *Bóng Đêm* (1964); *Gió Mùa* (1965). Đó là kết quả từ lòng đam mê văn chương của người sinh viên trẻ trường thuốc, kết hợp với cách làm việc hài hòa giữa việc học và viết văn. Y khoa thuộc ngành khoa học thực nghiệm, tưởng như trái chiều với văn chương, cần nhiều mộng mơ. Bảy năm học nhọc nhằn, với những buổi trực gác căng thẳng, thiếu ngủ, lại phải tham dự các tối học thêm tại bệnh viện, đã hút hết sinh lực người sinh viên thời chiến.

Không có nhiều cây bút xuất thân từ trường thuốc thời đó. Tôi còn nhớ trước 1975, thế hệ đàn anh thấy xuất hiện Đặng Đức với *"Thế giới trường thuốc"* và Trang Châu qua *"Y sĩ tiền tuyến"*. Còn ai khác nữa tôi không rõ.

Niềm đam mê viết văn của NTV và sự dấn thân đầu tiên của anh thể hiện qua vai trò chủ bút báo Tình Thương của sinh viên trường Y Khoa Sài Gòn. Ngô Thế Vinh không dừng lại ở đó. Anh nuôi ý định theo đuổi nghiệp viết văn. Anh vốn là một người trầm tĩnh, ít xuất hiện trước công chúng, và muốn dành toàn thời gian cho sáng tác và nghiên cứu. Do sẵn mối quan tâm về vấn đề Kinh – Thượng từ khi còn là một nhà báo sinh viên, nên khi tốt nghiệp NTV tình nguyện gia nhập binh chủng Lực lượng Đặc biệt (LLĐB), để có cơ hội tiếp tục nghiên cứu tận gốc vấn đề các sắc tộc thiểu số đang sống trên vùng cao nguyên Nam Trung phần (Tây nguyên). Những trang cuối VĐX được hoàn tất tại trại LLĐB Bunard cuối năm 1969, khi anh đang là y sĩ trưởng Liên đoàn 81 Biệt cách Dù.

***Vòng Đai Xanh** (VĐX)* là đỉnh cao sự nghiệp văn chương của NTV. Trước tết nguyên đán 1972 NTV đoạt giải Văn học Nghệ thuật toàn quốc. "Phúc bất trùng lai", ngay sau Tết anh lại phải đi hầu tòa, vì truyện ngắn ***Mặt trận ở Sài Gòn*** đăng trên tạp chí Trình Bầy số 34. Tòa Sơ Thẩm kết tội truyện: *"có luận điệu phương hại trật tự công cộng và làm suy giảm kỷ luật, tinh thần chiến đấu quân đội".* [1]

NTV trở nên nổi tiếng, nhưng chỉ trong giới báo chí và giới trí thức, vì trào lưu văn nghệ thời thượng lúc đó là truyện dịch kiếm hiệp, "love story" kiểu Quỳnh Dao, Dung Saigon... Thời chiến người ta cần thứ văn nghệ giải trí thực sự hơn là văn nghệ chính sự; những thứ khó nuốt lại dễ gây nhức đầu. Vả lại, những sắc tộc thiểu số xưa nay vẫn bị coi là những công dân hạng hai, một thứ gánh nặng cho quốc gia dân tộc, hơn là những đồng bào ruột thịt kém may mắn trong chiến cuộc.

*

Sau 1975, Ngô Thế Vinh bị đi học tập cải tạo ba năm, nhưng cuối cùng anh cũng đến được Mỹ tám năm sau. Học lại và trở thành bác sĩ nội khoa (internist) và giữ chức vụ bác sĩ điều trị và giảng huấn tại một bệnh viện ở Nam Cali. Tuy bận rộn với công việc chuyên môn, nhưng NTV vẫn thu xếp thì giờ để viết và thực hiện các chuyến đi khảo sát thực địa (fieldtrip).

Tại hải ngoại, ngoài một số tác phẩm viết trước 1975 được nhà xuất bản Văn Nghệ tái bản, NTV đã cho ra mắt tác phẩm đồ sộ ***Cửu Long Cạn Dòng, Biển Đông Dậy Sóng.*** [2]

Tuy thế, NTV vẫn không xa rời đề tài cũ. Nan đề xung đột sắc tộc vẫn luôn đè nặng tâm can anh. Song song với tệ nạn phá hại môi sinh của con người, vấn nạn xung đột sắc tộc đang là nguy cơ đe dọa sự ổn định các quốc gia và nền hòa bình thế giới.

Tại Việt Nam, cuối thập niên 50 đã manh nha hình thành phong trào "nổi dậy", đòi tự trị cho khoảng 30 sắc tộc thiểu số vùng Tây Nguyên, gọi chung là người Thượng dưới thời ông Ngô Đình Diệm [Trước đó người Kinh miền xuôi gọi chung họ là người Mọi, với dụng ý khinh bỉ "man di mọi rợ"]. Giữa thập niên 60 âm mưu tổng nổi dậy của người Thượng dưới sự chỉ đạo của FULRO, một phong trào đòi tự trị vùng đất Tây Nguyên cho người Thượng, thổi bùng lên ngọn lửa xung đột Kinh – Thượng.

Ngay từ lúc còn là nhà báo sinh viên, NTV đã ý thức rõ ràng cả người Thượng lẫn người Kinh đều cùng là nạn nhân của một âm mưu lớn, do người Mỹ đứng sau giật dây. Điều đau xót nhất là anh không được phép nói lên toàn bộ sự thật đó. Tác giả VĐX thổ lộ: - *"Kiểm duyệt là mối ám ảnh thường xuyên mỗi khi tôi cầm bút. Và cũng khó mà có thể giữ nguyên hứng khởi và cả kiên nhẫn nữa để hoàn thành một cuốn sách khi không thấy tương lai có thể xuất bản!"*. Để tránh lưỡi hái kiểm duyệt, nhà văn của chúng ta "sau một thời gian gián đoạn" viết lách, *"phải tìm cách vượt qua khó khăn này bằng một chọn lựa hình thức tiểu thuyết cho cuốn sách"*. Điều đó đồng nghĩa với *"phải tự cắt xén đi gần một nửa số trang của cuốn sách"*; *"một sự phá hỏng tác phẩm"*, để VĐX được xuất bản!

Tại sao NTV lại cam chịu nhiều thiệt hại như vậy? Anh tiết lộ: - *Để kịp đối lại với The Green Berets của Robin Moore,* ra mắt bên Mỹ, nhằm ca tụng lính Mũ Xanh (Green Beret) của Lực Lượng Đặc Biệt Mỹ trong cuộc chiến Việt Nam. Moore tả họ giống như những anh hùng giải phóng (De Oppresso Liber), từ phương trời xa đến gỡ bỏ gông cùm của người Kinh áp đặt lên đầu lên cổ người Thượng! Chính khách Mỹ đang muốn nặn ra hình ảnh này để biện minh cho sự hiện diện đông đảo của những người (lính) Mỹ "đặc biệt" trong cộng đồng người Thượng; còn dân Mỹ muốn thấy lại hình ảnh sống thực những "người hùng miền viễn Tây" khi xưa, nhưng trên đất Việt xa xôi và vẫn còn "hoang dã" đối với họ. Sách ông Moore vì thế trở thành "best seller" trong nhiều tuần trên đất Mỹ! (Sau 1975 các đạo diễn Mỹ còn quay thành phim về các chiến tích của lính Mũ Xanh, với các tài tử thượng thặng như là một hình tượng tiêu biểu của người lính mũ xanh Mỹ ngang dọc một thời trong vùng rừng núi Đông Dương.)

Qua tác phẩm của mình NTV đã đưa ra một "*lối nhìn Việt Nam*" về vấn đề Tây nguyên, đồng thời phơi bày bộ mặt thật của những người Mỹ hiện diện tại đó.

*

Trong vai trò một chứng nhân lịch sử có ý thức thật cao, NTV mượn các nhân vật trong VĐX như một diễn đàn, để phân tích thời cuộc tại Tây Nguyên thật sâu sắc. VĐX làm nhiệm vụ "cái móc áo", để tác giả diễn đạt tâm tư thầm kín của mình trước tình thế dầu sôi lửa bỏng của quê hương và dân tộc.

## NHỮNG BÍ MẬT LỊCH SỬ (CẬN VÀ HIỆN ĐẠI) VN

Đầu thế kỷ 19 bác sĩ Alexandre Yersin khám phá ra Đà Lạt. Quân viễn chinh Pháp nối gót sau đó, nhưng bị người Thượng kháng cự mãnh liệt. Nhờ các giáo sĩ thừa sai Công giáo dàn hòa và chiêu dụ, thực dân mới thiết lập được chính quyền tại đó. Trong thời chiến tranh Đông Dương lần hai, chính các mục sư Tin Lành người Mỹ giúp cho quân Mỹ thiết lập các trại Lực Lượng Đặc Biệt (LLĐB) trên vùng cao nguyên Nam Trung phần (tr. 35). Dựa vào những kinh nghiệm lịch sử quý giá đó, NTV tâm sự qua nhân vật của mình trong truyện: "*Trong thâm tâm tôi cũng không mấy tin tưởng ở tính cách thuần túy xã hội của các giáo hội truyền giáo.*" (VĐX tr. 96)

Dưới thời Pháp thuộc, thực dân áp dụng chính sách "Chia để trị" chẳng những giữa người Kinh ở ba miền đất nước, mà còn giữa các sắc tộc với nhau: "*Có lẽ cảm thấy sự nguy hại về mối đoàn kết Kinh Thượng, người Pháp đã ra lệnh cấm mọi giao dịch và ngăn ngừa mọi trà trộn của người Kinh. Họ coi người Thượng như một loại động vật sắp sửa biến mất, một loại đồ cổ cần phải bảo trì trong tình trạng nguyên thủy. Và vấn đề trở nên khó khăn từ đó. Lại những người lính Mũ Xanh làm ung thối thêm bằng ý muốn đi nốt đoạn cuối của con đường mòn*". (tr. 72) (3)

Chính tổng thống Kennedy là người khai sinh ra cái lực lượng đặc biệt, có tên gọi là lính Mũ Xanh (The Green Beret) đó. NTV lột trần một bí mật dưới triều đại Kennedy, vị tổng thống Mỹ nổi tiếng nhất thế giới: "*Fort Bragg là một trung tâm đào tạo các toán lính Mũ Xanh để tung vào khắp các ngõ ngách hoang vu của thế giới, từ rừng rậm Phi Châu đến các vùng hẻo lánh của Nam Mỹ, nhưng thí điểm chính vẫn là lục địa Á Châu, với đủ mọi sắc dân thiểu số sống rải rác trên các núi cao và rừng xanh chạy suốt từ bờ biển phía đông tới giáp chân núi Hy Mã Lạp Sơn. Tại mỗi quốc gia họ đều tung vào hoặc công khai hoặc bí mật những toán xung kích thông thạo các phong tục thổ ngữ, thích ứng nhanh chóng với các sắc dân địa phương, giúp đỡ khai hóa họ để chinh phục cảm tình và sau đó nhiệm vụ chính là tổ chức cho bằng được những toán quân chiến đấu tinh nhuệ và dễ bảo dưới quyền điều khiển của các sĩ quan Mỹ. Tham vọng lớn lao của họ là làm sao thiết lập được một vòng đai an ninh kiên cố bao vây Hoa lục. Đó là một* ***Vòng Đai Xanh*** *mà họ tin rằng đủ sức đương đầu với mọi hình thức chiến tranh du kích và rừng rậm của Cộng Sản. Đó là một công trình thử thách bán công khai của cả CIA lẫn Lực Lượng Đặc Biệt Mỹ mà Hoa Thịnh Đốn và Ngũ Giác Đài đều chưa dám nhìn nhận. Họ (lính Mũ Xanh) là đám con cưng của tổng thống Mỹ với những ưu đãi và đặc quyền vô hạn, nhưng cũng là một lũ con hoang khi bị đổ bể (...)*" (tr. 128-129)

Qua cái nhìn sâu sắc của NTV, thực chất của đám lính Mũ Xanh chỉ là "*một giai cấp mới của triều đại Kennedy, ngoài khả năng ưu tú giết người thì đó là một bọn cứng đầu vô kỷ luật, nhiều tướng lãnh Mỹ vẫn không chịu nhìn nhận họ là một thành phần nghiêm chỉnh của quân đội như các binh chủng khác*" (tr. 16)

Tóm lại, để chống lại và tiến hành những cuộc chiến tranh không quy ước, nhằm ngăn chặn sự bành trướng của CS tại các nước thuộc thế giới thứ ba, chính phủ Mỹ dưới thời Kennedy khai sinh ra một lực lượng đặc nhiệm (task force) mang tên Green Beret. Những toán quân cảm tử ưu tú này vừa đảm trách vai trò do thám địch tình, vừa lãnh nhiệm vụ quấy rối ngay trên đất địch. Khi bị bắt hay âm mưu khuynh loát bị đổ bể, số phận họ giống như những điệp viên hoạt động trong lòng địch. Vì thế họ được hưởng nhiều biệt đãi, trở nên những kiêu binh, khiến cho phía quân nhân chính quy ganh tị.

## BẢN CHẤT THẬT SỰ XUNG ĐỘT KINH - THƯỢNG

Về căn nguyên xung đột Kinh-Thượng, NTV giải thích: *"Tuyệt nhiên không có mặc cảm kỳ thị về chủng tộc đúng nghĩa như Đức đối với Do Thái, như sự thù hằn đen trắng ở Mỹ. Bằng chứng là chẳng bao giờ có trong lịch sử ở đây một chiến dịch diệt chủng như Hitler diệt dân Do Thái, hay một phong trào kiểu như 3K ở Mỹ. Có một điều kỳ lạ là sự dễ dàng chung sống giữa các sắc dân, giữa các tôn giáo qua mấy ngàn năm ở trên lục địa Á Châu này: hiện tượng Tam giáo ở Việt Nam là một bằng chứng. Theo tôi nguyên nhân tấn thảm kịch dai dẳng ở cao nguyên không bắt nguồn từ một mâu thuẫn chủng tộc, mà là sự bất bình đẳng về quyền lợi và cơ hội tiến bộ giữa Kinh Thượng. Có điều là sự cách biệt đó sắc nét hơn giữa sự nghèo ở thôn quê và trong thành phố, nhưng chúng cùng một đối tượng cho một phương thức giải quyết. Đó là một cuộc cách mạng về công bằng xã hội."* (tr. 81)

NTV lý giải thêm về sự chung sống hòa bình giữa các sắc dân ở VN: *"Họ như sống trên một dải đất định mệnh với nỗi ám ảnh lịch sử truyền kiếp là sự bành trướng thôn tính về phía nam của một nước Trung Hoa, bởi vậy họ đã sống khá hòa hợp và đoàn kết để có một lịch sử hơn bốn ngàn năm cho đến ngày nay."* (tr. 81)

## THÁI ĐỘ CỦA MỸ ĐỐI VỚI ĐỒNG MINH VIỆT NAM

Trong VĐX, tác giả nhiều lần dẫn chứng thái độ không nên không phải của người Mỹ đối với phía VN. Người Mỹ thường nói xấu đồng minh thân thiết nhất của mình. Họ chê bai, dè bỉu phía VN vừa lười vừa hay ăn hối lộ, ăn chặn tiền viện trợ... Cố vấn Mỹ lại thường tỏ thái độ trịch thượng, thích bắt chẹt khi phía VN nhờ vả trong bất cứ chuyện gì, kể cả khi cứu trợ nạn nhân chiến cuộc. Đã thế, họ còn gieo tiếng xấu cho phía VN qua lời than phiền của một viên sĩ quan cấp úy quân đội VNCH: "*Gây oán là mình, gia ân là tụi nó. (...) Xua dân đốt làng thì mình lãnh, còn việc cứu trợ thì chúng nó giành lấy*" (tr. 26-27). Chính họ lợi dụng tối đa sự thành thực đến ngây thơ của người Thượng cho mưu đồ đen tối của mình, nhưng họ lại gieo tiếng ác cho người Kinh. Họ dùng tiền của, đức tin tôn giáo để mua chuộc cảm tình và sự trung thành của người Thượng trong cuộc chiến tranh ác liệt nơi vùng rừng núi cao nguyên; đồng thời họ tuyên truyền rằng, họ mới đích thực là những người giải phóng, phá bỏ gông cùm cho người Thượng, khỏi sự đày đọa, khinh miệt của người Kinh.

NTV cực lực phản đối thái độ đó, anh quan niệm: "*Tranh đấu cho quyền tiến bộ của người Thượng là điều chính đáng, nhưng biến nó thành một cuộc phiêu lưu của thù hận là điều không chấp nhận được.*" (tr. 60)

Người Pháp cũng cố tranh giành ảnh hưởng với người Mỹ trên Tây Nguyên, nơi mà một thiểu số chủ đồn điền cao su Pháp vẫn còn hiện diện sau khi cuộc chiến Đông Dương lần thứ nhất chấm dứt. NTV nhận định: "*(...) Người Thượng rất thực tế mà chánh sách của Mỹ là thứ chánh trị con nhà giàu, nên họ đánh bạt ảnh hưởng hàng trăm năm của Pháp một cách dễ dàng. Mâu thuẫn và cay cú Mỹ, chính các chủ đồn điền người Pháp đã ve vãn thỏa hiệp với du kích quân Cộng Sản và chính trong địa phận các đồn điền cao su bây giờ được coi như là khu an ninh nhất. Kẻ tử thù của Cộng Sản cách đây ít năm bây giờ bỗng nhiên trở thành đồng minh thân tín của họ.*" (tr. 65). NTV tố cáo thêm là, chính phủ Pháp còn vận động quốc tế để ủng hộ mạnh mẽ những người Thượng ly khai, qua một tổ chức do họ đẻ ra là Đại hội các Sắc dân Đông Dương (tr. 94)

Qua ngòi bút NTV bức tranh vân cẩu cuộc chiến tranh Đông Dương lần hai được minh họa không thiếu một chi tiết nhỏ. Không chỉ những thế lực phản động quốc tế, chính ngay những người dân Việt Nam thuộc đủ mọi thành phần, sắc tộc, tôn giáo... đã bị cuốn hút vào cái gọi là "chiến tranh ý thức hệ", thực chất chỉ là một cuộc chiến tranh nóng tại Việt Nam, trên nền một cuộc chiến tranh lạnh toàn cầu giữa hai siêu cường Mỹ và Liên Xô.

*

VĐX tuy viết cách nay hơn 30 năm, nhưng nan để xung đột sắc tộc Kinh – Thượng vẫn còn nguyên tính thời sự của hôm nay. NTV vẫn còn ý thức sâu sắc về nguy cơ sống còn và cả những thiệt thòi của người Thượng trong cộng đồng người Việt. Anh lúc nào cũng để tâm theo dõi họ, từ thời chiến cho đến thời bình, từ khi đất nước còn bị qua phân cho đến khi thống nhất về địa dư. Sự ngược đãi của các chính quyền người Kinh đối với đồng bào Thượng thiểu số trên Tây Nguyên làm anh đau xót về mức tàn bạo, chỉ có tăng chứ không hề giảm sút theo thời gian. Ngày nay chỉ vì những lợi lộc về kinh tế và du lịch nhất thời, người ta sẵn sàng chiếm đoạt đất đai, cải đổi các di sản văn hóa, phong tục tập quán... của những người anh em trong cùng một nước.

"Đất đai và Tôn giáo" của người Thượng Tây Nguyên đã trở thành "**vấn đề nhân quyền**" (human rights issue) đối với cộng đồng thế giới. Cần phải liên tục lên tiếng cảnh báo nguy cơ làm tan vỡ đất nước và tình tự dân tộc.

Tuy nhiên NTV chọn phương cách hành động khác lần trước. Vòng Đai Xanh lột xác thành **The Green Belt**. Đối tượng chính của VĐX ấn bản tiếng Anh với những bổ sung, nhằm vào người ngoại quốc và giới trẻ Việt Nam hải ngoại. The Green Belt là một cuốn sách phong phú về nội dung, lại đẹp đẽ về hình thức, đạt đúng tiêu chuẩn quốc tế, vừa mới được nhà xuất bản Ivy House phát hành vào tháng Ba năm 2004.

Tôi xin thân chúc cho Ngô Thế Vinh, người đàn anh tôi hằng mến mộ đạt được ý nguyện.

*LẠI MẠNH CƯỜNG*
*Amsterdam, 20/04/2004*

---

***Ghi chú:***

1/ "Mặt trận ở Sài Gòn" chỉ là bút ký ngắn ghi lại cuộc hành trình ý thức của một người lính chấp nhận cuộc chiến tranh Việt Nam, nhưng đồng thời cũng có những ước mơ về một xã hội tốt đẹp hơn trong tương lai. Qua nhân vật trong truyện, NTV nói lên tâm tư của mình và những người lính trẻ: "*Không lẽ những mộng tưởng binh nghiệp chỉ có thể biến chúng tôi thành những tên gác-dan cho bọn nhà giàu, một thứ cảnh sát công lộ chỉ đường trên dòng luân lưu của lịch sử...*" Những người lính ấy không muốn hy sinh chỉ nhằm bảo vệ "*cho một thứ xã hội trên cao, thừa mứa*", "*của một đám người kêu gào chiến tranh nhưng lúc nào cũng ở trên và đứng ngoài cuộc chiến ấy ...*"

Tác giả ra trước vành móng ngựa tòa quân sự, vì là quân nhân và đã dám bộc lộ hết những sự thật cần che giấu (les vérités cachées).

2/ Để trả lời câu hỏi: Khi nào và tại sao anh bắt đầu đặc biệt chú ý tới con sông Cửu Long và Biển Đông? NTV đáp: - Tôi làm báo viết văn từ thời sinh viên, với quan tâm tới các vấn đề xã hội, vào thập niên 60 là tình cảnh sống của người Thượng trên Cao nguyên Trung phần Việt Nam tôi đã viết cuốn Vòng Đai Xanh. Ra hải ngoại, qua tiếp cận với Nhóm Bạn Cửu Long, vào những năm 90 tôi bắt đầu chú ý tới vấn đề môi sinh và phát triển con sông Mekong - con sông lớn hàng thứ 3 Châu Á, vẫn được xem như còn nguyên vẹn so với các con sông lớn khác của thế giới. Phải nói rằng tôi đã hoàn toàn bị con sông ấy chinh phục sau khi đọc những cuốn sách liên quan tới Mekong Expedition của Đoàn Thám Hiểm Pháp vào thế kỷ 19 khi gian nan ngược dòng sông Mekong dũng mãnh thời hoang dã để tìm một thủy lộ giao thương với Trung Hoa, một cuộc hành trình thật hào hùng kéo dài hơn hai năm nhưng kết thúc thì bi thảm…

Sau đó tôi ráo riết tìm hiểu về con sông Mekong với nhận thức rằng nó như mạch sống của hàng trăm triệu cư dân của 7 quốc gia (kể cả Tây Tạng) trong lưu vực, nhưng lại đang bị Trung Quốc khống chế. Với cái nhìn toàn cảnh trong mối tương quan toàn vùng ấy, không thể không bao gồm cả Biển Đông đang bị "Tây Tạng Hóa" (Tibetization) với quần đảo Hoàng Sa đã bị Trung Quốc cưỡng chiếm và Trường Sa đang là vùng tranh chấp.

Cho dù là một dòng sông, biển cả với các hải đảo hay đất liền thì chủ đề nhất quán của cuốn sách vẫn là "mối đe dọa do tham vọng bành trướng không ngưng nghỉ của Trung Quốc."

NTV trèo đèo lội suối, chấp nhận hiểm nguy để xâm nhập thực tế qua những hành trình khảo sát thực địa (fieldtrips) ngược dòng Mekong từ đồng bằng sông Cửu Long (Mekong Delta), sang đến Biển Hồ (Tonlé Sap) bên Miên, rồi bên Lào. Gần đây nhất anh thực hiện thành công chuyến đi du khảo Vân Nam (Yunnan): thăm khu sẽ khởi công xây dựng con đập thủy điện Cảnh Hồng (Jinghong); tới thăm con đập thủy điện Mạn Loan (Manwan) nằm trên dòng chính Mekong, là một trong chuỗi 14 con đập bậc thềm Vân Nam (Mekong Cascades); lên tận hồ Nhĩ Hải (Erhai) vùng Đại Lý, với đàn chim Cốc (Cormorants) săn cá và là nơi tương truyền có những con cá Pla

Beuk khổng lồ 300 kg, từ hạ nguồn bơi ngược dòng Mekong lên đó đẻ trứng (loại cá này nay sắp tuyệt chủng)... Anh đã chụp rất nhiều hình ảnh, chú thích kỹ càng.

"Cửu Long cạn dòng, Biển Đông dậy sóng" là một "dữ kiện tiểu thuyết", dày ngót 700 trang, xuất bản lần đầu năm 2000; được bạn đọc khắp nơi đón nhận, nên đã tái bản ngay sau đó. Tác phẩm đoạt giải văn chương tại Đại hội Thế giới của Hội Y giới Việt Nam hải ngoại, tổ chức năm 2002 ở Bắc Mỹ. NTV còn ấp ủ nguyện vọng viết lại thành một tập tài liệu nghiên cứu, thay cho tiểu thuyết loại "fact-fiction" như hiện nay.

Ưu điểm nổi bật là cuốn sách mở ra một chân trời mới, của "hợp tác và phát triển vùng", với mẫu số chung "Tinh thần sông Mekong" (Mekong Spirit), rất xứng hợp với kỷ nguyên toàn vùng và toàn cầu thời hậu hiện đại. NTV là nhà văn có viễn kiến, đồng thời là nhà nghiên cứu sâu sắc. Anh sưu tập thêm nhiều dữ kiện quý giá, phấn đấu đi tìm đồng thuận dân tộc cho mọi phía: **cùng khai thác và cùng bảo vệ nguồn tài nguyên của sông Mekong bằng những bước phát triển bền vững**. Cuốn sách giúp cho mọi người mở mang kiến thức và hiểu rõ hơn về bối cảnh nước nhà.

3/ Pháp lập ra khu người Mường và khu người Thái tự trị ở miền (Tây) Bắc; khu tự trị của người "Montagnard" (người miền núi) ở Tây Nguyên, hay còn gọi là khu vực "hoàng triều cương thổ".

*BS LẠI MẠNH CƯỜNG*
*Tập San Cái Đình, 2004.*

## LẠI MẠNH CƯỜNG

Sinh năm 1949 tại Thái Bình, Bắc phần. Di cư vào Nam 1954, lớn lên ở Sài Gòn. Trung học Nguyễn Trãi và Chu Văn An. Tốt nghiệp Y khoa Sài Gòn 1974. Y sĩ Trưng tập khóa 17. Tù Cộng sản sau 30.04.1975, ra tù 08/1976; một thời gian hành nghề "chui" cho tới khi đi định cư ở Hòa Lan từ 1985. Trở lại học Y khoa ở Amsterdam, lấy bằng tương đương 17/10/1990. Hiện vẫn cư ngụ tại Amsterdam tới nay. Viết cho Tập San Y Sĩ Canada, Tạp chí Cái Đình Hòa Lan.

# TRỊNH Y THƯ

## 48 NĂM SAU, ĐỌC LẠI VÒNG ĐAI XANH 2018

Nhà văn Ngô Thế Vinh viết cuốn tiểu thuyết *Vòng Đai Xanh* khi chiến tranh Việt Nam đang đi vào giai đoạn khốc liệt nhất, đó là năm 1970 khi chính quyền Mỹ đẩy mạnh cuộc "Việt Nam hóa" chiến tranh để tìm cách rút lui khỏi miền Nam trong danh dự sau khi nhận ra họ không thể chiến thắng bằng quân sự mặc dù đã đổ không biết bao nhiêu tài nguyên và xương máu vào cuộc chiến. Cuộc chiến ấy kết thúc năm năm sau đó với một kết quả và hệ quả cực kỳ bi thảm cho một tập thể con người miền Nam, hoặc bị ném vào những trại giam khắc nghiệt mệnh danh là "trại cải tạo" hoặc phải bồng bế nhau liều chết vượt biên đi kiếm sống ở những chân trời xa lạ đầy khó khăn. Cuộc chiến đã gây chấn thương trong lòng dân tộc, một vết thương quá lớn đến nỗi dù đã hơn 40 năm từ ngày tiếng súng ngưng nổ mà dư âm và nỗi ám ảnh quá khứ vẫn đau nhức khôn nguôi trong tâm tư người dân Việt dù ở bên này hay bên kia chiến tuyến.

Sinh trưởng trong một bối cảnh lịch sử đầy nhiễu nhương cộng thêm nhiệt huyết phẫn nộ của tuổi trẻ và lòng yêu quê hương tha thiết, nhà văn Ngô Thế Vinh đã hoàn tất tác phẩm của mình như một thực chứng cho một giai đoạn lịch sử. *Vòng Đai Xanh* được đánh giá bởi giới trí thức và phê bình là một trong những tác phẩm viết về chiến tranh Việt Nam trung thực nhất. Ở đây không thấy "ta và địch", không thấy "chính và ngụy" mà chỉ thấy nỗi thống khổ của những nạn nhân bất hạnh bị ném vào lò lửa chiến tranh bởi những mưu đồ thâm hiểm và tàn bạo của những thế lực đối nghịch sử dụng ý thức hệ và những lý tưởng tuy đẹp đẽ nhưng hoang tưởng để biện minh cho những tranh giành ảnh hưởng, đất đai.

Cuốn sách viết về số phận bi đát của những người Thượng sống trên vùng đất mà ngày nay gọi là Tây Nguyên. Sẵn có mối mâu thuẫn với người Kinh, cộng thêm chính sách "Dinh điền" đầy bất công dưới thời Đệ Nhất Cộng Hòa, người Thượng dang rộng vòng tay đón nhận sự trợ giúp của đoàn quân Mũ Xanh Mỹ với niềm hy vọng thiết lập một quốc gia Đông Sơn riêng biệt, hoặc chí ít một vùng đất tự trị bao gồm gần 30 sắc dân khác nhau sinh sống trên suốt dải đất miền cao đó. Giấc mơ của họ đã bị đập tan không thương tiếc, một phần vì họ đã quá ngây thơ, *"Một quốc gia Đông Sơn riêng biệt chỉ là sự nhiễm độc của vài bộ óc non nớt khi giao tiếp với những người lính Mũ Xanh."* Đó chính là nhận định của nhà văn Ngô Thế Vinh trong cuốn *Vòng Đai Xanh*. Kỳ thực, "Vòng đai xanh" là kế hoạch chiến lược của chính quyền Mỹ nhằm thiết lập một chiến tuyến phòng thủ xuyên quốc gia tại Đông Nam Á để ngăn chặn sự bành trướng của khối Cộng từ phương Bắc tràn xuống, mà lực lượng chủ yếu được giao nhiệm vụ thực hiện kế hoạch là Lực lượng Đặc biệt Mỹ, những người lính Mũ Xanh. Được Hollywood "anh hùng hóa" bằng hình ảnh một John Wayne anh dũng, kiêu hùng, trừ gian diệt bạo, nhưng thực chất những người lính Mũ Xanh chỉ là một đoàn quân viễn chinh với tất cả sự tàn bạo khiếp hãi của chiến tranh. Khi chấp nhận cộng tác với lính Mũ Xanh, những người Thượng hiểu rõ họ đã trở thành thù địch của phe Cộng, và khi bị phe lính Mũ Xanh bỏ rơi, thật mau chóng và dễ dàng họ biến thành miếng mồi ngon cho phe Cộng, và đối với phe Cộng hình phạt nhẹ nhất cho kẻ phản bội là chặt đầu, ném xác xuống suối! Nặng hơn thì cả một buôn bản bị tàn sát, không chừa một mống dù là con vật.

*"Tranh đấu cho quyền tiến bộ của người Thượng rất ư là chánh đáng nhưng biến nó thành một phiêu lưu của thù hận là điều không thể nào chấp nhận được..."* Ngô Thế Vinh viết như thế trong cuốn Vòng Đai Xanh. Ở đoạn khác ông nói thêm, "... *Tôi tự hỏi liệu còn phải đổ thêm bao nhiêu máu và nước mắt để có một cuộc sống canh tân ở cao nguyên."* Sự phẫn nộ trong ngòi bút của nhà văn Ngô Thế Vinh bắt nguồn từ lòng thương cảm sâu sắc với nỗi bất hạnh của người dân Thượng, mà theo ông thì, "... *nguyên nhân tấn thảm kịch dai dẳng ở cao nguyên không bắt nguồn từ một mâu thuẫn chủng tộc mà là sự bất bình đẳng về quyền lợi và cơ hội tiến bộ giữa Kinh, Thượng."*

Ở chừng mực nào đó, tính cách phi lý và đầy mâu thuẫn của cuộc chiến cao nguyên, qua những trang viết của Ngô Thế Vinh, người ta cũng tìm thấy nơi cuộc chiến lớn hơn trên khắp lãnh thổ miền Nam Việt Nam lúc đó: Sự nghi kỵ, mâu thuẫn nặng nề giữa chánh quyền Sài Gòn và thành phần lãnh đạo lực lượng đồng minh Mỹ; sự bất tài và bất xứng của các tướng lãnh Nam Việt Nam chỉ huy trực tiếp cuộc chiến và thi hành chính sách cai trị dân; mưu đồ riêng tư của các thành phần con buôn chiến tranh mạo danh tôn giáo hay viện trợ; sự phân hóa trầm trọng của hậu phương; áp lực to lớn đòi chấm dứt chiến tranh vô điều kiện của cánh tả bên Mỹ, v.v… Riêng đối với chánh sách của Mỹ, nhà văn Ngô Thế Vinh đã không ngần ngại nói thẳng quan điểm của mình như sau:

… với kinh nghiệm những năm dài sống ở lục địa Á châu tôi thấy rõ nguyên nhân sự thất bại của Mỹ. Tôi vẫn bảo Ross là người Mỹ các ông tới đây phải tự coi là khách, vấn đề thể diện có thể không được quan tâm ở Mỹ nhưng đối với người Á châu thì đó là lẽ sống chết của họ. Các ông đã thất bại nếu cứ khăng khăng hành động như chủ nhân ông đất nước này và bắt họ phải làm theo ý mình.

Cuốn sách đưa ra nhiều vấn nạn to lớn mà thật sự cho đến ngày nay chúng ta vẫn chưa thấy có một đáp án nào khả dĩ giúp đưa đất nước tiến bộ mạnh mẽ trên nhiều bình diện, từ kinh tế cho đến đạo đức nhân quần, nhằm chống lại mối đe dọa thường xuyên và kinh khiếp từ Bắc phương. Cơn mê giáo điều, không chấp nhận quan điểm người khác, thậm chí xem người có quan điểm khác mình là kẻ thù địch cần diệt trừ, đã được nhà văn Ngô Thế Vinh nhìn thấy cách đây cả nửa thế kỷ như cái gì cần xóa bỏ trong tâm thức dân tộc nếu muốn có tiến bộ:

Đối với người trí thức Việt Nam thì cuộc chiến tranh tại đây tự trong bản thân nó mang tất cả sức nặng của một vấn đề quốc tế, một cuộc phiêu lưu thí nghiệm đầy nguy hiểm và dĩ nhiên không phải bằng hỏa lực mà người ta tìm ra lối thoát. Mối bế tắc chính là cơn mê giáo điều có từ lâu giữa hai phía, đã đến lúc họ phải ý thức được rằng chiến tranh có thể đốt cháy tất cả, kể cả tương lai và mơ ước của cả một dân tộc. Bởi vậy họ phải tìm cách tỉnh dậy và thoát ra.

Cuộc chiến đấu sống còn đầy cam khổ của người Thượng vùng Tây Nguyên vẫn tiếp diễn cho đến ngày nay. Sau khi Cộng sản chiếm trọn miền Nam năm 1975, hàng chục ngàn người Thượng đã bị lùa vào các "trại cải tạo," lãnh tụ bị hành quyết, buôn bản cô lập, từng đoàn người già trẻ lớn bé phải vượt đường bộ tìm lẽ sống qua cái chết sang tị nạn tại các quốc gia láng giềng. Sự ngược đãi tưởng như chưa sắc dân nào trên thế giới chịu đựng nhiều hơn. Thậm chí gần đây, làn sóng người Thượng tị nạn từ Việt Nam sang Cam Bốt vẫn không ngưng, mà chỉ chậm lại khi chính quyền Cam Bốt ra lệnh trao trả lại Việt Nam những người tị nạn đó.

Bởi thế tính thời sự của cuốn tiểu thuyết *Vòng Đai Xanh* không hề suy giảm. Nó vẫn nóng bỏng với những chất vấn cho lương tâm nhân loại ở kỷ nguyên hiện đại này.

Nhà xuất bản Văn Học hân hạnh được cộng tác với nhà văn Ngô Thế Vinh trong lần tái bản cuốn *Vòng Đai Xanh* năm 2018 này. Ngoài phần văn bản chính dựa trên ấn bản của nhà Thái Độ xuất bản năm 1970, chúng tôi in thêm phần Phụ lục gồm những bài viết, cảm nhận, điểm sách, v.v... của nhiều học giả, nhà văn, trí thức... về tác phẩm hoặc những vấn đề liên quan. Rất mong công trình khiêm tốn này được độc giả khắp nơi trong và ngoài nước nhiệt tình đón nhận. Những sơ sót đáng tiếc là không thể tránh, mong quý độc giả niệm tình tha thứ và rộng lòng chỉ bảo để lần tái bản tới được hoàn hảo hơn.

- Văn Học Press, 2018

*Bức hình này chụp trước Toà soạn Bách Khoa xưa, chỉ có một góc khung, có hình Lê Ngộ Châu và Nguiễn Ngu Í, từ trái. Trích từ cuốn sách "Nguiễn Ngu Í, Cuộc Đời và Văn Nghiệp" của Châu Hải Kỳ.* [nguồn: tư liệu của Đỗ Nghê]

# HOÀNG NGỌC NGUYÊN

## VÒNG ĐAI XANH
## MỘT CÁI CHẾT ĐƯỢC BÁO TRƯỚC

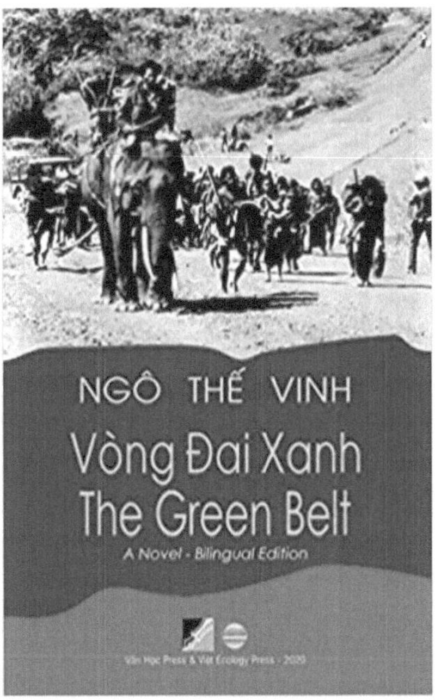


Văn Học Press & Việt Ecology Press
ISBN # 9781989993453
www.amazon.com, các hiệu sách

"*Vòng Đai Xanh*" của Ngô Thế Vinh được xem là một tiểu thuyết chiến tranh, được viết rất thực bởi một quân y sĩ xông pha ngoài trận tuyến. Cuộc chiến tự vệ của người dân Miền Nam chống xâm lược của Cộng Sản Miền Bắc kéo dài đến 15 năm (1960-75), nếu không nói đến hoạt động khủng bố, phá hoại 2-3 năm trước khi chiến tranh chính thức khai mào, cho nên chúng ta không thiếu những tác giả viết về cuộc chiến đó, cảm khái từ những mất mát, đổ vỡ, tan hoang của con người, của tuổi trẻ, của gia đình, của xã hội, của đất nước vì chiến tranh. Không thiếu, nhưng chắc không thừa, không đủ khi nhìn đến "quy mô" của cuộc chiến, chiều dài của nó về thời gian và không gian, cùng với những biến chuyển phức tạp qua các thời kỳ. Mặt khác, phần lớn những tác giả của thời đó, thường là quân nhân (và một số người không phải là "fan" của cuộc chiến đó), chỉ có phương tiện, thời gian và cảm hứng để viết những tác phẩm ngắn. Và bình thường, những truyện ngắn thường chỉ phơi bày những bi kịch thời chiến mà không có bất kỳ phê phán "tội ác chiến tranh" nào. Tưởng như những người phản chiến mượn ngòi bút để thể hiện ý chí của mình. Chúng ta không có một đại tác phẩm như *"Chiến tranh và Hòa bình"* của Leo Tolstoy. Hay *"All Quiet on the Western Front"* của Erich Maria Remarque, hay *"A Farewell to Arms"* của Ernest Hemingway. Hay *"The Naked and the Dead"* của Norman Mailer...

*VĐX*, một phần nào đó là một tiểu thuyết chiến tranh, ra mắt vào năm 1970. Tác phẩm này được trao Giải thưởng Văn học Toàn quốc năm 1971 - giữa khi tác giả đang lặn lội trong một đơn vị Biệt kích Dù vào sinh ra tử trong vùng cao nguyên rừng núi biên giới thuộc Vùng 2 Chiến thuật. Ngô Thế Vinh không thể từ bỏ đơn vị để về Saigon nhận giải và hiểu rõ hơn vì sao mình được vinh dự đó. Khó kiếm ra tài liệu cho biết rõ hơn giải thưởng này đã được tổ chức thế nào, giám khảo là những ai, và ai đã từng được giải thưởng đó... Trong trí nhớ rất khả nghi của một người cao niên tuổi già sức yếu, tôi nghĩ đến những bậc trưởng thượng trong làng văn học Miền Nam như Võ Phiến, Bình Nguyên Lộc, Doãn Quốc Sỹ, Nguyễn Mạnh Côn... Trong những người đã nhận giải, tôi còn nhớ được nhà văn Trang Châu, cũng là một y sĩ tiền tuyến. Giải thưởng của Ngô Thế Vinh là vào năm 1971, cho nên có thể kết luận đây là Giải thưởng Văn học Tổng thống Nguyễn Văn Thiệu đã lập ra từ năm 1969 (?), thay cho những giải đã có trước đó.

Tôi đã cố tìm đọc trong ấn bản mới nhất của *VĐX* để hiểu được lý do vì sao ban giám khảo đã chọn tác phẩm này để trao giải văn chương. Chẳng lẽ cứ "độc đoán" trao giải mà không cần một lời bình phẩm, khen ngợi? Cũng có thể sự lựa chọn *VĐX* là một quyết định cực kỳ tế nhị, các giám khảo đã đồng ý về sự lựa chọn, nhưng cũng đồng ý giữ im lặng, không giải thích quyết định của mình, để tránh đụng chạm hay phiền phức về sau? Một lời không nói có khi còn hơn vạn lời nói ra? Giải thưởng mang tên tổng thống, bởi thế sự lựa chọn người được giải cũng có thể được diễn dịch có sự đồng ý của ông. Nhưng cũng khó tưởng được Tổng thống Thiệu có thì giờ đọc, hay có thể thích một tác phẩm có nội dung như *VĐX*.

*VĐX* sẽ là một tác phẩm muôn đời gây tranh cãi bởi vì *VĐX* là một tác phẩm chính trị, một tiểu thuyết chính trị! Chính trị luôn luôn là vấn đề gây tranh cãi muôn đời. Huống chi vào thời đó, *VĐX* nêu lên một vấn đề chính trị đương đại có tính cách quyết định sự sống còn của đất nước Miền Nam cho dù không hẳn chúng ta trước đây đã nhìn thấy ở mức độ quyết liệt đó. Bối cảnh hay trọng điểm chính là một vùng đất rất chiến lược theo đúng nghĩa, rất trọng yếu cho an ninh, an toàn của Miền Nam, một tiền đồn then chốt cho chế độ Miền Nam, thế nhưng người Mỹ đã xem nhẹ tiền đồn Miền Nam của Thế giới Tự do như thế nào thì chúng ta cũng "thiếu cảnh giác" đối với tiền đồn của đất nước của mình như thế đó. Người Mỹ mất tiền đồn này (Miền Nam), họ chỉ nhún vai và quay qua hướng khác. Còn chúng ta? Mất tiền đồn này (tức cao nguyên trung phần của đất nước) thì chỉ có một con đường vong quốc trước mặt!

Có thể hình dung một giám khảo của giải thưởng này đã đưa ra một phát biểu ngắn gọn sau đây: "*VĐX* không phải là một tác phẩm văn học, văn chương. Nhưng đó là một tiểu thuyết chính trị hiếm có, đặc biệt hiếm có. Đặc biệt tế nhị vì nhìn thẳng vào thực tại đáng quan ngại của Miền Nam hiện nay. Tiểu thuyết chính trị đã rất hiếm có thời nay vì thường phải đụng chạm với các thế lực lớn trong xã hội. Có khi không tránh được đụng chạm đến tôn giáo. Đến các địa phương. Tiểu thuyết chính trị *VĐX* chuyên chở một nội dung không có hư cấu tí nào mà nhìn thẳng vào một thực tại chính trị có tính sống còn của đất nước một cách xác thực nhằm đưa ra một cảnh báo nghiêm trọng cho lãnh đạo, cho quốc gia như thế thì thật đặc biệt hiếm có. Một nội dung rất thẳng thắn, sâu sắc, trung thực một cách táo bạo nói lên tất cả sự dũng cảm của tác giả, nhưng không chỉ là sự dũng cảm mà là một tấm lòng lo lắng tha thiết đối với dân, với nước của một trí thức, một sĩ phu tưởng rằng chỉ có từ thời xa xưa".

Những giám khảo còn lại hẳn đồng tình với ông, vì đương nhiên họ đã cũng đọc hết tác phẩm này. Người ta không thể ngoảnh mặt với vận mệnh dân tộc khi cảm thấy bờ vực không xa!

Khi nói đến chính trị là nói đến các thế lực đang tranh chấp và chia sẻ quyền lực, tiếng nói của người dân và vai trò phán quyết của công lý, pháp luật. Khi nói đến chính trị của thời đó là nói đến những năm sau khi nền Đệ nhất Cộng hòa của Tổng thống Ngô Đình Diệm bị sụp đổ (1963), một thời chiến tranh đang bùng phát khắp mọi nơi trên lãnh thổ Miền Nam, sau biến cố Vịnh Hạ Long (tháng tám năm 1964) và quyết định Mỹ chính thức đưa quân chiến đấu đến Việt Nam (tháng ba năm 1965) để giúp Miền Nam khỏi rơi xuống bờ vực và giành lại thế chủ động chiến trường. Nhưng chính trị của thời đó là sự tranh chấp quyền lực của các phe phái trong quân đội (các tướng tá sống chuồng, từ "cách mạng" 1-11 đến "chỉnh lý" 30-1 và hàng loạt đảo chánh thật, đảo chánh giả, cho đến khi một số tướng lãnh lộ mặt thật ra, chính thức cầm quyền tháng sáu năm 1965), sự lạm dụng tín đồ, đặc biệt là học sinh-sinh viên, với hàng loạt xuống đường trong bốn năm 1964-67 khi người tu bỏ đạo để bon chen với đời, và tính ấu trĩ của đảng phái khi người ta không hề nghĩ đến chuyện làm sao đến với dân và làm cho người dân đến với nhau... Sự xung đột giữa những thế lực lớn này để nắm quyền lãnh đạo đã bất kể người dân đang ngày càng bất an, khốn đốn về thời cuộc, chiến tranh ở thôn quê, khủng bố ở thành thị, và chính trị ở Saigon, điêu đứng về công ăn việc làm và kinh tế lạm phát. Và bất kể một cuộc chiến có tính sống còn của đất nước, của chế độ, và tư cách, uy tín, danh dự phải giữ đối với một đồng minh trụ cột trong cuộc chiến này mà chúng ta đang lệ thuộc chẳng phải hầu như hoàn toàn mà là hoàn toàn mặc dù đồng minh này ngày càng mất tín nhiệm nước chủ nhà và xem cuộc chiến chống cộng này là cuộc chiến của họ!

Người dân Saigon bị cuốn hút vào chính trị Saigon – các tướng tá, các thầy, các cha và đồng đô la xanh, đô la đỏ, đặc biệt trong những năm đó. Họ cũng chẳng hiểu bao nhiêu chuyện "địa lý chính trị" phức tạp của Miền Nam, vùng nào thì người nào làm chủ (Phật giáo, Thiên Chúa giáo, Hòa Hảo, Cao Đài,

Đại Việt Cách Mạng, Việt Quốc...), cho nên đương nhiên chẳng hiểu được chuyện chính trị ở vùng cao nguyên trung phần. Năm 1964 chẳng hạn, chẳng mấy ai biết hay bận tâm với biến cố người Rhadé nổi dậy ở một trại lính ở Ban Mê Thuột giết chết bao nhiêu lính và cả thường dân người Việt. Người ta nghe loáng thoáng đến phong trào FULRO, nhưng chẳng mấy ai biết đây là tên gọi của Mặt trận Thống nhất Đấu tranh cho các Sắc tộc Bị áp bức - Front Unifié de Lutte des Races Opprimées. Tại sao phong trào của người Thượng mà mang tên tây? Câu hỏi này đáng cho những bậc thức giả chính trị phải tỉnh hẳn dậy!

Biến cố này xảy ra vào tháng chín năm 1964, giữa khi chính trường Saigon đang cực kỳ nhiễu nhương: các thượng tọa không lý gì đến chuyện "từ bi hỉ xả", đành lòng để Dương Văn Minh bác đơn xin ân xá của Ngô Đình Cẩn, để cho Nguyễn Khánh xử bắn ông (5-5); hai tôn giáo chính chẳng có một lời hòa giải với nhau; Tướng Khánh lợi dụng Hội đồng Quân nhân Cách mạng đưa ra Hiến chương Vũng Tàu (15-8), trao cho ông ta quyền tổng thống. Việc không thành vì sư sãi và linh mục xuống đường, nên ngày 8-9 Khánh lập "tam đầu chế" Minh-Khánh-Khiêm (Dương Văn Minh, Nguyễn Khánh, Trần Thiện Khiêm), tồn tại chưa được hai tuần. Sau đó, hai tướng Dương Văn Đức và Lâm Tấn Phát lại tổ chức "biểu dương lực lượng", mở cơ hội cho Nguyễn Văn Thiệu và Nguyễn Cao Kỳ can thiệp và nhảy lên sân khấu chính trị. Ngày 25-9, nhóm "Young Turks" (sĩ quan trẻ) chính thức ra mặt, yêu cầu Khánh giải nhiệm Khiêm và 4-5 tướng khác... Khiêm và Minh đều phải rời khỏi nước cho các tướng trẻ yên tâm! Sau đó, ngày 26-9, người ta dựng lên Thượng Hội đồng Quốc gia. Lãnh đạo ở Saigon còn không lý gì đến chuyện nổi loạn này và nỗi lo lâu dài nó đặt ra, huống gì người dân. Làm sao họ có thể để ý vụ nổi loạn ở "xứ Thượng" – tưởng như chuyện xa vời, không liên quan gì đến mình. Đương nhiên, ít người hiểu ý nghĩa trầm trọng của vấn đề.

Phải nói cho ngay tình, tuy khẩu hiệu quen thuộc là "Kinh Thượng đoàn kết một nhà", nhưng ai ở nhà nấy, không hề biết đến nhau, không sống chung trong một nhà cho nên chẳng cần nói chuyện đoàn kết. Quan hệ Kinh Thượng này còn xấu hơn quan hệ giữa người da trắng và da đen ở Mỹ. Người da trắng gọi người da đen là "nigger", một số người Kinh gọi người Thượng là "mọi". Người da trắng còn lập gia đình với người da đen. Người Kinh hầu như không lấy người Thượng – ra đường còn không nhìn những phụ nữ Thượng ăn mặc thế nào! Người da trắng biết gốc gác người da đen hơn người Kinh biết người Thượng. Chúng ta thường đơn giản chỉ nghĩ đến người Thượng như người sống tách biệt trong vùng rừng núi . "Nụ cười sơn cước" chỉ là chuyện hoang đường, mua vui. Cho nên "tình dân tộc, nghĩa đồng bào" chẳng có trong quan hệ giữa Kinh/Thượng. Nguy hiểm hơn nữa, người Thượng vẫn xem phần đất mà họ đang sống trên đó là giang sơn của riêng họ, nhiều người vẫn muốn có một nước riêng (Đông Sơn) và người Kinh hãy tránh xa, đừng lui tới (Anh khách lạ, đi lên đi xuống). Chẳng ai nghĩ hay lo sợ vì mối quan hệ "a divided house cannot stand" này vì phần lớn chúng ta không thấy được hay thấy hết vị trí tiền đồn chiến lược của vùng Trung Nguyên này trong cuộc chiến một mất một còn chống sự xâm lăng của Miền Bắc.

Nói dài dòng, lòng thòng như thế chỉ nhằm nêu bật một điều: sự tỉnh thức của tác giả *VĐX* và hoài bão thức tỉnh mọi người của NTV qua *VĐX*. NTV đương nhiên cũng bị cuốn hút vào thời sự chính trị của Saigon tao loạn. Vào những năm đó, anh đang là sinh viên y khoa và là chủ bút/tổng thư ký của báo Tình Thương, một tờ báo sinh viên nhưng vượt cả những rào cản thường tình của một tờ báo sinh viên để dấn thân vào cuộc sống của đất nước, của xã hội. Đó là chuyện hiếm có chỉ thấy ở báo chí hung hăng tranh đấu nhảm nhí ngoài Huế. Nhưng Tình Thương không tranh đấu và không nhảm nhí. Hai chữ dấn thân có ý nghĩa nhập cuộc. Bởi vì Tình Thương không thể đứng ngoài hay đứng trên khi cuộc sống của người dân ngày càng bất an, vận mệnh đất nước mon men đến bờ vực. Có thể biến cố nổi loạn của phong trào FULRO vào tháng chín năm 1964 đã là "giọt nước tràn ly" đối với NTV. Như được thức tỉnh, anh bắt đầu tìm hiểu như một nhà báo, và hẳn phải bàng hoàng trước thực tại chính trị ở vùng cao nguyên biên giới này. Khi tốt nghiệp, anh trở thành quân y sĩ cho một đơn vị Biệt kích Dù hoạt động trên vùng cao nguyên này. Anh có thêm điều kiện, kinh nghiệm thực tế trong tìm hiểu đời sống chính trị và xã hội của người dân Thượng. Có thể đó là bối cảnh của sự ra đời của *VĐX*.

Lúc ban đầu, NTV không có ý định viết tiểu thuyết mà đặt trọng tâm vào thể tài phóng sự điều tra. Phóng sự điều tra dĩ nhiên phải thực. Nhưng thiên phóng sự điều tra này đương nhiên đụng chạm đến nhiều vấn đề chính trị nhạy cảm, ví dụ như Mỹ với sức mạnh quân sự (USOM) và viện trợ kinh tế (USAID), đã "soán đoạt" chủ quyền của chính phủ Saigon ít nhất ở vùng này (bài hát thịnh hành hồi đó: "Cái nhà là nhà của ta, USAID, USOM làm ra"). Lính Mũ Nồi Xanh (Green berets) là một lũ kiêu binh, nghĩ rằng có thể làm giặc được, chỉ kém lính "lê-dương" (légion) thời thực dân Pháp. Binh đoàn này có thể thành công trong ngăn chận lính Bắc Việt xâm nhập vào vùng trung nguyên, nhưng cũng gây hãi hùng cho người dân trong những cuộc hành quân có tính cách "lùng và diệt" của họ. Các tướng già theo tây, tướng trẻ (Young Turks) Mỹ giúp khôn lớn xem chừng thích quyền hành hơn quyền bính, ham chính trường mà né chiến trường, cho nên liên miên đảo chánh. Các thầy dường như cũng chẳng biết gì chuyện đất nước có giặc - nhất là sau khi Thích Trí Quang được lên bìa tạp chí Time ngày 22-4-1966 với đề tựa "The Buddhist Bid for Power". Dân Saigon sống lo sợ nghèo đói và VC khủng bố... Và quan trọng hơn cả, những người lãnh đạo đất nước chẳng có đường lối nào để đánh giặc, phó thác tất cả cho cố vấn Mỹ. Điều đó càng hiển nhiên hơn khi chúng ta nhìn vào chính trị ở vùng trung nguyên địa đầu này. NTV muốn nêu lên tất cả những điểm này. Anh thừa can đảm làm chuyện đó, nhưng làm sao những người kiểm duyệt có đủ can đảm thông qua những chuyện này? Bởi thế mà anh phải tìm cách nặn lại thiên phóng sự điều tra VĐX thành một tiểu thuyết.

Theo lời NTV, một trong những lý do, hay "động lực" chính, của ông khi dấn thân vào *VĐX* là "*The Green Berets*". Tiểu thuyết này ra đời năm 1965, được xem là một thiên "anh hùng ca" của những người lính mũ nồi xanh đã bình định được khu vực biên giới cao nguyên này và đem an vui đến cho người dân, ngược lại với sự "bất lực, hèn nhát và nhũng lạm" của quân chính phủ Saigon cùng sự độc ác, tàn bạo của kẻ thù VC. "Green Berets" là tác phẩm phổ biến nhất – ít nhất là đối với hàng trăm ngàn lính Mỹ đang tham gia cuộc chiến ở Miền Nam vào lúc đó. Cái tai hại của cuốn sách là vô kể khi nó ảnh hưởng đến động thái của lính Mỹ ở VN. NTV xem cuốn sách này là một sự bịa đặt trắng trợn mang nặng tính thực dân một thời cần phải vạch trần. Ông mong *VĐX* phản biện sẽ cho người ta thấy sự thật hơn – ít ra từ tác giả là người trong cuộc.

Câu chuyện *VĐX* đơn giản một cách phức tạp – hay phức tạp một cách đơn giản. Một nhà báo ở Saigon quyết định lên vùng Thượng Trung Nguyên để tìm hiểu về người Thượng sống ở vùng tuyến đầu này (Nhà báo này trong thực tế không ngoài ai khác là NTV!). Cùng mục đích là Davis, một nhà báo Mỹ làm cho một tờ báo lớn (New York Times, Washington Post, Newsweek hay Time?) muốn nắm tình hình ở một nơi thử thách nhất cho chính sách "Mỹ hóa chiến tranh" 1965 của Tổng thống Johnson. Hai nhà báo đã sớm khám phá tính phức tạp khôn lường của chính trị ở một nơi "nhỏ như lỗ mũi", hầu như biệt lập, tách rời với "thế giới chung quanh" (chế độ Miền Nam của người Việt với thủ đô là Saigon). Người Thượng sống an phận, biệt lập, không muốn dính líu gì đến người Việt quốc gia và VC, và hoan hỉ với người Mỹ, viện trợ Mỹ, quân Mỹ chiếm đóng... Thậm chí, một số người chủ tâm ly khai (FULRO) còn nghĩ rằng Mỹ sẽ giúp họ lập nên một nước Đông Sơn riêng biệt. Việt Cộng đương nhiên muốn khuấy phá không ngừng. để ép người dân Thượng sợ chúng và đi theo chúng, tránh xa người Mỹ. Bởi thế mới có cuộc thảm sát đến cả 600 người dân thường ở một nơi lính Mỹ không "bảo hộ".

Trong khi đó, chính phủ Saigon cũng lúng túng, trở nên thụ động trước sự lấn áp của người Mỹ. Sự thiếu lãnh đạo, thiếu chính sách thể hiện ở hai ông tướng thường được nói đến như tư lệnh vùng: một ông tướng Trị không có tham vọng vì bất lực trước người Mỹ và tham nhũng; một ông tướng Thuyết tham vọng "vương tướng" nhưng không có quyết tâm hành động vì thiếu phương hướng. Theo lời tướng Trị: "... vai trò của vị tướng lãnh trên cao nguyên hiện tại là chánh trị chứ không phải quân sự mà tôi chỉ là một nhà quân sự thuần túy...". Ông miệt thị người Thượng: "Sao tôi lại không biết cái chân lý bọn Thượng chỉ tuân lệnh và tri ân những ai đem thức ăn vào miệng chúng nhưng bọn Mỹ cũng biết điều đó, tụi nó muốn độc quyền tranh thủ nhân tâm bằng cách này". "Tướng Thuyết đã không thành công khi đòi cứu trợ phải qua tay nhà cầm quyền VN". Nhà báo cũng nhận định: "Chính phủ VN đã lầm lẫn khi trao toàn quyền cứu trợ đám người Thượng tỵ nạn vào tay người Mỹ". Đúng thôi. Như thế thì người Thượng chỉ biết có người Mỹ, làm sao họ cần nhìn mặt người Việt ở đây? Đặc biệt, tác giả đã để ít nhất 1/3 số trang để nói đến chính trị Saigon nhiễu nhương thời đó. Người ta chỉ biết tranh chấp quyền hành, chẳng hề biết đến những bài toán lớn của đất nước. Mỹ muốn Saigon khoán trắng cuộc chiến cho Mỹ? Tốt thôi. Càng khỏe! Trong khi đó, người dân Saigon sống trong bất an, lo sợ: các tướng đảo chánh; học sinh, thanh niên và cả giáo dân nghe lời các thầy, các cha xuống đường; VC tăng cường khủng bố để trả thù người Mỹ leo thang... Báo chí thì ngột ngạt vì chế độ kiểm duyệt...

*VĐX* đã nói khá rõ về thái độ "thực dân mới" của Mỹ: xem thường nước chủ nhà và tự tung tự tác, xuất phát từ thái độ đáng xem thường, tắc trách của Saigon. Người ta xem quân đội Saigon như không có cho nên Green Berets mới trở thành kiêu binh. Vụ thảm sát mấy trăm người Thượng là một "tai tiếng" ghê gớm: "Còn đối với những người lính Mũ Xanh thì việc thí sáu trăm sinh mạng là một chứng tỏ đắc thắng của họ. Hậu thuẫn vững chắc của bọn này là những đơn vị Dân sự Chiến đấu Thượng và một lũ thông ngôn". Mấy năm trước đó, cũng có vụ lính Thượng giết chết mấy chục người lính Saigon trong cùng trại. Người Mỹ tin rằng với chính sách "Mỹ hóa chiến tranh", vùng này sẽ an toàn tuyệt đối, ngăn chặn lính Bắc Việt theo đường mòn Hồ Chí Minh mượn ngõ đi vào Miền Nam. Họ cũng nghĩ việc truyền giáo sẽ làm tăng ảnh hưởng của người Mỹ trong khu vực, cho dù ông mục sư này vẫn quen ăn trên ngồi trốc và "mọi người vì mình". "Lối suy nghĩ thực tiễn của ông (mục sư) vẫn mang nguyên bản chất của người Mỹ... Hình ảnh một vị thừa sai mắt xanh râu đỏ hùng hồn đứng rao giảng đạo về sự hiện hữu của Chúa cùng với những hy vọng hạnh phúc ở đời sau trước đông đảo đám con chiên phủ phục nghèo đói như kéo tôi lùi lại thời gian của hàng mấy thế kỷ văn minh".

Điều phải nói ở đây là chẳng những người Mỹ không hề nhắc nhở cho người Thượng hiểu họ trước hết phải là người VN và phải chiến đấu như người Việt chống kẻ thù ngoại xâm là Miền Bắc. Trái lại, dường như họ còn khuyến khích người Thượng mơ tưởng nhiều hơn chuyện "thoát Việt", xây dựng một đất nước riêng của người Thượng có Mỹ bảo hộ...

Câu chuyện *VĐX* "tạm" kết thúc có hậu một cách u buồn vì thực không có giải pháp. Phong trào phản chiến bùng phát ở Mỹ, và Tòa Bạch Ốc thời Nixon phải tính đến chuyện "giải Mỹ hóa", hay "Việt hóa" chiến tranh. Cho nên cái trại Daksut tiền đồn này được vất trả cho Việt Nam (tử tế dữ!). Tác giả đã trải qua những ngày tháng cực kỳ khó khăn vì chế độ kiểm duyệt ở Saigon khiến cho ông muốn bỏ nghề. Rồi sáu tháng nằm bệnh viện trên cao nguyên vì "tai nạn nghề nghiệp" (VC tấn công). Người bạn Davis bị tử thương bởi một vết đạn ở đầu và chết "ngay trên đường di tản". Tác giả còn đơn độc thêm vì sự biến mất lẳng lặng của cô Nguyện, người bạn đời trong mộng, được xem là con chim sơn ca trong đời nhưng nay đã bỗng "cất cánh bay cao và chối từ quá khứ". Trong sự chuyển giao VN hóa chiến tranh này, người Thượng thì hoang mang, chẳng biết phải dựa vào ai đây; người Mỹ không vui vì bỏ cuộc chơi; người Việt thì lúng túng. "Và điều quan trọng hơn nữa là cả người Thượng và người Kinh sau mấy lần đổ máu đều hiểu thấm thía rằng bởi trong cái mối tương quan môi hở răng lạnh, họ chỉ còn một cách là xích lại gần nhau để hợp tác xây dựng một cộng đồng quốc gia VN mới.

Kết luận đó là khoảnh khắc lạc quan hầu như duy nhất trong *VĐX*, có lý do "chính trị" của tác giả. "Cái viễn ảnh tốt đẹp của vùng Đất Hứa Cao Nguyên còn phải trải qua nhiều máu, mồ hôi và nước mắt", tác giả cảnh báo. Nhưng, đau buồn thay, để "trải qua nhiều máu, mồ hôi và nước mắt", chúng ta cần nhiều thì giờ, rất nhiều thì giờ, mà chúng ta trước đã hoang phí, và đến lúc đó vẫn chưa đủ ý thức về nhu cầu sống còn chúng ta phải chạy đua "mệt nghỉ" với thời gian.

Theo *"Biên Niên Sử Cuộc Chiến Vô Đạo"*, "Vào đầu tháng ba, lính BV đã bao vây Ban Mê Thuột ở Cao nguyên Trung phần. Sự tập trung đông đảo lính chính quy MB, cùng với những tin tức từ tù binh, liên lạc truyền tin của địch bị bắt được, cùng với những tài liệu tịch thu, cho thấy BV đang chuẩn bị một cuộc tấn công quy mô vào vùng này. Các đơn vị CS cắt các trục giao thông chính ở vùng II. Ngày 10-3, quân BV mở tổng tấn công vào Ban Mê Thuột, tỉnh lỵ chính của Trung Nguyên, đến giữa ngày đã tràn ngập khắp tỉnh lỵ. Sư đoàn 23 bị tan rã, và BMT, thành phố chính của tỉnh Darlac, bị chiếm hoàn toàn ngày 13-3. Nhiều lính của Sư đoàn 23 Bộ binh rã ngũ để lo đưa gia đình đi chạy giặc. Theo một nhận định, phản ứng lo sợ chuyện nhà đến mức bỏ ngũ này của nhiều binh sĩ của Saigon là một "hiện tượng" đóng góp "nặng nề" cho sự sụp đổ của quân Miền Nam trong mấy tháng sau đó".

Đúng là "cái chết được báo trước!"

Giả sử những người giám khảo của Giải Văn Chương Toàn Quốc 1971 gởi riêng cho Tổng thống Thiệu một memo nói lên những quan tâm của họ về những cảnh báo họ cảm nhận từ *VĐX* về an ninh quốc gia?

Hay giả sử thay vì đưa tác giả *VĐX* ra tòa về tội nói xấu quân đội VNCH làm hoang mang chiến sĩ, những người có trách nhiệm cùng ngồi lại để xem nếu *VĐX* đã bị tháo gỡ vì Mỹ rút, an ninh của tiền đồn này sẽ thế nào và ảnh hưởng đến an toàn của đất nước ra sao?

Chúng ta có đầy những sai lầm, thiếu sót, khiếm khuyết trong chính sách Trung Nguyên.

Thế nên!

HOÀNG NGỌC NGUYÊN
Utah, Giữa Mùa Đại Dịch
26.02.2021

**HOÀNG NGỌC NGUYÊN**

Tốt nghiệp Cao học Hành chánh (Sài Gòn), đã qua các trường Hertford College (Oxford) và David Eccles School (University of Utah). Theo đuổi "nghiệp báo" sớm, chính thức vào nghề với tờ The Saigon Post từ 1968 tới 1975. Tham gia nhóm nghiên cứu đổi mới kinh tế của Tiến sĩ Nguyễn Xuân Oánh trong những năm 80. Sang Mỹ, anh tiếp tục viết báo, cộng tác với Việt Tribune, Saigon Weekly, Bút Tre và hiện định cư tại tiểu bang Utah.

*Vai trò Lực Lượng Đặc Biệt Mỹ / US Green Beret trên Cao Nguyên Trung Phần Việt Nam. Số báo National Photographic Vol.127.No.1 tường thuật vụ nổi dậy của Phong trào FULRO của các sắc dân Thượng vào tháng 09.1964.*

## CÁC TÁC GIẢ KHÁC

### ĐIỂM SÁCH VÒNG ĐAI XANH

● Ngô Thế Vinh bắt đầu viết văn khi đang còn là một sinh viên. Từ 1963, cùng với các bạn trong đại học Y khoa làm báo Tình Thương như một diễn đàn cho những ý tưởng nhân bản, hướng tới một xã hội lý tưởng và không mang nặng tính "Chủ nghĩa". Ngay khi còn là một nhà báo sinh viên, từ rất sớm, Ngô Thế Vinh đã quan tâm tới vấn đề người Thượng. Sau khi tốt nghiệp Y khoa, là bác sĩ Mũ Xanh của một đơn vị Biệt cách Dù chủ yếu hoạt động trong vùng núi rừng cao nguyên Trung phần. Vòng Đai Xanh là bối cảnh về cuộc chiến tranh Việt Nam trên vùng cao nguyên với cảnh thật, người thật, và "thật hơn nữa" là nỗi thống khổ của các sắc dân Thượng giữa cuộc chiến tranh và ngay sau cuộc chiến. Và chúng ta không thể nào quên là hòa bình bi thảm ra sao đối với phe bại trận tiếp theo sau một cuộc chiến tranh ý thức hệ.

*Vòng Đai Xanh* là một công trình của lương tâm và dấn thân can đảm. Ngay khi xuất bản lần đầu tiên, cuốn sách đã được giới trí thức miền Nam đón nhận rộng rãi và tán thưởng nhưng đồng thời cũng bị chính quyền miền Nam lên án là phá hoại. Bây giờ đã 30 năm sau cuộc chiến tranh chấm dứt, một ấn bản tiếng Anh rất tuyệt của Nha Trang và Pensinger chắc chắn sẽ lại được đón nhận rộng rãi, bởi vì vấn đề sống còn của các sắc dân Thượng trên cao nguyên Trung phần được đề cập tới trong *Vòng Đai Xanh* vẫn còn nguyên tính thời sự của hôm nay. Đối với người Việt, thì thảm kịch của thời đại chúng ta là mọi cuộc chiến tranh hôm nay và cả trong tương lai đều mang mầm mống hủy hoại mà *Vòng Đai Xanh* như một điển hình đa diện và ở nhiều mức độ khác nhau. Những sắc dân Thượng ấy đã không có tiếng nói. Đến bao giờ thì "tiếng nói thầm lặng" của họ mới thực sự được lắng nghe?

*TRẦN NGỌC NINH*
Viện Việt Học, tác giả *Tuyết Xưa*.

## TRẦN NGỌC NINH

Sinh năm 1923 tại Hà Nội, tốt nghiệp Thạc sĩ Y Khoa, giáo sư trưởng khoa phẫu thuật chỉnh trực và phẫu nhi khoa Đại học Y Khoa Sài Gòn, nguyên Tổng Ủy viên Văn Hóa Xã Hội đặc trách Giáo Dục VNCH, chủ trương đưa Hướng Đạo vào sinh hoạt học đường. Vượt biển tới Mã Lai năm 1977, định cư ở Hoa Kỳ và trở lại hành nghề Y khoa, vẫn tích cực hoạt động văn hóa giáo dục, Viện Trưởng Viện Việt Học, giảng dạy lớp Ngữ pháp Việt ngữ tại Viện Việt Học.

**Tác phẩm:** *Đạo Phật Giữa Chúng Ta* (Nxb Lá Bối 1972), *Cơ Cấu Việt Ngữ* (Nxb Lửa Thiêng 1973, tái bản 2009), *Tuyết Xưa* (Nxb Khởi Hành 2002), *Ước Vọng Duy Tân* (Viện Việt Học 2012), *Ngữ Pháp Việt Nam* (Viện Việt Học 2017).

Hiện cư ngụ tại Huntington Beach, Nam California, năm nay 2024 ở tuổi bách tuế ông vẫn rất minh mẫn.

● Tôi đọc *Vòng Đai Xanh* với nhiều quan tâm. Cuốn sách đã gợi lại ký ức về cao nguyên vào những năm 60 và cả những biến cố liên quan tới Phật giáo và sinh viên cũng trong giai đoạn bất an đó. Rõ ràng là tác giả Ngô Thế Vinh đã hiểu biết rất rõ về các sắc dân Thượng cùng với những nguyện vọng của họ giữa và sau cuộc chiến tranh. Những tin tức hiện nay mà tôi nhận được từ cao nguyên thật đáng buồn. Người Thượng đang phải đối đầu với những mối đe dọa tệ hại hơn bao giờ hết trên nếp sống của họ. Cũng như người Pháp trước đây, người Mỹ đã dùng người Thượng và sau đó đã lạnh lùng bỏ rơi họ. Điều mà người ta có thể làm là cố gắng tạo mối quan tâm từ các nhà lãnh đạo Mỹ ở Hoa Thịnh Đốn. Hy vọng và vẫn chỉ là hy vọng.

*GERALD C. HICKEY*
*tác giả Free in The Forest, Ethnohistory of The Vietnamese Central Highlands, 1954-1976.*

## GERALD C. HICKEY (1925-2010)

Học giả, nhà nhân chủng học, tới Việt Nam năm 1956 để hoàn tất luận án tiến sĩ về nhân chủng học, rốt cuộc ông đã ở lại với xứ sở này ngót hai thập niên qua suốt cuộc chiến tranh Việt Nam. chuyên khảo về các sắc dân thiểu số ở Việt Nam. Ông sinh năm 1925 mất năm 2010, thọ 85 tuổi.

Tác phẩm: *Free in The Forest, Ethnohistory of the Vietnamese Central Highlands 1954-1976* (1981), *Window on a war: An Anthropologist in the Vietnam Conflict* (2002)

● Tôi rất xúc cảm về những hiểu biết, tầm nhìn xa và mối từ tâm mà Ngô Thế Vinh đã dàn trải trong *Vòng Đai Xanh*, cuốn sách được viết từ hơn 30 năm trước. Mặc dầu là một tiểu thuyết nhưng nhiều biến cố mang dấu ấn lịch sử và một số nhân vật thì như là rất thật. Đối với những phe phái liên hệ, qua những biến động và nghịch cảnh, thì các sắc dân Thượng luôn luôn là hình ảnh nạn nhân của các chính sách và những cuộc tranh chấp.

*OSCAR SALEMINK*
*tác giả The Ethnography of Vietnam's Central Highlanders.*

**OSCAR SALEMINK (1958-2023)**

Giáo sư Nhân chủng học Đại Học Amsterdam, Hòa Lan. Oscar Salemink có nhiều công trình nghiên cứu về các sắc dân Thượng ở Cao Nguyên Trung phần Việt Nam từ hơn 30 năm qua. Ông tận tụy giảng dạy và bảo trợ luận án Tiến sĩ cho các nghiên cứu sinh Việt Nam và Đông Nam Á.
**Tác phẩm:** *The Ethnography of Vietnam's Central Highlanders* (University of Hawaii Press, 2003). Ông sinh năm 1958, mất năm 2023, thọ 65 tuổi.

● Các sử gia, nhà báo, chính trị gia, các nhà quân sự và tiểu thuyết gia đã viết nhiều sách về cuộc chiến tranh Việt Nam. *Vòng Đai Xanh* là một tiểu thuyết mạnh mẽ, lôi cuốn và đặc sắc do một y sĩ nhà văn viết ra, về những tác hại của cuộc chiến tranh trên con người đặc biệt trên thiểu số những người Thượng sống trên các vùng cao nguyên Trung phần Việt Nam và họ là nạn nhân của sự kỳ thị. Do vùng đất ấy vốn là địa bàn chiến lược trong cuộc chiến khiến cho cuộc sống vốn thanh bình của những người Thượng đã bị biến đổi vĩnh viễn. Các điều kiện nhân quyền của những nhóm người Thượng thiểu số cần được sự quan tâm của quốc tế.

*JOSÉ QUIROGA*
*Giám đốc Chương Trình*
*Các Nạn Nhân Bị Tra Tấn, Los Angeles.*

## JOSÉ QUIROGA

Bác sĩ José Quiroga, gốc Chile, tới Mỹ tỵ nạn chính trị sau vụ đảo chánh lật đổ Tổng thống dân cử Salvador Allende. Ông là giáo sư trợ lý ngành Y Tế Công Cộng và là phó giám đốc Chương trình Phòng ngừa Tim Mạch Đại học UCLA. Ông là thành viên Ban Điều hành Hội Y sĩ Trách nhiệm Xã hội (PSR / Physicians for Social Responsibility) thành phố Los Angeles. Nguyên Phó Chủ tịch Ủy Ban Phục hồi Quốc tế Các Nạn nhân bị tra tấn, có trụ sở tại Copenhagen, Đan Mạch. Bác Sĩ José Quiroga rất quan tâm tới các sắc dân thiểu số.

● Nỗi đau thương của đất và người – người Việt Nam, người sắc tộc thiểu số ở Tây Nguyên luôn giữ nguyên sắc độ từ bao đời nay. Vận mệnh nước Việt miền Nam chỉ trong vòng 50 năm qua đã được quyết định từ những lần thất thủ, bỏ mất Tây Nguyên. Với tấc lòng tha thiết trung hậu, từ viễn kiến sắc sảo của kẻ sĩ dụng văn, Ngô Thế Vinh trong những năm xa xôi, lúc tuổi còn rất trẻ, đã thấy ra điều bất hạnh của 29 sắc dân thiểu số, viết nên cuốn sách về một vòng đai không hề nối kết được ở Tây Nguyên, “về một cuộc chiến bị lãng quên giữa chiến tranh Việt Nam, được nhắc nhở nhiều nhất trong lịch sử báo chí Mỹ.”

*PHAN NHẬT NAM*
*tác giả Đoạn Đường Chiến Binh.*

● Đây là một tiểu thuyết với những cảm xúc chân thực với sự dấn thân đam mê. Cuốn sách đã đưa người đọc vào những chi tiết ngõ ngách chưa từng được tiết lộ. Câu chuyện hấp dẫn này đã dàn trải một cách nhìn thấu đáo, rất sinh động và gợi cảm về những hủy hoại trên một đất nước và trên các sắc dân thiểu số.

*NGUYỄN THUYẾT PHONG*
*Nhạc học Dân tộc, NEA National Heritage Fellow.*

**NGUYỄN THUYẾT PHONG**

Nghiên cứu âm nhạc Việt Nam, sinh năm 1946 tại Vĩnh Long, ĐBSCL, tiến sĩ nghiên cứu nhạc dân tộc tại Đại học Sorbonne (Pháp). Công trình này được công bố trong Bộ Từ điển Bách khoa Âm nhạc Garland (Mỹ). Là giáo sư thỉnh giảng và trình diễn âm nhạc Việt Nam ở hơn 20 quốc gia trên thế giới. Ông cũng có nhiều công trình nghiên cứu về âm nhạc Tây nguyên. Năm 1997, ông được Tòa Bạch Ốc trao tặng giải thưởng Di Sản Quốc Gia (National Heritage Fellowship), một giải thưởng danh giá của chính phủ Mỹ trao cho những tài năng xuất sắc về nhạc dân tộc.

● Từ hàng trăm năm trước, những người Thượng ở Việt Nam tin tưởng rằng họ vẫn sống an toàn trên vùng đất cao của họ, hoàn toàn cách biệt với những người Việt ở đồng bằng về mọi phương diện chánh trị, văn hóa, xã hội và cả về kinh tế. Họ nghĩ rằng các thế lực tranh chấp giữa người Việt và các thế lực ngoại xâm sẽ chẳng bao giờ ảnh hưởng tới nếp sống của họ. Thực tế không phải như vậy khi người Pháp thiết lập đô hộ ba nước Đông Dương và nhất là đến cuộc chiến tranh Việt Nam khi mà người Mỹ đã trực tiếp có liên hệ và leo thang chiến tranh. Điều này được dàn trải trong *Vòng Đai Xanh*, một tiểu thuyết được giải thưởng văn chương toàn quốc nhưng rồi tác giả lại bị ra tòa vì những cáo buộc khác.

*NGUYỄN QUỲNH*
*Towson University, Maryland.*

## NGUYỄN QUỲNH

Họa sĩ, dịch giả, giáo sư triết, sinh năm 1941 tại Hải Dương, tốt nghiệp Tiến sĩ Triết và Lịch Sử Mỹ Thuật Đại học Columbia, giảng dạy ở các Đại học Mỹ. Có thời gian ngắn là thành viên Hội Họa Sĩ Trẻ Việt Nam, là họa sĩ gốc Á Châu đầu tiên có tranh được tuyển chọn vào bộ sưu tập của Nhà bảo tàng Guggenheim ở New York; ông cũng có tranh trưng bày ở Columbus Art Gallery, New York City.

● Trong cơn lốc bão táp của cuộc chiến tranh Việt Nam đang bị sa lầy, các nhà quan sát như thành phần liên hệ đã đưa ra những quan điểm thiên lệch. Ngô Thế Vinh đã trực tiếp tham dự và *Vòng Đai Xanh* đã cống hiến chúng ta tất cả những sự kiện.

*MẶC ĐỖ*
*tác giả Bốn Mươi*

## MẶC ĐỖ

Nhà văn, dịch giả, tên thật Đỗ Quang Bình, sinh năm 1917 tại Hà Nội, di cư vào Nam 1954, thành lập nhóm Quan Điểm cùng với Nghiêm Xuân Hồng, Vũ Khắc Khoan. Di tản khỏi Việt Nam 1975, định cư tại Hoa Kỳ.

**Tác phẩm:** *Bốn Mươi* (tiểu thuyết, 1956), *Siu Cô Nương* (tiểu thuyết, 1958), *Tân truyện I* (1967), *Tân truyện II* (1973), *Trưa Trên Đảo San Hô* (2011). Ông cũng là một cây bút dịch thuật rất chuẩn mực và tài hoa bên cạnh sự nghiệp sáng tác văn học. Ông mất năm 2015 tại Austin, Texas, thọ 98 tuổi.

● *Vòng Đai Xanh* không phải là một tường thuật về cuộc chiến tranh Việt Nam, một cuộc chiến tranh hao mòn đối với các phe tham chiến cho tới ngày sụp đổ của miền Nam Việt Nam năm 1975. *Vòng Đai Xanh* thực chất là chứng nhân cho nỗi thống khổ của con người nói chung, và cho cuộc đấu tranh sinh tồn của các dân cư trong cuộc chiến tranh ấy. Tác giả gọi đó là "cuộc chiến bị lãng quên" với những người Thượng trên cao nguyên Trung phần Việt Nam hoàn toàn không được bảo vệ, họ điển hình là những nạn nhân chiến tranh bị kẹt giữa hai làn đạn và không có lối thoát.

*NGUYỄN SAO MAI*
*Wordbridge Magazine*

## NGUYỄN SAO MAI

Nhà văn, nhà báo, sinh năm 1940 tại Quảng Nam, khởi viết từ 1960 cho các nhật báo tại Sài Gòn. Di tản khỏi Việt Nam năm 1975, định cư tại Miami, Hoa Kỳ. Chủ nhiệm kiêm chủ bút các tạp chí Sóng Văn, The Writers Post, và Worldbridge.

**Tác phẩm:** *Căn Nhà*, viết năm 1972 (truyện dài, Nxb Sóng Văn 1997).

● Ba mươi năm trước, *Vòng Đai Xanh* ra mắt độc giả trong sự hiểu biết mơ hồ của rất nhiều người về cuộc chiến đấu đòi tự trị của người Thượng ở Tây Nguyên Việt Nam. Ba mươi năm sau, khi cuộc chiến đấu vẫn âm ỉ ấy được cả thế giới biết tới nhờ những phương tiện truyền thông mở rộng, và bản dịch Anh ngữ *Vòng Đai Xanh* được xuất bản. Có lẽ *Vòng Đai Xanh* là một trong những tác phẩm hiếm hoi đã tìm kiếm và soi rọi căn nguyên cuộc chiến đấu của những sắc tộc thiểu số ở Tây Nguyên. Ít ai nhìn thấy bên trong cái vẻ chất phác của những con người sống gần và sống với thiên nhiên ấy là niềm khao khát tự trị, tự do, giống như một ngọn lửa cháy mãi từ bao nhiêu năm qua mà không cơn cuồng phong nào dập tắt hẳn được. Nhưng khát vọng ấy nếu không bị vùi dập cũng đã bị bao nhiêu thế lực lợi dụng và, cho đến ngày nay tình thế của người Thượng vẫn không thay đổi. Nếu nói nhà văn đích thực là người rung động với những biến động trong đời sống, dự báo cho tương lai thì Ngô Thế Vinh là một nhà văn đúng nghĩa. Viết *Vòng Đai Xanh* khi còn rất trẻ nhưng tác giả đã sàng lọc rất nhiều tài liệu nghiên cứu, đi qua tầng tầng lớp lớp năm tháng đau khổ của những dân tộc thiểu số, chiến đấu bên trong một cuộc chiến, đã kêu giùm họ tiếng kêu vô vọng, thất tán giữa rừng sâu. *Vòng Đai Xanh* vừa là cái nhìn tỉnh táo của một nhà quan sát, vừa là cảm xúc của một người cầm bút, là tấm lòng của một con người đối với con người bị áp bức, kém may mắn hơn mình về mọi mặt. Không chỉ ba mươi năm trước mà cho đến mãi mãi về sau, *Vòng Đai Xanh* vẫn xứng đáng là một tiểu thuyết tiêu biểu của một cuộc chiến đấu dai dẳng vì một khát vọng chính đáng. Có một điều ít ai để ý là cuộc chiến đấu ấy lại nằm trong một cuộc chiến khác, lớn hơn, cũng với từng ấy nhân vật và mưu đồ. Có lẽ vì cái tựa *Vòng Đai Xanh* đã điều kiện hóa cách đọc? Ở đây nhà văn Ngô Thế Vinh sử dụng lối viết của một nhà báo, qua những câu ngắn, cụ thể nhắc lại diễn biến thời sự, với nhân chứng, tài liệu – dù đã hư cấu, giúp người đọc hình dung lại hoàn cảnh và chiến sự của một nửa đất nước trong thời kỳ xáo động nhất. Thành ra, đọc *Vòng Đai Xanh* là đọc hai câu chuyện cùng một lúc. Và Ngô Thế Vinh nên gọi cho đúng, là nhà báo hay nhà văn?

*ÁNH NGUYỆT,*
*Radio France Internationale*

## ÁNH NGUYỆT

Sinh ra và lớn lên tại Sài Gòn, Trung học Trưng Vương, Đại học Luật khoa, xướng ngôn viên Đài Phát Thanh Sài Gòn, tập sự Luật sư. Sau 1975, không được hành nghề chuyên môn, làm phóng viên báo Tin Sáng cho tới khi báo bị đóng cửa 1981. Định cư tại Pháp, tiếp tục công việc báo chí ban Việt Ngữ đài RFI (Radio France Internationale). Trong hai mươi năm công tác tại đài phụ trách chương trình Môi Sinh và Cộng Đồng. Năm 2008, cùng Tuấn Thảo, người bạn đồng nghiệp trẻ tuổi thực hiện audiobook *Mekong – Dòng Sông Nghẽn Mạch* của tác giả Ngô Thế Vinh.

● Những biến cố gần đây ở Việt Nam khiến cuốn sách *Vòng Đai Xanh* đặc biệt thích hợp và hấp dẫn người đọc. Trong tháng qua, một nhóm người Thượng có lẽ được khích động bởi thành phần chống Việt Nam từ Mỹ đã xuống đường đòi độc lập. Tình trạng bất an ấy đã gây chú ý cho báo giới Tây phương nhưng thực chất là phản ánh mối tương quan lịch sử phức tạp và đôi khi căng thẳng giữa các nhóm người Thượng và chánh quyền Việt Nam. Cũng như những mưu toan trước đây, sự bất ổn hiện nay đã không cải thiện được gì mối liên hệ ấy và cũng không đưa tới một triển vọng tích cực nào hơn nhưng chỉ càng đào sâu và làm tăng thêm sự căng thẳng giữa người Thượng và chánh quyền. *Vòng Đai Xanh*, qua ngôn ngữ văn chương là một nhắc nhở đúng lúc hiện trạng căng thẳng, và cũng giúp lý giải những mối liên hệ lịch sử phức tạp ấy. *Vòng Đai Xanh* không phải chỉ là nhan đề của cuốn tiểu thuyết, đó là một ý niệm quân sự từ Ngũ Giác Đài trong thời kỳ Chiến tranh Lạnh nhằm ngăn chặn sự bành trướng của cộng sản trên toàn thế giới. Những đơn vị Mũ Xanh đã được thành lập với nhiệm vụ xâm nhập vào các cộng đồng sắc tộc thiểu số trên các vùng rừng núi cao nguyên, trong đó có Việt Nam nhằm biến những người Thượng thành những lực lượng quân sự có khả năng ngăn chặn sự xâm nhập của Bắc quân vào miền Nam Việt Nam, hay nói một cách khác họ tìm cách thiết lập một vòng đai xanh nhằm ngăn chặn cộng quân. Cùng lúc, những người Thượng tin tưởng rằng hợp tác với người Mỹ, họ sẽ có cơ hội thực hiện giấc mơ lâu dài của họ là được độc lập và tự trị. "Vòng đai xanh" là một thử nghiệm quân sự, và cao nguyên Trung Phần là địa bàn đầu tiên của thử nghiệm ấy. Như mọi thử nghiệm đều có hai tình huống: thành công hay thất bại. Theo một nghĩa nào đó, Mỹ đã thành công trong rất ngắn hạn nhưng phải lãnh hậu quả thất bại là chính những người Thượng vì giới quân sự Mỹ đã bỏ rơi họ. Quyền lợi của người Mỹ không nhất thiết liên quan tới quyền lợi của người Thượng. Đó cũng là tấn thảm kịch khi quá lệ thuộc vào quyền lực ngoại bang. *Vòng Đai Xanh* viết về tấn thảm kịch ấy. Mặc dầu tiểu thuyết *Vòng Đai Xanh* đề cập tới tấn thảm kịch của người Thượng ở cao nguyên trong cuộc chiến tranh Việt Nam, nhưng vẫn có thoáng xen kẽ vào đó là chuyện tình giữa một nhà báo và một cô gái thành thị trung lưu rất Tây phương và học thức có tên Như Nguyện. Câu chuyện tình ấy được kể bằng một ngôn ngữ rất tượng trưng và rất thơ mộng. *Vòng Đai Xanh* sẽ giúp ích cho những ai muốn tìm hiểu về một "khía cạnh khác ít biết" về giai đoạn can thiệp quân sự của người Mỹ ở Việt Nam.

*NGUYỄN VĂN TUẤN,*
*Garvan Institute, Sydney, Australia*

● Hàng ngàn người di cư từ miền Bắc đã được đưa lên cao nguyên định cư, xâm phạm những vùng đất màu mỡ của người Thượng. Cộng với những sai lầm như lệnh đóng các tòa án phong tục Thượng, ngăn cấm các thổ ngữ và hạn chế số người Thượng trong các cơ cấu hành chánh. Như vậy thái độ bất mãn và cả chống đối của người Thượng là điều dễ hiểu. Độc giả có thể nghĩ đoạn trên đã mô tả sự đàn áp mà cộng sản đang áp đặt tại Tây Nguyên trong tháng tư năm 2004. Thật sự đây là hoàn cảnh của người thiểu số mà tác giả Ngô Thế Vinh đã nhìn thấy từ hơn nửa thế kỷ trước, được ghi nhận trong tiểu thuyết *Vòng Đai Xanh* xuất bản năm 1970 và được giải thưởng văn chương toàn quốc năm 1971. *Vòng Đai Xanh* được nhà sách Văn Nghệ tái bản tại hải ngoại năm 1987. Tiểu thuyết được dịch sang tiếng Anh, nhắm vào độc giả ngoại quốc. Bằng tiếng Anh hay tiếng Việt, *Vòng Đai Xanh* vẫn để lại trong người đọc một nỗi buồn về thân phận các dân tộc thiểu số trên cao nguyên Việt Nam. Thân phận của họ đã bị giày xéo giữa các thế lực trong chiến tranh cũng như sau thời chiến. Sự tồn tại của dân tộc Thượng đang mỗi lúc một bi thảm hơn, bước dần tới sự diệt vong trong thế kỷ này. Ngô Thế Vinh đã viết *Vòng Đai Xanh* với phân tích thời sự trong thập niên 60 qua đôi mắt của một bác sĩ chuyên nghiệp, ông cũng viết tác phẩm này với lương tâm của một nhà văn.

HOÀNG MAI ĐẠT,
tạp chí Hợp Lưu số 77, 06/2004

## HOÀNG MAI ĐẠT

Nhà văn, nhà báo, sinh năm 1961 tại Nha Trang, định cư tại Hoa Kỳ từ sau 1975. Tốt nghiệp cử nhân truyền thông tại Pennsylvania State University. Biên tập viên đài Little Saigon Radio, Nhật báo Người Việt, đài Truyền hình tại California, USA. Giữ mục giới thiệu sách trên Tạp chí Hợp Lưu một thời gian. Nguyên chủ bút Nhật báo Viễn Đông.

**Tác phẩm:** *Cánh Đồng Cho Em* (tập truyện, Nxb Thư Hương 1991), *Giữa Hai Miền Mưa Nắng* (tạp ghi, Nxb Văn Nghệ 2000), *Biên Tà Tà* (tạp ghi, Nxb Thư Hương 2005)

*Ngô Thế Vinh đang thảo luận với hai dịch giả Công Huyền Tôn Nữ Nha Trang và William L. Pensinger về bản dịch tiếng Anh cuốn tiểu thuyết Vòng Đai Xanh – The Green Belt.*

*Bìa tác phẩm Vòng Đai Xanh của Nghiêu Đề do Nxb Thái Độ xuất bản 1970, còn lưu trữ tại Thư viện Đại học Cornell với label Wason PL4389 - N473 - V9 (trái); Bìa Vòng Đai Xanh, do Nxb Văn Nghệ California tái bản 1987 (giữa); bìa bản tiếng Anh The Green Belt của hai dịch giả Công Huyền Tôn Nữ Nha Trang và William L. Pensinger do Ivy House Publishing Group xuất bản 2004 (phải).*

# NGUYỄN-XUÂN HOÀNG

## Ngô Thế Vinh Không Có Khoảng Cách Giữa Tác Giả và Tác Phẩm

Người đọc vốn thường đồng hóa tác giả với nhân vật chính của những trang sách, thế nhưng ở một số trường hợp người viết ở ngoài đời thường lại cho thấy tác giả là âm bản của nhân vật của mình. Lỗi không phải ở tác giả. Càng không phải lỗi của người đọc.

Tất nhiên không ai ngây thơ cho rằng nhân vật chính diện chính là tác giả. Và người viết phải hiện diện trên từng hành động của nhân vật chính diện này. Nhưng đây là một vấn đề văn học. Nó đòi hỏi những nhà nghiên cứu trong khi bàn về mối tương quan giữa người viết và người đọc sẽ đưa ra những cái nhìn hoàn chỉnh hơn.

Ở đây tôi muốn nói trường hợp Ngô Thế Vinh: không có một khoảng cách nào giữa tác giả và những trang viết của ông. Người đọc có cơ hội theo dõi những tác phẩm của Ngô Thế Vinh, từ tiểu thuyết đầu tay Mây Bão xuất bản vào thập niên 60 tại Sài Gòn, đến tập truyện Mặt Trận Ở Sài Gòn này, vào giữa thập niên 90 ở California Hoa Kỳ, chắc chắn sẽ nhận ra ngay điều này: Ngô Thế Vinh trong sách và Ngô Thế Vinh ngoài đời chỉ là một.

Tác phẩm gồm mười hai truyện, một nửa là những sáng tác trước năm 1975 và một nửa sau là những bài viết sau 1975. Thế nhưng toàn bộ tuyển tập Mặt Trận Ở Sài Gòn tự nó mang tính nhất quán rõ rệt. Sự nhất quán ấy không chỉ có giữa tác giả và những trang viết, mà còn nhất quán cả những dòng chữ đầu tiên đến những dòng chữ sau cùng về toàn bộ những gì ông đã viết trong suốt ba mươi năm qua.

Ngô Thế Vinh là nhà văn của những ước mơ, hay nói rõ hơn ông là nhà văn của lương tâm. Ở Sài Gòn một năm trước ngày Mùa Hè Đỏ Lửa giáng xuống miền Trung, Ngô Thế Vinh viết trong Mặt Trận ở Sài Gòn rằng "Không lẽ những mộng tưởng binh nghiệp chỉ có thể biến chúng tôi thành những tên gác-dan cho bọn nhà giàu, một thứ cảnh sát công lộ chỉ đường trên dòng luân lưu của lịch sử… Rằng ngoài chiến trường súng đạn quen thuộc , họ [người lính] còn phải đương đầu với một trận tuyến khác mỏi mệt hơn, đó là cảnh thối nát bất công của xã hội mà dân tộc đang phải hứng chịu trong tối tăm và tủi nhục."

Người ta hiểu lý do vì sao Ngô Thế Vinh phải ra hầu tòa trong khi trước đó, tác phẩm Vòng Đai Xanh của ông vừa được giải Văn học Nghệ thuật toàn quốc 1971. Bởi vì ngoài vai trò một bác sĩ và một người lính, ông còn là một nhà văn ước mơ về một xã hội tốt đẹp hơn. Ông là một người lính chiến đấu cho tổ quốc, hy sinh cho một lý tưởng, nhưng ông không muốn sự hy sinh ấy nhằm bảo vệ cho "một thứ xã hội trên cao", một xã hội hưởng thụ thừa mứa, của "một đám người kêu gọi chiến tranh nhưng lúc nào cũng ở trên và đứng ngoài cuộc chiến ấy". *

Hơn ai hết, Ngô Thế Vinh biết rõ những suy nghĩ của anh trong một xã hội đang tan rã ở Sài Gòn lúc bấy giờ cũng chẳng khác nào những suy nghĩ của bọt biển, thế nhưng khi cầm bút viết xuống trang giấy những suy nghĩ "phạm thánh" ấy trong một không khí đe dọa và khủng bố, phải nói Ngô Thế Vinh là một người dũng cảm.

Khi tôi viết cuốn truyện đầu tay của mình, cuốn Kẻ Tà Đạo vào năm 1972 tại Sài Gòn, tôi đã dành gần một chương để nhắc tới anh như một lời cám ơn. Tôi đã gọi Vinh là "lương tâm của tôi". Và bây giờ sau hơn hai mươi năm nhìn lại Ngô Thế Vinh, nhìn lại những trang sách mới viết của Vinh, tôi thấy những suy nghĩ của tôi về anh vẫn nguyên vẹn như xưa, như khi chúng tôi ngồi bên nhau ở quán Givral Sài Gòn một buổi sáng Chủ nhật năm 1972 nói về cái trát gọi anh ra tòa vì bài Mặt Trận Ở Sài Gòn của anh trên tạp chí Trình Bầy. Bởi vì với Giấc Mộng Con Năm 2000, truyện cuối trong tập truyện Mặt Trận Ở Sài Gòn, viết vào tháng giêng năm 1995, Ngô Thế Vinh vẫn không rời bỏ con đường mà anh đã đi trước kia. Vinh vẫn tiếp tục là con người của xã hội, là nhà văn của xã hội. Ngô Thế Vinh vẫn là tiếng nói của trái tim và lương tâm.

Giấc mơ nào cũng chỉ là giấc mơ. Nhưng tôi vẫn luôn luôn mơ ước thấy giấc mơ của Vinh trở thành hiện thực. Tôi mong như vậy. Và tôi tin điều này sẽ đến với Ngô Thế Vinh, với chúng ta.

*NGUYỄN XUÂN HOÀNG*
*California, tháng Tư 1996*
**Trong Mặt Trận Ở Sài Gòn*
*Nxb Văn Nghệ, California 1996*

## NGUYỄN XUÂN HOÀNG

Sinh năm 1937 tại Nha Trang. Học Trung học Võ Tánh (Nha Trang), Pétrus Ký (Sài Gòn), tốt nghiệp Đại Học Sư Phạm ban Triết, Viện Đại Học Đà Lạt. Giáo sư Triết tại trường TH Ngô Quyền (Biên Hòa) (1961-1962), rồi trường TH Pétrus Ký (1962-1975). Ngoài ra, ông còn làm thư ký tòa soạn tạp chí Văn (Sài Gòn 1972-1974). Định cư ở Hoa Kỳ từ 1985, tổng thư ký báo Người Việt (1986-1997), tổng thư ký tạp chí Thế Kỷ 21 (1989-1994). Trong ban chủ biên tạp chí Văn Học (1994). Chủ nhiệm kiêm chủ bút tạp chí Văn (1996). Tổng thư ký báo Việt Mercury (1998-2005). Sau đó, ông chủ trương tuần báo Việt Tribune. Ông là giảng viên môn Văn học Việt Nam đương đại tại ĐH Berkeley, California (09/2001- 04/2003).
**Tác phẩm:** *Mù Sương* (1966), *Sinh Nhật* (1968), *Khu Rừng Hực Lửa* (1972), *Kẻ Tà Đạo* (1973), *Người Đi Trên Mây* (1987), *Sa Mạc* (1989), *Bụi và Rác* (1996). **Thể loại khác:** *Ý nghĩ trên cỏ* (tiểu luận 1971), *Bất cứ lúc nào, bất cứ ở đâu* (tùy bút 1974), *Căn nhà ngói đỏ* (tạp ghi 1989).
Ông mất tại San Jose năm 2014, hưởng thọ 77 tuổi.

# TẠ TỴ

## ĐỌC MẶT TRẬN Ở SÀI GÒN

Ngô Thế Vinh, một cây bút quen thuộc đã có những tác phẩm văn chương từ mấy thập niên qua. Viết, đối với Ngô Thế Vinh phải được coi như một cái "nghiệp", vì nếu không anh đã chỉ sống thuần với nghề y sĩ. Mỗi bài anh viết với khí thế hừng hực của ngòi bút, với chất lửa cháy bừng bừng trong mỗi câu văn, làm người đọc vừa say mê vừa choáng váng. Vâng, đúng như vậy, sau khi tôi đã được đọc những truyện ngắn chọn lọc để cho in vào tập sách này, tôi nhận thấy cách hành văn của Ngô Thế Vinh thật đặc biệt, nó chứa đựng một sức sống dồi dào, tưởng như không bao giờ ngơi nghỉ. Qua nội dung mỗi truyện, người đọc cảm thấy đau, thấy buồn, thấy tức giận, nhưng cũng may Ngô Thế Vinh viết với sự kiểm soát của lý trí, do vậy nếu có gì quá mức cũng do hoàn cảnh tạo nên, chứ nhà văn không muốn vậy.

Đọc Mặt Trận Ở Sài Gòn, người ta có cảm tưởng chiến tranh vẫn quanh quẩn đâu đây và bộ quân phục rằn ri của những người lính Biệt Cách Dù Mũ Xanh vẫn thường xuyên di động, như những bóng ma chập chờn, tạo nên ảo giác. Nội dung mỗi truyện đưa ta vào khung cảnh riêng, thật riêng rẽ, có những mất mát, có những chia lìa, những oán thù và phản bội, tất cả hình như đã an bài do định mệnh. Như truyện Người Y Tá Cũ, người lính ấy can đảm mộc mạc và luôn luôn đôn hậu kể cả khi làm việc trong một quân y viện với những người thương bệnh binh cộng sản. Khi họ hết cần anh là hết thời gian lưu dung, anh bị cho nghỉ việc. Về quê với Mẹ già sống bằng nghề nông, dự định sẽ lấy vợ, nhưng rồi anh đã lại đạp phải mìn mất một chân, không phải trong chiến trận mà ngay trên mảnh ruộng nhà, gẫy đổ luôn cả giấc mơ của cả hai mẹ con. Hòa bình rồi hạnh phúc tưởng sẽ dài lâu nhưng rồi ra cũng chỉ là tính riêng cho mỗi từng ngày...

Mạch văn của Ngô Thế Vinh đi thẳng vào tâm cảm ta, rồi ở lại đó, để kể lể một cách trung thực từng sự kiện hiển nhiên đã do chiến tranh và thù hận tác động vào các ngõ ngách của tâm linh, bắt ta phải giải quyết với tình huống nào mà lẽ phải có thể chấp nhận được. Những người lính Biệt Cách Dù Mũ Xanh, dưới nét mực của Ngô Thế Vinh đều thuộc những mẫu người "lì" không thích phải xa rời trận địa, họ muốn được luôn luôn đối mặt với kẻ thù chấp nhận cả cái chết để giữ gìn từng thước đất của quê hương, chứ họ không muốn về thành phố để chỉ làm "nút chặn" cho thời cuộc. Người lính Việt Nam chiến đấu dũng mãnh không nề hy sinh gian khổ, họ đánh trận giỏi không thua bất cứ loại quân đội nào giỏi nhất thế giới, từng làm khâm phục ngay cả những viên cố vấn Mỹ. Sự thua trận, chắc chắn không tại họ mà do những kẻ đứng bên ngoài cuộc chiến ấy, vừa thụ hưởng vừa hò hét kêu gào người khác phải hy sinh chiến đấu. Họ thua vì bị phản bội bởi chính giới lãnh đạo và đồng minh của họ, có thế thôi.

Ngòi bút của Ngô Thế Vinh còn nghiêng xuống tình thương đối với cả kẻ thù khi thất thế, chăm sóc nhân đạo với người thương binh địch. Đã từng bị kẻ thù cạm bẫy với xác của đồng đội, nhưng các bạn anh đã không làm như vậy với trái lựu đạn rút chốt đặt dưới xác người tù binh, với ý nghĩ cho dù có gây thêm một vài chết chóc, cũng không vì thế mà ngày mai hòa bình sẽ sớm hơn.

Đối với Ngô Thế Vinh, cuộc chiến Việt Nam không chấm dứt ở ngày 30-04-75, nó còn dằng dai, kéo lê trong tâm trí của nhà văn cho dù ở đâu và bao giờ. Nhưng đồng thời Ngô Thế Vinh cũng hướng về tương lai với *Giấc Mộng Con Năm 2000,* với ước mơ hình thành một *Công Viên Văn Hóa Việt Nam* ở hải ngoại với sự đóng góp công sức của hàng triệu bàn tay và khối óc, đó sẽ như là điểm nối kết và dung hợp những quan điểm bất đồng, để cùng nhìn về một hướng như một biểu tượng của hòa bình và xây dựng cho cả những thế hệ mai sau.

Sau khi đọc xong tập truyện Mặt Trận Ở Sài Gòn, chúng ta không dễ dàng gì mà quên đi những "vấn nạn" chưa được trang trải dứt khoát trong tập sách. Cái "hay" của Ngô Thế Vinh là ở chỗ đó. Những điều nhà văn viết ra, tuy người đọc đều thấy có đó từ lâu trong thực tế, trong suy nghĩ. Nhưng chúng ta chỉ suy nghĩ rồi ngậm ngùi thương cho dân tộc có quá nhiều đau thương do chiến tranh, rồi thiên tai cùng những thiếu thốn triền miên trong một xã hội chậm tiến lại bất công và tham nhũng làm cho đất nước đã suy thoái lại càng suy thoái hơn, cả trong đời sống thực tế cũng như trong tâm tưởng...

Cám ơn nhà văn Ngô Thế Vinh, đã vì tình "cầm bút" cho tôi cái vinh dự được viết mấy dòng cảm nghĩ này, tuy chưa trọn vẹn nhưng ao ước được chia sẻ phần nào cùng với ý nghĩ của tác giả.

*TẠ TỴ*
*Little Saigon, Tháng Giêng 1996*

**TẠ TỴ [1921-2004]**

Họa sĩ tốt nghiệp Cao Đẳng Mỹ Thuật Đông Dương 1943, đi đầu trong phong cách hội họa lập thể ở Việt Nam từ thập niên 1940 đến 1960, sau đó chuyển sang trừu tượng. Ông còn là nhà thơ, nhà văn sáng tác nhiều thể loại như thơ, truyện, bút ký với nhiều tác phẩm xuất bản trước 1975 và cả ở hải ngoại. Tạ Tỵ còn rất nổi tiếng với phác họa chân dung các văn nghệ sĩ.

# ĐOÀN NHÃ VĂN

## MẶT TRẬN Ở SÀI GÒN HAY LÀ NHỮNG GIẤC MỘNG CON

Những năm đầu thập niên 1970, miền Nam nhuộm đầy khói lửa chiến tranh. Tiếng đạn bom vang rền từ khắp nơi vọng về các thành phố lớn. Người người đọc báo, nghe radio, truyền tai nhau những tin tức nóng bỏng gởi về từ những địa danh lạ hoắc ở chiến trường. Giữa một xã hội đầy biến động như vậy, những câu chuyện văn chương, những đề tài văn hóa, dường như bị lấn áp bởi chuyện thời sự nóng bỏng, hoặc chuyện thực tế sôi động trong đời sống hằng ngày. Vậy mà có một người thuộc giới văn nghệ, hầu như được cả Sài Gòn, hay nói rộng hơn là cả miền Nam, đều nghe nhắc đến, bởi tên ông được đăng trên các nhật báo, tuần báo ở Sài Gòn lúc bấy giờ. Mọi người biết đến ông không phải vì tác phẩm *Vòng Đai Xanh* của ông vừa đoạt giải Văn Học Nghệ Thuật toàn quốc 1971, mà biết nhiều đến ông qua vụ hầu tòa sau khi đăng một truyện ngắn. Và hai mươi lăm năm sau, 1996, truyện ngắn đó được dùng làm nhan đề cho tuyển tập truyện ngắn của ông. Đó là tuyển tập *Mặt Trận Ở Sài Gòn*. Và nhà văn đó chính là Ngô Thế Vinh.

*Mặt Trận Ở Sài Gòn* gồm mười hai truyện ngắn, trong đó có năm truyện ngắn viết trước năm 1975, một truyện viết năm 1971 và hoàn tất 1981 ở Sài Gòn, sáu truyện còn lại được viết tại hải ngoại. Sau mấy mươi năm thai nghén, tác phẩm hoàn thành. Một tác phẩm mang nhiều ước mơ khác nhau, mà tác giả gọi là những *giấc mộng con,* qua nhiều thời kỳ biến động của một đất nước mang hình chữ S, và của một đời người - một y sĩ quân nhân, một nhà văn khi còn ở trong nước và một bác sĩ, một lưu dân ở xứ người.

Lớn lên trong thời chiến, Ngô Thế Vinh đã thấy rõ được những chết chóc không thể tránh khỏi của chiến tranh. Bước chân vào trường Y, mang trong mình một bầu nhiệt huyết của tuổi trẻ, ông muốn làm tất cả những gì có thể được để thay đổi cục diện của chiến tranh, để thay đổi bộ mặt của đất nước. Vì thế, ông mang trong mình những ước vọng, không phải của riêng ông mà của rất nhiều người trẻ trong giai đoạn này: sớm chấm dứt chiến tranh. Khi bước chân vào lính, đối diện với cái chết từng phút từng giây, ước mơ này càng trỗi lên mãnh liệt. Cho nên, ông và bạn bè không ngần ngại đổ máu ở chiến trường để tạo một hậu phương yên vui. Ngay cả cái ngày phát giải thưởng văn chương toàn quốc, đáng lẽ ông phải đứng trên bục cao để nhận giải thưởng cho tác phẩm Vòng Đai Xanh, thì ông "vẫn còn lận đận hành quân ở cao nguyên". Đứng trước những gian nguy ở chiến trường, ông đặt niềm tin ở hậu phương, hay nói cách khác, ông mong đợi một hậu phương "sạch sẽ" từ guồng máy lãnh đạo đến những người dân bình thường. Một hậu phương vững chắc để tạo một thế đứng, một niềm lạc quan cho những người đối diện với thần chết ở chiến trường. Tuy nhiên, sau những phút giây kinh hoàng nơi chiến tuyến, nhìn lại hậu phương, ông thất vọng. Với một số người, hậu phương là nơi chốn để trở về, để giải khuây sau những ám ảnh của đạn bom và nỗi chết. Nhưng đối với ông và bạn bè có tâm huyết, khi nhìn lại hậu phương, nơi ăn chơi đú đởn, nơi buôn lậu giàn trời khiến ông không khỏi đau lòng. Một hậu phương như vậy, liệu có xứng đáng cho những người bạn thân đã nằm xuống vĩnh viễn hay để lại những phần thịt xương trên chiến trận? Còn nữa, hậu phương cũng là nơi đầy rẫy cảnh mua quan bán tước, tranh giành quyền lợi trên xương máu của những người lính. Những điều này đã cắt vào tâm khảm ông những vết cắt lút cán, để đời. Vì thế, với thân phận của một người lính, *"ngoài chiến trường súng đạn quen thuộc, họ còn phải đương đầu với một trận tuyến khác mỏi mệt hơn - đó là cảnh thối nát bất công của xã hội mà dân tộc đang phải hứng chịu trong tối tăm tủi nhục."* (Trang 25). Nhiều lúc, họ bị điều động về từ những chiến trường xa xôi để bảo vệ những chiếc ghế danh lợi hẹp hòi, những vị kỷ nhỏ nhen. Ôi, làm sao không thương người lính, làm sao không thấy họ lẻ loi tội nghiệp khi từ giã núi rừng *"để trấn đóng ngay giữa trái tim Sài Gòn, chìm khuất giữa những buildings cao dập dìu đĩ điếm, nằm kế bên hội kỵ mã lúc nào cũng nhởn nhơ những con ngựa giống với từng bờ mông láng nhẫy."* (Trang 24). Vì thế, ông cảm thấy thiếu vắng những "chiến sĩ xã hội", những người làm cho xã hội tốt hơn, sạch hơn. Ước mơ của ông tuy nhỏ nhoi, bình thường nhưng quả khó thực hiện, bởi ông chỉ là một con ốc nhỏ nhoi trong một guồng máy chiến tranh khổng lồ. *"Từ ba mươi năm nay, đã và đang có quá nhiều anh-hùng-của-chiến-tranh trong khi lại quá thiếu vắng những chiến sĩ xã hội. Vậy phải lựa chiến trường nào? Rằng không phải chỉ ở chốn xa xôi biên cương mà đích thực chiến-trường thách-đố của họ phải là ở Sài Gòn."* (Trang 25). Những mơ ước về một xã hội tốt đẹp hơn trong tương lai, từ một trái tim nóng bỏng của người lính với những nhịp đập thiết tha vì công cuộc chung, đã bị bóp nát từ trong trứng nước. Rốt cục, ông phải đi hầu tòa vì truyện ngắn này.

*

Cuộc sống yên bình vốn đã đa dạng; cộng thêm với chiến tranh, đã tạo nên một môi trường cho lũ thò lò xuất hiện. Những con thò lò có mặt *trên từng cây số* của đất nước, dưới bất kỳ bộ áo nào. Hãy nghe Ngô Thế Vinh viết rất ngắn về một trong những con thò lò muôn mặt này, để thấy rằng, hậu phương có những chiến sĩ xã hội, nhưng là một thứ giả tạo, mang màu sắc biến đổi của những chú kỳ đà. *"Lẫn trong đám sinh viên, ông bác sĩ nhân sĩ vẫn lăng xăng cầm cuốc đào bới và luôn ngửa mặt cười cho người nhà chụp hình. Mấy hôm nữa đây, khuôn mặt xã hội của ông xuất hiện tràn ngập trên mặt báo Sài Gòn, và dĩ nhiên không thiếu những chi tiết trên tờ báo riêng mang tên ông."* (Trang 76).

Cuộc chiến mà ông ghi lại có nhiều cảnh cười ra nước mắt. Một gia đình có người con trai và đứa cháu. Một đứa "nhảy núi", đứa kia theo lính "Cộng Hòa". Trong một cuộc đụng độ, hai anh em bắn nhau. Mỗi người gãy một chân. Nước mắt người cha lưng tròng, cũng như Mẹ Việt Nam nhỏ lệ suốt hơn 4000 năm trôi nổi. *"Những cẳng chân bị đạn bắn gãy nát của lũ con cháu khiến ông nghĩ tới sự gãy đổ của cả một gia tộc, mà với ông gia tộc là trọn vẹn hình ảnh quê hương đất nước."* (Trang 80). Dù không nói ra bằng lời, nhưng ông đã cho người đọc thấy được đây là một cuộc chiến tranh không cần thiết phải có. Một cuộc chiến mà người ta nhân danh, người ta tô son, mạ vàng, để rồi cuối cùng *"dù là gốc Bắc hay Nam, cùng nhân danh giấc mơ Việt Nam, khoác thêm một nhãn hiệu và đang lăm lăm cầm súng, AK hoặc M16 như các đồng bạn khác – để có thể là đêm nay trong tầm tã của cơn mưa ngã cây lở núi, đang sợ hãi thất lạc trong hoang vu của núi rừng Tây Nguyên, bên chân dãy Trường Sơn mò mẫm rình chờ lùng kiếm hạ ngã nhau như những con thú."* (Trang 67-68).

Viết về chiến tranh, Ngô Thế Vinh viết bằng lối văn mạch lạc, khúc chiết, gãy gọn. Vì thế ông đã lôi cuốn người đọc ngay từ những trang đầu của tập truyện. *Nước Mắt Của Đức Phật* là một trong những truyện hay của tập truyện này. Truyện kể lại cuộc xâm nhập của một toán biệt kích, nhảy vào trận địa, tạo những nút chặn, gây rối loạn ngay từ tuyến sau của các đơn vị địch quân. Toán quân này đã đụng độ, và đã giao tranh ác liệt với số địch quân rất lớn trong một hoàn cảnh hết sức khốc liệt, nan giải. Tàn cuộc giao tranh, hai người lính trong toán dìu nhau đi trên đất bạn, xứ Chùa Tháp. Bảy ngày sau, tại một ngôi chùa Miên bỏ hoang, *"có một người lính công giáo Việt Nam kiệt quệ và đau khổ, quỳ gối bên xác một đồng bạn, mắt đẫm lệ hướng lên vẻ mặt an tĩnh của Đức Phật thành tâm cầu nguyện cho linh hồn người bạn xấu số sớm được giải thoát. Và bên ngoài trời cơn mưa bão vẫn tràn trề."* (*Nước mắt của Đức Phật,* trang 38). Hình ảnh kết thúc câu chuyện là một hình ảnh bi hùng. Đức Phật chỉ là một sự gián tiếp để nói lên cái cao đẹp, cái bình an mà con người đang nhắm tới. Không còn một sự cách biệt nào trong tôn giáo ở những cảnh ngộ đầy nước mắt như vầy. Các đấng tối cao của các tôn giáo là người luôn hướng dẫn mọi người sống một đời an lành, hạnh phúc, không cấu xé lẫn nhau. Đó cũng là ước mơ của nhà văn Ngô Thế Vinh, và cũng là ước mơ của bao người. Nhưng chiến tranh được điều khiển bởi những tập đoàn quyền lực. Cho nên giấc mộng của những người lính bình thường, hay những những người dân thấp cổ, bé miệng khó thành hiện thực. Kết thúc câu chuyện ông viết *"Gió lung lay cả đêm dài vô minh đang bao trùm khắp Á châu lục địa."* Chữ "lung lay", bản chất không mới, nhưng ông dùng rất hay, trong trường hợp này, tạo cho người đọc thấy cái sầm sập, dữ dội của gió, thấy cái trùng trùng, phẫn nộ của bão. Khi nói lung lay, người ta thường sử dụng trong những hình ảnh có gốc, có rễ, như cây dừa đang lung lay trong cơn gió mạnh, căn nhà đang lung lay trước cơn bão táp, v.v... Hình ảnh cho thấy một phần gốc còn dính lại, và cả thân hình đang lắc lư, đong đưa, nghiêng ngả. Nhưng ở đây là màn đêm. Màn đêm biểu tượng cho cái gì trong thời điểm bấy giờ? Có phải là chiến tranh. Nếu vậy thì cái gốc của chiến tranh ở đâu? Và gió tiêu biểu cho sức mạnh nào để lung lay cái gốc rễ chiến tranh? Mỗi người đọc, ở một vị thế khác nhau trong cuộc chiến, có một câu trả lời khác nhau. Truyện ngắn đã đến con chữ cuối cùng, nhưng chưa thật sự chấm dứt, bởi ông đã để lại những câu hỏi chưa có câu trả lời khiến cho vấn đề không ngừng lại ở đó.

Vì hiểu được bản chất của chiến tranh không bắt đầu từ những người lính, ở cả hai phía, cho nên người lính Ngô Thế Vinh vẫn luôn mang thông điệp nhân bản trên vai ông, ngay cả ở những phút giây hiểm nghèo nơi chiến trường. Và dù có tạo nên thêm vài tổn thất cho bên kia thì hòa bình vẫn không đến sớm hơn được. Người lính không là gốc rễ chiến tranh thì cũng khó là bắt đầu của một hòa bình. Nhiều truyện ngắn của ông chuyên chở ý nghĩa này. Xin được nêu ra một ví dụ nhỏ nhoi trong suốt bản văn của ông. *"Khi đoàn trực thăng đã thực sự rời xa bãi, tên trung sĩ cận vệ thân tín lên tiếng nhắc tôi và cố nói to: "Em thấy là Hổ xám quên." "Không, lần này không phải tao quên." Nó nhắc tôi việc gài một trái lựu đạn rút kíp dưới xác người tù binh mới chết phải bỏ lại dưới bãi. Hơn một lần địch đã hành động như vậy và gây cho chúng tôi tổn thất. Nhưng ở lần này thì tôi nghĩ lại rằng cho dù có làm thêm một cạm bẫy xác nữa, gây thêm được một vài chết chóc, không vì thế mà ngày mai Hòa bình sẽ trở lại sớm hơn."* (Hòa bình không sớm hơn, trang 63)

Truyện ngắn *"Người Y Tá Cũ"* kể về người y tá, tên Tụng, trong quân lực Việt Nam Cộng Hòa. Sau tháng Tư 1975, anh là một trong số rất hiếm hoi những hạ sĩ quan của chế độ cũ được lưu dung để làm việc tại một bệnh viện. Cũng chính nơi đây anh được săn sóc những người chiến hữu của anh, những người đang mang thương tật, sống vất va vất vưởng, không bao giờ được ngó ngàng tới, mà cuộc sống chỉ còn là thoi thóp. Dĩ nhiên anh làm sao ngoảnh mặt, bởi ngoảnh mặt trước niềm đau thì nỗi đau ấy tăng gấp hai. Nó là niềm hạnh phúc của anh, hạnh phúc của một người y tá bình thường sau cuộc chiến. *"Có lẽ suốt cuộc đời còn lại, chẳng bao giờ Tụng có thể quên được những đôi mắt trống vắng lạnh tanh của những người thương binh cũ, còn xa hơn cả sự tuyệt vọng buồn thảm, họ chưa chết hết phần xác nhưng đã chết cả phần hồn. Cuộc sống chỉ là đếm thêm cho mỗi từng ngày."* (Trang 117). Nhưng niềm hạnh phúc mong manh của Tụng cũng bị tắt ngúm. Anh bị sa thải, trở lại quê nhà và tiếp tục cuộc đời ruộng nương thuở trước. Không giúp được bao nhiêu cho chiến hữu thương tích đầy người, nhưng được sống bên Mẹ già cũng là niềm hạnh phúc mới, dù rất nhỏ nhoi, của anh. Niềm hạnh phúc nhỏ nhoi đó không kéo dài được bao lâu thì tai vạ ập tới. Giữa đời sống dân thường, giữa ruộng nương chất phác, "đang miên man giữa cái hạnh phúc của đất và người, bất chợt bàn chân *Tụng đạp lên một vật như thép lạnh cứng - chưa kịp rút chân lại thì "ụp" tiếp theo là tiếng kêu "má ơi!" Cảm giác đau như xé khiến Tụng ngã quỵ, nhìn xuống thì một bàn chân đã đứt rời. Kinh nghiệm chiến trận khiến Tụng nhận ra ngay không phải lựu đạn mà là thứ mìn muỗi chống cá nhân, chẳng biết ai đã ném vô và nằm im trong đám ruộng nhà mình tự bao giờ... Hòa bình rồi hạnh phúc tính là dài lâu nhưng rồi ra cũng chỉ là tính riêng cho mỗi từng ngày"* (Trang 122). Ước mơ khi còn chiến tranh là được sống trong cảnh thanh bình. Nhưng sau tháng Tư 1975, đất nước có độc lập, nhưng niềm hạnh phúc cũng chỉ là ngàn cân treo sợi tóc! Niềm vui chỉ được tính từng ngày.

Những ước mơ bình thường của người dân trong thời kỳ chiến tranh bị bóp chết từ trong trứng nước. Niềm hạnh phúc sau khi đất nước thống nhất cũng chỉ là niềm hạnh phúc được tính từng ngày.

Tuy nhiên, Ngô Thế Vinh không hề bỏ cuộc. Con đường ông đã vạch ra từ mấy chục năm trước, ông vẫn cứ đi, dù chông gai vẫn đầy rẫy và hố ngăn cách vẫn trùng trùng. Bởi, không có gì ngăn cản một trái tim rộng mở tình thương. Không có gì làm chùn bước một tấm lòng tha thiết với đời. Ở lớp tuổi tri thiên mệnh, làm một lưu dân, *giấc mộng con năm 2000* vẫn bừng bừng trong ông như thời mới lớn. Giấc mộng con là làm sao để tạo được một thế đứng cho lớp lưu dân, dựng nên một gạch nối để thắt chặt tình thân và sự gần gũi cho trăm họ đang lìa xa Tổ Quốc. "*... Bước khởi đầu vận động hình thành không phải chỉ là một mái nhà cho hội y sĩ, mà bao quát hơn là một Convention Center, một tòa nhà Văn hóa, một viện Bảo tàng, một Công viên Việt Nam. Đó phải là công trình biểu tượng có tầm vóc, sẽ được thực hiện ưu tiên qua từng giai đoạn. Nếu nghĩ rằng ngôi đình là biểu tượng cho cái thiện của làng, thì khu công viên văn hóa ấy là biểu tượng cho cái gốc tốt đẹp không thể thiếu cho các thế hệ di dân Việt Nam từ những ngày đầu đặt chân tới lục địa mới của cơ hội này, nó sẽ như một mẫu số chung rộng rãi cho một cộng đồng hải ngoại đang rất phân hóa, giúp đám trẻ hãnh tiến hướng Việt tìm lại được cái căn cước đích thực của tụi nó.*" (Trang 154). Ngô Thế Vinh luôn nhìn về phía trước, bởi giá trị của quá khứ là bàn đạp để hướng về tương lai. Vì thế, niềm "*ao ước không phải để có một ngôi đền thờ phụng, mà là một mái ấm của Trăm Họ Trăm Con, nơi ấy sưu tập và lưu trữ những giá trị của quá khứ, nơi hội tụ diễn ra sức sống sinh động của hiện tại, và là một điểm tựa thách đố hướng về tương lai, chốn hành hương cho mỗi người Việt Nam đang sống bất cứ ở đâu trong lòng của thế giới.*" (Trang 157). Đây là một giấc mơ đẹp. Giấc mơ không chỉ của riêng ông mà là của rất nhiều người. Một người không nặng lòng với Tổ Quốc, với Quê Hương, không kỳ vọng vào tương lai của lớp trẻ, không bao giờ nghĩ đến những điều này. Từ những dòng chữ đầu tiên, đến những con chữ cuối cùng của tập sách, người đọc thấy lấp lánh một tấm lòng.

*

Xuyên suốt tác phẩm, nhà văn Ngô Thế Vinh rất ít khi nhắc đến hình ảnh của bà Mẹ, những bà Mẹ Việt Nam đúng nghĩa. Tuy vậy, ông có nhắc lại một chi tiết rất cảm động. Một bà Mẹ đã đau với cái đau triền miên của đất nước và lòng rộng mở vô biên, bất chấp "tai vách mạch rừng" của chế độ, một chế độ mà ngay cả cha và con còn chưa thể tin được nhau. *"Hòa bình rồi được có con về là má vui, mặc cho họ nói chi thì nói, cái mửng bắt má dẹp khung hình thằng Ba thằng Tư trên bàn thờ là không khi nào má chịu. Lính ngụy hay không lính ngụy tụi nó vẫn là con Má. Chòm xóm có gia đình nào mà không có con vô lính rồi chết trận, vẻ vang hay không vẻ vang có cái đau nào bằng cái đau của bà Mẹ mất con. Họp tổ phường khóm má nói toáng như vậy, chịu hay không chịu thì thôi..."* (*Người y tá cũ*, trang 120). Một vài nét cọ, ông đã tạo nên một bức tranh đẹp, một hình ảnh sắc nét, để lại ấn tượng sâu đậm trong lòng người thưởng ngoạn. Hình ảnh bà mẹ rõ ràng, dứt khoát, sẵn sàng nói những điều muốn nói và nghĩ những điều dám nghĩ nhưng lòng thương con thì bao la, vô tận.

*

Có một điều cũng nên nói ở đây, đó là sự sai sót ở thời gian tính trong một truyện ngắn của ông, truyện *"Một Bức Tường Khác"*. Cuối truyện, ông có ghi thời gian hoàn tất: Brooklyn 02/91. Giữa truyện, ông giới thiệu về một bệnh nhân "Jim 40 tuổi, người Mỹ da đen, là cựu chiến binh Việt Nam". Rồi sau đó, ông viết tiếp "Jim đã ở trong quân đội gần năm năm, từ 66 tới 71. Với một lý do nào đó, hắn đã không được nhận vào Thủy quân lục chiến như ý nguyện." Chúng ta thấy gì qua những số liệu của Jim? Truyện viết xong năm 1991, hồ sơ bệnh lý của Jim cho biết anh 40 tuổi vào lúc ấy. Vậy Jim phải sinh năm 1951. Nếu sinh vào năm 1951, mà vào lính từ năm 1966, nghĩa là lúc đó Jim mới có 15 tuổi. Theo tôi được biết, nước Mỹ có tổng động viên, nhưng hạn tuổi vào lính không thể nào là 15 được. Truyện được viết dựa trên nền hiện thực. Sai sót này có thể làm độc giả ngờ đến cái "thật" mà tác giả muốn gởi gắm đến người thưởng ngoạn.

*

Từ trang đầu tới trang cuối, từ những truyện ngắn được viết ở những năm đầu thập niên 1970, đến những truyện ngắn mới viết gần đây, tác giả vẫn sử dụng một lối viết gãy gọn, khúc chiết. Xa hơn nữa, người đọc không hề thấy ông phẫn nộ, mà trước sau vẫn bình thản với ngôn từ, dù trên vai ông cũng hằn những tháng ngày tù tội sau cuộc đổi đời. Mặt Trận Ở Sài Gòn ngoài những nét đẹp đã nói, còn chứa đựng một niềm khát vọng hướng về tương lại. Hướng về tương lai không phải mơ ước một đất nước có nhiều anh hùng mà là có nhiều chiến sĩ xã hội để hàn gắn những vết thương do lịch sử khắc nghiệt gây ra.

Nhà-văn-thời-cuộc là người sống thực và nói thực lòng mình về những điều đang xảy ra chung quanh. Họ dùng ngòi bút để đẩy cuộc đời đi xa hơn, lên cao hơn. Trong một xã hội nhiễu nhương, họ dùng ngòi bút hướng dẫn quần chúng đấu tranh để tiến tới một xã hội tiến bộ. Trong một xã hội tiến bộ, họ vẫn tiếp tục đấu tranh để khuôn mặt xã hội sáng hơn, đẹp hơn. Ngòi bút của họ luôn hướng về cái thiện của cuộc đời. Không bao giờ họ chịu ngưng nghỉ. Ngô Thế Vinh là một trong số hiếm những nhà-văn-thời-cuộc, hôm nay.

*Đoàn Nhã Văn*
*1998*

## ĐOÀN NHÃ VĂN

Tên thật Lê Tạo, sinh tại Nha Trang. Bắt đầu cầm bút làm thơ, viết văn và phê bình văn học từ đầu thập niên 1990 trên các tạp chí văn chương hải ngoại như Văn Uyển, Văn Học, Văn, Hợp Lưu, Văn Học Nghệ Thuật Liên Mạng... Hiện sinh sống và làm việc tại Nam California.

**Tác phẩm:** *Bình Minh Đến* [thơ, Nxb Ngàn Lau, Hoa Kỳ]; *Phác Thảo 15 Chân Dung Văn Học* [tiểu luận phê bình, Nxb Văn Mới, Hoa Kỳ]

# NGUYỄN MẠNH TRINH

## NGÔ THẾ VINH VÀ MẶT TRẬN Ở SÀI GÒN

Không phải Ngô Thế Vinh chỉ có *"Mặt Trận Ở Sài Gòn"*. *"Vòng Đai Xanh"*, *"Cửu Long Cạn Dòng, Biển Đông Dậy Sóng"* là những tác phẩm khác của ông chứa đựng những suy tư của một người luôn mang trong đời những giấc mơ. Mà giấc mơ thì bao giờ cũng là những mục đích vời vợi và luôn quá tầm tay với. Với người tích cực luôn nhìn thẳng về đằng trước, văn chương khiến tầm mắt rộng hơn và tâm hồn cũng như trái tim dễ dàng cảm nhận hơn những nét nhân bản.

Dù rằng thực tế có gai góc và những vấn nạn tới bây giờ vẫn chưa có câu trả lời thỏa đáng. Dù rằng những tranh chấp Kinh Thượng đã kéo dài từ bao nhiêu năm trong *"Vòng Đai Xanh"*. Hay dòng sông Cửu Long dần dần bị những quốc gia trên thượng nguồn lạm dụng những đập nước bất chấp công pháp quốc tế kéo theo những tranh chấp biên giới giữa Trung Hoa và Việt Nam trong *"Cửu Long Cạn Dòng, Biển Đông Dậy Sóng"*. Những vấn đề ấy còn nóng hổi trong những trang báo thời sự và lại càng có sức hấp dẫn hơn trong tiểu thuyết Ngô Thế Vinh. Những dữ kiện đã được tiểu thuyết hóa không ngoài mục đích: Đi tìm một giải pháp thỏa đáng cho những vấn đề khó khăn nan giải mà bất cứ một người Việt Nam quan tâm đến đất nước phải để ý.

Chiến tranh Việt Nam đã chấm dứt từ ba chục năm nhưng đến nay vẫn còn nhiều âm hưởng. Có nhiều cách thế nhìn ngắm, mỗi người từ một vị trí có nhận định riêng. Ghi chép lại những thời kỳ ấy bằng những chuỗi dữ kiện cũng là biểu hiện một thời đại đặc biệt của lịch sử. Quá khứ, từ những khoảng cách thời gian, sẽ được nhận thức chính xác hơn. Hơn ai hết, Ngô Thế Vinh là một người trong cuộc. Ông là Y sĩ trưởng của một đơn vị ưu tú dũng mãnh hàng đầu của Quân lực Việt Nam Cộng Hòa. Những trang sách của ông phản ánh đời sống thực, suy tư thực và đầy nét nhân bản. Ở đó không có những khẩu hiệu như những sản phẩm văn chương viết về chiến tranh của những người miền Bắc. Ở trong những điều Ngô Thế Vinh diễn tả, có bóng dáng của một người Việt Nam luôn luôn băn khoăn ray rứt. Một hình tượng của những người cầm bút dấn thân.

Tôi đọc *"Mặt Trận Ở Sài Gòn"* như một cách hồi tưởng lại một thời kỳ của lịch sử. Mỗi thời, mỗi vị trí, mỗi suy nghĩ khác nhau. Khi còn là sinh viên, học sinh, suy tư khác, ý nghĩ khác. Nhưng khi vào lính như những bạn đồng trang lứa thì suy nghĩ khác. Và bây giờ sau chiến tranh, cũng thay đổi. Càng ngày, càng thấy rõ thân phận của một nước nhược tiểu. Một cuộc chiến mà những người ở tuyến đầu hy sinh để cho những người ở hậu phương hưởng thụ.

Nhà văn Ngô Thế Vinh đã kể về trường hợp sáng tác truyện ngắn *"Mặt Trận Ở Sài Gòn"*, một truyện ngắn đã gây cho ông khá nhiều phiền phức:

*"... Tôi nhớ lại thì lúc đó cũng là thời gian các toán Biệt Cách thám sát phát hiện ra con đường mòn Hồ Chí Minh rộng như một xa lộ vận chuyển ngày đêm chạy suốt tới vùng Tam Biên. Nó đã như một mũi dao nhọn đâm vào cổ vùng địa đầu cao nguyên lúc bấy giờ. Từ Phủ Tổng thống xuống đến Bộ Tổng Tham mưu không thể không biết đến sự kiện này...*

*"... Liên Đoàn 81 được gọi về Sài Gòn trong bối cảnh ấy. Thay vì là rừng xanh, những người lính dũng cảm bị cầm chân ở trong sân Tao Đàn, phía sau Phủ Tổng thống, bên hông Hội Kỵ mã. Họ bơ vơ lạc lõng như những con thú hoang về thành. Họ được giao cho mặt nạ lưỡi lê cắt xé đàn áp những cuộc biểu tình... Nhưng trong đám biểu tình ấy họ là ai: có thể là những thanh niên sinh*

*viên lý tưởng hăng say, đám cô nhi quả phụ đói khổ hay chính những thương phế binh - những người anh em què cụt đã từng cầm súng sát cánh với họ chiến đấu".*

*Trấn đóng giữa trái tim Sài Gòn chìm khuất giữa những buildings cao dập dìu đĩ điếm, nằm kế bên Hội Kỵ mã lúc nào cũng nhởn nhơ những con ngựa giống với từng bờ mông láng nhẫy. Bỗng những người lính ý thức được rằng trên đời này không phải chỉ có cuộc chiến tranh buồn thảm làm họ điêu đứng mà hơn thế nữa ngay giữa quê hương này, chỉ ngay bên kia vòng rào vẫn còn một xã hội trên cao, lộng lẫy sáng choang và thản nhiên hạnh phúc. Cái thế giới khác xa họ, chỉ có ngào ngạt hương thơm và hưởng thụ thừa mứa. Của một đám người kêu gào chiến tranh nhưng lúc nào cũng ở trên và đứng ngoài cuộc chiến tranh ấy.*

*"Mặt Trận Ở Sài Gòn" là tên một truyện ngắn viết trong bối cảnh ấy với phần kết là giây phút phản tỉnh của người lính với ý thức rằng ngoài cái chiến trường súng đạn quen thuộc họ còn phải đương đầu với một trận tuyến mỏi mệt hơn - đó là cảnh thối nát bất công của xã hội. Rằng không phải ở chốn biên cương xa xôi mà chiến trường thách đố của họ là ngay ở Sài Gòn."*

Lúc ấy, tình hình chính trị nhiều biến động. Chiến tranh càng khốc liệt thì sự bất ổn ở hậu phương cũng làm nao lòng người lính ở tuyến đầu. Tác giả viết lên một sự thực. Thân phận của người lính được viết với sự chủ quan và trung thực của một người trong cuộc.

Tôi có nhiều lần nói chuyện với tác giả "*Mặt Trận Ở Sài Gòn*". Anh là "nhà văn của những ước mơ" như nhà văn Nguyễn Xuân Hoàng đã viết. Hay, theo chủ quan tôi, anh là người nuôi nhiều "lý tưởng" trong cuộc sống. Những công việc anh làm, anh để cả trái tim và khối óc vào đó. Viết một cuốn sách, không phải là kể lại những chuyện thuần tưởng tượng. Mà là những đối chiếu với thực tế. Viết "*Vòng Đai Xanh*", anh đã có bao nhiêu tháng ngày hành quân trên cao nguyên, nghe và thấy biết bao nhiêu chuyện thực của người Kinh người Thượng. Viết "*Cửu Long Cạn Dòng, Biển Đông Dậy Sóng*", anh đã đến tận nơi, nhìn tận chỗ. Và chúng ta đã được đọc những trang sách ghi chép lại những cuộc du hành thú vị, xác thực, đầy sinh động.

Tôi biết *"Vòng Đai Xanh"* và *"Mặt Trận Ở Sài Gòn"* đã được chuyển dịch sang Anh ngữ và đã được xuất bản. Một sự thực là các dịch giả bản xứ chỉ chú trọng và để ý tới các tác phẩm của những người cầm bút ngoài Bắc và trong nước. Hiếm hoi mới có tác phẩm của văn học miền Nam hoặc hải ngoại được chuyển dịch. Hai tác phẩm Anh ngữ của Ngô Thế Vinh có phải là mở đầu cho một thời kỳ khác hơn trước?

*NGUYỄN MẠNH TRINH*
*[Người Việt 20/02/2005]*

*NHÂN ĐỌC MẶT TRẬN Ở SÀI GÒN*

*Mặt Trận Ở Sài Gòn không tiếng súng*
*Người lính ngó mông, nhìn theo đường phố lặng thinh*
*Sau biểu tình*
*Tháo băng đạn*
*Cởi áo giáp*
*Đóng an toàn vũ khí*
*Lột chiếc mặt nạ chống hơi ngạt*
*anh không nhận ra mình*
*Đi về đâu, trên đoạn đường chiến binh?*

*PHAN NHẬT NAM*
*Sài Gòn 1972 - Little Saigon 2020*

TM

## Từ Mai Trần Huy Bích

### Ta Nâng Trang Sách, Ngàn Thu Đọng
### Cảm Xúc Sau Khi Đọc "Mặt Trận Ở Sài Gòn"

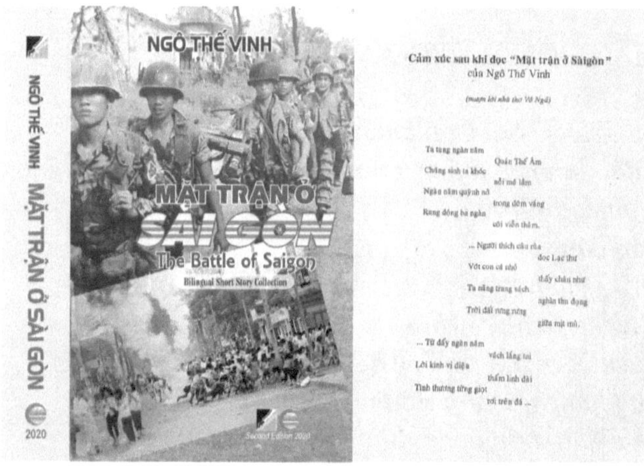


Đọc lại cuốn *Mặt Trận Ở Sài Gòn* của Ngô Thế Vinh trong một ấn bản song ngữ năm 2020, 45 năm sau khi Miền Nam sụp đổ, cảm xúc trào lên tràn trề. Người viết những hàng này muốn nói rất nhiều, nhưng sau khi cân nhắc, tự thấy mình không đủ ngôn từ; đành xin mượn ít câu thơ của một niên trưởng, nhà thơ Vô Ngã Phạm Khắc Hàm [*], để trình bày chút cảm xúc của mình:

*Người thích câu rùa, đọc Lạc thư*
*Vớt con cá nhỏ, thấy chân như*
*Ta nâng trang sách, ngàn thu đọng*
*Trời đất rưng rưng giữa mịt mù...*

*Ta tụng ngàn năm*
*Quán Thế Âm*
*Chúng sinh ta khóc*
*nỗi mê lầm*
*Ngàn năm quỳnh nở*
*trong đêm vắng*
*Rung động ba ngàn*
*cõi viễn thâm.*

*Từ đấy ngàn năm*
*vách lắng tai*
*Lời kinh vi diệu*
*thấu linh đài*
*Tình thương*
*từng giọt*
*rơi trên đá ...*

Từ Mai Trần Huy Bích
California, 26.10.2020

[*] Vô Ngã Phạm Khắc Hàm sinh năm 1928 tại Ninh Bình, tiến sĩ vật lý (1964); Giảng sư Đại Học Khoa Học Sài Gòn (1965-1981). Vượt biển, định cư tại Hoa Kỳ (1981); Nghiên cứu văn học, làm thơ, dưới bút danh Vô Ngã. **Đã xuất bản:** Tập thơ *"Gối Gốc Mai"* (1984); Triết luận *"Triết Lý Lý-Đông-A"* (1998); Biên khảo *"Văn Học Đời Ngô-Lê-Lý"* (Khởi Hành 2013); *Văn Học Đời Trần* (Khởi Hành 2015). *"Lá Hỏa Hoàng Chưa Thôi Nở"*, 2015.

## TRẦN HUY BÍCH

Bút hiệu Trần Từ Mai, sinh năm 1936 (Bính Tý) tại Nam Định. Hồi Trung học được học Quốc văn với các Thầy Vũ Hoàng Chương, Vũ Khắc Khoan, Doãn Quốc Sỹ. Học Hán văn với các Thầy Trần Văn Hào, Nguyễn Văn Tú (Cử nhân Hán học). Lên Đại học được học cụ Nghè Nguyễn Sĩ Giác, các cụ Cử Nguyễn Văn

Bình, Thẩm Quỳnh, các Thầy Bửu Cầm, Nghiêm Toản, Nguyễn Đăng Thục, Nguyễn Khắc Kham. Thích thơ văn từ nhỏ, đã dịch một số bài thơ chữ Hán của Chu Văn An, Nguyễn Trãi, Nguyễn Du và một số thơ Đường. Tốt nghiệp ban Việt Hán, Đại học Văn khoa Sài Gòn, và dạy học ở Việt Nam, nhiệm sở cuối cùng là Văn Hóa Vụ, trường Võ Bị Quốc Gia Đà Lạt. Du học Hoa Kỳ, tốt nghiệp Ph.D. tại University of Texas at Austin, ông phụ trách các tài liệu về Á Châu học và Trung Hoa học tại Thư viện Đại học UCLA và sau đó, Đại học USC. Ông rất quan tâm tới giới trẻ ở hải ngoại, sau khi về hưu, ông vẫn tích cực hoạt động trong lãnh vực giáo dục và văn hóa.

***Bức tượng Thương Tiếc của điêu khắc gia Nguyễn Thanh Thu** đặt trước cổng vào Nghĩa Trang Quân đội Biên Hòa (trái). Sau 30/04/1975 quân CS đã cho giật sập bức tượng và phá hủy sau đó (phải). Thơ cảm tác của Bác sĩ TQLC Trần Xuân Dũng: "Trầm tư súng đặt ngang đùi/ Chiều buông nắng ngang nửa mặt/ Mắt nhìn, sao ánh không vui".*

# Hoàng Ngọc Nguyên

## Đi Tìm Sự Yên Tĩnh Với "Mặt Trận Ở Sài Gòn"

Trong những ngày đang phải cố thủ tại gia một cách tuyệt vọng trước "kẻ thù vô hình" Corona virus giăng mắc, phong tỏa nơi nơi, *"Mặt Trận Ở Sài Gòn"* là một nguồn quên lãng lớn cơn đại dịch này. Trước hiện tại đang thêm phần đen tối không chỉ vì đại dịch Cô-Vy và nạn suy thoái/ lạm phát mà chủ yếu vì một chính tình thối nát, có khi người ta phải đi vay mượn một vài tia sáng từ quá khứ để có thể ngày qua ngày. Những câu chuyện cách đây cả 50 năm ở một nơi nay quá xa xôi bỗng dưng sống lại một cách da diết trong trí nhớ, trong con tim của mỗi chúng ta khi có *"Mặt Trận Ở Sài Gòn"* đặt đầu bàn ngủ (không phải gối đầu giường).

Tác phẩm này là một tuyển tập truyện ngắn, ấn bản 2020 là song ngữ Việt Anh, nhưng tôi vẫn xem đó cũng là một tuyển tập tạp bút, tạp ghi từ những đau nhức của một thời của thế hệ chúng tôi - thời đó chúng ta chỉ mới hăm mấy, ba mấy, nhưng nay đã bước qua tuổi cổ lai hy rồi. Thời gian có thể qua nhanh như vậy sao? Truyện ngắn ít nhiều vẫn có tính hư cấu ("truyện"), đặt chuyện từ mục đích của người viết muốn chuyển tải. Bởi vậy, có khi "truyện" có vẻ không thật và người xem sau khi gấp sách lại có thể nhún vai coi như xong.

Tạp bút thì nói lên những ghi nhận, suy tư, tâm trạng buồn vui, hoan hỉ, phẫn nộ của người viết từ những kinh nghiệm thực tế trong cuộc sống. Đối với một tác giả như Ngô Thế Vinh, cuộc sống từ thời thơ ấu đã từng trải từ bắc vô trung và vào nam; trường học đã đi từ Khải Định Huế đến Chu Văn An Sài Gòn, rồi trường Y Khoa; và những năm làm y sĩ tiền tuyến tại những chiến trường xa xôi, heo hút đẫm máu vùng Tam Biên (Việt-Miên-Lào) cho đến ngày mất nước... cuộc đời của ông đã thừa sự phong phú mà không cần vay mượn sự tưởng tượng.

Tạp ghi có lẽ là một thể loại thích hợp nhất cho Ngô Thế Vinh. Ông có đủ sự tự hào và tự tin về mình để nói lên và tìm cách diễn đạt những gì mình quan sát, nhận định, suy tư mà người nghe, người đọc có thể đón nhận. Mặt khác, ông cũng có đủ sự khiêm tốn cần thiết của một người hiểu được sự nhỏ bé, bất lực của con người trước "bể khổ mênh mông" mà *"Nước mắt của Đức Phật"* chỉ làm cho cái "nghiệp" của con người thêm đáng thương, đau buồn rõ ràng.

Rất nhiều người Sài Gòn trong những năm sau của thập kỷ 60 đã đọc tạp chí Tình Thương của sinh viên trường Y Khoa Sài Gòn, bởi vì trên mặt trận hỗn tạp của báo chí thời đó, Tình Thương không phải là một "sản phẩm thương mại", nhưng lại có sức thu hút với người đọc đang tìm kiếm một tạp chí thể hiện những giá trị nhân bản tưởng như đang thất lạc trong cuộc sống đầy bất trắc. Ngô Thế Vinh từng ở trong ban biên tập, tổng thơ ký và chủ bút của tạp chí này, một nhịp cầu cho những bác sĩ tương lai đến với một xã hội thực sự tin "lương y như từ mẫu". Chắc chắn Ngô Thế Vinh đã có những niềm tin, những đam mê lớn lắm mới cống hiến sức mình góp phần làm nên Tình Thương, và chính Tình Thương đổi lại đã góp phần định hướng cho anh suốt cả cuộc đời – đến với những người dân lành bị bỏ quên trong xã hội, hay những người lính ngoài trận địa chẳng mấy khi được những người hậu phương nhớ đến.

*"Mặt Trận Ở Sài Gòn"* là một tuyển tập gồm 12 "truyện bút ký". Một nửa nói lên những trăn trở của một bác sĩ quân y ngoài tiền tuyến, đứng giữa làn tên mũi đạn, một nửa là những trăn trở của một người đã dấn thân vào việc tạo dựng một cuộc đời mới trên chốn "tạm dung" đất khách quê người, nhưng lại không đành để quá khứ lại đàng sau. Ít ra chỉ để nêu lên những câu hỏi cho dù câu trả lời càng ngày người ta càng không màng! Ít ra để có thể mơ mộng hão huyền - dù không xua tan được những ám ảnh như ác mộng - "Sẽ rực rỡ mùa thu này" với "Giấc mộng con năm 2000".

Mười hai "truyện bút ký" (Mặt trận ở Sài Gòn, Nước mắt của Đức Phật, Dấu ngoặc lịch sử, Hòa bình không sớm hơn, Giấc mơ Kim Đồng, Chiến trường tạm yên tĩnh, Cựu Kim Sơn – chưa hề giã biệt, Một bức tường khác, In Retrospect – Nhìn lại, Người y tá cũ, Sẽ rực rỡ mùa thu này, Giấc mộng con năm 2000) mang cùng văn phong (le style, c'est l'homme), kể chuyện nghe như những lời tâm tình, lúc cao giọng như phẫn nộ, lúc trầm tĩnh như buồn bã, thể hiện những trăn trở mà tác giả, một người trong cuộc, muốn chia sẻ và muốn được tin cậy đón nhận, cám cảnh, đồng tình.

Có thể Ngô Thế Vinh, với thói quen nghề nghiệp, ưa xem xét cặn kẽ mọi dấu hiệu, triệu chứng, và tìm cách giải thích hết mức khi chẩn bệnh. Nhưng cũng rõ ràng, là một quân nhân tiền tuyến, ông mang những tình cảm sâu đậm có tính cách ruột thịt với đồng đội, những người cùng vào sinh, ra tử, và là một lương y, ông đau đớn vô kể khi thấy đồng đội ngã xuống không kịp nhắm mắt tại những nơi hoang địa rừng núi sâu thẳm. Ngô Thế Vinh là y sĩ trưởng của Liên đoàn 81 Biệt Cách Dù. "*Mặt trận ở Sài Gòn*" đã thể hiện nơi anh con người của đồng đội, do đồng đội, vì đồng đội. Một tình đồng đội như chúng ta có thể thấy qua bức ảnh của Tình Thương, bốn sinh viên y khoa cùng các bạn đồng môn đảm trách tờ báo này mà thời đó tên tuổi chẳng phải xa lạ với dân Sài Gòn [Hình 1].

**Hình 1:** *Tòa báo SVYK Tình Thương 113 Nguyễn Bỉnh Khiêm Sài Gòn (1965), từ trái: Bùi Thế Hoành, Trang Châu, Ngô Thế Vinh, Phạm Đình Vy* [tư liệu Ngô Thế Vinh]

Hay bức ảnh của những sĩ quan trong đơn vị Biệt Cách: Trung úy Nguyễn Sơn (liên toán trưởng các toán thám sát), Trung úy Nguyễn Ích Đoan (đại đội trưởng Đại đội 1 Xung kích), Y sĩ Trung úy Ngô Thế Vinh, Trung úy Nguyễn Hiền (sĩ quan Ban 2) [Hình 2].

**Hình 2:** *Hành quân Liên Đoàn 81 Biệt Cách Dù, Dakto tháng 5, 1971, từ trái: Trung úy Nguyễn Sơn, Trung úy Nguyễn Ích Đoan, Y sĩ Trung úy Ngô Thế Vinh, Trung úy Nguyễn Hiền.* [tư liệu Nguyễn Hiền]

Đã hẳn, tình đồng đội trong một đơn vị đặc biệt như Biệt Cách Dù hẳn đặc biệt hơn cả bởi vì nhiệm vụ đặc biệt của đơn vị "cách biệt" này cùng cách hành sự cũng đặc biệt của nó. Như tác giả kể lại một câu chuyện, Liên đoàn Biệt Cách Dù này đang tiến hành một cuộc hành quân vào tháng năm 1971, căn cứ xuất phát là Dakto, một vùng rừng núi thuộc tỉnh Kontum cao nguyên Trung phần. Đây chính là thời điểm quân Sài Gòn mở chiến dịch tấn công vào vùng Hạ Lào nhằm giải tỏa áp lực của Bắc quân trên vùng Trung nguyên và làm suy yếu khả năng của Miền Bắc đưa quân và khí giới xâm nhập Miền Nam. Chiến dịch này gây nhiều tranh cãi, chủ yếu là vì Mỹ muốn thử thách xem "Việt Nam hóa" là thế nào, Tổng thống Thiệu thì muốn phô trương tài lãnh đạo của mình trước cuộc bầu cử độc diễn trong năm, nhưng lại không biết "bảo mật" cho nên để lực lượng quốc gia chịu nhiều tổn thất. Các toán Biệt Cách Dù có nhiệm vụ thám sát và theo dõi sự di chuyển của Bắc quân dọc biên giới xuống tới vùng Tam Biên Việt-Miên-Lào trong mục đích khám phá đường mòn "Hồ Chí Minh" ở nơi "cùng cốc, thâm sơn". Vùng Tam Biên này rừng núi trùng trùng điệp điệp, đi dễ khó về vì chẳng dễ tìm đường ra. Những nhóm "Biệt Cách" này chỉ biết trao sinh mạng cho nhau, và cho tử thần. Nếu không có nhau, làm sao người ta có thể sống sót được qua những điệp vụ như thế.

*"Mặt trận ở Sài Gòn"* là câu chuyện của một đơn vị Biệt Cách Dù đang chiến đấu gian khổ trong vùng rừng núi Tam Biên thì được đưa về thủ đô Sài Gòn. Tác giả ngậm ngùi và tự hào: *"Không kể những người đã chết, chỉ riêng trong đám sống sót trở về - có thể nói họ xứng đáng mang danh anh hùng bằng chính những chiến tích lẫy lừng đi vào huyền thoại"*. Lính tráng đều vui mừng vì có dịp về thành phố mừng tủi gặp lại gia đình và tha hồ vui chơi. Nhưng tác giả chẳng có gì thú vị vì hiểu rằng nhiệm vụ mới là một cuộc "chiến tranh trong thành phố". *"Chúng tôi trở về thủ đô giữa một không khí rục rịch biểu tình khởi đi từ những phong trào quần chúng đấu tranh chống chính phủ"*. Tác giả đã trải qua những tháng ngày rất mệt mỏi trong cuộc nội chiến để bảo vệ độc lập và toàn vẹn lãnh thổ. Ông đã chứng kiến bao nhiêu hy sinh của đồng đội; ông cũng ngán ngẩm trước đối phương xem sinh mạng của "bộ đội" như cỏ rác. Và ông cũng đau lòng trước thống khổ của người dân trong vùng chiến, vừa sợ bom đạn chiến tranh, vừa lo khủng bố, vừa bị túng quẫn vì miếng ăn... *"Người lính chỉ ao ước được cầm súng chiến đấu cho tổ quốc, hy sinh cho một lý tưởng cao cả, một chính nghĩa sáng ngời, mà khỏi cần phải bận tâm suy nghĩ điều gì. Nhưng bây giờ thì họ hiểu rằng, đã thất lạc và qua rồi sự bình an giả tạo sau những mỏi mệt trở về từ rừng rú. Rằng ngoài chiến trường súng đạn quen thuộc, họ còn phải đương đầu với một trận tuyến khác mỏi mệt hơn – đó là cảnh thối nát, bất công của xã hội mà dân tộc đang phải hứng chịu trong tối tăm tủi nhục... Vậy phải lựa chọn chiến trường nào? Rằng không phải chỉ ở chốn xa xôi biên cương – mà đích thực chiến trường thách đố của họ phải là ở Sài Gòn"*.

Câu chuyện sau đó, *"Nước mắt của Đức Phật"*, cũng có thể làm cho người đọc đã từng sống những ngày tháng tao loạn thời đó rơi nước mắt. Bối cảnh những truyện kể đều là thời "Việt Nam hóa chiến tranh" của Nixon, hay đúng hơn là "giải Mỹ hóa", (de-Americanization), tức lính Mỹ tháo chạy, bỏ rơi đồng minh, cho dù Nixon nói, "peace with honor". Quan điểm của tác giả ngay từ thời đó đã rõ ràng: Mỹ đã quyết rút khỏi "tiền đồn", vì Nixon đã có kế hoạch đi Nga, đi Tàu. Lúc đó là vào năm 1971, theo chỉ đạo của cố vấn Mỹ, quân Miền Nam đánh qua biên giới Cam Bốt để truy tầm "Cục R", tức bộ chỉ huy của địch lập trên đất Miên để điều khiển cuộc chiến. Cuộc hành quân này như là bước đầu thử nghiệm "Việt Nam hóa". Đơn vị Biệt Cách Dù được thả xuống đất Miên như lạc vào trong một khu rừng hoang không biết lối ra. Toán thám sát này vừa truy tầm vừa nhằm phá hoại địch, tác giả gọi đó là "một chiến tích lẫy lừng của các anh hùng vô danh". Nhưng kết cuộc là thế nào. Tác giả viết: "*Và suốt trong đêm hôm đó tại một ngôi chùa Miên bỏ hoang, có một người lính Công giáo Việt Nam kiệt quệ và đau khổ, quỳ gối bên xác một đồng bạn, mắt đẫm lệ hướng lên vẻ mặt an tĩnh của Phật thành tâm cầu nguyện cho linh hồn người bạn xấu số sớm được giải thoát...*" Đây là câu chuyện ở Thị trấn Krek, Campuchia, sát biên giới Miền Nam ở Tây Ninh.

Những truyện được viết trong thời chiến của Ngô Thế Vinh mà chúng ta đọc được qua tuyển tập "*Mặt Trận Ở Sài Gòn*" đều mang âm hưởng tương tự: như một tiểu thuyết chiến tranh với sự căng thẳng, chết chóc, mệt mỏi, tang thương, bi đát, anh hùng, và ai điếu... Rất rõ rệt Ngô Thế Vinh mang nặng nghiệp cầm bút (thời đó chưa có computer), ông không thể không viết trước những bức bách của thực tế cuộc sống, xã hội, đất nước, nhưng nếu không là y sĩ ở tuyến đầu, sẵn sàng dấn thân trong chốn trận mạc, đương nhiên ông không thể có những kinh nghiệm phong phú như thế để ghi lại – không chỉ những gì đã xảy ra mà cả những suy nghĩ, biến động trong nội tâm của ông. Diễn biến nội tâm đúng là phức tạp, khủng hoảng mà chỉ có người trong cuộc mới hiểu nổi: ông vừa thấy cuộc chiến là sống còn cho Miền Nam vừa thấy cuộc chiến là phi nhân vì lãnh đạo Hà Nội thì bất nhân (đã thí mạng đến cả nửa triệu thanh niên) và lãnh đạo Sài Gòn thì "vô tâm" (quân đội, chính khách, lãnh đạo tôn giáo mãi lo quyền lực, quyền lợi của mình hơn quyền sống của người dân).

Truyện ngắn *"Mặt Trận Ở Sài Gòn"*, khoảng 5.000 chữ, xuất hiện đơn độc lần đầu tiên trên tạp chí Trình Bầy ngày 18-12-1971 và sau đó tác giả bị đưa ra tòa – chẳng bao lâu sau khi *"Vòng Đai Xanh"* của ông được trao giải thưởng. "Mặt Trận Ở Sài Gòn" bị khép vào tội có *"luận điệu phương hại trật tự công cộng, và làm suy giảm kỷ luật, tinh thần chiến đấu của quân đội"*. Tờ báo bị tịch thu, bị "phạt vạ" và đình bản mấy tháng sau đó. Nhưng năm 1972 là năm Mùa Hè Đỏ Lửa, và vụ án đã nhanh chóng chìm vào quên lãng. Mãi đến sau này, vào năm 1996 khi tác giả tập họp một số truyện ngắn để có tuyển tập *"Mặt Trận Ở Sài Gòn"* xuất bản ở California, nhiều tác giả hữu danh như Nguyễn Xuân Hoàng, Tạ Tỵ, Phan Nhật Nam... lên tiếng, chia sẻ những trăn trở của tác giả vì đất nước, vì xã hội trong thời chiến. Nguyễn Xuân Hoàng cho rằng giữa "con người và tác phẩm" không có khoảng cách. Và Ngô Thế Vinh là một tác giả của xã hội. Ngô Thế Vinh cũng có dịp bộc bạch tâm sự của mình trong một số bài phỏng vấn dài của tạp chí Bách Khoa và của nhà báo Nguyễn Mạnh Trinh.

Như thế, nay chúng ta có thể nói thêm gì đây?

Người đọc nay có thể nhìn lại để thấy *"Mặt Trận Ở Sài Gòn"* không chỉ là tiểu thuyết chiến tranh mà còn có một nội dung chính trị sôi sục của một người đối kháng vì lương tâm. Chính trị là một nội dung mà tác giả đã chất chứa trên từng trang giấy của từng truyện. Một điều chúng ta đều có thể thấy nhưng ít người viết tiện nói ra, nói thẳng, nói thật, đó chính là sự "bất túc" của lãnh đạo Miền Nam cho nên cuộc chiến đã trở thành một cuộc phiêu lưu ngày qua ngày thay vì là một Hội nghị Diên Hồng tập họp quần chúng trong một cuộc chiến sống còn của đất nước. Không chỉ là nhân chứng, Ngô Thế Vinh là người dấn thân ở chốn trận tiền. Hiểu rất rõ sinh mệnh mong manh của người cầm súng. Cho nên không sợ mang tiếng "phản chiến" ông có quyền đặt những câu hỏi chính trị. Khi không hiểu đúng và đủ nội dung và ý nghĩa của chính trị, nhiều người - nhất là giới văn nghệ sĩ - ngại ngùng và muốn tránh xa "chính trị". Nhưng khi hiểu chính trị chụp lên đời sống của tất cả mọi người, quyết định sự sống còn của con người, của xã hội, của đất nước, là sự mưu tìm dân chủ, tự do, nhân quyền và công bằng xã hội, thì đó là điều người viết không thể tránh né. Và hẳn sai lầm khi tránh né.

Quyết định của Ngô Thế Vinh có một ấn bản song ngữ giữa năm đại dịch này bởi thế đáng hoan nghênh. Không chỉ vì đó là một nỗ lực táo bạo, phi thường mà vì ông nghĩ đến chuyện gởi gắm cho những thế hệ những đời sau một di chúc xứng đáng. Dĩ nhiên, càng ngày người ta càng ít đọc. Mong muốn những thế hệ trẻ cầm sách về lịch sử hay chính trị đất nước Việt Nam trước đây đúng là chuyện "giấc mộng con". Cũng như muốn người Mỹ phải hiểu rõ hơn lịch sử và chính trị của Hoa Kỳ để cho nội chiến đa chủng, đa văn hóa, thực sự chấm dứt. Nhưng Ngô Thế Vinh bao giờ cũng là người sống trong giấc mộng con người phải tốt đẹp hơn để xã hội tốt đẹp hơn.

Đọc *"Mặt Trận Ở Sài Gòn"*, chúng ta tưởng chừng như đang nghe thổn thức "Tình khúc trên chiến trường tồi tệ". *"Mặt Trận Ở Sài Gòn"* hay *"Chiến trường tồi tệ"* (tác giả là Ngô Đình Vận, người bạn ở Saigon Post) sẽ chẳng thế nào rời khỏi tâm trí của những người đã sống một thời đầy đau nhức đó, và nay đã là một ám ảnh đau buồn khi chợt nghĩ ra rằng chúng ta chỉ có một thời để sống.

*HOÀNG NGỌC NGUYÊN*
*Utah, September 5, 2020*

T

## TRẦN MỘNG TÚ

### VẾT THƯƠNG KHÔNG CHẢY MÁU CỦA CHÀNG

*[Gửi tác giả Mặt Trận Ở Sài Gòn – Ngô Thế Vinh]*

Chàng đã ra khỏi chiến tranh
Nhưng chiến tranh không ra khỏi chàng
Như con dấu nung
Đóng vào trái tim chàng
Chàng cúi xuống ngực mình
Từ tốn bóc… vết rách thành những tờ rơi
Những tờ đầy thương tích

Những ngôi làng trơ trụi bỏ hoang
Những hố bom B52 cầy nát mặt đất
Không một bóng trẻ
Không một người già

Còn gì đau thương
Còn gì xúc động bằng
Trong hoang vu đổ nát
Có con người cõng một xác chết trên lưng
Trong gió bão mịt mùng
Trong ngôi chùa Miên hoang phế
Một người con của Chúa
Gửi hồn xác của đồng đội mình cho Phật

Ôi chiến tranh
Ôi vết thương thế kỷ
Chúa Phật có cùng ở đó không?

Một cuộc chiến không tên
Một cái chết không nhãn hiệu
Một người lính, nếu đứng bên này thì ta gọi là giặc bên kia
Con người không còn sợ thú dữ
Nhưng sợ chính đồng loại của mình

Có những điều sống suốt một đời người
Ta không sao hiểu được
Tại sao phải "sanh Bắc tử Nam"
Để lao vào giết nhau
Ai đặt ra câu phương châm kinh hoàng đó

Những cái chết khác thường và phi lý
"Chết vì tiếng cánh vỗ của trực thăng sà trên bãi
Nỗi ám ảnh những năm dài sợ hãi
Đó là cái chết lạ giữa chiến trường
Một cái chết không chảy máu

Vết thương dưới con dấu nung trên ngực chàng
Nếu bóc ra chàng còn nghe thấy được
Những tiếng hét đến lạc giọng của những người bạn Đồng Minh
những người đã đến Việt Nam
và mang về quê hương họ những hình hài
thương tật và những ác mộng bất tận

Họ không bao giờ trở lại cuộc sống bình thường
Chiến tranh vẫn đầy ứ trong những bình thân thể ấy
như bình nước sóng sánh hoài nhưng không chịu đổ

Dưới vết thương đó chàng còn bóc ra được những vẩy khô
như những người bạn đã chọn ở lại
Họ thản nhiên làm bổn phận của họ
bằng cả trái tim cho đến lúc bị ruồng bỏ

Họ săn sóc bất hạnh của người khác
và không nhớ là mình cũng bất hạnh
Còn điều gì nữa dưới vết thương này của chàng
Mỗi ngày chàng mất đi một miếng vẩy khô
Chàng không tìm lại được

Và chàng đã quên
Như những người lính đã chết và đã bị bỏ quên
"Khi những người sống quên người chết,
thì người chết ấy, chết đi lần thứ hai."
Thế mà đã có một thời
Khi từ cõi chết trở về
Những người lính đáng thương này
Phải đối diện với mặt trận thành phố
Từ rừng rú họ được đưa về thủ đô
Để bảo vệ trấn an những con người kêu gào chiến tranh
nhưng chính họ lại đứng bên ngoài cuộc chiến
Và người lính bỗng dưng biến thành con thú cô đơn
ngơ ngác giữa Mặt Trận Ở Sài Gòn

Chao ôi đã bao năm
Chàng ở lại
Chàng bị tù đầy
Chàng bỏ đi
Chàng đứng nhìn dâu bể
Chàng bóc vẩy trên những vết thương mình

Còn gì sót lại…
Còn gì để cho đi.

Có trễ không cho một trở về.

*TRẦN MỘNG TÚ*
*9-27-2020*

## SÔNG, NGƯỜI VÀ CÁ

*[Gửi Ngô Thế Vinh, và Sông Cửu Long]*

Người đi cứu dòng sông
qua bao mùa nước nổi
con sông bao nhiêu tuổi
có biết người đã già

Người tha thiết với sông
tiếng kêu người thất lạc
nước sông ngày một cạn
tuổi người ngày một đầy

Người muốn ôm lấy sông
bờ sông ngày một lở
trong lồng ngực của người
mảnh tim khe khẽ vỡ

Tiếng kêu người mất hút
trong tiếng khóc dòng sông
tiếng phù sa rên siết
Cửu Long Ôi Cửu Long!

Con cá cuối cùng đó
vừa chết đuối trên bờ
Tóc người sương tuyết điểm
có nghe mình chơ vơ.

*TRẦN MỘNG TÚ*
*Tháng 3/2023*

## SÔNG CỬU LONG VÀ CAO NGUYÊN TRUNG PHẦN

*[Gửi Ngô Thế Vinh và Đồng Bằng sông Cửu Long]*

Máu và nước mắt
Đất và người
Sông thì cạn
Đất cắt ra từng mảnh
Ai là người cứu được đất, nước này

Những con người của rừng của núi
Làm sao chống lại bạo quyền và súng đạn
Rừng tiếp tục bị tàn phá
Những ngôi nhà sàn, nhà tranh bị kéo xuống
Mất dần đất, mất dần người
Không còn văn hóa cao nguyên
Không còn phong tục cổ truyền
Tín ngưỡng trả bằng bắt nhốt
Tất cả sẽ san bằng

Cây rừng sẽ đốn hết
Đất rừng sẽ được cho thuê
99 năm sau không còn một người con của Bản
Không còn một người cháu của Rừng

Sẽ giống như dòng sông Cửu Long
Không còn nước để khóc
Dak Lak ơi
Dak Lak ơi
Đây không phải là giọt nước mắt đầu tiên
Cũng không phải giọt máu cuối cùng
Cao Nguyên Trung Phần đã kiệt
Người dân miền núi

Xơ xác và nghèo nàn
Có gì trong tay mà tranh đấu
Sẽ có vài cái án tử hình
Vài cái án chung thân
Dằn mặt
Rồi tất cả sẽ chìm vào thinh lặng

Sông Cửu Long cạn nước
Rừng cao nguyên hết cây
Những phong tục tôn giáo bản địa không còn
Và những người cao nguyên sẽ bị lùa xuống đồng bằng
Ngơ ngác như hươu nai vào thành phố
Những con nai không có rừng để nương thân
Những chiếc sừng bị cưa cụt
Hay bị mắc vào hàng rào kẽm gai
Cao Nguyên bật khóc.

TRẦN MỘNG TÚ
6-20-2023

## TRẦN MỘNG TÚ

Sinh năm 1943 tại Hà Đông, Bắc phần. Lớn lên ở Hà Nội, Hải Phòng, di cư vào Nam 1954, trung học Nguyễn Bá Tòng, Trường Sơn Sài Gòn. Nhân viên hãng thông tấn The Associated Press (1968-1975). Sang Mỹ tháng Tư năm 1975, hiện sống với gia đình tại Seattle, Washington. Làm thơ viết văn từ sau 1975. Đã xuất bản 4 tập Thơ, 4 tập Tản Văn và Truyện Ngắn. Cộng tác với các tạp chí và trang mạng văn học ở Mỹ và các nước khác.

## NGUYỄN THỊ KHÁNH MINH

### NGÔ THẾ VINH, VẾT THƯƠNG CHƯA THỰC SỰ LÀNH *

Khi chỉ mới đọc truyện đầu tiên, truyện mang tên của tựa đề cuốn sách, Mặt Trận Ở Sài Gòn của Ngô Thế Vinh, tôi đã có ước muốn, được hỏi ngay, những anh hùng mà ông đề cập đến trong truyện này, hiện giờ họ ở đâu, họ ra sao, và tôi muốn gửi đến họ, rất muộn, lòng ngưỡng mộ, tri ân và cả nỗi sầu buồn. Và tôi cũng muốn nói ngay với tác giả, khi đọc tới đoạn này, tôi đồng tình với chủ trương của các nhân vật trong truyện:

*... "Diều Hâu" là biệt danh ông bác sĩ đặt cho tính hiếu chiến của tôi. Xem ra ai cũng có vẻ bực bội về những tin tức xáo trộn ở Sài Gòn. Ông tiếp:*

*- Tụi sinh viên có đứa nào bất mãn, Diều Hâu cứ việc hốt hết đem lên căn cứ 7 giao cho tôi.*

*... Cầm lấy ly rượu như muốn bóp vỡ trong tay, thiếu tá Bính giọng gay gắt hơn:*

*- Cứ để tôi thì khỏi cần tốn phi tiễn với lựu đạn cay. Chỉ cần mấy cỗ đại liên trí mấy đầu phố.*

*Xem ra chính trị đã làm phân hóa giữa chúng tôi. Rồi ông quay sang hỏi ông Bác sĩ:*

*- Sao Docteur Zhivago, ông nghĩ sao về tụi sinh viên tối ngày chỉ biết có biểu tình phá rối ấy?* (Mặt Trận Ở Sài Gòn, tr. 27-28)

Nếu ngược về năm 1971-1972, đọc đoạn trên thì tôi sẽ rất bất mãn với thái độ của mấy ông quân nhân này. Dạo đó tôi đang là sinh viên năm thứ hai Luật, và là cảm tình viên của phong trào sinh viên phản chiến. Hồi đó chúng tôi rất không ưa, hơn nữa còn gọi là -đám lính cảnh sát đàn áp- biểu tình. Ngày ấy, với bọn chúng tôi, dường như hình ảnh sống có lý tưởng, là phản chiến, là hô hào bãi khóa, xuống đường, chống chế độ, và... nghe nhạc phản chiến. Ai đã dựng nên hình ảnh ấy và đã-thành-công trong việc hướng dẫn cái nhìn của lớp trẻ một thời? Và cứ thế, chỉ biết phản chiến, lên án chiến tranh và gần như coi nhẹ số phận đau đớn, bi thảm của người lính hy sinh mạng sống cho một cuộc chiến đang bị phản đối khắp nơi! Quá tiếc là ngày đó đã không được đọc tác phẩm này, mà nghĩ ra đó là lỗi của thông tin, dân vận của Việt Nam Cộng Hòa đã đánh giá sai tác phẩm này để đưa đến cấm đoán và truy tố tác giả. Thực sự nếu người ta được đọc nó nhiều hơn ngay lúc đó thì đã không có cảnh phân hóa giữa quân dân như vậy, hơn nữa nó sẽ là chiếc cầu nối tình cảm rất hữu hiệu giữa tiền tuyến hậu phương, và như thế sẽ có một khối sức mạnh của sự đồng lòng. Đáng tiếc. Đứng về phía miền Nam thì, nếu hồi đó họ ý thức được như Phúc: *Hoàng gốc phản chiến nhưng lại luôn luôn lên án một phía; Phúc không kìm hãm được nói: – Nguyền rủa chiến tranh một bên có giải quyết được gì không hay chỉ làm nản lòng những người đang chiến đấu!* (Chiến Trường Tạm Yên Tĩnh, tr. 76). Họ đã không nhận thức đúng để vừa chống mặt phi nhân tàn ác của chiến tranh, đồng thời, có được lập trường sáng tỏ rằng, đó là cuộc chiến bảo vệ cho sự sống còn của miền Nam Việt Nam. Trong khi đó ở miền Bắc thì họ có một khối gắn bó giữa quân dân. Để rồi... miền Nam bị xóa tên, bức tử một đội quân mà nếu không có những người viết như Phan Nhật Nam, Cao Xuân Huy, và nói ở đây, một Ngô Thế Vinh của Mặt Trận Ở Sài Gòn thì có lẽ cái ánh sáng của hy sinh bi thương, hùng tráng kia không soi được đến trái tim mọi người, để biết rằng nếu không có một sự nhìn nhận đúng mức giá trị sự hy sinh của họ thì chúng ta đã nợ họ một sự nhìn lại đúng nghĩa, công bằng, đã nợ họ một sự tri ân, một nghiêng mình rơi lệ. Họ đâu phải là một đội quân vô danh, đâu thể để họ biến mất một cách phi nhân như vậy. Họ là anh hùng. Họ đã chết cho quê hương. Và họ là anh linh. Có thể muộn màng, nhưng không thể để không bao giờ, nói lên… Hẳn khi viết những câu truyện này, Ngô Thế Vinh cũng đang bóc từ từ trong đau đớn từng lớp vết thương tâm thức:

*Như con dấu nung*
*Đóng vào trái tim chàng*
*Chàng cúi xuống ngực mình*
*Từ tốn bóc...*

(Trần Mộng Tú - Vết Thương Không Chảy Máu Của Chàng, tr. 13)

Hãy cầm cuốn sách ấy lên, lật từng trang, nhẹ như mở vết thương…

Nhìn gương mặt trẻ trung của những người lính ở trang bìa cùng hàng chữ "Tưởng nhớ những đồng đội không bao giờ trở về…" tôi đã những muốn khóc… Tôi thở sâu và biết mình phải lấy can đảm khi nhập vào không gian này của Ngô Thế Vinh, một tác giả mà theo nhận xét của Hoàng Ngọc Nguyên:

*… Đối với một tác giả như Ngô Thế Vinh, cuộc sống từ thời thơ ấu đã từng trải từ bắc vô trung và vào nam; trường học đã đi từ Khải Định Huế đến Chu Văn An Sài Gòn, rồi trường Y Khoa; và những năm làm y sĩ tiền tuyến tại những chiến trường xa xôi, heo hút đẫm máu vùng Tam Biên (Việt-Miên-Lào) cho đến ngày mất nước… cuộc đời của ông đã thừa sự phong phú mà không cần vay mượn sự tưởng tượng. ... Ông có đủ sự tự hào và tự tin về mình để nói lên và tìm cách diễn đạt những gì mình quan sát, nhận định, suy tư mà người nghe, người đọc có thể đón nhận. Mặt khác, ông cũng có đủ sự khiêm tốn cần thiết của một người hiểu được sự nhỏ bé, bất lực của con người trước "bể khổ mênh mông"…* (Hoàng Ngọc Nguyên - Đi Tìm Sự Yên Tĩnh Với Mặt Trận Ở Sài Gòn, tr. 214-215)

Đúng vậy, những điều ông viết đều từ kinh nghiệm thực sống, nên vậy mà những suy tư, nhịp tình cảm của ông đập trên lời văn lôi những con chữ sống dậy lan tỏa vào tâm tình người đọc để cùng theo nó, vui buồn, đau đớn, phẫn nộ. Chữ của Ngô Thế Vinh là chữ sống. Văn Ngô Thế Vinh đẫm đẫm cái đẹp bi thương đến não nùng. Đẹp, đến từ cảm xúc trung thực, ở tình tự nhân bản, ở trái tim nhân ái, ở sự hiểu biết sáng suốt, sâu sắc và trầm tĩnh. Tất cả những thứ đó làm nên một văn phong Ngô Thế Vinh đầy hấp lực, hiện thực, quyết liệt mà không thiếu cái nhìn thơ mộng của một tâm hồn nhạy cảm, chính yếu tố này khiến lồng trong tình huống dữ dội đã chừa lại cho người đọc một hơi để thở, phút ngưng lại nhẹ nhàng…

Trong truyện đầu tiên, Mặt Trận Ở Sài Gòn, hiện lên một quá khứ để nhìn lại tất cả, nhìn lại mình, đã như thế nào ở tuổi hai mươi, giai đoạn đẹp nhất của đời người, buồn thay, cái thời mà như Hoàng Ngọc Nguyên nói *"chúng ta chỉ có một thời để sống"* đã trôi qua với đầy vết tích buồn bã. Ôi các bạn thời hai mươi của tôi, giờ ở những đâu, có đọc Mặt Trận Ở Sài Gòn, để như tôi lúc này, đối diện với quá khứ, âu là một cách giải tỏa nội-kết bao lâu nay…

Trong tản văn Lần Theo Mộng Ảo Mà Về, năm 2013, tôi có viết: *"… Một thời sinh viên chúi đầu vào sách vở, cho đến một ngày, đến trường bỗng ngỡ ngàng, bọn con gái chúng tôi hỏi nhau với giọng thảng thốt, sao lớp vắng thế này, bọn con trai đâu cả? Ra năm đó nếu tôi nhớ đúng, 1972, vừa có một luật động viên đôn quân, tôi lúc đó như bị va đầu vào tường, cú đập choáng người. Đã từ bao lâu sinh viên Sài Gòn -như tôi- lúc đó đi bên lề cuộc chiến? Đã bao lâu rồi? Dân Sài Gòn luôn tin rằng Sài Gòn là một ốc đảo mà con sóng của chiến tranh không thể đổ vào bờ. Đã bao nhiêu người tin rằng Sài Gòn là biên giới dừng lại của đường đi súng đạn, chủ nghĩa? Tôi mắc cỡ và cảm thấy như có lỗi… Chúng tôi như những viên gạch lát ngô nghê. Chỉ biết nghêu ngao những điều vô nghĩa trước một thực tế, máu của người dân hai miền đã đổ và thanh niên không ngớt bị tung ra chiến trường."*

Vậy đó. Lớn lên cùng cuộc chiến, rồi khi qua cơn "thay đổi sơn hà 1975" thì mới vỡ ra được nhiều điều… Hồi đó khi những thành phố, thủ đô Sài Gòn còn yên bình, không ít lớp thị dân sống như thể đô thị này, chiến trường kia là hai thế giới hoàn toàn khác. Rất đúng khi người lính đã có phản ứng:

*... mà hơn thế nữa, giữa quê hương còn một thứ xã hội trên cao lộng lẫy sáng choang và thản nhiên hạnh phúc. Cái thế giới khác xa họ, chỉ có ngào ngạt hương thơm và những hưởng thụ thừa mứa. Của một đám người kêu gào chiến tranh nhưng lúc nào cũng ở trên và đứng ngoài cuộc chiến ấy. Rồi những người lính bơ vơ tự hỏi, cầm súng họ bảo vệ cái gì đây? Không lẽ cho một con thuyền xa hoa ngao du trên dòng sông loang máu, nổi trôi đầy những xác chết đồng loại. Cho sự an lạc của một dúm xã hội trên cao, cho những chăm sóc của những con chó con ngựa hơn cả tang thương của kiếp sống? Với những người trẻ tuổi chỉ biết sẵn sàng, lúc nào cũng sẵn sàng chấp nhận hy sinh cả tính mạng của họ để chiến đấu với kẻ thù ngoài chiến trường - tại sao bỗng dưng lại đưa họ về thủ đô. Không lẽ những mộng tưởng binh nghiệp chỉ có thể biến chúng tôi thành những tên gác dan cho bọn nhà giàu, một thứ cảnh sát công lộ chỉ đường trên dòng luân lưu của lịch sử.* (*Mặt Trận Ở Sài Gòn*, tr. 30)

Để hiểu tâm trạng của người lính khi về trấn giữ thủ đô: ... *rằng chiến trường sắp tới của chúng tôi sẽ chẳng phải là núi rừng Tây nguyên, mà đích thực là một cuộc chiến tranh trong thành phố ... Rằng không phải chỉ ở chốn xa xôi biên cương - mà đích thực chiến-trường thách-đố của họ phải là ở Sài Gòn...* (*Mặt Trận Ở Sài Gòn*, tr. 22, tr. 31)

Mà oái oăm, họ đã cảm giác mình như bầy thú hoang lạc về thành phố: ... *Không nói ra, ai trong chúng tôi cũng cảm thấy mỏi mệt trước khi dấn thân vào cái chiến trường buồn tênh ấy. Chỉ quen với rừng rú, xuống đó đám lính của tôi sẽ như bầy thú hoang về thành - lạc lõng bơ vơ.* (*Mặt Trận Ở Sài Gòn*, tr. 29)

Họ bị tiêu hao bao nhiêu sức mạnh khi bị cô đơn ở hậu phương? Đáng lý nơi đó phải cho họ thêm năng lượng mới đúng! Và mấy ai trong cuộc biểu tình hiểu được thế lưỡng nan của người lính nhận trách nhiệm ổn định an ninh đô thị:

*... Nếu rõ ràng nhiệm vụ được giao phó là sự có mặt lâu dài ở Sài Gòn, tôi sẽ xin được rời khỏi đơn vị để về một bệnh viện nào đó trên cao nguyên; mặc dù trước đây tôi vẫn tâm niệm rằng đơn vị này là nơi duy nhất tôi đã lựa chọn cho suốt thời gian quân ngũ*

*của mình... Một đằng là những người lính mà ông có bổn phận phải chăm sóc, một đằng là những thanh niên sinh viên đang tham dự cuộc đấu tranh, mà quan điểm của họ được chính ông có phần chấp nhận và chia sẻ. Rõ ràng chúng tôi chỉ là một bánh xe nhỏ trong một guồng máy lớn lao...* (*Mặt Trận Ở Sài Gòn* tr. 29, 28)

*"Chúng tôi"* trong câu nhân vật bác sĩ này nói không chỉ riêng là các anh, mà bao gồm cả chúng tôi, cả con dân nước Việt trong một guồng máy mà ở đó không ngớt tóm lên và quăng thanh niên vào trận địa... *để chỉ còn là thụ động chấp nhận - như một định mệnh, đi vào cuộc chém giết vô tri giác...* (*Nước Mắt Của Đức Phật*, tr. 40)

Trong bối cảnh thời "Việt Nam hóa chiến tranh", Mỹ quyết định bỏ rơi đồng minh, chua xót bi phẫn làm sao, khi lính Việt Nam Cộng Hòa đã chiến đấu trong tình huống và tâm trạng, như Tim Page đã nhận định: "*... có rất ít sách đề cập tới quan điểm từ miền Nam, từ góc cạnh của những người thất trận nhưng họ đã từng chiến đấu và tin tưởng ở một nền Cộng Hòa miền Nam mới khai sinh. Ngô Thế Vinh qua kinh nghiệm của một y sĩ trong một đơn vị Biệt Cách thiện chiến đã đem tới cho chúng ta những lý giải và soi sáng về những tình huống lưỡng nan ngoài trận địa...*" (*TIM PAGE, Life – Time, UPI Freelance Reporter*, tr. 226-227)

*... Ý thức sáng suốt rằng khoảnh khắc nữa đây, chúng tôi sắp từ cửa trực thăng nhảy xuống đất Miên, cùng với tin thời sự Tổng thống Mỹ Nixon sắp sang Bắc Kinh rồi Mạc Tư Khoa chuẩn bị cho một giai đoạn giải kết, để rồi chỉ còn sự đối đầu thù nghịch trơ trẽn giữa những người Việt, như một chia lìa lịch sử, một thảm cảnh không thể tránh... một thứ đấu trường mà chỉ có người Việt là những tên giác đấu hung hãn với võ trang là mâu thuẫn ý thức hệ và cả sự u mê... Không phải chỉ bởi súng đạn mà chính những bế tắc tinh thần đã khiến chúng tôi không còn khả năng suy diễn một điều gì. Đầu óc chỉ còn là một khối chất xám vữa nát, để chỉ còn là thụ động chấp nhận - như một định mệnh, đi vào cuộc chém giết vô tri giác. Còn lại chăng, là thổn thức một trái tim Việt Nam chưa đổi khác, không còn biết hân hoan mà chỉ còn chung một nỗi hận thù đau đớn...* (*Nước Mắt Của Đức Phật*, tr. 40)

*... Những người lính cầm súng ý thức đã phải chiến đấu với lòng tổn thương và hoàn toàn mất tin cậy bên cạnh một đồng minh chỉ biết đặt quyền lợi của họ lên trên cả những mục tiêu tranh đấu tối thượng của dân Việt. Còn riêng đối với Bắc quân, việc phải thí mấy chục ngàn quân để đạt mục tiêu có giá trị chiến lược là điều rất có thể và rất dễ làm. Đó là lý do khiến chúng tôi đã phải vừa cầm súng chiến đấu vừa phải tự ước lượng mức độ của cuộc chiến tranh trong màn hỏa mù để không tự biến thành một đống tro than trong những giờ tàn của cuộc chiến...* (*Dấu Ngoặc Lịch Sử*, tr. 50)

*... Từ một quan niệm hết sức đơn giản, phục vụ tổ quốc bằng cái chủ nghĩa kỳ cùng, khắc phục mọi khó khăn gian khổ, tôi đã không thể quan niệm có chính trị trong tập thể quân đội và dứt khoát không muốn dính dáng đến nó. Nhưng dần dà, với dạn dày những chung đụng, tôi thấm thía hiểu rằng không phải chỉ có cầm súng, nhưng chúng tôi còn đang bị xô đẩy vào những hoàn cảnh lắt léo của một thứ chính trị vây bủa. Đã tới lúc người lính phải xác định cái vị trí hoàn cảnh của mình và tự hỏi tại sao lại đang phải chịu rất nhiều hy sinh và tiếp tục cầm súng chiến đấu.* (*Hòa Bình Không Sớm Hơn*, tr. 59)

## TÍNH NHÂN ÁI, TÌNH NGƯỜI TRONG MẶT TRẬN Ở SÀI GÒN

Sống trực tiếp trong cảnh khốc liệt của chiến trường, chứng kiến những ra đi đau đớn của đồng đội, mà khi nói về phía bên kia không một giọng hằn học, chỉ là tường thuật sự kiện trung thực, với thái độ chấp nhận một cách trầm tĩnh của một người hiểu thấu sự thúc thủ của những con ốc trong một guồng máy, và với cái chết tới bất cứ phút nào. Tôi rất ngưỡng mộ cái tính cách kẻ sĩ, đại trượng phu của ông, mà được vậy nhờ gốc rễ tình người trong ông, xin trích:

*... Và chúng tôi đã sẵn sàng ở vị thế tấn công. Sẽ chẳng còn phân biệt nào trên đấu trường. Không có đối thoại giữa súng đạn. Và chỉ còn những người Việt anh dũng - hai phía, tự nguyện đem*

*thân làm đuốc hâm nóng cuộc chiến Đông Dương* (*Nước Mắt Của Đức Phật* - tr. 40). Tôi muốn tô đậm câu *Và chỉ còn những người Việt anh dũng - hai phía...* Đã có mấy ai viết về chiến tranh mà nhìn nhận thẳng thắn phía đối đầu như thế?

*... Và năm nay, riêng chiến dịch Đông Xuân, với cao điểm Mùa Mưa - theo phát ngôn viên chánh phủ, đã kết thúc bi thảm cho phía những người chiến sĩ Giải phóng...* (*Mặt Trận Ở Sài Gòn*, tr. 22)

Những danh xưng ông dùng chỉ phía bên kia cho ta thấy một cung cách điềm đạm, anh và tôi, mang cùng thân phận, trong một cuộc đối đầu mà ông chua chát - *sự đối đầu thù nghịch trơ trẽn giữa những người Việt* - (*Nước Mắt Của Đức Phật*, tr. 40)

Tính nhân ái thể hiện rất rõ trong truyện Hòa Bình Không Sớm Hơn, trải qua một cuộc hành quân sống chết ở rừng già cao nguyên năm 1971, mà nhân vật Hổ Xám vẫn có được cái tình cảm rất hòa bình, rất con người, với tù binh:

*... Gã tù binh còn rất trẻ, tuy ốm xanh xao nhưng khuôn mặt lanh lợi và ánh mắt thì say đắm. Hắn gợi cho tôi hình ảnh đứa em trai tử trận cũng trên vùng thảo nguyên này cách đây không bao lâu. Lòng tôi như sôi lên một tình cảm rất khó diễn tả: vừa giận dữ vừa xen lẫn thương cảm. Nhưng rồi cái khuôn mặt trẻ thơ ấy đã khiến lòng tôi nguôi ngay lại... Không phải chỉ vì nhu cầu nguồn tin tức cần khai thác, mà thật giản dị tôi tự thấy có bổn phận phải cứu sống nó. Ánh mắt nó nhìn tôi tin cậy... Tôi thì vẫn thành thật tin tưởng rằng hắn sẽ không sao cho tới khi cùng Đại Đội về đến căn cứ. Vả lại trong thâm tâm tôi muốn được có mặt, tham dự trong cách đối xử mà tôi nghĩ sẽ khác hơn riêng đối với hắn. (Hòa Bình Không Sớm Hơn, tr. 60, 61)... khi nghe tiếng vỗ cánh của đoàn trực thăng sà trên bãi thì vẻ mặt hắn biến sắc và để lộ một vẻ sợ hãi khủng khiếp... hắn chỉ kịp quơ tay về phía trước níu lấy tôi kêu thất thanh một tiếng "Anh" rồi ngã rũ xuống và chết tốt... Tôi đưa tay vuốt mắt hắn, mi mắt còn ấm nóng khép lại dễ dàng... Thôi ngủ đi! Tôi nhủ thầm dịu dàng và chưa bao giờ lại thấy gần gũi thân thuộc với cái chết đến như thế.* (*Hòa Bình Không Sớm Hơn*, tr. 62, 63)

Ở chiến trường có những cái chết khó có thể hình dung nổi, như người tù binh trên, chết chỉ vì nghe tiếng máy bay sà xuống, như dùng xác chết thành một thứ bẫy để giết thêm người, và chết oan khốc *Xác của những người bạn bị oanh kích lầm với thứ hỏa tiễn mũi tên xóa tan cả mặt mũi*, và…

Xin đọc đoạn văn cảm động sau, để ngậm ngùi thương cảm cho tình tự mong manh của nhân vật Hổ Xám, và cũng gây cho ta được niềm tin vào sự tồn tại của tính nhân bản - *Cổ họng như đau thắt, tâm hồn tê mỏi nhưng tôi chẳng thể nào có được một giọt nước mắt để khóc. Trong thâm tâm tôi rất muốn được khóc* - (*Hòa Bình Không Sớm Hơn*, tr. 64)

Đó là gì nếu không phải là Tình Người?

Đây cũng là một đoạn văn tả cảnh rất hay khiến tôi thấy được cái hoang liêu *đìu hiu mấy gò, gió ù ù thổi*… (*Chinh Phụ Ngâm*) của bãi chiến trường, càng thấm cái "tê dại, vô cảm" của nhân vật khi nhìn xuống xác tù binh cô đơn trên bãi.

*… Lúc này, riêng tôi thấy là nhẫn tâm khi phải bỏ xác hắn tại bãi. Khi tôi là người cuối cùng bước lên trực thăng, con tàu vội vã bốc vọt lên trên một nền trời ủ dột đang vần vũ kéo tới những đám mây bão. Nhìn xuống bãi, gã tù binh vẫn bất động nằm yên như im ngủ, phủ trên mình thay cho lá cờ chỉ là một chiếc võng xanh xao. Cũng đành để hắn ở lại với rừng núi quạnh hiu, và riêng mang theo trong tôi cái tình cảm day dứt khó tả. Phải chi còn đủ thời gian để đào xong một chiếc huyệt cho dù chỉ đủ vùi nông thân xác hắn. Gió lộng từ những cánh quạt trực thăng, tạt những cụm mây đầy hơi ẩm vào da mặt tôi buốt rát. Da thịt tê dại, cả tâm hồn cũng tê dại, gần như vô cảm, tôi không còn suy nghĩ hay phản ứng được gì… Trung sĩ cận vệ thân tín lên tiếng nhắc tôi và cố nói to. - Em thấy là Hổ Xám quên. "Không, lần này không phải là tao quên." Nó nhắc tôi việc gài một trái lựu đạn rút kíp dưới xác người tù binh mới chết phải bỏ lại dưới bãi. Hơn một lần địch đã hành động như vậy và gây cho chúng tôi tổn thất. Nhưng ở lần này thì tôi lại nghĩ rằng cho dù có làm thêm một cạm bẫy xác nữa, gây thêm được một vài chết chóc, không vì thế mà ngày mai Hòa Bình sẽ trở lại sớm hơn.* (*Hòa Bình Không Sớm Hơn*, tr. 64, 65)

## NHỮNG NHỊP DỪNG THƠ MỘNG TRONG KHÓI LỬA

Bên cạnh những đau thương cảm động của tình đồng đội, không khí ngộp thở của chiến trường, như tôi đã nói ở trên, có những đoạn văn tả cảnh với những ngôn từ, hình ảnh buồn diễm lệ, khiến nó như một nhịp dừng cho người đọc quên lãng căng thẳng. Trong người lính Ngô Thế Vinh là một người thơ, nhạy cảm và chan chứa tình người. Người lính ấy trên đường hành quân ghi nhận lại những suy tư, những cảm xúc trước cảnh vật với cái nhìn tinh tế, những dòng văn như khúc đàn bi ai được gẩy lên bởi sự đồng điệu giữa tâm hồn người và cảnh sắc.

*... cứ vào đầu mùa mưa, chúng tôi cùng những đơn vị bạn từ vùng đồng bằng châu thổ, ùn ùn kéo lên cao nguyên để tao ngộ với những đại đơn vị địch quân - để tranh nhau một vài ngọn đồi trơ trụi hay giành giật một khúc lộ trống...* (*Mặt Trận Ở Sài Gòn*, tr. 22)

Bạn cảm xúc sao với chữ "tao ngộ" dùng chỉ sự chạm trán một trận chiến? Cách dùng chữ của ông nhà binh Ngô Thế Vinh có dụng ý hay không, để giảm bớt nguy cơ nhồi máu cơ tim cho người đọc khi kéo họ vào không khí khiếp đảm của chiến trường? Những hình ảnh tỷ dụ, những động từ được dùng một cách rất tượng hình, đẹp, lạ, và chính xác đến ngỡ ngàng làm tôi muốn trào nước mắt, tôi biết nhờ hồn thơ bi cảm đã giữ cho ông còn được năng lượng để tiếp xúc, để rung động với cảnh vật thiên nhiên trong tình huống sinh tử:

*... Vào buổi sáng tinh sương ngày N, khi sương mù còn bao phủ mờ mịt núi rừng quanh ngọn đồi 1003, từ trên cao trên cả những đám mây, trong sự hồi hộp của mọi người, chiếc trực thăng cán gáo như một chiếc lá, đã bất chợt rơi nhẹ nhàng xuống căn cứ an toàn...* (*Mặt Trận Ở Sài Gòn*, tr. 25)

*... Xác của người phi công được trực thăng móc ở rừng ra, héo rũ trên dây treo như cách người ta câu về những con thú.* (*Mặt Trận Ở Sài Gòn*, tr. 27)

*... Tách khỏi đội hình, giảm dần cao độ, chiếc tàu thả chếnh choáng trên những ngọn cây...* (*Nước Mắt Của Đức Phật*- tr. 40)

*... Bầu trời cực trong xanh và không mây. Không có dấu hiệu của một thời tiết sắp xấu. Những ô ruộng loang loáng nước. Ngọn*

*núi Bà Đen ở phía xa đàng sau - hiện diện như một lầm lỡ của hóa công, một dị dạng của địa hình châu thổ - trơ trụi nhô lên từ mặt phẳng xanh đồng bằng. Ngọn núi chứa đựng nhiều kỳ bí và huyền thoại. Nơi của muỗi độc, sốt rét rụng tóc và của những trận đánh kinh hoàng. Nơi còn vùi xác của những đồng bạn ở cuộc hành quân cách đây bốn năm trước. Những đêm trăng rừng còn như in trong óc, trăng ở Bà Đen cũng mang bộ mặt xanh xao như bị sốt rét ngã nước.* (*Nước Mắt Của Đức Phật* - tr. 36-37)

*... Nhớ lại hôm gặp Tom trên cánh đồng trải dài đến tận chân núi đá; từng đàn dê lổ loang trên đó, một chú dê đực cắt hình trên nền trời từ một mỏm đá thật cao. Biển xanh phẳng lặng phía xa, rải rác những cánh quạt gió chuyển động chậm, kéo nước biển lên những ruộng muối đọng trắng ... Từng cơn gió nồng thổi trườn trên những thửa đất bốc hơi co rút. Cảnh đồng quê sau lũ lụt lại mang vẻ khô héo xác xơ như mùa hạn.* (*Chiến trường Tạm Yên Tĩnh*, tr. 71, tr.76)

*... từ đồng ruộng xanh dưới kia đã nổi bật chiếc mái cong, kiến trúc đặc biệt của những ngôi chùa tháp. Làng xã không mấy khác làng xã của Việt Nam nhưng khang trang hơn. Những mái nhà ngói đỏ san sát, xen lẫn những mái tranh xám. Ngọn khói lam của buổi chiều, lũ trẻ nhỏ và đàn trâu bò về chuồng. Khung cảnh nên thơ của một khoảnh đất Á châu còn chút thanh bình kia liệu sẽ còn kéo dài thêm được bao lâu nữa hay thực sự đã qua rồi.... Đàng xa về phía nam, nắng chiều rắc vàng trên dòng Cửu Long bao la đầy cá và phù sa. Chập chùng là những cánh rừng cao su tiếp nối với rừng già. Cũng đã hiện ra những ngôi làng trơ trụi bỏ hoang với từng dãy hố bom B52 cày nát. Không còn dấu hiệu người và sinh vật ở dưới đó. Lại như một Dakto, Khe Sanh hay Sơn Mỹ của Việt Nam? Bom đạn giữa những người Việt đã xô giạt những người Khmer kia đi về đâu? Cả xứ Chùa Tháp này đi về đâu? Trong cái mênh mang của cơn say lịch sử, có ai nghĩ được rằng cuộc chiến đang diễn ra giữa những người Việt lại có thể xóa nhòa một nền văn minh Angkor cổ kính. Và trong cái hoang vu lặng lẽ của buổi chiều tàn, giữa ngôi làng đổ nát kia, tôi tưởng tượng rằng vẫn còn một người đàn bà không rõ mặt mũi vẫn ẩn nhẫn ngồi ôm đứa con ru cho bú. Phải chăng vẫn còn hình ảnh an*

*ủi tuyệt đẹp và ngàn năm của ý nghĩa tồn sinh nhân loại…* (*Nước Mắt Của Đức Phật* - tr. 39)

Trên là đoạn tả cảnh cùng suy tư không phải của một người đang ngồi trên máy bay du lịch, mà là suy tư của một người lính sắp được thả vào chiến trường - *Ở đó con người chẳng thể định đoạt được gì ngoài sự chấp nhận rủi may như một định mệnh* - Cái đẹp ở đây là cái đẹp của bi hùng, vừa sầu buồn vừa cao cả - một thứ tâm hồn Ngô Thế Vinh-, như trong đoạn kết truyện Nước Mắt Của Đức Phật:

*… Và cũng không xa Cục R bao nhiêu về hướng Đông Bắc, sau bảy ngày thất lạc trong hoang vu của rừng già, có hai bóng ma lần mò được vào một ngôi làng đổ nát, người được cõng trên vai gần như đã chết. Và suốt trong đêm hôm đó tại một ngôi chùa Miên bỏ hoang, có một người lính Công giáo Việt Nam kiệt quệ và đau khổ, quỳ gối bên xác một đồng bạn, mắt đẫm lệ hướng lên vẻ mặt an tĩnh của Đức Phật thành tâm cầu nguyện cho linh hồn người bạn xấu số sớm được giải thoát. Và bên ngoài trời cơn mưa bão vẫn tràn trề. Gió lung lay cả đêm dài vô minh đang bao trùm khắp Á châu lục địa.* (*Nước Mắt Của Đức Phật*, tr. 42-43)

Ở đây, có *vẻ mặt an tĩnh của Đức Phật và mắt đẫm lệ* của người lính đang cầu nguyện cho linh hồn người bạn chết trên vai. Bạn ơi, có phải Nước Mắt Của Đức Phật đang thị hiện qua nước mắt đang rơi trên mặt người lính sống sót kia? Nghĩ thế tôi càng ngưỡng mộ tác giả khi lấy tựa đề như thế để rồi kết một đoạn như khai-thị cái niềm tin sâu sắc, Phật tánh trong mỗi con người, người lính ấy trong giây phút vô cùng đau khổ đã nhỏ những hạt nước mắt Phật, đã là một vị Phật. Đó là một thông điệp của tác giả.

## VẾT THƯƠNG CHƯA LÀNH

Nói đến nỗi đau, vết thương tâm, ở trong tập truyện này ta thấy những hình ảnh như,

*... Từ sáu năm rồi mà vẫn tưởng như mới hôm qua với cơn đau lột da ấy.* (*Giấc Mơ Kim Đồng*, tr. 70)

*... Cũng phải kể tới vết thương khác không chảy máu Bloodless Wounds PTSD - hội chứng tâm thần sau chấn thương ở những năm sau khi anh đã trở lại nước Mỹ...* (*In Retrospect - Nhìn Lại*, tr. 104)

*... Những vết thương chưa bao giờ thực sự lành* (*In Retrospect - Nhìn Lại*, tr. 109) nơi những người sống sót.

*... Phan cũng tự hỏi đến bao giờ, cả chính chàng nữa mới thực sự thoát ra khỏi cuộc chiến tranh đã vào quá khứ từ 17 năm rồi.* (*Một Bức Tường Khác*, tr. 101)

*... cùng với tin thời sự Tổng thống Mỹ Nixon sắp sang Bắc Kinh rồi Mạc Tư Khoa chuẩn bị cho một giai đoạn giải kết, để rồi chỉ còn sự đối đầu thù nghịch trơ trẽn giữa những người Việt, như một chia lìa lịch sử, một thảm cảnh không thể tránh...* (*Nước Mắt Của Đức Phật*, tr. 40)

Một *thảm cảnh* như vết sẹo lồi nhô hoài trong tâm thức, mỗi khi cào lên lại thốn đau. Không chỉ người Việt, đồng minh Mỹ ngoài hơn năm chục ngàn lính Mỹ bỏ thân nơi chiến trường Việt Nam, số thoát được khỏi *đêm dài vô minh* (NTV) ấy trở về thì mang đầy thương tích về thể xác lẫn tâm hồn, di chứng của chiến tranh khiến họ không thể bình thường hội nhập trở lại trên chính quê nhà của họ.

*... Jim thường xuyên phải sống trong những cơn ác mộng và hồi tưởng buồn bã về các kinh nghiệm chiến trận đau thương ở Việt Nam. Hắn cảm thấy phẫn nộ vì sự thờ ơ và cả thiếu kính trọng của xã hội đối với hắn và các bạn đồng đội, lẽ ra khi trở về chúng tôi phải được đối xử như những anh hùng...* (*Một Bức Tường Khác*, tr. 99)

*... Đã không thiếu những cuộc duyệt binh với rừng cờ sao và sọc và cả rực rỡ những dải băng vàng để chào mừng những người lính như những anh hùng trở về sau cuộc chiến tranh chớp nhoáng mấy tuần ở Vùng Vịnh Desert Storm và rồi cả với những cuộc chiến tranh khác; nhưng hình như đã không có một đối xử như vậy đối với những người cựu chiến binh trở về từ Việt*

*Nam... Họ, đa số là những cựu chiến binh Việt Nam bị lãng quên; phải chăng chỉ vì họ bước ra từ một trận chiến đã không có được chiến thắng vinh quang hay nói trắng ra là trận chiến mà lần đầu tiên nước Mỹ đã bị thua... Họ đã hy sinh một phần đời tuổi trẻ của họ, chịu đựng cả những mất mát - để phục vụ cho một xứ sở có tiếng là giàu có nhất thế giới, để rồi khi giải ngũ, một số không ít phải sống như những người vô gia cư trên các đường phố, chịu đói khát thiếu thốn trong tình cảnh cô đơn và tuyệt vọng... họ vẫn mãi chưa được trở về nhà...* (*In Retrospect - Nhìn Lại*, tr. 105, 106) *Họ vẫn mãi chưa được trở về nhà...* Lưu vong trên đất mẹ của mình, và như nhân vật Phan, sau 17 năm chiến tranh vẫn không rời để anh mãi lưu vong trên tâm thức của mình. *Một thứ hội chứng tâm thần - Vết thương không chảy máu.* Ôi cái gọi là chiến tranh Việt Nam nơi hình ảnh anh lính Gumber treo cổ lơ lửng trên thanh xà bến xe bus, linh hồn mãn nguyện: *No more Vietnam, Vietnam never again. Cuộc chiến Việt Nam và cả nỗi đau của những vết thương thực sự chấm dứt từ đây. Việt Nam, nay thì anh đã thực sự giã từ... Và anh Gumber vẫn chưa phải là người lính Mỹ cuối cùng chết trong trận chiến tranh Việt Nam* (*In Retrospect - Nhìn Lại*, tr. 110, 111), rồi thì, người y tá cựu binh, không bị thương ở mặt trận mà vì *thứ mìn muỗi chống cá nhân, chẳng biết ai đã ném vô và nằm im trong đám ruộng nhà mình tự bao giờ... Hòa bình rồi hạnh phúc tính là dài lâu nhưng rồi ra cũng chỉ là tính riêng cho mỗi từng ngày...* (*Người Y Tá Cũ*, tr. 122)

Tôi cũng ngậm ngùi tự hỏi như tác giả, bức tường nào, trang sử nào để ghi thêm những cái chết, và bị thương của chiến tranh sau chiến tranh ấy?

## KHI NHỮNG NGƯỜI SỐNG QUÊN NGƯỜI CHẾT, THÌ NGƯỜI CHẾT ẤY CHẾT ĐI LẦN THỨ HAI... (*Sẽ Rực Rỡ Mùa Thu Này*, tr.121)

Tôi hình dung mình đang đứng nhìn lá cờ bay phất phới dưới trời xanh trong một buổi vinh danh có oan hồn tử sĩ trở về từ bụi đất, ngọn đồi, sông suối, khu rừng máu đạn khi xưa, và niềm vui của đoàn tụ siêu hình ấy tháo gỡ cho tôi cái mặc cảm u sầu bao lâu nay.

*... Không kể những người đã chết, chỉ riêng trong đám sống sót trở về - có thể nói họ xứng đáng mang danh anh hùng bằng chính những chiến tích lẫy lừng đi vào huyền thoại. (Mặt Trận Ở Sài Gòn, tr. 24)*
*... Liệu phải cần bao nhiêu trang sách để nhắc tới những chiến tích lẫy lừng của các anh hùng vô danh này. Ngay từ phút vừa đặt chân xuống đất, hoạt động suốt 96 giờ của toán 81 là một thiên anh hùng ca rực rỡ.* (*Nước Mắt Của Đức Phật*, tr. 41)

*... Đã bao năm rồi, biết bao nhiêu nước chảy qua cầu, có quá nhiều điều để không thể nào quên. Ngay trong tù đày, những hình ảnh hồi tưởng chưa bao giờ là cuộc duyệt binh vĩ đại đầy màu sắc và ồn ào của ngày Quân lực; mà luôn luôn là những bước chân diễn hành thầm lặng của một tiểu đội lính vô danh ở ngày giờ cuối cùng của một thành phố trước khi mất tên Sài Gòn. Người chuẩn úy ấy bây giờ ở đâu, trong một trại cải tạo nào, còn sống hay đã chết, số phận những người lính can đảm kỷ luật tới giờ phút chót ấy bây giờ ra sao, cũng không ai được biết. Liệu có thêm được một dòng chữ nào giữa những trang quân sử viết dở dang để nói về cuộc diễn binh kỳ lạ cấp tiểu đội mang biểu tượng hào hùng của quân lực ở ngày giờ cuối cùng trước khi cả toàn quân tan hàng rã ngũ...* (*Cựu Kim Sơn Chưa Hề Giã Biệt*, tr. 91)

Câu hỏi rất xót, có cái gì như mệt mỏi thất vọng... Trang sử trung thực nào để anh linh của họ được an nghỉ dưới ánh sáng của tri ân, tưởng nhớ, chứ không chỉ là nghĩa trang bị bỏ phế đìu hiu, lá khô xao xác trên những tấm bia vỡ và những bình nhang trống. Dù sao, ít ra giờ chúng ta đã có những dòng chữ này của Ngô Thế Vinh, như một sự tưởng niệm công bằng...

*... Jim cũng như đa số những người cựu chiến binh Việt Nam được gọi là còn sống, nhưng họ giống như những mảnh bom đạn vương vãi, thực sự chưa thoát ra khỏi trận địa Việt Nam. Liệu có còn thêm một bức tường thương khóc nào khác ở Hoa Thịnh Đốn đủ dài để có thể ghi tên và vinh danh họ.* (*Một Bức Tường Khác*, tr. 101)

Một bức tường khác, những trang quân sử còn thiếu sót… Hẳn còn rất lâu, hoặc chẳng bao giờ, những ước muốn này vẫn chỉ là những ước mơ ngậm ngùi… Nhưng ước mơ đó là một thông điệp đầy tình người của tác giả.

## NGÔ THẾ VINH, MỘT CHIẾN SĨ XÃ HỘI

Trong truyện Mặt Trận Ở Sài Gòn, chứng kiến cảnh thối nát bất công của xã hội, tác giả nêu lên một ưu tư:

*… Rằng ngoài chiến trường súng đạn quen thuộc, họ còn phải đương đầu với một trận tuyến khác mỏi mệt hơn - đó là cảnh thối nát bất công của xã hội mà dân tộc đang phải hứng chịu trong tối tăm tủi nhục... Từ ba mươi năm nay, đã và đang có quá nhiều anh-hùng-của-chiến-tranh trong khi lại quá thiếu vắng những chiến sĩ xã hội...* (*Mặt Trận Ở Sài Gòn*, tr. 31)

Ngô Thế Vinh, một chiến sĩ xông pha chiến trường, một bác sĩ, một nhà văn, một nhà báo, với tất cả tư cách đó cùng những tác phẩm của ông, biết được những việc ông đã làm thì Ngô Thế Vinh đúng là một chiến sĩ xã hội, ở tư cách này ông cũng xứng đáng là một anh hùng. Nếu không thực sự can đảm, nếu không đầy nhiệt huyết với lý tưởng vì người thì ông đã không xông vào những mặt trận xã hội, như làm báo Tình Thương từ thời còn sinh viên y khoa quảng bá y đức, tình người. Và một thời gian dài đập nhịp tim của mình trên bờ sinh tử của lằn tên mũi đạn, để có những kinh nghiệm thực tế viết nên tác phẩm như Mặt Trận Ở Sài Gòn. Cảm ơn định mệnh để ông sống sót qua cuộc chiến. Để sau đó nghiên cứu về nguy cơ cái chết của một dòng sông, ông đã đi tới ngọn nguồn sông Cửu Long với bao bất trắc để cống hiến một loạt sách rất giá trị về Cửu Long. Với những đề tài gắn bó với con người cùng sự cảnh báo mọi thứ hiểm họa hủy diệt hầu góp phần vào việc bảo vệ môi trường, cùng xây dựng một xã hội tốt đẹp hơn, công bằng hơn, tình người hơn. Đó chẳng phải là trách nhiệm của một chiến sĩ xã hội hay sao? Năng lực của ông lấy từ đâu mà có thể làm việc được như thế? Có lẽ nhờ tất cả những chủng tử này, nhiệt huyết, đam mê, nhân ái, cùng những giấc mơ thao thức không nguôi. Và ông đã cống hiến đời mình cho lý tưởng đó một cách hữu hiệu và cảm động.

*... Những câu chuyện cách đây cả 50 năm ở một nơi nay quá xa xôi bỗng dưng sống lại một cách da diết trong trí nhớ, trong con tim của mỗi chúng ta khi có "Mặt Trận Ở Sài Gòn" đặt đầu bàn ngủ (không phải gối đầu giường).* (Hoàng Ngọc Nguyên, *Đi Tìm Sự Yên Tĩnh Với "Mặt Trận Ở Sài Gòn"*, tr. 214)

Chắc là như vậy vì ngay lúc này sau khi đọc hết rồi tôi vẫn cảm thấy chưa thể rời được nó. Phải để ở cái bàn nhỏ có ngọn đèn vàng ấm kia, để nhìn, nhìn mỗi ngày vào vết thương chưa thực sự lành ấy. Nhìn, cho đến khi nào chuyển hóa được vết thương này. Và chìa khóa của chuyển hóa phải chăng là thấy được ít nhiều hiện thực của những giấc mơ -ít nhất cũng là của Ngô Thế Vinh - của những người đồng một quá khứ thương tâm và đau đáu thiết tha những giấc mơ đẹp đẽ, một trong những giấc mơ ấy là *một mái ấm của Trăm Họ Trăm Con, nơi ấy sưu tập và lưu trữ những giá trị của quá khứ, nơi hội tụ diễn ra sức sống sinh động của hiện tại, và là một điểm tựa thách đố hướng về tương lai, chốn hành hương cho mỗi người Việt Nam đang sống bất cứ ở đâu trong lòng của thế giới.*

Và... *Hiện thực của giấc mơ nào đi nữa không phải chỉ do hùng tâm của một người mà là ý chí của cả một tập thể cùng nhìn về một hướng, cùng trông đợi và ước ao niềm vui của sự thành tựu...* (*Giấc Mộng Con Năm 2000*, tr. 152)

Xin mượn lời của Tim Page để kết bài viết:

*Đọc Mặt Trận Ở Sài Gòn để cảm nhận lắng nghe nỗi bâng khuâng của một con người vẫn gắn bó với những cội rễ tinh thần của một quê hương Việt Nam không thể tách rời.* (TIM PAGE, Life – Time, UPI Freelance Reporter)

*NGUYỄN THỊ KHÁNH MINH*
*Santa Ana, October 6, 2020*

---

* chữ Ngô Thế Vinh trong truyện Nhìn Lại.

** Tập truyện song ngữ "Mặt Trận Ở Sài Gòn / The Battle of Saigon" đã được phát hành và bán trên trang mạng Amazon từ ngày 16/10/2020.

## NGUYỄN THỊ KHÁNH MINH

[Ký họa chân dung NTKM của họa sĩ Đinh Cường]

Nhà thơ sinh năm 1951 tại Hà Nội, quê ở Nha Trang. Tốt nghiệp Cử nhân Luật tháng 12-1974, khóa cuối cùng của Luật Khoa Đại Học Đường Sài Gòn. Có thơ, truyện đăng báo Tuổi Hoa (Sài Gòn) từ 1966. Góp thơ trên Quán Văn, Sống (California), Trẻ (Dallas). Hiện định cư tại miền Nam California.

**Tác phẩm:** *Tặng Phẩm* (thơ, Nxb Khánh Hòa VN 1991), *Trăm Năm* (thơ, Nxb Khánh Hòa VN 1991), *Tơ Tóc Cũng Buồn* (thơ, Nxb Văn Học VN 1997), *Đêm Hoa* (thơ, Nxb Văn Học VN 1999), *Những Buổi Sáng* (thơ, Nxb Trẻ VN 2002), *Bùa Hương* (thơ, Nxb Ý Thức VN 2009), *Ký Ức của Bóng* (thơ, Nxb Phố Văn, Hoa Kỳ 2013), *Bóng Bay Gió Ơi* (tản văn, Nxb Sống HK 2015), *Lang Thang Nghìn Dặm* (tản văn, Nxb Sống HK 2017), *Tản Văn Thi* (thơ, Nxb Văn Học Press HK 2018), *Ngôn Ngữ Xanh* (thơ, Nxb Văn Học Press HK 2019), *Đêm* (thơ, Nxb Văn Học Press HK 2021), *Tháng Năm Là Mộng Đang Đi* (thơ, Nxb Văn Học Press HK 2023).

# VÀI NHẬN ĐỊNH
## VỀ MẶT TRẬN Ở SÀI GÒN

### • MARK FRANKLAND
Ký giả báo Anh đọc *Mặt Trận Ở Sài Gòn*

*'Mặt Trận Ở Sài Gòn'* sẽ tạo mối xúc động hay chú tâm cho những ai còn tha thiết tới số phận của Việt Nam. Nó cũng sẽ gây ngạc nhiên cho những ai ít hiểu biết về tâm trạng phức tạp của người dân miền Nam đối với cuộc chiến tranh mà cho đến nay vẫn còn để lại những hậu quả và ảnh hưởng trên số phận của họ.

Trong và cả sau chiến tranh, tiếng nói của người dân miền Nam thường bị lãng quên. Là một phóng viên ngoại quốc trong cuộc Chiến Tranh Việt Nam, tôi có may mắn được nghe phần nào tiếng nói ấy qua phụ tá người Việt của tôi. Nhưng lúc đó thì anh ta đã ở tuổi trung niên với cả gánh nặng gia đình nên đã không thể theo sát tôi đi vào vùng có giao tranh để giúp tôi hiểu biết hơn về những người lính Việt Nam Cộng Hòa, thay vì hiểu sai lạc.

Ngô Thế Vinh đã đặc biệt quan tâm tới tâm trạng của những người lính miền Nam. Trong 'Mặt Trận Ở Sài Gòn' những người lính ấy có cơ hội nói ra và kết quả là tác giả đã phác họa được một chân dung chính trực và nhân bản của những con người ấy giữa cuộc chiến tranh – điều mà lẽ ra phải được thế giới bên ngoài quan tâm thay vì quên lãng.

Đối với các cộng đồng người Việt đang sống lưu vong ở Bắc Mỹ, tác giả cũng đã đề cập tới những tình huống lưỡng nan / dilemmas cả về chánh trị lẫn đạo lý khi mà họ vẫn bị giằng co giữa tình tự yêu quê hương – một quê hương mà họ bị cưỡng bách phải xa rời, cùng với sự đối đầu một nhà nước cộng sản hành xử thô bạo ở trong nước, và rồi cả với sự khác biệt đến đau lòng về phong tục tập quán ngay trong bối cảnh một nền văn hóa xa lạ Tây phương mà họ đang phải sống với.

Cũng trong tác phẩm này, Ngô Thế Vinh vẫn sắc bén và biểu lộ sự cảm thông khi viết về những người cựu chiến binh Hoa Kỳ và cũng nhìn họ như nạn nhân của cuộc chiến tranh không khác gì người Việt. Mặt Trận Ở Sài Gòn là một cuốn sách của xúc cảm và khoan dung.

*MARK FRANKLAND*

## MARK FRANKLAND

Sinh năm 1934, nguyên là phóng viên báo Anh, The Observer, từng hoạt động ở Đông Dương (trong chiến tranh Việt Nam), Đông Âu, Liên Xô và cả ở Hoa Kỳ. Là tác giả cuốn hồi ký về cuộc Chiến Tranh Lạnh *"Child of My Time: An Englishman's Journey in A Divided World"* (Chatto 1999) đã đoạt giải PEN / Ackerley năm 2000 về thể văn tự truyện. *"The Patriots' Revolution"* (Sinclair-Stevenson 1990) tường trình về sự sụp đổ khối Cộng sản Đông Âu, đã được chọn vào chung kết giải NCR Award. Frankland còn là tác giả hai tiểu thuyết, riêng cuốn *"The Mother-of-Pearl Men"* được viết từ Việt Nam (John Murray 1985). Ông sống và làm việc ở Luân Đôn, mất ngày 12 tháng 4, 2012. Trên đây là bài điểm sách ngắn nhưng cô đọng của Mark Frankland sau khi đọc ấn bản tiếng Anh *"The Battle of Saigon"*.

## • TIM PAGE

Từ Úc Châu đọc *Mặt Trận Ở Sài Gòn*

Vẫn liên tiếp xuất hiện những cuốn sách viết về Chiến Tranh Việt Nam, tuy nhiên có rất ít sách đề cập tới quan điểm từ miền Nam, từ góc cạnh của những người thất trận nhưng họ đã từng chiến đấu và tin tưởng ở một nền Cộng Hòa miền Nam mới khai sinh.

Ngô Thế Vinh qua kinh nghiệm của một y sĩ trong một đơn vị Biệt Cách thiện chiến đã đem tới cho chúng ta những lý giải và soi sáng về những tình huống lưỡng nan ngoài trận địa. Rồi ông cũng đề cập tới cuộc sống hỗn mang ban đầu của một người tỵ nạn tạo dựng lại cuộc đời trong sự xa lạ của một miền Nam California, với phấn đấu để trở lại nghiệp cũ giữa một cộng đồng di dân gồm cả nửa triệu thuyền nhân với những khuynh hướng chánh trị phân hóa đa dạng. Một bối cảnh như vậy hầu như hoàn toàn bị lãng quên trong văn học.

Người đọc sẽ thấy mình bị lôi cuốn vào tâm thức của một y sĩ tiền tuyến, của một tù nhân trong các trại tù gulag và rồi đến một người tỵ nạn bị bật ra khỏi gốc rễ được giải thoát để hội nhập vào một tầng lớp trung lưu Mỹ mới vừa hình thành.

Đọc *Mặt Trận Ở Sài Gòn* để cảm nhận lắng nghe nỗi bâng khuâng của một con người vẫn gắn bó với những cội rễ tinh thần của một quê hương Việt Nam không thể tách rời.

*TIM PAGE*

## TIM PAGE

Tim Page, sinh năm 1944 rời nước Anh năm 17 tuổi, đi vòng Âu Châu, qua Trung Đông, Ấn Độ và Nepal. Tới đất nước Lào khi đang diễn ra cuộc nội chiến, Tim trở thành phóng viên tự do / freelance cho hãng thông tấn UPI (United Press International). Từ Lào, Tim tới Sài Gòn, làm phóng viên tường trình trực tiếp về cuộc Chiến Tranh Việt Nam liên tục trong nhiều năm cho các hãng thông tấn UPI, AP (Associated Press) và cả các tờ báo lớn như Time, Life, Paris Match. Tim mau chóng trở thành phóng viên nhiếp ảnh nổi tiếng 'mẫu mực' trong suốt cuộc chiến tranh Việt Nam. Với 4 lần bị thương ngoài mặt trận, thêm một lần khác bị thương do 'hỏa lực bạn', Tim trở thành đề tài cho nhiều phim tài liệu. Tim còn là tác giả của 9 cuốn sách: *Tim Page's Nam*, *Ten Years After: Vietnam Today*... Tim cũng là người sáng lập hội Indochina Media Memorial Foundation. Tim vẫn không ngừng hoạt động như một ký giả tự do, hiện sống ở Brisbane, Úc Châu và là giáo sư về nhiếp ảnh truyền thông tại Đại học Griffith, Brisbane.

## • PHAN NHẬT NAM

Hòa Bình chưa hề đến, dẫu sớm, hay muộn...
Nhân đọc *Mặt Trận Ở Sài Gòn*

*Tôi thiết nghĩ phần lớn chiến tranh, đặc biệt đối với những cuộc nội chiến, chỉ khoảng mười-phần-trăm là chiến đấu tích cực, còn đến chín-mươi phần-trăm là cam chịu thống khổ.* (Arthur Koestler)

Lần tìm đọc cuốn sách đầu đời, *La Vingt-cinquième Heure* của C. V. Gheorghiu mà dẫu với tấm lòng đơn sơ, nông cạn của tuổi thiếu niên, tôi cũng đã có cảm giác xót xa khắc khoải để nhiều lần nói nên lời: Sao con người có thể khốn khổ, đọa đày đến như vậy... khi theo dõi đoạn trường của anh nông dân Johann Moritz dài cùng khổ nạn phận người Đông Âu trước, sau Thế Chiến thứ Hai. Nay ở độ tuổi sáu-mươi, trải qua nhiều cảnh huống bi thiết (của bản thân và của mỗi con người hằng chung sống, gánh chịu nhọc nhằn, chia sẻ tử-sinh), đọc lại những điều tự thân đã viết nên, mở cuốn sách của bạn vừa trao gởi... Cảm giác kia tăng thêm độ sắc, trĩu nặng xuống như khối đá trần ai quá sức người mang vác. Thế nhưng, Con Người-Người Lính luôn bền bỉ mang nặng, gánh chịu. Tôi đọc Mặt Trận Ở Sài Gòn trong tình cảnh khó khăn ái ngại, ngậm ngùi này. Bởi, trong cuốn sách không kể câu chuyện văn chương hoa mỹ, chữ nghĩa yên lành mà là... *"Rồi những người lính bơ vơ tự hỏi, cầm súng, họ bảo vệ cái gì đây? Không lẽ cho một con thuyền xa hoa ngao du trên dòng sông loang máu, nổi trôi đầy những xác chết đồng loại... Nhưng bây giờ thì họ hiểu rằng, đã thất lạc và qua rồi sự bình an giả tạo sau những mỏi mệt trở về từ rừng rú. Rằng ngoài chiến trường súng đạn quen thuộc, họ còn phải đương đầu với một trận tuyến khác mỏi mệt hơn – đó là cảnh thối nát bất công của xã hội mà dân tộc đang phải hứng chịu trong tối tăm tủi nhục."* (NTV, sđd trg 24-25). Bạn đã hỏi như thế, tôi đã hỏi như thế, cả một trung đội, đại đội, toàn thể tiểu đoàn lính Nhảy Dù đã hỏi như thế khi từ Bình Đại, Kiến Hòa qua bắc Rạch Miễu về Mỹ Tho, lên xe trở lại Sài Gòn, đổ quân xuống ngã ba Cao Thắng - Trần Quốc Toản với áo giáp, nón sắt, mặt nạ chống hơi ngạt, lựu đạn cay và nghe những lời... Tiên sư chúng mày ăn tiền Mỹ bao nhiêu mà giết thầy - hại đạo… mở đầu cho những viên đá ném tới. Lớp áo lính bốc mùi tanh tanh của bùn và máu dưới hơi nóng hâm hấp mặt trời miền Nam sau cơn mưa dông ẩm ướt rây rây. Tháng 8, 1964. Ngày ấy, bạn và tôi vừa qua tuổi 20.

Cũng khác với cách phân định (dẫu cũng đã quá đỗi cay đắng) theo như lời trích dẫn trên của Arthur Koestler; chúng ta, những Người Lính Miền Nam, cụ thể lính thuộc những đơn vị xung kích, tổng trừ bị – chúng ta gánh hết một lần hai đầu chiếc cân của phận nghiệp nhọc nhằn. Chúng ta không chia sớt được với ai về nỗi nguy nan nơi chiến địa lẫn thống khổ uất hận ở hậu tuyến. Chúng ta gánh đủ và hứng chịu tất cả. Ôi những Người Lính vô cùng cao thượng bởi tính khắc kỷ và sức chịu đựng tưởng như không thật… *"Sau bảy ngày thất lạc trong hoang vu của rừng già, có hai bóng ma (người lính biệt kích nhảy toán của đơn vị bạn) lần mò được vào một ngôi làng đổ nát, người được cõng trên vai gần như đã chết. Và suốt trong đêm hôm đó tại một ngôi chùa Miên bỏ hoang, có một người lính Công Giáo Việt Nam kiệt quệ và đau khổ, quỳ gối bên xác một đồng bạn, mắt đẫm lệ hướng lên vẻ mặt an tĩnh của Đức Phật…"* (NTV, sđd trg 37-38). Họ không những chỉ khẩn cầu thắm thiết cho người bạn chung đơn vị, mà còn thân ái tự nhiên với kẻ nghịch dù phút giờ trước đây, kẻ kia còn đứng về phía đối diện với nòng súng bắn ra những tràng đạn quyết liệt... *"Tên tù binh được đặt nằm dài trên lớp cỏ mịn. Hắn xanh xao cố mỉm cười khi nhìn tôi* (người sĩ quan chỉ huy đơn vị biệt kích có danh hiệu Hổ Xám) *bước tới. Tôi muốn có phút chuyện vãn và làm một cử chỉ săn sóc hắn…"* Nhưng sự ác độc không lường của chiến tranh luôn xuất hiện cho dù dưới những hình thái bất ngờ, vô hại nhất… Ngay lúc đó (khi trực thăng tải thương bay đến) không hiểu sao bỗng dưng tên tù binh ngồi bật dậy và hốt hoảng kêu la. Có một cái gì khiến hắn trừng mắt ngạc nhiên và đầy vẻ sợ hãi. Hắn chỉ kịp quơ tay về phía trước níu lấy tôi kêu thất thanh một tiếng "Anh" và ngã rũ xuống chết tốt. Và với cách tự nhiên do tâm lành sẵn có (của con người tính bổn thiện), người chỉ huy qua chuyện kể của bạn... Ngồi bệt xuống đất bên xác hắn (gã tù binh trẻ tuổi vừa chết), đưa tay lên vuốt mắt, mi mắt còn ấm nóng khép lại dễ dàng. Một cử chỉ mà tôi không thể làm cho thằng em khi nó tử trận ở Pleime (Tây nguyên miền Nam, nơi xảy ra chiến trận lớn mùa Hè 1965 - pnn), xác gói poncho đưa về những năm ngày sau đã thối rình nhưng vẫn được mẹ tôi ôm chầm lấy mà khóc. Và cuối cùng viên sĩ quan có danh hiệu Hổ Xám kia (do kinh nghiệm khôn ngoan, hành vi can trường nơi trận mạc) không thực hiện một mưu định (mà thông thường cả hai bên tham chiến thường ứng xử): Gài một trái lựu đạn dưới tử thi của xác người (tù binh) để lại trên bãi – vì anh có ý nghĩ: *"dù có làm thêm một cạm bẫy xác nữa, gây thêm được một vài chết chóc, không vì thế mà ngày mai Hòa Bình sẽ trở lại sớm hơn."* (NTV, sđd trg 63)

Phải, Hòa Bình không hề tới. Hòa Bình không hề có dẫu đã xảy đến một ngày 30 tháng 4, 1975. Hòa bình không bao giờ có đối với những người chưa hề, không hề gây nên bất cứ một hình thức tội ác nào dù nhỏ đến đâu ngoại trừ tấm áo lính của quân đội miền Nam họ phải mặc vào người khi đến tuổi quân dịch. Y tá Tụng có đủ tất cả những tính chất tốt lành nhất của một vị hiền thánh. *"Đã bao lâu rồi, từng làm việc ở trại này* (Trại bại liệt - Tổng Y Viện Cộng Hòa), *vậy mà sao Tụng vẫn không thể nào cầm được cảm xúc khi chăm sóc những người bệnh liệt trẻ tuổi ấy... Họ thuộc đủ binh chủng, đã cầm súng chiến đấu và ngã xuống từ những địa danh khác nhau. Bây giờ tất cả nằm đây, chết khô dần như những con cá mắc cạn...* (Sau 1975) *Cho học tập cải tạo tại chỗ bao nhiêu, Tụng vẫn không phân biệt được tính giai cấp với vị trí khác nhau của thương bệnh binh hai phía. Với Tụng thì chỉ có người bệnh mà hắn hết tâm phục vụ.*" Thái độ biểu lộ tính nhân bản phi chính trị này không được chế độ mới chấp nhận nên… Hoàn toàn không được báo trước, giữa buổi sáng đang bề bộn công việc, tắm rửa cho mấy người bệnh liệt (bệnh binh cũ lẫn mới – cộng sản lẫn cộng hòa), Tụng bất ngờ được gọi lên Phòng Tổ Chức cho nghỉ việc. Anh không được phép và cũng chẳng có cơ hội trở lại trại bệnh để nói lời từ biệt với những kẻ tìm thấy nơi anh nguồn sống sót qua tình cảnh tuyệt vọng, cuối cùng. (NTV, sđd trg 117-118) Tụng trở về quê, vùng Bến Tre (nơi khởi đầu của phong trào nổi dậy do Hà Nội dựng nên từ 1960) tính chuyện sống đời bình yên với bà má, trên khu ruộng đã lâu không người chăm sóc… "*Ruộng bỏ cả mấy mùa, mưa rồi nắng, nắng rồi mưa làm đất ruộng khô keo lại cứng như đất sét… Tắc tắc, Tụng luôn tay nghiêng tách lưỡi cày để bớt sức trâu, cảm giác dịu mát thấm vào lòng bàn chân mỗi bước đạp lên tảng đất mới… Đang miên man giữa cái hạnh phúc của đất và người, bất chợt bàn chân Tụng đạp lên một vật như thép lạnh cứng – chưa kịp rút chân lại thì 'ụp' tiếp theo là tiếng kêu 'má ơi!'… Kinh nghiệm chiến trận khiến Tụng nhận ra ngay không phải lựu đạn mà là thứ mìn muỗi chống cá nhân, chẳng biết ai đã ném vô...*" (NTV, sđd trg 122)

Phải, Hòa Bình không hề có cho y tá Tụng, ở Nam Việt Nam, mà chỉ có cho nhân vật của Sholokhov (sau khi lật đổ chế độ Nga Hoàng với bãi máu gây nên từ cách mạng vô sản, 1917) để được trở về thửa ruộng làng cũ, nhìn trời xanh bên sông Don êm đềm. Hoặc bi thiết – tuy nhiên cũng được gọi là hòa bình, như tình cảnh của Đỗ Phủ trong bài thơ Vô Gia Biệt: … *Phương xuân độc hạ xừ. Nhật mộ hoàn quán khuê. Huyện tại tri ngã chí. Triệu linh tập cổ bề… Ngày xuân một thân cuốc. Chiều thui thủi tát nước. Huyện lại biết tin về. Hạ lệnh đi đập trống.* (pnn phỏng dịch). Thế nên, đối với người

Việt Nam... *Hòa bình rồi hạnh phúc tính là dài lâu nhưng rồi ra cũng chỉ là tính riêng cho mỗi từng ngày.* (NTV, sđd trg 122)

Bạn Ngô Thế Vinh thân, mặt trận nơi Sài Gòn hóa ra chưa bao giờ chấm dứt, và cũng không hề chấm dứt. Tình huống hung hãn, sự việc ác độc mở rộng ra khắp miền Nam, đến tận miền Bắc, ở khắp nơi nào có mặt những con người gọi là Người Việt (bất kể người Việt Nam nào) với những bi kịch riêng tư (đúng ra là thảm kịch) không hề nói ra. Và hôm nay ở hải ngoại, nơi Tây nguyên với những người anh em thuộc các sắc tộc Rhadé, Stieng – chốn bạn đã một lần tiên kiến xót xa trong *Vòng Đai Xanh* khi bạn với tôi còn rất trẻ. Hóa ra, Người Viết Văn không có một khả năng nào khác ngoài tấm lòng thấy trước toàn khối Mối Đau.

*PHAN NHẬT NAM*
*Đất Mỹ, 11 tháng 4, 2004.*
*Ngày Chúa Phục Sinh*
*Với máu Người Thượng Tây nguyên đổ xuống...*

## PHAN NHẬT NAM

Phan Nhật Nam nhà văn, tên thật Phan Ngọc Khuê, sinh năm 1943 tại Quảng Trị, trung học Phan Châu Trinh, Đà Nẵng, tốt nghiệp khóa 18 trường Võ Bị Quốc Gia, cấp bậc cuối cùng Đại úy. Sau 1975, tù cải tạo 14 năm từ Nam ra Bắc. Qua Hoa Kỳ định cư theo diện HO. Nổi tiếng trước và sau 1975 với các tác phẩm viết về chiến tranh.

**Tác phẩm:** *Dấu Binh Lửa* (1969), *Dọc Đường Số Một* (1970), *Ải Trần Gian* (1971), *Mùa Hè Đỏ Lửa* (1972), *Dựa Lưng Nỗi Chết* (1973), *Tù Binh và Hòa Bình* (1974); và một số tác phẩm khác xuất bản sau 1975 ở hải ngoại.

## ● BÙI KHIẾT

Vài Cảm Nghĩ về tác phẩm "Mặt Trận Ở Sài Gòn"

"*Mặt Trận Ở Sài Gòn*" là tên một tập truyện ngắn mới nhất của Ngô Thế Vinh do nhà xuất bản Văn Nghệ phát hành năm 1996. Đối với giới văn nghệ, Ngô Thế Vinh là một tên tuổi quen thuộc. Riêng đối với giới Y Nha Dược sĩ, Ngô Thế Vinh là một văn tài được bạn bè mến phục ngoài khả năng sáng tác cùng là tư cách và lối suy nghĩ của ông. Ngay từ thời mới bước chân vào trường Y khoa, ông đã liên tiếp ra mắt độc giả bằng ba truyện dài độc đáo: *Mây Bão* (1963), *Bóng Đêm* (1964) và *Gió Mùa* (1965). Và sau năm ra trường, ông phục vụ trong Lực Lượng Đặc Biệt và giữ chức vụ Y sĩ trưởng Liên Đoàn Biệt Cách Dù. Vào thời gian này, một cuốn tiểu thuyết thứ tư với nhan đề "*Vòng Đai Xanh*" ra đời. Cuốn tiểu thuyết tạo ra một cơn bão nhỏ. Thứ nhất cuốn "*Vòng Đai Xanh*" được giải thưởng Văn học Nghệ thuật Toàn quốc năm 1971, vào lúc cuộc chiến Việt Nam đi từ khốc liệt này qua khốc liệt khác. Và ánh sáng hòa bình từ hội nghị Paris bắt đầu lập lòe. Nội dung của cuốn tiểu thuyết đặt nặng vấn đề nổi dậy của đồng bào Thượng tại cao nguyên. Ngô Thế Vinh nhìn vấn đề FULRO như có bàn tay giật dây của ngoại bang và nghĩ rằng cả người Thượng lẫn người Kinh chỉ là nạn nhân của một âm mưu lớn lao.

Ngô Thế Vinh viết văn từ lâu. Ông rất gần gũi và bén nhạy với tình hình chính trị. Trong mỗi truyện của ông là một cái nhìn về đất nước. Thứ hai là sau khi nhận lãnh vinh dự về giải thưởng Văn học Nghệ thuật, Ngô Thế Vinh phải ra tòa. Lý do là ông sáng tác một bút ký ngắn mang tên "*Mặt Trận Ở Sài Gòn*" đăng trong báo Trình Bầy số 34 (và nay là tên tập truyện ngắn mà tôi đang viết vài cảm nghĩ). Trong truyện này ông kể lại đám lính của ông đang đi hành quân bỗng bị gọi về Sài Gòn để đi dẹp biểu tình. Bây giờ đám lính phải tập quen với mặt nạ, lưỡi lê, lựu đạn cay và phương cách cắt xé đội ngũ của đám biểu tình. Đám lính Biệt Cách Dù đã bao năm nằm gai nếm mật nơi rừng rú, bây giờ là bầy thú hoang về thành. Lạc lõng bơ vơ. Mà đám biểu tình là những thành phần nào. Thật là lấn cấn. Họ có thể là đám sinh viên quá lý tưởng nghẹn ngào và đau xót theo cơn bệnh của đất nước. Họ là những cô nhi quả phụ lếch thếch cuộc sống đói khổ với vòng khăn tang trên đầu. Họ là những thương phế binh què cụt đã một thời chiến đấu bên cạnh những người lính Biệt Cách. Làm sao lại có thể "giương lê" về phía họ. Giương lê bảo vệ cái gì ngoài con thuyền xa hoa ngao du trên dòng sông máu, cái xã hội xa hoa của một dúm người đó. Sài Gòn của xa hoa và bất công. Mặt Trận Ở Sài Gòn phải là mặt trận hướng về những cứ điểm đen đúa này. Chắc là Ngô Thế Vinh nhắn nhủ như vậy. Và ngày 18-05-1972 Ngô Thế Vinh ra tòa với một đội ngũ luật sư nổi danh như Vũ Văn Huyền, Mai Văn Lễ, Đinh Thạch Bích. Kết quả ông chánh án Nguyễn Huân Trình vẫn thấy Ngô Thế Vinh có tội phổ biến những luận điệu phương hại trật tự công cộng và làm suy giảm kỷ luật, tinh thần chiến đấu của quân đội, một tập thể mà chính Ngô Thế Vinh là một thành phần trong đó. Tòa phạt án treo 100.000 đồng tiền vạ và bồi thường Bộ Nội Vụ một đồng bạc danh dự.

Mặt Trận Sài Gòn bị tan rã vào phút đó. Phe Ngô Thế Vinh phải tan hàng. Cho đến 30-04-1975, một Mặt Trận Sài Gòn khác lại xuất hiện. Lần này lính tráng có xe tăng, đại pháo từ ngoài Bắc tiến vô. Và lần này chẳng có tòa án, chẳng có luật sư. Con thuyền xa hoa, xã hội trên cao của một dúm người, cả phe chống đối đều chạy giạt… Bây giờ con thuyền xa hoa của lớp người mới còn lớn và rộng hơn nữa. Xã hội trên cao vẫn một dúm người, thay vì đầu trần trán bóng, giờ là nón cối. Và người ta manh nha nghĩ tới một Mặt Trận Ở Sài Gòn lần thứ ba nữa.

Vì câu chuyện này, vào thời điểm đó và cho tới giờ đã có nhiều ngộ nhận có lúc Ngô Thế Vinh bị chụp mũ liên tiếp…

Ngô Thế Vinh sang Mỹ năm 1983. Sau những năm học hành và hành nghề trở lại, ông đã có thì giờ để suy nghĩ. Tôi có nhiều dịp được nói chuyện với ông và trăn trở theo nếp suy nghĩ của ông. Với ông người Việt Nam giết chóc tàn hại nhau chỉ là hiện tượng ở vào một thời điểm trong một hoàn cảnh lịch sử đặc biệt. Con người Việt Nam thương yêu nhau, đùm bọc nhau mới là bản chất Việt Nam. Làm văn hóa hướng về chân thiện mỹ thì phải phát huy bản chất ấy.

Trong *"Mặt Trận Ở Sài Gòn"* gồm 12 truyện ngắn đều có cái chủ đề đó. Ngô Thế Vinh rất đôn hậu về cái gốc. Ông không hận thù nhưng buồn và thương tiếc. Cảm nghĩ của tôi, Ngô Thế Vinh chấp nhận và cam chịu giữa hai lằn đạn. Cả hai phía bên này lẫn bên kia có vẻ khó chịu và nghi ngại ông. Bởi ông là nhà văn lấy chính trị làm bối cảnh mà lại viết và trình bày theo lương tâm. Chính cái lương tâm trong sáng từ bi và bác ái đó làm bóng đêm thủ đoạn chính trị bị lộ diện. Như con thú đêm khi lộ diện thì cuồng quẫy chống đối khó chịu.

Một cảm nghĩ nữa của tôi về truyện ngắn *"Người Y Tá Cũ"*. Câu chuyện kể lại một Thượng sĩ Quân y của VNCH là Tụng được cách mạng chiếu cố lưu dung tại Tổng Y viện, chắc là TYV Cộng Hòa. Nhiệm vụ của Tụng là vừa săn sóc thương binh của R của chiến trường K chuyển về. Họ là những thương bệnh binh của những người nghèo khổ. Tụng chưa từng thấy một người nào thuộc giai cấp "đầy tớ nhân dân". Thương bệnh binh VNCH thì trốn chạy hoặc bị đuổi ra khỏi bệnh viện và buồn thay chỉ còn một số thương binh bị liệt thì đành chịu trận nằm lại chờ chết. Cách mạng ruồng rẫy số bệnh binh này và chỉ có Tụng âm thầm chăm sóc những người đó. Dù cách mạng miệng nói một đàng tay làm một nẻo thì Tụng vẫn cố sức mình hàn gắn vết thương của cả hai bên. Với Tụng tất cả chỉ là người Việt Nam. Vậy mà cuối cùng Tụng vẫn bị sa thải về quê sống với mẹ và người vợ chưa cưới. Đã tưởng như vậy là yên thân nào ngờ một tai nạn mìn muỗi còn sót lại trên ruộng cày khiến Tụng cụt mất chân và trở thành tàn phế. Nhưng Tụng vẫn không ai oán, vẫn nghĩ tới mẹ và vợ còn hơn nghĩ về mình.

Câu chuyện buồn và cảm động. Bút pháp điêu luyện. Cái chú ý của tôi là góc trái của tựa đề câu chuyện có ghi "gởi TXD". TXD là ai mà được tác giả ưu ái đến thế. Ngồi nghĩ mãi đoán là BS Trần Xuân Dũng ở Úc Châu. Ngô Thế Vinh viết truyện này như một trần tình, một kiên định lập trường vừa như bày tỏ một hòa giải. Trần Xuân Dũng là cây viết của nguyệt san Tình Thương của trường Y khoa, lúc đó Ngô Thế Vinh là chủ bút. Trần Xuân Dũng có lập trường chống cộng rõ rệt. Với ông, cộng quân là kẻ thù. Bạn bè ai cũng biết tính ông Dũng chân thật, ngay thẳng và là một bác sĩ đầy lương tâm. Nhưng trên bình diện chính trị thì Trần Xuân Dũng và Ngô Thế Vinh có những cái nhìn khác nhau.

Năm 1990, BS Trần Xuân Dũng có xuất bản tập thơ nhan đề *"Như Sóng Thần Lên"* để ca tụng cái hùng khí của Quân lực VNCH trong các trận đánh rực máu lửa với cộng sản. Ông có ưu ái nhờ tôi (Bùi Khiết) viết tựa cho tập thơ này. Với ông Dũng là bạn thân từ thuở thiếu thời. Tôi mến và kính phục ông nhưng có cái nhìn khác đi một chút. Vì vậy trong lời "Vào Đề" tập thơ của ông, tôi viết như sau:

*"Trong ông, cũng như trong thơ ông lúc nào cũng có lửa. Lửa bừng bừng từ tim đến óc. Lửa cháy ngập từ trang thơ này qua trang thơ khác. Nếu khi ông buồn thì giọng đậm đặc trong thơ cũng nóng sốt như những giọt acide bỏng cháy khốn khổ. Ông vẽ ra một ranh giới rõ ràng giữa bạn và kẻ thù. Ở đó ông tôn vinh chiến hữu và căm hận kẻ đối nghịch. Khác với Nghiêm Sỹ Tuấn [cũng là cây viết của nguyệt san Tình Thương*] ông ít cần biết về cơ năng lý do của kẻ thù. Ông chỉ thấy phải xốc tới, tiến tới. Nhiều người trong đó có tôi mến lửa ông, nhưng cũng sợ lửa ông. Bên những hoang tàn đổ nát, bên những nấm mồ hoang lạ tiêu sơ, tôi đã có lần trộm chút lửa đó thắp lên những hàng nhang dài cầu mong sự siêu thoát cho mọi người Việt Nam đã nằm xuống. Tôi nghĩ tác giả cũng chẳng hẹp hòi gì khi thấy người bạn thân của mình trộm đi một chút lửa..."*

Lời Vào Đề này cho một tập thơ tranh đấu được tác giả nâng niu cho in kể như là một thân thương rộng lớn. Tôi không biết Ngô Thế Vinh có được đọc lời viết của tôi cho Trần Xuân Dũng hay không. Song cái mỹ ý "gởi TXD" như là một thông điệp cho hai khuynh hướng đã đến lúc phải suy nghĩ.

Lúc này người Việt Nam cần nghĩ về mình, về tổ quốc và sự phát triển toàn diện. Cơ bản là như vậy. Còn cách nào, lối nhìn nào thì cũng phải đặt trên cơ bản khách quan. Cái khách quan của suy nghĩ, nhưng phải có cái chủ quan thương yêu nhau, thương yêu tổ quốc thật tình thì bài toán của cả thế kỷ mới giải đáp được...

Cảm nghĩ cuối cùng của tôi là văn Ngô Thế Vinh trong sáng, truyện của ông hàm súc. Rất mong độc giả tìm đọc tác phẩm để hiểu lý do nào tác giả cầm bút và lý do nào có sự hiện diện của *"Mặt Trận Ở Sài Gòn"* ở hải ngoại.

*BÙI KHIẾT*
*Chủ bút Nguyệt san Y Tế 11-1996*

**BÙI KHIẾT**

Bùi Khiết sinh năm 1940 tại Hà Nội, trung học Chu Văn An, tốt nghiệp Dược Sĩ 1965. Phục vụ Bệnh viện Dã chiến Kontum, Viện Thí Nghiệm Trung Ương, QYV Trần Ngọc Minh, biệt phái Bộ Y Tế VNCH tới 1975. Tù cải tạo tới 1977. Vượt biển tới Mã Lai. Định cư ở Nam Califonia, trở lại hành nghề Dược sĩ, nghỉ hưu 2016. Nguyên chủ biên báo Đất Sống / Dược Khoa, cộng tác với các báo Tình Thương Y Khoa, Tập san Quân Y Quân Lực VNCH, Chủ bút Tập san Y Tế tại Hoa Kỳ.

## • HOÀNG VĂN ĐỨC

Các trang viết của Ngô Thế Vinh

Các trang viết của Ngô Thế Vinh là kết hợp của cảm xúc và suy tưởng với những kinh nghiệm đã trải qua suốt thời gian tình nguyện phục vụ trong quân lực Việt Nam Cộng Hòa.

Là một quân y sĩ trẻ cho dù sống qua một thời kỳ đau thương nhất của lịch sử Việt Nam và vẫn với một tâm hồn trầm lắng quả là điều đáng ngưỡng mộ. Là một người lý tưởng chiến đấu cho chính nghĩa quốc gia không mang thù hận và là một người yêu nước luôn tra hỏi đâu là ý nghĩa của cuộc sống giữa chiến tranh – phản ánh tư tưởng của Descartes: "Tôi tư duy do đó tôi tồn tại." Tư duy với Ngô Thế Vinh là "biết nói không" với chính thể độc tài quân phiệt và vì thế ông trở thành một người lính viết văn phải ra tòa. Nhưng trải nghiệm này cũng đã tạo sức bật cho sáng tác của nhà văn. Ngô Thế Vinh nhạy cảm và dứt khoát. Có thể đó là điều ân phước. Và chúng ta cám ơn công trình soi sáng chiếu rọi ấy của ông.

HOÀNG VĂN ĐỨC, MD, Sc Dr.
*Author of Notebook of Southeast Asia*

**HOÀNG VĂN ĐỨC**

Hoàng Văn Đức, bút hiệu Hoàng Vũ Đức Vân, sinh năm 1926 tại Hà Nội. Tốt nghiệp Y khoa Hà Nội 1952. Chỉ huy trưởng trường Quân Y Sài Gòn. Giảng viên Đại học Y Khoa Minh Đức, Đại học USC. Định cư tại Nam California. Mất năm 2012 tại Hoa Kỳ.

**Tác phẩm:** *Y Khoa Nhân Bản, Cánh Tay Người Thương Binh, Khơi Dòng Sứ Mệnh; Người Cân Linh Hồn* (dịch, Nxb Văn Học 1964), *Dịch Hạch* (dịch, Nxb Thời Mới 1966).

# NGUYỄN MẠNH TRINH

## Nói Chuyện Với Nhà Văn Ngô Thế Vinh Về Tác Phẩm *Cửu Long Cạn Dòng, Biển Đông Dậy Sóng*

• Nguyễn Mạnh Trinh (**NMT**) – ***Nhà xuất bản Văn Nghệ vừa cho phát hành một tác phẩm mới của anh, xin anh cho biết một vài chi tiết về cuốn sách?***

• Ngô Thế Vinh (**NTV**) – *Cửu Long Cạn Dòng, Biển Đông Dậy Sóng* là tiêu đề của một chương sách được chọn làm tên của tác phẩm cũng là hai chủ đề chính của cuốn sách. Sách dày 648 trang với bản đồ và hình ảnh và là một dữ kiện tiểu thuyết hay tiểu thuyết tư liệu.

• **NMT** – ***Theo lời dẫn nhập Cửu Long Cạn Dòng, Biển Đông Dậy Sóng là một dữ kiện tiểu thuyết, danh xưng này có vẻ lạ xin anh giải thích.***

• **NTV** – Tiểu thuyết được định nghĩa như sản phẩm của tưởng tượng nhưng ở chừng mực nào đó vẫn phản ánh thực tại cuộc sống. Trong dữ kiện tiểu thuyết tuy phần hư cấu chiếm một tỷ lệ thứ yếu nhưng không thể thiếu để chuyên chở những sự kiện đầy ắp từ cuộc sống mà người viết muốn đưa vào tác phẩm bằng không thì cuốn sách trở thành một tài liệu biên khảo.

Faction là một từ nghe có vẻ lạ nhưng không hoàn toàn mới, là một thuật ngữ ngắn gọn và ý nghĩa cô đọng trong tiếng Anh gồm kết hợp hai chữ fact & fiction. Faction có thể tạm dịch là dữ kiện tiểu thuyết hay tiểu thuyết tư liệu (1) là một thể loại văn học hay phim ảnh vận dụng người thật, việc thật mà cứ như là hư cấu; hay nói một cách khác là dùng người thật, việc thật như thành tố thiết yếu trong việc hình thành tác phẩm dưới dạng tiểu thuyết; (2) công trình văn học hay điện ảnh trong đó là một trộn lẫn dữ kiện và hư cấu.*

Là kỹ thuật viết đã được các tác giả vận dụng từ bao thập niên rồi. Điển hình như James A. Michener **, tiểu thuyết gia Mỹ đã thể hiện kỹ thuật viết này qua nhiều tác phẩm đồ sộ như Hawaii, Texas, Alaska, Mexico, Caribbean, ... đầy ắp những tư liệu về lịch sử, địa lý và nhân văn như kết quả của những nỗ lực bền bỉ tra cứu và khai quật, chỉ có phần hư cấu là nhân vật dẫn dắt người đọc qua xuyên suốt của tác phẩm! Nếu có dịp lên Alaska, anh có thể tới thăm một căn nhà nhỏ bình dị như mọi căn nhà khác nhưng đã trở thành một tụ điểm du lịch vì đó là nơi Michener đã tới để sống và viết tác phẩm đồ sộ về lịch sử Alaska từ thời hoang sơ tới hiện đại - như một tiểu thuyết tư liệu...

● **NMT** – ***Trong các tác phẩm đã xuất bản như "Vòng Đai Xanh", "Mặt Trận Ở Sài Gòn" cũng có rất nhiều dữ kiện lấy ra ở đời sống hiện thực ngoài đời, theo anh có sự khác biệt nào với tác phẩm "Cửu Long Cạn Dòng, Biển Đông Dậy Sóng"?***

● **NTV** – Khởi đi từ mối quan tâm: "môi sinh và phát triển" lưu vực sông Mekong và Đồng Bằng Sông Cửu Long, tôi có ý định viết một cuốn sách, tôi cũng lại đứng trước lựa chọn như khi viết cuốn *Vòng Đai Xanh* liên quan tới vấn đề Người Thượng và Cao nguyên, thay vì là một tài liệu biên khảo khô khan tôi đã chọn hình thức dữ kiện tiểu thuyết. Tôi cũng đã dành khá nhiều thời gian và công sức để hoàn thành cuốn sách. *Cửu Long Cạn Dòng, Biển Đông Dậy Sóng* có khác với những cuốn sách trước là phần tư liệu thì đầy ắp trong khi hư cấu chỉ chiếm một tỷ lệ rất nhỏ.

• **NMT** – *Nếu tiểu thuyết mà chứa đựng quá nhiều dữ kiện và chi tiết, lại thêm không phải chỉ là câu chuyện của một dòng sông mà thôi mà còn rất đa diện liên quan tới nhiều lãnh vực khác nhau, theo anh như vậy có thể làm cuốn sách quá khô khan và ít hấp dẫn, anh làm thế nào để tránh vấn nạn này?*

• **NTV** – Sau những giờ làm việc đã thật mỏi mệt cần tìm đọc một cuốn tiểu thuyết với những tình tiết éo le và hấp dẫn để giải trí thì *Cửu Long Cạn Dòng, Biển Đông Dậy Sóng* không đáp ứng được nhu cầu của đối tượng độc giả ấy. Ngay từ các bước đầu khởi sự viết cuốn sách tôi đã không có chủ định hình thành một tác phẩm như vậy.

• **NMT** – *Ô nhiễm môi sinh là đề tài quen thuộc với cả thế giới chứ không phải riêng với người Việt Nam, lựa chọn đề tài này anh có sợ sẽ lặp lại những điều mà nhiều người đã đề cập đến?*

• **NTV** – Chống ô nhiễm bảo vệ môi trường là đề tài quen thuộc được nhắc tới càng ngày càng nhiều hơn trong suốt nửa thế kỷ qua "như những khẩu hiệu" nhưng thực tế hành động thì quá ít và hậu quả là sự suy thoái toàn hệ sinh thái của hành tinh này phần lớn do chính con người gây ra chứ không phải do thiên tai. Không bao giờ có vấn đề ô nhiễm môi sinh cho riêng Việt Nam hay Trung Hoa trong thế kỷ toàn cầu hóa này. Khói thải từ những nhà máy chạy than cũ kỹ ở Hoa Nam không chỉ đầu độc buồng phổi của người dân Trung Hoa mà tác hại trên cư dân của toàn vùng Đông Nam Á. Chắc anh không quên vụ cháy rừng ở đảo quốc Nam Dương nhưng khói và tro than lại đổ xuống mãi tận các xứ Mã Lai và Singapore... Như vậy ô nhiễm bầu khí quyển, ô nhiễm nguồn nước là vấn đề của toàn vùng toàn cầu chứ không có ranh giới cho một quốc gia riêng lẻ nào. Do đó mà trong *Ngày Nước Thế Giới – World Water Day 22-03-1999* chủ đề đưa ra rất ý nghĩa là "Mọi Người Đều Sống Ở Dưới Nguồn – Everybody Lives Downstream", điều này hoàn toàn đúng đối với con sông Mekong vốn là một con sông quốc tế chảy qua 7 quốc gia trong đó có Việt Nam ở cuối nguồn. Không một quốc gia riêng rẽ nào có khả năng bảo vệ chỉ riêng khúc sông chảy qua lãnh thổ của mình nếu không có được “Một Tinh Thần Sông Mekong – The Mekong Spirit” nghĩa là một tinh thần hợp tác và trách nhiệm cho phúc lợi chung trong kế hoạch khai thác hài hòa và phát triển bền vững nguồn nước, nguồn tài nguyên của con sông Mekong như một toàn thể.

• **NMT** – ***Có người thắc mắc, trong khi lũ lụt hoành hành như thế này mà bảo sông Cửu Long cạn dòng có phải đó là sự nghịch lý không?***

• **NTV** – Có vẻ nghịch lý là do thời điểm ra mắt cuốn sách. Tôi cũng được nghe kể lại là có vị tu sĩ đang lo việc cứu trợ chỉ mới nghe tên cuốn sách đã phát biểu: “Đang lũ lụt ngập trời với nhà trôi người chết mà nói sông Cửu Long cạn dòng là thế nào?” Câu hỏi của anh và sự ngạc nhiên của một số người càng khiến tôi thêm băn khoăn. Lũ lụt và hạn hán như hai hiện tượng đối nghịch xảy ra theo chu kỳ hàng năm “với mức độ càng ngày càng trầm trọng hơn” vẫn được người dân coi như là “thiên tai” nhưng thực chất là do chính con người tự gây ra. Do những phá hủy hệ sinh thái vốn phức tạp và cũng hết sức mong manh của con sông Mekong; bao gồm những tai ương từ thượng nguồn như: (1) xây các đập thủy điện chặn nước đổi dòng sông Mekong (đáng kể nhất là chuỗi những con đập bậc thềm khổng lồ Vân Nam); (2) phá hủy tự sát những khu rừng mưa (vốn có tác dụng giữ nước và điều hòa lưu lượng dòng sông trong hai mùa khô lũ); (3) phá những khối đá khai thông lòng sông (để mở thủy lộ từ Vân Nam xuống tận Nam Lào); (4) các đập thủy điện đưa tới điện khí hóa, kỹ nghệ hóa và cả đô thị hóa, trút đổ chất phế thải xuống sông. Cộng thêm với những sai lầm thủy lợi nơi hạ nguồn, như ngay tại Đồng Bằng Sông Cửu Long với hậu quả nhãn tiền là: lụt sẽ rất lớn ngay mùa mưa (như hiện nay), hạn hán sẽ gay gắt hơn trong mùa khô, nước sông ngày càng ô nhiễm và thêm nạn ngập mặn càng ngày càng vào sâu trong đất liền.

Bảo rằng lạc quan hay bi quan, cả hai đều mang hình ảnh những con đà điểu trước nguy cơ chỉ biết rúc đầu xuống cát.

• **NMT** – *Trong tác phẩm có nhiều đoạn ký ghi chép lại những cuộc du khảo hoặc quan sát thực địa rất hay. Anh đã trải qua bao nhiêu ngày để có những đoạn ký như vậy?*

• **NTV** – Tôi vẫn giữ thói quen hồi làm báo sinh viên, thường là "mở một hồ sơ" về nơi dự định tới nên biết trước sẽ tìm kiếm gì ở chuyến đi đó, dĩ nhiên chuyến đi nào thì cũng có những tình cờ thú vị không hề được biết trước. Như mới đây trong một chuyến về thăm miệt Hậu Giang Châu Đốc khi tới thăm ngôi làng Đa Phước gặp những "Người Chà Châu Giang" – thực sự họ không phải là người Mã Lai như người dân địa phương vẫn nghĩ nhưng họ là những người Chăm sống sót chạy thoát từ vương quốc Champa tiêu vong, họ cũng còn là hậu duệ của đội quân Côn Man có công lớn giúp Thoại Ngọc Hầu điều động đám sưu dân Khmer ngày đêm đào xong con Kinh Vĩnh Tế dài ngót 100 km ra tới Hà Tiên và sau đó được triều đình Huế đền công cho lập 7 làng ở Châu Đốc còn tồn tại tới ngày nay. Tôi đã không tới đó như một du khách, mà là một "field trip", một chuyến trở về với cảnh với người để tìm lại khoảng thời gian đã mất... Trao đổi trò chuyện với người lái đò đưa chúng tôi từ thành phố Châu Đốc sang bên Cồn Tơ Lụa, chắc hẳn sau đó anh ta đã có cái nhìn khác hơn với những "Người Chà" nơi ngôi làng Đa Phước ấy.

• **NMT** – *Anh có nghĩ rằng thêm một người đọc là thêm một người hiểu rõ để hưởng ứng tham gia "Cứu Lấy Dòng Sông" và anh có dự trù phương cách để phổ biến tác phẩm này một cách rộng rãi?*

• **NTV** – Trước khi là một cuốn sách hoàn chỉnh, đã có một số chương được đăng tải trên các tập san như Đi Tới, Văn Học, Thế Kỷ 21... tôi cũng đã nhận được một số feedback từ bạn đọc và bằng hữu. Trong một chuyến đi Hoa Thịnh Đốn hồi tháng 7 mới đây, tôi được giới thiệu với một người chưa bao giờ quen, anh có đọc mấy bài viết của tôi về con sông Mekong đăng trên Thế Kỷ 21, trước đó anh vẫn tưởng rằng tôi là chuyên viên làm cho World Bank chứ không phải thuộc ngành y. Nói chung, thì số người đọc các bài viết của tôi không nhiều nhưng họ lại là những người rất nhạy cảm và cùng chia sẻ với các vấn đề tôi nêu ra. Tôi rất mong có thêm nhiều độc giả như vậy nhất là các bạn trẻ đối với cuốn sách vừa hoàn tất. Sự hiểu biết và mối quan tâm của nhiều người sẽ dẫn tới hành động hưởng ứng "Cứu Lấy Dòng Sông". Anh hỏi có phương cách để phổ biến tác phẩm này một cách rộng rãi thì theo tôi với các bài điểm sách trên các báo, trên đài phát thanh, cả các bài trên các trang lưới Internet cũng như cuộc nói chuyện với anh đây, tất cả đều có tác dụng đưa cuốn sách tới người đọc. Nếu có thêm các buổi ra mắt sách cũng là hình thức giới thiệu rất tốt.

• **NMT** – *Tại sao những người trong chánh quyền Cộng Sản Việt Nam lại coi thường sự nhiễm mặn của Đồng Bằng Sông Cửu Long? Trong Cửu Long Cạn Dòng, Biển Đông Dậy Sóng, anh có vẻ kỳ vọng nhiều đến những người sống ở hải ngoại trong việc giải quyết vấn nạn này? Anh không hy vọng ở những người trong nước sao?*

• **NTV** – Tôi không nghĩ là những người lãnh đạo có trách nhiệm ở trong nước lại không biết đến những tai ương đang xảy ra nơi Đồng Bằng Sông Cửu Long trong đó có nạn ngập mặn càng ngày càng vào sâu trong đất liền. Chỉ có điều cách nhìn và tầm nhìn của họ xa được tới đâu trong thời kỳ được mệnh danh là Đổi Mới này. Họ đang vội vã chọn những bước phát triển không bền vững bằng cái giá môi sinh phải trả di lụy cho các thế hệ về sau này. Đối với họ khi đứng trước những nhu cầu cấp thiết của cái ăn cái mặc thì bảo vệ môi sinh là chuyện quá xa vời. "Chưa thấy quan tài chưa đổ lệ", câu nói bình dân ấy phản ánh tầm nhìn của những người lãnh đạo trong nước.

Nói tới bảo vệ môi sinh thì không có phân biệt người Việt ở hải ngoại hay người Việt ở trong nước. Mỗi người từ vị trí sinh hoạt của mình, với cảnh giác và ý thức, bằng những con đường và phương tiện khác nhau nhưng cùng nhìn về một hướng là "bảo vệ môi trường sống" trong các bước phát triển bền vững và hài hòa. Bảo vệ môi sinh không phải là một khẩu hiệu vô hồn, một thứ cliché đã mòn cũ mà luôn luôn có một nội dung mới và tích cực khi bước sang thế kỷ toàn cầu hóa này. Một ví dụ, cây cầu Mỹ Thuận ngay sau khánh thành 05-2000, đã trở thành một tụ điểm du lịch và trong nhiều ngày là một bãi rác, đó là những đống rác thấy được trên sàn cầu nhưng còn bao nhiêu đống rác khổng lồ: chất thải kỹ nghệ và tiện dụng gia cư đổ xuống từ Vân Nam và suốt dọc con sông Mekong? Bãi rác cầu Mỹ Thuận chỉ là một ví dụ rất nhỏ của tầm nhìn mắt chim khiến chúng ta phải có một cái nhìn toàn cảnh với tầm nhìn vệ tinh về môi trường sống đang suy thoái rất nhanh không chỉ ở Việt Nam mà là toàn lưu vực sông Mekong.

● **NMT** – ***Trong những nhân vật của tác phẩm có mường tượng phảng phất khuôn dáng có thực ở ngoài đời, có phải đó là chủ tâm của anh?***

● **NTV** – Nếu như các nhân vật trong *Cửu Long Cạn Dòng, Biển Đông Dậy Sóng* như những nhà hoạt động bảo vệ môi sinh mà lại phảng phất giống như mẫu người thật ngoài đời thì đó chẳng là dấu hiệu đáng mừng hay sao? Những nhân vật ấy không hoàn toàn hư cấu, họ là những chuyên viên khoa học kỹ thuật trong Nhóm Bạn Cửu Long, những thành viên của Diễn Đàn Sông Mekong – Mekong Forum, các chuyên gia độc lập ở khắp các quốc gia trên thế giới thuộc mọi lứa tuổi không thiếu người đã bước qua khá xa cái tuổi "thất thập cổ lai hy" đã từng là chuyên viên cao cấp của các tổ chức quốc tế như Liên Hiệp Quốc cho dù đã nghỉ hưu – họ là những người rất sớm và bền bỉ không ngừng quan tâm tới vấn đề môi sinh, tới hệ sinh thái của con sông Mekong trong một cái nhìn địa dư chánh trị – geopolitics, của toàn vùng với 7 quốc gia dọc theo hai bên bờ con sông Mekong ra tới Biển Đông. Họ sẽ là "chất xám", là bộ tham mưu – một *"think tank"* cho nỗ lực bảo vệ môi sinh và phát triển bền vững của Việt Nam trong hiện tại và tương lai.

● **NMT** – ***Mở ngoặc về nhân vật bí thư huyện ủy Mười Nhe (Ch. XV, tr. 194 - 197) có phải anh muốn xây dựng một nhân vật phản diện để làm nổi bật những nhân vật ở hải ngoại?***

● **NTV** – Anh có khuynh hướng đối chọi một Việt Nam bên trong và bên ngoài. Chúng ta cũng không thiếu những nhân vật phản diện cả ở hải ngoại. Mười Nhe không phải "được xây dựng như một nhân vật phản diện để làm nổi bật những nhân vật hải ngoại" như anh nghĩ đâu. Nhưng anh ta là một "nhân vật điển hình" khá phổ biến ở Việt Nam hiện nay. Mười Nhe không ở trong số những "Ông Tư Bản Đồ" nghĩa là thoái hóa và tham nhũng. Mười Nhe là hình ảnh hiếm hoi của những người Cộng Sản chân chính còn vương sót lại, từng gian khổ hy sinh và cả bị thương hư một mắt trong kháng chiến, nay làm huyện ủy Tam Nông rất đổi yêu thương quê hương Đồng Tháp. Môi sinh đối với Mười Nhe là cái môi trường sống sao cho "dễ thở" đối với bà con. Cứu cánh ấy đã biện minh cho mọi phương tiện hiện đại được đem ra áp dụng "đại trà" cho khắp vùng Tam Nông: phá rừng tràm với cả máy cưa, đánh cá không phải chỉ có lưới mà cả với chất nổ và điện xoẹt, săn chim không chỉ có bẫy mà còn đủ loại súng với đạn ghém và cả ống nhắm. Chính sách "làm nhanh ăn mau" của Mười Nhe đã khiến cho cảnh quan Tam Nông thay đổi từng ngày, rừng tràm khuyết từng mảng, cá tôm bất kể lớn bé bị giết hàng loạt nổi phều, chim thường hay hiếm quý đều giống nhau bị lùng săn như những con thịt. Nói tóm lại chỉ trong một "kế hoạch ngũ niên tự phát" Mười Nhe không những đem lại cho bà con một đời sống dễ thở mà còn rất sung túc và cả hy vọng mau giàu nữa. Mười Nhe đã đạt thành tích kỷ lục về những con số: dân số tăng khủng khiếp gấp đôi, diện tích rừng tràm chỉ còn một phần ba, trong tràm chim chỉ riêng loài hạc con số trước đây lên tới cả ngàn nay chỉ còn khoảng dưới 500 con. Nhưng dưới mắt người nông dân nghèo thì "đồng chí" Mười Nhe đã có công rất lớn biến vùng đệm ngập nước quanh Tam Nông mau chóng thành một quận huyện đi lên cảnh trù phú...

Nhưng với cái giá rất mắc phải trả mà Mười Nhe không thấy: là đã hủy hoại vĩnh viễn cả một vùng đầm lầy và tràm chim vốn là một kho tàng sinh học phong phú, cái nôi của chu kỳ sinh sản và tăng trưởng cho rất nhiều giống chim cá, các loài nhuyễn thể và vô số những sinh vật khác và cũng là trung tâm điều hòa nước cho toàn vùng trong cả hai mùa khô lũ.

Như anh thấy, Mười Nhe là một điển hình của cả một chính sách mệnh danh là "Đổi Mới" từ trên cao xuống tới hạ tầng cốt sao "làm ăn nhanh, thu hoạch nhanh, và làm giàu nhanh – ngay cả trong lãnh vực nghiên cứu khoa học" bất kể hậu quả sẽ ra sao đối với nguồn tài nguyên của đất nước tương lai.

• **NMT** – ***Nguyên do những vấn nạn từ ô nhiễm môi sinh, đến ma túy ở lưu vực sông Mekong, đến nhiễm mặn cùng Đồng***

*Bằng Sông Cửu Long, rồi tranh giành đảo dầu ở Biển Đông là do chánh quyền các nước chỉ để ý tới quyền lợi cục bộ trước mắt mà quên đi những thảm họa lớn trong tương lai, có phải?*

• **NTV** – Nguồn tài nguyên của con sông Mekong và ngoài Biển Đông không hoàn toàn của riêng một nước nào, ai cũng hiểu như vậy nhưng với nước lớn Trung Hoa như một siêu cường thay vì hành xử một cách có trách nhiệm thì lại muốn ôm trọn hết cho riêng mình. Các nước nhỏ còn lại thì cũng không hơn gì nghĩa là chia rẽ, tìm những bước phát triển riêng lẻ bằng hình thức cạnh tranh triệt tiêu lẫn nhau / *Zero Sum Competition*. Đã không có một Tinh Thần Sông Mekong, một Tinh Thần Á Châu Thái Bình Dương, mà chỉ có khủng hoảng lòng tin cậy đưa tới những cuộc chạy đua võ trang bằng những đồng tiền phúc lợi vốn đã mỏng manh trên đầu mỗi người dân trong vùng. Bước phát triển đạt được của mỗi nước thì không bền vững, đưa tới cạn kiệt tài nguyên và ô nhiễm môi sinh, lại đang có cả nguy cơ nổ ra một chiến tranh vùng - một trận Armageddon Đông Phương.

• **NMT** – *Có người cho rằng nguyên nhân sâu xa là sự hiện hữu của các chánh quyền độc tài không tôn trọng nhân quyền và sự thay đổi các thể chế thành dân chủ thực sự mới là cách giải quyết hoàn thiện? Nhưng có lẽ, với tình thế này rất khó để thực hiện?*

• **NTV** – Nhìn vào các quốc gia trong lưu vực sông Mekong từ Trung Hoa xuống tới Miến Điện, Thái Lan, Lào, Cam Bốt và Việt Nam cho dù mang những tên gọi khác nhau nhưng đó vẫn là những đất nước không có dân chủ, vẫn là những "*xã hội hình tháp – social pyramid*" nói theo ngôn từ của nhà xã hội học Miến Kyaw Nyein, với đỉnh tháp là thiểu số thống trị và dưới đáy vẫn là đa số những người dân nghèo khổ bị khai thác và bóc lột. Trong lời kết cho cuốn sách tôi có viết: "Và hiển nhiên không có giải pháp đơn lẻ cho vấn đề môi sinh mà phải là bước chuyển hóa cơ bản và đồng bộ của các hệ thống xã hội từ 'Toàn Trị' tiến lên 'Dân Chủ'. Có dân chủ là có cơ hội mở mang dân trí và chính cư dân sống hai bên bờ sông Mekong sẽ có ý thức và tiếng nói bảo vệ dòng sông như là mạch sống của chính mình" (tr 606).

Cơ hội đồng đều trong đó có quyền được uống một ngụm nước trong lành, được hít thở một bầu không khí tinh khiết và có tự do đó chính là "nhân quyền" chỉ có được trong một đất nước dân chủ.

● **NMT** – *Trung Hoa như một người điếc không thèm nghe các lời kêu gọi của lân bang cũng như các hội nghị chuyên ngành về dòng sông. Theo anh làm thế nào để buộc họ phải quan tâm tới quyền lợi của các quốc gia liên hệ?*

● **NTV** – Bước ra từ những tháng năm bị liệt cường Tây Phương xâu xé với hòa ước Nam Kinh được xem như "nỗi ô nhục quốc gia", Trung Hoa đang mau chóng vươn lên như một siêu cường; họ rất sáng suốt và ý thức được những điều họ đang làm và cần làm đối với nguồn nước của con sông Mekong, đối với kho dầu khí chiến lược của khu vực Biển Đông.

● **NMT** – *Các hội nghị về sông Mekong của các quốc gia liên hệ và của cả Liên Hiệp Quốc có giúp ích gì trong vấn nạn kể trên?*

● **NTV** – Hàng năm vẫn có những hội nghị như vậy của Ủy Ban Sông Mekong (Mekong River Committee) trước đây và nay là Ủy Hội Sông Mekong (Mekong River Commission). Bắc Kinh thì vẫn cứ bưng bít mọi thông tin và ráo riết xây chuỗi những con đập bậc thềm khổng lồ Vân Nam – Mekong Cascades, bất chấp hậu quả ra sao đối với các quốc gia dưới nguồn. Từ 1995, Bắc Kinh đã dứt khoát từ chối gia nhập Ủy Hội Sông Mekong để tự do hành động mà không phải chịu sự ràng buộc nào và cũng chẳng hề quan tâm tới nỗi lo âu của các nước láng giềng. Nếu phải lên tiếng thì Bắc Kinh "chỉ rêu rao những điều lợi lộc" của các con đập. Thêm bao nhiêu hội nghị đi nữa thì cũng sẽ không đi tới đâu nếu không có sự hiện diện và tham gia hợp tác của Trung Hoa, một quốc gia trung tâm với nửa chiều dài con sông Mekong chảy trong lãnh thổ mình...

Riêng với chính quyền Hà Nội, cũng là lần đầu tiên sau bao nhiêu năm im tiếng, ngày 13 tháng 10 năm 2000, để trả lời cho một bài báo nhan đề "The Mekong Choke Point" đăng trên tờ

Far Eastern Economic Review số tháng 10/12/2000 đề cập tới những con đập trên dòng chính sông Mekong tỉnh Vân Nam gây lo âu cho các quốc gia dưới nguồn, phát ngôn viên Bộ Ngoại Giao Việt Nam Phan Thúy Thanh đã kêu gọi Trung Hoa bảo đảm rằng các con đập của họ không gây tổn hại môi sinh cho con sông Mekong nơi hạ nguồn và phải duy trì sự bền vững của hệ sinh thái toàn con sông trong sự bình đẳng quyền lợi đối với mọi quốc gia trong lưu vực.

Trả lời của Bắc Kinh vẫn là im lặng và tiếp tục sự bưng bít. Đối với các chuyên gia am hiểu tình hình Châu Á, họ có nhận định là Trung Hoa chưa hề có một hồ sơ theo dõi tốt – good track record trong những công cuộc hợp tác đa phương mà điển hình là kế hoạch khai thác con sông Mekong.

• **NMT** – *Anh có nghĩ tới một ấn bản chuyển ngữ tiếng Anh cho tác phẩm này để phổ biến đến thế giới hay ít ra tới 7 quốc gia trong lưu vực sông Mekong?*

• **NTV** – Một ấn bản tiếng Anh, đó là điều tôi nghĩ tới và rất mong muốn nhưng có lẽ với nội dung cô đọng hơn và rút ngắn khoảng 300 trang. Thay cho tình trạng bưng bít phân hóa cục bộ giữa các quốc gia thuộc lưu vực sông Mekong như hiện nay, thì thái độ cởi mở trao đổi thông tin trong sự tương kính và cảm thông sẽ đưa tới hợp tác và sự ganh đua sáng tạo. Đó chính là bước hình thành một Tinh Thần Sông Mekong hướng về những phúc lợi chung để cùng nhau khai thác một cách hài hòa tài nguyên phong phú của con sông Mekong về thủy điện, thủy lợi, ngư nghiệp, giao thông, cả về du lịch. Đó chính là những viên gạch đặt nền móng cho một nền Văn Hóa Hòa Bình của nhân loại bước vào thiên niên kỷ mới.

• **NMT** – *Anh có hy vọng nào cho một giải pháp "Cứu lấy dòng sông Cửu Long" cũng như anh có cần nói gì thêm với độc giả?*

• **NTV** – "*Extinction is forever, Endangered means we still have time*" – Sea World San Diego. Gửi tới anh và bạn đọc câu nói ý nghĩa ấy. Báo động dòng sông Mekong đang lâm nguy có nghĩa là chúng ta còn thời gian để cứu vãn. Nhưng tới giai đoạn toàn vùng Đồng Bằng Sông Cửu Long đã ô nhiễm đã hoàn toàn ngập mặn thì vĩnh viễn chẳng còn đâu một nền Văn Minh Miệt Vườn và cũng không còn đâu Vựa Lúa để nuôi sống ngót 100 triệu dân của cả nước.

*NGUYỄN MẠNH TRINH*
*11/2000*

---

* Faction (1) a form of literature or film making that treats real people or events as if they were fictional or use real people or events as essential elements in an otherwise fictional rendition; (2) A literary work or film that is a mix of fact and fiction [Blended of fact and fiction]. The American Heritage Dictionary of the English Language.

** James A. Michener, từng là chủ bút các tập san, nguyên thiếu tá hải quân Mỹ Hạm đội Thái Bình Dương trong Thế Chiến Thứ 2. Năm 40 tuổi, Michener quyết định dành trọn thời gian để sáng tác. Ngay cuốn sách đầu tiên Tales of the South Pacific được trao giải Pulitzer. Trong suốt 40 năm tiếp sau đó ông đã hoàn tất nhiều tác phẩm đồ sộ dưới dạng dữ kiện tiểu thuyết, luôn luôn là "best sellers" như Sayonara, Hawaii, Texas, Alaska, Mexico, Caribbean...

# ĐỖ HẢI MINH

## ĐỌC TÁC PHẨM CỦA NGÔ THẾ VINH *"CỬU LONG CẠN DÒNG, BIỂN ĐÔNG DẬY SÓNG"*

Mùa Nước Lên & Mùa Nước Giựt tại vùng châu thổ sông Cửu Long

Trong nhiều thập niên trước đây, người dân vùng châu thổ sông Cửu Long, tức Mekong, đã quen sống với nạn ngập lụt hàng năm như là một hiện tượng thiên nhiên đến đều đặn theo chu kỳ, nên nhà cửa dọc hai bên sông rạch thường cất theo kiểu nhà sàn, và chiều cao của các cây cột sàn thường được tính toán vừa cho không ngập lụt nền nhà. Chỉ trừ những năm Thìn thì hầu như đã thành thông lệ, mực nước dâng cao hơn, nhà nhà đều sẵn sàng sống những ngày nước ngập sàn, phải kê cao giường lên để ngủ, chờ đến ngày mực nước hạ xuống (người địa phương gọi là "nước giựt") gia đình con cái mới trở lại nền nếp sanh hoạt bình thường. Do đó, tại vùng châu thổ sông Mekong, giới bình dân thường quen và bình tĩnh sống và chịu đựng với cái gọi là "mùa nước lên" thay vì "mùa lũ lụt" như ở miền Bắc hoặc miền Trung, như được phổ biến sau này.

Dấu hiệu báo mùa nước lên tại vùng châu thổ sông Mekong chủ yếu là vào khoảng tháng 8 âm lịch, từng giề lục bình hoặc rau muống, đôi khi choán cả chiều rộng con sông, nguyên từ các cánh đồng trên đất Cam Bốt bị nước ngập, trốc gốc, nối đuôi nhau trôi chật sông theo dòng nước xuống đến phần đất Việt Nam. Mực nước từ từ dâng cao rồi tràn qua các bờ sông rạch, làm ngập các cánh đồng, cho nên vùng châu thổ có loại lúa sạ, tăng trưởng theo mực nước dâng cao có khi đến 7, 8 thước, và khi nước giựt khô ráo, thân cây lúa nằm rạp mình trên đất chờ gặt.

Để tiết giảm áp lực nước đổ xuống, người ta đã đào một hệ thống kinh chằng chịt tại vùng châu thổ sông Mekong đồng thời khai thác tác dụng rửa phèn cho vùng đất mới để canh tác.

Đến mùa nước lên, người ta phải canh chừng đo mực nước hằng giờ để báo động kịp thời khi mực nước vượt quá mức bình thường các năm trước. Khi áp lực nước từ thượng nguồn bớt đi, thì mực nước liền đứng lại và hạ xuống rất nhanh cho nên trong bình dân gọi là "nước giựt". Người ta nói nước giựt, vì mực nước hạ xuống trông thấy rõ từng phút từng giờ.

Nước lên và nước giựt, tuy nhiên, không diễn ra đồng đều cùng một lúc. Trên dòng nước cuồn cuộn chảy ra các cửa biển, hễ ở vùng Châu Đốc nước giựt xuống thì vùng Cần Thơ, Vĩnh Long, v.v... ở hạ lưu nước lại bắt đầu dâng lên, ngập tràn bờ, tràn đồng, rồi cũng lại hạ xuống, giống như hiện tượng xảy ra trong bình thông nhau.

Cùng với con nước đục ngầu mang theo phù sa, các loại cá lội theo vào ruộng đồng đẻ trứng, cho đến thời kỳ nước giựt thì loại nước cỏ vàng sậm từ trong đồng ruộng chảy ra, vô số cá con lúc nhúc từng đàn, nhứt là loại cá linh, theo nhau ùa tràn trở ra các kinh rạch để ra sông lớn, cho nên dọc theo các kinh rạch này, người ta đóng đáy bắt cá, có thời điểm cá rộ, lưới không chịu nổi phải giở lên thả cho đi bớt; bằng không thì sẽ bị lủng lưới.

Với mùa nước lên và mùa nước giựt như vậy, hệ sinh thái vùng châu thổ sông Cửu Long được cân bằng một cách tự nhiên, và hễ năm nào mực nước dâng lên cao quá mức bình thường thì người dân thường đơn giản nghĩ là do thiên tai ngoài tầm với của con người.

Hiện tượng cân bằng sinh thái tự nhiên đó không còn nữa, từ khi dân số vùng Đồng Bằng Sông Cửu Long tăng cao do việc thiết lập các khu định cư tiếp đón dân các vùng khác đến sanh sống, nhiều nơi đắp bờ ngăn giữ nước trồng lúa ngắn ngày gia tăng sản lượng. Ngày xưa, các thế hệ tiền nhân đến lập nghiệp thường chọn các khu đất gò, tại Đồng Bằng Sông Cửu Long, gọi là "đất giồng", nên đến mùa nước lên, các cánh đồng bát ngát cò bay thẳng cánh biến thành biển nước mênh mông, thì đất giồng này vẫn là các khu an toàn cho người dân và cả cho các loài rắn. Ngược lại, trong vài thập niên qua, các khu định cư mới thường chỉ nhắm vào các vùng đất có điều kiện cho đồng bào canh tác, nên khi đến mùa nước dâng lên, có nơi phải ngập sâu xuống cả 2, 3 thước nước, nên cái mà giới bình dân thường quen gọi là "thiên tai" hẳn nhiên phải nặng nề và tác hại nhiều hơn. Ngoài ra, điều mà các nhà môi trường học đã lớn tiếng kêu gào nhiều nhất trong những năm gần đây là nạn chặt cây phá rừng bừa bãi; những rừng cây xanh um từ xưa mang chức năng giữ lại trong lòng đất một lượng nước quan trọng ở các đầu nguồn thì nay không còn nữa hoặc đã biến thành quá lưa thưa, nên nước mưa xuống thì cứ thẳng chảy ra, làm tăng khối lượng nước ngoài dòng sông và hẳn nhiên mực nước sông phải dâng cao khi mưa nhiều ở thượng nguồn.

Cửu Long Cạn Dòng, một nghịch lý?

Nhà văn Ngô Thế Vinh vừa cho ra đời một tác phẩm mới nhan đề khá hấp dẫn: "*Cửu Long Cạn Dòng, Biển Đông Dậy Sóng*" do Nhà xuất bản Văn Nghệ ấn hành, đã được các giới thân hữu, nhứt là Nhóm Bạn Sông Cửu Long tiếp đón với rất nhiều phấn khởi như là một đóng góp lớn cho sanh hoạt bảo vệ môi trường.

Nhưng một câu hỏi có thể được nêu lên ngay là liệu nhan đề tác phẩm như có tiềm ẩn một cái gì nghịch lý hay không? Bởi lẽ một đàng, mực nước ồ ạt dâng cao và dòng nước sông Mekong chảy xiết từ Cam Bốt xuống phần đất Việt Nam, trong cuối tháng 9 và đầu tháng 10 năm 2000 vừa qua đã làm cuốn trôi nhiều nhà cửa kể cả các nhà sàn dọc theo các kinh rạch, đã gây chết hơn 300 nhân mạng, các cộng đồng người Việt hải ngoại, theo tinh thần tương thân tương trợ giữa đồng bào ruột thịt, đang vất vả và tích cực tổ chức quyên góp cứu trợ, tác phẩm của

Ngô Thế Vinh lại nêu lên sự cạn dòng, có nghĩa là dòng Cửu Long không còn nước chảy nữa, thì nghĩa là sao?

Sự thực, nạn ngập lụt khiến nước tràn bờ, tràn đồng tại Đồng bằng Sông Cửu Long do lượng nước dồn dập từ trên thượng nguồn đổ xuống là một hiện tượng xảy ra hàng năm theo chu kỳ nhứt định, và kéo dài trong một thời gian một hai tháng là cùng. Trong trường kỳ, trái lại, không phải chỉ là vấn đề tràn ngập nước nữa, mà là vấn đề mực nước dòng sông Mekong có khuynh hướng ngày càng hạ xuống, sẽ đưa dẫn đến nguy cơ cạn kiệt, một nguy cơ tác hại quy mô khó lường, khó mà chặn đứng được, và giải pháp không còn có thể là tích cực quyên góp cứu trợ nhứt thời nữa.

Khuynh hướng cạn kiệt nước, trước mắt, sau những ngày nước tràn đồng theo chu kỳ hàng năm, đã được các nhà khoa học ghi nhận ở hiện tượng vùng nước nhiễm mặn từ các cửa sông Tiền sông Hậu đang ngày càng lấn sâu vào nội địa, và dấu hiệu là các loại cá chuyên sống vùng nước lợ đã bắt đầu được phát hiện ở một số vùng trước chỉ có các loại cá nước ngọt sanh sống. Nạn nhiễm mặn không những chỉ diễn ra tại các dòng sông mà còn thấm vào lòng đất khiến các giếng nước ngọt đào trong các vùng sâu bên trong cũng sẽ không còn sử dụng được. Trên các vùng nước nhiễm mặn hẳn nhiên sẽ không còn các giống lúa truyền thống nữa, và điều tai hại đang đe dọa trong tương lai là cho đến nay, chưa có một giống lúa nào được tạo trong các phòng thí nghiệm có thể thích ứng với vùng đất nhiễm mặn cả. Như vậy, liệu Việt Nam có thể còn giữ được sản lượng gạo xuất cảng vào hàng nhì thế giới như hiện nay hay không? Và trong lâu dài, nếu tình hình xấu đi hơn nữa, liệu người dân Việt trong nước sẽ còn đủ gạo để ăn hay không? Đó là những câu hỏi chủ yếu mà tác giả với một thủ thuật văn pháp kỳ diệu đã lần đưa người đọc phải quan tâm tìm hiểu thêm.

Nguyên nhân hiện tượng cạn dòng của sông Mekong có thể được tìm thấy trước mắt không phải trong thiên tai, mà trong chính tác động của con người. Để tranh thủ ngoi lên, mỗi nước nằm trên dòng chảy của sông Mekong - tất cả đều là những nước đang phát triển - đều cùng muốn làm sao tự sản xuất nhiều năng lượng chừng nào hay chừng nấy, để sử dụng vào công cuộc phát triển kinh tế trong đó, nền kỹ nghệ được đặt ưu tiên hàng đầu. Giấc mơ phát triển này đã và đang thúc đẩy các nước nằm trên dòng chảy của sông Mekong đua nhau hình thành các dự án thiết lập và xây dựng những đập nước, lắp đặt các nhà máy thủy điện, tạo ra nguồn năng lượng than trắng, nguồn năng lượng giá rẻ nên tương đối hấp dẫn do không lệ thuộc vào việc nhập cảng dầu từ các nước ngoài hao tốn ngoại tệ.

Theo công pháp quốc tế, giữa các nước có lãnh thổ liền nhau đều có phân định biên giới quốc gia bắt buộc công dân và hàng hóa từ nước này sang nước kia phải tuân theo một số điều kiện; riêng về nước trên con sông thì cứ theo dòng mà chảy xuôi chớ không có gì hạn chế cả. Tuy nhiên, từ khi kỹ thuật thiết lập các đập nước được thực hiện, đòi hỏi phải ngăn và chuyển dòng sông để đưa nước vào các hồ chứa dự trữ khổng lồ, được tính toán đều đặn tháo ra theo lượng hoạch định, dùng vận hành các turbin khổng lồ làm ra điện.

Hậu quả trước mắt của công cuộc chuyển dòng để dự trữ lượng nước cho riêng quốc gia mình, hẳn nhiên, chẳng những làm biến đổi dòng chảy thiên nhiên mà còn làm giảm khối lượng nước chảy xuôi dòng bình thường từ thượng nguồn ra biển cả như từ bao thế kỷ nay. Về mặt này, ai cũng rõ, Trung Hoa là nước có lợi thế hơn cả do lãnh thổ nằm ở vị trí đầu nguồn của sông Mekong, và trên thực tế, Trung Hoa, từ vài thập niên qua, đã triệt để khai thác vị trí tối thuận lợi của mình để xây dựng một loạt các con đập bậc thềm, bất kể quyền lợi của các nước ở hạ lưu. Kế tiếp, theo thứ tự, các nước Miến Điện, Thái Lan, Lào rồi Cam Bốt, và Việt Nam là nước nằm ở cuối nguồn hẳn nhiên phải chịu thiệt hơn cả.

Theo những điều trình bày trên, sự ra đời của tác phẩm "*Cửu Long Cạn Dòng, Biển Đông Dậy Sóng*" thoạt nhận thì thấy hình như là một nghịch lý, trước nạn lũ lụt hoành hành tại vùng châu thổ sông Cửu Long, dấy lên những phong trào rầm rộ cứu lụt trong các cộng đồng người Việt hải ngoại. Nhưng khi đặt vấn để dòng sông Mekong trong một bối cảnh quy mô toàn vùng và trong lâu dài có nguy cơ cạn kiệt, thì tác phẩm, nói chung, phản ánh một nỗ lực thu hút mọi người quan tâm đến một ngày mai, xây dựng một viễn tượng đúng đắn về địa lý chánh trị học (geopolitics) mở rộng tầm nhìn mang tính chiến lược soi sáng tiềm năng khả dụng cùng những mặt hạn chế, nhứt là của các nước nằm ở hạ lưu, trong việc khai thác nguồn nước sông Mekong phục vụ phát triển kinh tế, trước chánh sách ngạo mạn nước lớn của Trung Hoa ở trên thượng nguồn.

Cửu Long cạn Dòng, Biển Đông dậy Sóng

Trong bối cảnh kể trên và qua cách trình bày, người đọc có thể nhận ra ngay, tác phẩm "*Cửu Long Cạn Dòng, Biển Đông Dậy Sóng*", dày 646 trang, không phải là tác phẩm thuộc dạng tiểu thuyết hay truyện như "*Mây Bão*", "*Bóng Đêm*", "*Gió Mùa*", "*Vòng Đai Xanh*", "*Mặt Trận Ở Sài Gòn*" đã xuất bản trước đây, nguyên đã tạo nên một thế đứng vững chắc được nể trọng cho Ngô Thế Vinh trong văn giới trong những năm qua.

Về cấu trúc, sách được phân chia thành 23 chương cộng thêm những trang "Lời Dẫn Nhập", một phần Phụ lục về "Ký Họa Đoàn Thám Hiểm Sông Mekong 1866-1873", và đoạn "Thay Lời Kết" ở những trang cuối cùng.

Ở cuối đoạn "Dẫn Nhập", tác giả ghi "Cà Mau Năm Căn 11/99", thoạt nhận, có thể làm người đọc không am tường, hiểu lầm, cho là tác phẩm xuất xứ từ trong nước. Thực sự, địa danh Cà Mau - Năm Căn chỉ phản ánh quá trình hình thành tác phẩm bao gồm cả chuyến đi khảo sát thực địa tận trong nước thể hiện qua những hình ảnh rất phong phú, sống động in ở sau mỗi chương sách, bên cạnh những hình ảnh của những thời xa xưa nói lên những cuộc tra cứu tư liệu rất công phu, đòi hỏi nhiều thời gian vật chất, ghi lại những nguồn tham khảo vẫn tưởng đã bị dòng thời gian chôn sâu vào quên lãng.

Để tiện cho người đọc theo dõi và vị trí hóa các sự kiện lịch sử về con sông Mekong, ngay ở phần đầu, tác giả đã cẩn thận lập ra bảng kê các niên biểu trải rộng qua 7 quốc gia, từ thế kỷ thứ

I mãi đến năm 2000 là năm hoàn thành cây cầu Mỹ Thuận bắc qua Sông Tiền, gợi lên một tầm nhìn khoáng đạt, bao quát chớ không nhứt thiết giới hạn trong một khung địa lý thu hẹp ở một địa phương.

Tác phẩm "*Cửu Long Cạn Dòng, Biển Đông Dậy Sóng*" được hình thành theo một thể tài khá lý thú và độc đáo. Theo giải bày của Ngô Thế Vinh trong Lời Dẫn Nhập, thì "đây không thuần túy là một cuốn 'tiểu thuyết – fiction' được hiểu như là một sản phẩm của tưởng tượng, nhưng là dạng "dữ kiện tiểu thuyết – faction: fact & fiction" với một số nhân vật văn học và phần dự phóng là hư cấu để cùng với người đọc đi tới những vùng đất, nơi có con sông Mekong hùng vĩ chảy qua..."

Mô thức dữ kiện tiểu thuyết là một sáng tạo độc đáo, duy nhứt của nhà văn Ngô Thế Vinh, chắc chắn sẽ được đón nhận một số tranh luận, mở ra những cuộc trao đổi sẽ rất lý thú trong văn học sau này.

Hình như dụng ý của tác giả, chủ yếu nhằm khơi lên vấn đề từ chi tiết tạo nên một khung lý luận, đưa người đọc vào một số tình huống phải suy nghĩ, phải quan tâm đến một chủ đề bao quát lớn lao hơn bao trùm toàn bộ tác phẩm: dòng sông Mekong dưới tác động tai hại của các công trình thủy điện, mỗi nước dựa vào chủ quyền quốc gia cứ tùy tiện xây dựng, hầu hết chỉ tập chú vào sản lượng điện năng, xem nhẹ hoặc xem như không có các tác hại lâu dài về môi sinh, những tệ trạng về mọi mặt mà người dân trong vùng phải gánh chịu. Ngô Thế Vinh không đóng khung vấn đề trong nội vi một nước, mà còn cảnh giác về các tác hại của tiếp cận theo lối khép kín đóng cửa rút cầu này. Ngoài ra, Ngô Thế Vinh còn làm hiện rõ mối đe dọa cố hữu của nước lớn Trung Hoa ở đầu nguồn đang lạnh lùng hành động khống chế các nước ở hạ lưu, về mặt sử dụng lượng nước, về các chất thải kỹ nghệ âm thầm chảy xuống từ tỉnh Vân Nam nơi thượng nguồn...

Mỗi chương sách được đặt tên đôi khi nghe rất thi vị nhẹ nhàng nhưng thực chất là khai triển một đề tài gợi lên cho người đọc rất nhiều xúc cảm phê phán gay gắt. Chẳng hạn như Chương

XIV ghi là "Chuyến Tàu Lỡ Trên Sông Mekong Và Con Cá Đuối Trong Tỉnh Đồng Tháp", thực sự nội dung là vạch trần một cách thấm thía thái độ thiển cận của những viên chức chánh quyền Cộng Sản có trách nhiệm đã không cấp phép cho nhà thám hiểm biển sâu người Pháp, hầu như độc nhất vô nhị, nổi tiếng trên thế giới là Jacques-Yves Cousteau, xin mang chiếc tàu ngầm thám hiểm tí hon Calypso đi ngược dòng Mekong thu thập dữ kiện khoa học. Jacques-Yves Cousteau nay đã qua đời nên Việt Nam đã mất đi cơ hội bằng vàng để bổ sung phần hiểu biết khoa học vốn đã nghèo nàn về hệ sinh thái con sông Mekong!

Chương XXII mang tên "Tìm Về Phương Đông Địa Đàng Lại Đánh Mất" khêu gợi óc tò mò của người đọc, để lần theo các trang sách, từ từ phát hiện ra địa đàng chính là nền văn hóa cổ thời Đông Nam Á, với những dữ kiện mới được khám phá gần đây, những khu rừng mưa trên Cam Bốt, hệ thống thủy lợi và giao thông trên vùng Óc Eo châu thổ sông Mekong.

Từ chương này sang chương khác, tác giả đã lần đưa người đọc đi qua các vùng đất các nền văn minh những nơi con sông Mekong chảy qua, bắt đầu từ vùng đầu nguồn ở Tây Tạng rồi sang Vân Nam Miến Điện, qua Thái Lan, di chuyển qua Khu Tam Giác Vàng và lãnh thổ Lào với Cánh Đồng Chum. Từ những ngày ở Singapore, tác giả đã đưa người đọc về đất Cam Bốt với Cánh Đồng Chết thời Pol Pot, rồi mới quay về với vùng đất mẹ Việt Nam khốn khổ, đến Bến Tre, Cái Bè, đến vùng Tràm Chim Tam Nông đầm lầy, rồi trở qua đất Lào, Cam Bốt, đi vào vùng Biển Hồ Tonlé Sap kỳ thú, rồi lại quay trở về Nam Việt Nam... Mỗi chương là một đề tài được nêu lên và phân tích theo những góc cạnh tiếp cận vô cùng phong phú và đa dạng, không chương nào giống chương nào cả. Tuy khác nhau về tình tiết, nhưng giữa các chương, như tác giả đã trình bày, được gắn liền bằng một dòng tư tưởng nhất quán, vẽ lên những bức tranh thường là đen tối đè nặng lên dòng sông Mekong do thảm trạng các nước đua nhau thực hiện các công trình xây dựng đập vận hành các nhà máy thủy điện, chặn giữ nước và làm ô nhiễm lượng nước từ thượng nguồn.

Trong quá trình triển khai nội dung từng chương, tác giả thường tận dụng cơ hội cung ứng những dữ kiện và thông tin quý báu, được minh họa bằng các hình ảnh sống động của nhiều thập niên trước về lịch sử, về văn hóa hoặc văn minh cổ thời ở địa phương, như Phù Nam, Óc Eo, Champa, Tây Tạng... Qua các trang sách và hầu như đã thành một quán tính có thể nhận thấy rõ, không đề cập thì thôi, nhưng hễ đi vào một vấn đề nào, Ngô Thế Vinh hầu như đi vào rất sâu, cung ứng rất nhiều dữ kiện, nhiều bằng chứng lý thú, thúc đẩy người đọc càng đọc càng thích thú, đến một đoạn nào đó, có thể như "quên đường về". Tuy nhiên, trong lúc tiến tới say mê như vậy, và có khi đã thấy vừa đủ liều lượng, Ngô Thế Vinh, ở nhiều đoạn sách, có thể đột ngột bẻ tay lái sang lane chớp nhoáng chuyển sang một vấn đề khác không có chút bịn rịn nào cả. Trong một phút giây nào đó, người đọc bất ngờ bị cảm thấy như hụt hẫng, chới với đi vào một vấn đề khác. Và mỗi lần như vậy, người đọc không thể làm gì khác hơn là từ từ lật ngược lại các trang đã qua, để hệ thống hóa lại nội dung, trước khi thưởng thức tiếp các trang sách. Chừng đó, người đọc mới cảm thấy được bút pháp điêu luyện của tác giả và xác định rõ, tác phẩm "*Cửu Long Cạn Dòng, Biển Đông Dậy Sóng*" đúng như được ghi nhận là "đầy ắp tư liệu" có giá trị lịch sử và cả giáo dục nữa, không thể đọc phơn phớt để thưởng thức như là một quyển tiểu thuyết bình thường được.

Chính trong những điều kiện kể trên, mới nổi bật lên và như in sâu vào tâm trí người đọc những sự kiện lịch sử của một thời xa xưa mà người ta không thể quên được về con sông Mekong, chẳng hạn như thông tin về chuyến đi thám hiểm của Francis Garnier, Doudart de Lagrée ngược dòng sông Mekong để tìm thủy lộ giao thương từ Sài Gòn sang Trung Hoa; về số phận tiêu vong của loại cá hiếm Pla Beuk, Dolphin trên dòng sông Mekong... Thông tin lý thú nhứt có lẽ là mặc dầu con sông Mekong được vẽ trên mọi bản đồ thế giới, nhưng chỉ mới đây thôi, chỉ vào năm 1994, người ta mới chánh thức xác định được tọa độ chính xác điểm khởi nguồn của sông Mekong nơi một địa điểm hoang vắng nhứt của cao nguyên Trung Á.

Như tên tác phẩm đã phân định, rõ ràng có hai vế chủ yếu được đề ra ở đây. Vế "Cửu Long Cạn Dòng" là tiếng kêu cảnh giác về nguy cơ xảy đến trong một tương lai gần kề cho dòng sông Mekong khi mỗi quốc gia nằm trên dòng sông chỉ nhằm nhu cầu phát triển nguồn thủy điện cứ tiếp tục xây dựng đập, không cứu xét đúng mức các hậu quả tai hại về môi sinh cho dân chúng trong vùng và cả dân chúng các quốc gia ở vùng hạ lưu.

Ngô Thế Vinh đứng trên quan điểm môi sinh, nên nêu vấn đề nặng về khía cạnh nhân bản, đòi hỏi những nguồn lợi kinh tế, trên cấp bậc quốc gia, thu thập được do các con đập không thể hy sinh quá đáng về những điều kiện sống bình thường của người dân trong vùng được.

Nhân dịp này, tác giả đã thẳng thắn vén lên bức màn huyền thoại lâu đời của các định chế quốc tế chuyên trách tài trợ các dự án phát triển, cụ thể là Ngân Hàng Thế Giới – World Bank, Ngân hàng Phát Triển Á Châu – Asian Development Bank, thường thấy thuận lợi hơn khi hợp tác với các chánh quyền độc tài địa phương, viện lẽ các chánh quyền này có đủ điều kiện duy trì ổn định chánh trị cần thiết để tiến hành các dự án xây đập, luôn luôn đòi hỏi phải tổ chức di chuyển dân chúng sống trong vùng bị chôn sâu dưới khối nước dự trữ ở các hồ chứa.

Trong vấn đề dòng sông Mekong, một nước Trung Hoa to lớn đang ngự trị ở thượng nguồn, độc quyền nắm thế thượng phong, lặng lẽ xây dựng hàng loạt đập thủy điện bậc thềm, biến các đoạn dòng sông Mekong thành ô nhiễm quá mức do chất thải của các nhà máy kỹ nghệ nằm dọc theo bờ sông, mà không có một biện pháp xử lý nào cả; Việt Nam và Cam Bốt là các nước nằm dưới vùng hạ lưu hẳn nhiên sẽ phải lãnh đủ các hậu quả ô nhiễm này.

Để được tự do hành động cho quyền lợi riêng mình, Trung Hoa luôn luôn né tránh, không bao giờ muốn thành hội viên Ủy Hội Sông Mekong, và đây có thể là một phát hiện kỳ thú của tác phẩm, ít được dư luận thế giới quan tâm: Trung Hoa đã cho phá vỡ các khối đá khổng lồ để tạo ra một dòng sông chảy xuống đến đất Lào. Khuynh hướng bá quyền của Trung Hoa đã được củng cố thêm do bởi chủ trương bành trướng lãnh thổ ở vùng Biển Đông được tác giả phân tích tại chương XV là chương mang tên được dùng làm tên tác phẩm: "Cửu Long Cạn Dòng, Biển Đông Dậy Sóng", đặc biệt triển khai vế thứ 2 của tên sách (Biển Đông Dậy Sóng) hàm ý nhắc đến biến cố Hoàng Sa (Paracel) năm 1974 và Trường Sa (Spratly) năm 1988 – vết thương hằn sâu khó lành của mọi người dân Việt - từ đó, ghi nhận những khía cạnh của chủ trương bá quyền của Trung Hoa trong vùng Đông Nam Á. Trong bối cảnh đầy đe dọa về lãnh thổ và lãnh hải ngoài Biển Đông, nhân vật Hộ (trang 476) chắc hẳn đã làm nhiều người đọc bàng hoàng khi khẳng định: "Từ hơn một thập niên qua, việc đơn phương chuyên quyết tiến hành xây chuỗi 7 con đập bậc thềm khổng lồ Vân Nam, trên thực tế Trung Hoa đã phát động một cuộc chiến tranh môi sinh không tuyên chiến với 5 nước nước hạ nguồn sông Mekong." Nhưng đối lại và gợi nhớ tinh thần bất khuất của mọi người dân Việt Nam, Ngô Thế Vinh đã cho ghi ở đầu chương các vần thơ cảnh cáo bất hủ của Lý Thường Kiệt: Nam quốc sơn hà Nam đế cư, Tiệt nhiên định phận tại thiên thư...

Như tác giả xác định, các nhân vật trong tác phẩm đều thuộc phần hư cấu, nhưng lối xây dựng hư cấu của Ngô Thế Vinh thực sự đã tạo cảm giác như phảng phất đâu đây hình ảnh, phong cách một số mẫu nhân vật có thật ngoài đời. Đó là ông Khắc, một nhà báo lão thành, cộng tác với tờ báo Mỹ chuyên trách các đề tài về Đông Nam Á và Việt Nam; Cao thuộc Nhóm Bạn Cửu Long thường xuất hiện nhiều trong các chương sách, phát biểu tầm nhìn bao quát có giá trị chiến lược lâu dài về môi sinh; Duy là một thanh niên gốc Bắc, lớn lên trong Nam, tốt nghiệp Đại học Mỹ, có nhiều công trình đăng ở tập san y khoa nổi tiếng, bên cạnh có Bé Tư, một cô gái thông minh sâu sắc, nhưng rất chín chắn, được Ngô Thế Vinh đệm thêm một vài nét phác họa tình cảm với Duy để gây chút thơ mộng trong câu chuyện dòng sông Mekong...

Các nhân vật này tạo thành chất kết dính các sự kiện, được gắn vào các vai trò dấn thân vì môi sinh, tham quan, tham dự các hội nghị, trao đổi... được tác giả lồng vào những phát biểu sâu sắc, chứng tỏ thẩm quyền trong lãnh vực chuyên môn có liên quan, khi thì mang tính nhận định hoặc quan điểm, khi thì phê phán cần thiết ở trong các tình huống thích hợp liên quan đến dòng sông Mekong. Những nhận định và phê phán này thường nhẹ nhàng trong phong cách lịch sự trí thức, nhưng khi cần thì cũng rất khe khắt, chẳng hạn như đối với cuộc thảm sát quy mô thời Pol Pot, chủ trương cáp duồn thời Lon Nol ở Cam Bốt, những mặt tiêu cực của chánh sách Đổi Mới tại Việt Nam, hậu quả tiêu ma cho Tràm Chim vùng Tam Nông, một số loài vật quý hiếm trên thế giới có nguy cơ bị diệt chủng... Ngô Thế Vinh cho thấy đã thận trọng duy trì liều lượng vừa phải để những người nhất là những chức quyền có liên quan vẫn còn lắng tai nghe được và để cho nội dung thẩm thấu một cách từ tốn theo trình độ hiểu biết của họ.

Có một điều gợi lên cho người đọc chút xót xa cho đất nước Việt Nam trong hoàn cảnh hiện tại là các nhân vật thuộc hàng chuyên gia Ngô Thế Vinh xây dựng trong tác phẩm thì hoặc thuộc thế hệ lão thành, hoặc thế hệ trẻ mới vươn lên, nhưng hầu hết đều từ nước ngoài đi vào quê mẹ. Dù vậy, tác giả cũng đã không để cho họ cảm thấy như là những người xa lạ trên quê hương mình, bất chấp các thủ tục vụn vặt, chẳng hạn như phải khai báo với công an địa phương (chi tiết phiền hà này không có ghi trong tác phẩm). Đến khi sang nước khác tiếp xúc với chuyên viên như Cham Sak chẳng hạn là chuyên viên đang sanh sống hành nghề tại chính nước Thái Lan chánh gốc của mình, họ phát biểu một cách hồn nhiên trên cơ sở là chuyên gia Việt Nam với nhiệt huyết phục vụ môi sinh, phục vụ đất mẹ Việt Nam của họ.

Được trang bị vốn hiểu biết kỹ thuật chuyên môn cùng kinh nghiệm thu thập ở nước ngoài, các nhân vật chuyên gia Việt Nam này cũng mang theo về nước tầm nhìn bao quát có tính chiến lược lâu dài và phương pháp xử lý bám sát tinh thần đối chiếu khoa học, hẳn nhiên phải khác và đôi khi còn đối nghịch với cả cách nhìn không tự thấy là cục bộ của nhân vật Mười Nhe mà Ngô Thế Vinh đã xây dựng phản ảnh một cách trung thực tài tình mẫu hình cán bộ Cộng Sản trung kiên có thể tìm thấy ở nhiều nơi tại vùng Đồng Bằng Sông Cửu Long.

Ngay cái tên Mười Nhe cũng đã gợi lên chút tính trào lộng, ai cũng tưởng rằng ông Mười Nhe này luôn luôn... nhe răng cười, nhưng sự thực, Mười Nhe đã được Ngô Thế Vinh mô tả "vóc người ốm nhỏ, có nước da sạm đen hơi tái của người thiếu máu kinh niên, khuôn mặt xương xẩu vẻ cằn cỗi và khắc khổ..." là hình ảnh hiếm hoi của những người Cộng Sản chân chính còn sót lại, trong chức vụ Huyện Ủy Tam Nông, đã tích cực thực thi chánh sách đổi mới bằng "kế hoạch ngũ niên tự phát", nâng dân số huyện lên gấp đôi, mang lại cho đồng bào một đời sống sung túc trong một thời gian kỷ lục. Ông Mười Nhe đã cho chặt phát rừng tràm thả cửa, đánh cá không phải chỉ bằng lưới mà cả bằng chất nổ, bắt tất cả cá tôm các cỡ, cỡ nhỏ không bán thì để nổi lều bều trên mặt nước, người dân không mấy chốc đều khá giả. Nhưng hậu quả là, diện tích rừng tràm nổi tiếng phong phú thì nay chỉ còn một phần ba, cả ngàn con hạc quý hiếm nay chỉ còn khoảng 500 con! Mười Nhe vui và hãnh diện với thành tích vượt bực của mình trong công trình đưa huyện nhà đi lên, (tác giả không có ghi khẩu hiệu "tiến nhanh tiến mạnh lên chủ nghĩa xã hội") nhưng làm sao để đưa vào đầu con người cán bộ già nua và thủ cựu này khái niệm vùng đầm lầy và tràm chim là một kho tàng phong phú về sinh học, là cái nôi của chu kỳ sinh sản và tăng trưởng cho nhiều giống cá và các loài sinh vật khác? Thiếu học và cuồng tín vẫn còn là "nguyên nhân nỗi khổ không phải chỉ trên những con người mà còn với đám chim muông và cây cỏ", một khía cạnh của thảm trạng của dòng sông Cửu Long mà Ngô Thế Vinh đã nêu lên một cách vô cùng thấm thía cho những ai còn có chút suy tư.

Người ta phát hiện ông Mười Nhe có một đứa con trai tên Thuận theo học trên tỉnh được Mười Nhe kín đáo tự hào, nhưng bị cho là "chỉ biết có sách vở, cùng bày đặt nói tới nói lui chuyện tào lao môi sinh môi tử." Qua sự bảo trợ của Bé Tư, Thuận được Hội Hạc Quốc tế cấp học bổng du học. Theo thời trang, Thuận đã chọn đi Mỹ và đang cố gắng hết sức mình để đạt mức bắt buộc 550 điểm môn Anh văn, cho nên người ta chỉ trông chờ một lớp người trẻ như Thuận thay thế những người như Mười Nhe đến tuổi phải nằm xuống dưới đáy mồ, trong tương lai thế hệ trẻ trong và ngoài nước mới cùng chân thành truyền đạt cho nhau trên cùng một băng tần, cùng kết hợp nhau xử lý các vấn đề môi sinh dòng sông Cửu Long mà thôi.

Nhưng không, thời gian chờ đợi ấy sẽ có thể rất xa, và nhân vật Bé Tư dù sao cũng chỉ là một hư cấu mang tính lý tưởng; ngoại trừ là trong dòng tộc, còn thì rất khó mà thiết lập quan hệ gắn bó với Thuận như thế trên thực tế được.

Ngô Thế Vinh đã có cách xử lý thiết thực và vô cùng tuyệt diệu để thay đổi cách làm ngay của Mười Nhe: cho một đồng chí từ cấp trung ương Đảng khêu gợi lại cho Mười Nhe lòng căm thù, nêu lý do mất cảnh giác về an ninh quốc phòng – "phá hoại hết rừng tràm là phá hoại chiến khu..." (trang 200).

Qua 645 trang sách, tranh của Nghiêu Đề, mẫu bìa của Khánh Trường, Cao Xuân Huy trình bày nội dung, được minh họa bằng hàng loạt hình sinh động, một số có giá trị lịch sử, tác phẩm "*Cửu Long Cạn Dòng, Biển Đông Dậy Sóng*" của Ngô Thế Vinh đã đưa người đọc đi từ thượng nguồn ở Tây Tạng, vượt qua các ghềnh thác và sóng gió của lịch sử từng quốc gia mới xuống đến vùng châu thổ ra các cửa sông tỏa nước ra biển.

Dưới thể tài theo mô thức "dữ kiện tiểu thuyết" độc đáo, duy nhứt, của bản thân Ngô Thế Vinh, tác phẩm quả thật đã thể hiện một công trình nghiên cứu công phu theo chiều sâu cặn kẽ của từng vấn đề nêu lên, đánh dấu một đỉnh cao trong văn nghiệp Ngô Thế Vinh. Giá trị căn bản của tác phẩm là đã thành công, xuyên qua các dữ kiện, cung ứng những thông tin giá trị vô song về quá khứ sóng gió của từng khu vực dòng sông Mekong chảy qua, để từ đó đưa dẫn người đọc làm quen rồi tiếp cận với các vấn đề môi sinh được đặt cho toàn vùng, và xây dựng một tầm nhìn chiến lược bao quát, thoát khỏi những vướng bận cục bộ địa phương chỉ biết có riêng mình.

Do thái độ ngạo mạn đàn anh của Trung Hoa một mặt răn đe xâm lược ở mặt Biển Đông, một mặt nắm quyền quản lý khép kín, thao túng ở đầu nguồn, dòng sông Mekong đang thực sự đối diện với một tương lai đầy bất trắc do nạn xây đập không có bản thảo phối hợp, chia sẻ quyền lợi hợp lý, cân bằng sinh thái với các nước khu vực hạ lưu.

Tác phẩm đã làm nổi bật một số chủ điểm, đơn giản hóa một số hiểu biết chuyên sâu, để xây dựng ý thức chung về các tai họa có khả năng xảy đến, cụ thể là nguy cơ dòng sông Mekong cạn kiệt, nạn nhiễm mặn đang lan dần vào nội địa quốc gia ở hạ lưu – lại chính là Việt Nam.

Tác phẩm "*Cửu Long Cạn Dòng, Biển Đông Dậy Sóng*" của Ngô Thế Vinh gióng lên tiếng chuông báo động về các nguy cơ kể trên. Mong tiếng chuông báo động này sẽ vang xa, tập hợp một lực lượng nhân sự ngày một đông đảo, huy động trí tuệ cùng góp sức giải quyết các vấn đề môi sinh chủ yếu đã được nêu lên cho dòng sông Mekong nói chung và cho phần hạ lưu, châu thổ sông Cửu Long nói riêng tại Việt Nam.

*ĐỖ HẢI MINH*
*10.17.2000*

## DOHAMIDE

Dân tộc Chăm, sanh năm 1934 tại làng Koh Taboong, Châu Đốc. Tốt nghiệp thủ khoa Ban Cao Nguyên (1958) và Ban Đốc sự Hành Chánh (1963) Học Viện Quốc Gia Hành Chánh; M.A. về Chánh trị học, Đại học Kansas, Hoa Kỳ (1967). Sáng lập Hiệp Hội Chàm Hồi giáo Việt Nam. Đại biểu Islam Việt Nam tham dự Hội nghị các nước Islam Đông Nam Á và Viễn Đông được tổ chức lần đầu tiên tại Kuala Lumpur, Malaysia (1964), Hội nghị Islam thế giới tại Thánh địa Makkah, Ả Rập Saudi (1972). Đỗ Hải Minh là một cây viết quen thuộc trên báo Bách Khoa trước 1975, chuyên khảo về lịch sử và văn minh Chàm.

Đã xuất bản: "*Dân Tộc Chăm Lược Sử*"; "*Bangsa Champa: Tìm Về Với Một Cội Nguồn Cách Xa*".

Định cư tại Orange County, Nam California, Hoa Kỳ. Ông mất năm 2021, thọ 87 tuổi.

ĐS

# NHẬT TIẾN

## ĐỌC TÁC PHẨM
## *CỬU LONG CẠN DÒNG, BIỂN ĐÔNG DẬY SÓNG*

Tựa đề của tác phẩm, tự nó đã mang hai chủ đề lớn: *Cửu Long cạn dòng, Biển Đông dậy sóng*. Đây không phải là tựa đề thích hợp cho một cuốn tiểu thuyết, nhưng chỉ khi nào đọc xong tập truyện, gấp sách lại với bao nỗi niềm xúc cảm dâng lên trong lòng, người đọc mới thấy dụng tâm của tác giả. Ông muốn gửi đến người đọc, không chỉ là những tâm tình khắc khoải, thiết tha mà còn là tiếng kêu thất thanh của một loài chim báo bão về một thảm họa kinh hoàng đang tới, sẽ tới, nhưng giữa một khung cảnh ngổn ngang quá nhiều vấn đề phải toan tính hiện nay, nên rõ ràng thảm họa này chưa được mấy ai chú ý tới. Thực ra, nếu cần xếp loại thì *Cửu Long Cạn Dòng, Biển Đông Dậy Sóng* nên xếp vào loại tiểu thuyết tư liệu (roman documentaire) giống như bên ngành kịch đã có những vở kịch tư liệu (theatri documentaire) đã một thời làm sôi động sân khấu thế giới. Thực chất của những tác phẩm văn nghệ có dính dấp nhiều đến vấn đề tư liệu này chính ra chỉ là một thủ pháp chuyển hóa những dữ kiện lịch sử vào nội dung tác phẩm thông qua trí tưởng tượng của tác giả để minh họa thêm những chi tiết cụ thể cho những vấn đề mà tác giả muốn đề cập. Trong văn học Việt Nam, những tác phẩm của Nguyễn Triệu Luật như Ngược Đường Trường Thi, Bà Chúa Chè, Chúa Trịnh Khải, Rắn Báo Oán, v.v... theo tôi là những tiểu thuyết thể hiện rất rõ nét về thể loại tiểu thuyết này.

Nhưng dù sao thì đấy vẫn chỉ là phần hình thức bên ngoài trong khi nội dung tác phẩm mới là phần đáng kể. Người đọc khi gấp sách lại, hẳn ai cũng chia sẻ với ông về một chuyện chẳng đặng đừng: vấn đề nêu trong tác phẩm không chỉ là những vấn đề tâm tình muôn thuở của con người mà ta thường thấy trong những bộ tiểu thuyết, nhưng ở đây là những chuyện thiết thân đến đời sống, đến sự sinh tồn của hàng trăm triệu con người thuộc bảy quốc gia trong vùng Đông Nam Á. Mà như vậy thì hà cớ phải gò bó những suy tưởng, những đi, những sống, những vốn hiểu biết dồi dào phong phú của mình vào khuôn khổ của tiểu thuyết thuần túy. Ngô Thế Vinh do đó đã để cho ngòi bút của mình xuôi chảy theo nhu cầu của sự thuyết phục về những điều mà ông muốn gửi gắm đến người đọc. Trên hai mươi ba chương sách dàn trải rất nhiều vấn đề thuộc về thiên nhiên, về con người, về tâm tình thao thức của nhiều nhân vật điển hình, về môi trường sống và cả những mưu toan chính trị, tất cả đã được tác giả trình bày khi thì dưới dạng những trang biên khảo cực kỳ phong phú về lịch sử, về phong tục, về tín ngưỡng hay tập quán của nhiều bộ tộc, khi thì là những dữ kiện, những con số, những thống kê khoa học chính xác, và đặc biệt lôi cuốn hơn cả, là những trang du ký sinh động, đầy màu sắc của nhiều miền đất lạ trên cao nguyên, trên đồng bằng, trong rừng sâu núi thẳm hay ngoài đại dương, những trang ghi chép tuyệt vời đối với những ai chưa có dịp đi và sống. Tuy nhiên dù đa dạng cách nào thì người đọc vẫn nhìn thấy dụng ý của tác giả, đó là sự tổng hợp của nhiều thủ pháp cần thiết để vừa tăng hiệu lực của cuốn sách, vừa để cho những nhân vật tiểu thuyết của ông dẫn dắt người đọc đi vào những ước mơ, những khao khát và những nguyện vọng của con người về những chuyện thiết thân đến đời sống, đến sự sinh tồn của nhiều dân tộc trong đó, dĩ nhiên có Việt Nam.

Bằng một giọng văn hết sức đơn giản nhưng có sức tập trung cao độ, Ngô Thế Vinh đã sử dụng những nhân vật của mình làm hướng dẫn viên đưa người đọc đi qua những cuộc hành trình kỳ thú, từ quá khứ xa xăm đến thực tế hiện tại sinh động, để từ đó, người đọc bỗng thấy nổi bật lên một điều cơ bản: Họ, những nhân vật tiểu thuyết của Ngô Thế Vinh, như ông Khắc, như bác sĩ Duy, như Cao, như Hộ, như Điền, Thuận, Bé Tư, v.v... những chuyên viên khoa học thuần túy không những chỉ đang hành xử công tác chuyên môn của mình mà chính họ đã trở thành những người lính tiền phong đang xông vào một mặt trận mới. Đó là mặt trận đấu tranh sinh tồn có ảnh hưởng tới tương lai dân tộc trên cả hàng trăm năm trong một cuộc chiến rộng lớn, cuộc chiến về môi sinh, cuộc chiến về chủ quyền đất nước, cuộc chiến giành lại đất sống cho nhiều thế hệ con cháu chúng ta. Với kinh nghiệm già giặn và trình độ chuyên môn phong phú được hấp thụ từ những ngôi trường danh tiếng nhất thế giới, sự lo lắng và thao thức của họ khẳng định không phải là những cái gì xa xôi phù phiếm nhưng chính là những vấn đề nghiêm túc và cấp bách khiến cho người đọc phải quan tâm. Chẳng hạn như: "Theo tin báo Tuổi Trẻ từ trong nước, mười ngày trước Giáng sinh, ngư phủ Nguyễn văn Chơn và vợ cư ngụ tại huyện Lấp Vò tỉnh Đồng Tháp đã lưới được một con cá đuối khổng lồ trên sông Tiền, đoạn giữa hai xã Tân Mỹ và Tân Khánh Trung. Con cá đuối có chiều dài hơn 4 mét, ngang 2 mét và nặng tới 270 ký. Cá Đuối hay Selachian, tên khoa học là Chondrichthyes, thuộc loài cá sụn - Cartilaginous fishes gồm các giống cá mập, cá nhám, cá đuối và là cá nước mặn. Đây cũng là lần đầu tiên ngư dân Đồng Bằng Sông Cửu Long lưới được một con cá nước mặn lớn như vậy rất xa biển và trên một khúc sông nằm sâu trong đất liền (trang 343). Rồi tác giả viết tiếp: "Nhưng có biết đâu, niềm vui đã nằm trong thiên tai như lời thơ Nguyễn Đình Toàn, bởi vì khi mà nước sông Cửu Long xuống mức thấp nhất so với 73 năm trở lại đây và có nơi mực nước sông chưa được hai thước gây sạt lở hai bên bờ làm thiệt hại nhà cửa và cả nhân mạng. Nhiều chuyên gia Việt Nam ở ngoại quốc và cả trong nước đã lên tiếng báo động về hiểm họa hạn hán với sông Cửu Long có thể cạn dòng do các công trình xây đập ngăn nước của các quốc gia thượng nguồn Thái, Lào và nhất là chuỗi tám con đập bậc thềm khổng lồ Vân Nam, Trung Hoa mà lâu nay chánh quyền Hà Nội vẫn không hề lên tiếng phản đối. Và khi một con cá đuối nước mặn lớn như vậy có thể vào tới Đồng Tháp thì đó là báo hiệu nạn ngập mặn salt intrusion đã vào rất sâu trong vùng châu thổ, nơi vốn là đất của "sữa và mật ngọt" hay đúng hơn vùng đất của "phù sa, lúa gạo, cây trái và tôm cá đầy đồng..." (trang 347).

Đối với tôi, đây không chỉ là một trang sinh động nằm trong một cuốn tiểu thuyết giả tưởng vì thực tế còn sừng sững ở đó. Tác giả cho biết: "Từ những năm 70, Trung Hoa đã có kế hoạch xây một chuỗi 8 con đập - Mekong Cascades - trên thượng nguồn nhưng do thiếu ngân sách nên mãi tới năm 80, con đập đầu tiên Manwan cao 99 mét mới được khởi công. Đập chắn ngang khúc sông giữa hai ngọn núi với bức tường thành cao 35 tầng và 13 năm sau mới xây xong (trang 57). Con đập thứ hai Đại Chiếu Sơn - Dachaoshan - cũng đã được khởi công năm 1996, sẽ tới con đập thứ ba Cảnh Hồng - Jinghong - chủ yếu xuất cảng điện sang Thái Lan. Con đập thứ tư Xiaowan cao 248 m, được coi là con đập mẹ – mother dam – trong chuỗi 8 con đập bậc thềm dự trù xây xong trước thập niên thứ nhất của thế kỷ 21 (trang 58). Vào năm 1993 do một hiện tượng được coi là bất thường xảy ra khi mực nước con sông Mekong đột ngột tụt thấp xuống mà không vào mùa khô, chỉ lúc đó người ta mới biết là do ảnh hưởng của con đập Manwan (trang 59).

Sông cạn dòng vốn đã là một thảm họa. Nạn ô nhiễm cũng chẳng kém kinh hoàng hơn. Tác giả cho biết: "Từ Nữu Ước tới California, từ Thái Lan qua Lào, Cam Bốt sang đến Việt Nam – xuống tới mũi Cà Mau, đi tới đâu Cao cũng thấy tràn ngập các món hàng Trung Hoa. Có bao nhiêu trong số các món hàng ấy xuất phát từ những khu chế xuất tỉnh Vân Nam dọc hai bờ con sông Mekong? Con sông vốn trinh nguyên trong suốt cả ngàn năm ấy đang có những đổi thay thật mau chóng. Với 28 khu hầm mỏ đang được triệt để khai thác nơi thượng nguồn con sông Mekong, trong đó có cả những mỏ chì, mỏ kẽm là nguồn ô nhiễm nặng nề nhất (trang 246). Con chim báo bão Ngô Thế Vinh đã đưa ra hình ảnh bi thương của thảm kịch Minamata bên Nhật Bản để minh họa cho tương lai đen tối của đồng bằng Sông Cửu:

"Vào những năm 50 ở Nhật, dân làng Minamata bỗng nhiên chứng kiến một hiện tượng lạ: những con mèo bắt đầu nhảy múa điên cuồng, lên cơn co giật rồi sau đó là chết. Sau mèo tới người, phụ nữ sinh quái thai, trẻ sinh ra sống sót thì cũng bị dị tật bẩm sinh và chết dần... Đó là do công ty hóa chất Chisso đã đổ các chất phế thải kỹ nghệ có thủy ngân xuống vịnh Minamata tạo ra một chu kỳ nhiễm độc trước hết trên các loại rong tảo tôm cá; tiếp theo là các động vật như mèo và dân cư sống trong vùng bị nhiễm độc gián tiếp do ăn phải hải sản có hàm lượng thủy ngân rất cao. Tomoko Uemura như một điển hình, một thiếu niên 17 tuổi tại làng Minamata ngay từ lúc sinh ra đã mù lòa câm điếc co quắp biến dạng không còn là hình người. Tomoko sống như cây cỏ, hoàn toàn trông nhờ vào bà mẹ tâm hồn thì đẹp đẽ và vô cùng ẩn nhẫn nhưng cũng rất can trường phấn đấu cho nhân phẩm và sự sống còn của đứa con... No more Minamata. Nhắc lại tấn thảm kịch ấy như điều tâm niệm của mỗi người dân đang cư ngụ nơi lưu vực sông Mekong, khi mà mỗi ngày chúng ta phải sống với đủ loại nước thải đổ xuống từ các khu kỹ nghệ khổng lồ Vân Nam và cả từ Thái Lan (trang 513, 514). *https://collections.artsmia.org/art/4677/tomoko-uemura-is-bathed-by-her-mother-w-eugene-smith*

Từ biên giới phía tây của đất nước với những vấn đề của đồng bằng sông Cửu Long, bước qua biên giới phía đông, không thể không nhắc tới vấn đề chủ quyền và biên giới lãnh hải. Tham vọng tiến chiếm biển Đông là điều Trung Hoa không bao giờ giấu giếm. "Giở tấm bản đồ Asia Pacific mới nhất của National Graphic, một cơ sở mà trước đây Kham (một nhân vật của Ngô Thế Vinh đã từng trải qua hầu hết các biến cố lớn lao trên đất nước) vẫn tin là có uy tín với tính khoa học vô tư, nhưng Kham đã không nén được sự bực bội. Khi vẽ vùng biển Đông, cả khu vực mà họ gọi là South China Sea gần như hoàn toàn giống với ranh giới lịch sử lưỡi Rồng của Trung Hoa với ôm trọn cả hai quần đảo Hoàng Sa và Trường Sa. Và Kham cũng đã không ngạc nhiên khi thấy cũng trên tấm bản đồ ấy cả ranh giới xứ Tây Tạng bị xóa nhòa trong cái trật tự mênh mông của lục địa nước Trung Hoa (trang 368)... Riêng tại miền Bắc, các cấp lãnh đạo Đảng Cộng Sản Việt Nam chẳng những không có một tiếng nói đòi chủ quyền mà còn tự nguyện dâng cả hai quần đảo Hoàng Sa và Trường Sa cho Bắc Kinh. Bức công hàm ngoại giao 14-09-58 gửi Trung Hoa của chánh phủ Việt Nam Dân Chủ Công Hòa do Thủ Tướng Phạm văn Đồng ký với nội dung "tán thành bản tuyên bố ngày 4-9-58 của chính phủ Cộng Hòa Nhân Dân Trung Hoa quyết định về hải phận của Trung Hoa". Mười tám năm sau, báo

Sài Gòn Giải Phóng 05-1976, vẫn tiếp tục bênh vực cho nội dung kỳ quái của bức công hàm ấy: "Việt Nam Trung Quốc là hai nước anh em, sông liền sông, núi liền núi. Trung Quốc vĩ đại đối với chúng ta không chỉ là người đồng chí mà còn là người thầy tin cẩn, đã cưu mang chúng ta nhiệt tình để chúng ta có được ngày hôm nay, thì chủ quyền Hoàng Sa thuộc Trung Quốc hay thuộc ta cũng vậy thôi. Khi nào chúng ta muốn nhận lại quần đảo này Trung Quốc sẽ sẵn sàng giao lại". Nhưng chính người đồng chí và người thầy tin cẩn ấy, 14 năm sau (14-03-88) không những đã không trả Hoàng Sa mà còn dùng võ lực cưỡng chiếm luôn các đảo Trường Sa của người đồng chí Việt Nam anh em. Chỉ trong một trận hải chiến ngắn, họ đã bắn chìm tàu hải quân Việt Nam, tàn sát không nương tay ngót 100 thủy thủ Việt trên biển Đông thuộc vùng lãnh hải Việt Nam (trang 375, 376).

Công bằng mà nói, chuyện chấp nhận chủ quyền Hoàng Sa và Trường Sa là của Trung Quốc vào năm 1958 là một dữ kiện đen tối của lịch sử, tuy nhiên nó đã nằm trong quá khứ. Trận hải chiến xảy ra ở Biển Đông trong tháng 3 năm 1988 với sự hy sinh của ngót 100 thủy thủ Việt Nam như tác giả đã trình bày ở trên, cùng với những tin tức Việt Nam xây cất đồn lũy trên một phần của những hòn đảo này vào thập niên 90 cũng đã chứng tỏ nhà nước Cộng Sản Việt Nam đang cố gắng giữ gìn chủ quyền lãnh thổ khi bị ngoại bang lấn chiếm. Đã có những cuộc thương thảo gay go giữa phái đoàn hai nước về vấn đề chủ quyền Biển Đông, và gần đây nhất theo tin báo chí, cuộc đàm phán lãnh hải từ 8 đến 12 tháng 9-2000 đã đi đến bế tắc, hai bên không đạt được sự thỏa thuận nào dù hứa hẹn sẽ vẫn còn tiếp tục trong tương lai. Nói cho đúng, cuộc đàm phán về lãnh hải này đương nhiên là sẽ phải gay go vì phía Trung Quốc hẳn sẽ dựa trên bức công hàm ngoại giao do Thủ Tướng Phạm văn Đồng đã ký ngày 14-9-1958 để làm lập trường thương thảo. Đây là một hệ lụy của quá khứ mà nhà nước VN hiện nay phải gánh vác. Nhưng tôi mong mỏi rằng sẽ chẳng vì thế mà VN lại phải có những nhượng bộ nào khác để các cuộc thương thuyết sau này có cơ hội thoát ra khỏi được sự bế tắc. Trong tâm khảm của người Việt Nam thì Hoàng Sa và Trường Sa là thuộc lãnh thổ Việt Nam. Bất cứ một sự nhượng bộ nào dù lớn hay nhỏ cũng đều sẽ để lại cho thế hệ con cháu chúng ta mai sau những di lụy mà tác hại của nó không biết đâu mà lường trước được. Mọi người Việt Nam dù là ở trong hay ngoài nước, theo tôi nghĩ, do đó cần phải theo dõi chặt chẽ hơn nữa về vấn đề này để biểu dương ý chí cương quyết gìn giữ đến cùng từng tấc đất di sản của tiền nhân.

Biển Đông đã dậy sóng, nhưng đó không phải là lần đầu. Chính phủ và Quân lực VNCH cũng đã từng quyết tâm giữ vững chủ quyền Việt Nam trước tham vọng không ngưng nghỉ của bá quyền Trung Quốc. Nhà văn Ngô Thế Vinh đã ghi lại những dòng tuy ngắn ngủi nhưng vô cùng cảm xúc như sau:

"Kham nguyên là hạm trưởng của một trong bốn chiến hạm cũ kỹ của Mỹ để lại từ thời Thế chiến Thứ Hai, tham dự trận hải chiến tại Hoàng Sa năm 1974 chống một hạm đội đông đảo của Trung Quốc với những phóng pháo hạm Kronstadt có trang bị hỏa tiễn tầm xa lại có cả phản lực cơ Mig 21 yểm trợ trên không. Chính anh là nhân chứng máu và nước mắt của những con tàu Việt Nam chiến đấu đơn độc trên Biển Đông, chứng kiến lòng yêu nước vô hạn, ý chí quyết tử cũng như sự hy sinh dũng cảm vô bờ của các đồng đội, nhất là của thủy thủ đoàn trên con tàu Nhật Tảo ở những giờ phút cuối cùng, ý chí sắt thép không chịu buông tay súng để rời con tàu đắm. Họ đã là những thủy thủ tận trung với nước mà vị quốc vong thân... Kham và những người lính đã đánh một trận đánh hết sức mình, với nỗi uất hận của cả ngàn năm nô lệ: họ đã trút hết hỏa lực vào đầu địch, đã bắn đến viên đạn cuối cùng cho tới khi tất cả các dàn đại pháo bất khiển dụng. Họ chỉ còn chờ lệnh cho các con tàu hướng về Hoàng Sa chuẩn bị ủi lên đảo, dùng xác tàu và xác mình để làm chứng tích chủ quyền." (trang 365).

Như vậy, chặn dòng sông Cửu, lấn chiếm biển Đông, cái khát vọng bành trướng ngàn đời của phương Bắc, không còn chỉ thuần túy mang hình thức của đoàn quân ồ ạt Nam tiến như trong quá khứ của lịch sử mà thể hiện trong một trận địa mới, trận địa môi sinh có sức tàn phá mãnh liệt, lâu dài và khủng khiếp hơn. Đó là điều mà người Việt Nam, đặc biệt là giới trẻ, cả trong lẫn ngoài nước phải ghi nhớ nằm lòng. Cụ thể và thiết thực hơn thế nữa, Ngô Thế Vinh đã gửi đến giới trẻ một thông điệp hay thân ái hơn, một lời kêu gọi, nhắn nhủ qua nhân vật Kham: "Kham đã động viên lớp người trẻ, không phải là sung vào quân đội chí nguyện cầm súng ra trấn giữ các hải đảo mà là chuẩn bị một đội ngũ trí tuệ trong mọi lãnh vực khoa học, đặc biệt là các ngành hải dương học, địa chất, môi sinh và cả về Luật Biển, Quốc tế Công pháp. Họ sẽ là thành viên không thể thiếu trên các bàn hội nghị hay trước các Tòa án Quốc tế trong tương lai" (trang 371)... Riêng Kham đã khuyến khích đứa con trai rất xuất sắc của anh, thay vì học Y khoa ở UCSF nay chuyển qua học Luật ở Stanford chuyên về Quốc tế Công pháp và Luật Hàng Hải. Anh có niềm tin sắt đá là cho dù vùng biển, vùng đảo đã bị Trung Cộng dùng võ lực cưỡng chiếm và phải mất bao nhiêu năm nữa thì sớm muộn cũng "Châu Về Hiệp Phố" (trang 371).

Trong một lần tiếp xúc, tác giả đã nói với tôi, với sự nhã nhặn là khi viết tác phẩm này, ông chỉ coi như một việc làm gợi ý, một tín hiệu chuyển đến nhiều giới, đặc biệt là giới trẻ, mong họ quan tâm hơn đến một vấn đề mà trong bối cảnh chính trị trong nước và ngoài nước hiện nay, vẫn còn đang bị lu mờ. Tôi thì không nghĩ như vậy. Tôi cho rằng ông đã đóng góp hơn thế rất nhiều sau khi đã tận dụng tâm sức vào việc hoàn tất tác phẩm khá đồ sộ này. Ông đã cống hiến cho người đọc những trang bút ký cực kỳ đẹp đẽ, đã dàn trải trong tác phẩm một khối lượng thông tin vô cùng phong phú về lịch sử, về nhân văn, về môi sinh, về các vấn đề chính trị quốc tế trong toàn vùng Đông Nam Á. Và trên hết, ông đã gióng lên được một tiếng chuông tuy có thể vẫn còn là một trong những tiếng chuông đơn lẻ cùng với Nhóm Bạn Cửu Long của ông, nhưng vô cùng kịp thời và cần thiết về những vấn đề vô cùng trọng đại của tương lai đất nước, tương lai của các thế hệ con cháu chúng ta.

Trong cương vị của một người đọc, tôi phải cám ơn tác giả đã mang cho tôi rất nhiều kiến thức về những vấn đề mà tôi không có điều kiện để nghiên cứu hay đào sâu, thêm vào đó là những xúc cảm, những bùi ngùi, những xót xa, những niềm hãnh diện cũng như tủi hổ trên các chặng đường lịch sử đã qua của đất nước cũng như của những thập niên trong tương lai gần gũi sắp tới. Tôi cũng đón nhận được từ nơi ông một mối quan tâm vô cùng sâu xa về tinh thần liên đới trách nhiệm của bất cứ ai còn nhận mình là người Việt Nam, và tôi mong mỏi tất cả mọi người hãy cùng tôi chia sẻ điều ấy bằng cách tìm đọc tác phẩm mới này của nhà văn Ngô Thế Vinh do nhà Văn Nghệ ở Nam Cali ấn hành.

*NHẬT TIẾN*
*Ngày Nay 143 (10/2000)*

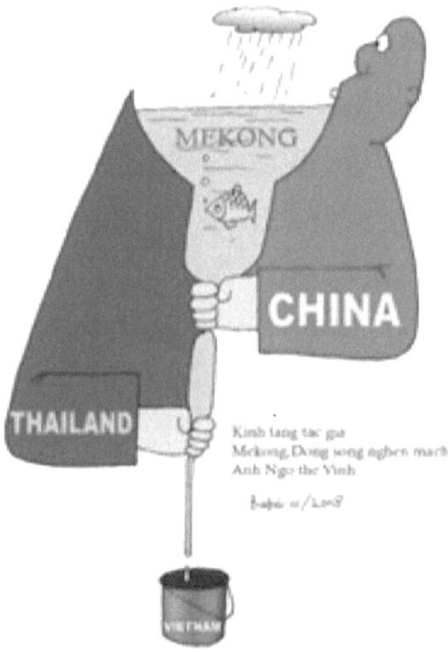

*Họa sĩ biếm họa Babui75 Mamburao*

# LONG ÂN

## NHÀ VĂN NGÔ THẾ VINH VÀ CLCD BĐDS

Không hiểu tại sao tôi vẫn chọn lựa con người nhà văn nơi Ngô Thế Vinh, mặc dù Ngô Thế Vinh đã chọn cho mình nhiều căn cước khác biệt khi anh lao vào trong thế giới của chữ nghĩa. Ở cuốn sách mới nhất của anh vừa được tái bản *"Cửu Long Cạn Dòng, Biển Đông Dậy Sóng"*, người đọc đã thấy những hóa thân Ngô Thế Vinh biến thái liên tục theo từng trang mở rộng. Ngô Thế Vinh con người xanh của môi sinh, Ngô Thế Vinh con người chính trị nhân bản, Ngô Thế Vinh con người phiêu lưu trong khu rừng già địa lý chính trị, Ngô Thế Vinh con người tiên tri lịch sử...

Ở phần dẫn nhập, Ngô Thế Vinh đã giải thích về cuốn sách của anh, như "một dữ kiện tiểu thuyết", một trộn lẫn giữa facts và fiction. Tôi biết Ngô Thế Vinh không đặt những nỗ lực chính của anh trong văn chương, văn chương chỉ là một cái cớ, chỉ là một cái nền để anh trải rộng những ý nghĩ miên man của anh chảy theo một dòng sông lớn mang tên Cửu Long, dòng sông nhân chứng của buổi bình minh của bao nền văn minh, trong đó có nền văn minh Việt Nam, và chảy xuôi theo suốt một chiều dài lịch sử đằng đẵng của nhiều khối chủng tộc, với những tai ách thiên nhiên và tai ách của con người đã mang đến cho chính họ. Không hiểu sao tôi vẫn nhìn thấy con người nhà văn Ngô Thế Vinh nổi bật giữa những chân dung phức tạp của chính anh. Có lẽ vì tin tưởng rằng, chỉ có cái tâm vô lượng của một con người yêu chữ nghĩa mới chứa đựng hết những băn khoăn về những tai ách lịch sử mà con người phải gánh nặng trên vai, mà một nguyên do chính của những tai ách đó là những sai lầm dẫn dắt bởi sự hôn ám của trí tuệ của chính họ.

Những con sông lớn trên thế giới là những cái nôi của những nền văn minh rực rỡ của nhân loại. Nơi đó con người du mục đã dừng chân, đã làm quen với kỹ thuật chăn nuôi, với kỹ thuật nông nghiệp, đã khai mở những nền văn hóa và những nền văn minh lớn. Sông Nil ở Ai Cập, sông Tigre và Euphrate của vùng châu thổ Lưỡng Hà, sông Indus và sông Gange ở Ấn Độ, Hoàng Hà và sông Dương Tử ở Trung Hoa. Việt Nam đã dựng nên những chồi những nụ văn hóa đầu tiên ở vùng châu thổ sông Hồng, và ngày hôm nay dường như dòng sinh mệnh dân tộc đã chuyển dần về lưu vực con sông Cửu Long. Khu vực địa lý tận cùng của một con sông khởi nguồn từ đỉnh cao Tây Tạng.

Ngô Thế Vinh đã mở đầu cuốn sách của anh từ điểm cội gốc của con sông Cửu Long. Chính ở nơi đây trước cơn hoạn nạn của dân tộc Tây Tạng, anh đã có tiếng nói của con người nhân chủ, anh đã nói lời cảnh giác con người đế quốc Cộng Sản bằng chính ngôn từ của Marx: "*Một dân tộc tìm cách nô lệ các dân tộc khác là tự rèn lấy xiềng xích cho chính mình*". Anh cũng nhắc lại suy nghĩ của đức Đạt Lai Lạt Ma, như một tóm lược suy nghĩ của chính anh sẽ được dàn trải trên gần 700 trang sách, với sự hỗ trợ của một kho chứng liệu nghiêm chỉnh.

"Hòa bình và sự sống trên trái đất đang bị đe dọa bởi những hoạt động của con người thiếu quan tâm tới những giá trị nhân bản. Hủy hoại thiên nhiên và các nguồn tài nguyên thiên nhiên là do hậu quả của lòng tham lam và thiếu tôn kính đối với sự sống trên hành tinh này..."

Từ Tây Tạng, Ngô Thế Vinh đã đưa nhân vật sáng tạo của anh xuôi theo dòng Cửu Long, qua từng lãnh thổ các quốc gia ôm ấp con sông này, để từ những thực tế ghi nhận tại chỗ, chứng minh những điều anh tin tưởng và muốn chia sẻ cùng người đọc. Con người ở Phương Đông đang gặp đại nạn Khoa Học Kỹ

Thuật mà con người Phương Tây đã thọ nạn ở đầu thế kỷ thứ 18. Ô nhiễm chính trị, ô nhiễm nhân văn và thê thảm nhất là ô nhiễm môi sinh. Con người ở Phương Đông không học bài học cũ, đã và đang nhắm mắt chạy theo một nền khoa học vô tri, lạnh lùng và vô tình. Một nền khoa học phi lương tri, chỉ có một cứu cánh là chữ lợi. Chỉ mới hôm qua, Einstein đã hốt hoảng tìm một lương tri cho khoa học qua con đường của đạo học. Ông cho rằng "Khoa học không tôn giáo thì què quặt, tôn giáo mà không khoa học thì mù lòa".

Hầu hết những con sông ở Phương Đông, và quan trọng nhất là ở Trung Hoa đều trong tình trạng tột cùng ô nhiễm. Hầu hết những kế hoạch trị thủy đều vô trách nhiệm, và thê thảm nhất, các công tác trị thủy đã là phương tiện thực hiện chủ nghĩa đế quốc mới. Con người đế quốc Trung Hoa, với tâm lý quân quyền cổ hủ, với tin tưởng rằng một đại quốc phải có những xây dựng lớn, một lãnh tụ phải để lại những dấu ấn muôn đời. Trung Hoa đã làm những công trình khai thác thủy lợi vĩ đại trong tinh thần đó, bất chấp những hậu quả tai hại như hủy hoại môi sinh, rối loạn nhân văn, xáo trộn thiên nhiên... Trung Hoa cũng có những toan tính đế quốc độc địa trong cung cách khai dụng con sông Cửu Long như một thứ vũ khí chiến lược, có sức mạnh chế ngự sinh mệnh của một khối 40% dân cư của địa cầu, trong đó có khối dân tộc Việt Nam.

Ngô Thế Vinh qua cuốn sách *"Cửu Long Cạn Dòng, Biển Đông Dậy Sóng"* đã gửi một lời cảnh giác tới con người toàn cầu. Con người hôm nay đang làm một hành động tăm tối, đang hủy hoại nơi chốn họ đang trú ngụ, đang làm một cuộc tự sát mê muội nhất.

Ngô Thế Vinh đã chứng minh lý luận của anh bằng những chứng liệu nghiêm chỉnh và chính anh cũng lao vào một cuộc truy lùng sự thật rất cam go. Dù đã tự chọn cho mình chỗ đứng của một nhà văn nhưng những xác quyết anh viết lên giấy trắng không phải những hư cấu mà là những cáo buộc có cơ sở vững chãi.

Đọc xong cuốn sách chúng ta sẽ phân vân không biết phải xếp tác giả Ngô Thế Vinh như con người nhà văn, con người nghiên cứu, con người vận động hay con người tiên tri. Nhưng có lẽ chúng ta cùng đồng ý với nhau một điều, Ngô Thế Vinh đã viết với lòng ngay thẳng, với sự tin tưởng ở lẽ phải, với một quan tâm chân thành tới sinh mệnh của lịch sử, của con người. Hay ít nhất cũng là sinh mệnh lịch sử và con người Việt Nam.

*LONG ÂN*
*Người Việt (12-2001)*

## LONG ÂN

Nhà thơ, nhà báo, họa sĩ ký họa, tên thật Lê Nguyên Long, sinh năm 1941 tại Hải Phòng, di cư vào Nam 1954, học sinh Nguyễn Trãi, Chu Văn An, nguyên Đại úy quân lực VNCH làm việc tại Bộ Tổng Tham Mưu. Định cư tại Hoa Kỳ từ 1975. Tổng thư ký tạp chí Hồn Việt; cộng tác với các báo Ngày Nay, Người Việt, Thời Luận và đài Á Châu Tự Do... Ông mất 2003 ở tuổi 62 trong một tai nạn giao thông.

**Tác phẩm:** *Những điều trông thấy* (tạp luận, 1989), *Thiên Hạ Phong Trần* (tạp luận, 2001), *Long Ân Giã Từ Cõi Tạm* (tuyển tập nhiều người viết, Hồn Việt xb 2003).

# NGUYỄN KỲ HÙNG

## VIỆT TIDE PHỎNG VẤN NHÀ VĂN NGÔ THẾ VINH

• **NGUYỄN KỲ HÙNG** – *Khi nào và tại sao anh bắt đầu đặc biệt chú ý tới con sông Cửu Long và Biển Đông?*

• **NGÔ THẾ VINH** – Tôi làm báo viết văn từ thời sinh viên, với quan tâm tới các vấn đề xã hội, vào thập niên '60s là tình cảnh sống của người Thượng trên Cao nguyên Trung phần Việt Nam tôi đã viết cuốn Vòng Đai Xanh. Ra hải ngoại, qua tiếp cận với Nhóm Bạn Cửu Long, vào những năm '90s tôi bắt đầu chú ý tới vấn đề môi sinh và phát triển con sông Mekong – con sông lớn hàng thứ 3 Châu Á, vẫn được xem như còn nguyên vẹn so với các con sông lớn khác của thế giới. Phải nói rằng tôi đã hoàn toàn bị con sông ấy chinh phục sau khi đọc những cuốn sách liên quan tới Mekong Expedition của Đoàn Thám Hiểm Pháp vào thế kỷ 19 khi gian nan ngược dòng sông Mekong dũng mãnh thời hoang dã để tìm một thủy lộ giao thương với Trung Hoa, một cuộc hành trình thật hào hùng kéo dài hơn hai năm nhưng kết thúc thì bi thảm...

Sau đó tôi đã ráo riết tìm hiểu về con sông Mekong với nhận thức rằng nó như mạch sống của hàng trăm triệu cư dân của 7 quốc gia trong lưu vực nhưng lại đang bị Trung Hoa khống chế. Với cái nhìn toàn cảnh trong mối tương quan toàn vùng ấy, không thể không bao gồm cả Biển Đông đang bị "Tây Tạng Hóa / Tibetization" với quần đảo Hoàng Sa đã bị Trung Hoa cưỡng chiếm và Trường Sa đang là vùng tranh chấp. Cho dù là một dòng sông, biển cả với các hải đảo hay đất liền thì chủ đề nhất quán của cuốn sách vẫn là "mối đe dọa do tham vọng bành trướng không ngưng nghỉ của Trung Hoa."

• **NKH** – ***Anh có thể nói qua về tác phẩm Cửu Long Cạn Dòng Biển Đông Dậy Sóng để độc giả Việt Tide nếu chưa đọc cuốn sách theo dõi được những gì anh viết ra không?***

• **NTV** – Nội dung của cuốn sách liên quan tới hai vấn đề lớn của Việt Nam. (1) Cửu Long Cạn Dòng: đề cập tới con sông Mekong dài khoảng 4.900 km như một con sông quốc tế chảy qua 7 quốc gia: Tây Tạng, Trung Hoa, Miến Điện, Thái Lan, Lào, Cam Bốt và Việt Nam. Chỉ từ những thập niên '50s, người ta mới bắt đầu chú ý tới tiềm năng phong phú của con sông Mekong và từ đó đưa tới những kế hoạch khai thác. Năm 1957, giữa thời kỳ Chiến Tranh Lạnh, một Ủy Ban Sông Mekong (MRC / Mekong River Committee) được thiết lập với bảo trợ của Liên Hiệp Quốc chỉ bao gồm 4 quốc gia hạ lưu là Thái Lan, Lào, Cam Bốt và Việt Nam với văn phòng tại Bangkok. Cho dù ban đầu chỉ có 4 nước hạ lưu, nhưng Ủy ban Sông Mekong đã hình thành được một kế hoạch đầy tham vọng khai thác con sông Mekong về các phương diện thủy điện, thủy lợi, ngư nghiệp và giao thông nhằm tạo sức bật phát triển kinh tế cho toàn vùng hạ lưu sông Mekong / Lower Mekong Basin. Nhưng rồi kế hoạch bị khựng lại do cuộc Chiến Tranh Việt Nam tràn sang cả ba nước Đông Dương. Sau 1975 cho dù cuộc Chiến Tranh Việt Nam đã chấm dứt nhưng một cuộc chiến tranh diệt chủng khủng khiếp khác lại diễn ra ở Cam Bốt. Phải mãi tới 1994, sau thời kỳ Chiến Tranh Lạnh, Trung Hoa mở cửa ra với thế giới bên ngoài, các dự án khai thác con sông Mekong lại được phục hoạt, Ủy Ban Sông Mekong tái hoạt động nhưng với một danh xưng mới là Ủy Hội Sông Mekong (MRC / Mekong River Commission) với văn phòng đặt tại Nam Vang cũng vẫn chỉ gồm 4 nước hội viên cũ nhưng với một thay đổi căn bản về điều lệ là không một thành viên nào có quyền phủ quyết / veto power các kế hoạch khai thác con sông Mekong. Điều đáng nói ở đây là thái độ bất hợp tác của Trung Hoa. Cho dù được mời, Bắc Kinh đã dứt khoát từ chối không tham gia vào Ủy Hội Sông Mekong không ngoài mục đích để được hoàn toàn tự do khai thác con sông như ý đồ và tham vọng của họ. (2) Biển Đông Dậy Sóng: là chủ đề thứ hai của cuốn sách khởi đi từ vụ Trung Cộng cưỡng chiếm quần đảo Hoàng Sa / Paracels của Việt Nam từ năm 1974 nhưng tham vọng của Bắc Kinh không dừng lại ở đó, họ đang từng bước lấn chiếm quần đảo Trường Sa và cả khống chế Biển Đông với cả nguồn trữ lượng dầu khí ở trong đó... Tiến hai bước lùi một bước, và "bẻ đũa" luôn luôn đó là chiến lược của Trung Hoa, và trớ trêu thay là điều ấy vẫn cứ đem lại mối an tâm cho nhiều người. Chẳng hạn chỉ mới đây thôi trong cuộc họp thượng đỉnh tại Nam Vang (06/11/2002) Thủ tướng Chu Dung Cơ Trung Hoa đã "giương cao cành Olive" khi đặt bút ký một thỏa hiệp cùng các nước hội viên ASEAN là sẽ tự kiềm chế "tránh đụng độ" trong vùng quần đảo Trường Sa / Spratly đang có tranh chấp giữa Trung Hoa, Việt Nam, Phi Luật Tân, Mã Lai và Brunei. Nhưng ai cũng biết rằng chỉ với nguyên trạng hiện nay, trên Biển Đông nơi quần đảo Trường Sa, Bắc Kinh đã ở thế thượng phong, trong khi quần đảo Hoàng Sa thì hoàn toàn không được nhắc tới!

• **NKH** – *Anh có thể cho độc giả được biết rõ hơn về kế hoạch khai thác sông Mekong của Trung Hoa? Tới được tận nơi con đập Manwan – là con đập thủy điện lớn đầu tiên trên dòng chính sông Mekong ở thượng nguồn, sau chuyến đi thăm Vân Nam vừa qua có làm anh lo ngại hơn không?*

• **NTV** – Kể từ những năm '70s, Trung Hoa đã có kế hoạch xây một chuỗi 8 con đập bậc thềm khổng lồ Vân Nam – Mekong Cascade, ngay trên dòng chính khúc thượng nguồn sông Mekong chảy qua tỉnh Vân Nam với tổng công suất 15.400 Megawatt tổn phí lên tới 7,7 tỉ đô-la có khả năng điện khí hóa kỹ nghệ hóa vùng tây nam Trung Hoa còn trong tình trạng kém phát triển. Thế giới bên ngoài hầu như không biết gì về các kế hoạch này. Cho dù đã có dự án về chuỗi những con đập Vân Nam từ thập niên '70s nhưng vì thiếu ngân sách mãi tới năm 1980, con đập đầu tiên Mạn Loan / Manwan 1.500 Megawatt mới được khởi công và phải 13 năm sau mới xây xong (1993) đủ cung cấp điện cho thủ phủ Côn Minh, khu kỹ nghệ Chuxiong và các quận huyện phía nam. Con đập thứ hai Đại Chiếu Sơn / Dachaoshan 1.350 Megawatt khởi công năm 1996 mới hoàn tất tháng 12 năm 2001. Con đập thứ ba Tiểu Loan / Xiaowan 4.200 Megawatt được coi như "Con Đập Mẹ" dung lượng lên tới 15 tỉ mét khối nước lấy từ con sông Mekong được khởi công từ tháng Tư năm 2001 sẽ là con đập cao nhất thế giới 292 mét tương đương với tòa nhà chọc trời cao 100 tầng. Dự trù đập Tiểu Loan sẽ bắt đầu hoạt động từ năm 2010 và đạt toàn công suất năm 2013. Tiểu Loan là con đập vĩ đại thứ hai của thế giới chỉ sau con đập Tam Hiệp (Three Gorges Dam) cũng của Trung Hoa trên sông Dương Tử.

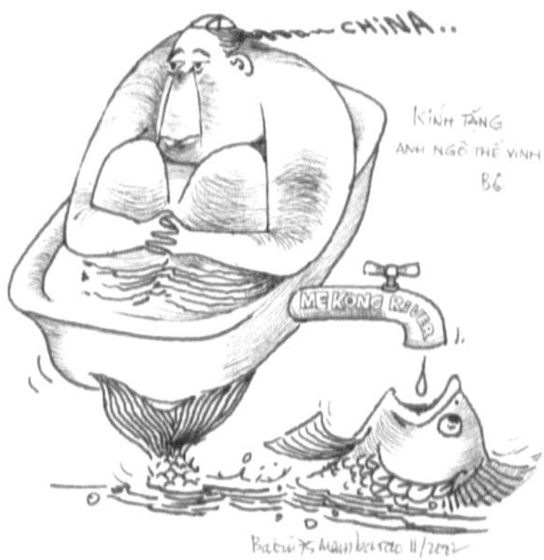


Điều đáng nói ra ở đây là Trung Hoa luôn luôn giấu nhẹm các kế hoạch khai thác sông Mekong, như một thứ bí mật quân sự. Điều ấy mới khiến các quốc gia hạ nguồn thực sự lo ngại và hoàn toàn bị động vì không biết phải phản ứng ra sao. Thảng hoặc có chút hé mở thì Bắc Kinh chỉ toàn nói tới những điều tốt đẹp của các con đập Vân Nam "mang tính giai thoại" chứ không phát xuất từ một cuộc nghiên cứu nghiêm chỉnh nào. Chẳng hạn theo họ chỉ với 3 con đập đầu tiên Manwan / Mạn Loan, Daichaoshan / Đại Chiếu Sơn và Jinghong / Cảnh Hồng có thành vách cao có các hồ chứa theo mùa / seasonal reservoirs, để lấy nước tối đa trong mùa mưa và xả nước trong mùa khô sẽ có tác dụng chống lũ lụt và chống hạn cho các quốc gia dưới nguồn... Nhưng đối với những người Cam Bốt và Việt Nam hiểu biết thì thấy ngay rằng nếu không còn lũ hàng năm từ thượng nguồn đổ về để tạo dòng chảy ngược từ con sông Tonlé Sap lên Biển Hồ – thì rõ ràng đó là tương lai của một Biển Hồ chết.

• **NKH** – ***Đối với các quốc gia hạ nguồn và riêng đối với Đồng bằng Sông Cửu Long, theo anh, điều gì sẽ xảy ra một khi các đập thủy điện Vân Nam hoạt động?***

• **NTV** – Cần nhìn Đồng Bằng Sông Cửu Long trong cái nhìn toàn cảnh của con sông Mekong. Không một quốc gia nào có khả năng tự bảo vệ chỉ một khúc sông chảy qua lãnh thổ mình – vì "mọi người đều sống dưới nguồn." Với nửa chiều dài khúc thượng nguồn sông Mekong chảy qua Vân Nam, với khoa học kỹ thuật tiến bộ ngày nay thì Trung Hoa đã ở thế thượng phong để chi phối suốt chiều dài dòng chảy con sông Mekong – kể cả đổi dòng con sông ấy nếu cần để lấy nước cho các vùng khô hạn các tỉnh tây nam Trung Hoa. Với chuỗi những Con Đập Bậc Thềm Vân Nam, Bắc Kinh sẽ nắm trong tay quyền điều hợp 53% lưu lượng nước hàng năm của con sông Mekong, đồng thời giữ lại trong các hồ chứa 70% lượng phù sa. Với điện khí hóa dẫn tới kỹ nghệ hóa với các nhà máy mọc lên hai bên bờ sông, sông Mekong trở thành cống rãnh chuyên chở các chất kỹ nghệ phế thải độc hại xuống hạ nguồn. Nước sông ô nhiễm sẽ hủy diệt các loài cá, không còn chu kỳ dòng chảy tự nhiên lại mất đi nguồn phù sa sẽ có tác hại rộng lớn và lâu dài trên nông nghiệp nhất là với Đồng Bằng Sông Cửu Long, vì ở cuối nguồn. Lại thêm yếu tố Đồng Bằng Sông Cửu Long thấp hơn mặt biển, khi con sông Mekong cạn nguồn nước ngọt nhất là 6 tháng mùa khô không chỉ có hạn hán mà còn thêm hiện tượng ngập mặn. Đã có "những tín hiệu của đại dương" đó là những con cá lớn nước mặn vào sâu tới Đồng Tháp. Đang từ là một vựa lúa nuôi sống cả nước, Đồng bằng Sông Cửu Long có nguy cơ trở thành khu rừng ngập mặn với những cây mắm, đước, sú, vẹt...

• **NKH** – *Anh nghĩ nhà cầm quyền Trung Hoa có chủ đích gì hay không khi đơn phương quyết định khai thác và chi phối dòng chảy của con sông Mekong như thế?*

• **NTV** – Trước mắt vì những lợi lộc về kinh tế từ nguồn thủy điện và thủy lợi do các con đập đem lại. Điển hình là chỉ với 1.500 Megawatt của con đập thủy điện Mạn Loan / Manwan đầu tiên trên dòng chính sông Mekong đã đủ để thắp sáng rực cả thủ phủ Côn Minh và tạo bước nhảy vọt phát triển kinh tế của cả tỉnh Vân Nam có một diện tích lớn hơn cả Việt Nam vốn là một vùng kém phát triển. Về lâu dài thì chuỗi những con đập Vân Nam là một thứ vũ khí chiến lược môi sinh thật kinh khiếp có khả năng cho sống hay bắt chết đối với các quốc gia hạ nguồn. Có lẽ phải thật là ngây thơ mới không thấy được điều ấy. Thế kỷ trước dầu khí là nguyên nhân gây chiến tranh nhưng sang thế kỷ 21 sẽ là những cuộc chiến tranh vì nước.

• **NKH** – *Trước mối hiểm họa ấy, người dân Việt trong nước và giới lãnh đạo Việt Nam có thể làm gì để ngăn chặn ý đồ ác hại đó của Trung Hoa?*

• **NTV** – Trước khi nói có thể làm gì thì người dân Việt Nam ở trong nước phải được thông tin đầy đủ về những gì đang diễn ra trên con sông Mekong mà điều này thì chưa có được khi mọi phương tiện truyền thông đều nằm trong tay của nhà nước. Đây là một tệ trạng của cả 3 nước Đông Dương. Ở Lào thì người ta chỉ biết ngạc nhiên và không biết tại sao con sông Mekong lại cạn dòng mà chưa phải là mùa khô. Ở Cam Bốt thì người ta lo bảo vệ Khu Bảo Tồn Biển Hồ và Tràm Chim trong khi chả biết gì về những mối đe dọa của các con đập Vân Nam cách xa họ cả hơn 2.000 km. Ngay như ở Việt Nam, nguyên Phó Viện trưởng Đại học Cần Thơ kiêm dân biểu Quốc hội Lê Quang Minh mà cũng phải than thở rằng: "Thật khó mà có được thông tin từ phía Trung Hoa, điều khiến chúng tôi thực sự lo ngại".

Theo tôi, chúng ta không thể thụ động chờ Trung Hoa thông báo cho chúng ta những tai ương mà họ có thể gây ra. Giới lãnh đạo Việt Nam cần có một cái nhìn xa và chủ động trong kế hoạch theo dõi và thu lượm tin tức từ con sông Mekong. Chẳng hạn, cần thiết lập một Phân Khoa Sông Mekong tại Viện Đại Học Cần Thơ, với nguồn chất xám là các chuyên viên và ban tham vấn của Ủy Hội Sông Mekong. Đó sẽ là một trung tâm giảng dạy và nghiên cứu về con sông Mekong, không phải chỉ riêng cho Việt Nam mà cho cả 7 quốc gia trong lưu vực, nhằm đào tạo những chuyên viên có trình độ sẵn sàng đương đầu với những vấn nạn của Hủy Hoại Môi Sinh và Khai Thác Phát Triển trong toàn lưu vực con sông Mekong. Các Tòa Đại Sứ, Lãnh Sự của Việt Nam nơi có con sông Mekong chảy qua, cần có ngay những Tùy Viên Môi Sinh – hay cụ thể hơn là một Tùy Viên Đặc Trách Sông Mekong, họ phải là những người có trình độ và tinh thần ráo riết theo dõi từng bước những biến chuyển của từng khúc sông Mekong để kịp thời thông tin và báo động, trên cơ sở đó mới có thể lên tiếng phản kháng đối với nhà cầm quyền Trung Hoa.

Trước mắt, cho dù các nước hạ nguồn có phản đối gì đi chăng nữa cũng không có cách nào ngăn chặn Trung Hoa không khai thác nửa chiều dài con sông Mekong chảy qua lãnh thổ họ, nói rõ hơn là ngăn chặn họ thôi không xây tiếp những con đập khổng lồ Vân Nam nhưng điều ấy không có nghĩa là phó mặc cho Bắc Kinh tự do muốn làm gì thì làm. Hướng tới những bước "Phát Triển Bền Vững / Sustainable Development" sẽ có khả năng "Giảm Thiểu Tổn Thất / Control Damage" vì trong thế kỷ của Toàn Cầu Hóa vẫn có đó một cộng đồng quốc tế và cả hơn 80 triệu dân Việt Nam trong nước và hải ngoại là những tiếng nói để Trung Hoa phải lắng nghe.

• **NKH** – *Theo anh, cộng đồng người Việt ở hải ngoại, những người thiết tha với vấn đề này, dù già hay trẻ, họ có thể đóng góp được gì? Anh có nghĩ đây là một vấn đề có thể "đảo ngược / reversible" được không?*

• **NTV** – Với cộng đồng người Việt ở hải ngoại, cho dù nơi mà nguồn thông tin và phương tiện truyền thông phải nói là rất dồi dào nhưng vẫn chưa có những nhận thức đúng mức về mối nguy cơ của chuỗi những con đập khổng lồ Vân Nam. Chẳng hạn ngay khi tôi nói chuyện với một đồng nghiệp rất hiểu biết anh cũng vẫn cho rằng: Trung Hoa đang làm một điều đúng và hữu ích, đó là họ giữ hộ nước trong hồ chứa của các con đập Vân Nam trong Mùa Mưa và rồi lại xả ra trong Mùa Khô, như vậy là tránh cho các nước hạ nguồn khỏi bị lũ lụt và cả hạn hán. Đó cũng lại chính là liều thuốc ngủ trấn an rất hữu hiệu mà Bắc Kinh vẫn rêu rao. Rồi ngay cả chính một vị tu sĩ đầy lòng vị tha đang xả thân cứu trợ cho các đồng bào nạn nhân lũ lụt Đồng bằng Sông Cửu Long, nghe nói về cuốn sách, cũng đã phát biểu là đang lũ lụt ngập trời mà sao bảo là Cửu Long cạn dòng hồi nào. Rồi một người bạn làm báo khác thì lại cho rằng mối hiểm họa đó thì còn quá xa vời và có thể sẽ là nan đề của các thế hệ tương lai...

Rõ ràng là chuỗi những hiện tượng sinh học môi trường sẽ chẳng bao giờ diễn ra một cách "nhãn tiền" và "đơn giản" như vậy. Tuy rằng chẳng có cách nào đảo ngược được thời gian, đưa con sông Mekong trở về một thời kỳ còn trinh nguyên và hoang dã. Con sông dũng mãnh ấy đã, đang và không ngừng bị tận khai thác bởi các quốc gia do nhu cầu phát triển. Nhưng khai thác làm sao mà không hủy hoại và không làm cho cạn kiệt nguồn tài nguyên vốn phong phú nhưng không phải là vô hạn của con sông ấy. Và bước phát triển của mỗi nước không phải trả giá bằng những hy sinh của các quốc gia khác trong lưu vực. Khi mà Trung Hoa từ chối tham gia Ủy Hội Sông Mekong, để không ngừng xây thêm những con đập thủy điện khổng lồ Vân Nam dĩ nhiên với cái giá rất đắt phải trả của các quốc gia nơi hạ nguồn.

• **NKH** – ***Anh đã từng viếng thăm Đồng bằng Sông Cửu Long Việt Nam, rồi Lào và Cam Bốt và mới đây là chuyến đi thăm Vân Nam Trung Quốc, anh thấy có triển vọng nào về một sự hợp tác giữa các quốc gia trong lưu vực sông Mekong?***

• **NTV** – Trong chuyến đi khảo sát thực địa bên Lào, tôi đã tận mắt chứng kiến sự suy thoái của con sông Mekong đang cạn dần mà không vào Mùa Khô – một cách tệ hại và nhanh hơn cả những dự đoán bi quan nhất. Rồi là chuyến đi thăm Cam Bốt, chứng kiến một Biển Hồ và các khu rừng lũ / flooded forest đang thu hẹp dần cùng với sự hình thành của khu kỹ nghệ trên bờ sông Tonlé Sap sẽ như một nguồn ô nhiễm khác cộng thêm vào khối lượng các chất phế thải độc hại đổ xuống từ Vân Nam. Rồi mới đây là chuyến viếng thăm Vân Nam, chỉ với 1.500 Megawatt của con đập Mạn Loan / Manwan mà đã thay đổi cả bộ mặt của một vùng tây nam rộng lớn vốn kém phát triển của Trung Hoa. Với điện khí hóa, đô thị hóa và kỹ nghệ hóa tỉnh Vân Nam nơi rất giàu quặng mỏ thì khúc sông Mekong nơi hạ nguồn đương nhiên trở thành cống rãnh đổ các chất phế thải kỹ nghệ độc hại và Đồng bằng Sông Cửu Long của Việt Nam là quốc gia cuối nguồn sẽ lãnh đủ mọi hậu quả.

Quả thật không có giải pháp dễ dàng nào để đối phó với những bước suy thoái nhanh chóng của con sông Mekong. Do nhu cầu phát triển kinh tế của mỗi nước không thể nói tới việc cấm đoán hay ngăn chặn các kế hoạch khai thác nguồn tài nguyên của dòng sông. Nhưng vấn đề đặt ra ở đây là khai thác ra sao để không mau chóng làm cạn kiệt nguồn tài nguyên và cả phá hủy dòng sông gây tác hại tới đời sống hiện nay của hàng trăm triệu cư dân sống trong lưu vực và cả gây di lụy lâu dài cho các thế hệ mai sau.

Do đó rất cần có sự hợp tác chặt chẽ của cả 7 quốc gia liên hệ – tôi muốn nói tới MỘT TINH THẦN SÔNG MEKONG / THE MEKONG SPIRIT mà điều này thì "không thể nào có được khi mà Trung Hoa vẫn chọn vị thế đứng ngoài khước từ gia nhập Ủy Hội Sông Mekong" để tự do muốn làm gì thì làm. Còn nói về sự hợp tác và đoàn kết của các quốc gia hạ nguồn thì vẫn chỉ ở giai đoạn mong ước, đó là cảnh "Đồng sàng dị mộng", mỗi nước khai thác con sông Mekong theo quan điểm quyền lợi riêng của mình. Khi mà sự khủng hoảng lòng tin cậy chưa vượt qua thì không thể nói tới đoàn kết. Ngay đối với Việt Nam, muốn có được sự ủng hộ của cộng đồng quốc tế thì chính chúng ta cũng phải làm gương tuân thủ những bước phát triển bền vững khi khai thác nguồn tài nguyên sông Mekong. Một ví dụ: khi khai thác con đập thủy điện Yali ở Gia Lai trên sông Sesan một phụ lưu lớn của con sông Mekong, đã có những than phiền của người dân Cam Bốt ở tỉnh Ratanakiri về cảnh lũ lụt và cả ô nhiễm nguồn nước do phía Việt Nam gây ra. Không thể có "Tiêu Chuẩn Nước Đôi / Double Standard" trong vấn đề bảo vệ môi sinh, một riêng cho Việt Nam, một cho các quốc gia lân bang. Chính chúng ta cũng phải tạo niềm tin cậy nếu muốn có sự hợp tác và phát triển bền vững cho toàn vùng. Chứ như hiện nay, tình trạng chia rẽ của các quốc gia hạ nguồn đã được Bắc Kinh triệt để khai thác và mỗi nước đều mang ảo tưởng rằng mình sẽ thủ lợi nếu chấp nhận đi riêng lẻ với Trung Hoa.

● **NKH** – ***Anh có hy vọng sẽ nhìn thấy sự giải quyết hay triển vọng giải quyết vấn đề này trong thời đại của anh hay không?***

● **NTV** – Chính câu hỏi của anh đã bao hàm một ý nghĩa "chiến lược". Đây là một nan đề không phải chỉ đặt ra cho riêng "thời đại chúng ta". Sự hủy hoại con sông Mekong là một quá trình tích lũy lâu dài / cumulative late-effects nhưng không phải là không cảm nhận được trong mỗi giai đoạn, mỗi thời kỳ. Chúng ta có thể thấy trước được một hệ quả dây chuyền trong tương lai, dĩ nhiên ngày một trầm trọng hơn: mùa mưa lũ lụt sẽ đổ xuống sớm hơn và khủng khiếp hơn, mùa khô sẽ có hạn hán khắc nghiệt hơn, nước mặn xâm nhập ngày một sâu hơn vào Đồng Bằng Sông Cửu Long. Không còn nguồn cá nước ngọt, không còn nguồn phù sa, sẽ chẳng còn giống lúa hay cây trái nào sống được trên vùng biển mặn chưa kể nguồn ô nhiễm từ các khu kỹ nghệ thượng nguồn đổ xuống. Trong thập niên đầu của thế kỷ 21, chúng ta vẫn chưa thấy được ánh sáng "triển vọng giải quyết" ở nơi cuối đường hầm do sự bị động của các chính phủ của các quốc gia hạ nguồn.

Hiển nhiên không có giải pháp đơn lẻ cho riêng vấn đề môi sinh của một dòng sông mà phải là bước chuyển hóa cơ bản và đồng bộ của các hệ thống xã hội từ "Toàn Trị" tiến lên "Dân Chủ". Bởi vì có dân chủ là có cơ hội mở mang dân trí, có tự do thông tin và chính bao nhiêu triệu cư dân sống hai bên bờ con sông Mekong sẽ có ý thức và tiếng nói bảo vệ dòng sông như là mạch sống của chính mình.

"Cứu lấy dòng sông Cửu Long" là một cuộc chạy đua với kim đồng hồ, bởi vì ***"Nói tới nguy cơ là còn thời gian, chứ tiêu vong là mất đi vĩnh viễn / Extinction is forever, Endangered means we still have time."*** Sea World San Diego – Đó là dòng chữ mang nhiều ý nghĩa mà tôi rất tâm đắc.

*NGUYỄN KỲ HÙNG*
*Việt Tide Magazine*
*15.11.2002*

## NGUYỄN KỲ HÙNG

Chánh quán Hà Nội, sinh năm 1957 tại Sài Gòn, Trung Học Võ Trường Toản. Định cư tại Mỹ từ 1975, tốt nghiệp kỹ sư điện toán, nhà báo tự do, cộng tác với Việt Tide (Little Saigon), Đi Tới (Montréal, Canada), và các tạp chí tại Nam California.

## KHÁNH TRƯỜNG

### VIẾT VỀ
### *CỬU LONG CẠN DÒNG BIỂN ĐÔNG DẬY SÓNG*

Trong một cuộc hành quân dài ngày cuối năm 1970 thế kỷ trước, chúng tôi những người lính tác chiến của Quân đội Miền Nam Việt Nam, được lệnh trang bị khá chu tất, từ súng đạn tới quân trang quân dụng. Tuy cồng kềnh, nặng trĩu, tôi vẫn cố sắp xếp để ba-lô có được một khoảng nhỏ, đủ chứa vài ba cuốn sách, do vợ tôi, bấy giờ còn là "người yêu" gửi ra hậu cứ. Đó là bốn tác phẩm của Y Uyên, Dương Nghiễm Mậu, Hoàng Ngọc Tuấn, và Ngô Thế Vinh. Ba tác giả đầu tôi đọc say mê, đến *Vòng Đai Xanh* thì khựng lại. Ở tuổi ngoài hai mươi, tâm hồn còn sũng ướt mộng mơ, tất nhiên loại sách nhiều trăn trở như *Vòng Đai Xanh* không phải là món ăn tinh thần tôi ưa thích.

Mãi đến khi giải ngũ, rồi không lâu sau miền Nam cáo chung, tuổi đời chồng chất, thê nhi, cơm áo lao đao, mộng mơ dần rơi rụng, cuộc đời buộc tôi đối diện với một thực tế quá nhiều thô nhám. Tôi tìm đọc lại những tác giả một thời bị tôi quên lãng. Trong số này tất nhiên có Ngô Thế Vinh. *Vòng Đai Xanh* không khô khốc như tôi tưởng. Gấp cuốn sách lại, thân phận bọt bèo của những đồng bào dân tộc Tây Nguyên vẫn lảng vảng trong tư duy tôi với nỗi ngậm ngùi.

Tôi nhìn văn chương Ngô Thế Vinh qua một góc nhìn mới.

Sau này được may mắn quen ông, đọc thêm những tác phẩm khác: *Mây Bão, Mặt Trận Ở Sài Gòn…* Và gần đây nhất *Cửu Long Cạn Dòng, Biển Đông Dậy Sóng*, tôi càng nhận ra ở người viết này một nhân cách đặc biệt. Đó là tấm lòng và sự cẩn trọng, tận tụy, thủy chung của Ngô Thế Vinh với mọi công việc. Từ y khoa đến báo chí, từ văn chương tới giao tình bằng hữu.

Đơn cử, để làm nên tác phẩm *Cửu Long Cạn Dòng, Biển Đông Dậy Sóng*, ngoài một núi sách báo, tài liệu phải đọc, Ngô Thế Vinh cũng đã dành nhiều ngày, một mình rong ruổi qua nhiều quốc gia, từ hạ nguồn tới thượng nguồn Mekong để tìm hiểu, ghi nhận bằng hình ảnh và ghi chép, tìm hiểu tại sao dòng sông "nghẽn mạch". Và tác hại của sự nghẽn mạch này đã, đang và sẽ ảnh hưởng thế nào cho các nước có chung dòng chảy, nhất là Đồng Bằng Sông Cửu Long của Việt Nam?

Tôi sẽ không nói tới nội dung những tác phẩm của Ngô Thế Vinh. Nhiều người đã nói. Và, tự thân những tác phẩm ấy cũng đã nói, rất cuốn hút, thuyết phục, và tài hoa. Cho nên với tôi, một điều duy nhất vẫn tồn tại trong tâm trí, mỗi khi nghĩ về Ngô Thế Vinh. Đó là ông ta, một nhà văn, một đại biểu hiếm hoi, cho giới cầm bút có trách nhiệm, với từng con chữ.

Văn chương Ngô Thế Vinh không phải để *mua vui cũng được một vài trống canh*.

*KHÁNH TRƯỜNG*
*Little Saigon, 07/07/2014*

## KHÁNH TRƯỜNG

Tên thật Nguyễn Khánh Trường, sinh năm 1948 tại Tam Kỳ, Quảng Nam. Năm 1968 nhập ngũ, 1970 bị thương, 1972 giải ngũ. 1987 vượt biển đến Thái Lan và định cư vùng Nam California. Làm báo, làm thơ, viết văn và là một họa sĩ từng triển lãm tranh ở Việt

Nam, Phi Luật Tân, Mã Lai, Pháp, Đức và Hoa-Kỳ. Chủ trương tập san Hợp Lưu (1991 - 2005) và các nhà xuất bản Tân Thư, Mở Nguồn ở California.

**Tác phẩm:** *Đoản Thi Khánh Trường* (thơ, 1988), *Có Yêu Em Không?* (tập truyện, 1990), *Chỗ Tiếp Giáp Với Cánh Đồng* (tập truyện, 1991), *Chung Cuộc* (tập truyện, 1997), *Truyện ngắn Khánh Trường* (2 tập – 2016), *Chuyện Bao Đồng* (tạp bút, 2019), *Tịch Dương* (tiểu thuyết, 2019), *Dấu Khói Tàn Tro* (tiểu thuyết, 2020), *Bãi Sậy Chân Cầu* (tiểu thuyết, 2020), *Có Kẻ Điên Cuồng Khóc* (tiểu thuyết, 2020).

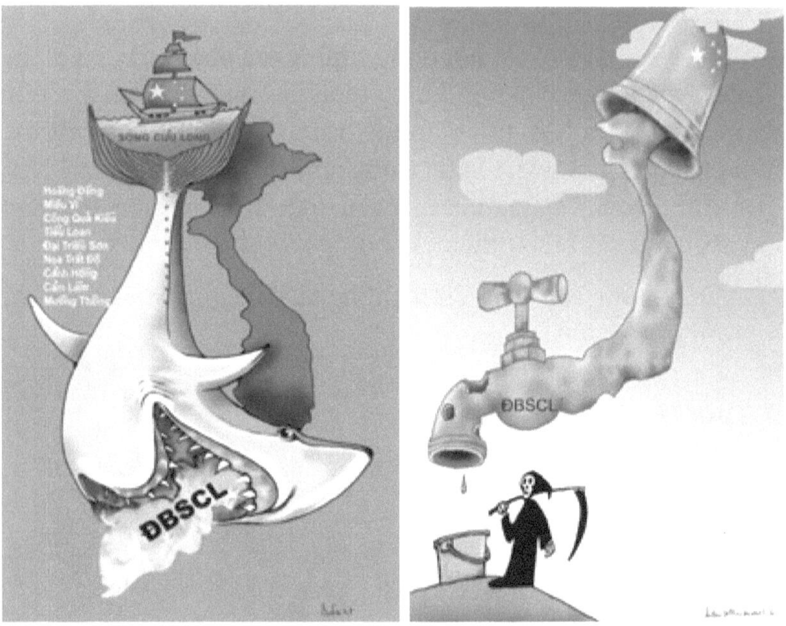


*Họa sĩ biếm họa Babui75 Mamburao*

# PHAN NHẬT NAM

## THEO DÒNG CỬU LONG
## THÊM NỖI NẶNG LÒNG

Nhân đọc *Cửu Long Cạn Dòng Biển Đông Dậy Sóng*
của Ngô Thế Vinh.
Gởi Thế Hệ Người Việt Mất Quê Hương
Từ độ 1975

**Một.**

***Sông đến từ đỉnh trời***

Mekong, con sông dài 4.800 cây số phát sinh từ Cao Nguyên Tây Tạng, trong rặng Tanggula đại sơn Hy Mã Lạp chảy qua các quốc gia Trung Hoa, Miến Điện, Thái, Lào, Cam Bốt và cuối cùng là Đồng Bằng Sông Cửu Long miền Nam nước Việt. Dân cư nhiều chủng tộc khác nhau thuộc bảy quốc gia – kể cả quốc gia Tây Tạng, sống dọc theo con sông đã xây dựng nên những nền văn hóa, văn minh khác biệt về loại hình, tính chất, cũng như đã gọi con sông với những tính danh riêng biệt. Người Tây Tạng, dân tộc vốn có thần trí cao như vùng núi non hùng vĩ họ sinh sống, đã xây dựng nên nền Thần Học Tây Tạng Giáo với tinh túy cao viễn của Đạo Phật – Đạo giải thoát nâng cao Con Người tiếp giáp, phát triển trực tiếp với, từ Phật Tính, đã gọi sông từ chốn khởi đầu nguồn bí nhiệm: Dza Chu – Nguồn nước từ đá, Nguồn nước Thiêng. Người Trung Hoa với cá tính Hán tộc mạnh mẽ hỗn hợp tâm chất đạo sĩ, thi sĩ lẫn quan cách, thương nhân đặt tên hiệu hình tượng: Lan Thương Giang – Dòng sông xanh cuộn sóng. Qua khỏi Miến Điện, sông chảy giữa biên giới Thái Lào, kết thành ranh giới thiên nhiên hữu nghị giữa hai nước, hình tượng hóa nên một tinh thần hòa hợp đáng quý trọng giữa hai quốc gia – Để Lào Thái không hề là những "lân bang thù nghịch" dẫu suốt Thế Kỷ 20, những thế lực ngoại nhập và khu vực đã biến vùng Bán Đảo Đông Dương thành một bãi lửa bất tận điêu linh. Phản ảnh cảnh sắc thiên nhiên, đời sống tôn giáo, chính trị, xã hội của Lào Thái, từ đây dòng sông mang danh tên dịu hiền trầm lắng như tính chất thuận hòa của hai sắc dân hằng thấm nhiễm sâu xa tinh thần trung hậu Phật Pháp Tiểu Thừa: Mae Nam Khong – Sông Mẹ. Trước khi qua biên giới Nam Lào, đổ thành Thác Khone hùng vĩ rồi xuôi chảy chan hòa vào lãnh thổ Cam Bốt với một cái tên khác: Tonle Thom – con Sông Lớn và cuối cùng chảy vào nam Việt Nam bằng hai ngả sông Tiền sông Hậu, bồi đắp cho cả một vùng đồng bằng châu thổ phì nhiêu, rồi chia làm chín nhánh trước khi đổ ra Biển Đông.

**Hai.**
***Trôi đi...***
***Sông như một nhiệm mầu***

Trên suốt dòng chảy, con sông Mekong tự phân phối, điều chỉnh thành muôn ngàn nhánh nhỏ tỏa ra khắp nẻo tây-đông, thấm sâu nên những vùng rừng nhiệt đới sản xuất các loại danh mộc cực quý (cẩm lai, giáng hương, bằng lăng, giá tỵ, sao, gõ...) khắp vùng Nam Thái; Nam Lào; Đông-Bắc Cam Bốt; và vùng Tây-Nguyên nước Việt. Nhưng phải đợi đến đoạn Kampong Cham – Nam Vang, sông mới hiện thực nên phép mầu, ân huệ vô tận của đất trời hằng ban đến cho người. Từ Kampong Cham, sông chia lượng nước đầm đìa phù sa tưới khắp vùng đồng bằng mênh mông tạo nên bởi ba vị trí Kampong Cham - Svay Rieng - Phnom Penh, phát triển thành vựa lúa phì nhiêu cho dân số Cam Bốt vốn tương đối ít, giúp dân tộc chơn chất này suốt đời không phải lo mưu sinh khó nhọc dẫu cho những ngày sống dưới chế độ thực dân người Pháp (1863-1953).

Nhưng phép mầu của sông thực hiện tại địa vực Nam Vang không chỉ chừng ấy. Tại đây, Nam Vang, vùng Trấn Tây Thành của Đại Việt dưới thời Minh Mạng (1820-1840), sông tự chia nước nên thành ba nhánh lớn: Phương Tây-Bắc chảy ngược vào hồ chứa nước thiên nhiên kỳ diệu Biển Hồ theo dòng Tonlé Sap. Hai nhánh còn lại tạo nên dòng Bassac / Sông Hậu và Cửu Long chính thức mang tên Sông Tiền đổ ra Chín Cửa Rồng hùng vĩ ngờm ngợp phù sa sau hơn 4000 cây số chảy dài từ Cao Nguyên Tây Tạng. Các Vương Quốc Phù Nam, Angkor, Chân Lạp, Chiêm Thành, Lào, Cam Bốt và quê hương Nước Việt Đồng Bằng Sông Cửu Long Miền Nam được xây dựng dọc hạ nguồn con sông, và trải qua hưng phế lịch sử, tàn phá chiến tranh, một số đơn vị đã từng được mệnh danh là "vương quốc hùng cường" của vùng Đông-Nam Á nay đã không còn tồn tại... Khác với lời thơ dẫu xót xa nhưng vẫn còn nhiều thắm thiết hy vọng của Đỗ Phủ đối với những thăng trầm tất yếu của quê hương qua thời gian, xuyên lịch sử... Quốc phá sơn hà tại. Thành xuân thảo mộc thâm (Nước mất, sông núi vẫn còn. Vào xuân, trổ thắm cây cành xanh tươi – Pnn dịch). Bởi hôm nay, đầu thiên niên kỷ thứ Ba, nguồn nước hùng vĩ vô vàn... Con sông mẹ hiền hòa thắm thiết kia nay đang có mầm nguy biến trở nên là Con sông cuối cùng!

Tai họa vừa kể ra trên là một hiện tượng đáng sợ đang xảy ra từng ngày dẫu cho đến người vô tâm nhất. Sách Ngô Thế Vinh mở ra cho chúng ta nhận chân mối nguy nan đau thương không cơ hội phục hồi. Khi núi đá tan vỡ và dòng sông khô cạn. Đấy không là nhận định do từ cảm tính để viết nên văn thơ, nhưng là: "... Nguy cơ là còn thời gian cứu vãn chứ tiêu vong là mất đi vĩnh viễn" – Ý tưởng đó như ăn sâu trong trí nhớ nhân vật trung tâm câu chuyện kể nhân chuyến thăm Sea World San Diego, khi liên tưởng tới nguy cơ tuyệt chủng của loài cá Pla Beuk trên sông Mekong do suy thoái môi sinh cùng với lượng chất độc ô nhiễm ngấm xuống một dòng sông đang dần cạn.

**Ba.**
***Tai họa đến từ đâu?***

Chúng ta đang ở trong một thời đại mà mỗi biến động ở khu vực này là nguyên nhân tác động, hoặc là hệ quả đến từ, ngay lập tức đối với một khu vực khác. Chiến tranh ở Việt Nam trong những năm 1960-1975 có khởi đầu, bắt nguồn, định hướng từ Hoa Thịnh Đốn, Mạc Tư Khoa, Bắc Kinh... và đẩy đưa sinh viên phản chiến xuống đường ở Ba Lê, Đông Kinh. Với biến cố September 11, 2001 các phi trường toàn đất Mỹ đồng vắng bóng khách sau đó. Chiến tranh Iraq bùng nổ ngày 19-3-2003, không những chỉ tạo nên sự kiện chỉ số Down Jones bị tụt xuống thấp nhất, giá xăng dầu tăng vọt, nhưng cũng là nguyên nhân gây nên những cuộc ly dị trong những gia đình có quân nhân tham chiến. (Time, Jan 16, 2006)

Trở lại với con sông Mekong với những "quả báo nhãn tiền" theo như tục ngữ người Việt hằng khẳng định. Chị Nang Ouane sinh và lớn lên ở Vạn Tượng kinh đô Lào, là chuyên viên ngân hàng cao cấp còn ở lại với đất nước sau khi nền quân chủ xứ Lào bị bức tử bởi những người cộng sản Pathet Lào. Sự kiện mỗi buổi sáng Nang Ouane trên đường đến sở làm, trên đường bờ sông Fa Ngum, chị nhận ra quang cảnh khác lạ tiêu điều từ con sông vốn nguyên vẹn mênh mông của thời thơ ấu. Bây giờ mới là giữa tháng Chạp (vừa hết Mùa Mưa, chưa qua Mùa Khô - khoảng tháng 4, 5 dương lịch), vậy mà khúc sông Mekong – đúng ra phải gọi bằng danh xưng êm dịu, Mae Nam Khong, chảy qua Vạn Tượng đã như khô cạn với những ngổn ngang cồn bãi. Từ tả ngạn phía Lào, từ lầu ba khách sạn Lane Xang nhìn xuống chỉ thấy xanh rờn những bãi trồng bắp, trồng chuối lan tới 1/3 sông trước khi tới được dòng nước như một con sông nhỏ... Sở dĩ con sông tưởng như luôn trôi chảy biển biệt lượng nước vô hạn kia của Nang Ouane bị biến dạng thảm hại như thế vì từ thời điểm 1993, phía thượng nguồn, trong lãnh thổ Trung Hoa đã hoàn tất con đập Mạn Loan cao 35 tầng là con đập đầu tiên chắn ngang dòng chính sông Mekong có công suất 1.500 MW – đây mới chỉ là một trong dự án 14 con đập bậc thềm khổng lồ Vân Nam. Chỉ riêng đập Mạn Loan này thôi cũng đủ cung cấp điện cho toàn vùng Vân Nam, Quế Châu. Cũng vào thời điểm năm 1993 này, bên phía Thái Lan, có một hiện tượng "được coi là bất thường" khi mực nước sông Mekong đột ngột xuống thấp dẫu chưa vào Mùa Khô ở phía hạ lưu: đây cũng chính là thời gian Trung Hoa đóng cửa đập để giữ nước cho hồ chứa khổng lồ của con đập Mạn Loan.

Tại Kratié khoảng giữa đoạn sông chảy từ biên giới Lào sang Cam Bốt đến vùng Lưỡi Câu, sát ranh giới Cam Bốt - Việt Nam, miền Đông Nam Bộ, lưu lượng khổng lồ 51.680 $m^3$/giây cao nhất của mùa mưa, 2.000 $m^3$/giây trong mùa khô nay xấp xỉ chạm con số 1.748 $m^3$/giây cũng trong mùa khô! Đó mới chỉ là hậu quả ban đầu từ con đập Mạn Loan thuộc chuỗi 14 đập bậc thềm Vân Nam mà Trung Hoa dự tính hoàn tất trong tương lai.

Nhưng người Lào và cả nhà nước Lào hầu như vô cảm trước hiện tượng một con sông Mekong đang ngày một cạn dòng. Điển hình, anh tài xế Thong Dien – một nhân chứng khác trong sách Cửu Long Cạn Dòng, chỉ xuống những bãi trồng bắp, trồng rau dọc theo con đường Fa Ngum trải dài xuống tới mé sông cạn nói lên lời "vô tư": Chỗ ấy trước kia là sông nước chứ đâu có đất mà trồng trọt và cất nhà lên được như vậy!

Sông Mekong không chỉ tạo nên "lưu vực trên" trong lãnh thổ Trung Hoa, con sông màu nâu tưởng như muôn thuở kia xuôi chảy về nam còn là "mạch sống" của "lưu vực dưới" với các quốc gia hạ nguồn như Lào, Thái, Cam Bốt và Việt Nam. Nhưng do sự hình thành nhanh chóng cả một hệ thống đập thượng nguồn trong đất Trung Hoa, cộng thêm với những con đập trên các phụ lưu sông Mekong của Thái Lào, rồi phải kể tới kế hoạch chuyển dòng lấy nước từ sông Mekong của Thái Lan – hiển nhiên hai nước hạ nguồn là Cam Bốt và Việt Nam sẽ chịu những hậu quả tai hại nhất về cạn kiệt nguồn nước và hủy hoại về môi sinh.

Lời báo động trước đây của Ủy Ban Sông Mekong trong thập niên '60s rồi đến Ủy Hội Sông Mekong những năm '90s đã biến thành những lời kêu cứu khẩn cấp về một thảm họa môi sinh không thể tránh khỏi mà nạn nhân không ai khác hơn là các dân tộc sống dưới nguồn. Đó chính là những người dân Cam Bốt và ngót 20 triệu cư dân Việt Nam nơi Đồng Bằng Sông Cửu Long đang phải sống với vùng đất ngày càng nghèo đi và các nguồn tài nguyên ngày càng cạn kiệt. Các đập thủy điện lớn sẽ phá hủy hệ sinh thái của con sông Mekong, đe dọa sự sống còn của hơn 60 triệu dân trong vùng với hậu quả tệ hại chết người cũng giống như chôn mìn trong các ruộng lúa hay thả thủy lôi trên sông! Lời kêu gọi của Nhóm Bạn Cửu Long sau Hội Nghị "Chiang Rai Mekong Meeting Spells Disaster" (tháng 5/1995) mà qua đó Việt Nam đã thiếu cảnh giác để mất quyền phủ quyết / veto power trong Ủy Hội Sông Mekong và để rồi đành chấp nhận thực trạng "... chúng ta không thể làm gì được với tám con đập bậc thềm chiếm 20% nguồn nước trên dòng chính Mekong trong lãnh thổ Trung Hoa; chúng ta cũng đã không làm gì được với hơn 30 con đập trên các phụ lưu trong nội địa Thái Lan và Lào."

Đến đây ắt hẳn sẽ có người đặt nên câu hỏi khắc nghiệt: không lẽ nhà nước của các quốc gia dọc theo dòng nước linh thiêng mầu nhiệm kia – trong đó có cả những "chiến sĩ tiền phong" của lực lượng cách mạng vô sản thế giới; "người tổ chức" phong trào giải phóng dân tộc ba nước Đông Dương; mà lại không hề quan tâm đến sự sống còn của bao nhiêu triệu cư dân cuối nguồn?

Chúng ta có thể tìm ra câu trả lời từ những sự kiện có tính chất phổ quát, điển hình về một thảm họa có thật xảy ra tại Hà Nam năm 1975 với hai đập Bản Kiều và Thạch Mạn Than, trên Sông Hoài một phụ lưu lớn của Sông Dương Tử, con sông lớn thứ ba của thế giới, dài nhất Châu Á với 6.300 cây số. Đập Bản Kiều do Liên Xô giúp xây dựng là một khối sắt thép ước tính chịu đựng được những cơn lũ ngàn năm nhưng rồi cơn mưa lũ hai ngày đã làm vỡ con đập với năm trăm triệu mét khối nước đổ xuống; rồi khối đập sắt thép thứ hai vỡ tiếp, kéo theo chuỗi đập 62 chiếc lớn, nhỏ làm thiệt hại 230 ngàn người do lũ cuốn trôi, và bệnh dịch sau cơn lụt. Tai họa ước tính lớn hơn cả vụ nổ nhà máy hóa chất Bhopal ở Ấn Độ, và nhà máy điện nguyên tử Chernobyl ở Nga.

Đập Nam Ngum của Lào, đập Pak Mun của Thái tuy không hay chưa gây nên những tai họa thảm khốc tương tự nhưng tạo nên những vùng nước tù đọng, môi sinh bị tàn phá, loại cá "thiêng" Pla Beuk, Irrawaddy Dolphin dần bị hủy diệt. Và cuối cùng, Việt Nam với những hậu quả không thể lường được. Cá không thể xuống hạ lưu; lưu lượng nước sẽ giảm hẳn, nước mặn sẽ từ biển tràn vào, việc lúa gạo sản xuất sẽ bị ảnh hưởng nặng nề... Đó là chưa kể những nhà máy kỹ nghệ (của những nước thượng nguồn) sẽ đổ xuống sông tất cả phế thải độc hại... Và Việt Nam sẽ chịu tất cả ô nhiễm về môi trường. *Nhưng những người cầm quyền ở Hà Nội hình như chưa hề có ý niệm đến những điều nguy khốn vừa kể ra...*

**Bốn.**
***Sông khô dòng/ Cạn sức sống Việt Nam!***

Khép cuốn sách lại với cảm giác nặng nề từ âm vang của loài chim báo bão vọng dội xuyên suốt qua những trang giấy chân thành, với từng dữ kiện tra cứu, với mỗi thông tin đáng tin cậy... Cảm giác kiệt sức bất lực khi phải chứng kiến, nghe ra cơn hấp hối không thể cứu chữa, không thể hồi phục của Con Sông Mekong, Con Sông Lịch Sử, Con Sông của Thời Gian, cũng là Con Sông Cuối Cùng ấy rồi ra sẽ là Con Sông của Quá Khứ. Vẫn biết sống là tận sống mỗi khắc giây của hiện tại và hướng về phía trước mặt – Hướng của Tương Lai. Nhưng đau thương thay, tương lai dẫu phát triển bao nhiêu cũng không đủ sức đẩy lùi nghèo đói của quá khứ bởi con người – Vẫn là con người của bảy quốc gia sống dọc dòng sông mà kẻ ở thượng nguồn với một khối dân hơn một tỷ người chiếm 1/6 dân cư quả đất chứ không ai khác đã tạo nên những tai họa không lường cho mình lẫn cho người qua những hệ quả của quá trình phát triển không bền vững chỉ xây dựng phồn vinh. Thảm họa "Con Rồng Đen" tháng 3/1992 với chín ngàn tấn mật mía của nhà máy Khon Kaen đổ xuống sông Nam Pong khiến không còn một giống tôm cá nào sống sót... Để cứu nguy, chính phủ Thái phải cho xả hàng triệu mét khối nước từ đập Ubol Ratana nhưng chỉ có tác động đẩy chất thải độc hại ấy vào hai sông Chi, sông Mun tiếp tục giết hại hơn 140 giống cá khác trước khi đổ vào sông Mekong rồi xuôi chảy về Đồng Bằng Sông Cửu Long. Và như một điều tất nhiên... "Sông Thiêng Mekong kể cả các phụ lưu không chỉ bị chặn nghẽn bởi các đập thủy điện, bị đổi dòng chuyển nước mà tệ hại hơn là đang biến thành những cống rãnh phế thải... Các Khu Rừng Mưa như những tấm bọt biển khổng lồ có chức năng điều hòa những dòng chảy của sông Mekong... Mà theo sự nhận định của Ngân Hàng Thế Giới (5/98) thì tài nguyên rừng sẽ cạn kiệt vào năm 2003..." Và cá là nguồn chất đạm chính cho toàn thể cư dân sống hai bên bờ sông càng ngày càng ít đi do kỹ nghệ đánh cá khai thác quá mức mà không cơ quan nhà nước nào kiểm soát được, thêm nước sông càng ngày càng ô nhiễm, dẫn đến hệ quả thảm hại và thảm họa: Chỉ số an toàn hệ sinh thái sông Mekong đang có nguy cơ bị tiêu diệt!

Và bao trùm hết tất cả, với quá trình Hán Hóa Tây Tạng đang đến những bước cuối cùng với đường xe lửa chạy từ Bắc Kinh băng qua những đỉnh cao, nóc nhà thế giới đến thủ đô Lhasa, thì sông Mekong đã được coi như là một con sông thuộc nội địa Trung Hoa – Dòng Sông Thiêng của những Dân Tộc Phương Nam sẽ là ống dẫn chuyên chở toàn bộ chất thải kỹ nghệ và tiện dụng gia cư do cả một Phương Bắc tuôn đổ xuống. Thế nên, để tránh sự ràng buộc, Trung Hoa đã không hề tỏ ý muốn hay đúng hơn là chối từ trở thành thành viên của Ủy Hội Sông Mekong. Không những thế, Bắc Kinh còn công khai và rất sớm tỏ ý muốn khống chế toàn thể vùng Biển Đông để độc chiếm cả khối trữ lượng dầu khí dưới lòng đáy biển. Trận chiến năm 1974 với Hải Quân Việt Nam Cộng Hòa là phân khúc dạo đầu của một cuộc xâm lược lớn lâu dài mà hiện nay đang đi vào đoạn kết thúc, trong thập niên đầu tiên của Thế Kỷ 21.

*PHAN NHẬT NAM*
*Đọc/ viết lần thứ nhất, Cali, 11.2006*
*Viết lại 17 năm sau, Tháng 12, 2023*

# CÁC TÁC GIẢ KHÁC

## ĐỌC CLCD BĐDS

• **ĐẶNG TRẦN HUÂN** – Thời Luận (08-12-2000)

Những cuốn sách gọi là tiểu thuyết của Ngô Thế Vinh phần lớn đều mang một chủ đề một hoài bão bên ngoài lãnh vực tiểu thuyết thuần túy... Tới cuốn *Cửu Long Cạn Dòng, Biển Đông Dậy Sóng*, Ngô Thế Vinh đã có tầm nhìn rộng hơn bên ngoài biên giới quốc gia. Ngô Thế Vinh đã xây dựng tác phẩm của ông bằng những tài liệu tham khảo nhưng có suy xét chọn lọc và bằng chính kinh nghiệm thực tế như năm 1999, ông đã về tận Đồng Bằng Sông Cửu Long, tận Cà Mau Năm Căn quan sát tại chỗ để có những dữ kiện mới nhất. *Cửu Long Cạn Dòng, Biển Đông Dậy Sóng* là một tác phẩm giá trị...

**ĐẶNG TRẦN HUÂN**

Nhà văn, nhà báo, sinh năm 1929 tại Bắc Ninh, di cư vào Nam 1954, sĩ quan cấp tá quân đội VNCH, tù cải tạo 10 năm. Định cư tại Hoa Kỳ từ 1992. Khởi viết từ 1952, cộng tác với các báo Bách Khoa, Tiền Tuyến, Diều Hâu, Chính Luận, Tia Sáng trước 1975, Khởi Hành, Thế Kỷ 21 tại hải ngoại.

**Tác phẩm:** *Ngày Vui* (tập truyện 1962), *Thành Phố Buồn Thiu* (bút ký 1970), *Những Người Thích Dấu Huyền* (1998), *Chữ Nghĩa Bể Bể* (2000).
Ông mất năm 2003 tại Hoa Kỳ, hưởng thọ 74 tuổi.

• **VŨ VĂN DZI** – Đi Tới 40 & 41 (12&01/2000)

Ngô Thế Vinh đã chọn con Sông Mekong làm bối cảnh cho một cuốn sách soạn thảo hết sức công phu từ mấy năm nay, sách dày 648 trang và chia làm 23 chương khác nhau nhưng giống những viên ngọc quý nối liền với nhau bằng một sợi dây là con Sông Mekong với nhiều tên khác nhau như Dza Chu, Lan Thương Giang, Mae Nam Không, Tonle Thom, Cửu Long... Tác giả dùng kỹ thuật tiểu thuyết dữ kiện gọi là faction dùng một số nhân vật hư cấu hoặc xác thực làm nhân chứng cho những biến chuyển chính trị, kinh tế, văn hóa, khoa học đang diễn ra ở các nước lưu vực Sông Mekong. Mỗi chương là một cánh cửa mở ra cho một chuyến đi thăm lịch sử, khảo cổ, tôn giáo, địa lý, chính trị, văn hóa của mỗi vùng từ cao nguyên Tây Tạng cho tới tận mũi Cà Mau.

## VŨ VĂN DZI

Sinh năm 1941 tại Hà Nội, di cư vào Nam 1954. Tốt nghiệp Y Khoa Sài Gòn 1968. Định cư tại Hoa Kỳ từ 1979. Tốt nghiệp Nội Khoa, bác sĩ điều trị tại Bệnh viện VA Oklahoma. Viết cho Tập San Y Sĩ Canada, Đi Tới, Văn Nghệ Tiền Phong với bút hiệu Xuân Sơn.

**Tác phẩm:** *Những chân trời Mỹ*, giới thiệu 50 tiểu bang và các thành phố lớn của Mỹ.

● **LƯƠNG THƯ TRUNG** – Văn Học 180 (04-2001)

Sau khi nằm trên chiếc võng bố da treo toòng teng dưới bóng mát bụi tre gai bên bờ kinh xáng Bốn Tổng, đọc xong cuốn sách mới của Ngô Thế Vinh có thể đưa ra một nhận định tổng quát: "*Cửu Long Cạn Dòng, Biển Đông Dậy Sóng*" không thuần là một quyển biên khảo về địa dư chí, không thuần là một tập sách về du ký du khảo, không thuần nhất là một cuốn tiểu thuyết theo cái nghĩa tiểu thuyết, không thuần nhất về một loại sách lịch sử, không thuần nhất là một đề tài viết về văn minh vùng Đồng Bằng Sông Cửu Long nhưng đó là một tác phẩm có đầy đủ những tính cách của những điều vừa kể... Bên cạnh đó, tác giả còn cho chúng ta tận mắt nhìn những cảnh thật người thật qua hàng mấy mươi tấm hình được chụp như một nét sống động về cảnh vật thiên nhiên cùng con người nơi vùng đất Phương Nam với con Sông Cửu Long âm thầm chảy qua và tạo dựng vùng đồng bằng này...

## LƯƠNG THƯ TRUNG

Là một người đọc nhà quê già và mê đọc sách từ hồi còn đi học, khi ghi chép về miền quê và việc mùa màng ngày cũ của ông, ông lấy tên Hai Trầu, sinh năm 1942 tại làng Bình Hòa (Mặc Cần Dưng), Long Xuyên, học hành dang dở, công chức. Sau 1975, làm ruộng tại quê nhà. Định cư tại Hoa Kỳ từ 1992. Viết trên Văn, Văn Học, Đi Tới, Phố Văn, Thư Quán Bản Thảo, Da Màu, Talawas, Gió O, Thất Sơn Châu Đốc.

**Tác phẩm:** *Bến Bờ Còn Lại* (2000), *Tình Thầy Trò* (2005), *Lá Thư Từ Kinh Xáng 1 & 2* (2005 & 2013), *Mùa Màng Ngày Cũ* (2011, tái bản lần I có bổ túc 2015), *14 Tác Giả Mỗi Người Mỗi Vẻ* (2012), *Nhớ Về Những Bến Sông* (2013), *Một Chút Tình Quê* (2015), *Người Đọc và Người Viết 1 & 2* (2017), *Nhớ Về Những Ngày Tháng Cũ* (2023), *Người Đọc và Người Viết 3 & 4* (2023).

## ● NGUYỄN ĐÌNH TOÀN – VOA (06-2001)

*Cửu Long Cạn Dòng, Biển Đông Dậy Sóng* của Ngô Thế Vinh được ghi là tiểu thuyết. Nhưng đọc cuốn sách người ta thấy mình chạm phải một vấn đề nghiêm trọng, thiết thân có ảnh hưởng tai hại tới nhiều người, nhiều thế hệ, nhiều quốc gia, ít nhất là bảy quốc gia trong vùng Đông Nam Á, có liên hệ với một dòng sông chứ không phải chỉ là những buồn vui, thơ mộng của một cuốn truyện, theo ý nghĩa thông thường.

## NGUYỄN ĐÌNH TOÀN

Nhà thơ, nhà văn, nhạc sĩ, sinh năm 1936 tại Gia Lâm, ngoại ô Hà Nội, di cư vào Nam 1954. Làm việc tại Đài Phát Thanh Sài Gòn, nổi tiếng với chương trình Nhạc Chủ đề. Cộng tác với nhiều tạp chí, giải thưởng Văn Học Nghệ Thuật 1973 với tác phẩm Áo Mơ Phai. Sau 1975, bị tù cải tạo 6 năm. Định cư tại Hoa Kỳ từ 1998. Ông mất năm 2023, thọ 87 tuổi.

**Tác phẩm:** *Chị Em Hải* (truyện Nxb Tự Do 1961), *Mật Đắng* (thơ, Nxb Huyền Trân 1962), *Tro Than* (truyện, Nxb Đồng Nai 1972), *Áo Mơ Phai* (truyện, Nxb Nguyễn Đình Vượng 1972), *Đồng Cỏ* (truyện, Nxb Đồng Dao 1995), *Hiên Cúc Vàng* (tập nhạc 1999), *Tôi Muốn Nói Với Em* (tập nhạc 2001), *Mưa Trên Cây Hoàng Lan* (tập nhạc 2002).

**• HOÀNG KHỞI PHONG** – Việt Tide (10-2001)

Để viết về nhà văn Ngô Thế Vinh, tôi phải quay lại chẵn 30 năm (1971) khi tác phẩm *Vòng Đai Xanh* của ông ra đời, và đã đem về cho Ngô Thế Vinh giải thưởng văn chương toàn quốc. Thời đó tôi chưa biết ông, nhưng những gì ông đề cập tới trong tác phẩm này thì tôi biết: Cuộc nổi dậy của người thiểu số trên cao nguyên mà chúng ta thường gọi là FULRO. Tôi chia sẻ rất nhiều suy nghĩ của *Vòng Đai Xanh*.

Hơn mười năm sau, tôi gặp nhà văn Ngô Thế Vinh tại Mỹ, tôi đã chứng kiến các tác phẩm của ông chào đời lần thứ hai tại Mỹ như *Vòng Đai Xanh* 87, *Mây Bão* 93, hoặc xuất hiện lần đầu như *Mặt Trận Ở Sài Gòn* 96, và mới đây nhất là một tác phẩm đồ sộ *Cửu Long Cạn Dòng, Biển Đông Dậy Són*g vào cuối năm 2000. Năm 1996, sau khi tham dự một buổi hội thảo về con sông Mekong, ông đã bị ám ảnh bởi con sông này, con sông khởi đi từ nơi đất Phật Tây Tạng, lặng lẽ dưới trăng sao, cuồn cuộn trên ghềnh thác, uốn khúc qua bảy quốc gia xuống tới Đồng Bằng Sông Cửu Long trước khi đổ ra Biển Đông. Rồi từ đó qua các tờ báo Người Việt, Văn Học, Hợp Lưu, Thế Kỷ 21, Đi Tới... bắt đầu xuất hiện những bài viết khi xa, lúc gần với những dòng sông, những con đập, những hải đảo, những sinh vật, những chuyến thám hiểm đầu nguồn, những tranh chấp, ngoài biển khơi, liên hệ tới dòng Cửu Long đang cạn nguồn và Biển Đông đã bắt đầu dậy sóng do những sóng ngầm từ đáy đại dương vọng lên, nơi có những túi dầu mà các quốc gia trong vùng này đang tranh giành và cố ra công tìm kiếm.

Để hoàn tất những bài viết này, ông không chỉ làm việc với dàn máy điện toán ở nhà, tìm tài liệu trong các thư viện trên mạng lưới internet, và rồi vẫn chưa đủ, ông muốn chính mắt nhìn lại dòng sông Cửu Long của ông trước khi chính thức ngồi xuống nối kết những bài viết thành một tác phẩm. Để hoàn tất cuốn sách được nhìn qua ống kính của Nguyễn Kỳ Hùng. Rồi Ngô Thế Vinh cũng hoàn tất được điều ông dự định cho cuốn sách, cuối năm 2000, *Cửu Long Cạn Dòng, Biển Đông Dậy Sóng* ra mắt bạn đọc.

Cuốn sách có 23 chương, mỗi chương được viết như là một truyện ngắn, hay một thiên biên khảo. Cuốn sách đáp ứng đúng những gì Ngô Thế Vinh kỳ vọng, mà sự kỳ vọng này đau lòng làm sao chỉ là một lời báo động không hơn kém. Lời kêu cứu tuy muộn màng nhưng nó cũng đã vang xa. Không đầy một năm sau cuốn sách có nhu cầu tái bản. Trong khoảng thời gian trước đó ông cũng đã thực hiện một chuyến đi xa khác – sang Lào và Thái Lan, tới với khúc sông Mekong gần chuỗi những con đập thượng nguồn Vân Nam. Một mình nơi đất lạ len lỏi trong rừng rú xứ Lào đôi lần ông bắt gặp lại cái không khí mà hơn ba chục năm trước khi còn một y sĩ đội nón xanh của Liên Đoàn 81 Biệt Cách Dù ông đã trải qua – tôi nghĩ chuyến đi này đã là một dấu ấn lớn trong đời viết của ông. Qua tác phẩm này, Ngô Thế Vinh đã nói với chúng ta, những người Việt trong và ngoài nước về những "vấn-đề-sống-còn" cho vùng Đồng Bằng Sông Cửu Long. Ít nhất lời báo động của ông đã phần nào vang vọng tới những nơi nào có người Việt cư ngụ trên khắp năm châu, nhưng đến bao giờ thì những lời cảnh báo của ông mới vọng được qua bên kia bờ Thái Bình Dương, tới với đồng bào đang sinh sống trên vùng sông nước Cửu Long – nơi mà con sông cứ mỗi ngày một thêm nhiễm mặn và cạn dần, bên một Biển Đông thì sắp ầm ầm sóng dậy.

## HOÀNG KHỞI PHONG

Nhà văn, nhà thơ, tên thật Nguyễn Vinh Hiển, sinh năm 1943 tại Hải Dương. Di cư vào Nam 1954, trung học Nguyễn Trãi, Chu văn An. Khóa 15 Trừ Bị Thủ Đức, phục vụ ngành Quân Cảnh. Di tản sang Mỹ từ 1975.

**Tác phẩm:** *Mặt Trời Lên* (thơ, 1967), *Ngày N+* (hồi ký, Nxb Văn Nghệ 1988), *Người Trăm Năm Cũ* (tiểu thuyết, Tập I 1994, Tập II 2003), *Quán Ven Sông* (truyện ngắn, Nxb Thời Văn 2004), *Cây Tùng Trước Bão* (truyện, Nxb Thời Văn 2005).

● **PHAN TẤN HẢI** – Việt Báo (12-2001)

*Cửu Long Cạn Dòng, Biển Đông Dậy Sóng* nêu lên các vấn đề hệ trọng của dân tộc, đưa độc giả vào một cảm giác băn khoăn khi thấy như dường không thể có câu trả lời nào tức thời và dễ dãi.

*Cửu Long Cạn Dòng, Biển Đông Dậy Sóng* là tập biên khảo công phu của nhà văn kiêm bác sĩ Ngô Thế Vinh. Và có thật Cửu Long sắp cạn dòng hay không? Điều này nếu có sẽ dẫn tới các tai họa nào cho dân tộc Việt Nam? Nhà văn Ngô Thế Vinh trong tiến trình nghiên cứu đã "đau lòng chứng kiến từng bước suy thoái của con sông lịch sử, con sông thời gian và đang có nguy cơ trở thành con sông cuối cùng ấy. Cuốn sách này viết về những năm tháng cuối cùng của con sông Mekong..."

Mặc dù "Cửu Long Cạn Dòng" được viết dưới dạng tiểu thuyết 23 chương, nhưng đây không phải thuần túy là hư cấu, bởi vì các bản nghiên cứu được dùng tham khảo cho tập tiểu thuyết biên khảo này đã đưa ra bản đồ và con số rất mực nghiêm túc – tính chung tác giả tham khảo tới 112 sách ngoại ngữ và Việt ngữ và bài nghiên cứu từ các tạp chí chuyên môn, nghĩa là danh mục sách cũng dài như chính dòng sông đó. Để rồi "Ngô Thế Vinh đã choáng váng thấy hết toàn cảnh tấn thảm kịch sông Mekong với bao nhiêu là tai ương mà phần lớn do chính con người gây ra."

Đây là tác phẩm cần phải đọc đối với những người quan tâm về vận mệnh của dân tộc và muốn suy nghĩ về một lối thoát cho tương lai.

## PHAN TẤN HẢI

Nhà báo, nhà văn, nhà thơ, dịch giả. Sinh năm 1952 tại Sài Gòn, hiện định cư tại Quận Cam, Hoa Kỳ. Viết cho các báo: Nghiên cứu Triết học (ĐH Văn Khoa Sài Gòn), Văn, Văn Học, Hợp Lưu, Tạp chí Thơ, Tạp chí Giao Điểm, Giác Ngộ, Đạo Phật Ngày Nay, Suối Nguồn, Thư Viện Hoa

Sen... Nguyên chủ bút Việt Báo. Khi sáng tác văn học thường ký tên Phan Tấn Hải, Phan Khế, Trần Khải. Khi viết về Phật giáo, thường ký tên Nguyên Giác, Nguyễn Thường Tâm.

**Tác phẩm:** *Cậu Bé và Hoa Mai* (tập truyện, 1986), *Ở một nơi gọi là Việt Nam* (thơ, 1987), *Thiếu Nữ Trong Ngôi Nhà Bệnh* (tập truyện, 2017), *Tập thơ Hoa Bay Khắp Trời* (nhạc sĩ Trần Chí Phúc phổ nhạc, trong CD 10 bài Thiền Ca), *Vài chú thích về Thiền Đốn Ngộ* (biên khảo, 1990) và cũng là tác giả lẫn dịch giả một số sách về Thiền khác.

• **NGUYỄN NGỌC BÍCH** – Ngày Nay (02 - 2002)

Vấn đề ô nhiễm các nguồn nước do các chất thải kỹ nghệ không chóng thì chầy cũng sẽ thành một vấn đề môi trường to lớn ở Việt Nam trong tương lai rất gần. Đi tiên phong trong vấn đề này, tức chuyện bảo vệ môi trường, là nhóm nghiên cứu sông Cửu Long của một số kỹ sư Việt Nam chủ yếu ở Cali. Và điển hình cho những lo âu này là cuốn sách viết rất công phu và đọc khá hấp dẫn của BS Ngô Thế Vinh, "*Cửu Long Cạn Dòng, Biển Đông Dậy Sóng*". Cuốn sách thành công đến nỗi chỉ 6 tháng đã bán hết ấn bản đầu tiên và trong năm nhà xuất bản Văn Nghệ đã phải tái bản sau khi tác giả thêm hơn 100 trang để thành một cuốn sách dày 730 trang. Vấn đề của sông Mekong (tức Cửu Long của Việt Nam) nói tóm gọn là vấn đề người ta đang làm gì trên thượng nguồn của nó: với Trung Quốc và Lào xây những con đập ngày càng lớn và vô tội vạ để khai thác thủy điện thì một ngày sẽ rất gần, các tài nguyên về cá cũng như phù sa ở miền xuôi, trong đó có Biển Hồ của Cam Bốt và toàn bộ lưu vực sông Cửu Long của ta, sẽ một đằng thì cạn (cá) một đằng thì thiếu đất bồi mang thêm màu mỡ đến cho đất miền Nam Việt Nam. Hiện tượng này ta đã thấy ở Cà Mau: nước biển mặn đã trở lại và đất, thay vì được bồi thêm, lại lở và trôi ra biển...

## NGUYỄN NGỌC BÍCH

Học giả, dịch giả, sinh năm 1937 tại Hà Nội. Tốt nghiệp cử nhân chính trị Đại Học Princeton 1958, theo học hậu đại học tại ĐH Columbia, và ĐH Kyoto. Dạy Văn chương Việt Nam, Văn minh và Văn hóa Việt Nam tại các ĐH George Mason, Georgetown, Giám đốc chương trình Việt ngữ RFA.

**Tác phẩm:** *The Poetry of Vietnam* (New York 1969), *A Thousand Years of Vietnamese Poetry* (Knopf 1975), *The Flowers of Hell* (dịch Hoa Địa Ngục của Nguyễn Chí Thiện 1995).
Qua đời năm 2016 trên chuyến bay đi Manila tham dự Hội nghị Biển Đông, hưởng thọ 79 tuổi.

## • NGUYỄN XUÂN THIỆP – Phố Văn (02 - 2002)

*Cửu Long Cạn Dòng, Biển Đông Dậy Sóng* là tác phẩm quan trọng của Ngô Thế Vinh... Một tác phẩm chứa đầy những sự kiện lịch sử, địa lý, tư tưởng, nhân văn. Phải nói rằng cuốn sách đọc rất hấp dẫn. Nhà văn Ngô Thế Vinh đưa chúng ta vào những vùng đất còn nóng bỏng chiến tranh, còn nồng mùi mồ hôi, nước mắt và máu, còn sôi sục bao nhiêu điều ta phải trăn trở, suy tưởng, đau đớn.

Được như vậy, đã đành nhờ công phu sưu tầm, đi sâu vào "thực tế, thực địa", tìm hiểu đến ngọn nguồn mọi vấn đề – đã đành là thế, nhưng phải kể tới tấm lòng của tác giả đối với đất nước, và nhất là kỹ thuật xây dựng tác phẩm của một nhà văn nắm vững ngọn bút của mình. Tác phẩm nhờ đó có sức lôi cuốn của một tiểu thuyết.

Ngô Thế Vinh cho biết *Cửu Long Cạn Dòng, Biển Đông Dậy Sóng* được viết theo kỹ thuật dữ kiện tiểu thuyết (faction), nghĩa là trộn lẫn thực tế và hư cấu. Thực tế là những mảng lịch sử, những tên đất, tên người, những biến động đã xảy ra. Hư cấu là phần những nhân vật dẫn truyện – họ được sáng tạo và có một đời sống riêng, với hành trạng và cá tính rõ nét. Đọc chương sách (VII) trích đăng, chúng ta như sống lại một thời với bao bi kịch máu lệ. Riêng nhân vật ông Khắc khiến ta càng tưởng nhớ Như Phong, nhà báo nhà văn lỗi lạc, vừa mới ra đi theo ngọn gió đầu của mùa đông.

[Chân dung Nguyễn Xuân Thiệp ký họa của Đinh Cường]

## NGUYỄN XUÂN THIỆP

Nhà thơ, sinh năm 1937 tại Huế, trung học Quốc Học Huế, Đại Học Văn Khoa và Luật Khoa Sài Gòn. Dạy học, sĩ quan quân lực VNCH. Tù cải tạo 7 năm. Định cư tại Texas, Hoa Kỳ từ 1995. Chủ biên tạp chí Phố Văn.

**Tác phẩm:** *Tôi Cùng Gió Mùa* (thơ), *Tản mạn bên tách cà phê* (tạp văn, Nxb Phố Văn), *Thơ Nguyễn Xuân Thiệp* (thơ, Nxb Phố Văn)

• **NGUYỄN VĂN LỤC** – Tập san Y Sĩ 153 (04/2002)

Trong số những y sĩ viết văn trước 75 và còn tiếp tục viết một cách hăng say, có sáng tạo, không thuộc giới văn nghệ nghiệp dư, phải kể đến Ngô Thế Vinh. Ông đã đóng góp những tác phẩm như Mây Bão, Bóng Đêm, Gió Mùa... Nhưng sau 75, ở hải ngoại, ông là nhà văn duy nhất biết dùng những chất liệu của xã hội ông đang sống gây dựng thành truyện, thành tác phẩm. Những địa danh, những tên người, địa lý, đề tài, cốt truyện, tên nhân vật truyện, hình ảnh đều mới. Sự thích ứng vào môi trường, cảnh vực với những cọ xát vào một xã hội khác, với cái nhìn của "người Việt Nam, con mắt Việt Nam, tâm hồn Việt Nam" đưa ông đi khá xa. Nơi ông có nhiều ý tưởng mới lạ... Gần đây hơn, với cuốn *Cửu Long Cạn Dòng, Biển Đông Dậy Sóng*, sách dày hơn 600 trang, tác giả lấy dòng sông Cửu Long làm đề tài chính với những biến chuyển địa lý, văn hóa, văn minh, xã hội chính trị của các nước vùng hạ lưu sông Cửu Long để nhấn mạnh tới sự sống còn của hàng trăm triệu dân, sống dọc theo con sông này trước những đe dọa trong tương lai về môi trường, môi sinh khi mà Trung Quốc xây các đập nước trên thượng nguồn của con sông. Phải nhận rằng, viết văn mà như thể làm nghiên cứu, đề tài khô khan, đầy tính chuyên môn, kỹ thuật, khung cảnh sự việc, địa danh có thật, nhưng câu chuyện thì như giả tưởng, đầy hư cấu. **Đọc thì thấy bỡ ngỡ, bàng hoàng. Lối viết đó, loại đề tài đó dễ mấy ai viết được, vậy mà ông đã để câu chuyện chảy dài trên 600 trang mà có thể người đọc vẫn cảm thấy thích thú. Chẳng biết sau này, ông còn đưa chúng ta đi xa đến đâu. Nghệ thuật làm gì có bến bờ.**

## NGUYỄN VĂN LỤC

Sinh năm 1938 tại Hà Nam, Bắc Việt. Học ở Hà Nội cho đến ngày di cư vào Nam năm 1954. Cựu học sinh Chu Văn An, Sài Gòn. Tốt nghiệp Đại Học Sư Phạm Đà Lạt, khoa Triết. Dạy Triết ở các trường Võ Tánh (Nha Trang), Ngô

Quyền (Biên Hòa), Văn Học (Sài Gòn) từ 1969. Định cư tại Montréal, Canada từ năm 1979 đến nay. Cộng tác với các tạp chí Văn, Hợp Lưu, Tân Văn, Sài Gòn Nhỏ, Đàn Chim Việt, Một Góc Trời, Talawas, Art2all...

**Tác phẩm:** *Lịch Sử Còn Đó* (Tân Văn - 2008), *20 Năm Miền Nam 1955 - 1975* (Tiếng Quê Hương - 2010), *Một Thời Để Nhớ* (Nguyệt San Diễn Đàn Giáo Dân - 2011)

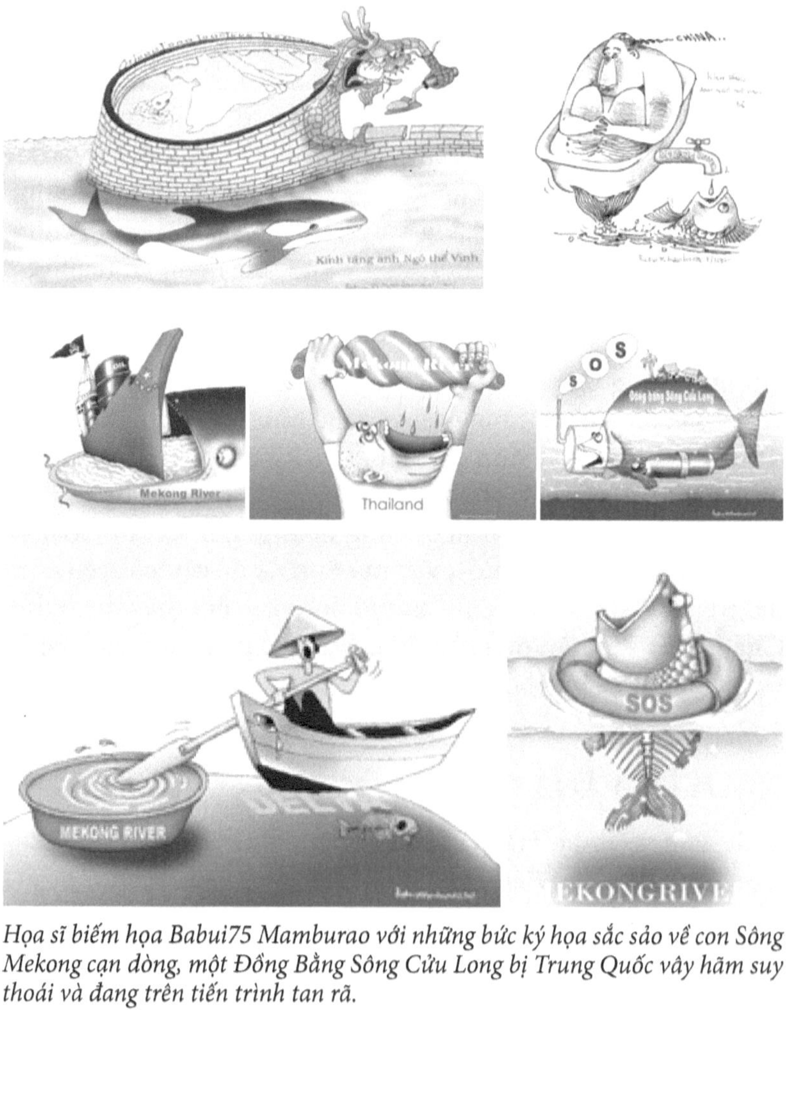


*Họa sĩ biếm họa Babui75 Mamburao với những bức ký họa sắc sảo về con Sông Mekong cạn dòng, một Đồng Bằng Sông Cửu Long bị Trung Quốc vây hãm suy thoái và đang trên tiến trình tan rã.*

# ĐOÀN NHÃ VĂN

## PHỎNG VẤN NHÀ VĂN NGÔ THẾ VINH
## TIẾNG KÊU CỨU TỪ DÒNG MÊ KÔNG NGHẼN MẠCH*

***Vài nét về tác giả****: Ngô Thế Vinh tốt nghiệp Đại học Y khoa Sài Gòn 1968. Trong ban biên tập, nguyên chủ bút nguyệt san Tình Thương, diễn đàn văn hóa và xã hội của sinh viên Y khoa. Nguyên y sĩ Liên Đoàn 81 Biệt Cách Dù. Tu nghiệp Y khoa Phục hồi tại Letterman General Hospital San Francisco. Bác sĩ huấn luyện trường Quân y. Sau 1975, tù cải tạo 3 năm. Sau đó về giảng dạy tại trường Vật Lý Trị Liệu và Trung Tâm Phục Hồi Sài Gòn. Tới Mỹ 1983, tu nghiệp hậu đại học Y khoa USC; bác sĩ nội trú rồi thường trú các bệnh viện Đại học SUNY Downstate, New York. Bác sĩ điều trị và giảng huấn tại một bệnh viện nam California.*

***Tác phẩm đã xuất bản:***

***Tiếng Việt:*** *Mây Bão [Sông Mã Sài Gòn 1963, Văn Nghệ California 1993]; Bóng Đêm [Khai Trí 1964]; Gió Mùa [Sông Mã 1965], Vòng Đai Xanh [Thái Độ Sài Gòn 1970, Văn Nghệ California 1967]; Cửu Long Cạn Dòng, Biển Đông Dậy Sóng [Văn Nghệ California 2000, tái bản 2001]; Mekong - Dòng* sông nghẽn mạch [Văn Nghệ Mới, California 2007]; *Audiobook Mekong - Dòng* sông nghẽn mạch *[Văn Nghệ Mới 2007, Việt Ecology Press & Nxb Nhân Ảnh 2017]; Chân Dung Văn Học Nghệ Thuật và Văn Hóa I & II [Việt Ecology Press 2017 & 2022]; Y Sĩ Tiền Tuyến Nghiêm Sỹ Tuấn, Người Đi Tìm Mùa Xuân, [Tập San Y Sĩ Việt Nam Canada, Việt Ecology Press 2019]*

***Tiếng Anh:*** *The Green Belt [Ivy House 2004]; The Battle of Saigon [Xlibris 2005]; Mekong - The Occluding River [iUniverse 2010]; The Nine Dragons Drained Dry, The East Sea in Turmoil [Việt Ecology Press & Nxb Giấy Vụn 2016]*

*

• **Đoàn Nhã Văn / ĐNV**: *Thưa anh, từ bản Việt ngữ "Mekong – Dòng Sông Nghẽn Mạch", bây giờ là phiên bản Anh ngữ "Mekong – The Occluding River" được xuất bản để gởi tới bạn đọc khắp nơi. Chủ đích của anh là muốn nhắm vào tầng lớp độc giả cụ thể nào (chẳng hạn: giới hàn lâm, học giả chuyên nghiên cứu về các con sông trên thế giới, chính quyền hay người dân các nước* Đông Nam Á, *giới trẻ Việt Nam trong các trường đại học, v.v...)?*

• **Ngô Thế Vinh / NTV:** Với 2000 ấn bản tiếng Việt [kể cả lần tái bản trong cùng năm 2007] và audiobook *Mekong Dòng Sông Nghẽn Mạch*, các thông tin cũng chỉ gửi tới được một con số giới hạn người Việt nơi các cộng đồng hải ngoại và một số rất ít về được trong nước. Từ 2009, khi *"bản điện tử cuốn sách"* được post Trên Kệ Sách Da Màu, sự phổ biến tương đối được mở rộng qua mạng internet.

Như Anh đã biết, Mekong là một con sông quốc tế, chảy qua 7 quốc gia [kể cả Tây Tạng], với ngót 70 triệu cư dân tuy cùng uống nước từ một dòng sông nhưng lại nói nhiều ngôn ngữ với các nền văn hóa khác nhau. Tiếng Anh như một ngôn ngữ quốc tế, trở thành một tiếng nói chung của 7 các quốc gia trong vùng. *"Một tinh thần Sông Mekong"* chỉ có thể hình thành qua những trao đổi và đối thoại, để từ đó tiến tới những *"trách nhiệm liên đới"* bảo vệ hệ sinh thái của dòng sông như mạch sống của bao nhiêu triệu cư dân cư trong vùng.

Cuốn *Mekong – The Occluding River* ngoài đối tượng là giới độc giả tiếng Anh quan tâm tới *"thiên nhiên / nature"*, *"môi trường / environment"* và *"du lịch sinh thái / ecotourism"*, cuốn sách còn đặc biệt nhắm tới những thành phần độc giả chọn lọc, đang có liên hệ điều hành trực tiếp hoặc gián tiếp, xa gần có quyết định ảnh hưởng tới vận mệnh của dòng sông Mekong. Cụ thể có thể kể tới :

- Các thành viên Ủy viên Ủy hội sông Mekong, Ủy hội sông Mississippi [Dòng sông kết nghĩa với sông Mekong từ tháng 7/2009], các Ủy hội Quốc gia sông Mekong: Lào, Thái, Cam Bốt và Việt Nam. Các nguyên thủ và chính phủ lãnh đạo các quốc gia sông Mekong; Bộ Ngoại giao Mỹ với chính sách trở lại lưu vực sông Mekong.

- Giới hàn lâm trong các đại học, sinh viên khoa học môi trường, đặc biệt là những đại học thuộc 4 quốc gia lưu vực sông Mekong: Thái Lan với 3 đại học lớn như Chulalongkorn, Thammasat, Chiang Mai; Lào với Đại học Quốc gia Lào ở Vạn Tượng; Cam Bốt với Đại học Hoàng gia Phnom Penh và Việt Nam chủ yếu là hai Đại học nơi Đồng Bằng Sông Cửu Long: Đại học Cần Thơ, Đại học An Giang.

Không thể không kể tới  Đại học Vân Nam Côn Minh Trung Quốc và Đại học Quốc gia Rangoon Miến Điện, là hai quốc gia cũng thuộc lưu vực sông Mekong nhưng không là thành viên của Ủy hội sông Mekong.

- Rồi tới các chuyên gia nghiên cứu về sông Mekong. Các nhà hoạt động môi sinh, các tổ chức phi chính phủ như: TERRA / *Towards Ecological Recovery and Regional Alliance* [Thái Lan], IRN / *International River Network* [Mỹ], *Stimson [Mỹ]*,

*PanNature* [Việt Nam]… và dĩ nhiên, cả trên quy mô thay đổi khí hậu toàn cầu / climate change như một *"Sự thực bất ưng / An inconvenient truth"* với Al Gore.

Một bookstore từ Đại học Mỹ đã có gợi ý cho sinh viên nên dùng cuốn sách *Mekong – The Occluding River* như một textbook với tiêu chuẩn cao cho nghiên cứu về các dòng sông.

*"Written by authorities in Rivers,* Mekong-The Occluding River: The Tale of a River by Ngo The Vinh provides an excellent foundation for Rivers studies. Ngo The Vinh's style is excellently suited towards Rivers studies, and will teach students the material clearly without overcomplicating the subject… As of July 2010, this revision raises the bar for Mekong-The Occluding River: The Tale of a River*'s high standard of excellence. [http://www.bookrenter.com/mekong-the-occluding-river-the-tale-of-a-river-1450239382-9781450239387]*

Sách ra mắt từ tháng 7 năm 2010, sự phổ biến cuốn sách có một số chỉ dấu tốt, qua www.amazon.com, có khi sách được xếp vào hạng *Top Ten*, [đứng thứ 8] trong thể loại sách *Bestsellers in Ecotourism / Rivers & Nature,* có nghĩa là thông điệp của cuốn sách, qua ấn bản tiếng Anh đã đến được một số độc giả 5 châu, chứ không mang ý nghĩa về lợi nhuận thương mại.

• **ĐNV**: *Với kinh nghiệm xuất bản những tác phẩm giá trị từ Việt ngữ sang Anh ngữ, như Vòng Đai Xanh / The Green Belt /, Mặt Trận Ở Sài Gòn / The Battles of Saigon v.v..., mà anh đã làm, đến Mekong - Dòng Sông Nghẽn Mạch / Mekong - The Occluding River, anh đã làm gì khác hơn, nhằm giới thiệu một cách rộng rãi hơn, đến tầng lớp độc giả mà anh nhắm đến?*

• **NTV:** Thật khó cho người ngoại quốc khi muốn tìm hiểu Việt Nam trong nhiều lãnh vực qua *"cái nhìn của người Việt"*. Số chuyên gia ngoại quốc có khả năng nói và đọc được tiếng Việt một cách thấu đáo, phải nói là rất hiếm. Số tác phẩm giá trị trong kho tàng ngôn ngữ Việt không phải là ít. Ai cũng thấy sự cần thiết chuyển ngữ các tác phẩm ấy để giới thiệu văn hóa Việt Nam với độc giả ngoại quốc. Số tác phẩm ngoại quốc dịch sang tiếng Việt, chưa nói tới phẩm chất, phải nói là khá phong phú nhưng ngược lại, số sách tiếng Việt được chuyển ngữ tương đối là ít. Hàng rào ngôn ngữ là một hạn chế cần sớm vượt qua bằng một kế hoạch đầu tư dài hạn với nhiều trí tuệ và phương tiện của tập thể chứ không phải chỉ vài cá nhân mà có thể làm được.

Kể với Anh một chuyện riêng tư bên lề. Trong môi trường sinh hoạt chuyên môn, thường xuyên tiếp xúc với những người bạn Mỹ, nhiều người còn thích đọc sách mà ta vẫn gọi họ là những *"con sâu sách / bookworms"*, khi biết tôi còn là một nhà văn, họ tỏ ý muốn đọc những cuốn sách tôi viết, thêm một động lực cho dự định chuyển ngữ sách của tôi sang tiếng Anh.

Dịch thuật không phải là một công việc dễ dàng; để có một bản dịch tiêu chuẩn, đòi hỏi người dịch quen thuộc với cả hai nền văn hóa và am tường cả hai ngôn ngữ Việt Anh và thêm cả sự kiên nhẫn với thời gian có khi hàng năm để cùng với tác giả hoàn tất một công trình. Và tôi khá may mắn để có được các người bạn có khả năng ấy, như chị Nha Trang và William L. Pensinger, các anh Nguyễn Xuân Nhựt, Thái Vĩnh Khiêm.

Tôi muốn chia sẻ với Anh và bạn đọc *"hồi đáp / feedback"* của một số độc giả ngoại quốc, trong đó có các học giả, phóng viên nhà báo... về ấn bản tiếng Anh mỗi cuốn sách. Các hồi đáp ấy chứng tỏ được một điều là: bản tiếng Anh đã chuyển đạt được nội dung từ nguyên bản.

**Với The Green Belt:**

- GERALD C. HICKEY, nguyên giáo sư Nhân Chủng Đại học Yale và Cornell, tác giả Free in the Forest, Ethnohistory of the Vietnamese Central Highlands, 1954-1976.

*"Tôi đọc Vòng Đai Xanh với nhiều quan tâm. Cuốn sách đã gợi lại ký ức về Cao Nguyên vào những năm 60 và cả những biến cố liên quan tới Phật giáo và sinh viên cũng trong giai đoạn bất an đó. Rõ ràng là tác giả Ngô Thế Vinh đã hiểu biết rất rõ về các sắc dân Thượng cùng với những nguyện vọng của họ giữa và sau cuộc chiến tranh. Những tin tức hiện nay mà tôi nhận được từ*

*Cao Nguyên thật đáng buồn. Người Thượng đang phải đối đầu với những mối đe dọa tệ hại hơn bao giờ hết trên nếp sống của họ. Cũng như người Pháp trước đây, người Mỹ đã dùng người Thượng và sau đó đã lạnh lùng bỏ rơi họ. Điều mà người ta có thể làm là cố gắng tạo mối quan tâm từ các nhà lãnh đạo Mỹ ở Hoa Thịnh Đốn. Hy vọng và vẫn chỉ là hy vọng."*

- OSCAR SALEMINK, Hòa Lan, giáo sư Đại học Amsterdam, tác giả The Ethnography of Vietnam's Central Highlanders.

*"Tôi rất xúc cảm về những hiểu biết, tầm nhìn xa và mối từ tâm mà Ngô Thế Vinh đã dàn trải trong Vòng Đai Xanh, cuốn sách được viết từ hơn 30 năm trước. Mặc dầu là một tiểu thuyết nhưng nhiều biến cố mang dấu ấn lịch sử và một số nhân vật thì như là rất thật. Đối với những phe phái liên hệ, qua những biến động và nghịch cảnh, thì các sắc dân Thượng luôn luôn là hình ảnh nạn nhân của các chính sách và những cuộc tranh chấp."*

- JOSÉ QUIROGA, Mỹ gốc Chile, nguyên giáo sư UCLA, Giám Đốc Chương Trình Các Nạn Nhân Bị Tra Tấn, Los Angeles

*"Các sử gia, nhà báo, chính trị gia, các nhà quân sự và tiểu thuyết gia đã viết nhiều sách về cuộc Chiến tranh Việt Nam. Vòng Đai Xanh là một tiểu thuyết mạnh mẽ, lôi cuốn và đặc sắc do một y sĩ nhà văn viết ra, về những tác hại của cuộc chiến tranh trên con người đặc biệt trên thiểu số những người Thượng sống trên các vùng Cao nguyên Trung phần Việt Nam và họ là nạn nhân của sự kỳ thị. Do vùng đất ấy vốn là địa bàn chiến lược trong cuộc chiến khiến cho cuộc sống vốn thanh bình của những người Thượng đã bị biến đổi vĩnh viễn. Các điều kiện nhân quyền của những nhóm người Thượng thiểu số cần được sự quan tâm của quốc tế.*

**Với The Battles of Saigon:**

- MARK FRANKLAND, nguyên phóng viên báo Anh, The Observer trong chiến tranh Việt Nam, tác giả cuốn hồi ký về cuộc Chiến Tranh Lạnh 'A Child of My Time – An Englishman's Journey in A Divided World' (Chatto 1999).

*'Mặt Trận Ở Sài Gòn' sẽ tạo mối xúc động hay chú tâm cho những ai còn tha thiết tới số phận của Việt Nam. Nó cũng sẽ gây ngạc nhiên cho những ai ít hiểu biết về tâm trạng phức tạp của người dân miền Nam đối với cuộc chiến tranh mà cho đến nay vẫn còn để lại những hậu quả và ảnh hưởng trên số phận của họ. Trong và cả sau chiến tranh, tiếng nói của người dân miền Nam thường bị lãng quên. Là một phóng viên ngoại quốc trong cuộc Chiến Tranh Việt Nam, tôi có may mắn được nghe phần nào tiếng nói ấy qua phụ tá người Việt của tôi. Nhưng lúc đó thì anh ta đã ở tuổi trung niên với cả gánh nặng gia đình nên đã không thể theo sát tôi đi vào vùng có giao tranh để giúp tôi hiểu biết hơn về những người lính Việt Nam Cộng Hòa, thay vì hiểu sai lạc. Ngô Thế Vinh đã đặc biệt quan tâm tới tâm trạng của những người lính miền Nam. Trong 'Mặt Trận Ở Sài Gòn' những người lính ấy có cơ hội nói ra và kết quả là tác giả đã phác họa được một chân dung chính trực và nhân bản của những con người ấy giữa cuộc chiến tranh – điều mà lẽ ra phải được thế giới bên ngoài quan tâm thay vì quên lãng. Đối với các cộng đồng người Việt đang sống lưu vong ở Bắc Mỹ, tác giả cũng đã đề cập tới những tình huống lưỡng nan / dilemmas cả về chánh trị lẫn đạo lý khi mà họ vẫn bị giằng co giữa tình tự yêu quê hương – một quê hương mà họ bị cưỡng bách phải xa rời, cùng với sự đối đầu một nhà nước cộng sản hành xử thô bạo ở trong nước, và rồi cả với sự khác biệt đến đau lòng về phong tục tập quán ngay trong bối cảnh một nền văn hóa xa lạ Tây phương mà họ đang phải sống với. Cũng trong tác phẩm này, Ngô Thế Vinh vẫn sắc bén và biểu lộ sự cảm thông khi viết về những người cựu chiến binh Hoa Kỳ và cũng nhìn họ như nạn nhân của cuộc chiến tranh không khác gì người Việt. Mặt Trận Ở Sài Gòn là một cuốn sách của xúc cảm và khoan dung.*

- TIM PAGE từ Úc Châu, là phóng viên nhiếp ảnh nổi tiếng 'mẫu mực' trong suốt cuộc chiến tranh Việt Nam. Với 4 lần bị thương ngoài mặt trận, thêm một lần khác bị thương do 'hỏa lực bạn', Tim trở thành đề tài cho nhiều phim tài liệu. Tim còn là tác giả của 9 cuốn sách: Tim Page's Nam, Ten Years After: Vietnam Today…

*"Vẫn liên tiếp xuất hiện những cuốn sách viết về Chiến Tranh Việt Nam, tuy nhiên có rất ít sách đề cập tới quan điểm từ miền*

*Nam, từ góc cạnh của những người thất trận nhưng họ đã từng chiến đấu và tin tưởng ở một nền Cộng Hòa miền Nam mới khai sinh. Ngô Thế Vinh qua kinh nghiệm của một y sĩ trong một đơn vị Biệt Cách thiện chiến đã đem tới cho chúng ta những lý giải và soi sáng về những tình huống lưỡng nan ngoài trận địa. Rồi ông cũng để cập tới cuộc sống hỗn mang ban đầu của một người tỵ nạn tạo dựng lại cuộc đời trong sự xa lạ của một miền Nam California, với phấn đấu để trở lại nghiệp cũ giữa một cộng đồng di dân gồm cả nửa triệu thuyền nhân với những khuynh hướng chánh trị phân hóa đa dạng. Một bối cảnh như vậy hầu như hoàn toàn bị lãng quên trong văn học. Người đọc sẽ thấy mình bị lôi cuốn vào tâm thức của một y sĩ tiền tuyến, của một tù nhân trong các trại tù Gulag và rồi đến một người tỵ nạn bị bật ra khỏi gốc rễ được giải thoát để hội nhập vào một tầng lớp trung lưu Mỹ mới vừa hình thành.* Đọc Mặt Trận Sài Gòn để cảm nhận lắng nghe nỗi bâng khuâng của một con người vẫn gắn bó với những *cội rễ tinh thần của một quê hương Việt Nam không thể tách rời."*

Và mới đây

**Với Mekong – The Occluding River:**

Chúng ta thực sự không có một diễn đàn có trọng lượng để nói lên tiếng nói cùng mối quan tâm của người Việt về các vấn đề rất thiết thân trong đó có sông Mekong. Không phải chỉ để nói cho nhau nghe, mà chúng ta cần có sự đối thoại với các quốc gia trong vùng, và mở rộng hơn là với cộng đồng thế giới.

- AVIVA IMHOF, *(Campaigns Director, International Rivers, Berkeley, California):*

"Tình yêu của bác sĩ Ngô Thế Vinh đối với dòng sông Mekong bàng bạc trong từng trang sách của tác phẩm này. Bác sĩ Vinh vận dụng nhiều hình thức trình bày, lúc thì tự truyện, lúc kể về lịch sử, lúc mô tả những chuyến du hành, để đan kết thành câu chuyện xúc động về những chuyến đi xuyên qua nhiều quốc gia mà dòng Mekong chảy qua. Và ông đã cho độc giả cái nhìn toàn cảnh về ảnh hưởng tai hại, đang xảy ra, và có thể xảy ra, từ việc Trung Quốc xây dựng các đập thủy điện tại đây."

- WITOON PERMPONGSACHAROEN, *(Publisher Watershed, People's Forum on Ecology, TERRA):* "Tôi vui mừng được biết mỗi người chúng ta nỗ lực, trong khả năng của mình, để bảo vệ dòng Mekong. Điều không thể chối cãi là: Mekong, và cư dân có liên hệ đến dòng sông này, đang đối mặt với nan đề 'phát triển, hoặc là hủy diệt.' Chúng ta cần có thêm nhiều Ngô Thế Vinh hơn nữa để 'bảo vệ Mekong cho các thế hệ tương lai,' bằng cách giúp đỡ 'ngăn chặn các kế hoạch phát triển có tính phá hoại đối với khả năng chịu đựng của dòng sông.'"

- MICHAEL WALSH *(President Mississippi River Commission):* ... "Cám ơn bác sĩ Ngô Thế Vinh về tác phẩm 'Mekong – Dòng Sông Nghẽn Mạch.' Chắc hẳn Bác Sĩ đã biết, Ủy Hội Sông Mississippi đã gởi thư ngỏ đến Ủy Hội Sông Mekong hồi tháng Bảy, 2009 vừa qua. Chúng tôi đang nỗ lực tìm cách chia sẻ những bài học kinh nghiệm cũng như khoa học liên quan đến sông ngòi. Ý tưởng hiện tại của chúng tôi là tìm cách thúc đẩy sự liên kết giữa các trung tâm nghiên cứu về sông ngòi, cũng như các đại học, giữa hai quốc gia với nhau. Các trung tâm này sẽ giúp mọi người thấy được lưu vực hiện tại cũng như trong quá khứ; từ đó giúp đưa ra sáng kiến về những gì chúng ta cần phải làm cho tương lai."

...

Và mới đây, tôi cũng nhận được thư của nguyên Phó Tổng Thống Al Gore, giải Nobel Hòa Bình, tác giả những cuốn sách về môi sinh, thay đổi khí hậu và Hâm nóng Toàn cầu / Global Warming.

● **ĐNV**: Mười năm trước, *năm 2000, trong một cuộc phỏng vấn của anh Nguyễn Mạnh Trinh, anh cho rằng,* ***Không một quốc gia riêng rẽ nào có khả năng bảo vệ chỉ riêng khúc sông chảy qua lãnh thổ của mình nếu không có được "Một Tinh Thần Sông Mekong".*** *Dường như tới thời điểm này, một tinh thần sông Mekong như anh nói, có vẻ chưa được những quốc gia ở hạ nguồn cùng thực hiện, theo anh, liệu chúng ta còn phải chờ bao nhiêu lần*

*10 năm, và "Mekong - The Occluding River" có tạo được tác động tích cực nào không?*

• **NTV:** Một câu rất ý nghĩa cho *Ngày Nước Thế Giới / World Water Day: Everybody Lives Downstream / Mọi Người Đều Sống Dưới Nguồn*, có thể áp dụng cho toàn lưu vực Sông Mekong. Không chỉ Việt Nam mà các nước chịu ảnh hưởng suy thoái của con sông Mekong phải có tiếng nói chung. Sẽ không có tiếng nói mạnh nếu chỉ hướng tới bảo vệ quyền lợi cục bộ của mỗi quốc gia và đó là tình trạng hiện nay. Tranh giành nhau ở hạ lưu mà nhắm mắt trước những thiệt hại giáng xuống từ thượng nguồn là tắc trách. Không thể bảo vệ sông Mekong từng khúc đoạn mà phải như một toàn thể.

Theo tôi, nước lớn Trung Hoa vừa có thể là nguyên nhân phân hóa vừa là yếu tố đoàn kết các quốc gia hạ nguồn sông Mekong. Khi đứng trước mối hiểm nguy "nhãn tiền" do Trung Hoa gây ra, điển hình như giai đoạn sông Mekong thực sự bị cạn kiệt trong những tháng đầu năm 2010, thì đồng loạt các quốc gia hạ lưu sông đều mạnh dạn lên tiếng phản đối Bắc Kinh. Nhưng đó là hình ảnh của "ngọn lửa rơm", bởi vì trước và sau đó như từ bao giờ, với chính sách chia để trị, qua các cuộc thương thảo song phương kèm theo một số quyền lợi nhất thời, con mãnh hổ Trung Hoa dễ dàng bẻ gãy từng cặp sừng của mỗi con trâu tách khỏi bầy đàn. Đã có những dấu hiệu Cam Bốt và Lào đang tách khỏi Việt Nam để rơi vào quỹ đạo Trung Hoa, và không có dấu hiệu nào Thái Lan có liên minh bền vững và lâu dài với Việt Nam.

Vì nền "*hòa bình và phát triển bền vững*" cho toàn Lưu Vực GMS / Greater Mekong Subregion, không có chủ nghĩa dân tộc cực đoan, không bài Hoa, nhưng là một "*Tinh Thần Sông Mekong*" bao hàm nội dung của một nền "*Văn Hóa Hòa Bình – Culture of Peace*", được hiểu theo một nghĩa rộng và hài hòa, giữa các nước trong lưu vực, bao gồm cả Trung Hoa và Miến Điện, với tính tự nguyện của mỗi quốc gia cùng có quyết tâm bảo vệ sự nguyên vẹn và nguồn tài nguyên phong phú của con sông Mekong – như một con sông quốc tế, không chỉ cho hiện tại mà cho cả những thế hệ mai sau.

• **ĐNV**: *Từ năm 2003, anh đã từng gợi ý với Đại Học Cần Thơ nên mở một phân khoa về sông Mekong. Và gần đây, 2009, trong một cuộc phỏng vấn với báo Tuổi Trẻ (Việt Nam), anh cho rằng:* "Đại học Cần Thơ cần kết hợp như một ***'think tank'*** có tầm vóc quốc tế, cấp thiết trở thành trung tâm nghiên cứu giảng dạy nhằm cung cấp nguồn chất xám cho cả lưu vực." Để cứu con sông huyết mạch này, Đại Học Cần Thơ có thể là *một khởi đầu. Tuy nhiên, chúng ta còn cần những đại học khác trong vùng thuộc các nước: Thái Lan, Cam Bốt* và Lào. Theo ý anh, những khó khăn lớn nào sẽ gặp phải? Và chúng ta có thể làm được điều gì để góp phần tạo nên tác động tích cực trong việc vận động thành lập một phân khoa về sông *Mekong?*

• **NTV:** Là quốc gia cuối nguồn, Việt Nam đang gánh chịu tất cả hậu quả tích lũy do sự suy thoái của sông Mekong. Bắc Kinh sẽ không bao giờ từ bỏ kế hoạch điện khí hóa vùng tây nam Trung Hoa của họ; mới đây sau khi hoàn tất con đập thứ tư Tiểu Loan / Xiaowan cao nhất thế giới, Trung Hoa lại đang xây con đập Nọa Trát Độ / Nuozhadu như một con khủng long trên thượng nguồn sông Mekong, lớn nhất trong chuỗi *14 con đập Bậc Thềm Vân Nam / Mekong Cascades.* Rồi ra, do áp lực ghê gớm của các tập đoàn tư bản xây đập, sẽ là từng bước thực hiện thêm dự án 11 con đập khác nơi vùng hạ lưu trên các khúc sông Thái, Lào và Cam Bốt.

Nếu không thể ngăn chặn thì ít ra chúng ta cũng phải đòi hỏi cho được sự **trong sáng và minh bạch / transparency** của từng dự án. Để rồi những "khiếm khuyết và thiếu an toàn" trong mỗi dự án đập phải được biết tới để theo dõi và bổ sung, mà điều ấy đòi hỏi một đội ngũ chuyên viên liên quốc gia có trình độ và tấm lòng thiết tha với vận mệnh sông Mekong.

Được mệnh danh là trung tâm khoa học kỹ thuật của Đồng Bằng Sông Cửu Long, Đại Học Cần Thơ đã và đang làm gì để đương đầu với những khai thác hủy hoại con sông Mekong?

Do vị trí địa dư đặc biệt của mình, Đại Học Cần Thơ sẽ phải là một tiền đồn, một cơ quan đầu não, một trung tâm nghiên cứu thu thập dữ kiện, khảo sát và theo dõi mọi thay đổi biến động của con sông Mekong về lưu lượng dòng chảy, phẩm chất nước, nguồn cá... nói chung là toàn hệ sinh thái phong phú nhưng cũng rất mong manh của toàn lưu vực sông Mekong - trong đó có Đồng Bằng Sông Cửu Long một vựa lúa nuôi sống cả nước, để kịp thời có phản ứng và tìm ra giải pháp để giới hạn tổn thất / damage-control.

Nếu không làm gì, chờ đến khi mà con sông Cửu Long cạn dòng và cả vùng đồng bằng châu thổ bị dìm trong biển mặn thì Đại Học Cần Thơ lúc đó chỉ còn là hình ảnh của con tàu mắc cạn trên biển mặn Aral của Trung Á.

Hiển nhiên không thể thụ động ngồi chờ nguồn thông tin do Trung Quốc tùy tiện cung cấp mà vì lý do sống còn, chúng ta phải hết sức chủ động đi tìm kiếm những gì mà chúng ta cần biết - đó là những dữ kiện khách quan. Điều ấy đòi hỏi cho một chiến lược bảo vệ môi sinh với tầm nhìn xa, với một đội ngũ chuyên viên không chỉ có trình độ mà còn có lòng thiết tha với công việc chuyên môn của họ.

Đại Học Cần Thơ với Phân khoa Sông Mekong sẽ là một trung tâm giảng dạy và nghiên cứu. Phân khoa ắt có thể khai triển từng bước từ ý niệm đã có ban đầu với danh xưng Trung tâm Nghiên cứu Kỹ thuật Môi trường:

- Xây dựng một thư viện chuyên ngành với tất cả sách vở tài liệu trước hết là liên quan tới con sông Mekong.

- Ban giảng huấn ngoài thành phần cơ hữu của nhà trường, sẽ bao gồm các chuyên gia Ủy Hội Sông Mekong, nhóm chuyên viên tham vấn quốc tế bên cạnh Ủy Hội Sông Mekong, Ủy Hội Sông Mississippi kết nghĩa. Họ sẽ được mời như những giáo sư thỉnh giảng.Tài liệu giảng của họ sẽ là nguồn thông tin vô cùng quý giá do từ những đúc kết qua thực tiễn.

- Chọn lọc tuyển sinh từ thành phần ưu tú biết ngoại ngữ, hướng tới đào tạo các kỹ sư môi sinh; ngoài phần lý thuyết họ sẽ được tiếp cận với thực tế bằng những chuyến du khảo qua các trọng điểm của con sông Mekong, qua các con đập, và không thể thiếu một thời gian thực tập *"on-the-job training"* tại các cơ sở của Ủy Hội Sông Mekong. Họ sẽ ra trường với một tiểu luận tốt nghiệp về những đề tài khác nhau liên quan tới hệ sinh thái của con sông Mekong.

- Về phương diện chánh quyền, cần thiết lập ngay một mạng lưới *"Tùy viên môi sinh"*. **Đã có những tùy viên quân sự, tùy viên văn hóa, tại sao không thể có tùy viên môi sinh đặc trách sông Mekong trong các tòa đại sứ và sứ quán** tại các quốc gia trong lưu vực. Họ sẽ là tai mắt, là những trạm quan sát sống cho phân khoa Sông Mekong và Bộ Bảo Vệ Môi Trường.

Với trình độ kiến thức và tinh thần liên đới của đám sinh viên đa quốc gia này sẽ là nguồn chất xám bổ sung cho Ủy Hội Sông Mekong, cho các chính phủ địa phương đang bị thiếu hụt nhân sự trầm trọng. Lớp chuyên viên trẻ đầy năng động này cũng sẽ là *"mẫu số chung nối kết"* mở đường cho các bước hợp tác phát triển bền vững của 6 quốc gia trong toàn lưu vực sông Mekong.

Dĩ nhiên có một cái giá phải trả để bảo vệ con Sông Mekong và vùng **Đồng Bằng Sông Cửu Long. Với tâm niệm "Nói tới nguy cơ là còn thời gian, tiêu vong là mất đi vĩnh viễn."** [Sea World San Diego]

Trả lời tiếp phần hai câu hỏi của Anh, rằng có cần thêm khoa sông Mekong ở những đại học khác trong vùng như Thái Lan, Lào và Cam Bốt. Theo tôi được biết, thì các Đại học láng giềng ấy, nhất là Thái Lan, với Đại học Chulalongkorn, Đại học Chiang Mai – [cái nôi hình thành Ủy Hội Sông Mekong 1995], sớm hơn cả Đại học Cần Thơ, họ đã có những khoa giảng dạy về khoa học môi trường liên hệ tới sông Mekong.

Nhưng với Phân khoa Sông Mekong tại viện Đại Học Cần Thơ, là một dự án mở rộng và nâng cấp, không phải chỉ riêng cho Việt Nam, mà bao gồm cho 7 quốc gia trong lưu vực với thành phần sinh viên đến từ Thái, Lào, Cam Bốt và cả từ Trung Quốc, Miến Điện và Tây Tạng.

Dĩ nhiên, khó khăn không phải là ít do tính cách "cục bộ" với các tranh chấp quyền lợi ngắn hạn từ mỗi quốc gia. Nhưng cũng phải thấy được là nguồn tài trợ quốc tế về tài chánh và nhân sự cho các dự án sông Mekong không thiếu. *Phát Triển Bền Vững / Sustainable Development* với dự án hình thành Phân khoa Sông Mekong từ Viện Đại học Cần Thơ sẽ rất thuyết phục để thu hút những nguồn tài trợ ấy.

Đó là chiến lược bảo vệ môi sinh với "*nhiều trí tuệ và cả tầm nhìn xa*". Có một cái giá xứng đáng phải trả để bảo vệ mạch sống của hàng bao nhiêu triệu cư dân sống bằng nguồn nước và nguồn tài nguyên sông Mekong.

Khi mà "Giấc Mơ Đại học Đẳng cấp Quốc tế" đang rộ lên ở Việt Nam trong những năm gần đây, và thực trạng các Đại học trong nước kể cả cấp quốc gia, chưa có nền tự trị đại học, vẫn còn ở một vị trí xa mù tăm, và không biết phải bao thập niên nữa mới có được một Đại học Việt Nam đầu tiên đứng tên trong bảng sắp hạng 200 đại học sáng giá của thế giới. Nhưng với Phân Khoa Sông Mekong ngay nơi Đồng Bằng Sông Cửu Long, như một "*think tank*" cho 6 quốc gia trong vùng, thì đây chính là cơ hội độc nhất vô nhị **để Đại Học Cần Thơ có tiềm năng trở thành một Đại học mang tầm vóc Quốc tế**, trên quy mô vùng, với các công trình nghiên cứu thực địa về hậu quả khai thác các nguồn tài nguyên con sông Mekong.

● **ĐNV**: *Nếu một nhà xuất bản trong nước nhìn ra được giá trị thực của "**Mekong – Dòng Sông Nghẽn Mạch**", và họ muốn in để phát hành trong nước, và điều kiện tiên quyết là phải có giấy phép. Mà để có được giấy phép xuất bản, họ phải "biên tập" lại nhiều đoạn, nhiều câu có tính chất "nhạy cảm" theo cách hiểu của nhà xuất bản, và trường hợp xấu nhất, là phải cắt đi một số chỗ. Vì nếu không, dù là một người có tâm huyết với đất nước hay một nhà xuất bản có nặng lòng với vấn đề chung, cũng không thể xuất bản được. Vậy quyết định của anh trong vấn đề này như thế nào, và tại sao?*

● **NTV:** Nói tới biên tập hay kiểm duyệt, như một *flashback*, tôi nhớ lại kinh nghiệm xuất bản cuốn sách đầu tay, tiểu thuyết **Mây Bão**, cách đây cũng đã 47 năm, năm tôi 22 tuổi, lúc đó đang là sinh viên năm thứ 2 Y khoa Sài Gòn. Bản thảo Mây Bão được gửi lên Sở Kiểm duyệt, sau một tháng bị trả lại và không được cấp giấy phép xuất bản. Giám Đốc Thông Tin lúc đó là ông Phạm Xuân Thái, không chỉ là một công chức cao cấp, dường như ông còn là một nhà văn hóa giỏi Hán Nôm [tác giả bộ Danh Từ Triết Học / Philosophical lexicon, xuất bản Sài Gòn, 1950] và tuổi tác của ông thì cách tôi hơn một thế hệ. Thay vì gặp trực tiếp nhân viên kiểm duyệt, tôi yêu cầu được gặp ông, và ông đã tiếp tôi ở văn phòng Giám Đốc Bộ Thông Tin. Thông thái và hòa nhã, ông trao đổi với tôi về chức năng của người cầm bút, rằng nhà văn cần phản ánh chính diện của xã hội mình đang sống thay vì chỉ có phản diện. Câu trả lời của tôi lúc đó là nhà văn cần phản ánh cả hai: cả chính diện và phản diện. Chỉ nói tới chính diện, thì đó là chức năng của Bộ Thông Tin. Và sau đó, ông đồng ý giao bản thảo cuốn Mây Bão cho một nhân viên kiểm duyệt khác, anh Nguyễn Xuân Đàm, và mãi sau này tôi mới được biết anh từng là ký giả và là nhà thơ Song Hồ. Anh ấy rất tâm đắc, chia sẻ với tôi về nội dung cuốn sách, và dĩ nhiên qua tường trình của anh như một ý kiến thứ hai, cuốn sách đã có ngay được giấy phép xuất bản [số 2355 HĐKDTƯ-PI-XB NGÀY 5-11-63, theo ấn bản còn lưu trữ trong Thư viện Đại học Cornell]. Với nhà thơ Song Hồ, những năm sau này chúng tôi trở thành bạn văn, và anh ấy đã mất trên đất Mỹ cách đây không lâu.

Những khó khăn về kiểm duyệt sách báo ở miền Nam trước 1975 là có thật, nhưng rõ ràng *vẫn có một không gian tự do cho người sáng tác*. Tôi cũng muốn nhắc lại ở đây trích đoạn trong cuộc nói chuyện với anh Lê Ngộ Châu, chủ nhiệm báo Bách Khoa về kinh nghiệm xuất bản cuốn *Vòng Đai Xanh*, [Bách Khoa CCCIXX, 1972].

Khoảng giữa thập niên '60s, khi Robin Moore cho xuất bản cuốn *The Green Berets,* sách vừa ra mắt đã như một hiện tượng, nổ như một trái bom " *The novel that blasted, a war wide open*", và trở thành *best seller* trong suốt nhiều tuần lễ trên nước Mỹ; với nội dung chỉ là để ca ngợi các chiến tích anh hùng của những người lính Mũ Xanh Lực Lượng Đặc Biệt Hoa Kỳ, còn lại là sự xuyên tạc hạ giá người Việt về sự kỳ thị tệ hại giữa các sắc dân Kinh Thượng ở Cao Nguyên. Robin Moore là bạn học Harvard của Kennedy, là cha đẻ của binh chủng Mũ Xanh Hoa Kỳ nhằm đương đầu với các cuộc chiến tranh không quy ước / unconventional warfare. Moore đã được gửi tới Fort Bragg huấn luyện gần một năm có bằng nhảy dù trước khi qua Việt Nam cùng với những người lính Mũ Xanh. Cuốn sách rất sớm được chuyển thể thành phim mang cùng tên do tài tử John Wayne đóng vai chính với nhiều "kịch tính" thay vì phản ánh những nét hiện thực về cuộc chiến tranh Việt Nam.

Với tôi thì *Vòng Đai Xanh* là một *"lối nhìn Việt Nam"* đối lại với *The Green Berets*, về vấn đề Cao Nguyên, qua thực chất và huyền thoại *De Oppresso Liber* của những người lính Mũ Xanh LLĐB Hoa Kỳ, lúc nào cũng tự nhận là *"chiến sĩ giải phóng"* các dân tộc bị trị. Và họ quan niệm đang làm một cuộc giải phóng cho các sắc dân Thượng bị người Kinh áp bức trên Cao Nguyên.

Để Vòng Đai Xanh ra mắt sớm kịp đối lại với *The Green Berets,* do những khó khăn của Sở Kiểm Duyệt, tôi đã phải tự cắt xén đi gần một nửa số trang của cuốn sách với mục đích để được xuất bản. Dù là tự kiểm duyệt, nhưng tôi vẫn tự hỏi đó có phải là một quyết định đúng hay không. Sau 1975, khi ở tù ra, tôi đã không còn giữ lại được một bản thảo nguyên vẹn nào kể cả Vòng Đai Xanh, và cả trọn bộ báo Sinh viên Tình Thương cũng có chung số phận của tro than...

Nay trở về với câu hỏi của Anh. Tôi còn nhớ, trong chuyến đi thăm Đồng Bằng Sông Cửu Long tháng 09/2006, khi trở lại Sài Gòn, tôi có dịp tới thăm nhà văn Sơn Nam. Tuy là lần đầu tiên được gặp, nhưng "văn kỳ thanh" do đã được đọc có thể nói gần toàn bộ những tác phẩm của Sơn Nam. Trong lần gặp ấy, Bác rất vui và cho biết Bác cũng đã hơn một lần đọc cuốn *Cửu Long Cạn Dòng, Biển Đông Dậy* Sóng. Bác cầm trên tay cuốn sách ấn bản lần hai của Nhà xuất bản Văn Nghệ California, với bìa ngoài đã khá cũ nát. Bác nhắc lại một gợi ý trước đây là nên phổ biến cuốn sách ở Việt Nam và nếu có thể thì tới ở với Bác chừng ít ngày để cùng duyệt lại nội dung cuốn sách. Nhưng rồi đã không có cơ hội đó cho đến ngày bác mất ở tuổi 82 [13-08-2008].

Tôi và có lẽ cả nhà văn Sơn Nam cùng hiểu rất rõ rằng với nội dung nguyên vẹn, lại đụng tới những vấn đề nhạy cảm nhất là với nước lớn Trung Hoa, tác phẩm ấy sẽ không thể nào xuất bản được ở Việt Nam trong một tương lai gần khi mà bối cảnh chánh trị vẫn không có ổn định và cả chưa có tự do ngôn luận như hiện tại.

Có ý kiến cho rằng, để có được giấy phép, nhà xuất bản trong nước sẽ phải "biên tập" lại nhiều đoạn và có thể phải cắt đi một số trang. Vì nếu không, dù là một người có tâm huyết nặng lòng với đất nước, cũng không thể xuất bản được.

Theo tôi, một tác phẩm như *Cửu Long Cạn Dòng, Biển Đông Dậy Sóng* đã được sáng tác và hình thành trên một xứ sở tự do, nay vì bất kỳ ý hướng nhân danh sự tốt đẹp nào, tác giả lại chấp nhận tự đặt mình vào một hệ thống kiểm duyệt vốn đã "*lỗi thời và phi lý*" như hiện nay chỉ để cuốn sách được xuất bản, thì đó là sự thỏa hiệp nếu không muốn nói là "*tha hóa*" và cả tạo ra một tiền lệ nguy hiểm. Do đó câu trả lời của tôi rất rõ ràng và dứt khoát: nếu xuất bản ở trong nước, cuốn sách sẽ vẫn là một nội dung nguyên vẹn, không cắt xén – với tôi, đó như một nguyên tắc.

Nhưng lại thêm một câu hỏi khác được đặt ra là: trong nghịch cảnh như hiện nay *có thật sự cần có một bản in ở trong nước hay không* khi mà người đọc ở bất cứ đâu, đều có thể đọc / nghe, kể cả download / để in ra từng phần hay toàn cuốn sách từ internet hoàn toàn miễn phí. Các cuốn sách và những bài viết của tôi liên hệ tới sông Mekong, sau khi xuất bản đều đã được post nguyên vẹn Trên Kệ Sách Da Màu hay gián tiếp trên một số website khác, mà chính tôi cũng không được biết.

**Flip Books:**
Mekong Dòng Sông Nghẽn Mạch & Cửu Long Cạn Dòng Biển Đông Dậy Sóng
https://vietecologypress.blogspot.com/p/flipbooks.html
Downloads:
Mekong Dòng Sông Nghẽn Mạch & Cửu Long Cạn Dòng Biển Đông Dậy Sóng
https://vietecologypress.blogspot.com/p/downloads-audio.html
**Audiobook:**
Mekong Dòng Sông Nghẽn Mạch
https://vietecologypress.blogspot.com/p/audio.html

Và tôi đã nhận được hồi đáp của các em sinh viên từ trong nước, kể cả ở Hà Nội: các em ấy đã không có khó khăn gì để có thể đọc / nghe và cả in được nội dung toàn cuốn sách qua các "*link*" như trên. Thêm nữa, với kỹ thuật "*photocopy*" rất tiến bộ và tinh vi như ở Việt Nam hiện nay, thì chỉ cần một ấn bản gốc của Nhà xuất bản Văn Nghệ từ bên Mỹ, cuốn sách ấy có thể được tái tạo đẹp và trang trọng với cả mẫu bìa màu với phẩm chất không thua gì nguyên bản.

Chúng ta sắp bước qua thập niên đầu của thế kỷ 21, thời đại của *internet*, trái đất này trở thành một ngôi làng nhỏ, mọi nỗ lực bưng bít thông tin là hoàn toàn vô hiệu, cũng ví như câu tục ngữ rất đơn sơ của người Thượng là *"cố dìm ống tre khô dưới mặt nước"* là một nỗ lực vô ích.

• **ĐNV**: *Là một bác sĩ y khoa, tại sao anh lại dành thời gian và công sức để lên tiếng kêu cứu cho một con sông đang ngày càng cạn kiệt, mà không để công việc ấy cho những người thuộc giới chuyên môn?*

• ***NTV:*** Ngay từ khi còn trong trường Y khoa, tham dự các hoạt động sinh viên, làm báo Sinh viên Y khoa Tình Thương với chức vụ tổng thư ký rồi chủ bút từ 1963 tới 1966, tôi và các bạn đồng môn rất quan tâm tới các vấn đề xã hội. Mỗi số báo Tình Thương chủ để là những ghi nhận về các biến động thời sự lúc đó. Cuốn tiểu thuyết Vòng Đai Xanh viết về các sắc tộc Thượng và phong trào FULRO [*Front Unifié de Lutte des Races Opprimées*] được hình thành trong giai đoạn này.

Nếu trước đây, khi còn là sinh viên y khoa, đã từng quan tâm tới vấn đề Tây Nguyên và Người Thượng, thì nay như một tiến trình rất tự nhiên và liên tục, khi đứng trước mối nguy cơ con sông Mekong, lớn thứ ba của Châu Á đang cạn kiệt với ảnh hưởng nghiêm trọng tới Đồng Bằng Sông Cửu Long nơi cuối nguồn và cũng là vựa lúa lớn nhất của cả nước, thì đó không phải chỉ là công việc dành riêng cho giới chuyên môn.

Hơn một lần trở lại viếng thăm Việt Nam, đặc biệt vùng Đồng Bằng Sông Cửu Long, để thấy rằng, sau hơn hai thập niên của "Đổi Mới" với rất nhiều tự hào về phát triển nhưng hoàn toàn *"không bền vững / unsustainable development"* với ba "lỗ hổng" lớn: [1] sự xuống cấp về phẩm chất giáo dục, trường sở thì tiêu điều, nội dung giảng dạy thì lạc hậu; [2] một hệ thống y tế bất cập quá tải, bị thả nổi hay đúng hơn là bỏ rơi vấn đề sức khỏe của một đại bộ phận dân chúng; [3] và nổi cộm nhất là sự hủy hoại rộng rãi về môi trường từ đất đai tới nước uống và không có an toàn về thực phẩm… Hậu quả của ba khiếm khuyết ấy là một cái giá rất cao phải trả không phải ngay trong hiện tại mà với cả với những thế hệ tương lai.

Bài học sông Thị Vải và Công Ty Bột Ngọt Vedan – Do chỉ biết chạy theo lợi nhuận cộng với tham nhũng, đã và đang có cả một phong trào thi đua thu hút đầu tư nước ngoài với bất chấp hậu quả môi trường. Đây là một hiện tượng phổ quát trên cả nước, chứ không phải duy nhất chỉ có với Tỉnh ủy Đồng Nai. Công ty Bột Ngọt Vedan [bắt đầu hoạt động từ tháng 10/1994], chỉ trong hơn 10 năm đã hoàn toàn thành công giết chết con sông Thị Vải. Nhập cảng những công nghệ lỗi thời của các nước láng giềng như Đài Loan, Trung Quốc… là tự nguyện biến những dòng sông thanh khiết thành các cống rãnh phế thải, biến những vùng đất lành thành các bãi rác của độc chất. Đây là một điển hình về thảm họa môi sinh trên đất nước chúng ta. Tấn thảm kịch ấy đang được nhân lên và diễn ra với những mức độ nhanh chậm khác nhau trên khắp các dòng sông đang chết dần của quê hương.

Rất sớm, cách đây hơn một thập niên, trong cuốn dữ kiện tiểu thuyết *Cửu Long Cạn Dòng, Biển Đông Dậy Sóng,* tôi đã viết về Công ty bột ngọt Vedan với nhà máy xây và hoạt động ngay bên con sông Thị Vải này.

Trích dẫn:

*"Làm chủ một hãng sản xuất bột ngọt lớn nhất nước, chú được sự ủng hộ của các Tiến Sĩ Viện Sĩ Viện Sinh Học Nhiệt Đới và Cục Môi Trường cho tự do tha hồ đổ chất phế thải xuống sông xuống biển với lý do "để thực hiện thí nghiệm nghiên cứu ảnh hưởng lên môi trường của các chất phế thải trong chu kỳ sản xuất công nghiệp sinh học"…* [Ch. VI, tr. 146, Văn Nghệ xb 2000]"

Chỉ mới tuần lễ gần đây thôi, ngay tại California, tôi có dịp gặp một giảng viên Đại học *"chuyên khoa môi trường"* đến từ trong nước. Anh cho biết, đây là một khoa rất khó tuyển sinh, vì bị coi là một chuyên ngành không hấp dẫn khi học và khi ra trường thì rất khó tìm việc. Đây là một hiện tượng rất nghịch lý vì hơn bao giờ hết Việt Nam là một đất nước đang phát triển với cái giá rất cao phải trả về hủy hoại môi sinh. Thay vì cần ráo riết đào tạo một đội ngũ đông đảo các chuyên viên bảo vệ môi trường trong mọi ngành kỹ nghệ, vậy mà chỉ với con số rất ít tốt nghiệp cũng không sao tìm được việc làm vì *xã hội không thấy có nhu cầu*. Hình ảnh xã hội ấy có thể ví với "bản năng giống đà điểu / Ostrich", trước hiểm nguy, chỉ biết rúc đầu xuống cát, như một thái độ phủ nhận, tránh né để khỏi phải hành động, khiến cho vấn đề môi sinh trở thành một *"trái bom nổ chậm / environmental time bomb"* và thảm họa không biết đến thế nào nếu không muốn nói là vô lường. Không thiếu người thuộc giới lãnh đạo trong nước vừa tham lam vừa thiếu hiểu biết, từ cấp tỉnh ủy tới trung ương, đã và đang vội vã chấp nhận những dự án *"phát triển không bền vững / unsustainable development"* với bất cứ giá nào, và cho dù Đất và Nước có ô nhiễm tới đâu thì rồi ra, họ sẽ làm sạch môi trường như *"rửa sông, cải thổ"*. Điều mà chính giới chuyên gia môi sinh trên thế giới đã khẳng định, việc tẩy rửa môi trường trên quy mô rộng lớn ấy *hoàn toàn chỉ là ảo vọng*.

Trong y khoa, với các bệnh nhân, trong mọi tình huống của bệnh tật, tôi luôn luôn nói với họ là nên nhìn vào *"nửa phần đầy của ly nước thay vì nửa phần vơi"*; nhưng nhìn vào hiện trạng của Đất Nước hiện nay, có thể ví như những *"vùng da beo"*, ngoài mấy khu du lịch như những ốc đảo được giữ sạch chỉ để hấp dẫn du khách thu hút ngoại tệ, phần còn lại của cả nước thì môi trường đang không ngừng bị hủy hoại, khiến cả cái nửa phần đầy còn lại của ly nước cũng lại là *"nước bẩn"*. Chúng ta sẽ tự dối mình nếu vẫn cứ giữ một lối nhìn lạc quan như vậy.

Tôi hành nghề y khoa cũng đã hơn 40 năm, trong quân đội cũng như ngoài dân sự, và hiện nay còn đang làm việc toàn thời gian trong một bệnh viện. Cho tới nay không biết tôi đã chẩn đoán điều trị được bao nhiêu người bệnh, con số ấy chắc cũng rất hạn chế khi mà *"khổ hải vượng dương, hồi đầu thị ngạn / bể khổ thì mênh mông, nhìn lại không thấy đâu là bờ"*.

Trở lại câu chuyện Đất và Nước, trong cái nhìn y khoa thì Sức Khỏe của mỗi con người, của cả một dân tộc liên hệ trực tiếp với sự thanh khiết của môi trường sống. Định nghĩa về Sức Khỏe của Tổ Chức Y Tế Thế Giới từ ngày thành lập 1948, "Đó là một tình trạng hoàn chỉnh về thể chất, tâm thần, và xã hội – chứ không đơn thuần chỉ là sự thiếu vắng bệnh tật / Health is a state of complete physical, mental and social well-being and not merely the absence of disease or infirmity", thì nay bước sang Thế kỷ 21, theo tôi SỨC KHỎE cần được hiểu theo một nội dung mới và mở rộng: "*Đó phải* là một tình trạng hoàn chỉnh về thể chất, tâm thần, xã hội và *cả MÔI TRƯỜNG – chứ không đơn thuần chỉ là sự thiếu vắng bệnh tật*".

• **ĐNV:** *Cám ơn anh đã dành thời giờ gởi đến độc giả những điều quý báu và rất cần thiết trong việc kêu cứu cho con sông Mê Kông.*

ĐOÀN NHÃ VĂN
San Diego – Long Beach
10/30/2010 – 07/04/2020

**Mekong – The Occluding River, An Interview with the author Ngô Thế Vinh conducted by literary critic and writer Đoàn Nhã Văn http://vietecologypress.blogspot.com/2014/10/mekong-occluding-river.html; http://vietecology.org/Article/Article/65*

# TRẦN NGƯƠN PHIÊU

## CÂU CHUYỆN CỦA DÒNG SÔNG

***Giới thiệu ấn bản tiếng Anh "Mekong – The Occluding River" Ngô Thế Vinh, Nxb iUniverse 2010***

Sanh trưởng ở miền Nam, lúc trẻ tôi có cái thú vào những dịp nghỉ hè, sử dụng một chiếc ghe nhỏ với một khạp gạo, một bếp than và đầy đủ mắm, muối, đường... để chèo ngao du qua những làng mạc trong vùng, tôi chỉ cần có một chiếc nóp cũng có thể đủ tiện nghi để ngủ qua đêm, vừa ấm áp, vừa tránh được muỗi mòng. Việc lưu thông bằng đường thủy ở Đồng Bằng Sông Cửu Long là một việc dễ dàng vì sự hiện diện của vô số kinh, rạch hai bên bờ sông Tiền và sông Hậu. Ruộng vườn và dòng sông Cửu Long là những gì luôn luôn được ghi chặt trong tâm khảm của người thanh niên miền Nam như tôi.

Sau này tôi lại hân hạnh có một người bạn, anh Ngô Thế Vinh một chiến hữu, vừa là đồng nghiệp và cũng vừa là nhà văn, tuy không sanh trưởng ở miền Nam nhưng lại là người có nhiều gắn bó khăng khít với dòng sông chín cửa hai dòng. Sự nghiệp văn chương của Ngô Thế Vinh đã đi vào một giai đoạn mới khi anh gắn liền nó với dòng sông huyết mạch của đồng bằng Nam Bộ. Anh là người trong Nhóm Bạn Cửu Long đầu tiên đã khởi xướng đưa lên công luận vấn đề nóng bỏng hiện nay và cả trong nhiều thập niên sắp đến với tác phẩm "Cửu Long Cạn Dòng, Biển Đông Dậy Sóng".

Ngô Thế Vinh, đã mạo hiểm lên Vân Nam để tận mắt xem xét Đập Mạn Loan của Trung Quốc. Đi vào một nước Cộng Sản với chánh sách toàn trị và công an là một hiểm nguy vì những bất trắc khó lường trước được. Theo dõi các điện thư anh gởi về suốt cuộc viễn du, tôi và các bạn của anh đã thở phào nhẹ nhõm khi biết tin anh đã an toàn rời khỏi Trung Quốc.

Rời thượng nguồn, nơi các con đập đã đem đến sự phát triển của đất Vân Nam; Ngô Thế Vinh đã xuôi dòng sông Mekong từ Thượng Lào đến Nam Vang, Biển hồ Tonlé Sap và cuối cùng trở về Đồng Bằng Sông Cửu Long để chứng kiến các đổi thay tai hại của việc Trung Quốc chặn nguồn nước làm suy thoái sinh thái hạ lưu. Cảnh vật con sông với mặt nước dồi dào khúc Vạn Tượng, Luang Prabang nay chỉ còn lại như một con rạch với những cồn mới, bắt đầu nổi giữa dòng sông. Giống cá khổng lồ Pla Beuk đặc biệt của khúc sông Mekong này nay chỉ còn hiện diện rất ít. Với sự hiện diện càng ngày càng nhiều của các đập thủy điện, loài cá hiếm có này chắc chắn sẽ không còn thấy trên khúc sông Mekong!

Ngô Thế Vinh đã tiếp tục đi xuống Nam, đến Cam Bốt nơi hiện diện của Biển hồ Tonlé Sap, hồ dự trữ nước thiên nhiên của dòng Mekong mùa nước nổi. Biển Hồ đã giúp cho xứ này có được một nguồn thủy lợi cá tôm vô cùng quan trọng cho nền kinh tế quốc gia Chùa Tháp.

Đồng Bằng Sông Cửu, vựa lúa nuôi sống Việt Nam từ bao đời đã bắt đầu thấy lưu lượng nước càng ngày càng giảm từ ngày Trung Quốc tiếp tục chủ trương xây đắp thêm các đập thủy điện. Nước biển đã lần lần tràn sâu vào các cửa sông khiến việc trồng lúa đã phải đương đầu với những trở ngại mới do nước mặn tràn vào ruộng lúa.

Trung Quốc từ ngàn xưa đã có những ảnh hưởng văn hóa quan trọng đối với cách thức suy tư, cốt cách sinh sống của giai cấp trí thức các nước lân bang. Nhưng nay, vì nhắm mắt theo đuổi lợi tức vật chất, cố sao phát triển, lại thêm chủ trương Hán hóa Tây Tạng, Duy Ngô Nhĩ và nhiều sắc dân thiểu số khác đã khiến công luận quốc tế phải lên tiếng phản đối. Việc lấn đất, lấn biển, dùng các thủ đoạn bất chính giành quyền lợi kinh tế của các lân bang đã bắt đầu gây nỗi bất bình của nhiều dân tộc vốn vẫn muốn sống yên ổn.

Bất bình của nhiều dân tộc vốn vẫn muốn sống yên ổn.

Tài nguyên vật chất là hữu hạn, là vốn liếng tiền nhân để lại, và hơn hai ngàn năm trước Lão Tử, một vĩ nhân của Trung Quốc đã khuyên con người phải biết sống hòa hợp với thiên nhiên. Nhưng nay, ngoài bốn con đập đã hoàn tất, Trung Quốc vẫn duy trì ý định hoàn tất 14 con đập thủy điện lớn trên thượng nguồn sông Mekong, vốn là con sông huyết mạch, bất chấp những biến chuyển sinh thái thiên nhiên bất lợi cho đời sống dân chúng hạ nguồn.

Với "Mekong - Dòng Sông Nghẽn Mạch", ấn bản tiếng Anh của Ngô Thế Vinh là tiếng chuông cảnh báo về Sông Mekong và Biển Đông, hai vấn đề chắc chắn sẽ còn gây nhiều biến động trong tương lai chánh trị vùng Đông Nam Á.

*Trần Ngươn Phiêu*

## TRẦN NGƯƠN PHIÊU

Sinh năm 1927 tại Gia Định, lớn lên ở quê nội Cao Lãnh, Sa Đéc và quê ngoại ấp Phước Lý, Biên Hòa; Trung học Pétrus Ký, và Chasseloup-Laubat. Tham gia Kháng Chiến thời kỳ chống Pháp, tốt nghiệp Bác sĩ Y khoa Đại Học Bordeaux, nguyên Y Sĩ Trưởng Hải Quân QLVNCH, nguyên Tổng Trưởng Xã Hội, chủ xướng chương trình "Y tế Về Làng", Chủ tịch Hội Y sĩ Quốc Tế Việt Nam Tự Do. Có bài viết trên các tập san: Thế Kỷ 21, Văn Hóa, Lướt Sóng, Y Tế Nguyệt San, Tập San Y sĩ Canada, và một số Đặc san Phật Giáo. Ông mất năm 2011 tại Texas, thọ 84 tuổi.

**Tác phẩm:** *Phan Văn Hùm – Thân thế và Sự nghiệp* (2003), *Những Ngày Qua* (2005), *Gió Mùa Đông Bắc* (2008).

# NGUYỄN VĂN LỤC

## ĐỌC MEKONG – DÒNG SÔNG NGHẼN MẠCH CỦA NGÔ THẾ VINH

*LTS – Sau Hội nghị Môi sinh và Phát triển Rio de Janeiro (1992), Liên Hiệp Quốc đã chọn ngày 22 tháng Ba mỗi năm là Ngày Nước Thế Giới với từng chủ đề cho mỗi năm như: WWD 1999 – "Mọi người sống dưới nguồn"; và mới đây 2007 – với chủ đề là "Nạn Khan Hiếm Nước". Năm 2007 cũng là kỷ niệm 50 năm Liên Hiệp Quốc thành lập Ủy Ban Sông Mekong (1957-2007), **Tạp chí Tân Văn** xin giới thiệu tới độc giả tác phẩm rất thời sự của nhà văn Ngô Thế Vinh "Mekong –Dòng Sông Nghẽn Mạch" vừa tái bản cùng với một audiobook, liên quan tới chủ đề "Nước của con sông Mekong và Đồng Bằng Sông Cửu Long" qua bài **Điểm sách của nhà báo Nguyễn Văn Lục.***

*

*Mekong – Dòng Sông Nghẽn Mạch* là cuốn sách thứ hai của Ngô Thế Vinh viết về vấn đề dòng sông Cửu Long. Cuốn đầu với tựa đề *Cửu Long Cạn Dòng, Biển Đông Dậy Sóng.*

Cuốn đầu, dựa trên một số kiến thức khoa học môi sinh, môi trường, kiến thức sử học, chính trị học, tác giả có tham vọng chuyển hóa những nguyên liệu ròng ấy thành một tiểu thuyết dữ kiện, đan chen với những tình tiết, những sắp xếp lớp lang và phần hư cấu là những nhân vật dẫn vào truyện. Vì thế truyện cũng chỉ là cái cớ để tác giả trình bày những thao thức, những trăn trở và những thông điệp mà ông muốn gửi tới người đọc. Một thông điệp cảnh báo về một nguy cơ cạn dòng của dòng sông Mekong do những đập như Mạn Loan /Manwan, Đại Chiếu Sơn /Daichaosan, Tiểu Loan /Xiaowan, Cảnh Hồng / Jinghong… của người Trung Hoa xây trên thượng nguồn. Đồng thời cảnh báo một nguy cơ về một Biển Đông Dậy Sóng.

Đó là những cảnh báo có căn cơ cội nguồn không thể coi thường được như lời của Tyson Roberts thuộc Viện Nghiên cứu Nhiệt đới Smithsonian phát biểu: "*Xây các đập thủy điện, khai thông thủy lộ, với tàu bè thương mại quá tải sẽ giết chết dòng sông. Các bước khai thác của Trung Quốc sẽ làm suy thoái hệ sinh thái, gây ô nhiễm tệ hại, khiến con sông Mekong đang chết dần, cũng giống như con sông Dương Tử và các con sông lớn khác của Trung Quốc.*"[1]

Cái tựa để cuốn sách gói ghém tất cả những thao thức và trăn trở của tác giả với dự báo: Dòng sông Mekong ngót nửa chiều dài nằm bên phía Vân Nam đang bị đe dọa cạn kiệt do những tận dụng khai thác bởi Trung Quốc, đi đến hủy diệt hệ sinh thái nơi các nước ở hạ nguồn như Thái Lan, Lào, Cam Bốt và nhất là Việt Nam.

Đó là mối đe dọa về môi sinh, môi trường của dòng sông bị cạn kiệt.

Cạnh đó, còn có mối đe dọa về những tranh chấp trên Biển Đông với trữ lượng dầu hỏa lớn, có thể đưa đến một cuộc chiến tranh vùng. Theo Ngô Thế Vinh, ngay từ thời báo Nam Phong, Phạm Quỳnh đã viết: "*Vấn đề cương giới Hoàng Sa, Trường Sa sẽ được giải quyết bằng gươm súng.*" Sau đó, Hoàng Đạo trong nhóm Tự Lực Văn Đoàn trên báo Ngày Nay, ngày 24-07-1938 cũng đã viết: "*Lấy lý lẽ mới cũ ra mà nói thì Hoàng Sa Trường Sa là của An Nam. Nhưng ở trường quốc tế, người ta không ai theo luật mới cũ cả. Nó chỉ là của sức mạnh.*"

Vì thế cái nguy cơ đối đầu giữa Trung Quốc và Việt Nam là điều có thực. Trên tờ báo Đi Tới, ở Montréal đã dành hẳn một số báo chủ đề nói về Biển Đông trong bối cảnh lịch sử bang giao giữa hai nước VN và TQ.

---

[1] Ngót Nửa Thế kỷ từ Ủy Ban Sông Mekong tới Tuyên ngôn Côn Minh (1957-2005)

Và phải chăng Việt Nam trong thế kỷ 21 có hai thử thách lớn là khả năng phát triển kinh tế cho kịp các nước trong vùng Đông Nam Á, đồng thời thách thức phải đương đầu với anh hàng xóm khổng lồ và tìm ra được những giải pháp sống còn bằng thông lộ ra biển bắt tay với kẻ thù cũ từ phương xa tới?

Mà nguyên do chính của mối tranh chấp này sẽ chỉ là dầu hỏa. Phần chúng ta chuẩn bị đi là vừa.

Và như thấy chưa đủ, cuốn hai mới được xuất bản gần đây, ông làm một cuộc hành trình đi thực tế, để thấy tận mắt đi dọc dài dòng sông ấy, vào những năm đầu thế kỷ này như một ký sự, một quan sát tại chỗ từ Vân Nam bên Trung Quốc xuống các nước Lào, Thái, Cam Bốt và chấm dứt ở đồng bằng sông Cửu Long VN. Những điều ông thấy tận mắt, chứng thực tại chỗ về nguy cơ cạn nguồn với thao thức và nỗi bi quan về mạch sống con sông Cửu Long và 60 triệu con người sống dọc theo con sông ấy. *Rồi từ Trung Quốc, nhìn về VN, nhỏ hơn cả tỉnh Vân Nam, một đất nước đang vỡ ra từng mảnh* ... Và với một cái nhìn viễn kiến, ông nhận thấy thế kỷ 21 là thế kỷ của Trung Quốc. *Ở mỗi thời kỳ, mỗi dân tộc sẽ phải cam chịu hay có một số phận xứng đáng với sự lựa chọn và cách sống của họ.* Côn Minh - Mạn Loan - Cảnh Hồng - Tư Mao - Đại Lý [09/2002]

Từng trang sách nói lên nỗi thao thức ấy và khả năng thuyết phục không phải là không có. Ông gọi cái hiểm họa Trung Quốc nay không còn chỉ là một thiên tai mà là một nhân tai.

Ông đã trải tâm tư của mình trong đoạn văn trên với một nỗi thiết tha và ngậm ngùi về số phận dành cho VN bên cạnh Trung Quốc khổng lồ.

Phải nhận rằng, với hai tác phẩm này, tác giả NTV đã tự tách mình ra khỏi cái khung trời văn học của chính ông với *Mây Bão*, *Mặt Trận Ở Sài Gòn* để tự tìm cho mình một hướng đi mới. Hướng đi mới ấy phải chăng đã bắt nguồn từ những thập niên '60s, khi ở trên cao nguyên và ông đã cho xuất bản cuốn *Vòng Đai Xanh*, rồi cho tới khi ông gặp gỡ *Nhóm Bạn Cửu Long* vào năm 1995. Đó là nguồn cảm hứng cho ông đi xa vào vấn đề môi trường và hệ sinh thái của con sông Mekong.

Người ta có thể chia sẻ với ông những băn khoăn, những ưu tư về tương lai dòng sông cạn kiệt với tư cách ông là một nhà văn hơn là một nhà khoa học, hay một chuyên viên về môi sinh, môi trường. Và vì thế, tôi đánh giá tác phẩm này trên cái tinh thần ấy. Nhiệm vụ nhà văn là làm chứng, là bày tỏ hay cảnh báo hơn là đưa ra những giải pháp cụ thể. Vai trò nhà văn là như vậy.

Nhưng cũng như phần đông các nhà chuyên khảo về môi sinh, ông có một cái nhìn khá bi quan về sự hủy hoại sinh thái của dòng sông Cửu Long. Nhưng đã hẳn ông vẫn không phải là loại người của chủ nghĩa cực đoan trong phạm vi môi trường. Khi ông cảnh báo về những nguy cơ cạn kiệt dòng sông Cửu Long là cảnh báo về hệ quả cạn dòng sông, hơn là chống lại việc xây đập thủy điện. Điều đó cho thấy, ông không có chủ trương hay lập trường cực đoan, triệt để (positions radicales hay extrémistes) như một số người trong Greenpeace, hay những mouvement écologiste.

Đúng ra, ông trụ hai chân từ vị thế VN để nhìn và cảnh báo những nguy cơ cạn dòng của dòng sông Cửu Long, do việc xây cất các đập bậc thềm của Trung Quốc. Từ cái tâm thức lo âu, mất đất, mất biển mà ông chống lại việc xây cất này.

Cái nhìn đó, quan điểm đó khác hẳn cái nhìn của những người trong Greenpeace thiếu hẳn cái nhìn đồng bộ, thực tiễn về mối tương quan kinh tế, môi trường và xã hội. Khi họ phản đối việc xây các đập thủy điện hay xây dựng các lò nguyên tử thì cần xét xem lại và so sánh cái tai hại của những năng lượng như than đốt độc hại như thế nào so với năng lượng điện?

Patrick Moore, một nhà môi trường thuộc loại "raisonnable/ biết điều" cho rằng những nhà môi trường có một nỗi sợ phi lý về tiến bộ kỹ thuật (Crainte irrationnelle de la technologie) và gọi cuộc chiến đấu của họ là một cuộc chiến đấu phi luân (Un combat immoral).[2]

Nhưng sự bi quan của ông không đẩy đến chỗ cực đoan như một số nhà écolo-extremistes.

---

[2] Xem L'entretien avec Patrick Moore, Báo Actualité, số 6, 1 5/4/2007

Thực tế thì ngày nay, người ta thấy rằng các chính phủ của những nước đang trên đà phát triển, say chiến thắng, lo làm giàu, lo kinh tế trước, nhắm mắt trước những nguy cơ hủy diệt sinh thái. Chính vì thế mà họ chấp nhận nguyên tắc "Pollute first and clean up later". Cứ nhắm mắt gây ô nhiễm đi xong đâu đấy thì lo dọn sạch sẽ sau. Nhưng chẳng hạn mưa acid đã thấm nhiễm vào đất đai, vào rừng rú, vào sông lạch, vào mùa màng thì làm cách nào để tẩy uế?

Nhất là các nước đang phát triển như Trung Hoa, đang bước những bước đi của người khổng lồ về phát triển kinh tế làm người ta phải chóng mặt. Nhưng Trung Hoa cũng đồng thời là một trong những nước có mức độ ô nhiễm vào bậc nhất thế giới vì nguồn năng lượng chính của họ bây giờ và trong tương lai phần lớn vẫn dựa trên than đốt.

Vì vậy, lối thoát sống còn về năng lượng của Trung Hoa là phải nhắm tới phát triển năng lượng điện vốn được coi là sạch. Và theo tác giả NTV, với khát vọng vô hạn về năng lượng, không có dấu hiệu nào Trung Quốc sẽ dừng bước hay chậm lại khai thác nguồn thủy điện phong phú của con sông Mekong. Con đường đi tới của Trung Hoa là xây dựng những con đập lớn như đập Mạn Loan /công suất 1500 megawatt, rồi Đại Chiếu Sơn, Tiểu Loan, Cảnh Hồng… Đó là con đường sống còn điện khí hóa của nước Trung Hoa bắt đầu từ năm 1970, nhưng phải đợi đến tháng 5/1986, công trình xây đập mới bắt đầu và hoàn tất năm 1996. Và theo tác giả, chỉ riêng hồ chứa của con đập Mạn Loan với những turbines khổng lồ 675 tấn đã chiếm 20% lượng nước trên khúc thượng nguồn sông Mekong, chưa kể nguồn nước mất đi do các con đập thủy điện phụ lưu bên Thái Lan, Lào, và cả Việt Nam và cứ thế mà khiến con sông Mekong thêm cạn dòng. Làm sao mà đồng bằng sông Cửu Long không cạn kiệt?[3] Không lạ gì khi Trung Quốc từ chối gia nhập và rất thờ ơ với Ủy Hội Sông Mekong / The Mekong River Commission và đã gây trở ngại không ít cho tổ chức này.[4]

[3] Cửu Long Cạn Dòng, Biển Đông Dậy Sóng của Ngô Thế Vinh, trang 248

[4] Từ Ủy Ban Sông Mekong 1957-1976, chuyển sang Ủy Ban Mekong Lâm Thời 1978-1992 và chuyển sang Ủy Hội Sông Mekong 1995-2007. Có thể nói Ủy Hội Sông Mekong là biến thể và xuống cấp của Ủy Ban Sông Mekong trước kia.

*"Bản tin Asia-Pacific News báo động tình trạng khô hạn khủng khiếp của sông Mekong. Bài báo đã đăng trên tờ Bangkok Post cho biết, con sông Mekong, sông dài nhất Đông Nam Á trong tháng này đã trở nên khô hạn khủng khiếp trong mùa khô này vì hai đập nước xây tại Vân Nam, Hoa Lục. Mực nước sông đã xuống thấp khủng khiếp khiến các tàu bè qua lại phải bò chậm chạp ngay cả vùng thượng nguồn sông Cửu Long, nơi sông xuất phát từ núi Hy Mã Lạp Sơn ở Tây Tạng và chảy xuống tỉnh Vân Nam ở Hoa Lục, xuống tới Miến Điện, Thái Lan, Lào, Cam Bốt và Việt Nam, chạy ra Biển Đông. Các đập thủy điện của Hoa Lục đã gây ảnh hưởng nghiêm trọng cho vùng thủy sản Đông Nam Á, nhất là các loại cá. Một nhà quản trị khách sạn ở quận Huay Xai, Lào cho biết: "Nông dân bây giờ chỉ có thể đánh bắt lèo tèo vài loại cá. Chúng tôi không thể nói vì sao tất cả các loài cá xưa nay có trong vùng nay đều đã biến mất."*

Nhưng trước mắt, theo tác giả, khi những con đập này xây xong thì sẽ có những khu đô thị mới, những khách sạn nhiều tầng, các cửa hàng bách hóa đủ loại và những xa lộ. Và là nơi hò hẹn cho những khu du lịch sinh thái vào sâu trong nội địa, trong rừng thẳm, núi cao. Chỗ nào có đất là có du khách lũ lượt kéo tới với tất cả những tiện nghi thành thị như ánh sáng điện, nước nóng, thức ăn bản địa… Chẳng hạn, nước Lào mà diện tích chỉ bằng 1/3 Texas nhưng với nguồn thủy điện dồi dào đã có thể đón một triệu khách du lịch mỗi năm.

Thêm những mặt khác, nhiều khu rừng mưa bị phá hủy; sự phá rừng tới mức độ tự sát *suicidal deforestation* gây ra cảnh ngập lụt và đất sạt lở vì đất núi đổ xuống. Đó là hậu quả của vụ lũ lụt của con sông Dương Tử vào năm 1998 ở bên Trung Hoa.

Trong tương lai, người ta sẽ nhìn thấy những cánh rừng không còn cây. Đó là những khu rừng trọc như đầu không có tóc.

Nguồn cá tôm cạn kiệt qua hình ảnh ông lão 60 với 40 năm tuổi nghề sống với đàn chim cốc /cormorants dùng để săn cá, nay nguồn thu nhập cá không còn như trước nên ông và đàn chim cốc phải sống bằng tiền của du khách.

Và tác giả đưa ra một lời tiên đoán bi quan: "*Dù sớm hay muộn, chuỗi đập bậc thềm Vân Nam sẽ từng bước được tiến hành đem lại những lợi lộc vô hạn và sẽ không có thế lực nào cản trở được họ. Điều ấy là chắc chắn.*"

Mặc dầu trên thế giới có 1400 triệu kilômét khối nước trên toàn cầu. Vậy mà nước vẫn thiếu. Éthiopie nước quý như dầu lửa. Ả Rập Saudi phải lọc nước biển để tưới cây.

Ngày Nước Thế Giới / World Water Day năm nay [22 tháng 3, 2007] với chủ đề: "*Coping with Water Scarcity /Đối phó với nạn Khan hiếm Nước*" bằng cách quản trị những nguồn nước trong sự công bình và lẽ phải, tôn trọng các vấn đề văn hóa và đức lý khi phải đối phó với sự giới hạn của nước.

Cho nên, việc tranh chấp về nguồn nước sông Mekong trong tương lai là điều khó tránh được như nhận xét của bản phúc trình The Politics of scale, Position, and Pace in the Governance of Water Resources in the Mekong Region: "*Looking to the future, the drivers for increasing water demand in the coming decades are strong. States face rising demand for water to generate electricity, to supply irrigation systems, and to service new urban and industrial areas ... At the same time, efforts to maintain water quality and protect aquatic and floodplain ecosystems have become increasingly difficult.* (Dungeon 2000, Economy 2004).

*Conflicts over water in the Mekong region however, are often more nuanced than a contest between monolithic state and united community interest.*"

Cũng vậy, khi dự án Kong-Chi-Mun và Kok-Ing-Nan của Thái Lan đã bị VN phản đối. Dự tính lấy nước từ sông Mekong với lưu lượng chuyển dòng là 300 $m^3$/giây năm 1992 đã bị VN phản đối mạnh mẽ, yêu cầu Thái Lan hủy bỏ kế hoạch vì hậu quả cạn dòng làm tăng nhiễm mặn nơi đồng bằng sông Cửu Long.

Trong chuyến đi này, tác giả Ngô Thế Vinh đã xác nhận rằng: "Chuyến đi càng củng cố thêm nhận định của tôi về những bước suy thoái của con sông Mekong."

Đồng bằng sông Cửu Long cạn kiệt

Qua nhân vật Cao trong Cửu Long Cạn Dòng thì: *Quê hương thứ hai của anh bây giờ là cả một dòng sông.* Nhớ lại mảnh đất quê hương ấy với những khu rừng trầm thủy, với vàm rạch hoang vu, với cá sấu như rươi mà *muỗi kêu như sáo thổi*, mà *đỉa lềnh như bánh canh,* và đã trở thành vùng đất hứa của một nền *văn minh lúa gạo - civilisation du riz.* ĐBSCL là nơi dễ sống, làm chơi mà ăn thiệt. Nhưng rồi *"Nay thì chính người nông dân Nam Bộ hào sảng hiếu khách ấy đang phải đổ mồ hôi sôi nước mắt để kiếm sống, làm thiệt mà cũng chưa chắc có ăn."* [NTV trong CLCD BĐDS]

Trong *Mekong – Dòng Sông Nghẽn Mạch,* NTV đã dành ra gần trăm trang cuốn sách để nói về ĐBSCL. Ngoài những phần trình bày về đại học An Giang hay bệnh viện Đa khoa Cần thơ, nhìn chung, tác giả NTV nhận ra có sự suy giảm, xuống cấp về sinh thái trong toàn bộ địa bàn ĐBSCL. Chẳng hạn, tôm cá không dư thừa nữa. Trước đây, nếu người ta đi bắt cá đánh cá thiên nhiên để nuôi sống gia đình thì nay vì lượng cá sụt giảm, người ta phải nuôi cá để kiếm sống. Thủy sản sông Mekong nói chung đang giảm về số lượng và về cả số loài cũng giảm. Tuy nhiên, hiện nay ở đồng bằng sông Cửu Long, nguồn thủy sản sản xuất chính là do mình nuôi, đánh bắt chỉ chiếm số ít thôi. Tình hình này không giống như hồi năm 1975, lúc mới hòa bình, lúc đó có thể nói là cá tôm rất nhiều. Tính ra lượng cá xuất khẩu của VN thì cá nuôi chiếm phân nửa, còn phần nửa kia là cá mình bắt ở ngoài đại dương chứ phần đánh bắt trên sông không còn là đáng kể.

Phải chăng do ô nhiễm và nguồn nước thì cạn kiệt? Tác giả cho thấy dòng chảy sông Cửu Long ngày càng yếu đi, ở nhiều khúc sông, nhất là vào mùa khô, dòng chảy đo được ở Nam Vang chỉ còn 1600 $m^3$/giây thay vì 2000 $m^3$/giây như trước đây?

Đồng bằng sông Cửu Long trước chỉ phải nuôi 13 triệu cư dân, sau 1975 dân số nay lên đến hơn 18 triệu. Cá bắt không đủ mà cá nuôi cũng không cung ứng xuể. Chẳng những thế, nay cá tôm còn được tập trung để xuất cảng sang Nhật, Mỹ và cả Âu Châu nữa. Rồi những vùng nuôi cá bằng bè như ở Châu Đốc thì nơi khúc sông đó hoàn toàn bị ô nhiễm, cá chết, bè cá bất khiển dụng. Đi thuyền trên những khúc sông này, mùi uế khí, không thể không ngửi thấy.

Tương lai của những bè cá này thật bất ổn về nhiều mặt bao lâu chưa tìm cách xử lý các chất thải và tình trạng ô nhiễm các dòng sông là điều không tránh được.

**Đôi lời kết**

Một vài trang giấy của tôi không đủ để nói hết, nói đủ về những điều đã được trình bày trong hai tác phẩm của nhà văn Ngô Thế Vinh, "*Cửu Long Cạn Dòng, Biển Đông Dậy Sóng*" và "*Mekong – Dòng Sông Nghẽn Mạch*" mà theo tôi gói ghém hết tâm tư và niềm thao thức cũng như cảnh báo về những nguy cơ cạn kiệt dòng sông Cửu Long, kéo theo sự thoái hóa toàn bộ về môi sinh, môi trường.

Niềm thao thức ấy cần được trân trọng. Lời cảnh báo ấy mong làm thức tỉnh những ai có trách nhiệm cần lắng nghe và phải làm một cái gì? Phải làm một cái gì, bởi vì "*Tiêu vong là mất đi vĩnh viễn nhưng nguy cơ là chúng ta còn thời gian / Extinction is forever, endangered means we still have time.*" – Sea World San Diego

Phải chăng đó là niềm thao thức chính của ông?

Phải có một tấm lòng, phải có một ý thức trách nhiệm cao, phải nghĩ tới phúc lợi và yêu mến quê hương đất nước như thế nào để bỏ thì giờ, công sức, tiền bạc và nhất là những hiểm nguy có thể xảy ra bất cứ lúc nào trong những chuyến đi thực địa như thế. Tiếng kêu cứu của ông về ĐBSCL, về con sông Mekong là tiếng kêu cứu S.O.S cho bất cứ ai còn nặng lòng với đất nước, bất kể phe phái chính trị hay tôn giáo.

Tôi viết ra những lời nhận xét này với trân trọng. Tôi dám nói rằng, ông là một nhà văn mang tính nhân bản. Écrivain-humaniste.

Đọc xong MKDSNM mới nhận thức rõ được rằng, những cảnh báo của nhà văn Ngô Thế Vinh không hẳn là tiếng kêu trong sa mạc. Chỉ có điều tiếng nói của ông không dễ để mọi người lắng nghe và chấp nhận. Phải có một nhận thức tối thiểu về môi sinh, môi trường và hơn mọi thứ, phải có một tấm lòng, một tình yêu quê hương xứ sở để đón nhận những thao thức và cảnh báo của ông. Phần tôi, đã học được nhiều điều hữu ích từ những bài viết và nhất là từ hai cuốn sách này của ông. Xin được giới thiệu hai tác phẩm này với bạn đọc.

*NGUYỄN VĂN LỤC*
*Tân Văn số 5, tháng 12-2007*

*Họa sĩ biếm họa Babui75 Mamburao*

# NGÃ DU TỬ

## ĐỌC 'MEKONG, DÒNG SÔNG NGHẼN MẠCH' CỦA NGÔ THẾ VINH

*"Mekong, dòng sông nghẽn mạch"* của Nhà văn, Bác sĩ Ngô Thế Vinh là cuốn tiểu thuyết ký sự khá kỳ công, ly kỳ và hấp dẫn mà tác giả đã tận mắt đến chứng kiến. Chẳng hạn như chuyến du khảo bắt đầu từ cuộc thâm nhập con đập Mạn Loan (Manwan) thuộc Vân Nam, Trung Quốc cho đến kỳ cùng của con sông Hậu, Việt Nam, cũng như vùng Tràm Chim, Tam Nông thuộc Đồng Tháp Mười khu sinh thái của các loài dã hạc quý còn lại của miền Nam, sự gặp gỡ giáo sư Võ Tòng Xuân ở Đại học An Giang, đến về Bến Tre và thay lời kết Cho một dòng sông, cùng với nhiều suy nghĩ của các bậc thức giả viết về nó.

*Bút Ký "Mekong – Dòng sông nghẽn mạch" của* Nhà văn, Bác sĩ *Ngô Thế Vinh.*

Với sự trang trải nỗi lòng mình từ sự yêu mến con sông Mê Kong nói riêng và tổ quốc Việt Nam nói chung nhằm cảnh tỉnh và khuyến cáo với dân tộc và quốc gia Việt Nam hãy làm điều gì có thể trước khi sự cuồng nộ của thiên nhiên nhận chìm cả đồng bằng phì nhiêu châu thổ sông Cửu Long, với tham vọng quá dữ dội của chính quyền Bắc Kinh, chắn dòng chính Mekong làm các con đập bậc thềm trên thượng nguồn, họ chỉ muốn làm lợi cho chính quốc gia Trung Cộng bất chấp các dân tộc khác tan hoang và điêu linh, nhất là những dân tộc cuối nguồn như Cam Bốt và Việt Nam chúng ta.

Câu chuyện ông kể lại suốt hành trình khá mạch lạc và lý thú bởi nhiều chứng cứ và dữ liệu trung thực từ thực tế chuyến đi, rất may là ông cũng là nhà nhiếp ảnh nên đến đâu là có hình ảnh minh họa đến đó làm cuốn hút hơn cho người đọc, rất may là tôi đọc vài lần thấy rằng đây là quyển sách quý và dữ liệu rất đáng để độc giả Việt Nam biết càng nhiều càng tốt hầu sau này nếu may mắn được góp sức vào sự cải thiện dòng sông Mekong to lớn đã đi qua 6 quốc gia: Trung Hoa, Miến Điện, Thái, Lào, Cambodia và Việt Nam. Nó nuôi sống cho hơn 60 triệu dân của các nước của dòng Mekong đi qua, đặc biệt hơn là hệ sinh thái cùng hàng ngàn loài cá nước ngọt khá phong phú.

Ví dụ như cá quậy (Bow fish) thường sống ở phụ lưu Mekong là sông Xi'er gần hồ Nhĩ Hải thuộc Đại Lý, có đặc tính ngậm đuôi vào miệng và bung nhảy, vì vậy dân làng đặt là cá quậy. Những ngư dân ở gần hồ Nhĩ Hải, cũng như dọc sông Xi'er có nuôi loài chim Cốc (Cormorants) rồi huấn luyện bắt các chú cá Bow fish, ông kể lại với giọng văn điềm tĩnh khá lý thú, tôi nghĩ ai đọc cũng thấy thích thú.

Hay là loài cá Pla Beuk, tương truyền hàng năm vào khoảng tháng 4, đoàn cá Pla Beuk ngược dòng từ thung lũng Luang Prabang phía bắc Vạn Tượng, Lào về hồ Nhĩ Hải, Đại Lý hơn 2000 km để đẻ trứng, sinh sản. Nếu như ở Đại Tây dương có loài cá Hồi rất đặc biệt ngược dòng hơn 20.000 cây số rất khổ sở nhiều hiểm nguy tìm về cội nguồn nơi sinh ra để đẻ trứng duy trì nòi giống và kết thúc vòng đời, thì loài cá Pla Beuk ở Mekong cũng vậy. Thế giới sinh vật trong thiên nhiên biết bao điều kỳ thú.

Dĩ nhiên trong cuộc di chuyển trở về của loài cá Pla Beuk, ngư dân hai bên bờ sông bội thu về thực phẩm, "ngư dân Lào, Thái cho rằng cá Pla Beuk là linh ngư, đem đến vận may cho ngư dân, nó có thể dài 3m nặng đến 300kg là loài cá nước ngọt đặc biệt chỉ có ở sông Mekong". (Trang 64)

Từ mười năm nay, khi con đập Mạn Loan (Manwan) chắn dòng 1993, người ta không còn thấy loài cá đặc biệt Pla Beuk/ Pangasianodon gigas này lên hồ Nhĩ Hải sinh sản!!!

*"Tưởng cũng nên nhắc lại ở đây một sự kiện đáng ghi nhớ và gây nhiều tranh cãi là vào giữa năm 1993, xảy ra một hiện tượng được coi là bất thường: mực nước con sông Mekong phía hạ lưu đột ngột tụt thấp xuống mà không vào mùa khô. Chỉ lúc đó người ta mới được biết là Trung Quốc đã xây xong con đập Manwan và đó là thời điểm bắt đầu lấy nước từ con sông Mekong vào hồ chứa nhưng họ cũng chẳng thèm thông báo gì cho các quốc gia dưới nguồn. Chỉ riêng với con đập Manwan mà đã giữ tới 20% nguồn nước trên dòng chính khúc sông Mekong chảy qua Vân Nam. Sau biến cố đó phải nói là càng ngày càng có mối lo âu về ảnh hưởng của chuỗi đập bậc thềm Vân Nam. Mối quan tâm đó càng ngày càng gia tăng do nguyên nhân thiếu hẳn nguồn thông tin cung cấp bởi Trung Quốc."*

Cũng trong chuyến đi thực tế ấy, tình cờ nhưng may mắn ông gặp Giáo sư Tiến sĩ Mika, người Nhật đang làm việc ở một đại học bên Anh thuộc Trung Tâm Nghiên Cứu Đông Nam Á (Centre of South East Asian Studies) dù không phải là chuyên môn của tác giả Ngô Thế Vinh nhưng ông cũng trao đổi về các sắc dân thiểu số, đặc biệt là các sắc dân thiểu số người Thượng ở Tây nguyên, Việt Nam. Hy vọng sau này ông cùng Tiến sĩ Mika ấy mở rộng đề tài này.

Trong chuyến hành trình bằng thuyền xuôi dòng từ cảng Tư Mao (Simao) xuống tận bắc Thái Lan và Lào, ông mới thấy hết sự tàn phá dòng chảy của dòng sông Mekong mà Trung Hoa là thủ phạm: "*Vào tháng 4/2001, Trung Quốc đã ký một thỏa ước về thủy vận trên sông Mekong nhưng chỉ với 3 quốc gia Miến, Thái và Lào với kế hoạch vét lòng sông cả dùng cốt mìn, chất nổ phá tung những khối đá trên các đoạn ghềnh thác, các đảo nhỏ trên sông để khai thông mở rộng dòng sông cho tàu lớn với trọng tải 500 đến 700 tấn có thể di chuyển từ cảng Tư Mao, Vân Nam xuống Chiang Khong, Chiang Sean Thái Lan tận đến thủ đô Vạn Tượng, Lào. Trong khi Cam Bốt và Việt Nam là hai quốc gia trực tiếp chịu ảnh hưởng của kế hoạch ấy lại bị gạt ra ngoài. Hậu quả ra sao chẳng ai lượng giá được, nhưng chắc chắn nhịp độ thiên nhiên điều hòa của dòng chảy sẽ rối loạn, ảnh hưởng dây chuyền lên hệ sinh thái sông Mekong".*

Đọc đến đây tôi mới hiểu rằng chính quyền Trung Quốc họ thích đàm phán song phương, bởi họ dễ bề khuynh đảo được những "ông chủ" quốc gia nhỏ bé đó để làm lợi cho chính họ bất chấp những ràng buộc của quốc tế, và tàn hại môi trường sinh thái thiên nhiên khi chuyện đã rồi thì chỉ có trời mới cứu vãn được mà thôi.

Đường lên Tư Mao (Simao), cách thị trấn Cảnh Hồng 165 km về hướng đông bắc được coi là cửa ngõ xuống phương nam ta, cũng có con đập Cảnh Hồng khởi công năm 1998.

Hồ Điền Trì/ Dian Côn Minh và Con sông Hồng thì thế nào? Chính phủ Việt Nam có lẽ chưa biết được những gì về kế hoạch "Giải quyết môi sinh" của họ theo lối "Ném bùn sang ao" của Côn Minh nói riêng và Trung Quốc nói chung. Tác giả viết: *"Những chuỗi hồ lớn nhỏ chạy dài đến tận Hà Khẩu (Hekou) biên giới phía bắc Việt Nam, một địa hình đặc biệt của cao nguyên Vân Nam. Hồ Điền Trì/ Dian là biển hồ lớn nhất Vân Nam... Hồ có diện tích 300 km$^2$, phía tây là núi đồi, phía đông hồ địa hình bằng phẳng, nguyên là khu chài lưới thịnh vượng, nhưng vì ô nhiễm từ các khu kỹ nghệ bờ đông nam nên không còn nhiều cá và thực sự không còn một nền ngư nghiệp, không sao xử lý được khối nước quá ô nhiễm trong Hồ lớn Điền Trì" (nghĩa là khu công nghiệp xả nước vô tội vạ xuống hồ) và "một kế hoạch táo bạo của chính quyền Vân Nam: dự trù chi phí 2 tỷ Yuan để khai thông một đường dẫn ra sông Hồng chảy qua Việt Nam rồi đổ ra biển Đông, sau đó thay thế bằng nước sông Dương Tử dẫn vào hồ". Tuy chưa có kiểm chứng được bao nhiêu phần trăm kế hoạch đầy sáng tạo* *và độc ác của các "công trình sư Đại Hán" ấy. Làm sao ta có thể kiểm chứng khi các kế hoạch luôn bị bưng bít, giấu nhẹm" bởi chính quyền Trung Quốc.*

Và điều gì sẽ xảy ra, phải chăng cả dòng sông Hồng sẽ bị ô nhiễm trầm trọng và cư dân Việt Nam lãnh đủ cả, nguy hiểm và tàn độc như thế nhưng biết làm sao hơn?! Một nỗi uất nghẹn tràn dâng trong cả cộng đồng dân tộc Việt chứ nào phải chỉ có người dân dọc sông Hồng, con sông lớn nhất phía Bắc tưới tiêu cho cả đồng bằng sông Hồng trù phú nuôi sống cả hàng triệu người dân miền Bắc. Trung Quốc muốn xẻ vụn, xâm thực từng mảnh với dân ta, liệu rằng điều này chính phủ và dân tộc Việt có thấy?

**Lào và giấc mơ Kuwait**

Có lẽ ở Đông Nam Á, Lào là đất nước hiền lành, con sông Mekong ngang qua quốc gia này tạo nên sự trù phú cho cư dân và nuôi sống hàng triệu ngư dân dọc con sông, nhưng bây giờ ra sao? Thực ra từ năm 1975 Lào đã có 3 đập thủy điện với quy mô nhỏ, nhằm phục vụ cho các thành phố. "Nam Ngum 30 MW, thuộc tỉnh Vạn Tượng. Nam Dong 1 MW thuộc tỉnh Luang Prabang và Sélabam 2 MW thuộc Champassak. Chính phủ Lào đã vay thêm ngoại tệ để tăng công suất cho các nhà máy có sẵn đồng thời xây thêm 2 con đập. Cho tới năm 2000, điện lực công cộng Lào lên tổng sản lượng 270 MW".

Như vậy là sản lượng điện của Lào ngoài cho nội quốc còn xuất khẩu sang các quốc gia lân cận như Việt, Thái, giấc mơ Kuwait đã thực hiện, nhưng dòng sông Mẹ (Mae Nam Khong) kiệt sức và hầu như phía dưới các con đập làm ra điện kia tan hoang, nước cạn dòng, cá tôm cũng cạn kiệt, bờ bãi trống huơ, ngư dân thưa thớt thỉnh thoảng cả ngày chỉ lưới được tí cá độ nhật, bởi trên họ cả một số con đập bậc thềm của Trung Quốc đã chặn dòng chính. Hãy nghe tác giả viết về hồ chứa đập Nam Ngum của Lào: *"Hồ chứa đập Nam Ngum trải rộng trên một diện tích 250km$^2$ (lớn hơn 1/3 đảo quốc Singapore) như một thắng cảnh thiên nhiên* *có vẻ đẹp hùng vĩ với cảnh trí núi non và hàng trăm hòn đảo lớn nhỏ, tuy không còn thú lớn vẫn là nơi trú ngụ của khỉ, chút, các loài chim và nước.*"

Có điều thú vị là chuyến đi ấy ông tìm đến ngôi mộ của nhà thám hiểm người Pháp là Henri Mouhot (1826-1861) với các thông tin còn rất rõ ràng qua 3 lần trùng tu với cảm xúc "khó mà tưởng tượng nổi cách đây 140 năm trong cảnh hoang sơ của rừng rậm, cùng dòng sông chảy xiết, nỗi hiu quạnh và can trường của H. Mouhot lớn đến dường nào" Và điều đặc biệt nhất của xứ sở hiền hòa này có cánh đồng chum còn khá nhiều bí ẩn thách thức các nhà khảo cổ Lào và thế giới. "Cánh đồng Chum (Tiếng Lào: ທົ່ງໄຫຫີນ [t$^{h}$ōŋ hăj hĭn]) là một cảnh quan khảo cổ cự thạch ở Lào. Nó bao gồm hàng ngàn chum đá nằm rải rác dọc theo thung lũng và cánh đồng thấp của đồng bằng trung tâm thuộc Cao nguyên Xieng Khouang. Hầu hết chúng nằm thành từng cụm với số lượng từ một cho đến vài trăm cái chum. Cánh đồng chum là một khu vực văn hóa lịch sử gần thị xã Phonsavan, thuộc tỉnh Xieng Khouang của Lào" (2)

**Một thoáng Thailand**

Cũng trong ký sự này, ông ghé thăm Thái Lan, đã cho chúng ta nhiều thông tin rất thú vị nếu không đọc chắc gì biết, ví dụ trong thời chiến tranh qua các thời kỳ một số người Việt ta sang ấy tỵ nạn rồi định cư, những thăng trầm của họ đến nay đã qua 3, 4 thế hệ là dân Thái chính thức nhưng vẫn còn nhiều vấn đề với dân Thái bản xứ và những sinh hoạt của dân Việt trên đất Thái. Cũng nhân lưu lại đất Thái ít ngày ông biết khá rõ việc nhà thám hiểm Pháp Henri Mouhot từ Thái sang Lào và được vua Lào trân trọng tiếp đón, ông viết: *"Phải hơn 7 tháng trời lặn lội từ kinh đô Bangkok đến kinh đô Luang Prabang là một thị trấn quyến rũ như Genève và tại đây Mouhot được vua Tiantha đón tiếp trọng hậu"... "và chỉ hơn 3 tháng sau ông bị cơn sốt rừng / forest fever – có lẽ là cơn sốt rét ác tính và chết ở cái tuổi mới 35, mộ ông được vùi nông bên bờ sông Nam Khan, một phụ lưu của con sông Mekong với con chó Tin Tin vẫn nằm bên mộ chủ tru lên" những tiếng thống thiết.*

Dịp này ông cũng đến được hang Phật ở bản Pak Ou, nằm êm đềm ở tả ngạn sông Mekong. Pak Ou Caves là tên chỉ chung hai hang Phật: Tam Ting *(Hang Dưới)* và Tam Phum *(Hang Trên).* Ông cũng chẳng ngờ được rằng nơi đây dung chứa đến 4000 tượng Phật cổ từ hơn 300 năm trước, được biết nơi đây cũng nổi tiếng linh thiêng người dân thường đến dâng lời cầu nguyện.

Hay là cũng từ nơi đây ông được thấy tận mắt và trao đổi với ngư dân cũng như chụp được con cá Pla Beuk, tuy con cá chỉ 45kg và cá Irrawaddy. Cả hai loại cá này đứng trước sự tuyệt chủng vì môi trường ô nhiễm trầm trọng và khai thác cạn kiệt. Có một điều kinh ngạc nữa mà rất ít người biết, nhân chuyến đi này, nhà văn Ngô Thế Vinh đã tiếp xúc "Làng tiền sử Ban Chiang".

Ban Chiang (tiếng Thái: บ้านเชียง, phát âm tiếng Thái: [bâːn tɕʰīa̯ŋ]) là một địa điểm khảo cổ học nổi tiếng nằm ở huyện Nong Han, tỉnh Udon Thani, Thái Lan. Nó được UNESCO công nhận là Di sản thế giới từ năm 1992 (1) mà theo tác giả có lẽ văn minh cổ xưa nhất là thời kỳ đồ đồng của con sông Mekong bị vùi lấp, được coi là sự phát hiện quan trọng của vùng Đông Nam Á từ sau thế chiến II, tác giả viết:

*"Như một giai thoại cách đây 44 năm, năm 1966 một sinh viên khảo cổ học người Mỹ khi đi vào cánh đồng của khu làng Ban Chiang, anh ta đã bị vấp ngã trên rễ một gốc cây bông gạo kapok và chẳng thể ngờ rằng anh đã ngã vào cả một kho tàng cổ sử.*

Quanh anh là vô số mảnh sành nhô ra từ mặt đất. Anh thâu thập những mảnh vỡ ấy gửi về Bangkok và sau đó về Đại học Pennsylvania để nghiên cứu.."... "Khá trễ mãi 4 năm sau, các nhà khảo cổ Mỹ và Thái mới khởi sự khai quật có hệ thống. Chỉ trong 2 năm họ đã đào bới được 18 tấn di chỉ gồm các dụng cụ bằng đồng, bình chậu sứ, cả đồ dệt và hài cốt trong các ngôi mộ cổ. Nghiên cứu sơ khởi cho thấy đây là một khu làng cổ trên 5 ngàn năm, và có lẽ phát hiện kỳ thú nhất là các vật dụng bằng đồng được đúc cách đây hơn 3600 năm trước Công Nguyên – nghĩa là sớm hơn các đồ đồng xưa nhất của Trung Đông 500 năm. Phát hiện này đã phủ nhận luận cứ cho rằng kỹ thuật luyện đồng khởi đầu từ lưu vực sông Tigris và

Euphrates năm 3000 trước Công Nguyên, cũng phủ nhận luôn giả thiết cho rằng đồ đồng là từ Trung Hoa du nhập về phương nam (Đồ đồng cổ nhất của Trung Hoa chỉ 2000 năm TCN) Như vậy có thể nói rằng kỹ thuật luyện đồng là từ Đông Nam Á du nhập sang Trung Hoa thay vì ngược lại. Đó là chưa kể tới những đồ trang sức cũng bằng đồng rất mỹ thuật phản ánh một xã hội thái hòa có văn hóa cao chứ không ở trình độ man di so với Trung Hoa như người ta vẫn nhận định."

Như vậy, trên dòng sông Mekong có 2 quốc gia: Lào, Thái Lan nhỏ hẹp nhưng có hai điều bí ẩn là: Cánh đồng Chum và làng Ban Chiang, không hiểu thế nào lại đồng loạt biến mất và nhân loại hầu như quên lãng.

**Cambodia, Tonlé Sap và Biển Hồ**

Xứ sở chùa Tháp với quần thể kiến trúc Angkor khá đồ sộ nhưng đã suy tàn từ rất xưa xa thế kỷ XIII, tác giả đến xứ sở này chỉ là ghé tham quan đúng nghĩa, chứ không có mục đích lớn hơn, cái quan tâm của ông là con sông Mekong, biển Hồ. Tuy vậy đứng trước Angkor Wat buổi bình minh ông cũng cảm nhận được điều mình nhận ra từ kiến trúc này. Ông viết:

*"Bước lên những bậc thang, đi vào khu đền đài với hàng ngàn thước đá chạm trổ như một pho sử đá cảnh trần gian, vươn lên là các tượng đá hùng vĩ uy nghi gây cảm giác choáng ngợp, để tưởng như thời gian ngưng lại cho phút trầm tư về nỗi phù du của các triều đại và kiếp người."*

Từ Siem Reap bằng thuyền máy về hướng nam ra đến khu Chong Khneas còn gọi khu làng nổi của người Việt, lòng chùng xuống với biết bao nỗi thống khổ của người Việt nghèo, cuộc sống quanh quẩn với Biển Hồ làm sao cho thế hệ sau khá hơn, không thể khá được bởi hoàn cảnh con đông kiếm cái ăn đã rã rời và họ sống như công dân hạng hai ở xứ sở ấy.

Ông viết:

*"Nguồn tài nguyên phong phú của Biển Hồ đã thu hút đủ sắc dân từ các nơi đổ tới và hình thành những khu làng nổi trong vùng*

*đồng lũ và trên Biển Hồ. Nếp sống ấy hầu như ít thay đổi từ hàng trăm năm nay*"... "Tới với khu làng nổi là tới với vẻ đẹp của một sinh cảnh thiên nhiên đồng lầy còn hoang dã. Những khu làng nổi này cũng di chuyển theo mùa, theo mực nước lên xuống. Bình minh hay hoàng hôn trên khu làng nổi là một trong những cảnh quan tuyệt đẹp của Biển Hồ".

Tới Tràm Chim vùng sinh thái Prek Toal:

*Thuyền máy băng băng qua Biển Hồ đi về hướng nam để tới được Prek Toal thuộc tỉnh Battambang, là khu làng nổi khác của người Khmer, nơi đây có đặt văn phòng Sở Bảo Tồn Biển Hồ (Environmental Research Station for Tonle Sap Biosphere Reserve)... Diện tích Biển Hồ tùy theo mùa nước, khi hồ cạn có thể 2500km$^2$, nhưng mùa mưa nước dâng, nước chảy ngược từ Tonlé Sap vào Biển Hồ, có thể nước dâng cao từ 8-10 mét, diện tích có thể lên 12.500km$^2$ tức gấp 5 lần so với mùa khô. Thực phẩm và cá ở đây rất phong phú quyến rũ nhiều loài chim về sinh sống, vì vậy sắc lệnh Hoàng gia tháng 11/1993 quy định Biển Hồ Tonlé Sap là khu Đa dạng bảo tồn (Multiple Use Protected Areas), tới tháng 10/1997 Biển Hồ mới được Unesco công nhận là Khu Bảo Tồn Sinh Thái (Biosphere Reserve).*

"Để quản lý Khu Bảo Tồn Sinh Thái, Biển Hồ được chia làm 3 khu: *khu trung tâm* (core), *khu đệm* (buffer zones), và *khu chuyển tiếp* (transition zones). Mục đích lâu dài là bảo vệ các khu trung tâm để tương lai sẽ trở thành công viên quốc gia. Ba khu trung tâm có giá trị bảo tồn cao là:

- Prek Toal rộng 31.282 ha
- Boeng Tonle Chhmar hay Moat Kla rộng 32.969 ha
- Stung Sen 6.586 ha

Khu sinh thái này có hơn 190 chủng loại sống dưới nước, riêng loài cá có hơn 200 loài, khảo sát sơ khởi còn cho biết hàng trăm loài chim, trong đó có 12 loài được cho là quý hiếm đối với thế giới.

Rừng lũ Biển Hồ còn là sinh cảnh cho các loài bò sát, loài có vú: 23 loại rắn, 13 loại rùa, 1 loại cá sấu, vượn khỉ, mèo báo, rái cá..."

Cũng may tác giả điện thoại trước cho người quản lý khu bảo tồn tên là Meas Rithy nên anh hỗ trợ phương tiện trong công việc quan sát, ghi lại hình ảnh cũng như trao đổi khá trôi chảy, nhà văn còn biết thêm *"thời gian lý tưởng để thăm Tràm Chim từ tháng giêng đến tháng ba, cũng là mùa nước cạn (cùng thời gian với Tràm Chim Tam Nông, Đồng Tháp Mười). Được biết những loài chim cần được bảo vệ như: Spot-billed Pelican / chim bồ nông mỏ đốm, Oriental Darter / bồ nông cổ rắn Đông phương, Lesser Adjutant, Greater Adjutant, Black-Necked Stork / sếu cổ đen, Painted Stork / sếu vằn, Milky Stork / sếu sữa, Glossy Ibis / cò quăm, Grey-headed Fish Eagle / chim ưng đầu xám..."*

Khi lưu lại ở Cam Bốt, nhà văn có dịp thăm vài bệnh viện và có gặp bác sĩ Beat Richner gốc Thụy Sĩ là giám đốc 3 bệnh viện: – Bệnh viện Jayavarman, bệnh viện Kantha Bopha I và II. Beat Richner cũng là nhạc sĩ cello, một khuôn mặt huyền thoại của Cambodia dù bận rộn về công việc chuyên môn ông cũng không quên mỗi tối thứ bảy bao giờ cũng có buổi hòa nhạc Bach ở bệnh viện để gây quỹ nhưng vào cửa tự do khá thú vị, người nghe nhạc phần đông là du khách ngoại quốc tới thăm khu đền Angkor.

**Về Miền Tây Nam bộ và Đại học An Giang**

Khi trở về miền Tây Nam bộ, ông phải gặp bằng được giáo sư Võ Tòng Xuân đang là "viện trưởng viện đại học An Giang", một đại học non trẻ mới "thôi nôi" bởi đã trao đổi với nhau nhiều lần (kỳ thinh) nhưng chưa tận mặt mày bởi ông biết rõ vị giáo sư này có cả tấm lòng "khai dân trí, chấn dân khí" cho sinh viên trường và "hậu dân sinh" với người dân đồng bằng miền tây này khi ông theo dõi dòng chảy của con sông Mekong từ khi Trung Quốc bắt đầu chắn dòng do con đập Mạn Loan cho đến nay, nhà văn Ngô Thế Vinh viết:

*"Phải nói rằng số lượng giảng viên của nhà trường còn rất hạn chế, với sĩ số 600 chỉ 50% có bằng thạc sĩ (Master) và tiến sĩ (Ph.D). Qua các em, tôi được biết các giảng viên trẻ của Đại học An Giang đi ngoại quốc học thêm để tăng cường chất và lượng cho ban giảng huấn.*

Ngoài ra "Gs Xuân còn có những dự án dở dang khác:

1. Tìm gène giống lúa mới chịu được nước lợ do Cửu Long cạn dòng và thêm nhiễm mặn.

2. Vận động nông dân ĐBSCL áp dụng kế hoạch "3 giảm, 3 tăng" trong đó giảm thuốc trừ sâu nhiễm độc tới mức độ nguy hiểm cho môi trường sống.

3. Lập khu bảo tàng cây lúa ĐBSCL với sưu tập các nông cụ mà tiền nhân sử dụng từ thuở khai hoang."

Ngoài ra nhà văn, Bs Ngô Thế Vinh cũng quay về thăm nhiều vùng nữa trên Miền Tây Nam bộ thân yêu chịu ảnh hưởng trực tiếp với sự nghẽn mạch của dòng sông Mekong bởi các con đập bậc thềm của dòng chính mà thủ phạm là Trung Quốc cộng với những đập thủy điện khác của Thái, Lào…, hầu như họ chỉ thấy cái lợi trước mắt cho quốc gia họ và không cần biết những quốc gia phía hạ nguồn thế nào và hệ lụy đến nay các độc giả đã rõ.

Tiếng thở dài ngao ngán của ông với nỗ lực cá nhân thâm nhập có thể nguy hiểm cả tính mạng, để có dữ liệu đầy đủ hầu đóng góp cho đất nước, cũng có thể là tiếng thở dài của toàn dân tộc, không biết rồi đây chính phủ đương thời có giải pháp nào khả dĩ giải quyết yên bình đời sống để thần dân của Miền Tây Nam bộ nói riêng và cả Đồng Bằng Sông Cửu Long – vựa lúa châu thổ ấy còn tiếp tục cung cấp lương thực nuôi sống cả toàn dân tộc Việt Nam, chứ đừng nói đến xuất cảng.

Để kết thúc bài này tôi trích một đoạn của cố nhà báo Long Ân (NV-12/2001)

*"Con người phương Đông đang gặp đại nạn khoa học kỹ thuật mà con người phương Tây đã từng thọ nạn ở đầu thế kỷ 18. Ô nhiễm chính trị, ô nhiễm nhân văn và thê thảm nhất là ô nhiễm môi sinh… chỉ mới hôm qua, Enstein đã hốt hoảng tìm một lương tri cho khoa học qua con đường của đạo học. Ông cho rằng: "Khoa học không tôn giáo thì què quặt, tôn giáo không khoa học thì mù lòa."*

Còn nhiều điều nữa rất bổ ích và thú vị, hy vọng các độc giả sẽ đọc được để thấy sự thật trong chừng mực đã có trong 320 trang sách *"Mekong, Dòng sông nghẽn mạch"* của Bác sĩ, Nhà văn Ngô Thế Vinh đã dày công cũng từ lòng yêu mến con sông và trên hết là tổ quốc và dân tộc.

*NGÃ DU TỬ*

Nguồn: https://www.saigonweeklyonline.com/van-hoa-nghe-thuat/nga-du-tu-doc-mekong-dong-song-nghen-mach-cua-ngo-the-vinh.html

## NGÃ DU TỬ

Nhà thơ, nhiếp ảnh gia, tên thật Phạm Ngọc Dũ, sinh năm 1957 tại Nghĩa Hành, Quảng Ngãi. Vào Sài Gòn lập nghiệp từ 1985. Cộng tác với các báo, tạp chí, và hợp tuyển trong và ngoài nước.

**Tác phẩm:** *Dòng Sông Quê* (thơ, Nxb Văn Nghệ 2004), *Mắt Tháng Giêng* (thơ, cùng Đỗ Hương, Nxb Thanh Niên), *Còn Lại Dấu Yêu* (thơ, Nxb Hội Nhà Văn 2015)

# HUỲNH KIM QUANG

## ĐỌC "MEKONG - DÒNG SÔNG NGHẼN MẠCH" CỦA NGÔ THẾ VINH ĐỂ NGHE TIẾNG GÀO CỦA CON SÔNG SẮP CHẾT!

*Cửu Long ca từ Tây Tạng*
Phạm Công Thiện

**Hình 1:** *trái,* tác giả trên khúc sông Lancang-Mekong, *phía dưới nơi sắp xây con đập Cảnh Hồng / Jinghong 1.350 MW là con đập dòng chính thứ ba sau hai con đập Mạn Loan / Manwan 1.500 MW và Đại Chiếu Sơn / Daichaosan 1.350 MW. [photo by Nguyễn Văn Hưng 09/2002]; phải,* hình bìa cuốn ký sự *"Mekong – Dòng Sông Nghẽn Mạch" của Ngô Thế Vinh, sách song ngữ Việt – Anh, Nxb Văn Học Press & Việt Ecology Press 2021*

Từ những ngày còn trẻ chưa biết lo là gì tôi đã tình cờ đọc tập thơ *"Ngày Sinh Của Rắn"* của nhà thơ Phạm Công Thiện, mà trong đó không biết vì sao tôi cứ nhớ mãi câu thơ này, *"Cửu*

*Long ca từ Tây Tạng!*" Cũng từ đó sông Cửu Long không bao giờ ngừng chảy trong ký ức của tôi. Và bây giờ tôi nhận được cuốn "Mekong – Dòng Sông Nghẽn Mạch" của nhà văn Ngô Thế Vinh như một tình cờ kỳ lạ mà tôi có với dòng sông lịch sử này.

Người dân Việt Nam từ bao đời sống bằng nông nghiệp. Cho nên, con sông đối với họ là mạch sống. Đồng Bằng Sông Hồng ở Bắc, Đồng Bằng Sông Cửu Long ở Nam, và tại các tỉnh có những dòng sông lớn đều là những vựa lúa nuôi sống bao triệu người dân ở đó. Sông cạn dòng là hiện tượng khủng hoảng của những xứ nông nghiệp như Việt Nam.

Trong những năm gần đây tình trạng những con sông cái tại Việt Nam như sông Cửu Long, sông Hồng bị cạn dòng, bị nhiễm mặn đã gây ra bao nhiêu quan ngại cho cuộc sống không những của người dân ở các lưu vực sông đó mà cho người dân cả nước. Một trong những cây bút đặc biệt gióng lên tiếng chuông báo động mạnh mẽ nhất về tình trạng khô cạn và thiệt hại môi sinh nghiêm trọng của sông Cửu Long hay sông Mekong là nhà văn Ngô Thế Vinh.

Hai tác phẩm của nhà văn Ngô Thế Vinh gây nhiều chú ý về tình trạng khủng hoảng về môi sinh trầm trọng của sông Mekong là cuốn "*Cửu Long Cạn Dòng, Biển Đông Dậy Sóng*" được xuất bản vào năm 2000 tại California và cuốn "*Mekong – Dòng Sông Nghẽn Mạch*" được xuất bản vào năm 2007 ở trong và ngoài nước và tái bản song ngữ Việt-Anh vào năm 2021 tại California.

Đây là lần đầu tiên tôi đọc một tài liệu nghiên cứu công phu và chi tiết nhất về tình trạng khủng hoảng môi sinh của sông Mekong do nhà văn Ngô Thế Vinh viết dưới dạng ký sự. Và thú thật là tôi bị cuốn sách thu hút đến không thể cưỡng lại được với cách kể chuyện, cách nghiên cứu tỉ mỉ, cách nhìn chuyên môn của một nhà du khảo về địa hình, nhân vật, môi trường sống và xã hội tại 4 nước mà ông đã đi qua từ thượng nguồn Mekong ở Trung Quốc đi xuống Lào, qua Cam Bốt và xuống tới hạ nguồn Mekong ở Đồng Bằng Sông Cửu Long của Việt Nam.

Khi nói về chuyến du khảo 4 nước trên dòng sông Mekong, nhà văn Ngô Thế Vinh viết:

*"Đến với con sông Mekong với tôi đã như một tiếng gọi quyến rũ – như một cuộc trở về, để tìm tới với Biển Hồ, con sông Tonlé Sap cùng với khúc đoạn khác của con sông Mekong. Điều mà thế hệ sắp tới có thể không còn cơ hội để thấy được sinh cảnh phong phú nhưng quá mong manh của một dòng sông sẽ trở thành "Con Sông của Quá Khứ."* (trang 154)

Với tôi, đây không chỉ là một cuốn ký sự về tình trạng môi trường xuống cấp báo động của sông Mekong mà còn là một cuốn địa dư và nhân văn chí vô cùng giá trị không chỉ cho các thế hệ tương lai để biết về những gì liên quan đến sông Mekong đã bị bức tử như thế nào mà ngay cả người cùng thời với ông như tôi cũng biết được rất nhiều điều mà nếu không có cơ hội đích thân đi qua và quan sát tại chỗ thì không dễ gì biết được rõ như thế.

Sau đây là một vài cảm nhận chủ quan của tôi khi đọc tác phẩm "*Mekong – Dòng Sông Nghẽn Mạch*" của nhà văn Ngô Thế Vinh, qua hai khía cạnh: một nhà văn viết ký sự phong phú, hấp dẫn và một nhà du khảo thực địa nêu bật tình trạng tàn phá môi sinh báo động của sông Mekong.

**Một cuốn ký sự phong phú với nhiều sự kiện và dữ liệu quý giá**

Dù là cuốn ký sự mà trọng tâm là vấn đề môi sinh của sông Mekong, nhà văn Ngô Thế Vinh không viết theo lối tường thuật các sự kiện dễ làm cho người đọc cảm thấy khô khan và nhàm chán. Ông viết ký sự trong ngòi bút của một nhà văn với đầy đủ hấp lực của sức mạnh văn chương chữ nghĩa như một cuốn truyện kể lại cuộc hành trình nhiều tình tiết lôi cuốn và lắm lúc thật gay cấn.

Chẳng hạn, trong một bữa ăn tối tại một nhà hàng nổi tiếng về món ăn "Bún Qua Cầu" ở Vân Nam, Trung Quốc, nhà văn Ngô Thế Vinh không chỉ mô tả tỉ mỉ về món ăn này, ông còn kể cho người đọc nghe câu chuyện cổ tích liên quan đến món ăn đó.

*"Vào đời nhà Thanh, có chàng hàn sĩ quyết tâm đèn sách để chờ ngày về kinh đô dự thi. Chàng rời gia đình, dọn ra một hòn đảo nhỏ bên bờ hồ để tập trung vào việc học. Hàng ngày, người vợ trẻ từ nhà phải vượt một cây cầu tre dài qua tận bên đảo đem bữa ăn đến cho chồng nhưng tới nơi thì thức ăn đã nguội lạnh. Tình cờ một hôm người vợ khám phá ra rằng nếu như có đổ một lớp mỡ dày trên tô canh từ nhà thì vẫn giữ được thức ăn nóng cho tới khi gặp chồng."* (trang 33)

Đọc tiểu thuyết kiếm hiệp "Lục Mạch Thần Kiếm" của nhà văn Kim Dung nói tới nước Đại Lý ở Tàu, nhưng có lẽ hầu hết người đọc đều không ai hình dung ra chính xác cái nước Đại Lý đó ra sao. Nay đọc "*Mekong – Dòng Sông Nghẽn Mạch*" của nhà văn Ngô Thế Vinh thì đã rõ vì ông có kể chi tiết.

*"Từ Manwan bằng đường bộ lên tới cổ thành Đại Lý cũng đã sẩm chiều. Đại Lý vẫn được so sánh như một tiểu Kathmandu của Nepal, nơi có nhiều thắng cảnh và di tích lịch sử của hơn 1 triệu sắc dân Bạch/Bai với gốc rễ văn hóa lâu đời từ hơn 3 ngàn năm. Từ thế kỷ thứ 7, đã có một nước Nam Chiếu/Nanzhao rất hùng mạnh từng đánh bại quân nhà Đường vào thế kỷ thứ 8. Sang thế kỷ thứ 10 trở thành vương quốc Đại Lý/Dali cho tới thế kỷ thứ 14, thời Nguyên Mông/Mongol Yuan thì không chỉ Đại Lý mà toàn vùng Vân Nam mới trực thuộc vào nước Trung Hoa."* (trang 62)

Cặp mắt của một nhà nghiên cứu có khác với cái nhìn của một người dân thường. Khi đến thăm Khu Bảo Tồn trên Biển Hồ ở Cam Bốt, nhà văn Ngô Thế Vinh đã quan sát thật kỹ các loài chim thiên nhiên ở đây.

*"Sau đó tôi và Meas bước xuống chiếc tam bản nhỏ với một người chèo để tới gần hơn với từng vòm cây và đám chim muông. Con thuyền nhỏ lướt nhẹ trên mặt nước giữa vẻ đẹp hoang sơ và trinh nguyên của khu rừng lũ. Ghe dừng lại từng chặng để tôi có dịp quan sát từng loại chim khác nhau trong số đó có loài được coi là hiếm quý cần được bảo vệ như: Spot-billed Pelican/ chim bồ nông mỏ đốm, Oriental Darter/ bồ nông cổ rắn Đông phương, Lesser Adjutant, Greater Adjutant, Black-Necked Stork/ sếu cổ đen, Painted Stork/ sếu vằn, Milky Stork/ sếu sữa, Glossy Ibis/ cò quăm, Grey-headed Fish Eagle/ chim ưng đầu xám..."* (trang 175)

Nhà văn Ngô Thế Vinh cũng mô tả một cách tổng quát nhưng khá đầy đủ về các nhân vật Tây Phương đã có công khám phá các di tích lịch sử tại những nước ông đi qua trong cuộc hành trình. Chẳng hạn, khi đến thăm cố đô Luang Prabang của Lào, ông không quên nói về nhà thám hiểm người Pháp Henri Mouhot là người đầu tiên đã đến đây.

*"Gốc người Pháp nhưng Mouhot đã gặp phải sự thờ ơ của đồng hương. Ông đã phải quay sang nhờ tới người Anh. Là nhà thám hiểm và đồng thời cũng là nhà sinh học, Mouhot vừa đi vừa tìm kiếm các loài côn trùng hiếm. Tháng 12/1860, Mouhot quyết định khởi hành từ Bangkok để lại sang Lào, băng qua vùng đông bắc Thái, đi qua những bộ lạc, những vương quốc của Vua Lửa thuộc các tỉnh Korat, Loei bây giờ, nơi chưa hề có dấu chân người Tây phương nào.*

...

*Phải hơn 7 tháng trời lặn lội kể từ Bangkok tới kinh đô Luang Prabang là một thị trấn quyến rũ như Genève và tại đây Mouhot được vua Tiantha tiếp đón trọng hậu."* (trang 130)

Không phải chuyến đi khảo cứu dài qua 4 nước của nhà văn Ngô Thế Vinh diễn ra một cách thuận buồm xuôi gió, mà lắm lúc ông cũng gặp một số tình huống rắc rối, khó xử và có cả nguy cơ về an ninh bản thân nữa. Chẳng hạn, ông kể chuyện khi đến thăm Đập Mạn Loan (Manwan) ở Côn Minh, Trung Quốc ông đã đối diện với một tình thế hết sức nguy nan khi bị những nhân viên an ninh tại đập này giữ chân để chờ cấp trên quyết định có cho ông vào thăm không. Trong lúc chờ đợi, ông kể, ông đã nghĩ tới điều "bất trắc" có thể xảy ra trong một đất nước cộng sản.

*"Wu đã đẩy tôi vào một tình huống thật khó xử và quả thật là thiếu khôn ngoan để dấn thân vào một "guồng máy" bất trắc như vậy. Bà phòng tổ chức vừa bước ra, tôi lấy cớ bảo Wu là sẽ không đủ thì giờ cho thêm một chuyến viếng thăm, nhưng rồi cả hai chúng tôi được giữ lại và yêu cầu chờ. Thật là tiến thoái lưỡng nan, tôi vẫn cố giữ vẻ thản nhiên nhưng cảm giác thì cứ như "gái ngồi phải cọc" và đồng thời chuẩn bị cho tình huống phải trả lời vô số những câu hỏi."* (trang 59)

Người đã từng sống dưới chế độ cộng sản tại Việt Nam những năm đầu sau 1975 tại Miền Nam, với các chính sách thù địch, nghi kỵ và kỳ thị quân dân cán chính Việt Nam Cộng Hòa qua vô số vụ bắt bớ, bạo hành và tù tội không cần lý do sẽ cảm thấy rất hồi hộp cho nhà văn Ngô Thế Vinh. Rất may lần đó ông đã an toàn rời khỏi đó.

Khi rời xứ Chùa Tháp sau chuyến du khảo ở đây, nhà văn Ngô Thế Vinh đã viết lên cảm xúc của ông làm người đọc khó quên.

*"Ngồi trên chuyến bay rời phi trường quốc tế Pochentong, nhìn xuống thủ đô Nam Vang, nhìn xuống con sông Mekong nơi Quatre Bras trước Hoàng Cung, hình ảnh đẹp đẽ cuối cùng mà tôi muốn giữ lại trong trí tưởng về đất nước Cam Bốt là hàng cây thốt nốt với thân cây còn lỗ chỗ vết đạn nhưng vẫn đứng thẳng vươn lên trời xanh từ bên bờ một ruộng sen ngát hương với nở rực những bông sen hồng và trắng.*

*Vẫn có đó những bình minh và hoàng hôn trên sông Mekong, vẫn có đó vẻ đẹp tráng lệ và huy hoàng của trời và đất cho dù qua bao đổi thay, bao cuộc chiến tranh trong nỗi u mê của con người."* (trang 227-228)

Tôi cho rằng đây là một trong những đoạn văn chương hay và lôi cuốn nhất trong *"Mekong – Dòng Sông Nghẽn Mạch"* của tác giả Ngô Thế Vinh. Trong đoạn văn này, tôi tâm đắc nhất là việc ông đã đem hình ảnh những cây thốt nốt vươn cao trên trời xanh để ẩn dụ cho một tương lai lạc quan ở phía trước của một đất nước đã từng trải nạn diệt chủng kinh hoàng, và hình ảnh hoa sen với vẻ đẹp thanh khiết và hòa bình để che phủ đi tàn tích phá hoại của chiến tranh trong quá khứ do sự u mê của con người gây ra.

### Lời báo động về con sông Mekong sắp chết

Tuy nhiên, chủ đích của chuyến du khảo sang 4 nước nằm dọc theo sông Mekong của nhà văn Ngô Thế Vinh là tìm hiểu những hậu quả mà người dân tại những nước này phải gánh chịu vì hàng chục những con đập thủy điện được xây trên dòng sông từ Trung Quốc xuống Lào, Thái và Cam Bốt, cộng với sự tàn phá môi trường như phá rừng, khai thác đất đai vô tội vạ và làm ô nhiễm nguồn nước.

Khi đến Hồ Nhĩ Hải tại Vân Nam ở Trung Quốc, nhà văn Ngô Thế Vinh đã mô tả về tình trạng gần như hết sạch của loại cá đặc biệt Pla Beuk.

*"Tương truyền rằng hàng năm cứ vào khoảng tháng tư, đoàn cá Pla Beuk về tụ hội tại nơi vũng sâu Luang Prabang phía bắc Vạn Tượng để tuyển chọn xem con nào sẽ tiếp tục vượt thêm hơn 2.000 km bơi ngược dòng lên hồ Nhĩ Hải để đẻ trứng, con nào sẽ hy sinh làm mồi cho ngư dân làng Chiang Khong trong ngày hội thi cá Pla Beuk.*

*"Pla Beuk/Pangasianodon gigas là loại cá bông lau khổng lồ chỉ có trên sông Mekong có con dài tới 3 mét nặng tới hơn 300 kg. Ngư dân Thái và Lào sống hai bên bờ con sông Mekong vẫn tin rằng cá Pla Beuk là loại linh ngư đem tới cho họ vận may trong mỗi mùa chài lưới. Từ 10 năm nay, khi hoàn tất con đập thủy điện Manwan (1993) trên dòng chính sông Mekong như một nút chặn, đã chẳng còn một con cá Pla Beuk nào lên tới được hồ Nhĩ Hải để đẻ trứng."* (trang 70)

Khi đến hồ Điền Trì ở Côn Minh của Trung Quốc, nghe người tài xế Wu nói về một kế hoạch dự trù của chính quyền Trung Quốc chi 2 tỉ yuan để "khai thông một đường dẫn cho thoát nước ra sông Hồng chảy qua Việt Nam rồi đổ ra Biển Đông", nhà văn Ngô Thế Vinh liền nghĩ tới hậu quả ô nhiễm nguồn nước mà dân Việt sống chung quanh sông Hồng phải gánh chịu.

*"Đổ tất cả ô nhiễm của hồ Điền Trì vào con sông Hồng như một đường cống rãnh, hậu quả sẽ ra sao trên bao nhiêu triệu cư dân Việt Nam nơi đồng bằng châu thổ đang sống bằng nguồn nước con sông Hồng và đây là điều sẽ được ai quan tâm tới? Nhà cầm quyền Hà Nội được biết gì về một kế hoạch "giải quyết môi sinh" theo lối ném bùn sang ao của chánh quyền Vân Nam?"* (trang 81)

Khi tới thị trấn nhỏ Vang Vieng của Lào, nhà văn Ngô Thế Vinh nhìn thấy sự khai thác bừa bãi để thu hút du khách trong thời "Đổi Mới" mà nghĩ tới những hậu quả khốc liệt của sự thiệt hại môi sinh ở Việt Nam và Lào.

*"Một đất nước chỉ bằng 1/3 diện tích tiểu bang Texas, không chỉ với nạn phá rừng tự sát và khai thác thủy điện khắp nơi, rồi ra với ngót 1 triệu du khách mỗi năm trong thập niên tới, thì mọi con suối, mọi dòng sông và sinh cảnh thiên nhiên núi non vốn trinh nguyên của Lào sẽ mau chóng trở thành quá khứ. Giống như Việt Nam, Lào đang "Đổi Mới" với cái giá rất cao phải trả về môi sinh cho các thế hệ tương lai."* (trang 115)

Khi đến thăm chợ nổi Phong Điền và Cái Răng trên dòng sông Hậu, nhà văn Ngô Thế Vinh diễn tả dòng sông Cửu Long đang bị ô nhiễm vì chất phế thải kỹ nghệ và rác rưởi.

*"Khói dầu trải dài trên mặt sông mùi khét nồng, cũng để hiểu tại sao – không phải chỉ có ở Sài Gòn, trên sông nước miền Tây, trên các con phà đã có cô gái Cửu Long phải mang khẩu trang vì không khí ô nhiễm.*

*Không kể những hóa chất độc đã tan trong nước không còn thấy được, nhìn những búi cỏ rác khô và cả những túi rác ni-lông đủ màu chưa bị phân hủy nổi trôi giữa những đám lục bình, cũng để thấy rằng con sông Mekong đang là cống rãnh của các chất phế thải kỹ nghệ và cả rác rưởi của tiện dụng gia cư."* (trang 264-265)

Gấp lại cuốn sách *"Mekong – Dòng Sông Nghẽn Mạch"* dày gần 700 trang gồm hai thứ tiếng Việt-Anh, với rất nhiều hình ảnh giá trị, lòng tôi khởi lên hai cảm nhận có vẻ trái ngược nhau: thích thú vì cuốn sách là một kho tài liệu rất quý giá cung cấp cho người đọc những kiến thức rất quan trọng liên quan đến thực trạng báo động về con sông Mekong, về các ghi chép tại chỗ nhân vật, địa dư, lịch sử, phong cảnh, nếp sống văn hóa và sinh hoạt xã hội của các dân tộc sống dọc theo sông Mekong; nhưng cùng lúc, cũng mang tâm trạng hoang mang về tương lai của một khu vực rộng lớn với hàng chục, nếu không muốn nói hàng trăm triệu con người sống ở đó. Vì thế xin mượn lời của nhà văn Ngô Thế Vinh để nói giùm cho tâm trạng của người đọc.

*"Liệu ai sẽ thực sự trách nhiệm "duy trì dòng chảy tối thiểu" của con sông Mekong trong mùa khô để nước mặn từ ngoài Biển*

*Đông không tiếp tục lấn vào sâu và xa hơn nữa vào ĐBSCL? Cũng như làm sao để có dòng chảy đủ mạnh trong mùa lũ để có nước chảy ngược từ con sông Tonlé Sap vào Biển Hồ, để duy trì nhịp đập trái tim của Cam Bốt. Và cho đến nay, không ai có thể đưa ra một lời giải đáp.*

*Trong một tương lai không xa, con sông Mekong – con sông Danube của Châu Á ấy, sẽ chỉ còn là một con sông chết, chỉ để sản xuất thủy điện, dùng làm thủy lộ giao thông và tệ hại hơn nữa là cống rãnh để đổ xuống các chất phế thải kỹ nghệ từ tỉnh Vân Nam Trung Quốc."* (trang 321)

Cảm ơn nhà văn Ngô Thế Vinh.

*HUỲNH KIM QUANG*
*Việt Báo, 30/07/2021*

## HUỲNH KIM QUANG

Sinh năm 1958 tại Tuy Hòa, tỉnh Phú Yên. Nguyên Chủ Bút Việt Báo tại Quận Cam, California. Đã cộng tác với các báo Chân Nguyên, Phật Giáo Hải Ngoại, Phương Trời Cao Rộng, Chánh Pháp, và có bài đăng trên các trang mạng như Thư Viện Hoa Sen, Quảng Đức, Pháp Vân, Hoằng Pháp, Phật Việt, Hoa Vô Ưu.

**Tác phẩm:** *Đức Đạo Kinh của Lão Tử* (dịch Việt, 1994); *Những Mộng Đàm Về Phật Giáo Thiền Tông* (dịch Việt, 1994); *Từ Mảnh Đất Tâm*, 2017; *Cảm Đức Từ Bi*, 2018; *Cỡi Tâm Vào Cõi Lời*, 2022.

# ÁNH NGUYỆT

## MEKONG DÒNG SÔNG NGHẼN MẠCH
## TỪ TÁC GIẢ NGÔ THẾ VINH ĐẾN AUDIOBOOK

***Hình 1**: Buổi ra mắt sách Mekong Dòng Sông Nghẽn Mạch tại Paris 2007, từ trái, phóng viên Ánh Nguyệt, RFI đang giới thiệu sách và audiobook.* [tư liệu của Ánh Nguyệt]

**Ngô Thế Vinh – Mối thân tình 20 năm**

Năm 2000, nhà xuất bản Văn Nghệ (Hoa Kỳ) cho ra mắt người đọc tiểu thuyết dữ kiện *Cửu Long Cạn Dòng, Biển Đông Dậy Sóng* (CLCD BĐDS). Lần đầu tiên có một quyển tiểu thuyết đồ sộ về sông Cửu Long và vùng đồng bằng Nam bộ được con sông nuôi dưỡng. Đồ sộ không chỉ ở số trang sách (ngót 650 trang) mà chủ yếu ở công phu tham khảo tài liệu và cả những chuyến đi quan sát tại chỗ của tác giả. Người đọc biết thêm nhiều điều về con sông Cửu Long và vùng đồng bằng trù phú nhất đất nước, về những tai họa mà con sông phải hứng chịu do tham vọng bành trướng của quốc gia thượng nguồn, những thỏa hiệp tiếp tay không kém phần nguy hiểm của những nước trong khu vực con sông đi qua.

Ngô Thế Vinh trở thành tên tuổi được báo chí nhắc đến thường xuyên với sự ngưỡng mộ một tác giả có công nghiên cứu một trong những đề tài thời sự quan trọng đầu thế kỷ 21. Ban Việt ngữ RFI đã tìm cách liên lạc với anh. Trong một thời gian dài Ngô Thế Vinh đã giúp chúng tôi những nguồn tư liệu về môi sinh vùng đồng bằng sông Cửu Long bên cạnh các chuyên viên trong và ngoài nước như giáo sư Võ Tòng Xuân (Đại học Cần Thơ - Đại Học An Giang), kỹ sư Phạm Phan Long (Hoa Kỳ), kỹ sư Nguyễn Đức Hiệp (Úc), kỹ sư Nguyễn Hữu Chung (Canada), v.v...

Ngày 02.02.2002 tôi nhận được email đầu tiên của tác giả Ngô Thế Vinh giải thích về con đập Tam Hiệp ở Trung Quốc và chuỗi đập bậc thềm ở Vân Nam khúc thượng nguồn sông Mekong.

Tôi gặp anh lần đầu năm 2005 khi sang Mỹ họp mặt với các bậc đàn anh giới truyền thông miền Nam trước 1975 và nhiều lần sau khi tôi sang đó thăm gia đình, bè bạn.

Khi đọc tiểu thuyết CLCDBĐDS và các bài nghiên cứu trên báo chí, truyền thanh hải ngoại về vùng Đồng Bằng Sông Cửu Long (ĐBSCL) tôi mường tượng tác giả là một người sôi nổi, trái hẳn với một anh Vinh tôi có dịp gặp mặt, kết thân, có giai đoạn hân hạnh trở thành bạn đồng hành. Ngô Thế Vinh mà tôi quen biết thân tình có hình ảnh một người thầy thuốc giàu kinh nghiệm, nghề chuyên môn của anh. Anh vui vẻ nhưng ít khi nói đùa, anh cẩn trọng khi lên tiếng, nghe nhiều hơn nói và ân cần với người đối thoại. Tuấn Thảo, một đồng nghiệp trẻ tuổi của tôi ở RFI, người cộng tác với anh Vinh sau này khi thực hiện audiobook cũng xem anh "là một ông anh dịu dàng và ân cần". Nhưng ông anh ấy trở thành khó khăn, rất kỷ luật và cầu toàn khi phải làm việc chung. Tuấn Thảo và tôi đã nhiều lần phải "kêu Trời" vì sự khó tánh này khi phải thu đi thu lại hai ba lần những bài phỏng vấn hiếm hoi của anh cho làn sóng phát thanh của RFI tiếng Việt. Nhưng mối thân tình giữa ba anh em chúng tôi không vì thế mà phai mờ. Khi được lời khen ngợi của anh cho cuốn audiobook *Mekong Dòng Sông Nghẽn Mạch* (MKDSNM), Tuấn Thảo và tôi như mọc cánh.

**Chuyển thể quyển ký sự thành audiobook**

Khác với *Cửu Long Cạn Dòng, Biển Đông Dậy Sóng* là một tiểu thuyết đầy ắp dữ liệu, ít hư cấu, ký sự *Mekong Dòng Sông Nghẽn Mạch* xuất bản lần đầu vào tháng ba năm 2007 ghi nhận những chuyến đi thực tế của nhà văn Ngô Thế Vinh tại những quốc gia con sông Mekong đi qua. Tác phẩm chinh phục người đọc với lối viết sống động, đầy hình ảnh của dòng sông với những suy thoái rõ rệt, của những con người ở những vùng đất khác nhau mà cuộc sống gắn liền với sinh mạng con sông và cả cảm xúc đặc biệt của tác giả khi đặt chân tới vùng Đồng Bằng Sông Cửu Long.

Tôi đã đọc áng văn này hàng chục lần, thuộc lòng thứ tự từng chương sách và nhiều đoạn văn nhất là những phần đề cập đến vùng ĐBSCL. Một vùng trời kỷ niệm của tuổi thơ tôi gắn bó với quê nội và quê ngoại bên bờ sông Hậu và sông Tiền. Vì vậy khi tác giả đề nghị tôi chuyển thể ký sự này thành audiobook tôi đã đồng ý ngay dù rất hồi hộp trước trọng trách.

Cùng với Tuấn Thảo, anh Vinh và tôi lên ngay kế hoạch thực hiện. Anh Vinh cung ứng trang thiết bị. Tuấn Thảo lên chương trình thu âm, chọn nhạc và âm thanh minh họa (bruitage). Tôi được giao đọc cả quyển ký sự vì tác giả muốn có một audiobook về vùng ĐBSCL với giọng đọc miền Nam không pha trộn của tôi, một di sản mà tôi gìn giữ từ những ngày là xướng ngôn viên đài phát thanh Sài Gòn trước năm 1975. Anh Vinh cũng được sự đồng ý của Đoàn Văn Nghệ Dân Tộc Lạc Hồng (ở Mỹ) cho sử dụng các tác phẩm âm nhạc của Đoàn trong audiobook. Cả ba chúng tôi thỏa thuận hoàn tất audiobook trong sáu tháng nhưng do tính cầu toàn của anh Vinh lẫn cậu em Tuấn Thảo và nhiều trục trặc khách quan khác rốt cuộc phải gần một năm trời audiobook *Mekong Dòng Sông Nghẽn Mạch* mới ra đời, đồng thời với lần tái bản thứ nhất của quyển ký sự vào cuối năm 2007.

**Hình 2 :** *Buổi ra mắt sách MKDSNM tại Paris 2007, từ trái, phóng viên Ánh Nguyệt, người diễn đọc toàn bộ tác phẩm MKDSNM với giọng đọc thuần Nam Bộ của Chị; phải, phóng viên Tuấn Thảo, RFI phụ trách phần hòa âm và nhạc nền cùng với tiếng động minh họa; nhà báo Từ Nguyên người điều hợp chương trình buổi giới thiệu sách và audiobook.* [tư liệu của Ánh Nguyệt]

Ai cũng biết thành công cốt lõi của một audiobook là phần âm thanh. Nội dung lôi cuốn của quyển sách in trên giấy cần phải được diễn đọc một cách tự nhiên, truyền đạt được tâm tình của người viết. Ký sự *Mekong Dòng Sông Nghẽn Mạch* ghi chép bốn cuộc du khảo qua những khúc đoạn khác nhau của con sông Mekong từ thượng nguồn Vân Nam, qua Lào, qua Cam Bốt tới vùng ĐBSCL. Mỗi chương là những trang viết đầy cảm xúc từ háo hức, tò mò đến xót xa, đồng cảm, hy vọng và chờ đợi. Và từng đoạn văn đòi hỏi một lối đọc thích ứng. Riêng phần kết của quyển sách với tiểu tựa Câu chuyện của dòng sông đòi hỏi phải vận dụng hầu như các loại diễn cảm kể cả cảm xúc riêng tư của người đọc. Đây là đoạn tôi yêu thích nhất trong audiobook.

Một chi tiết khác trong quá trình thực hiện "quyển sách nói": tôi đã nhờ các đồng nghiệp người Lào và Cam Bốt trong đài RFI chỉ dẫn cách phát âm theo địa phương cho đúng các danh từ và địa danh ghi trong ký sự.

Phải nhìn nhận sự góp sức lớn lao, tận tình cộng với tài hoa của Tuấn Thảo trong audiobook này. Tuấn Thảo với kiến thức âm nhạc đặc biệt và lối thẩm âm trời cho đã thực hiện phần chọn lọc nhạc nền, tiếng động minh họa và sau cùng là phần hòa âm một cách hoàn hảo nhất. Tôi chỉ phụ giúp một phần nhỏ trong việc lồng âm thanh do được Tuấn Thảo cầm tay chỉ việc.

Háo hức, kiên nhẫn, từng bước một, tôi đã thực hiện được mong ước của chúng tôi.

Vì đang làm công việc chính hằng ngày ở đài RFI, Tuấn Thảo và tôi chỉ có thể thực hiện audiobook vào buổi tối. Hai chị em trao đổi với nhau từng đoạn âm thanh đã hình thành, cùng nhận xét về kết quả làm việc để chấn chỉnh, thậm chí làm lại hẳn phần việc không chất lượng. Anh Vinh cũng theo dõi từ xa từng bước công việc để hỗ trợ chúng tôi khi cần thiết. Chưa bao giờ mối liên lạc giữa bộ ba chúng tôi lại mật thiết đến như vậy! Ròng rã gần một năm làm việc căng thẳng cuối cùng audiobook đã hình thành trong niềm vui sướng của chính tôi, thực hiện được mơ ước tiếp tay với anh Vinh quảng bá ký sự *Mekong Dòng Sông Nghẽn Mạch* với một đối tượng người đọc mới.

Trong một email riêng tư gần đây gởi anh Ngô Thế Vinh, tôi đã viết: "Audiobook *Mekong Dòng Sông Nghẽn Mạch* là kỷ niệm rất đẹp, là quãng đời khó quên.

… Audiobook này phải được gọi là quyển sách của ban đêm vì nó được hình thành vào thời gian tĩnh lặng nhất của một ngày khi bên ngoài căn phòng làm việc chỉ có thể có âm thanh duy nhất là tiếng gió và ánh sáng duy nhất là ngọn đèn đường. Biết bao là giây phút hạnh phúc khi hoàn thành xong một đoạn hay một chương sách và cũng biết bao thất vọng hay bực dọc vì không được một kết quả như ý. Bao nhiêu nước chảy qua cầu…

Nhớ lại ngày tháng cũ để thấy mình được đời ưu đãi. Được làm công việc mình yêu thích, được hợp tác với người mình quý mến, được sống trọn vẹn với cảm xúc. Còn mong gì hơn nữa! "Xin cảm ơn anh, anh Vinh".

*ÁNH NGUYỆT*
*Paris, tháng giêng 2024.*

# CÁC TÁC GIẢ KHÁC

## ĐIỂM SÁCH MEKONG – DÒNG SÔNG NGHẼN MẠCH

### • Giáo sư LÊ XUÂN KHOA

Ngô Thế Vinh là một bác sĩ y khoa chăm sóc bệnh nhân, ông cũng là một nhà hoạt động môi sinh dấn thân vào những lợi ích của các cộng đồng cư dân nói chung. Trong khi tiếp tục hành nghề y khoa, ông còn rất quan tâm tới những vấn đề môi sinh liên quan tới tương lai của con sông Mekong. Cuốn *Cửu Long Cạn Dòng, Biển Đông Dậy Sóng* với hơn 650 trang sách xuất bản năm 2000, ông đã báo động với thế giới về những hậu quả tàn hại của chuỗi những con đập thủy điện khổng lồ của Trung Hoa trên lưu vực trên sông Mekong. Cuộc sống của hàng chục triệu cư dân Miến Điện, Thái Lan, Lào, Cam Bốt và Việt Nam sống trong lưu vực con sông này đã chịu những ảnh hưởng nghiêm trọng. Để tiếp tục cuộc nghiên cứu xa hơn nữa, bác sĩ Vinh đã thực hiện những chuyến đi khảo sát thực địa, tới Trung Hoa và 4 quốc gia thuộc lưu vực dưới sông Mekong, và năm 2007 ông hoàn tất một cuốn sách thứ hai có nhan đề *Mekong, Dòng Sông Nghẽn Mạch*, và một ấn bản tiếng Anh dự trù ra mắt vào tháng 7 năm 2010.

Viễn kiến của bác sĩ Vinh trong cuốn sách thứ nhất, và những dữ kiện thu thập được trong cuốn sách thứ hai đã tạo được đồng thuận của những chuyên gia thế giới. Như bác sĩ Vinh đã viết trong lời Dẫn Nhập, *"Những khai thác hủy hoại con sông Mekong đã gây ra một chuỗi phản ứng dây chuyền tác hại môi sinh, làm cạn kiệt các nguồn tài nguyên, và gây ra môi trường ô nhiễm. Tất cả những bước suy thoái ấy đã xảy ra sớm hơn cả dự kiến và đáng báo động hơn."*

Các nhà lãnh đạo Hoa Kỳ và Đông Nam Á biết rất rõ tình huống nghiêm trọng này và đang cố gắng làm việc với Trung Hoa nhằm hướng tới những giải pháp hiệu quả để bảo vệ môi trường, văn hóa, và đời sống của hơn 60 triệu cư dân sống trong vùng bị ảnh hưởng.

Một nhóm các tổ chức phi chính phủ đại diện cho nhóm công dân Mỹ gốc Đông Nam Á, trong một bức thư gửi Hội nghị Thượng đỉnh ASEAN 2010 họp tại Hà Nội ngày 8.04.2010 đề cập tới vấn đề sông Mekong, nhấn mạnh rằng: *"Với 4 con đập lớn đã xây và hoạt động ở Trung Hoa đã gây những ảnh hưởng tiêu cực trên suốt chiều dài 2.500 km của con sông chảy qua Miến Điện, Lào, Thái Lan, Cam Bốt và Việt Nam. Và hầu như có quá ít chú tâm tới những nguyên nhân này và làm cách nào để đem lại công bằng về môi trường và kinh tế cho mọi quốc gia. Chúng tôi khẩn trương yêu cầu quý vị lãnh đạo cố gắng kết hợp Trung Hoa với các quốc gia hạ lưu để cùng tiến tới được một thỏa thuận nhằm giảm thiểu những tác động trên các cộng đồng cư dân bị ảnh hưởng."*

Tiếng nói của cư dân Đông Nam Á đã cất lên. Để góp phần vào nỗ lực đó, bác sĩ Ngô Thế Vinh đã cống hiến phần không nhỏ.

**LÊ XUÂN KHOA**

Sinh năm 1928 tại Hà Nội. Trước 1975, ông là giáo sư Đại học Văn khoa Sài Gòn, Đại học Đà Lạt, Minh Đức và Vạn Hạnh, nguyên Đổng lý Văn phòng Bộ Văn hóa Giáo dục, Phó Viện trưởng Viện Đại học Saigon. Sau 1975, định

cư ở Hoa Kỳ. Ông là Chủ tịch Trung tâm Tác vụ Đông Nam Á (SEARAC) ở Washington DC, chuyên vận động về chính sách cứu trợ, thâu nhận và định cư người tị nạn. Năm 1996, ông trở về nghề dạy học, làm giáo sư thỉnh giảng trường Cao học Nghiên cứu Quốc tế (SAIS) của Đại học Johns Hopkins. Hiện cư ngụ tại Irvine, Nam California.
**Tác phẩm:** *Việt Nam 1945-1990, Bốn Cuộc Chiến Tranh và Bài Học Lịch Sử* (Nxb Tiên Rồng, Maryland, 2004)

## • Tiến sĩ NGUYỄN ĐỨC HIỆP

Đây là một cuốn sách tuyệt vời về sông Mekong, về môi sinh, về đe dọa từ những con đập thủy điện, bao gồm các khía cạnh kinh tế, xã hội, lịch sử cùng những ảnh hưởng tới đời sống của cư dân sông trong lưu vực con sông lớn này và cả những phụ lưu.

Sông Mekong bắt nguồn từ cao nguyên Tây Tạng, chảy qua Trung Hoa, Miến Điện, Lào, Thái Lan và cuối cùng là Việt Nam, tạo nên một vùng châu thổ phì nhiêu trước khi đổ ra biển. Bác sĩ Ngô Thế Vinh đã đem lại cho chúng ta một toàn cảnh đa dạng về văn hóa của các dân tộc sống hai bên bờ con sông và các phụ lưu cùng với những thăng trầm của lịch sử.

Cuốn sách này là kết hợp kiến thức sâu rộng của tác giả, tấm lòng gắn bó với con sông và các dân tộc sống trong lưu vực, cộng thêm với những quan sát và kinh nghiệm cá nhân qua các cuộc hành trình xuyên suốt từ Vân Nam (Trung Hoa), qua Lào, Thái Lan, Cam Bốt và Việt Nam. Hơn cả mối chú tâm về môi trường, và khía cạnh thủy học của dòng sông, bác sĩ Vinh còn vẽ nên bức tranh có tầm vóc nhân loại giúp chúng ta căn bản để hiểu được dòng sông và cả những kết nối với kinh tế, xã hội là lịch sử văn hóa từng vùng. Và từ đó chúng ta có thể nhìn ra tương lai mong manh của các dân tộc Lào, Thái, Cam Bốt và Việt Nam do hậu quả xây những con đập khổng lồ nơi lưu vực trên con sông Mekong ở Vân Nam. Một số những con đập này đã được đưa vào hoạt động với những hậu quả tác hại trên suốt con sông: sạt lở bờ sông, dân mất sinh kế do không còn cá với một số chủng loại bị diệt vong, và cả thiếu nước trong mùa khô, khiến nước biển mặn lấn sâu vào vùng châu thổ.

Tôi đã hào hứng đọc cuốn sách từ đầu tới cuối, và học được nhiều điều từ cuốn sách này, giống như tôi đã học được với cuốn sách lớn về sông Mekong của TS Milton Osborne. Kết thúc của cuốn sách khiến tôi suy nghĩ và quan tâm sâu xa tới tương lai của con sông Mekong. Tương lai sẽ tồi tệ hơn khi có thêm những con đập mới đi vào hoạt động. Cần có một cảnh giác cấp bách về tổn thương môi trường do những con đập và nạn phá rừng trong lưu vực sông Mekong và cần có ngay những hành động để giảm thiểu, ngăn chặn thảm họa sắp tới. Bước đầu là sự hợp tác của Trung Hoa, trong tham vấn và minh bạch thông tin về dự án và vận hành của các con đập với Ủy Hội Sông Mekong 4 quốc gia – như điều mà tác giả đã nêu ra. Và điều chúng ta hy vọng là Trung Hoa *sẽ hành xử theo lẽ phải.* **Dr. Nguyễn Đức Hiệp**, *Ph.D. from the University of Sydney*

**NGUYỄN ĐỨC HIỆP**

Tốt nghiệp Ph.D. ngành Y Sinh Học Đại Học Sydney Úc Châu, là Chuyên viên khoa học về ô nhiễm môi trường và biến đổi khí hậu ở "Bộ môi trường và Bảo tồn, bang New South Wales, Úc". Du học Úc châu năm 1974. Là tác giả của nhiều cuốn sách khảo cứu về lịch sử Nam Kỳ.

**Tác phẩm:** "*Sài Gòn - Chợ Lớn: Đời Sống Xã Hội Và Chính Trị Qua Tư Liệu Báo Chí, 1925 - 1945*", "*Lịch Sử Doanh Nghiệp Và Công Nghiệp Ở Sài Gòn Và Nam Kỳ Từ Giữa Thế Kỷ XIX Đến Năm*

*1945", "Sài Gòn Và Nam Kỳ Trong Thời Kỳ Canh Tân 1875 - 1925", "Sài Gòn Chợ Lớn - Ký Ức Đô Thị Và Con Người", "Sài Gòn - Chợ Lớn Nửa Cuối Thế Kỷ XIX", "Sài Gòn Chợ Lớn Qua Những Tư Liệu Quý Trước 1945", "Nghệ Thuật Sân Khấu: Hát Bội, Đờn Ca Tài Tử Và Cải Lương Ở Sài Gòn Và Nam Kỳ Cuối Thế Kỷ XIX Đến 1945", "Sài Gòn Chợ Lớn - Thể Thao Và Báo Chí Trước 1945"*... Có nhiều bài viết đăng trên tạp chí Việt Nam như Tia Sáng, Thời báo Kinh tế Sài Gòn... và ở hải ngoại như Thời Đại, Diễn Đàn, Đi Tới.

### • Giáo sư VÕ TÒNG XUÂN

***BS Ngô Thế Vinh, Người kêu cứu cho dòng Mekong***

Bác sĩ Ngô Thế Vinh rất quan tâm các biện pháp bảo vệ môi sinh của sông Mekong và Đồng Bằng Sông Cửu Long. Ông đã sưu tầm nhiều tư liệu quý liên quan đến hơn 4.000km chiều dài dòng Mekong, từ Tây Tạng đổ xuống Biển Đông. Nhiều bài viết rất tâm huyết của bác sĩ Vinh được đăng tải trên các tạp chí, cung cấp cho bạn đọc trong và ngoài nước thêm thông tin, không chỉ về bước khởi đầu của những con đập bậc thềm Vân Nam/ Mekong Cascades mà còn về những tác hại có thể xảy đến cho môi sinh của hàng chục triệu người sống dọc dòng sông do chuỗi 14 con đập ấy gây ra. Trước viễn cảnh rất u tối về môi trường của Đồng Bằng Sông Cửu Long do tác động của những đập thủy điện khổng lồ nơi thượng nguồn như với con đập Tiểu Loan / Xiaowan cao nhất thế giới vừa hoàn tất, bác sĩ Vinh đã không ngừng lên tiếng trước dư luận VN và quốc tế, không chỉ bằng các bài viết mà mới đây là cuốn ký sự sống động *Mekong Dòng Sông Nghẽn Mạch*, ghi lại kinh nghiệm cuộc hành trình của tác giả đi dọc theo dòng Mekong. Dù không sống ở VN nhưng hiểu biết và tâm tư của ông luôn gắn với dòng sông.

## VÕ TÒNG XUÂN

Sinh năm 1940 tại Ba Chúc, Tri Tôn, tỉnh An Giang. Năm 1961, ông được học bổng du học tại trường Đại học Nông nghiệp Philippines ở Los Banos. Năm 1966, tốt nghiệp cử nhân Hóa nông và được nhận làm Nghiên cứu sinh tại Viện Nghiên cứu Lúa quốc tế (IRRI). Năm 1971, theo lời mời của GS Nguyễn Duy Xuân Viện trưởng Viện Đại học Cần Thơ, ông trở về nước. Cuối năm 1974, ông sang Nhật bảo vệ luận án tiến sĩ. Ông có công phổ biến rộng rãi cây lúa cao sản Thần Nông nơi ĐBSCL. Ông còn sang giúp kỹ thuật trồng lúa cho các nước nghèo ở Tây Phi Châu. Năm 2007, ông là Viện Trưởng đầu tiên của Đại Học An Giang. Ông có biệt danh là Doctor Rice, nhận được nhiều giải thưởng: Giải thưởng Nikkei châu Á 2002 về Tăng trưởng vùng; Giải thưởng Derek Tribe về khoa học kỹ thuật Australia 2005; Huân chương Mặt trời mọc của Chính Phủ Nhật Bản (2021)

## • Nhà báo PHẠM PHÚ MINH

***Câu Chuyện của Dòng Sông:***
***Giới thiệu ấn bản tiếng Anh "Mekong – The Occluding River" Nxb iUniverse 2010***

Tháng Năm 2009 tôi có dịp đi thuyền trên sông Mekong ở vùng Tam Giác Vàng. Từ bờ Thái Lan, con tàu du lịch nhỏ chạy ngược lên phía bắc một đoạn để du khách có thể nhìn thấy đất Miến Điện, rồi vòng xuống ghé vào một bến của đất Lào bên tả ngạn. Suốt thời gian du ngoạn ấy, nhìn cảnh sông nước và các bến bờ xa lạ, tôi luôn luôn nhớ tới một người, đó là bác sĩ Ngô Thế Vinh. Lý do là trước khi đi đến nơi này để tận mắt nhìn dòng sông Mekong cuộn chảy trên vùng giáp giới của ba nước Thái, Miến và Lào, tôi đã được đọc nhiều bài du ký lẫn biên khảo của bác sĩ Ngô Thế Vinh về dòng sông này, trải dài từ Vân Nam bên Tàu xuống tới đồng bằng Nam phần Việt Nam.

Tôi hiểu con người của Ngô Thế Vinh không phải qua tình bạn từ thời trẻ tuổi, mà là qua quan hệ giữa chủ bút của một tạp chí và người cộng tác bài vở, từ mười lăm năm qua. Khi chọn đăng những bài bút ký và biên khảo của anh, tôi hiểu anh quan tâm đến thế nào về dòng sông Mekong với ảnh hưởng của nó đối với dân chúng và đất nước Việt Nam qua những thăng trầm trong mấy mươi năm gần đây đối với số phận của dòng sông. Anh có một tình yêu sâu xa đối với nước với dân mình, nhưng thể hiện ra không phải chỉ với những tình tự thuần cảm tính, mà với kiến thức, tính toán, với sự lên tiếng một cách bền bỉ có ảnh hưởng quốc tế, với sách vở được xuất bản đều đặn, nhằm bảo vệ dòng sông ấy, cũng là bảo vệ sự sống của dân Việt Nam trong đồng bằng sông Cửu Long trước những hành động đầy ích kỷ của Trung Quốc khi xây hàng loạt đập thủy điện trên thượng nguồn dòng sông, bất chấp sự thiệt hại vô cùng to lớn cho các nước hạ nguồn, mà nặng nề nhất là cho Việt Nam.

Khi phản ứng của các chính quyền hạ lưu dòng sông hầu như tê liệt, tiếng nói của Ngô Thế Vinh và các bạn của anh trong nhóm "Bạn Cửu Long" trở thành diễn đàn đáng chú ý nhất, khách quan nhất vì vượt ra ngoài các ảnh hưởng chính trị và kèn cựa địa phương. Khi dùng tạp chí Thế Kỷ 21 để phổ biến các luận cứ của các anh, tôi cũng cảm thấy bản thân mình hòa vào bản đồng ca chung ấy của những người đầy kiến thức, đầy ý thức trách nhiệm đối với đất nước, và nhất là hiểu rõ cái thế giới ngày nay nó đang biến chuyển như thế nào giữa nước lớn đối với nước nhỏ, giữa nước nhỏ với nhau, và xa hơn, cả sự biến chuyển đầy bất trắc của khí hậu toàn cầu.

Trong quá trình cộng tác ấy kéo dài hơn một thập niên, chúng tôi cảm thấy là bạn đồng hành của nhau lúc nào không hay. Cả anh, cả tôi, cả các bạn trong nhóm Cửu Long, cả cánh đồng Lục Tỉnh với hai nhánh sông Tiền và sông Hậu với dân chúng hiền hòa tại đó trong một thời gian dài như quyện vào nhau trong nỗi khắc khoải về một tai nạn do con người gây ra, biết đấy mà không ngăn được. Các số báo, các bài viết, các tài liệu, và nay cuốn sách bằng Anh ngữ này theo thời gian tuần tự xuất hiện, đã và đang là những tiếng nói tha thiết để bảo vệ môi trường sống và quyền sống cho con người, sẽ là chứng tích của trí tuệ và những tấm lòng trước các nguy cơ mang lại sự tàn phá khốc liệt do lòng tham và sự ích kỷ gây nên. **PHẠM PHÚ MINH**, *Chủ biên Diễn Đàn Thế Kỷ, tác giả "Hà Nội Trong Mắt Tôi"*.

## • Nhà văn NGUYỄN XUÂN HOÀNG

***Đọc Câu Chuyện Của Dòng Sông***
***MEKONG DÒNG SÔNG NGHẼN MẠCH***
***của Ngô Thế Vinh***

*Câu Chuyện Của Dòng Sông* của Ngô Thế Vinh mà tôi có trước mặt là một thiên bút ký lôi cuốn và hào hứng. Lôi cuốn và hào hứng bởi vì nó không chỉ tràn ngập tính thông tin báo chí bằng những tư liệu, những con số, những người thật việc thật, mà nó còn được viết bằng một ngòi bút văn học trĩu nặng một trái tim yêu người, yêu đời, yêu quê hương.

Dòng sông của Ngô Thế Vinh đã kéo tôi trôi theo con nước cuồn cuộn của dòng sông Mekong không cách nào dừng sải tay lại được. Tôi đã đọc/đã nghe [nghe đi nghe lại] trong nhiều ngày câu chuyện này qua giọng đọc miền Nam của Ánh Nguyệt.

Như những dòng chữ được giới thiệu ở bìa lưng bộ CD, *Mekong Dòng Sông Nghẽn Mạch* là tác phẩm được Ngô Thế Vinh viết từ những chuyến đi thăm các khúc sông thượng nguồn từ Vân Nam, Lào, Thái, Cam Bốt xuống tới Đồng Bằng Sông Cửu Long. Tác giả cho thấy những bước suy thoái của dòng sông đã và đang diễn ra nhanh hơn dự kiến của nhiều người khi mà ngoài chuỗi đập thủy điện bậc thềm khổng lồ Vân Nam chắn ngang dòng chính, từ tháng 12/2006 sông Mekong đang là thủy lộ chở dầu hỏa từ Trung Đông vào vùng Tây Nam Trung Quốc qua ngả Thái Lan thay vì phải qua eo biển Malacca.

Ông đã tường trình từ cầu Mỹ Thuận năm 2000 tới cây cầu Cần Thơ 2008. Từ Vân Nam đến với con đập Mạn Loan. Ông đã vực dậy từ tro than, đi ra từ những cánh đồng chết và Lào PDR. com, đi ra từ lãng quên…

Ngô Thế Vinh viết về một nhân vật sẽ còn để lại ấn tượng rất mạnh nơi người đọc/nghe là giáo sư Võ Tòng Xuân, một con người gắn liền với một miền đất phương nam, với cây lúa, với dòng sông, với bát cơm và mồ hôi của người dân. Một giáo sư mà khoảng cách chỗ đứng của ông với người nông dân đồng bằng sông Cửu Long chỉ là một sợi tóc. Nhân vật đó có thực trong đời sống mà sao như là nhân vật trong tiểu thuyết. Một nhân vật khác của ông trong đoạn *Cùng bầy Chim Cormorants Trên Hồ Nhĩ Hải*, theo tôi, có thể là một nhân vật tiểu thuyết khác mà tôi ao ước phải chi được đi với Ngô Thế Vinh trong chuyến đi Vân Nam, đến với con đập Mạn Loan. Nhân vật lão ngư ông người gốc Bạch đã mời ông điếu thuốc thơm trên mặt hồ Nhĩ Hải và đã cao hứng hát cho ông nghe một bản tình ca có tự lâu đời của sắc dân Bạch. Một bài hát kể lại mối tình thơ mộng và say đắm của đôi trai gái cùng chèo thuyền trên biển nước mênh mông, dưới bầu trời xanh, bên dãy núi cao, mà mỗi nốt nhạc lời ca là tiếng thổn thức của trái tim họ. Ngô Thế Vinh viết: *"Ở gần tuổi sáu mươi, da sạm nắng và gầy khắc khổ nhưng người đàn ông đã hát với tất cả đam mê như đang sống lại với mối tình đầu của tuổi thanh xuân ngày nào. Bầy chim cốc vẫn bơi sát theo thuyền, mấy con nhảy đỗ trên ghe thì nghển cổ như để lắng nghe chủ hát."*

Nhưng Ngô Thế Vinh đã không dừng chân ở quá khứ, dòng sông của ông luôn phóng về tương lai xa hơn... "từ Trung Quốc nhìn về Việt Nam nhỏ hơn cả tỉnh Vân Nam, một đất nước đang vỡ ra từng mảnh, nhìn về Hoa Kỳ, ngoài sức mạnh quân sự nhưng ngày càng cô lập và mất quyền lãnh đạo thế giới, cứ theo lẽ thịnh suy, thế kỷ 21 sẽ là thế kỷ của Trung Quốc. Ở mỗi thời kỳ, mỗi dân tộc sẽ phải cam chịu hay có một số phận xứng đáng với sự lựa chọn và cách sống của họ."

Từ *Vòng Đai Xanh* đến *Mekong Dòng Sông Nghẽn Mạch*, Ngô Thế Vinh không chỉ vẫn giữ nguyên tính nhân bản và văn học trong ngôn ngữ của mình, mà ông còn bứt đi một bước khá xa, như một người lực sĩ chạy đua đường trường, đã sải bước đến đích bằng một bứt phá ngoạn mục.

Lần đầu tiên khi đọc tựa đề *Câu Chuyện Của Dòng Sông* của Ngô Thế Vinh tôi liên tưởng đến *Câu Chuyện Dòng Sông* [mà Phùng Khánh Phùng Thăng dịch từ chuyện Siddhartha – trong tập Weg nach Innen của Hermann Hesse. Tôi không có ý so sánh hai tác phẩm. Nhưng *Câu Chuyện Dòng Sông*, một tác phẩm văn học của Hermann Hesse, là cuốn sách duy nhất tôi có và tôi đã đọc [đọc đi đọc lại nhiều lần] trong những tháng ở trại tị nạn Bataan Phi Luật Tân chờ ngày có tên rời trại. Đó là cuốn sách mỏng đã rã bìa, từng trang bị bóc rời khi một thuyền nhân trước ngày rời trại tặng lại tôi với lời chúc sớm có chuyến đi.

Nếu Câu Chuyện Dòng Sông của Hermann Hesse cho thấy *"Dù bị đau đớn quằn quại, tôi vẫn tha thiết yêu thương trần gian điên dại này"* như một câu thơ của Hesse [Und allem zum Trotze bleib ich. Verliebt in die verrückte Welt] thì Câu Chuyện Của Dòng Sông của Ngô Thế Vinh cho thấy không chỉ trần gian này đáng sống dù trái tim tôi đang nghẽn mạch mà còn lôi tôi thức dậy - không phải những ngày ở trại tị nạn mà là một hiện tại trên đất Mỹ vào đầu thế kỷ XXI này khi nhìn về quê hương nay đã xa vời. **NGUYỄN XUÂN HOÀNG**, *Tác giả "Kẻ Tà Đạo", California 12/ 2009*

## ĐỖ NGHÊ

### CỨU MỘT DÒNG SÔNG

*tặng Ngô Thế Vinh*

Khi một mạch máu nhỏ bị tắt nghẽn sẽ gây tai biến đáng tiếc cho một con người. Y học làm tan cục máu đông đặt stent bắc cầu bypass để khơi thông. Không có máu đưa dưỡng khí tới các tế bào không sản sinh được năng lượng cho sự sống. Khi dòng sông nghẽn mạch cả một vùng đất mênh mông sẽ rồi tắt ngấm!

Người thầy thuốc đặt vội stétho lên mặt đất để nghe nhịp đập thoi thóp nhịp thở thều thào của dòng sông… Anh kêu to cầu cứu. Dòng sông đang nghẽn mạch! Hãy cứu lấy dòng sông! Đừng để nó qua đời. Đừng để Mekong cạn dòng cho biển Đông dậy sóng!

Căn nguyên thì đã rõ. Chỉ vì lòng tham ngu muội của con người. Nhưng có muộn quá không khi can thiệp chỉ là sơ cứu mà không tìm thấy căn nguyên: *muôn năm trường trị, nhất thống giang hồ, trường sinh bất tử…!*

Người thầy thuốc bạn tôi Ngô Thế Vinh từ dưới
mái trường y xưa nửa thế kỷ đã viết nên những
trang sách nặng lòng với đất nước quê hương
nay vất stétho cầm lên cây viết ngược dòng Cửu
Long tận đầu nguồn tìm xem dòng sông nghẽn
mạch từ đâu tại sao lúc nào bởi ai?

Người thầy thuốc đã làm tất cả việc cần làm. Để
cứu lấy dòng sông. Cứu lấy những mầm xanh
cho trái đất…
Hy vọng sẽ hồi sinh dòng sông nghẽn mạch,
sẽ đặt stent, sẽ làm bypass
sẽ phục hồi chức năng
phải không Vinh?

*ĐỖ NGHÊ*
*(2013)*

**ĐỖ NGHÊ**

Nhà thơ bút hiệu, tên thật Đỗ Hồng Ngọc, sinh năm 1940 tại Phan Thiết, tốt nghiệp Y khoa Sài Gòn 1969. Khởi viết từ thập niên 1960. Đã cộng tác với các tạp chí Tình Thương, Bách Khoa, Mai, Văn, Ý Thức…

**Tác phẩm:** *Tình Người* (thơ, 1967), *Thơ Đỗ Nghê* (1973), *Giữa Hoàng Hôn Xưa* (thơ, 1993), *Vòng Quanh* (thơ, 1997), *Thư cho bé sơ sinh và những bài thơ khác* (2010), *Gió Heo May Đã Về* (tùy bút, 1997), *Già ơi, Chào Bạn* (tùy bút, 1999), *Về thu xếp lại* (2019), *Buông* (2022); và các sách về Phật học.
Hiện nghỉ hưu tại Sài Gòn.

T

## PHẠM CAO HOÀNG

### NGƠ NGÁC BÊN DÒNG SÔNG CỬU LONG

*Tặng anh Ngô Thế Vinh*

Rồi những người đi cũng trở về
ngậm ngùi ghé lại bến sông quê
chuyến phà năm cũ không còn nữa
và bóng người xưa đã mịt mờ.

Chỉ còn những dấu chân năm tháng
của Chín Con Rồng ở phía Nam
chỉ còn những cảnh đời lang bạt
ngơ ngác bên dòng sông Cửu Long.

Chỉ còn tiếng thì thầm than thở
ngửa mặt nhìn lên phía thượng nguồn
bây giờ nước mặn sâu trong đất
đất nứt vườn khô thôn xóm buồn.

Rồi những người đi cũng trở về
chạnh lòng thương chín nhánh sông xưa
mây bay mây vẫn còn bay mãi
đời vẫn bơ phờ vẫn xác xơ.

*PHẠM CAO HOÀNG*
*Virginia, 24/11/2023*

[Ký họa chân dung PCH
của họa sĩ Đinh Cường]

## PHẠM CAO HOÀNG

Nhà thơ, sinh năm 1949 tại Tuy Hòa. Tốt nghiệp Cử nhân Anh văn và Sư phạm. Dạy Anh Văn tại trường Sư phạm Đà Lạt. Viết trước 1975 trên các tạp chí Bách Khoa, Vấn Đề, Văn, Khởi Hành, Thời Tập, Ý Thức. Sau 1975, cộng tác với Thư Quán Bản Thảo, Tân Văn, Quán Văn. Hiện định cư tại Virginia từ 1999. Chủ biên Blog Phạm Cao Hoàng (từ 2012) và Trang VHNT Phạm Cao Hoàng (từ 2017).

**Tác phẩm:** *Đời Như Một Khúc Nhạc Buồn* (Thơ, Nxb Đồng Dao, Sài Gòn, 1972), *Tạ Ơn Những Giọt Sương* (Thơ, Nxb Đồng Dao, Sài Gòn, 1974); *Mây Khói Quê Nhà* (Tuyển tập thơ, Nxb Thư Ấn Quán, Hoa Kỳ 2010); *Mơ Cùng Tôi Giấc Mơ Đà Lạt* (Truyện và tạp bút, Nxb Thư Ấn Quán, Hoa Kỳ, 2013), *Đất Còn Thơm Mãi Mùi Hương* (Thơ, Nxb Thư Ấn Quán, Hoa Kỳ, 2015, Nxb Nhân Ảnh tái bản, 2023).

ĐS

# PHAN TẤN HẢI

## Ngô Thế Vinh Và 18 Chân Dung Văn Học Nghệ Thuật Và Văn Hóa

Ngô Thế Vinh là người viết rất cẩn trọng, và tôi là người đọc ông rất trân trọng. Chữ của Ngô Thế Vinh không phải từ những giấc mơ hiện ra, nhưng là từ nỗi lo sâu sắc cho dân tộc và từ những bước chân đi xa nhiều ngàn cây số bên dòng Cửu Long để viết lên hai tác phẩm biên khảo *Cửu Long Cạn Dòng, Biển Đông Dậy Sóng* và *Mekong - Dòng Sông Nghẽn Mạch* – nơi giữa những dòng chữ, độc giả có thể ngửi thấy mùi bùn non đồng ruộng chen lẫn với mồ hôi, nước mắt của đồng bào.

Và bây giờ là tuyển tập Ngô Thế Vinh viết về 18 người mà ông trực tiếp có giao tình, có hoạt động nghệ thuật một thời với họ, hay từng là môn sinh. Nơi đây chữ của ông kể lại nhiều thập niên từ quê nhà tới quê người, qua 18 người hoạt động văn học và văn hóa độc đáo, và họ là một phần những gì đẹp nhất của một thời VNCH. Trong đó, có những người đã lìa xa, nhưng không bao giờ trôi vào quá khứ -- như Võ Phiến, như Thanh Tâm Tuyền, như Mai Thảo, và tất cả -- vì tác phẩm của họ vẫn đang hiện ra trong các sắc màu bất tử của văn học dân tộc, chứ không chỉ riêng của Miền Nam VN.

Tác phẩm *Chân Dung Văn Học Nghệ Thuật và Văn Hóa* (nơi đây, sẽ gọi tắt là *Chân Dung*) của Ngô Thế Vinh viết về: Mặc Đỗ, Như Phong, Võ Phiến, Linh Bảo, Mai Thảo, Dương Nghiễm Mậu, Nhật Tiến, Nguyễn Đình Toàn, Thanh Tâm Tuyền, Nguyễn-Xuân Hoàng, Hoàng Ngọc Biên, Đinh Cường, Nghiêu Đề, Nguyên Khai, Cao Xuân Huy, Phùng Nguyễn, Phạm Biểu Tâm, Phạm Hoàng Hộ. Trong đó, hai người cuối danh sách là hai nhà khoa học, từng là thầy của Ngô Thế Vinh trong Đại Học.

Bạn có thể thắc mắc: danh sách các chân dung văn học nghệ thuật như thế là không đủ… Như vậy, còn thiếu Tạ Tỵ, Nguyễn Mộng Giác, Vũ Khắc Khoan, Cung Tiến, Doãn Quốc Sỹ, vân vân… Không phải đâu, họ vẫn bàng bạc hiện ra trong sách Ngô Thế Vinh. Bạn sẽ thấy tên của các nhà văn vừa nêu đó, và rất nhiều nhà văn khác hiện diện trong nhiều trang sách và cả hình ảnh. Như thế, *Chân Dung* có thể xem là một phần của văn học Miền Nam VN trước 1975, và một phần văn học hải ngoại.

Tôi là một trong vài người có cơ duyên được đọc sớm những gì Ngô Thế Vinh viết, mỗi khi ông gửi bài để phổ biến lên báo. Bài ông viết mang tính sử liệu cao, thường dài, phức tạp, nhiều hình, và do vậy khi đưa lên trang web là cả một vấn đề. Để giữ đúng thứ tự hình trong bài, giữ đúng vị trí và giữ luôn cả những cách Ngô Thế Vinh trình bày văn bản, như các chữ nghiêng và chữ đậm, chỉ có cách lấy ra từng tấm hình… Những việc như thế, thường mất gần một tiếng đồng hồ cho một bài viết. Nghĩa là, cực kỳ gian nan. Và tôi phải tự mình trình bày bài Ngô Thế Vinh như thế. Bởi vì, nếu tôi chuyển sang Ban Kỹ Thuật, bài của

Ngô Thế Vinh sẽ được phóng lên chớp nhoáng, sẽ không được trình bày như nguyên bản, và có thể bị cắt bỏ rất nhiều hình để làm cho nhanh.

Nếu tất cả các bài viết gửi tới tờ báo đều phải trình bày cẩn trọng như thế, một tờ nhật báo không thể thực hiện được, khi hàng ngày phải đọc cả trăm bản tin, phải chọn ra vài chục bản tin để dịch, và có khi phải viết các bài bình luận chính trị khẩn cấp trong ngày. Nhưng với Ngô Thế Vinh, tôi tự thấy mình không có quyền để cho chữ của ông chệch ra khỏi cách trình bày nguyên thủy – vì với tôi, chữ của Ngô Thế Vinh đã khắc họa lên những chân dung của văn học, văn hóa… nơi đó, các tác giả sống trong đam mê sáng tạo, khát khao tìm cái mới và đẹp của nghệ thuật, và đồng thời chia sẻ những đau đớn với đồng bào trong cuộc chiến Nam-Bắc.

Ngô Thế Vinh có cơ duyên trưởng thành trong nhiều lĩnh vực. Ông viết văn, làm báo từ thời còn là sinh viên Đại học Y khoa Sài Gòn. Ngô Thế Vinh tự trình bày về cơ duyên xuất bản sách này:

"… Với 18 chân dung văn học nghệ thuật và văn hóa đã hoàn tất, tôi nhận được nhiều gợi ý nên cho xuất bản như một tuyển tập, nếu có một cuốn sách "tạo dựng [lại] diện mạo của các nhà văn, nhà thơ, nghệ sĩ" như vậy, thì đây sẽ là trang sách riêng để tặng cho Phùng Nguyễn."

Cảm giác của tôi là: nói là viết để tặng Phùng Nguyễn, một nhà văn thế hệ đi sau nhưng cũng chia sẻ những gian nan một thời chiến tranh VN, trong tận thâm tâm Ngô Thế Vinh đã viết để tặng cho đời sau. Mỗi bài viết của Ngô Thế Vinh là một mảng lịch sử về dân tộc mình. Bạn có thể đọc Ngô Thế Vinh như đọc những sử liệu có thể không tìm ra nơi đâu, những sử liệu của người trong cuộc kể lại. Văn của Ngô Thế Vinh không để giải trí. Nó có thể làm chúng ta mất ngủ, trằn trọc. Khi đọc sách Ngô Thế Vinh về dòng sông Mekong, chúng ta có thể cảm nhận trên trang giấy có bùn lầy Miền Tây, đang loang những trận mưa nước mắt của đồng bào. Và khi đọc về 18 chân dung văn học và văn hóa, bạn sẽ thấy hơn một nửa thế kỷ lịch sử hiện ra, nơi đó tác giả Ngô Thế Vinh kể lại từ góc nhìn của một nhà văn, và là một bác sĩ.

Không ai kể được chi tiết về bệnh của họa sĩ Đinh Cường như Ngô Thế Vinh, và cũng là người khéo chọn hai câu của họa sĩ để từ biệt trần gian:

"... Vĩnh biệt Đinh Cường. Tưởng nhớ cuộc đời tài hoa Đinh Cường qua hai câu thơ man mác của chính anh:

*Ra đi mới biết lòng vô hạn*
*sương có mờ thêm trên sông Hương."*

Chúng ta cũng có thể nhận ra nét bút rất riêng của Ngô Thế Vinh mà không nhà biên khảo văn học nào có thể đạt tới, một nét bút mô tả như ảnh chụp về nhà văn Mai Thảo:

"... Chỉ có một bàn viết, chiếc giường đơn với nơi đầu giường là một chân đèn chụp rạn nứt và dưới gậm giường mấy chai rượu mạnh; trên vách là mấy tấm hình Mai Thảo; đặc biệt là tấm ảnh phóng lớn có lẽ chụp trước 1975, Mai Thảo cao gầy ngồi trên bậc thềm nhà cùng với nhà thơ Vũ Hoàng Chương mảnh mai trong áo dài the, phía dưới là một kệ sách..."

Ngô Thế Vinh cũng kể về những mâu thuẫn trong văn giới về cách biên khảo văn học, qua bài viết về Võ Phiến:

"... cho dù Võ Phiến đã phải lao động bền bỉ suốt 15 năm [1984-1999] để hoàn tất bộ sách Văn Học Miền Nam nhưng chính ông chưa hề tự coi đó là một công trình hoàn hảo nên vẫn ao ước việc đánh giá nền văn học 1954-75 cần được bắt đầu nghiêm chỉnh.

Cho dù bộ sách Văn Học Miền Nam của Võ Phiến có những hạn chế đưa tới nhiều tranh cãi khá gay gắt. Người ta đã nặng lời trách ông về những phần thiếu sót trong bộ sách ấy: như khi ông đã gạt một số tên tuổi văn học của thời kỳ 1954-75 ra khỏi bộ Văn Học Miền Nam Tổng Quan, rồi cả cách ông phê bình các nhà văn, nhà thơ được ông chọn đưa vào sách cũng bị ông sử dụng cái sở trường văn phong tùy bút / nay thành sở đoản để châm biếm mỉa mai cá nhân với nhiều định kiến thiên lệch.

Nhà văn Mặc Đỗ nhóm Quan Điểm thì thật sự bất bình, Mai Thảo nhóm Sáng Tạo trong lần trò chuyện cuối cùng với Thụy Khuê 07/1997 cũng không kềm được cảm xúc nói tới "bọn vua Lê chúa Trịnh", và nói thẳng: "Võ Phiến cũng có chỗ được chỗ không được. Đại khái như phê bình văn học, đối với tôi thì không được. Văn Học Miền Nam tổng quan đó thì không được. Thơ dở. Tạp văn hay."

Trong bài viết về Nguyễn Đình Toàn, chúng ta sẽ nhận ra cách đọc văn của Ngô Thế Vinh, không chỉ đối chiếu với các diễn biến lịch sử quê nhà, mà cũng là phân tích về nỗ lực sáng tạo:

"Áo Mơ Phai là dự cảm về một thành phố Hà Nội sắp mất, Đồng Cỏ là một tác phẩm khác dự báo một Sài Gòn sắp mất. Nguyễn Đình Toàn mẫn cảm với thay đổi thời tiết cũng như với những biến chuyển của lịch sử. Dự cảm hay trực giác của nhà văn đi trước tấn thảm kịch, đi trước những đổ vỡ chia ly đã mang tính tiên tri…

... Nguyễn Đình Toàn với kỹ thuật viết mới, viết truyện mà không có truyện, những trang chữ là một chuỗi những hình ảnh tạo cảm xúc và là một trải dài độc thoại nội tâm. Nguyễn Đình Toàn thành công trong nỗ lực tự làm mới văn chương nhưng không vì thế mà bảo ông chịu ảnh hưởng và chạy theo phong trào tiểu thuyết mới của Pháp."

Trong bài viết về Thanh Tâm Tuyền, chúng ta cũng đọc được các lá thư trao đổi giữa nhà thơ và Ngô Thế Vinh – đó là các lá thư mang tính sử liệu, ghi lại những chặng đường sáng tác và suy tư của Thanh Tâm Tuyền.

Ngô Thế Vinh viết:

"... Những người bạn gần và hiểu TTT đều nghĩ rằng thái độ sống ẩn dật, từ chối những tiếp xúc và khép kín của anh có lý do của một TTT đang tự lột xác, lặng lẽ tích lũy, TTT vẫn đọc rất nhiều và không ngừng đi tìm cái mới, với "giấc mộng lớn" để rồi khi tái xuất hiện là một TTT hóa thân, đó sẽ là một TTT khác, một TTT phục sinh để anh có thể viết trở lại / re-écrire. Nhưng rồi, như một định mệnh, TTT đã không còn thời gian."

Vâng, Thanh Tâm Tuyền không còn thời gian. Nhưng các tác phẩm văn học của Thanh Tâm Tuyền đã trở thành một tượng đài, vương các lớp bụi thời gian và vẫn đứng sừng sững trước mắt chúng ta.

Hay như hình ảnh Nhật Tiến qua lời kể Ngô Thế Vinh – cả hai người đều là nhân chứng sống của một thời 1963. Lúc đó, nhà văn Nhất Linh trước khi tuẫn tiết đã chép một bản sao di chúc gửi cho chàng sinh viên y khoa Ngô Thế Vinh để ngừa mật vụ tịch thu và bóp méo sự kiện. Lúc đó, nhà văn Nhật Tiến đã can đảm đọc bài tiễn biệt Nhất Linh giữa vòng vây mật vụ. Ngô Thế Vinh kể lại:

"... Nhất Linh đã viết thêm một bản di chúc thứ hai giao cho nhóm sinh viên. Lúc đó tôi đang học năm thứ ba Y khoa. Vào những ngày đầu của tháng Bảy, 1963, Nguyễn Tường Quý chở anh là Nguyễn Tường Vũ [con của ông Nguyễn Tường Thụy, người anh cả của mấy Anh Em gia đình Nguyễn Tường] xuống Đại học xá Minh Mạng tìm tôi. Quý chờ xe ở ngoài, chỉ có Nguyễn Tường Vũ vào gặp. Không nói gì nhiều, Vũ trao tay cho tôi một phong thư mỏng, cho biết đó là một trong hai bản di chúc viết tay của Nhất Linh: "Nhờ Vinh giữ, khi cần Vinh đưa lại."

… Điếu văn của nhà văn trẻ Nhật Tiến lúc đó mới 27 tuổi, giữa vòng vây của mật vụ thời ấy, Nhật Tiến đã can đảm phát biểu với tính cách một nhà văn độc lập cho dù lúc đó Anh đang là Phó Chủ tịch Văn Bút. Nhật Tiến đã ràn rụa nước mắt với hết tâm can nói tới cái chết của nhà văn Nhất Linh: "Văn hào đã hoàn thành sứ mạng cao quý của người cầm bút. Văn hào đã nêu cao sĩ khí bất khuất của truyền thống những nhà văn chân chính…"

Những dòng kể lại tự thân đã trở thành một phần lịch sử.

Bên cạnh vai trò nhân chứng lịch sử, bản thân Ngô Thế Vinh cũng là một nhân chứng y khoa. Như trong bài Ngô Thế Vinh viết về Cao Xuân Huy:

"... Melanoma-mắt là loại ung thư hiếm, rất thầm lặng và khi phát hiện thường là trễ...

Huy và tôi, qua cell vẫn liên lạc với nhau hàng tuần, thường là ngày thứ Năm sau ngày tái khám ở UCLA về. Thường là tôi phone cho Huy, nhưng lần này Huy gọi tôi báo tin cho biết CT scan mới phát hiện có bướu nhỏ trong gan. Nhiều phần có thể là do di căn từ ung thư mắt..."

Chúng ta cũng sẽ gặp những tấm ảnh hiếm gặp, những khoảnh khắc của lịch sử ghi lại qua ống kính máy ảnh. Thí dụ, trong bài viết về Giáo sư Phạm Biểu Tâm, bên cạnh các tấm hình có từ thân nhân Giáo sư họ Phạm, chúng ta sẽ thấy một tấm hình có nguồn từ Life Magazine, với ghi chú của Ngô Thế Vinh:

"...***Hình 11:*** *Gs Phạm Biểu Tâm nói chuyện với SVYK trong một giảng đường 28 Trần Quý Cáp, Sàigòn sau vụ Thầy bị bắt trước biến cố 1963.* [nguồn: Life Magazine]"

Cuối bài viết này, Ngô Thế Vinh mượn chính dòng thơ của Giáo sư Phạm Biểu Tâm, người được mô tả là "một vị danh sư đã để lại những dấu ấn lâu dài trong Ngành Y của Việt Nam từ thế kỷ trước" để như lời từ biệt của môn sinh gửi tới người thầy ngành y:

"Nhớ Thầy Phạm Biểu Tâm, đọc lại bài thơ thiền của Thầy, để tìm được nguồn an ủi:

*Trăm năm trước thì ta chưa có*
*Trăm năm sau có cũng như không*
*Cuộc đời sắc sắc không không*
*Trăm năm còn lại tấm lòng từ bi...*"

Vâng, câu hỏi trong đời của từng người chúng ta vẫn là: trăm năm còn lại chút gì? Câu trả lời là, ước mơ một nét văn hóa Việt nơi phương trời xa. Ngô Thế Vinh viết về họa sĩ Nguyên Khai, và ghi ước mơ này:

"Mong ước, rồi ra ngoài một Gallery Nguyên Khai trên không gian ảo www.nguyenkhaiart.com, căn nhà nhỏ mơ ước của Nguyên Khai - chữ của Trịnh Cung, nơi thị trấn Tustin, Orange County California và một số tranh tượng ấy sẽ được giữ lại như thêm một nét văn hóa Việt nơi thủ đô tỵ nạn của một thế hệ di dân thứ nhất."

Hay như để hóa thân vào một nền văn học khác, như trường hợp Nguyễn Xuân Hoàng, khi được một nhà nghiên cứu văn học Nhật Bản dịch sang tiếng Nhật. Ngô Thế Vinh viết:

"Tanaka Aki, tên cô gái Nhật Bản, Aki có nghĩa là "Mùa Thu", cô đã không có may mắn được gặp nhà văn Nguyễn-Xuân Hoàng mà cô rất ngưỡng mộ nhất là sau này khi được đọc tác phẩm *Người Đi Trên Mây, Sa Mạc, Bụi và Rác.* Aki đã bị cuốn hút ngay với tác phẩm *Người Đi Trên Mây* vì mối quan tâm của cô về môi trường, hoàn cảnh sinh hoạt của Sài Gòn trước 1975. Aki đã từng sống và làm việc ở Việt Nam hơn 13 năm nhưng là thời kỳ sau 1975. Và cô có ý muốn dịch *Người Đi Trên Mây* sang tiếng Nhật nhằm chia sẻ một tác phẩm hay với độc giả người Nhật."

Để nói ngắn gọn, thời gian đang cuốn trôi tất cả, nhưng tác phẩm *Chân Dung Văn Học Nghệ Thuật và Văn Hóa* của Ngô Thế Vinh sẽ vẫn ở mãi với văn học Việt Nam, vừa là sử liệu, vừa là chứng liệu, vừa là nhận định văn học từ chính một người cùng chia sẻ nỗ lực sáng tạo một thời. Nơi một góc thư viện, tác phẩm của Ngô Thế Vinh vẫn là độc đáo, và những dòng chữ đó – dù là viết về dòng sông Mekong hay về dòng sông Văn học – cũng là từ máu tim của ông. Xin trân trọng mời đọc.

*NGUYÊN GIÁC PHAN TẤN HẢI*
*Little Saigon, 08.2017*

# TRẦN HUY BÍCH

## ĐIỂM SÁCH CHÂN DUNG

Ngô Thế Vinh là một nhà văn, một nhà biên khảo, và một vị thầy thuốc. Ba yếu tố ấy đã hợp với nhau một cách tuyệt vời trong cuốn "Tuyển Tập Chân Dung Văn Học Nghệ Thuật & Văn Hóa" của ông.

Là một nhà văn với khiếu quan sát tinh tế, Ngô Thế Vinh đưa ra những nhận xét đặc sắc và giá trị. Dù viết về các trí thức tiền bối như các giáo sư Phạm Biểu Tâm, Phạm Hoàng Hộ, các nhà văn lớp trước ông như Linh Bảo, Mặc Đỗ, Võ Phiến, Mai Thảo..., những người làm văn nghệ đồng thời với ông như Nguyễn Xuân Hoàng, Nghiêu Đề, Nguyên Khai..., những người bắt đầu cầm bút sau ông như Cao Xuân Huy, Phùng Nguyễn..., ông đều cho người đọc những thông tin linh hoạt, sống động. Với mối liên hệ hoặc giao tình thân qua nhiều năm với các vị, ông thuật lại những hoạt động văn học, nghệ thuật hay văn hóa của vị đó một cách phong phú. Ông đã thành công trong việc vẽ lại một cách xuất sắc chân dung của 18 khuôn mặt văn học, nghệ thuật và văn hóa quan trọng của Miền Nam trước 1975, được tiếp nối ra hải ngoại cho tới gần đây.

Là một nhà biên khảo cẩn trọng, trong cuốn "Tuyển tập" này, Ngô Thế Vinh cung cấp cho chúng ta một thư mục phong phú (kể cả tài liệu trên Net) về những văn nghệ sĩ, những nhà văn hóa được ông chọn để giới thiệu, giúp độc giả trong việc tìm hiểu thêm. Ông còn có phần Sách dẫn (Index), giúp người đọc muốn tìm thêm thông tin qua tên tác giả, qua tiêu đề của tác phẩm, cũng như qua tên tạp chí, tên nhà xuất bản… "Tuyển tập" của ông là một cuốn nghiên cứu ở cấp độ nghiêm túc.

Viết về những người làm văn nghệ, không thể không quan tâm đến tình trạng sức khỏe của các vị. Những nhận xét của Ngô Thế Vinh, trong tư thế một y khoa bác sĩ, về những năm cuối của Mai Thảo (hồi phục rất chậm do tổng trạng quá yếu, hậu quả của nhiều năm uống rượu mà không ăn), về bệnh sarcoma ở sống lưng của Nguyễn Xuân Hoàng, về sự can trường, chống chọi với bệnh tật cho tới những ngày cuối của Cao Xuân Huy… là những trang giá trị và đặc sắc, nếu không phải Ngô Thế Vinh, ít ai có thể viết được như thế.

Tôi thành thật nghĩ cuốn "Tuyển tập Chân Dung Văn Học, Nghệ Thuật & Văn Hóa" của Ngô Thế Vinh xứng đáng có một địa vị trọng yếu trong tủ sách của bất cứ ai quan tâm đến văn học, nghệ thuật, văn hóa Việt Nam.

*TRẦN HUY BÍCH*
*2017*

# PHẠM XUÂN ĐÀI

## ĐỌC CHÂN DUNG VHNT & VH

Thời gian bắt đầu thế kỷ 21, tác giả Long Ân trong một bài nhận định về cuốn sách mới nhất của Ngô Thế Vinh hồi đó, đã viết:

"*Ở cuốn sách mới nhất của anh* 'Cửu Long Cạn Dòng, Biển Đông Dậy Sóng', *người đọc đã thấy những hóa thân Ngô Thế Vinh biến thái liên tục theo từng trang mở rộng. Ngô Thế Vinh con người xanh của môi sinh, Ngô Thế Vinh con người chính trị nhân bản, Ngô Thế Vinh con người phiêu lưu trong khu rừng già địa lý chính trị, Ngô Thế Vinh con người tiên tri lịch sử...*"

Đây là một nhận định rất tinh tế và chính xác về con người viết lách của bác sĩ Ngô Thế Vinh, cho đến thời điểm 2001. Mười sáu năm sau, 2017, chúng ta có thể thêm vào các dòng chữ trên: *Ngô Thế Vinh con người của văn học nghệ thuật và tình cảm bạn hữu.* Ít ra, đây sẽ là những đặc tính mà người đọc sẽ tìm thấy khi đọc cuốn sách mới nhất của anh: Tuyển Tập Chân Dung Văn Học Nghệ Thuật & Văn Hóa.

Năm 2001, nhà văn Long Ân đã nhìn thấy một Ngô Thế Vinh trên "tầm vóc vĩ mô" của những vấn đề lớn như địa lý chính trị, số phận của một dòng sông dài chảy qua nhiều nước, những vận động đa quốc gia để giữ gìn sinh thái cho cả một vùng Đông Nam Á, v.v... với một tài năng sắc bén, một hùng tâm không bao giờ lùi bước và một tấm lòng thiết tha không lay chuyển.

Năm 2017, với tác phẩm mới nhất của mình, có thể nói Ngô Thế Vinh đã lần đầu tiên đưa ngòi bút vào lãnh vực "vi mô": chân dung văn học nghệ thuật và văn hóa của từng con người cụ thể với tất cả các nét tế vi của lãnh vực này. Đây là một cuốn sách nghiên cứu nghiêm túc, nhưng cũng là một cuốn truyện kể đầy nghệ thuật; thể loại viết này tôi cho là rất mới, giúp bạn đọc nhìn rõ "chân dung" của một số nhân vật, tô đậm nét quyến rũ của những tư liệu quý hiếm mà Ngô Thế Vinh có được.

Dùng hai chữ **Chân Dung** để đặt tên cho loạt bài viết này của mình, Ngô Thế Vinh đã sáng tạo ra một cách viết mới cho một số nhân vật mà anh lựa chọn. Quyển sách này không thuộc loại phê bình văn học như Nhà Văn Hiện Đại của Vũ Ngọc Phan, hoặc Thi Nhân Việt Nam của Hoài Thanh Hoài Chân, không, anh không đặt mục tiêu và trách nhiệm của mình rộng đến thế. Trước hết anh không phải là nhà phê bình văn học hay nghệ thuật, anh chỉ tạo nên những "chân dung", theo cách của mình. Một trong những điều kiện đầu tiên để tác giả làm việc này là người được giới thiệu phải là người quen thân của anh, nói đơn giản là bạn anh. Và chúng ta cũng có thể hiểu bạn bè ở đây phần lớn bắt nguồn từ các sinh hoạt văn học nghệ thuật và văn hóa mà có. Tình bạn ấy không chỉ thuần túy là tình cảm thân thiết giữa hai cá nhân như thường tình, mà trong đó còn lẫn lộn các tác phẩm văn chương hay hội họa, phong cách sáng tác, ý hướng sáng tạo hay con đường hoạt động của mỗi người. Tình bạn ấy có lẫn sự ăn ý của đôi bên về một phạm vi cao hơn, xa hơn chỉ là một giao tiếp xã hội.

Với tiêu chuẩn đầu tiên như thế con số các nhân vật được đưa ra giới thiệu sẽ rất hạn chế, không thể đại diện cho một cộng đồng hay một thời đại, tuy thế, các chân dung được đưa ra cũng đủ lớn để phủ bóng một vùng khá rộng trong cái lãnh thổ văn hóa nghệ thuật mà tác giả đã lăn lộn trong ấy từ thời còn rất trẻ cho đến tuổi xưa nay hiếm, từ mảnh đất Việt ngàn xưa cho đến thế giới rộng lớn ngày nay.

Định xong đối tượng, phương pháp của tác giả sẽ như thế nào để họa cho được một chân dung? Thật ra thì chẳng có một phương pháp cố định nào, lối giới thiệu nhân vật của Ngô Thế Vinh có lẽ tùy thuộc vào cái tâm cảnh của mình đối với một người bạn nào đó. Nhưng có một nguyên tắc vững chắc mà tác giả đã luôn luôn giữ trong cách viết từ trước đến nay, là nghiên cứu rất kỹ những tác phẩm của người mình định giới thiệu, tìm kiếm thật đầy đủ những ý kiến khen chê của phía người thưởng ngoạn, và một điều dĩ nhiên phải có, là vận dụng rất nhiều những kỷ niệm, ký ức có ý nghĩa của riêng mình đối với người ấy. Tôi cho những giao tiếp riêng tư, mà tác giả dùng chữ "giao tình", có vai trò quan trọng trong việc cấu tạo nên quyển sách này, đó là chất keo sơn rất bền chặt kết dính mọi nghiên cứu khách quan khác mà tác giả thực hiện một cách luôn luôn nghiêm túc.

Một mặt khác về tài liệu, phần hình ảnh đóng một vai trò rất quan trọng, mà tôi nghĩ nếu không có "giao tình" với người mình để tâm nghiên cứu thì cũng khó mà được đầy đủ như thế. Hình ảnh là một điểm son của cuốn sách này, đối với nhân vật nào Ngô Thế Vinh cũng đưa ra rất nhiều hình ảnh mà càng lâu về sau càng trở nên quý giá: hình ảnh các bìa sách, các họa phẩm, các thư từ trao đổi hầu hết là thủ bút, những buổi gặp gỡ giữa các bạn văn nghệ, hoặc các hình ảnh có ý nghĩa lịch sử sưu tập được. Qua các hình ảnh này, người đọc được xem những buổi họp mặt của giới văn nghệ, trong đó có những nhân vật lâu nay nghe tiếng mà chưa biết hình dung, và cũng qua đó biết được sự giao du và tình quý trọng của giới văn học nghệ thuật đối với nhau như thế nào. Đó là chưa kể phần hình ảnh có tính cách tài liệu, nhất là những gì còn tìm được sau trận hỏa thiêu sách vở mịt mù khói lửa tại miền Nam từ sau 1975. Khác xa với các sách biên khảo phê bình từ thời trước 1945, thậm chí trước 1975, quyển sách này chứa đầy hình ảnh phần lớn mang màu sắc nguyên thủy, đó là một ưu điểm đặc biệt của thời đại ngày nay nhưng không phải tác giả biên khảo nào cũng đạt được đến số lượng, phẩm chất của tài liệu hình ảnh mà Ngô Thế Vinh thực hiện được trong quyển sách này. Kho hình ảnh này dĩ nhiên mang giá trị rất lớn cho công việc nghiên cứu trong tương lai.

Chúng ta đang có trong tay một cuốn sách nghiên cứu nghiêm túc, nhưng đồng thời cũng là một cuốn truyện kể đầy nghệ thuật.

Loại viết này tôi cho là rất mới, nó giới thiệu cho chúng ta những khuôn mặt, hay nói như tác giả, những chân dung -- với hình ảnh rõ rệt và chi tiết toàn diện về nhân vật ấy. Dù không hẳn là một tác phẩm phê bình văn học nghệ thuật, nhưng tác phẩm này giúp chúng ta nhìn rõ "chân dung" của một số nhân vật, dĩ nhiên chủ yếu là chân dung tinh thần.

Chân dung ấy chỉ có được bởi một người rất thiết tha với văn học, nghệ thuật và văn hóa của xứ sở, dùng kiến thức giàu có và kinh nghiệm sống của chính mình để tạo nên. Trước đây năm sáu mươi năm Nguyễn Mạnh Côn đã viết cuốn "Đem tâm tình viết lịch sử" thì với cuốn sách này, tôi xin gọi tác giả Ngô Thế Vinh là người đem tâm tình viết nên một mảng văn học nghệ thuật và văn hóa của miền Nam trước năm 1975. Chỉ qua một số nhân vật, nhưng như đã nói ở một đoạn trên, những cái bóng của họ đã phủ một khoảng rộng trong không gian miền Nam thời ấy, góp phần khá lớn vào việc tạo dựng lại đặc tính của một nền sáng tạo tự do, mà cho đến bây giờ người dân Việt Nam khi nhớ lại hãy còn ao ước.

Xin trích lại một câu thâm trầm trong cuốn sách này để thay lời kết: **"Thời gian đã mất, nhưng rồi qua ký ức trí tuệ của Proust thời gian tìm thấy lại, và đã trở thành thời gian bất tử."**

*PHẠM XUÂN ĐÀI*
*Little Saigon, 2017-2022.*

## TRỊNH Y THƯ

# ĐỌC TUYỂN TẬP CHÂN DUNG VĂN HỌC NGHỆ THUẬT & VĂN HÓA

**1.**

Văn học Việt Nam truyền thống không có bộ môn tiểu sử. Hay nói cho rõ hơn, không có những công trình dài hơi, thấu đáo, viết về chẳng những sự nghiệp mà cả thân thế đời sống riêng tư của các văn nghệ sĩ làm nên văn học sử nước nhà. Bên trời Tây, họ có truyền thống này ngay từ thời Trung đại. Nhờ thế, qua Thayer, chúng ta biết những *"Người tình bất tử"* của Beethoven chẳng qua chỉ là sản phẩm tưởng tượng nằm bên trong khối óc âm nhạc kỳ vĩ nhất của nhân loại; và nhờ nữ sĩ Elizabeth Gaskell viết cuốn tiểu sử Charlotte Brontë chúng ta biết nhân vật Rochester trong cuốn tiểu thuyết kiệt tác *Jane Eyre* được xây dựng từ một hình tượng có thật, đó chính là ông thầy dạy học Charlotte thời bà còn là cô gái trẻ du học bên xứ Bỉ và cô nữ sinh trong trắng đem lòng yêu thầy mình, một người đàn ông đã có vợ. Hiểu biết tường tận hơn về con người cá thể của tác giả, các nhà nghiên cứu hai ba trăm năm sau có thêm trong tay cơ sở quy chiếu để đọc văn bản từ một góc độ độc lập nào đó, tâm lý học chẳng hạn, và rất có thể có cái nhìn phân tích thú vị và trung thực hơn về tác phẩm.

Trong khi đó bên ta, lúc hiệu khảo bộ *Truyện Kiều*, học giả Trần Trọng Kim chỉ có thể đưa ra một tiểu sử rất sơ lược về cụ Nguyễn Du, thậm chí cụ Nguyễn sinh tháng nào, cụ Trần cũng lúng túng, không biết tra cứu nơi đâu! Rồi đến thân thế nữ sĩ Cổ Nguyệt Đường Xuân Hương, cách đây khá lâu, chính xác là năm 1958, trên tạp chí *Sáng Tạo*, ông Lữ Hồ còn tỏ ý nghi hoặc về một bà Hồ Xuân Hương có thật!

Bước sang thời hiện đại, tình trạng thiếu sót ấy phần nào được bổ khuyết bởi những tác phẩm được viết dưới dạng "chân dung," một tập hợp những phác thảo đại cương, thay vì một nghiên cứu chuyên sâu, về nhiều văn nghệ sĩ, mà cuốn mới nhất trình làng năm 2017 này chính là tuyển tập nhan đề *Chân Dung Văn Học Nghệ Thuật & Văn Hóa* (CDVHNT&VH) [Viet Ecology Press xuất bản] do nhà văn Ngô Thế Vinh biên soạn.

Nhà văn Ngô Thế Vinh sinh năm 1941 tại Thanh Hóa, theo học ngành y tại Sài Gòn. Thời gian học ông từng giữ chức chủ bút tờ *Tình Thương*, cơ quan tranh đấu văn hóa xã hội của sinh viên y khoa thời ấy. Tốt nghiệp năm 1968, ông gia nhập quân y, phục vụ tại Lực lượng Đặc biệt và giữ chức vụ y sĩ trưởng Liên đoàn 81 Biệt Cách Dù. Nhưng Ngô Thế Vinh trước đó đã được biết đến như một nhà văn. Những tác phẩm của ông trong giai đoạn này gồm có các tiểu thuyết: *Mây Bão* (1963); *Bóng Đêm* (1964); *Gió Mùa* (1965); và *Vòng Đai Xanh* (1970). (Cuốn *Vòng Đai Xanh* được trao giải thưởng Văn Học Nghệ Thuật VNCH năm 1971 bộ môn Văn.) Tuy vậy, trong vòng hơn 20 năm qua – với hai tác phẩm quan trọng gây tiếng vang không ít, *Cửu Long Cạn Dòng, Biển Đông Dậy Sóng và Mekong – Dòng Sông Nghẽn Mạch*, cộng thêm hàng chục tiểu luận biên khảo, nghiên cứu giá trị về những biến đổi nguy hại của hệ sinh thái sông Mekong – ông mặc nhiên được xem như một chuyên gia hàng đầu trong lĩnh vực này, và một cách ưu ái hơn, con chim "báo bão" về mối đe dọa thường xuyên và ghê rợn từ phương Bắc đối với sự sinh tồn của đất nước và dân tộc. Để thực hiện các bộ sách về sông Mekong ông đã lặn lội từ tỉnh Vân Nam, Trung Quốc xuống các quốc gia Lào, Thái Lan, Cam Bốt và đồng bằng sông Cửu Long Việt Nam. Qua các chuyến đi quan sát thực địa, ông đã tận mắt chứng kiến sự suy thoái bất khả đảo nghịch của con sông Mekong, "*hậu quả dây chuyền của những bước khai thác tự hủy, tàn phá sinh cảnh, làm cạn kiệt nguồn tài nguyên, gây ô nhiễm môi trường,*" do chính sách phát triển kinh tế bất chấp hậu quả tai hại ra sao của nhà cầm quyền Trung Quốc, mà Việt Nam là quốc gia lãnh chịu hậu quả nặng nề và thiệt thòi nhất.

Tuy nhiên, tác phẩm nhà văn Ngô Thế Vinh xuất bản năm 2017 lại là một bất ngờ thú vị, một cuốn sách vẽ "chân dung" bằng chữ nghĩa các văn nghệ sĩ và các nhà văn hóa trong mắt nhìn của ông. Điều này cho thấy sự đa dạng, đa năng và tầm cỡ trong vóc dáng nhà văn của ông. Động lực nào như một duyên khởi đã thúc đẩy ông thu nhặt không biết bao nhiêu nguồn tư liệu để đặt bút thực hiện tác phẩm dày gần 500 trang ấy? Người ta có thể thắc mắc như vậy. Muốn biết, chúng ta hãy nghe ông tâm sự với nhà văn Phùng Nguyễn:

"*Loạt bài chân dung văn nghệ sĩ đến với tôi như một sự 'tình cờ.' Khởi đi từ một bài viết* 'Nhớ về người bạn Tấm Cám Nghiêu Đề'; *họa sĩ Nghiêu Đề là một cố tri từ tuổi rất thanh xuân, sau bài viết đó, tôi nhận được feedback từ mấy người bạn cũ của Nghiêu Đề; trong số đó có Đinh Cường, tỏ ra rất tâm đắc với bài viết và đã đưa ra nhận định: không thể viết về Nghiêu Đề hay hơn Ngô Thế Vinh nên Đinh Cường có đề nghị sẽ đưa vào cuốn sách Đi Vào Cõi Tạo Hình II sắp xuất bản viết về những họa sĩ cùng thời từ 1957 đến 1966, năm thành lập Hội Họa Sĩ Trẻ Việt Nam. Với tôi, thì đề nghị của Đinh Cường là một niềm vui. Rồi phải kể tới những khích lệ của các bạn văn như anh Phạm Phú Minh Diễn Đàn Thế Kỷ, anh Phùng Nguyễn chủ biên Da Màu, nhà thơ Thành Tôn...*"

Dự định khởi đầu là một bài viết về cố tri, nhưng rồi không tránh được, chữ của Ngô Thế Vinh, "*như một flashback, có thêm những khúc phim trắng đen ngắn của hồi tưởng rất chung và cả rất riêng tư, khá rời rạc đổ tràn theo những trang viết.*"

Cứ thế đổ tràn, cứ thế tuôn ra ào ạt để ngày hôm nay độc giả chúng ta có cuốn sách cầm trên tay với 18 chân dung gồm 13 nhà văn, nhà thơ, nhà báo (Mặc Đỗ, Võ Phiến, Mai Thảo, Linh Bảo, Nhật Tiến, Nguyễn Đình Toàn, Dương Nghiễm Mậu, Như Phong Lê Văn Tiến, Thanh Tâm Tuyền, Hoàng Ngọc Biên, Nguyễn Xuân Hoàng, Cao Xuân Huy, Phùng Nguyễn); 3 họa sĩ (Nghiêu Đề, Đinh Cường, Nguyên Khai); và 2 nhà văn hóa, hai trí thức khoa bảng đáng kính bậc nhất của Việt Nam: Bác sĩ y khoa Phạm Biểu Tâm và giáo sư, nhà sinh học thực vật Phạm Hoàng Hộ.

Sự chọn lựa các chân dung đưa vào sách hiển nhiên là chủ quan bởi danh sách văn nghệ sĩ và nhà văn hóa hàng đầu của dân tộc trong vòng hơn nửa thế kỷ qua dài hơn thế nhiều. Chủ quan bởi yếu tố quan trọng nhất vẫn là mối quan hệ thân thiết giữa tác giả và những nhân vật được chọn. Ngô Thế Vinh bộc bạch điều này cũng với nhà văn Phùng Nguyễn: "*… nhưng yếu tố quan trọng nhất là do tôi đã có mối liên hệ quen biết và thân thiết trước đó; và cũng từ đó tôi đã có thể dễ dàng tiếp cận với nguồn tư liệu cá nhân và cả những điều khá riêng tư.*"

(Tuy vậy do quảng giao và đam mê văn chương ngay từ thuở còn là sinh viên y khoa, bàng bạc trọng tác phẩm, tác giả cũng nhắc đến rất nhiều văn nghệ sĩ khác, có thể nói là không thiếu một ai, trong sinh hoạt văn nghệ miền Nam thời trước 1975 và sau đó ở hải ngoại. Ngoài những nhân vật "chính diện", tác giả cũng không ngần ngại nhắc đến các thành phần "phản diện" như Vũ Hạnh, Phạm Xuân Ẩn, v.v...)

**2.**

Mười sáu chân dung văn học nghệ thuật và hai chân dung văn hóa, qua giọng văn đầy thân ái và nhân hậu của nhà văn Ngô

Thế Vinh, là một công trình biên soạn phong phú tư liệu, một tập hợp quý hiếm quy tụ những khuôn mặt văn nghệ và văn hóa tiêu biểu của một thời đại vốn được xem là nhiễu nhương nhất của dân tộc, suốt nửa sau thế kỷ XX cho đến nay. Ngô Thế Vinh không khoác áo nhà phê bình, ông không làm kẻ đứng trên bục giảng nghiêm khắc phê phán tác phẩm hay sự nghiệp mỗi văn nghệ sĩ được nhắc đến. Ông không làm thế, bởi họ chẳng phải ai xa lạ mà chính là những bằng hữu văn nghệ, những vóc dáng tài năng, gần như trọn đời người, đã cùng ông dấn thân trên những chặng đường trắc trở nhất, trong những điều kiện ngặt nghèo nhất, để xây dựng một nền văn nghệ nhân bản đích thực và có giá trị nghệ thuật cao cho dân tộc. Ông mượn tác phẩm của họ như cái cớ để ngồi xuống nhẩn nha lần giở từng trang ký ức bộn bề, len lỏi vào từng ngõ ngách tâm hồn dưới lớp bụi dày thời gian, cố tìm lại những cung bậc hoài niệm mù tăm để làm nên những trang viết thật đẹp, thật ấm áp tình bằng hữu, thật chan chứa tình người. Tất cả những gì ông viết trong cuốn sách gần như chỉ là những nét phác họa đại cương về con người, khung cảnh sống, hoàn cảnh sáng tạo của những văn nghệ sĩ, mà chính ông cũng là một thành viên. Đan xen vào đấy là những không gian và thời gian kỷ niệm, đầy ắp kỷ niệm, kỷ niệm nào cũng được nâng niu, trân quý như món bảo vật khó tìm. Tuy thế, đọc kỹ hơn, chúng ta có thể cảm nhận ra một điều, là bên dưới lớp sắc màu tương đối hiền hòa, dịu êm ấy là niềm xác tín chắc nịch, một cái nhìn quả quyết cộng thêm chút tự hào, về một nền văn nghệ, văn hóa miền Nam Việt Nam tự do thời kỳ 54-75 và, trong chừng mực nào đó, vẫn tiếp nối ở hải ngoại, mà sự đột phá về các mặt tư tưởng, nghệ thuật, nhân sinh, tưởng như chưa thời nào qua mặt nổi.

**3.**

Trong số 18 chân dung, chỉ hai người thuộc thế hệ người viết sau 1975 được đề cập, nhà văn Cao Xuân Huy và nhà văn Phùng Nguyễn. Tuy vậy, dù trước hay sau, tất cả đều kinh qua thời đoạn lịch sử khốc liệt của dân tộc vào nửa sau thế kỷ XX.

Bởi thế, dù muốn hay không, lịch sử hiện hữu khắp nơi và bám chặt lên đời sống mọi người. Sự hiện hữu của con người và thế giới xung quanh liên kết, thắt buộc vào nhau như con ốc sên đeo dính cái vỏ của nó. Thế giới là một chiều kích bất khả cách ly của con người, thế giới biến đổi, cái hiện tiền oan khiên cũng biến đổi theo. Thế giới chúng ta đang hiện hữu có bản chất lịch sử, đời sống của tất cả chúng ta mở ra theo chiều thời gian đánh dấu bằng những cột mốc biến cố và ngày tháng (30/4/1975 chẳng hạn). Cuốn CDVHNT&VH của nhà văn Ngô Thế Vinh không đi chệch ra ngoài định đề ấy, nhưng nó hoàn toàn bác bỏ mọi giá trị sử học định kiến mà chỉ chú tâm đến những hồi đoạn trọng đại ở mặt nhân chủng nhưng bị quên lãng, không chút trọng lượng đối với sử gia hay nhà chính trị học.

Lịch sử ở đây hiện lên với bản di chúc viết tay của Nhất Linh kèm theo câu nói ngắn gọn "*Nhờ Vinh giữ, khi cần Vinh đưa lại*" giữa hai người sinh viên trước cửa cư xá đại học. Lịch sử hiện lên trong cuộc chia tay cảm động giữa cơn đại hồng thủy của nhà báo Như Phong Lê Văn Tiến với gia đình Đỗ Thúc Vịnh trên đường Tự Đức. Lịch sử hiện lên "*sau khi lệnh đầu hàng được phát đi, có thể thấy từ mấy tầng lầu cao là một cơn mưa confetti, chỉ một màu trắng của những mảnh vụn giấy tờ tùy thân của quân cán chính cần được xé hủy trước khi cộng quân hoàn toàn kiểm soát Sài Gòn.*" Lịch sử hiện lên "*những giày nón quân phục được cởi bỏ vội vàng vứt tả tơi trên đường phố.*" Lịch sử hiện lên khi nhà văn Lê Tất Điều trông thấy nhà văn Võ Phiến ứa nước mắt khóc trên con tàu Challenger đậu ngoài khơi trong chuyến di tản rời bỏ quê hương không ngày trở lại. Lịch sử hiện lên khi nhà văn Phạm Việt Châu tuẫn tiết tại tư gia sau khi Cộng sản hoàn toàn chiếm Miền Nam. Lịch sử hiện lên với nỗi đau không ai biết của nhà thơ Thanh Tâm Tuyền vì mất tích đứa con trai trên đường vượt biển, và suốt thời gian sau đó ông "đã không ngừng khắc khoải trong vô vọng lần tìm tin tức và dấu vết đứa con mất tích ấy." Lịch sử hiện lên "*những bao gạo in nhãn 'Đại Mễ' đầy mối mọt viện trợ của Trung Quốc được đưa vào nuôi tù cải tạo.*" Lịch sử hiện lên lúc căn nhà của bác sĩ y khoa Phạm Biểu Tâm – một trí thức khoa bảng suốt đời tận tụy với bệnh nhân và nền y học nước nhà – trên đường Ngô Thời Nhiệm ít nhất hai lần bị công an thành phố xông vào lục xét. Lịch sử hiện lên hôm "*tình cờ thấy thầy Phạm Biểu Tâm đang đi bộ rảo bước trên khúc đường Trương Minh Giảng gần Tòa Tổng Giám Mục nơi góc đường Phan Đình Phùng. Dừng chiếc xe đạp cũ kỹ bên lề đường, tôi chạy tới chào thầy. Thầy trò gặp nhau không nói gì nhiều nhưng tôi thì đọc được những xúc cảm trong ánh mắt của Thầy. Rất ngắn ngủi khi chia tay thầy chỉ nhắc tôi hai điều: Vinh nên đi chụp một hình phổi và ra ngoài rồi cũng ráng ăn thêm một chút thịt.*" Lịch sử hiện lên lúc nhà văn Nhật Tiến cùng hai nhà báo Dương Phục và Vũ Thanh Thủy "*viết từ trại tị nạn và gửi ngay ra ngoài những bản cáo trạng về thảm cảnh trên Biển Đông, đã làm rúng động lương tâm của thế giới và cũng là bước đầu hình thành Ủy Ban Cứu Người Vượt Biển hoạt động nhiều năm về sau này.*"

Lịch sử ấy được nhà thơ Thanh Tâm Tuyền gói ghém một cách tuyệt hảo trong 6 câu thơ viết năm 1988:

*Như chim chao liệng chưa hừng đông*
*trên hoang phế cuối đêm thảm họa*
*buột tiếng kêu vô vọng thinh không.*

*Như con nước cuồng lưu mùa lũ*
*Trắng xóa bão giông mù mịt nguồn*
*Trôi giạt bến bờ đất khốn đọa.*

Lịch sử ấy trong men say chiến thắng lên cơn đồng thiếp giở trò cưỡng bức vô-văn-hóa cực kỳ man rợ. Đó là chiến dịch đốt sách.

Đốt sách với mục đích triệt tiêu mọi di sản văn hóa của một dân tộc hay một sắc dân – phần nhiều chỉ xảy ra vào thời Cổ/Trung đại – là hành vi man rợ chưa từng thấy trong lịch sử loài người, như: vụ đốt sách Nho dưới triều Tần Thủy Hoàng Đế bên Trung Quốc; vụ đốt thư viện Alexandria xứ Ai Cập thời đế quốc La Mã; vụ đốt thư viện thành Baghdad năm 1258; vụ đốt dược thư của các sắc dân bản xứ Mỹ châu Aztec, Maya sau khi thực dân Tây Ban Nha chinh phục Tân Thế giới. Những vụ đốt sách như thế trong suốt chiều dài lịch sử nhân loại xảy ra không nhiều, bởi ngay cả ở thời Cổ đại người ta cũng đã mơ hồ cảm thấy đốt sách là hành vi tồi tệ đáng khinh bỉ nhất, nó chỉ để lại vết nhơ khôn tẩy xóa cho hậu thế và bị xem là bề trái đen tối ngạo mạn của cái-gọi-là văn minh.

Thế kỷ XX chứng kiến hai vụ đốt sách: một, Quốc xã Đức thập niên 30; hai, Cộng sản Việt Nam thập niên 70. Vụ thứ nhất, cả thế giới rùm beng phản đối, kết án, để rồi sau đó xúm lại đập tan tành Hitler và bè lũ. Vụ thứ hai, chẳng ai thèm mở miệng, một phản ứng tiêu cực chiếu lệ cũng không, và những kẻ đốt sách cho đến ngày nay vẫn nhởn nhơ, trâng tráo.

Là nhà văn lại phải chứng kiến cái trò phản-văn-hóa man rợ đó, Ngô Thế Vinh đau xót là phải. Ông nhắc đến nhiều lần trong cuốn CDVHNT&VH. Hãy nghe ông miêu tả cảnh đốt sách và biểu lộ nỗi bất bình của mình:

"*Những ngày sau 30/4/1975, hai đứa con Vũ Hạnh trong bộ bà ba đen, tay cuốn băng đỏ, tới tòa báo* Bách Khoa *cũng là nơi cư ngụ của anh chị Lê Ngộ Châu. Trước khách lạ, đứa con gái nói giọng hãnh tiến: 'Tụi con mới từ Hóc Môn về, cả đêm qua đi kích tới sáng.' Người dân lành nào vô phước đi lạc trên đường ruộng đêm đó có thể bị tụi nó coi là ngụy. Những tên nằm vùng cùng với đám 'cách mạng 30' này chỉ như phó bản đám Hồng Vệ binh của Mao nhưng lại sau cả thập niên. Cũng chính những đám này là thành phần khích động chủ lực trong chiến dịch lùng và diệt tàn dư văn hóa Mỹ-Ngụy, chúng giẫm đạp những cuốn sách, nổi lửa đốt từng chồng sách rồi tới cả những kho sách. Những cuốn sách mà đa phần chúng chưa hề đọc, trong đó có cả một tủ sách* Học Làm Người. *Sách của những 'tên biệt kích văn nghệ' còn được trưng bày trong tòa nhà triển lãm Tội ác Mỹ Ngụy cùng với vũ khí chiến tranh và chuồng cọp, dĩ nhiên có sách của Dương Nghiễm Mậu, có cả cuốn* Vòng Đai Xanh *của người viết.*"

Hoặc ở một đoạn khác, ít phẫn nộ hơn nhưng đau xót không kém, trong bài viết về nhà văn Nguyễn Đình Toàn:

"*Sách Nguyễn Đình Toàn được xếp vào loại văn hóa đồi trụy sau 1975; nên tất cả bị tịch thu và trở thành* Tro Than, *như tên một tác phẩm định mệnh Nguyễn Đình Toàn trong chiến dịch đốt sách lan rộng khắp Miền Nam thời bấy giờ.*"

"*Chúng ta cần có một lịch sử ở dạng toàn nguyên, để không rơi ngã trở lại vào nó mà để vượt thoát nó.*" Triết gia Tây Ban Nha José Ortega Y Gasset có lần nói thế. Cái lịch sử nhân chủng suốt trăm năm qua của chúng ta có quá nhiều lỗ hổng, lỗ hổng nào cũng to đùng như động Phong Nha như nhà văn Ngô Thế Vinh trình bày. Làm sao có được một lịch sử toàn nguyên trong khi thay vì khâu vá những lỗ hổng cho lành lặn chúng ta lại phá ruỗng cho nó rách toác thêm? Ông Ortega Y Gasset nếu còn sống chắc phải lắc đầu ngán ngẩm với lũ chúng ta thôi. Và nhà văn Ngô Thế Vinh trước cuộc bể dâu ấy chỉ biết ngậm ngùi chua xót, và từ chua xót biến thành phẫn nộ:

"*Không phải chỉ có oan nghiệt giam cầm hủy hoại những thân xác, họ còn giết chết sức sáng tạo của văn nghệ sĩ trong khoảng thời gian sung mãn nhất. Một nỗ lực hủy diệt cả một nền văn hóa đến tận gốc: trước lịch sử, ai phải nhận lãnh trách nhiệm cho những tội ác thiên thu ấy?*"

**4.**

Ngô Thế Vinh không tuân thủ một công thức nhất định nào ở các bài viết trong bộ sách của ông. Ông viết tùy hứng và có lẽ cũng tùy cảm quan và quan hệ riêng tư giữa ông và các chân dung. Nhờ thế, chúng ta không phải đọc một bản báo cáo dài lê thê các lý lịch cá nhân đơn điệu chán ngắt. Ngược lại, ở mỗi chân dung ông đều có một cách xử lý riêng, hợp tình và thú vị. Mỗi chân dung là một câu chuyện kể với nhiều cung bậc cảm xúc khác nhau, lúc sôi nổi, lúc u tình, lúc chua xót, lúc phẫn nộ, lúc cười mỉm nhưng cũng có lúc ứa nước mắt. Qua ngòi bút linh động nhưng chân thực của Ngô Thế Vinh, những chân dung ấy bỗng nhiên "sáng" hơn, gần gũi người đọc chúng ta hơn, và ở chừng mực nào đó, chúng ta "hiểu" tác phẩm của họ hơn.

Ông nói khá nhiều về thân thế cũng như sự nghiệp văn học của nhà văn Mặc Đỗ, ông không giấu giếm lòng tâm đắc và tâm phục của mình đối với nhà văn đàn anh trong nhóm Quan Điểm lừng lẫy của thời kỳ 20 năm văn học miền Nam này. Mỗi truyện ngắn của Mặc Đỗ được ông xem như một "*viên ngọc của chuỗi ngọc*" và "*ngôn ngữ thì giàu hình ảnh nhưng cô đọng và trau chuốt.*"

Ông cũng yêu thích những truyện dài, truyện ngắn của nhà văn Linh Bảo như các cuốn *Gió Bấc, Những Đêm Mưa, Tàu Ngựa Cũ*. Theo ông thì "*ngòi bút của Linh Bảo thông minh sắc sảo, giễu cợt lật ra những mặt trái của cuộc sống, một cách tàn nhẫn với giọng nghịch ngợm tinh quái bất cần đời nhưng cũng thật là chua chát. Người phụ nữ trong tác phẩm Linh Bảo tuy cứng cỏi, chịu đựng nhưng vẫn luôn luôn là nạn nhân đáng thương của những hoàn cảnh.*" Ông còn đi xa hơn khi đưa ra nhận định nữ sĩ Linh Bảo qua tác phẩm đã sớm là ngòi bút đấu tranh cho nữ quyền, một nhận định đáng lưu ý cho những ai có tham vọng nghiên cứu về khuynh hướng Nữ quyền trong sáng tác văn học của các nhà văn nữ Nam Việt Nam thời kỳ 54-75.

*Giấc Ngủ Chập Chờn*, một truyện dài của nhà văn Nhật Tiến viết về ấp Vĩnh Hựu, một ngôi làng xa xôi tan nát do hoàn cảnh một vùng xôi đậu ban ngày Quốc Gia ban đêm Việt Cộng, cũng được ông nhắc đến với nỗi niềm cảm hoài u uất:

"*... dân chúng trong làng sống dở chết dở giữa hai lằn đạn với oán thù chồng chất vây bủa giăng mắc họ ngày đêm. Đám thanh niên và cả con nít ở cái làng đó vốn thân thiết với nhau nhưng đến lúc cuộc chiến tràn về thì hàng xóm giết nhau, anh em cũng giết nhau, gây ra bao thảm cảnh khổ đau.*"

Ngô Thế Vinh cũng nói thêm cuốn sách này của nhà văn Nhật Tiến đã "*nói lên một sự thực là không có phong trào quần chúng bất mãn chế độ mà nổi dậy trong cái-gọi-là Mặt Trận Giải Phóng Miền Nam,*" và chính vì thế cuốn sách cũng như tác giả của nó đã bị tập đoàn Hà Nội kết án là cực kỳ phản động, một tội danh *one-size-fit-all* cho tất cả những kẻ nào không đồng ý với đường lối chính trị của họ.

Ngô Thế Vinh tự bản chất có lẽ là một nhà văn xã hội ưu thời mẫn thế, những tác phẩm của ông trong suốt quá trình viết chứng tỏ như thế, và chẳng có gì ngạc nhiên khi ông tỏ ra đồng cảm với những sáng tác như cuốn *Giấc Ngủ Chập Chờn* hay các cuốn *Áo Mơ Phai, Đồng Cỏ* của nhà văn Nguyễn Đình Toàn:

"Áo Mơ Phai *là dự cảm về một thành phố Hà Nội sắp mất, Đồng Cỏ là một tác phẩm khác dự báo một Sài Gòn sắp mất. Nguyễn Đình Toàn mẫn cảm với thay đổi thời tiết cũng như với những biến chuyển của lịch sử. Dự cảm hay trực giác của nhà văn đi trước tấn thảm kịch, đi trước những đổ vỡ chia ly đã mang tính tiên tri.*"

Ông đặc biệt tâm phục công trình biên soạn bộ sách *20 Năm Văn Học Miền Nam* của nhà văn Võ Phiến. Đây là một công trình đồ sộ mà nhà văn Võ Phiến đã dốc không biết bao nhiêu công sức thực hiện. Khi bộ sách ra mắt quần chúng hải ngoại, nó bị một thiểu số rất ít phê phán là thiên kiến (gạt bỏ một số chân dung quan trọng), chật hẹp trong quan điểm về thơ (thiếu sót những nhà thơ cách tân), và thiếu tính phê bình nghiêm chỉnh (văn phong đôi lúc giễu cợt, châm biếm), v.v... Tuy vậy, đại đa số, giới cầm bút cũng như độc giả, đều nhiệt tình đón nhận bộ sách như một công trình giá trị to tát và xứng đáng, không phải ai cũng làm được. Ngô Thế Vinh thuộc đa số. Ông nêu ý kiến mình về cuộc tranh cãi ấy:

*"Công trình nghiên cứu của Võ Phiến cần được đánh giá đúng vào giai đoạn thập niên đầu ngay sau 1975 với hoàn cảnh ra đời của nó: khi mà trong nước có cả một sách lược hủy diệt toàn diện, xóa sổ nền văn học miền Nam 20 năm ấy, công trình của Võ Phiến như một nỗ lực sưu tập và cứu vãn/rescue mission, nên xem như một khởi đầu đáng được trân trọng. Ai cũng hiểu bộ sách Văn Học Miền Nam "không chuyên nghiệp" của Võ Phiến sẽ không bao giờ là bộ sách phê bình văn học duy nhất hay cuối cùng, nhưng đó là một bước tạo thuận /facilitation khởi đầu, một roadmap dẫn tới cả một khối tài liệu đồ sộ để tham khảo, nó như một giàn phóng cho những công trình hoàn chỉnh kế tiếp. Đây chính là phần trách nhiệm và nghiệp vụ của giới phê bình chuyên nghiệp, họ cần có*

*hùng tâm để "bắt đầu nghiêm chỉnh" việc đánh giá nền văn học 1954-75 bằng những tác phẩm xứng đáng thay vì cứ mãi xoáy nhìn vào "nửa phần vơi" của bộ sách Võ Phiến. Một câu hỏi được đặt ra: Ai trong chúng ta có thể "bắt đầu nghiêm chỉnh" một công trình nghiên cứu như vậy? Một câu hỏi tiếp theo: Ai sẽ thừa kế kho tư liệu phong phú mà anh Võ Phiến có được trước khi rơi vào quên lãng?"*

Câu trả lời cho cả hai câu hỏi của nhà văn Ngô Thế Vinh chỉ có thể là một tiếng "Chưa". Chưa ai làm được dù 20 năm đã trôi qua từ ngày Võ Phiến hoàn tất tập sách cuối cùng trong bộ sách.

(Tưởng cũng nên nói thêm, mặc dù chế độ Cộng sản tìm đủ mọi cách xóa sổ nền văn học 20 năm miền Nam, nhưng sự thật là ngày nay nó vẫn tồn tại và được lưu giữ, yêu quý bởi thế hệ đi sau, cả hải ngoại lẫn trong nước. Quan trọng hơn, những luồng tư tưởng xuất phát từ nó, mà quan trọng nhất là tư tưởng tự do, đã mãi mãi ở lại với chúng ta. Tôi xin mượn câu phát biểu thật khảng khái của nữ sĩ Helen Keller, một nhà văn Mỹ, về vụ Quốc xã Đức đốt sách, "*Các người có thể đốt sách tôi và sách của những bộ óc trí tuệ bậc nhất châu Âu, thế nhưng, các tư tưởng trong những bộ sách ấy đã tuôn chảy qua cả muôn triệu sông ngòi và sẽ tiếp tục chảy mãi không ngừng*" để thêm một lần nữa củng cố lòng xác tín của riêng mình là, không một thế lực bạo tàn nào có thể vùi lấp những phẩm giá cơ bản cao đẹp nhất của con người.)

**5.**

Với những nhân vật khả kính suốt đời tận tụy đấu tranh hay cống hiến tài năng, sở học của mình cho dân tộc, đất nước như nhà báo Như Phong Lê Văn Tiến, bác sĩ Phạm Biểu Tâm, nhà khoa học Phạm Hoàng Hộ, nhà văn Ngô Thế Vinh luôn luôn đặt sự trân trọng của mình lên hàng đầu. Nhưng với những bằng hữu văn nghệ – như họa sĩ Nghiêu Đề, mà ông gọi là người bạn *tấm cám – thì khác. Ở đây chúng ta bắt gặp một Ngô Thế Vinh nhân hậu, thương quý bằng hữu, lo lắng cho bằng* hữu, và thậm chí xem những tật xấu nho nhỏ nào đó của bạn mình như cái gì dễ thương, chẳng có gì đáng phiền hà.

Đặc biệt thú vị hơn các tác phẩm "chân dung" khác, ở cuốn này, nhà văn Ngô Thế Vinh còn cho chúng ta biết "tình trạng sức khỏe" của các văn nghệ sĩ ra sao. Ông bỏ ra khá nhiều chữ nghĩa với không ít thuật ngữ y học viết về một số ca bệnh hiểm nghèo dã cướp di sinh mệnh người bạn văn. Cao Xuân Huy lì lợm cắn răng chịu đựng chứng ung thư *"melanoma-mắt với di căn gan"*; Nguyễn Xuân Hoàng lao đao trên con dốc tử sinh với chứng "*sarcoma cột sống.*" Ngô Thế Vinh đôi lúc nhìn bạn mình trong vai trò một y sĩ. Dễ hiểu thôi, ngoài đời ông là bác sĩ y khoa, và đối với "bệnh-nhân-bạn-văn," ông chính là hình ảnh của một "lương y như từ mẫu."

Tôi không rõ lắm sự nhân hậu nơi con người nhà văn/bác sĩ Ngô Thế Vinh đến từ bản chất con người ông; hay một nền giáo dục gia đình và xã hội nhân bản; hay những năm tháng bên cạnh giường người bệnh, đau với nỗi đau của nhân sinh; hay những tấm gương sáng như bác sĩ Phạm Biểu Tâm? Có thể là tất cả những điều trên. Sự nhân hậu ấy phản ánh trong mắt nhìn chiếc bàn viết lữ thứ của Mai Thảo lưu vong, phảng phất đôi nét u buồn, chua xót:

"*Căn phòng nhỏ hẹp ngày nóng đêm lạnh ấy là không gian sống và cũng là tòa soạn báo* Văn *của Mai Thảo. Mỗi lần tới thăm anh, tôi vẫn để ý tới chiếc bàn viết lữ thứ của Mai Thảo kê sát khung cửa sổ thấp nhìn thoáng ra bên ngoài. Rồi tới kệ sách, không có nhiều sách Mai Thảo, chỉ có ít cuốn sách tiếng Pháp, mấy số báo* Văn, *đôi ba cuốn sách mới bạn văn gửi tặng anh.*"

Hoặc, tại nhà Dương Nghiễm Mậu, trong bữa cơm gia đình sau những tang thương dâu bể mà thân phận mình, bằng hữu mình cũng như đất nước như đang hấp hối:

"*Nếu không là ngày phải ra trễ, tôi ghé qua chợ mua một món ăn gì đó, đem tới bày thêm vào mâm cơm gia đình. Có thêm món thịt, thêm chút chất đạm thì hôm đó với hai đứa nhỏ như là bữa tiệc. Những lần gặp nhau, tôi và Nghiễm đều ít nói. Hình như Nghiễm có viết ở đâu đó là những điều không cần nói ra nhưng cũng đã hiểu nhau rồi.*"

Vâng, cuốn sách có những trang viết chân tình, đẹp đến nao lòng. Tình bằng hữu, nhất là bằng hữu văn nghệ, không phải một sớm một chiều có ngay. Từ điểm hội tụ, nó cần được chưng cất, tinh luyện nhiều tháng năm với tấm lòng chân thành, tha thiết. Điểm hội tụ đó chính là lòng đam mê văn chương, nghệ thuật mà Ngô Thế Vinh cùng các bằng hữu của ông có thừa. (Không có đam mê, bạn đừng đặt chân vào khu vườn nghệ thuật làm gì. Triết gia Hegel bảo, "*Không điều gì vĩ đại trên thế gian này thành tựu mà không có sự đam mê.*" Nhưng ngay cả những điều nhỏ nhặt cũng chẳng ra hồn nếu bạn là hòn đá lửa nằm lăn lóc trong đám sỏi đá vô hồn khô khốc, không có lòng đam mê đập vào cho tóe lên tia lửa sáng tạo.)

Hình như cái chất đam mê đã chảy rất sớm trong huyết quản nhà văn Ngô Thế Vinh và các bằng hữu của ông. Thử nghe ông nhắc lại chuyện cũ hơn nửa thế kỷ:

"*… Xóm Bùi Viện gần Ngã Tư Quốc Tế là khu giang hồ nơi chúng tôi thường lui tới lúc đó, họ tiềm ẩn tài năng nhưng còn như những* 'viên ngọc ẩn thạch,' *giới hội họa như Nguyễn Trung, Cù Nguyễn, Lâm Triết, Nguyên Khai; nhóm thơ văn Trần Dạ Từ, Nguyễn Đức Sơn/Sao Trên Rừng, Trần Tuấn Kiệt, Trần Đức Uyển/Tú Kếu, Nguyễn Nghiệp Nhượng, Nguyễn Thụy Long, mỗi người một vẻ với khao khát nghệ thuật là mẫu số chung mà họ hướng tới. Sức sáng tác của họ mạnh mẽ, sớm có tác phẩm và họ đều trở thành những tên tuổi…*"

Sinh hoạt văn học nghệ thuật của miền Nam lúc đó như bừng lên tràn trề sức sống. Trước hết phải kể đến thành phần văn nghệ sĩ di cư từ Bắc vào Nam. Họ đã đóng góp một phần không nhỏ vào sự khởi sắc đột khởi này. Chỉ một năm sau Hiệp định Geneva chia đôi đất nước, nhật báo *Tự Do* ra đời tại Sài Gòn với một ban biên tập hùng hậu và những người cộng tác gồm toàn những cây bút Bắc kỳ di cư nhiều kinh nghiệm với Cộng sản, như: Tam Lang Vũ Đình Chí, Mặc Đỗ, Đinh Hùng, Như Phong Lê Văn Tiến, Mặc Thu, Vũ Khắc Khoan, và ít lâu sau có thêm Hiếu Chân, Hi Di Bùi Xuân Uyên và họa sĩ Phạm Tăng. Thế nhưng, đáng chú ý nhất ở thời đoạn này là các nhóm văn chương. Nhờ hít thở bầu khí quyển tự do, tiếp cận trực tiếp với các trào lưu văn nghệ, tư tưởng lớn của Tây phương, mà điển hình là Pháp, các nhóm văn chương đã có cơ hội nở rộ, tạo môi trường thuận tiện, là chất xúc tác cho những sáng tạo đột phá, gây kinh ngạc lớn và có khả năng trường tồn. Theo Ngô Thế Vinh thì có các nhóm chính sau: 1) *Tự Lực Văn Đoàn* được tiếp nối với *Văn Hóa Ngày Nay* của Nhất Linh; 2) *Sáng Tạo* của Mai Thảo, Thanh Tâm Tuyền phủ nhận nền văn học tiền chiến với nỗ lực cách tân văn chương; 3) *Quan Điểm* của Nghiêm Xuân Hồng, Vũ Khắc Khoan, Mặc Đỗ; 4) Đêm Trắng (còn được gọi là nhóm *La Pagode* nơi họ tụ tập sinh hoạt) được xem như nhóm *Tiểu Thuyết Mới* của Sài Gòn.

Không nghe Ngô Thế Vinh nói ông thuộc nhóm nào, có thể ông đứng ngoài, nhưng xuyên qua vài cảm nghĩ rời người ta có thể phỏng đoán ông có cảm tình đặc biệt với nhóm Đêm Trắng gồm các nhà văn nhà thơ đa số xuất thân nhà giáo, như: Huỳnh Phan Anh, Đặng Phùng Quân, Nguyễn Nhật Duật, Nguyễn Xuân Hoàng, Nguyễn Đình Toàn và Nguyễn Quốc Trụ. Người ông đề cao nhất trong nhóm là nhà văn Nguyễn Đình Toàn:

"*Nổi bật trong nhóm này là Nguyễn Đình Toàn với kỹ thuật viết mới, viết truyện mà không có truyện, những trang chữ là một chuỗi những hình ảnh tạo cảm xúc và là một trải dài độc thoại nội tâm. Nguyễn Đình Toàn thành công trong nỗ lực tự làm mới văn chương nhưng không vì thế mà bảo ông chịu ảnh hưởng và chạy theo phong trào tiểu thuyết mới của Pháp.*"

Tiện thể, ông nói luôn về những thành tựu làm mới văn chương của thời kỳ này:

"*Thanh Tâm Tuyền và Dương Nghiễm Mậu là hai tên tuổi khác cũng được nhắc tới khi nói về khuynh hướng tiểu thuyết mới ở Sài Gòn lúc bấy giờ. Tưởng cũng nên nhắc tới ở đây, Hoàng Ngọc Biên không ở trong nhóm* Đêm Trắng *nhưng chính anh là người đầu tiên thực sự nghiên cứu về phong trào* Nouveau Roman *của Pháp, vào giữa thập niên 1950's với các tên tuổi như Alain Robbe-Grillet, Nathalie Sarraute, Michel Butor, Claude Simon. Hoàng Ngọc Biên đã dịch một số tác phẩm của*

*Alain Robbe-Grillet và cũng thể hiện quan niệm tiểu thuyết mới ấy qua tập truyện Đêm Ngủ ở Tỉnh do Cảo Thơm xuất bản Sài Gòn, 1970. Cũng theo Hoàng Ngọc Biên, thì ngoài danh xưng, trong 20 năm Văn Học Miền Nam thực sự đã không có một phong trào* Tiểu Thuyết Mới *tại Sài Gòn* 'theo cái nghĩa thời thượng' *của phong trào* Tiểu Thuyết Mới *xuất phát từ Tây Phương*."

Hiện hữu chỉ vỏn vẹn 20 năm nhưng trước và sau nó chưa có thời kỳ *nào trong văn học Việt Nam khởi sắc như thế, chưa có thời kỳ nào có nhiều tài năng hơn thế. Vậy mà nó bị gọi là đồi trụy và phản động để rồi bị vùi giập không thương tiếc,* cả một nền văn hóa nhân bản tươi đẹp của dân tộc bị truy lùng, diệt trừ đến tận gốc. "… *Trước lịch sử, ai phải nhận lãnh trách nhiệm cho những tội ác thiên thu ấy*?" Nhà văn Ngô Thế Vinh vừa đau xót vừa phẫn nộ đặt câu hỏi.

**6.**

Chỉ thấy ba nhà họa tài ba của hội họa Việt Nam – Đinh Cường, Nguyên Khai, Nghiêu Đề – được nhắc đến trong bộ sách CDVHNT&VH. Là những họa sĩ Ngô Thế Vinh có mối quan hệ bằng hữu chân tình, nhưng qua đó ông cũng nhắc đến những tên tuổi lừng lẫy khác như Mai Trung Thứ, Tạ Tỵ, v.v… và nhất là quá trình xây dựng và phát triển trên bình diện nghệ thuật của hội họa miền Nam Việt Nam thập niên 60.

Đây là một điểm nhấn khác của Ngô Thế Vinh:

"*Họ ở lứa tuổi 20-30, cho dù là hội viên của Hội Họa Sĩ Trẻ Việt Nam hay không, một số tốt nghiệp trường Mỹ Thuật như Đinh Cường, Lâm Triết, Nguyễn Trung, Trịnh Cung, Nguyễn Phước, Nguyên Khai, hay bỏ học ngang như Nghiêu Đề, hoặc không xuất thân từ trường Mỹ Thuật như Cù Nguyễn nhưng họ đều là những 'viên ngọc ẩn thạch', những khuôn mặt tài năng có cơ hội là phát triển với sức sáng tạo thăng hoa tới mức cao nhất để hình thành những tác phẩm hội họa có giá trị nghệ thuật trong không khí tự do của miền Nam*."

Một lần nữa chúng ta lại thấy yếu tố "không khí tự do" được nhà văn Ngô Thế Vinh nhắc đến như điều kiện cần và đủ cho bất cứ thể loại sáng tạo nghệ thuật nào. Họa sĩ Trịnh Cung nói nhiều về *Hội Họa Sĩ Trẻ* trong hai tác phẩm xuất bản ở hải ngoại – *Mỹ Thuật Việt Nam, Những Vấn Đề Xoay Quanh* và *Nhận Định & Những Câu Hỏi về Mỹ Thuật* – với ít nhiều tự hào. Nhưng, vẫn theo lời họa sĩ Trịnh Cung, hội họa miền Nam Việt Nam không phải đợi đến khi có mặt *Hội Họa Sĩ Trẻ* năm 1966 mới bắt đầu khởi sắc. Từ thời Đệ Nhất Cộng Hòa, hội họa Sài Gòn đã có những thành tựu đáng kể mà cột mốc khó quên là cuộc triển lãm quốc tế lần thứ nhất tổ chức năm 1962 tại công viên Tao Đàn với sự tham dự của các nền hội họa hàng đầu thế giới như Ý, Hà Lan, Pháp, Tây Ban Nha… Tranh của các họa sĩ Việt Nam ngay từ thời điểm này đã được các nhà sưu tập nước ngoài tìm mua không ít. Kỳ thực, Việt Nam có một truyền thống hội họa phong phú mà bệ phóng chính là trường Mỹ Thuật Đông Dương do người Pháp thành lập năm 1924 ở Hà Nội. Trước Cách Mạng Tháng Tám đã có một đội ngũ họa sĩ nhiều tài năng như Bùi Xuân Phái, Nguyễn Tư Nghiêm, Dương Bích Liên… Thế nhưng con đường hội họa nhiều triển vọng tốt đẹp ấy đã bị con chó ngao biện chứng Hiện thực Xã hội chủ nghĩa từ lịch sử xông ra chặn đường.

Biện chứng Hiện thực Xã hội chủ nghĩa là gì? Bạn có thể hỏi ngược lại tôi như thế. Muốn tìm hiểu, tưởng không đâu bằng chính lời nói của cha đẻ cái chủ nghĩa ấy: nhà văn Maxim Gorky. Trong diễn văn đọc tại đại hội lần thứ nhất hội nhà văn Liên Xô năm 1934, ông phát biểu như sau:

*"Chủ nghĩa Hiện thực Xã hội chủ nghĩa khẳng định tồn tại như là sự hoạt động, sự sáng tạo mà mục đích là liên tục phát triển những năng lực quý giá của cá nhân con người, vì thắng lợi của nó đối với các lực lượng tự nhiên, vì sức khỏe và tuổi thọ, vì cái hạnh phúc lớn nhất là được sống trên trái đất."*

Tôi vớ được câu nói trên từ một tài liệu văn học tiếng Việt. Không biết một chữ tiếng Nga lại thiếu nguồn đối chiếu, tôi không chắc người dịch có bao nhiêu phần đúng bao nhiêu phần sai. Cái mệnh đề "*vì sức khỏe và tuổi thọ*" khiến tôi thắc mắc. Sáng tác theo Chủ nghĩa Hiện thực Xã hội chủ nghĩa sẽ khỏe như voi và sống lâu trăm tuổi ư? Còn nếu bạo gan đi ngược lại thì nhà nước sẽ cho đi cải tạo mút mùa, ắt hẳn sức khỏe sẽ yếu kém và chết sớm? Thú thật, tôi không đủ kiến thức và ngôn từ để phản biện cái triết học rối mù ấy. Vì vậy, tôi xin mượn lời nhà thơ Czeslaw Milosz. Ông này hay lắm, người ta gọi ông là nhà thơ của lương tâm nhân loại. Ông nói giản dị như thế này về Chủ nghĩa Hiện thực Xã hội chủ nghĩa, dễ hiểu hơn cái ông Gorky kia nhiều, và chính xác trăm phần trăm:

"*Biện chứng: Tôi tiên đoán căn nhà sẽ cháy; đoạn tôi đổ xăng lên bếp lửa, căn nhà cháy rụi; tiên đoán của tôi đúng. Biện chứng: Tôi tiên đoán một tác phẩm nghệ thuật mà không tương hợp với Hiện thực Xã hội chủ nghĩa thì chỉ đáng vứt đi; đoạn tôi bắt nhà nghệ sĩ sáng tác trong những điều kiện chỉ có thể tạo ra những tác phẩm đáng vứt đi; tiên đoán của tôi đúng.*"

Stalin đã áp đặt cái chủ nghĩa ấy làm phương pháp sáng tác chủ đạo cho *tất cả* các bộ môn văn nghệ trong xã hội Xô Viết, và dần dà nó được truyền tụng sang các quốc gia khác trong cộng đồng xã hội chủ nghĩa, trong đó có Bắc Việt Nam. Kết quả như thế nào thì chúng ta đã quá rõ, chẳng cần nhắc lại nơi đây.

Trong khi đó, sau Hiệp định Geneva 1954, một số họa sĩ miền Bắc di cư vào Nam như Thái Tuấn, Duy Thanh, Ngọc Dũng, Tạ Tỵ... cùng một số du học từ châu Âu trở về Sài Gòn đem theo những quan niệm sáng tác của Chủ nghĩa Hiện đại, tất cả đã góp phần tạo một luồng gió mới cho sự phát triển văn hóa miền Nam nói chung, mỹ thuật hiện đại Việt Nam nói riêng, mà trung tâm là thủ đô Sài Gòn lúc đó. Được tiếp cận với sách vở và tạp chí nghệ thuật Tây phương, được tham gia các cuộc triển lãm quốc tế (tại Việt Nam hoặc nước ngoài), không bị con chó ngao biện chứng Hiện thực Xã hội chủ nghĩa canh chừng ngày đêm, các họa sĩ miền Nam tha hồ tiếp cận và tiếp thu nhanh chóng các trường phái của Chủ nghĩa Hiện đại như Tượng trưng, Siêu thực, Trừu tượng, Biểu hiện, Biểu Trừu tượng, Dã thú, Lập thể, v.v... Nhờ thế, nền nghệ thuật tạo hình Sài Gòn từ chỗ còn non yếu đã mau chóng phát triển bằng những bước dài chững chạc, có khả năng diễn ngôn cùng một ngôn ngữ hội họa chung thế giới.

Sau cột mốc cuộc triển lãm quốc tế lần thứ nhất năm 1962 là cột mốc thứ hai, sự thành lập *Hội Họa Sĩ Trẻ* năm 1966 với sự tham gia của hầu hết các họa sĩ tài danh lúc đó như Nguyễn Trung, Trịnh Cung, Nguyễn Lâm, Nguyên Khai, Đinh Cường, Ngy Cao Nguyên, Hồ Hữu Thủ, Rừng, La Hon, Đỗ Quang Em, Hồ Thành Đức, Nguyễn Phước, Hoàng Ngọc Biên… Âm vang của *Hội Họa Sĩ Trẻ* cho đến tận ngày nay vẫn còn, chứng tỏ tầm ảnh hưởng của nó là không nhỏ. Điểm khác đáng lưu ý là, song hành với những nỗ lực cách tân với ảnh hưởng Tây phương rõ rệt, hội họa mang tính mỹ cảm truyền thống vẫn không ngừng chảy với các họa phẩm giá trị của các họa sĩ như Tú Duyên, Nguyễn Siên, Trần Văn Thọ… Và đặc biệt Nguyễn Gia Trí, người được xem là tiên phong trong lĩnh vực làm mới sơn mài, chinh phục giới thưởng ngoạn bằng một cảm xúc sâu lắng, hòa phối từ hai trường phái Phục hưng và Hiện đại; hay tranh lụa Lê Văn Đệ với đường lối đặc trưng tỏa sáng hương sắc bình dị, nhẹ nhàng, sâu lắng.

Xem thế, sự lớn mạnh của nền hội họa miền Nam trong giai đoạn 54-75, như nhà văn Ngô Thế Vinh trình bày trong cuốn sách của mình và như họa sĩ Trịnh Cung xác nhận, là sự phát triển theo quy luật tự nhiên nhờ vào những điều kiện tạo thuận từ bình diện học thuật, tư tưởng cho đến chính trị. Song hành với văn học, có thể xem đó là thời đại hoàng kim của hội họa Việt Nam mà trước đó hay sau này đều không thấy.

## 7.

Tuyển tập *Chân Dung Văn Học Nghệ Thuật & Văn Hóa* của nhà văn Ngô Thế Vinh không phải là một cuốn sách *Who's Who* về các nhà làm văn nghệ, văn hóa Việt Nam. Nó không có tham vọng vẽ lại toàn cảnh hay nghiên cứu chuyên sâu một tác giả nào. Nó mang tính cách tâm tình nhiều hơn. Nó cũng không tán rộng các điểm phụ bên ngoài đời sống văn học nghệ thuật. Đọc xong cuốn sách, chúng ta không rõ trong hoàn cảnh nào nhà văn Nhật Tiến viết cuốn *Thềm Hoang*, hoặc nhân vật nữ trong tiểu thuyết *Một Chủ Nhật Khác* của Thanh Tâm Tuyền là ai ngoài đời, v.v… Những điều đó hình như không quan hệ lắm đối với giới nghiên cứu văn học Việt Nam. Nhưng nhà văn Ngô Thế Vinh đã cho chúng ta cái nhìn bao quát đa chiều kích về một thời kỳ văn học – theo lời nhà văn Võ Phiến – kém may mắn (vì thiếu phê bình) và bất hạnh (vì bị hủy diệt). Cuốn sách còn là một kho tư liệu rất quý, vô cùng hữu ích cho những ai muốn tìm hiểu sâu thêm. Đối với bằng hữu văn nghệ, đối với những nhân vật nhà văn Ngô Thế Vinh hằng ngưỡng mộ và kính trọng, đối với người đọc chúng ta, ông quả đã làm tròn điều ông muốn làm, đó là, *"Của tin gọi một chút này làm ghi."*

*TRỊNH Y THƯ*
*10/2017*

## TRỊNH Y THƯ

Sinh 1952 tại Hà Nội. Viết văn, làm thơ, dịch. Nguyên Chủ bút tạp chí Văn Học (California). Đương chăm sóc cơ sở xuất bản Văn Học Press; Chủ bút Việt Báo Weekly.

**Tác phẩm dịch đã xuất bản:** *Đời nhẹ khôn kham* (The Unbearable Lightness of Being – Milan Kundera); *Căn phòng riêng* – Virginia Woolf; *Jane Eyre* – Charlotte Brontë; *Gặp gỡ với định mệnh* – nhiều tác giả; *Tập sách cái cười & sự lãng quên* (The Book of Laughter and Forgetting – Milan Kundera).

Sáng tác đã xuất bản: *Người đàn bà khác* (tập truyện); *Chỉ là đồ chơi* (tạp bút); *Phế tích của ảo ảnh* (thơ); *Theo dấu thư hương* (tạp luận). Hiện định cư tại California, Hoa Kỳ.

ĐS

## NGUYỄN TÀI NGỌC

### ĐỌC SÁCH "TUYỂN TẬP CHÂN DUNG VĂN HỌC NGHỆ THUẬT & VĂN HÓA" CỦA NGÔ THẾ VINH

Vài tuần trước đây anh Hân gửi cho tôi một quà tặng, nói là của anh Ngô Thế Vinh gửi. Mở bọc giấy ra, tôi thấy quyển sách "Tuyển tập Chân dung Văn học Nghệ thuật & Văn hóa", tác giả Ngô Thế Vinh. Sách bán ở Amazon, ấn bản màu $71.20, ấn bản đen trắng $29 dollars. Hoặc có thể liên lạc với vietecologypress@gmail.com.

*Ngô Thế Vinh (Ảnh: Uyên Nguyên)*

Thú thật là lâu lắm rồi tôi không đọc sách. Lý do là vì vợ tôi. Nàng mê đọc sách. Ở nhà đọc sách, du lịch đọc sách, đi cruise cũng đọc sách. Buổi tối ở nhà tuy rằng cả hai vợ chồng leo lên giường cùng một lúc, nhưng trong khi tôi mơ tưởng đến chuyện ái tình Hùng Cường và Mai Lệ Huyền trong phim "Mãnh lực đồng tiền" thì vợ tôi cầm iPad say mê đọc sách hết trang này đến trang khác. Ban đầu thì tôi còn ráng thức chờ đợi, nhưng vì tôi dậy rất sớm, 4:30, 5:00 giờ sáng nên chỉ trong vòng 15, 20 phút là tôi mệt quá lăn đùng ra ngủ.

Lần đầu tiên thấy nàng đọc quá lâu mà tôi trong tình trạng đê sắp vỡ, tôi đã lịch sự không dám nói thẳng với nàng là *"Tắt đèn, cất iPad, đi ngủ đi em"*. Tôi khéo léo đánh Morse code, phất cờ Hải quân làm tín hiệu, đốt khói như người Mọi da đỏ truyền thông tin, đủ mọi cách cố tình cho nàng biết thế nhưng nàng vẫn tảng lờ giả điếc không hay không thấy nên từ đó đến nay tôi đành câm nín tuân theo định luật chuyển động của Newton: nếu vợ không bị chồng chi phối hay khều khều thì nàng sẽ tiếp tục việc đọc sách, chẳng để ý gì đến chồng.

Đọc sách do đó ngăn ngừa và cản trở tình yêu lâm ly bi đát của hai vợ chồng chúng tôi. Vì đọc sách mà vợ tôi thờ ơ nhiệm vụ quan trọng số một trong đời sống vợ chồng. Vì thế mà tôi ghét lây ra sách, chẳng buồn đọc nữa.

Thế nhưng khi mở quyển sách "Tuyển tập Chân dung Văn học Nghệ  thuật & Văn hóa"  lướt qua hơn 400 trang giấy, tôi thích ngay lập tức vì có nhiều ảnh đen trắng lẫn ảnh màu. Nó làm tôi tò mò vì liệt kê nhiều nhà văn tên tuổi, kèm theo dung nhan mùa Hạ (đích thị là *tên tuổi* vì các bậc viết lách ở đây đều vào tuổi già kỳ cựu).

Khi nói đến văn học nghệ thuật, văn thi sĩ có điểm bất lợi lớn so với ca sĩ: ca sĩ nổi tiếng hơn. Ảnh hưởng của ca sĩ trải rộng đến khắp các tầng lớp, từ lao động đến trí thức, từ tôn giáo đến chính trị. Một chị người làm ngồi giặt quần áo ban tối không có điện vừa chà quần áo vừa hát: *"Phố đêm đèn mờ giăng giăng màu trắng như màu đen tắt đèn tối thui..."*, hoặc anh sãi tu ở trong chùa ngồi ngâm nga: *"Sao em không đến chiều nay thứ Bảy? Sao em không lại đường vắng em đi?"*, hay vua Tự Đức hát bài: *"Khi vua kéo quân về tình cờ gặp một giai nhân..."* là một hình ảnh rất có thể xảy ra.

Ảnh hưởng của văn sĩ trong xã hội thì ngược lại: có giới hạn. Chị Hai bán vịt lộn hay anh Tùng tốt nghiệp kỹ sư chưa chắc là đã đọc *Sau Giờ Giới Nghiêm* của Mai Thảo, *Bắt Trẻ Đồng Xanh* của

Võ Phiến, *Gìn Vàng Giữ Ngọc* của Doãn Quốc Sỹ, *Thềm Hoang* của Nhật Tiến, hay *Tháng Ba Gãy Súng* của Cao Xuân Huy.

Văn sĩ có thể không có thể nổi tiếng bằng ca sĩ, nhưng các tác phẩm văn chương theo thời gian sẽ trường tồn trong khi nhạc phẩm sẽ biến mất trong ký ức của các thế hệ về sau. Tác phẩm "*Anh phải sống*" của Khái Hưng và Nhất Linh là một thí dụ. Trăm năm sau nó vẫn còn nằm trong kho tàng văn học Việt Nam, trong khi Lệ Quyên có hát "*Kiếp cầm ca*" hay đến mấy, "*khi biết em mang kiếp cầm ca, đêm đêm phòng trà dâng tiếng hát cho người đời bỏ tiền mua vui, hỏi rằng anh ơi còn yêu em nữa không...?*" nó cũng sẽ biến mất như những xóm hẻm "Khu văn hóa" ở Sài Gòn.

Chính vì lý do này mà "Tuyển tập Chân dung Văn học Nghệ thuật & Văn hóa" là một quyển sách giá trị cho văn học Việt Nam, đặc biệt nếu chúng ta nghĩ đến rất nhiều tác phẩm của các nhà văn học thời VNCH đã từng bị chính quyền Cộng sản Bắc Việt ra lệnh thiêu hủy sau khi chiếm miền Nam tháng 4 năm 1975.

"Tuyển tập Chân dung Văn học Nghệ thuật & Văn hóa" là một công trình biên soạn công phu về 16 nhà văn Việt Nam nổi tiếng thời VNCH cùng tác phẩm của họ, cộng thêm hai nhà khoa học, xếp theo thứ tự năm sinh (danh sách tôi chép ở phần cuối bài viết). Nhà văn Việt Nam nổi tiếng trước 1975 thì khá nhiều, không thể nào nhớ hay viết cho hết trong một quyển sách, như Bình Nguyên Lộc, Doãn Quốc Sỹ, Nhã Ca, Trần Dạ Từ, Hà Thúc Sinh, Viên Linh, Túy Hồng, Lê Tất Điều, Phan Nhật Nam, Duyên Anh, Nguyễn Thụy Long, Dương Hùng Cường, Hồ Hữu Tường, Vũ Hoàng Chương, Nguyễn Mạnh Côn, Vũ Khắc Khoan... (xin lỗi nếu tôi có để sót tên ai). Đây chỉ là một số nhà văn tác giả liên hệ nhiều nhất.

Mỗi biên soạn về một tác giả không những Ngô Thế Vinh cho biết tiểu sử, sinh hoạt đời sống, mà còn kèm theo hình ảnh chân dung của tác giả, bạn hữu liên hệ, hình ảnh sách báo, thủ bút thơ tay, liệt kê tác phẩm, những mẩu chuyện giao dịch văn học & xã hội giữa Ngô Thế Vinh và tác giả. Cộng thêm câu văn ngắn gọn, quyển sách trở nên linh động và lôi cuốn người đọc. Cảm tưởng của tôi khi đọc là sách viết chi tiết, kèm theo tư liệu rất tỉ mỉ; bảo đảm tác giả phải mất một thời gian khá lâu, nhất định là hơn chín tháng mười ngày mới viết và soạn xong sách.

Một đặc biệt hiếm người viết sách nào có thể có là không những Ngô Thế Vinh là một nhà văn, ông còn là bác sĩ. Vì thế, trong khi 82 triệu người ở Việt Nam khi chết chỉ vì một lý do... trúng gió, Ngô Thế Vinh giải thích cho chúng ta biết rõ bệnh tình của mỗi tác giả trong sách như thế nào. Chẳng hạn như Nguyễn Xuân Hoàng đau lưng ban đầu tưởng là chỉ "thoái hóa cột sống" nhưng sau này khám nghiệm ra là bị một căn bệnh hiếm khác: sarcoma ở sống lưng, hay Đinh Cường bị prostate cancer ung thư tuyến tiền liệt nhưng theo bác sĩ Ngô Thế Vinh thì vì tiến bộ y khoa nên có thể chữa dễ dàng: có người bị ung thư tuyến tiền liệt lúc 30 tuổi nhưng vẫn sống đến 90. Tôi đọc đến câu này mà thở dài nhẹ nhõm vì tuy rằng tôi không bị prostate cancer, tôi bị prostatitis. Cả hai chữ "prostate cancer" và "prostatitis" đều có chữ "*prostate*", nên trước đây tôi tự cảm thấy mình nên ... run là vừa.

Có đọc sách này mới biết là các nhà văn thời VNCH đều bị Cộng Sản ghép tội tác phẩm của họ là đồi trụy và ai cũng bị gửi đi cải tạo. Một số chết trong tù, một số vượt biên. Mai Thảo là một trường hợp đặc biệt: ông ta gan lỳ không ra trình diện, trốn chui trốn nhủi trong vòng hai năm trời, và rồi vượt biên thành công. Trong số người xả thân giúp Mai Thảo trốn, Ngô Thế Vinh nêu ra một người đặc biệt: "*phải kể tới Nhã Ca rất can trường, với cả một đàn con, chồng thì còn trong tù, bị canh chừng theo dõi nhưng đã bất chấp hiểm nguy che giấu Mai Thảo trong một căn nhà trên đường Tự Do cho tới khi Mai Thảo đi thoát được như một thuyền nhân tới Mã-Lai*".

Có hai điều thú vị đối với riêng tôi, tôi chỉ biết khi đọc quyển sách này là:

Thứ nhất, nhà văn Nhất Linh Nguyễn Tường Tam chống đối chính quyền Ngô Đình Diệm nên bị bắt bỏ tù (theo Wikipedia, Nhất Linh ủng hộ Đại Tá Nguyễn Chánh Thi và Trung Tá Vương Văn Đông đảo chính nhưng cuộc đảo chính thất bại). Đến ngày ra tòa xử thì Nhất Linh uống độc dược quyên sinh, viện lý do không một ai ngoài lịch sử mới có thể xử ông. Ông tự vẫn vào ngày 7-7-1963, sau khi Thượng Tọa Thích Quảng Đức tự thiêu, cũng vì lý do chống chính quyền Ngô Đình Diệm.

Thứ hai, theo sách "Tác giả Việt Nam" của Lê Bảo Hoàng sưu tập, ba họa sĩ vẽ tranh và trình bày bìa sách nhiều nhất ở hải ngoại là Khánh Trường, Đinh Cường, và Nguyên Khai. Tôi đã có dịp đến nhà Khánh Trường và được anh cho xem tranh anh vẽ. Nhờ sách này mà tôi được biết thêm vài tranh vẽ tuyệt đẹp của hai họa sĩ kia, Đinh Cường và Nguyên Khai.

Những nhà văn nổi tiếng đều là những người có công đóng góp cho nền văn học Việt Nam. Trong khi họ viết những bài đầu tay gửi đăng báo thì tôi nằm trên gác ê a *"Cho tôi được một lần nhìn em trong phòng tắm, được một lần nhìn em cởi soutien..."*, *"Ước gì nhà mình chung vách, anh khoét tường anh đến với em..."*. Trong khi họ đã có tác phẩm in thành sách thì tôi ngồi trong rạp Đại Đồng trên đường Cao Thắng xem phim "For A Few Dollars More" với Clint Eastwood,

Trong khi họ ngồi trong tù cải tạo vì tác phẩm của họ bị xếp loại vào hạng đồi trụy thì tôi mê say được lái xe trên freeway nơi xứ Mỹ. Phải có những người khác, trong nước hay hải ngoại, tiếp tục cầm đuốc nối tiếp họ đóng góp vào kho tàng văn học của nước nhà.

Một sự thật lý thú mà sách này chứng minh: văn thi sĩ thường là người Bắc hay người Trung. Trong 16 tác giả thì 8 là người Bắc, 7 là người Trung, chỉ có 1 là người Nam (vợ chồng hai nhà văn Trần Dạ Từ & Nhã Ca cũng là một miền Bắc, một miền Trung, không có miền Nam). Lý do dễ hiểu là khác với miền Nam có đất phì nhiêu trồng trọt, có sông lắm nhánh để bắt cá, người miền Bắc và miền Trung nghèo khó cạp đất mà ăn. Có khổ thì mới có động cơ viết lách.

Tôi tuy là người Bắc nhưng sinh trong Nam nên miền Nam có một cảm tình đặc biệt trong tâm khảm tôi. Chúng ta không thể nào để miền Nam thua xa hai miền Bắc, Trung như thế. Chúng ta phải áp dụng chính sách *đổi mới* để đào tạo nhân tài người miền Nam. Tôi đề nghị các phụ nữ miền Nam khi có bầu sắp sinh thì nên ra Bắc sinh con ở chợ Long Biên, Hà Nội, hay sinh con ở dãy Trường Sơn nơi dù là Trường Sơn Đông, Trường Sơn Tây, cả hai nơi đều đất cày lên sỏi đá. Chẳng chóng thì chầy những đứa bé gốc Nam Kỳ này sẽ được Bắc Kỳ hóa, Trung Kỳ hóa, để rồi trở thành những nhà văn miền Nam lỗi lạc.

**Và sau đây là danh sách những tác giả trong sách:**

**1. Mặc Đỗ (1917-2015)**: Tên thật Đỗ Quang Bình. Sinh ở Hà Nội. Mất năm 98 tuổi tại Austin, Texas.

**2. Như Phong (1923-2001):** Tên thật Lê Văn Tiến. Sinh ở Bắc Việt. Sang Mỹ năm 1994. Mất năm 78 tuổi tại Fairfax, Virginia.

**3. Võ Phiến (1925-2015):** Tên thật Đoàn Thế Nhơn. Sinh ở Bình Định. Mất năm 90 tuổi ở Santa Ana, California.

**4. Linh Bảo (1926- ):** Tên thật Võ Thị Diệu Viên. Sinh ở Huế. Hiện sống ở Nam California

**5. Mai Thảo (1927-1998):** Tên thật Nguyễn Đăng Quý. Sinh ở Nam Định. Sang Mỹ năm 1978. Mất năm 71 tuổi ở Santa Ana.

**6. Dương Nghiễm Mậu (1936-2016):** Tên thật Phí Ích Nghiễm. Sinh ở Hà Đông. Mất năm 80 tuổi ở Sài Gòn.

**7. Nhật Tiến (1936-2020):** Tên thật Bùi Nhật Tiến. Sinh năm 1936 ở Hà Nội. Sang Mỹ 1980. Mất năm 84 tuổi ở Nam California.

**8. Nguyễn Đình Toàn (1936-2023):** Sinh ở Bắc Ninh. Sang Mỹ năm 1998. Mất năm 87 tuổi ở Nam California.

**9. Thanh Tâm Tuyền (1936-2006):** Tên thật Dzư Văn Tâm. Sinh ở Nghệ An. Sang Mỹ năm 1993. Mất năm 70 tuổi ở Saint Paul, Minnesota.

**10. Nguyễn Xuân Hoàng (1937-2014):** Sinh ở Nha Trang. Sang Mỹ năm 1985. Mất năm 77 tuổi ở Bắc California.

**11. Hoàng Ngọc Biên (1938-2019):** Sinh ở Quảng Trị. Sang Mỹ năm 1991. Mất năm 81 tuổi ở San Jose, California.

**12. Đinh Cường (1939-2016):** Tên thật Đinh Văn Cường. Sinh tại Bình Dương. Sang Mỹ năm 1989. Mất năm 77 tuổi ở Virginia.

**13. Nghiêu Đề (1939-1998):** Tên thật Nguyễn Tiếp. Sinh ở Quảng Ngãi. Mất năm 59 tuổi ở San Diego, California.

**14. Nguyên Khai (1940-    ):** Tên thật Nguyễn Phước Bửu Khải. Sinh tại Huế. Sang Mỹ năm 1981. Hiện cư ngụ ở Nam California.

**15. Cao Xuân Huy (1947- 2010):** Sinh ở Bắc Ninh. Sang Mỹ năm 1983. Mất năm 63 tuổi ở Nam California.

**16. Phùng Nguyễn (1950-2015):** Tên thật Nguyễn Đức Phùng. Sinh ở Quảng Nam. Sang Mỹ năm 1984. Mất năm 65 tuổi ở Maryland, Hoa Kỳ.

**và hai nhà khoa học:**

**1. Giáo sư Bác sĩ Y khoa Phạm Biểu Tâm (1913-1999):** Sinh ở Huế. Mất năm 86 tuổi tại Hoa Kỳ.

**2. Giáo sư Khoa học Phạm Hoàng Hộ (1929-2017):** Sinh ở Cần Thơ. Mất năm 88 tuổi ở Montréal, Canada.

*NGUYỄN TÀI NGỌC*
*December 2017*

## NGUYỄN TÀI NGỌC

Nhà văn, nhà thơ, tên thật Nguyễn Tài Ngọc, sinh năm 1958 tại Sài Gòn. Di tản sang Hoa Kỳ tháng Tư, 1975. Kỹ sư điện toán. Định cư tại Nam California. Bắt đầu viết từ 2004. Cùng nhà thơ Lê Hân chủ trương trang www.SaigonOcean.com.

**Tác phẩm:** *Xin Em Tấm Hình* (truyện ngắn, thơ, Nxb Nhân Ảnh 2009), *Bắc Kỳ* (truyện ngắn, Nxb Nhân Ảnh 2016).

# NGUYỄN VĂN TUẤN

## Giới Thiệu Tuyển Tập II Chân Dung Văn Học Nghệ Thuật Và Văn Hóa Của Ngô Thế Vinh

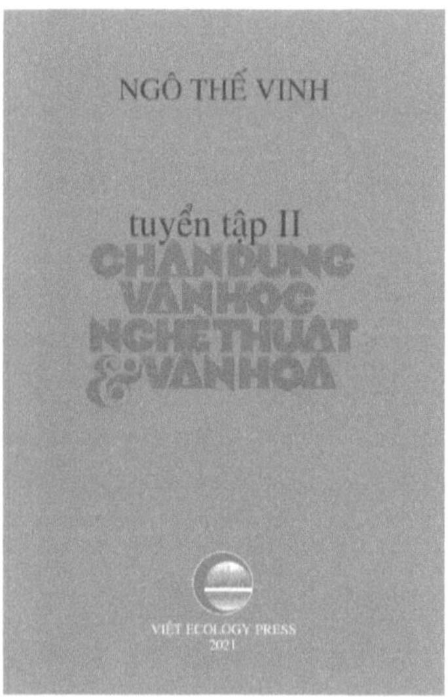

"Tuyển tập II chân dung văn học nghệ thuật và văn hóa" *là một công trình mới của Nhà văn Ngô Thế Vinh, giới thiệu 15 văn nghệ sĩ và nhà văn hóa thành danh thời trước 1975 ở miền Nam Việt Nam. Những tác phẩm, chân dung và chứng từ trong tuyển tập này minh chứng cho một nền văn nghệ nhân bản, năng động và đột phá đã bị bức tử sau biến cố 30/4/1975. Do đó, tuyển tập là*

*một nguồn tham khảo quý báu về di sản của nền văn nghệ và giáo dục thời Việt Nam Cộng Hòa.*

*

Để cảm nhận đầy đủ ý nghĩa của Tuyển tập này, cần phải điểm qua diễn biến của nền giáo dục và văn nghệ miền Nam thời Việt Nam Cộng Hòa trước và sau 1975. Việt Nam Cộng Hòa (VNCH) chỉ tồn tại vỏn vẹn 20 năm. Nhưng trong một quãng thời gian tương đối ngắn ngủi đó, VNCH đã để lại một di sản quý báu về một nền giáo dục mà ngày nay có người '*tiếc nuối vô bờ bến*'. Nền giáo dục VNCH được xây dựng trên ba trụ cột Nhân Bản, Dân Tộc và Khai Phóng. Nhân Bản là lấy con người làm gốc, là cứu cánh chứ không phải phương tiện của đảng phái nào. Trụ cột Dân Tộc là nền giáo dục đó có chức năng bảo tồn phát huy các giá trị truyền thống của dân tộc. Trụ cột Khai Phóng là nền tảng để nền giáo dục tiếp nhận những thành tựu và kiến thức khoa học kỹ thuật trên thế giới, tiếp nhận tinh thần dân chủ và các giá trị văn hóa nhân loại, giúp cho Việt Nam hội nhập thế giới.

**Ngoài giáo dục, VNCH còn để lại một di sản đồ sộ về văn học - nghệ thuật. Người viết bài này cảm thấy mình may mắn vì lớn lên và được thụ hưởng những tác phẩm trong nền văn học đậm chất nhân văn đó, được tiếp xúc với những tư tưởng mới từ phương Tây qua những sách dịch và sách triết học. Nếu phải mô tả một cách ngắn gọn nền văn nghệ đó, tôi sẽ tóm tắt trong bốn chữ:** *nhân bản, tươi tắn, năng động,* và *đột phá*. Tính nhân bản và tươi tắn có thể thấy rõ qua những tác phẩm thơ và nhạc được giới thanh niên yêu thích. Tính năng động và đột phá được minh chứng qua những diễn đàn quan trọng như tạp chí Bách Khoa, từng làm say mê chúng tôi một thời. Nhà văn Võ Phiến từng nhận xét rằng "*Trước và sau thời 1954 - 1975, không thấy ở nơi nào khác trên đất nước ta, văn học được phát triển trong tinh thần tự do và cởi mở như vậy.*"

Tuy nhiên, sau biến cố 1975, nhà cầm quyền mới với chủ trương "chuyên chính vô sản" đã có nhiều biện pháp nhằm hủy diệt những di sản đó. Với sự phụ họa của một số cây bút ngoài

Bắc và một số người 'nằm vùng' trong Nam, họ kết án rằng nền văn nghệ VNCH là "*văn học thực dân mới*" hay "*văn học tư sản*" có mục đích phục vụ cho thực dân. Họ quy chụp cho các tác giả miền Nam là "*những tên biệt kích văn hóa*", "*phản động và suy đồi*", "*thù địch với nhân dân*", "*phục vụ đắc lực nhất cho Mỹ Ngụy*". Không chỉ vu khống và quy chụp, nhà cầm quyền còn phát động nhiều chiến dịch lùng sục tịch thu và tiêu hủy **sách báo cũ, và bắt giam nhiều tác giả nổi tiếng trong các trại tập trung để** "*cải tạo tư tưởng*". Chiến dịch tiêu diệt di sản của nền văn nghệ VNCH được thực hiện một cách có tổ chức và kéo dài đến 20 năm.

Hậu quả của sự vùi dập đó là một thế hệ người Việt hoặc là không hiểu biết gì về nền văn nghệ VNCH, hoặc là hiểu biết một cách méo mó do chánh sách tuyên truyền gây ra.

Tuy nhiên, trong thời gian chừng 10 năm trở lại đây, quan điểm của giới cầm quyền về nền văn nghệ VNCH đã thay đổi đáng kể. Theo thời gian, họ đã nhận thức rằng nền văn nghệ thời VNCH là một di sản văn nghệ của dân tộc. Theo đó, nhiều tác phẩm văn học và sách khảo cứu văn hóa thời VNCH đã được tái xuất bản, và khá nhiều nhạc phẩm sáng tác từ trước 1975 đã được 'cho phép' lưu hành. Nhiều tác giả từng bị vu cáo là 'biệt kích văn hóa' cũng được ghi nhận đúng đắn. Theo một ước tính gần đây, đã có chừng 160 tác giả thời VNCH đã được 'phục dựng'.

Song song với sự ghi nhận giá trị của nền văn nghệ VNCH, người ta cũng bắt đầu tìm hiểu và đánh giá đúng hơn về nền giáo dục VNCH. Ở miền Bắc Việt Nam trước 1975 và Việt Nam sau 1975 nền giáo dục không có triết lý giáo dục. Người ta loay hoay đi tìm một triết lý giáo dục cho Việt Nam, nhưng dù đã có nhiều cố gắng mà vẫn chưa đi đến một sự đồng thuận, có lẽ vì sự chi phối quá nặng nề của thể chế toàn trị.

Những nhận thức mới đó và sự loay hoay đi tìm một triết lý giáo dục hiện nay gián tiếp nói lên rằng *nền văn nghệ và giáo dục VNCH đã đi trước thời đại.*

Trong bối cảnh đó, Tuyển tập chân dung văn nghệ sĩ của Nhà văn Ngô Thế Vinh là một đóng góp có ý nghĩa. **Tuyển tập I** bao gồm 'chân dung' của 16 tác giả và 2 nhà giáo: Mặc Đỗ, Như Phong, Võ Phiến, Linh Bảo, Mai Thảo, Dương Nghiễm Mậu, Nhật Tiến, Nguyễn Đình Toàn, Thanh Tâm Tuyền, Nguyễn-Xuân Hoàng, Hoàng Ngọc Biên, Đinh Cường, Nghiêu Đề, Nguyên Khai, Cao Xuân Huy, Phùng Nguyễn, Phạm Biểu Tâm và Phạm Hoàng Hộ. Trong **Tuyển tập II**, bạn đọc sẽ 'gặp' 15 tác giả: Nguyễn Tường Bách & Hứa Bảo Liên, Tạ Tỵ, Trần Ngọc Ninh, Lê Ngộ Châu, Nguyễn Văn Trung, Hoàng Tiến Bảo, Lê Ngọc Huệ, Nghiêm Sỹ Tuấn, Đoàn Văn Bá, Mai Chửng, Trần Hoài Thư & Ngọc Yến, Phan Nhật Nam, John Steinbeck, và đặc biệt là Dohamide (Đỗ Hải Minh).

Viết chân dung của những tác gia là một việc rất khó khăn, nhưng Nhà văn Ngô Thế Vinh đã có một 'công thức' dung hòa giữa thông tin về cá nhân và thông tin về tác phẩm của họ. Không giống như các tuyển tập văn học khác thường chú trọng vào tác phẩm, Nhà văn Ngô Thế Vinh tập trung vào tác giả và hoàn cảnh sáng tác. Do đó, mỗi tác giả được mô tả bằng một tiểu sử ngắn, những tác phẩm chánh, và đặc biệt là những tâm tư cũng như hoàn cảnh ra đời của các tác phẩm. Qua những thông tin đó, có thể dễ dàng phác họa các tác giả như sau:

- Nguyễn Tường Bách: nhà cách mạng gian truân & Hứa Bảo Liên: nhà văn gốc Hoa mang tâm hồn Việt.
- Tạ Tỵ: một họa sĩ tiên phong và một nghệ sĩ đa tài.
- Trần Ngọc Ninh: một đời mang ước vọng duy tân cho Việt Nam.
- Lê Ngộ Châu: linh hồn của diễn đàn Bách Khoa khai phá những cái mới.
- Nguyễn Văn Trung: lập thuyết gia cánh tả nhiều lận đận.
- Hoàng Tiến Bảo: một thầy thuốc lớn.
- Lê Ngọc Huệ: điêu khắc gia làm tỏa sáng sự mầu nhiệm Mân Côi.
- Nghiêm Sỹ Tuấn: một tấm gương trí thức - y sĩ dấn thân thời chiến.
- Đoàn Văn Bá: một tấm gương sáng về lòng dũng cảm và y đức của một y sĩ.

• Mai Chửng: một tượng đài của cây lúa miền Tây.

• Trần Hoài Thư & Ngọc Yến: người nâng niu và bảo tồn di sản văn học nghệ thuật VNCH.

• Phan Nhật Nam: một cây bút nhà binh sắc bén và phân định chánh trị rạch ròi.

• Dohamide: một nhà khảo cứu văn hóa Chàm ôn hòa và đầy trăn trở.

• John Steinbeck: nhà văn cánh hữu với những trang viết thật về cuộc chiến Việt Nam.

Một trong những nhân vật mà tôi nghe nhiều trước đây, nhưng qua Tuyển tập này mới biết hơn: đó là ông **Lê Ngộ Châu**, chủ bút Tạp chí *Bách Khoa*. Có thể xem ông là một nhà báo. Có thể ông không lừng danh như các tác giả *Mai Thảo, Du Tử Lê, Doãn Quốc Sỹ, Tô Thùy Yên, Thanh Tâm Tuyền, v.v..., nhưng ông là người* giúp cho họ nổi tiếng *qua tạp chí Bách Khoa. Đối với tôi, tạp chí Bách Khoa là một diễn đàn trí thức quan trọng nhứt nhì ở miền Nam về văn hóa, văn nghệ, xã hội, kinh tế, và cả chánh trị. Qua 426 số báo từ 1957 đến 1975, Bách Khoa đã giới thiệu hơn 100 tác giả đến công chúng, những người sau này trở thành nổi tiếng. Những người tử tế ngoài Bắc trước 1975 nhận xét rằng Bách Khoa là một tạp chí nghiêm chỉnh, ngôn ngữ đàng hoàng, và là diễn đàn qua đó họ hiểu các vấn đề ở miền Nam. Qua Tuyển tập II, độc giả sẽ biết rằng ông Lê Ngộ Châu là 'linh hồn' của tạp chí Bách Khoa.*

*Nếu ông Lê Ngộ Châu là người tạo ra di sản văn hóa, thì Nhà văn* ***Trần Hoài Thư và*** *phu nhân* ***Nguyễn Ngọc Yến*** *là người phục hồi di sản đó*. Nhà văn Trần Hoài Thư từng là một nhà giáo, quân nhân, đi tù cải tạo, và khi sang Mỹ thì thành chuyên gia về điện toán. Nhưng trước và trên hết, Trần Hoài Thư là người của văn chương. Ông khởi sự viết văn từ năm 1964, và từng có bài trên tạp chí Bách Khoa. Dù bị chi phối bởi 'cơm, áo, gạo, tiền' trong đời sống ở Mỹ, nhưng hai vợ chồng Trần Hoài Thư và Nguyễn Ngọc Yến dành nhiều thời gian cất công sưu tầm, hệ thống hóa, điện toán hóa, và kết quả là một thư mục quý báu về các tác phẩm văn học ở miền Nam Việt Nam trước 1975. Ông thổ lộ rằng "... *nhờ văn chương mà tiếng chuông ngân vang, như những niềm vui lẫn tự hào kỳ diệu. Nhờ văn chương mà ta quên đi thân phận nhục nhằn, nhờ văn chương mà ta thấy ta cao lớn hơn bao giờ.*" Có thể nói một cách tự tin rằng so với những bài viết về Trần Hoài Thư trước đây, bài viết về Trần Hoài Thư trong Tuyển tập II là đầy đủ nhứt. Bài viết còn có những bức hình rất cảm động về đôi uyên ương này trong tuổi xế bóng. Sự tận tụy cho văn học của họ thật đáng ngưỡng phục.

Một học giả khác có nhiều đóng góp cho văn hóa học thuật trước 1975 là Giáo sư **Nguyễn Văn Trung**. Ông cũng là người có nhiều ảnh hưởng đến tư tưởng của sinh viên thời trước 1975 như tôi. Tuy thời đó (thập niên 1960 - 1970) ông còn tương đối trẻ, nhưng rất năng động trong các hoạt động văn hóa và học thuật. Ở tuổi 28, ông cùng với các đồng nghiệp ở Đại học Huế sáng lập ra các tạp chí nổi tiếng *Đại Học* (1958 - 1964). Sau đó, ông sáng lập các tạp chí như *Hành Trình* sau này là *Đất Nước* (1964 - 1966) và *Trình Bầy* (1970 - 1972). Có thể nói ông là một trí thức thiên tả, nên các tạp chí do ông phụ trách cũng mang màu sắc tả khuynh. Chẳng hạn như tạp chí *Hành Trình* tuyên bố chủ trương '*làm cách mạng xã hội không cộng sản*'. Hành trình trí thức của ông khá lận đận trong một Việt Nam với nhiều chao đảo. Nhưng những lận đận của một trí thức như ông là một bài học *kinh nghiệm cho thế hệ trí thức tương lai.*

Một nhân vật quan trọng được đề cập trong Tuyển tập là nhà văn người Mỹ **John Steinbeck**, người được trao giải Nobel văn học năm 1962. Có thể xem John Steinbeck là một trí thức cánh hữu, vì ông công khai *ủng hộ sự tham chiến của Mỹ ở Việt Nam. Ông tin rằng "Nhà văn phải tin tưởng rằng điều hắn đang làm là quan trọng nhất trên thế giới. Và hắn phải giữ ảo tưởng ấy cho dù khi biết được điều đó là không thực." Ông không tin vào những bản tin về cuộc chiến Việt Nam của giới báo chí cánh tả, nên ông xung phong đi Việt Nam vào cuối năm 1966 để tận mắt nhìn thấy cuộc chiến và ghi lại cảm nhận cho riêng mình. Những cảm nhận và nhận định đó sau này được sưu tập thành một cuốn sách 'Dispatches from the War' (xuất bản 2012). Như Nhà văn*

*Ngô Thế Vinh nhận xét rằng những trang ông viết là* một bài học cho các thế hệ tương lai.

Tuyển tập dành nhiều trang cho họa sĩ Tạ Tỵ, và hai nhà điêu khắc Lê Ngọc Huệ và Mai Chửng. Những trang viết về **Tạ Tỵ** thật hấp dẫn, vì cuộc đời và sự nghiệp đa dạng. *Ông nổi tiếng là một họa sĩ, nhưng ông còn là người lính của hai chiến tuyến khác nhau, là tù nhân, là người tị nạn, và cũng là nhà văn. Cá nhân tôi biết đến Tạ Tỵ qua cuốn Phạm Duy Còn Đó Nỗi Buồn xuất bản trước năm 1975 và sau này là cuốn hồi ký Đáy Địa Ngục viết về những năm tháng ông đi tù cải tạo. Đó là những tác phẩm viết ra bởi 'người trong cuộc', nên chất chứa nhiều nỗi niềm về thân phận của người lính sau cuộc chiến và thân phận lưu vong.*

*Tuyển tập II có một tác giả mà tôi nghĩ rất mới đối với nhiều người: **Dohamide** hay **Đỗ Hải Minh**. Dohamide là người gốc Chàm (nay gọi là 'Chăm'), là một nhà khảo cứu về văn hóa và dân tộc Chàm. Từ năm 1962, ông là một trong những tác giả có nhiều bài viết khảo cứu về văn hóa Chàm cho tạp chí Bách Khoa. Tác giả Ngô Thế Vinh nhận xét rằng "Dohamide với suốt một cuộc đời đau đáu đi tìm về cội nguồn, chỉ mong sao phục hồi được nền văn hóa Champa như một căn cước của dân tộc Chăm nhưng rồi cuối đời Dohamide cũng phải đứng trước những 'Cộng đồng Chăm Đôi bờ'."* Tại sao đứng trước đôi bờ? Tại vì cộng đồng Chàm bị giằng co giữa một bên là mối hận 'mất nước' đòi ly khai và một bên là hòa nhập vào đại gia đình dân tộc Việt Nam. Dohamide muốn dùng văn hóa và những thành quả khảo cứu của ông để thuyết phục giới trẻ không bị lôi cuốn vào những trào lưu cực đoan. Trong bối cảnh căng thẳng giữa các sắc tộc, những học giả độc lập và ôn hòa như Dohamide có thể giúp cho các sắc tộc hiểu nhau hơn, và nhà cầm quyền hoạch định những chánh sách đem lại công bằng và nhân văn cho các sắc tộc.

*Những trang viết về các nhân vật* Nguyễn Tường Bách & Hứa Bảo Liên, Trần Ngọc Ninh, Hoàng Tiến Bảo, Nghiêm Sỹ Tuấn, Đoàn Văn Bá, và Phan Nhật Nam cũng giàu hàm lượng thông tin. Đó là những bài viết có nhiều dữ liệu mới chưa từng được công bố trước đây, giúp cho người đọc hiểu hơn về những suy tư đằng sau các tác phẩm của họ.

Một đặc điểm độc đáo của Tuyển tập là những hiện vật, hình ảnh, và thủ bút của tác giả. N*hững chứng từ mang tính lịch sử này rất đáng để thế hệ sau sử dụng làm chất liệu cho các nghiên cứu về văn học và văn hóa thời Việt Nam Cộng Hòa.* Trong thời gian gần đây, một người cầm quyền chánh trị cao nhứt ở trong nước phàn nàn rằng Việt Nam thiếu những tác phẩm hay và lớn, thì Tuyển tập này sẽ giúp cho người đó suy nghĩ lại.

Nhà văn Ngô Thế Vinh là một bác sĩ, nên văn phong của anh mang dáng dấp khoa học: trong sáng. Độc giả sẽ không tìm thấy những ngôn từ hoa mỹ hay những ví von thái quá trong Tuyển tập; thay vào đó là những trang mô tả sự việc đã xảy ra như thế nào, ở đâu, và lúc nào. Văn phong trong tuyển tập không có những mỹ từ, nhưng là những chữ chính xác, và do đó, độc giả chỉ có thể hiểu theo logic đường thẳng.

Nền văn nghệ và giáo dục VNCH là tập hợp nhiều tác giả và tác phẩm. Qua hai tuyển tập chân dung văn nghệ sĩ, Nhà văn Ngô Thế Vinh dìu dắt độc giả đi qua một hành trình văn học và văn hóa, và gặp những tác giả tiêu biểu đã có những đóng góp mang tính khai phá trong nền văn học nghệ thuật đó. Là một người trong cuộc và chứng nhân của cuộc chiến vừa qua, tác giả mô tả hành trình văn nghệ đã qua như là người thư ký của thời cuộc. Nhưng là một người lưu vong lúc nào cũng trăn trở về quê hương, **tác giả nhìn lại hành trình văn nghệ đã qua bằng một lăng kính mới, một cách hiểu mới, và đó chính là một đóng góp của ý nghĩa của Tuyển tập.**

*NGUYỄN VĂN TUẤN*
*Sydney, Australia 23/12/2021*

# TRẦN THỊ NGUYỆT MAI

## ĐỌC TUYỂN TẬP II
## CHÂN DUNG VHNT & VH CỦA NGÔ THẾ VINH

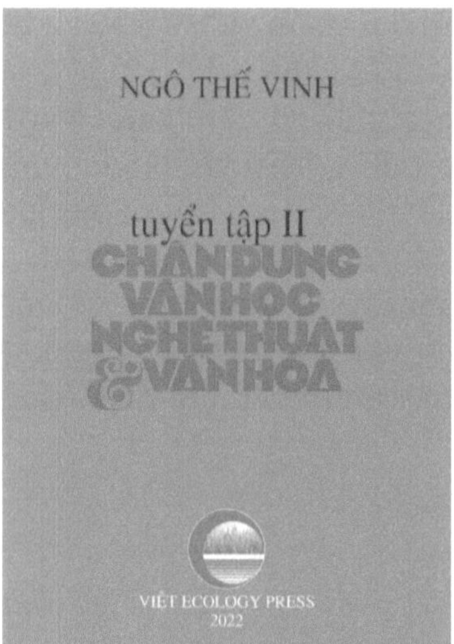


Ngô Thế Vinh là một tên tuổi không xa lạ trên văn đàn miền Nam từ những năm 1960. Khởi viết từ năm 22 tuổi với tiểu thuyết *Mây Bão* (Sông Mã, Saigon 1963) khi đang là sinh viên Y khoa Đại học đường Saigon. Rồi tiếp tục với những tiểu thuyết *Bóng Đêm* (Khai Trí, Saigon 1964) và *Gió Mùa* (Sông Mã, Saigon 1965) khi vẫn đang là sinh viên Y khoa. Ông cũng là một thành viên trong Ban biên tập, nguyên Tổng thư ký rồi Chủ bút báo sinh viên Tình Thương của trường Y Sài Gòn từ số đầu tiên ra mắt vào tháng 1-1964 cho đến khi báo đình bản năm 1966. Tiểu thuyết *Vòng Đai Xanh* (Thái Độ, Saigon 1970) được ấp ủ từ những ngày làm báo Tình Thương và viết xong 1969, một năm sau khi tốt nghiệp trường Y (1968) và đang là Y sĩ trưởng Liên Đoàn 81 Biệt Cách Dù, đã được trao giải thưởng Văn Học Nghệ Thuật Toàn

Quốc năm 1971 bộ môn Văn. Sau biến cố tháng Tư Đen, như tất cả những sĩ quan quân đội và viên chức thuộc chế độ Việt Nam Cộng Hòa, ông đã trải qua các trại cải tạo Suối Máu, Trảng Lớn, Đồng Ban, Bù Gia Mập… hơn ba năm trước khi định cư tại Hoa Kỳ (1983). Tại vùng dất mới, ông tiếp tục hoàn tất tập truyện ngắn *Mặt Trận Ở Sài Gòn* (Văn Nghệ, California 1996) "với khí thế hừng hực của ngòi bút, với chất lửa cháy bừng bừng trong mỗi câu văn, làm người đọc vừa say mê vừa choáng váng..." [1] như Lời Bạt mà họa sĩ / nhà văn / nhà thơ Tạ Tỵ đã nhận xét.

Sau tập truyện này, trong hơn hai mươi năm nay, ông hướng ngòi bút tới những vấn đề môi sinh, "với hai tác phẩm quan trọng gây tiếng vang không ít, *Cửu Long Cạn Dòng, Biển Đông Dậy Sóng* và *Mekong Dòng Sông Nghẽn Mạch*, cộng thêm hàng chục tiểu luận biên khảo, nghiên cứu giá trị về những biến đổi nguy hại của hệ sinh thái sông Mekong" (sđd, tr. 12). Gần đây nhất là tường trình về đại công trình Sông Cờ Đỏ của Trung Quốc, dài trên 6.180 km với kế hoạch hàng năm chuyển dòng lấy 60 tỉ mét khối nước ngay từ nguồn không cho xuống hạ lưu các sông Mekong, Salween và Brahmaputra, bất kể nguy hại đến nguồn sống của bao nhiêu triệu cư dân nơi đây. "Ông mặc nhiên được xem như một chuyên gia trong lĩnh vực này, một con chim "báo bão" về mối đe dọa thường xuyên và ghê rợn từ phương Bắc đối với sự sinh tồn của đất nước và dân tộc" (sđd, tr. 12) như nhà thơ / nhà văn Trịnh Y Thư đã ghi lại trong Thay Lời Tựa của tập sách này.

Bên cạnh đó, Ngô Thế Vinh cũng chọn thể hiện những chân dung Văn Học Nghệ Thuật và Văn Hóa như một sự "tình cờ" khởi đi từ bài viết 'Nhớ về người bạn Tấm Cám Nghiêu Đề', một cố tri từ tuổi rất thanh xuân. Ông đã nhận được rất nhiều khích lệ của bạn bè, đặc biệt là "họa sĩ Đinh Cường tỏ ra rất tâm đắc với bài viết và đã đưa ra nhận định: không thể viết về Nghiêu Đề hay hơn Ngô Thế Vinh nên có đề nghị sẽ đưa vào cuốn sách Đi Vào Cõi Tạo Hình II sắp xuất bản viết về những họa sĩ cùng thời từ 1957 đến 1966, năm thành lập Hội Họa Sĩ Trẻ Việt Nam." [2]

Tuyển tập I đã ra đời năm 2017 được độc giả tiếp đón nồng hậu với cả thảy 18 chân dung gồm 16 nhân vật thuộc Văn học Nghệ thuật (Mặc Đỗ, Như Phong, Võ Phiến, Linh Bảo, Mai Thảo, Dương Nghiễm Mậu, Nhật Tiến, Nguyễn Đình Toàn, Thanh Tâm Tuyền, Nguyễn Xuân Hoàng, Hoàng Ngọc Biên, Đinh Cường, Nghiêu Đề, Nguyên Khai, Cao Xuân Huy, Phùng Nguyễn) và 2 chân dung Văn hóa (GS Phạm Biểu Tâm, GS Phạm Hoàng Hộ).

Tuyển tập II ra mắt vào tháng 2 năm nay, gồm chân dung của 15 văn nghệ sĩ và nhà văn hóa: Nguyễn Tường Bách và Hứa Bảo Liên, Hoàng Tiến Bảo, Tạ Tỵ, Trần Ngọc Ninh, Lê Ngộ Châu, Nguyễn Văn Trung, Dohamide, Lê Ngọc Huệ, Nghiêm Sỹ Tuấn, Đoàn Văn Bá, Mai Chửng, Trần Hoài Thư và Ngọc Yến, Phan Nhật Nam, John Steinbeck cộng thêm phần phụ lục Con đường sách Sài Gòn và Câu chuyện đốt sách.

Xin được điểm qua từng chân dung:

**1 & 2. Bác sĩ Nguyễn Tường Bách và bà Hứa Bảo Liên.**

Nguyễn Tường Bách là người em út trong gia đình Nguyễn Tường của phong trào Tự Lực Văn Đoàn. Tuy "tốt nghiệp y khoa, nhưng đã chọn bước sang con đường khác – cầm bút để chiến đấu! ... là một trong số bác sĩ thế hệ tiên phong của thập niên 1940 đã đi vào lãnh vực báo chí và văn nghệ sớm như vậy" (sđd, tr. 34).

Ông từng làm giám đốc báo Ngày Nay bộ mới và hoạt động chính trị rất sớm (1939), tham gia đảng Đại Việt Dân Chính [về sau kết hợp với Việt Nam Quốc Dân Đảng rồi Đại Việt Quốc Dân Đảng để thành Quốc Dân Đảng]. Nguyên ủy viên trung ương Việt Nam Quốc Dân Đảng, phụ trách công tác tổ chức đảng và tuyên truyền. "Tháng 5/1946, tình hình biến chuyển bất lợi cho phe quốc gia, trước nguy cơ khủng bố của Việt Minh, Nguyễn Tường Bách cùng với các đồng chí ... phải rút lên Việt Trì, rồi Yên Báy, Lào Cai. Cuối cùng, theo quyết định của Trung ương Đảng bộ VNQDĐ, Vũ Hồng Khanh ở lại Đệ Tam Khu, còn

Nguyễn Tường Bách đi Côn Minh để cùng với Nguyễn Tường Tam phụ trách hải ngoại vận" (sđd tr. 35).

Không thể ngờ được đó là chuyến đi định mệnh để từ đó ông gặp lại và thành hôn với bà Hứa Bảo Liên, người bạn gái thân thiết trước đây khi còn ở Hà Nội, vào cuối năm 1946, mắc kẹt với "giấc đông miên" của một "Y sĩ đồng quê" sống trên đất Trung Quốc 42 năm. Rồi cũng do một ngẫu nhiên của lịch sử, từ làn sóng nạn kiều, Lý Trung Nhân (tốt nghiệp Bách Khoa Hà Nội) là con trai của Bác sĩ Lý Hồng Chương, một bạn đồng môn Y khoa Hà Nội, sang Trung Quốc và được gia đình ông cưu mang. Rồi Lý Trung Nhân trở thành rể của gia đình và sau đó được người mẹ sống ở Hoa Kỳ bảo lãnh. Nhân mang theo vợ Hứa Anh, để từ đó, đến năm 1988, ông bà Nguyễn Tường Bách được sang Mỹ định cư đoàn tụ với các con cũng như gặp lại các cháu thuộc dòng họ Nguyễn Tường. Nơi đây, "ở tuổi 72, như cá gặp nước, Nguyễn Tường Bách hăng say đi tiếp ngay một cuộc hành trình không ngưng nghỉ thêm hơn 20 năm nữa với bao nhiêu là dự án: Thành lập "Ủy Ban Điều Hợp Các Tổ Chức Tranh Đấu cho Việt Nam Tự Do", rồi "Mặt Trận Dân Tộc Dân Chủ Việt Nam", và bền bỉ nhất là "Hoạt Động Nhân Quyền và Dân Chủ cho Việt Nam" kết hợp với "Mạng Lưới Nhân Quyền"" (sđd, tr. 64).

Trong hồi ký "Nguyễn Tường Bách và tôi", bà Hứa Bảo Liên cho hay, "Anh Bách thường nói, bác sĩ là chức nghiệp, cách mạng là sự nghiệp, nhưng văn nghệ mới là ước nguyện chính. Sau khi về hưu, còn ở Phật Sơn, anh cầm bút tranh thủ thời gian viết. Anh viết rất hăng say, chẳng khác gì khi còn trẻ..." (sđd, tr. 64).

**3. Giáo sư Hoàng Tiến Bảo** là một nhân cách lớn. Nguyên Giáo sư Đại học Y Khoa Sài Gòn, Trưởng khu Chỉnh Trực bệnh viện Bình Dân, ông có công phát triển ngành học mới Bướu Xương / Bone Tumor và Phẫu thuật Cột sống / Spine Surgery tại Việt Nam, đã giúp nhiều bệnh nhân bị lao cột sống và chấn thương cột sống có khả năng trở lại sinh hoạt bình thường (sđd, tr. 76-77). "Thấy được sự cách biệt về trình độ và phẩm chất đào tạo giữa nhóm nội trú và một đa số ngoại trú hành lang /

externes des couloirs, Thầy Bảo đã mạnh dạn chủ trương là phải mở rộng chương trình nội trú, gia tăng sĩ số sinh viên nội trú trúng tuyển để mọi sinh viên ưu tú có khả năng có cơ hội đồng đều để trở thành những bác sĩ giỏi. Một mô hình tiến rất gần tới chế độ nội trú - thường trú [Internship and Residency] của giáo dục Y khoa của Mỹ" (sđd, tr. 79).

Với lòng nhiệt thành và thân ái, Thầy Bảo "giảng dạy những điều rất thực tế để sinh viên có thể lãnh hội và áp dụng được ngay khi bước vào đời... Ông đã để lại những dấu ấn trong suốt học trình Y khoa trên đám môn sinh được học Thầy" (sđd, tr. 77-78).

Sau 1975, bị kẹt lại nơi quê nhà, Thầy Bảo "vẫn hàng ngày đứng mổ, tận tụy phục vụ người bệnh, giảng dạy học trò cho đến ngày về hưu, đi định cư ở Hoa Kỳ năm 1983" (sđd, tr. 82).

**4. Họa sĩ / Nhà văn / Nhà thơ Tạ Tỵ** tốt nghiệp khoa Sơn Mài tại trường Cao Đẳng Mỹ Thuật Đông Dương năm 1943. Ông thành danh khá sớm, và đoạt được nhiều giải thưởng tranh. "Nhưng dấu ấn Hội họa của ông không phải là những tác phẩm Sơn Mài. Tạ Tỵ luôn luôn đi tìm cái mới, và được xem là người đi tiên phong vào lãnh vực Lập Thể / Cubisme và Trừu Tượng / Abstrait của hội họa Việt Nam" (sđd, tr. 106).

"Vào đầu thập niên 1960, Tạ Tỵ vẽ một loạt chân dung các văn nghệ sĩ Việt Nam với một phong cách rất độc đáo, anh nhạy bén bắt được cái thần ở từng khuôn mặt, và đây là một lãnh vực tài hoa khác của Tạ Tỵ mà chưa ai sánh được. Tác phẩm của Tạ Tỵ còn được trưng bày tại các bảo tàng viện nghệ thuật quốc tế ở Tokyo, San Francisco, New York và Paris" (sđd, tr. 110).

Về văn học, ông "đã cộng tác với các tạp chí văn học tại miền Bắc và miền Nam từ năm 1950 đến 30-4-1975: Thế Kỷ, Đời Mới, Nguồn Sống Mới, Sáng Tạo, Văn, Văn Học, Hiện Đại, Nghệ Thuật, Bách Khoa và Tin Văn, và sau 1975: Thế Kỷ 21 tại Hoa Kỳ" và đã có tổng cộng 14 tác phẩm đã xuất bản tại Việt Nam và Hoa Kỳ (sđd, tr. 114-115).

Sau tháng 4/1975, tuy là một Trung Tá Tổng Cục Chiến tranh Chính trị đã giải ngũ vào tháng 6/1974, nhưng họa sĩ Tạ Tỵ vẫn phải "trải qua 8 trại Tập Trung Cải Tạo từ Nam ra Bắc... đã sống và đã chứng kiến bao nhiêu trạng thái bi thương..." [3]. Ra tù vào đầu năm 1981 với tấm thân tàn ma dại, ông tìm đường vượt biên. Hồi ký *Đáy Địa Ngục* được viết và hoàn tất tại trại tỵ nạn Mã Lai năm 1982, tố cáo cùng toàn thế giới: "Người tù chính trị Việt Nam sau ngày 30-4-1975, quả thực, một vết nhơ trên 'tấm thảm lương tri nhân loại'. Họ được đối xử như những con vật, đôi khi không bằng con vật. Họ luôn luôn sống trong lo âu, hồi hộp, chẳng biết chuyện gì sẽ xảy đến với họ... Họ 'ăn không đủ no, đói không đủ chết'... Nếu ai đã trải qua một lần trong bất cứ Trại Tập Trung Cải Tạo nào của Cộng sản Việt Nam, người đó có quyền coi thường mọi nhà tù trên Thế Giới." [3]

Dù vậy, đến cuối đời Tạ Tỵ đã chọn lựa trở về sống tại quê hương dù không biết trước được những bất trắc gì sẽ xảy đến cho mình, với lòng tin tưởng "nước Việt Nam dù dưới chủ nghĩa nào cũng chỉ tạm thời, cái Vĩnh Viễn là mảnh đất do tất cả Dân Tộc dựng nên, cái đó mới tồn tại lâu dài, Vĩnh Viễn!" (sđd, tr. 136-137). Ngô Thế Vinh đã ví Tạ Tỵ như "con cá Hồi dũng mãnh sau những tháng năm vẫy vùng ngoài đại dương, đến cuối đời sức cùng lực kiệt, vẫn với một bộ nhớ không suy suyển, để từ biển rộng trở lại con sông dài, bất chấp những ghềnh thác, chỉ để được trở về nguồn – nơi mảnh đất có tên gọi rất thiêng liêng là Việt Nam" (sđd, tr. 138). Thật đẹp và chính xác.

**5. Giáo sư Trần Ngọc Ninh**, tốt nghiệp Thạc Sĩ Y khoa Pháp (1961), nguyên Giáo sư và Trưởng khoa phẫu khoa chỉnh trực và phẫu nhi khoa tại Đại học Y khoa Sài Gòn, Tổng trưởng Văn hóa Xã hội đặc trách Giáo dục Việt Nam Cộng Hòa, Giáo sư Văn minh Đại cương và Văn hóa Việt Nam tại Đại học Vạn Hạnh Sài Gòn, Thành viên sáng lập Tổ chức Hội đồng Bộ trưởng Giáo dục Đông Nam Á (SEAMEO), Hội viên Hội đồng Quốc Gia Giáo dục, Sài Gòn Việt Nam.

Ông đã xuất bản các tác phẩm về văn hóa, y học và tôn giáo. Bên cạnh đó, ông có hơn 200 bài khảo cứu chuyên khoa được in trong các Tạp chí Y khoa xuất bản tại Việt Nam, Pháp và Mỹ.

Ngoài ra ông còn viết nhiều bài báo liên quan tới các đề tài văn hóa trên các tạp chí Tình Thương, Bách Khoa, Thế Kỷ 21 và Khởi Hành (sđd, tr. 146).

**6. Nhà báo Lê Ngộ Châu** là linh hồn của tạp chí Bách Khoa - "Diễn đàn chung của tất cả những người tha thiết đến các vấn đề Chính trị, Kinh tế, Văn hóa, Xã hội" (sđd, tr. 178). Tác giả đã kể rõ ngọn nguồn của tạp chí Bách Khoa, những thay đổi về tên gọi, địa chỉ tòa soạn cũng như nhà in, những khó khăn mà Bách Khoa gặp phải trong suốt 18 năm hiện diện...

"Lê Ngộ Châu đã khéo léo dung hòa được mọi khuynh hướng chính trị, tôn giáo khác biệt để Bách Khoa càng ngày càng quy tụ được nhiều cây bút có uy tín thuộc cả ba miền Nam, Trung, Bắc, thuộc các thế hệ già trẻ tiếp nối... Đáng kể hơn nữa, Lê Ngộ Châu còn phát hiện thêm những cây viết trẻ và đa số đều thành danh những năm về sau này. Với các cây bút nam như Lê Tất Điều, Trần Hoài Thư, Hoàng Ngọc Tuấn, Thế Uyên, Nguyễn Mộng Giác... và các cây bút nữ như Túy Hồng, Nguyễn Thị Hoàng, Trùng Dương, Nguyễn Thị Thụy Vũ…" (sđd, tr. 185).

Bên cạnh đó, tác giả cũng nhắc đến "Nhà báo tài năng Nguiễn Ngu Í, người đã bền bỉ đi suốt cuộc hành trình 18 năm của Tạp chí Bách Khoa... là người có công lao rất lớn tạo nên được một nhân dáng sinh động và phong phú của mục Sinh hoạt báo Bách Khoa" (sđd, tr. 199).

Đọc chương này, độc giả không khỏi nuối tiếc cho "thư viện phong phú của Bách Khoa một đời ông (Lê Ngộ Châu) dày công sưu tập cũng không giữ được và cuối cùng cũng phải nộp cho Hai Khuynh tức Nguyễn Huy Khánh, là một trong "ngũ hổ tướng" của Thành ủy Sài Gòn lúc bấy giờ... Sau này, cũng những cuốn sách có gốc gác từ thư viện Bách Khoa ấy, với cả thủ bút các tác giả ký tặng Lê Ngộ Châu, đã được thấy bày bán nơi mấy tiệm sách cũ, mà khách tìm mua có cả những học giả từ miền Bắc vào... Ai cũng hiểu rằng đó là niềm đau xót sâu thẳm của Lê Ngộ Châu mà không bao giờ anh nói ra (sđd, tr. 202).

**7. Giáo sư Nguyễn Văn Trung**, một trí thức lận đận, người bị nhiều tai tiếng nhất từ khi còn trong nước cho đến khi ra hải ngoại vẫn chưa dứt. Nguyên Giáo sư Triết và Văn ở Đại học Văn Khoa Sài Gòn và Đại học Huế. Tại Đại học Văn Khoa Sài Gòn, ông là Trưởng ban Triết Tây phương, có thời gian được bầu làm Khoa trưởng Đại học Văn Khoa Sài Gòn (1969). Sau 1975, không được trở lại giảng dạy, ông chỉ có thể làm công việc nghiên cứu văn học và triết học tại Khoa Ngữ văn Đại học Tổng hợp TP. HCM (sđd, tr. 216).

Nguyễn Văn Trung đã có công sáng lập và điều hành tạp chí Đại Học ở Huế, và sau này là các tạp chí Hành Trình, Đất Nước, Trình Bầy và cộng tác với nhiều tờ báo như Bách Khoa, Sáng Tạo, Thế Kỷ Hai Mươi, Văn, Văn Học, Nghiên Cứu Văn Học, Thái Độ, Đối Diện, Tin Sáng, Sống Đạo, Dân Chủ Mới, Tân Văn... (sđd, tr. 221), cổ võ "một chủ nghĩa xã hội không cộng sản mang tính cách ảo tưởng về một con đường thứ ba... (sđd, tr. 227), thiên tả, phản chiến giữa giông bão của cuộc chiến tranh quốc cộng" (sđd, tr. 228).

Sau này, Nguyễn Văn Trung viết: "... Trong ý định nhìn lại những chặng đường đã đi qua, nghĩa là những gì tôi viết liên quan đến các giới Việt Nam, tôi không phiền trách tố cáo lại ai, để phân trần tự biện minh, mà chỉ cố gắng tìm hiểu phần trách nhiệm của tôi đã gây ra mọi sự do chính những lựa chọn căn bản có ý thức của tôi và nhất là do những lệch lạc hay thiếu sót đã không thực hiện đúng, đầy đủ của những lựa chọn đó..." (sđd, tr. 235).

Tác giả Ngô Thế Vinh cũng chia sẻ: "Nguyễn Văn Trung luôn luôn đã phải trả giá cho những điều anh phát biểu – giữa hỗn mang của thời cuộc, không có trắng và đen mà chỉ là trong một vùng xám giữa đúng và sai – nhưng có điều chắc chắn đó là tiếng nói lương tâm trong chọn lựa dấn thân của Nguyễn Văn Trung. Anh cất lên tiếng nói cho những điều mà lúc đó anh thực tâm tin tưởng, và anh đã phải chịu nhiều ngộ nhận và oan khiên đến cả vùi dập" (sđd, tr. 247).

Ở chương này có nhắc đến, "Tình hình miền Nam sau 1963, vô cùng rối ren với những vụ khủng bố, Việt Cộng thảm sát Bác sĩ

Lê Minh Trí, Giáo sư Y khoa Trần Anh, Giáo sư Quốc Gia Hành Chánh Nguyễn Văn Bông, nhà báo Từ Chung và ám sát hụt nhà báo Chu Tử, sinh viên Bùi Hồng Sĩ..." (sđd, tr. 232). Trong thời kỳ nhiễu nhương đó, năm 1969, Gs Nguyễn Văn Trung đã can đảm nhận chức vụ Khoa trưởng Đại học Văn Khoa Sài Gòn và muốn tổ chức một ban ấn loát riêng của nhà trường để in bán cours cho sinh viên với một giá phải chăng (sđd, tr. 233). Cũng vì đó ông bị những sinh viên với nguồn lợi liên quan kéo thêm báo *Con Ong* bên ngoài hỗ trợ, dùng những từ ngữ xấu xa nhất để mạt sát, mạ lỵ ông. Có thể ví đó như một vết chàm nhỏ trên khuôn mặt đẹp của thời VNCH.

**8. Học giả Dohamide / Đỗ Hải Minh** là một trí thức người Chăm, đã tốt nghiệp Học Viện Quốc Gia Hành Chánh (1962), Cao học M.A. về Chánh trị học tại Đại học Kansas, Hoa Kỳ (1967), biết nói và viết nhiều thứ tiếng: Chàm, Việt, Pháp, Anh, Á Rập, Mã Lai, Cam Bốt. Ông cũng là tác giả của loạt bài chuyên khảo về lịch sử và văn minh Champa trên tạp chí Bách Khoa từ những năm 1960, và đồng tác giả với người em Dorohiêm của cuốn sách *Dân tộc Chàm lược sử* (1965). Sau cuộc đổi đời tháng 4/1975, "Dohamide lần lượt chuyển qua các trại lao động khổ sai ngoài miền Bắc ngót 10 năm (sđd, tr. 267). Chín năm sau khi ra tù, phải đến tháng 3/1993, qua bao nhiêu thủ tục giấy tờ phức tạp, qua chương trình H.O., Dohamide cùng gia đình được xuất cảnh sang Mỹ" (sđd, tr. 269).

Dohamide với suốt một đời đau đáu đi tìm về cội nguồn đã cùng người em Dorohiêm viết *Bangsa Champa: tìm về một cội nguồn cách xa* xuất bản tại California, Hoa Kỳ 2004. Ông "có cách nhìn ôn hòa, rộng mở và tin tưởng vào con đường văn hóa, mong mỏi hai tập sách *Dân tộc Chàm Lược sử* và *Bangsa Champa* được phổ biến rộng rãi trong các thế hệ thanh niên Chăm không chỉ ở hải ngoại mà cả ở trong nước, để họ không bị lôi cuốn vào phong trào "hận thù mất nước", đang được nhóm đồng tộc Chăm cực đoan Champaka khích động theo chủ thuyết "dân tộc bản địa" – như một khuynh hướng phục quốc và ly khai... Họ phủ nhận hướng đi theo con đường hòa bình của Dohamide, và cho rằng Dohamide đã thỏa hiệp nếu không muốn nói là đầu hàng. Điều ấy khiến Dohamide vô cùng nặng lòng vào những năm cuối đời" (sđd, tr. 287).

**9. Giáo sư Lê Ngọc Huệ** tốt nghiệp điêu khắc từ trường Mỹ thuật Montpellier (Pháp) mới từ Paris về đã cùng với mấy sinh viên khoa điêu khắc trường Mỹ Thuật Huế: Mai Chửng, Lê Tài Điển, Trần Văn Danh… chung sức thực hiện trong khoảng thời gian hơn hai năm từ 1961 tới 1963 thì gần như hoàn tất quần thể tượng mười lăm sự mầu nhiệm mân côi ở nhà thờ Đức Mẹ La Vang, Quảng Trị. Qua đó cho thấy "trong lãnh vực điêu khắc, Lê Ngọc Huệ là một tài năng lớn với thủ pháp tinh tế, đường nét tinh giản nhưng mạnh mẽ, đầy tính tượng trưng và sáng tạo... Ông đã để lại một công trình nghệ thuật tôn giáo quan trọng và lớn lao, ghi những dấu ấn sâu đậm trong ngành điêu khắc Việt Nam, tạo được sự kết hợp thăng hoa giữa nghệ thuật và tôn giáo" (sđd, tr. 319).

**10. Bác sĩ Nghiêm Sỹ Tuấn**, nguyên thư ký báo Tình Thương của sinh viên Y khoa Saigon, tốt nghiệp Y khoa ở tuổi 28, gia nhập binh chủng Nhảy Dù và đã hy sinh trên chiến trường Khe Sanh tháng 4/1968 ở tuổi 31, người đã để lại dấu ấn đậm sâu trong lòng tất cả những ai có dịp tiếp xúc với anh. Phạm Liêu trong một bài viết trên tập san Mũ Đỏ, sau đó được đăng lại trên báo Tiền Phong số 38 (18/12/1968) đã ghi lại: "Những người bạn anh kể rằng anh tôn trọng kỷ luật đến độ làm cho những người khác khó chịu. Dưới một bề ngoài trầm lặng, tiềm tàng một nếp sống nội tâm cuồng nhiệt. Anh thật nhiều tham vọng. Anh muốn nhiệm vụ của một quân nhân Dù đi kèm một Y sĩ tiền tuyến của anh phải kiện toàn. Không bao giờ ta thán bất cứ một sự gì. Không bao giờ tìm tòi sơ hở của kẻ khác để chỉ trích, phê bình, chê bai. Người khác có cảm tưởng anh im lặng để hành động nhiều hơn, hữu hiệu hơn, thật đúng là một triết lý của hành động" (sđd, tr. 328). "Anh chấp nhận tất cả: Ngay những điều bất hạnh có thể xảy ra trong mai hậu khi anh dấn thân. Nhiều người cho những sự hy sinh của anh vô nghĩa, nếu không nói phi lý, anh hiền hòa đáp lại: "Làm gì có xương nào phơi vô nghĩa, càng vô nghĩa bao nhiêu càng ý nghĩa bấy nhiêu. Vả chăng xương nào thay được xương mình. Trái đậu thì hoa tàn. Hạt giống có chết cây mới nẩy mầm xanh, sao nói là vô nghĩa được." Anh chấp nhận ngay cả sự chết một mai của mình nếu không nói những áng văn của anh như bản di chúc cuối cùng của một người sắp ra đi. Chấp nhận sự chết để tự dọn mình là một triết lý khổ hạnh, mà ít người bằng tuổi anh đã dám nhận làm chỉ nam cho đời mình" (sđd, tr. 329).

**11. Bác sĩ Đoàn Văn Bá**, là người bạn đồng môn với Bác sĩ Nghiêm Sỹ Tuấn và cũng thuộc Quân y Nhảy Dù, "đã biểu lộ lòng can đảm phi thường, bất chấp nguy hiểm cho sinh mạng mình và chỉ quan tâm tới những người bệnh, với kết quả là ông đã cứu được nhiều mạng sống" (sđd, tr. 353) của lính Thủy Quân Lục Chiến Hoa Kỳ khi cộng quân tấn công vào thành phố Huế dịp Tết Mậu Thân 1968, nên được tưởng thưởng Huy chương Anh dũng Bội tinh với Ngôi Sao Đồng của Bộ Tư Lệnh Chỉ huy Viện trợ Quân sự Hoa Kỳ tại Việt Nam vào tháng 5/1968. Ông là một mẫu người can đảm dám nói dám làm, không hãi sợ bất cứ một trở lực nào nên từng được bạn bè gọi là "Bá điên" hoặc "l'homme des situations difficiles". "Sau khi miền Nam Việt Nam bị rơi vào tay cộng sản Bắc Việt, Y sĩ Thiếu Tá Đoàn Văn Bá bị bắt vào các trại tù cộng sản cùng toàn thể sĩ quan và viên chức cao cấp của chính quyền miền Nam, bị đày ải qua các trại tù Hóc Môn, Suối Máu, Bù Gia Mập, Bù Đăng trong hoàn cảnh bị lao động cưỡng bức, thiếu ăn, và bệnh tật không thuốc men" (sđd, tr. 358). "Ra tù sau 4 năm, gia đình bị ly tán... Anh đã dẫn theo một đứa con gái vượt thoát ra khỏi nước như một "thuyền nhân" và sau đó được đi định cư tại Hoa Kỳ. Trên vùng đất mới Bá lại trải qua một thời gian phấn đấu khó khăn nữa. Là bác sĩ ngoại quốc ở tuổi đã cao, Bá vẫn say mê học tập và vượt qua được các kỳ thi... để trở thành một bác sĩ nội khoa và chuyên khoa về Thận (Internist / Nephrologist) ở tuổi đã 51 -- Ngũ Thập Nhi Tri Thiên Mệnh" (sđd, tr. 358).

**12. Điêu khắc gia Mai Chửng**, là một trong những học trò của Giáo sư Lê Ngọc Huệ đã góp phần thực hiện quần thể tượng mười lăm sự mầu nhiệm mân côi ở nhà thờ Đức Mẹ La Vang, Quảng Trị. Ông là tác giả của "Tượng đài Bông Lúa bằng đồng lá biểu tượng nền văn minh nông nghiệp dựng tại thị xã Long Xuyên (1970)" bị CS phá sập sau 1975 và "bức tượng Mầm (1973) cao 1,50m, làm bằng cả ngàn vỏ đạn súng trường được hàn lại, biểu tượng cho sự sống vẫn vươn lên giữa tàn phá của chiến tranh" cũng bị biến mất sau 1975 (sđd, tr. 378-379).

Mai Chửng tốt nghiệp Cao đẳng Mỹ thuật Huế năm 1961, Quốc gia Cao đẳng Mỹ thuật Sài Gòn năm 1963. Nguyên thành viên và Chủ tịch Hội Họa Sĩ Trẻ Việt Nam (1966-1975). Từ 1968, dạy ở trường Quốc gia Cao đẳng Mỹ thuật và năm 1974 tại Đại học Kiến trúc Sài Gòn. Ông có thời gian nhập ngũ khóa Sĩ quan trừ bị Thủ Đức, làm việc tại Tổng cục Chiến tranh Chính trị với cấp bậc cuối cùng là Đại úy. Sau đó được biệt phái về dạy Đại học Kiến trúc. Năm 1975 ông bị bắt học tập cải tạo gần 3 năm, được thả vào cuối năm 1978 (sđd, tr. 385). Là một điêu khắc gia rất tài năng, sau 1975, hai lần đoạt giải nhất mẫu *Tượng Đài Chiến Thắng* của Hội Mỹ Thuật Thành Phố Sài Gòn để dựng tại Công Trường Quốc Tế nhưng sau đó đã không được thực hiện "chỉ vì Mai Chửng là một người lính của chế độ cũ" (sđd, tr. 389). Tài năng không được sử dụng trong nước buộc Mai Chửng phải tìm đường vượt biên năm 1981. Sang Mỹ năm 41 tuổi bận rộn với sinh kế cùng gánh nặng gia đình, "đã qua nhiều nghề để kiếm sống, bằng xe fast food ở San Jose, rồi sau đó bằng nghề lái taxi trong nhiều năm ở Hawaii... Tới thời điểm vượt qua được nợ cơm áo, thì Mai Chửng không còn trẻ nữa và sức khỏe cũng đã suy yếu, giấc mộng lớn điêu khắc của Mai Chửng vẫn có đó nhưng khó thành" (sđd, tr. 391). Cuối đời dù "sức khỏe sút kém sau phẫu thuật cắt bướu ung thư bao tử, nhưng ông vẫn không ngừng làm việc và rất hào hứng hoàn tất một số tác phẩm để tham gia cuộc triển lãm lớn vào tháng 7 năm 2001 cùng với các họa sĩ, điêu khắc gia Việt Nam trong và ngoài nước, tổ chức tại Gallery Vĩnh Lợi Sài Gòn" (sđd, tr. 393).

**13. Vợ chồng Nhà văn Trần Hoài Thư - Nguyễn Ngọc Yến** là những người tiên phong trong "nỗ lực phục hồi Di Sản Văn Học Miền Nam 1954-1975" (sđd, tr. 402). Trần Hoài Thư nguyên là giáo sư Toán đệ nhị cấp trường trung học Trần Cao Vân, Tam Kỳ, tỉnh Quảng Tín, bị động viên năm 1967 nhập ngũ khóa 24 SQTB Thủ Đức. Phục vụ tại đại đội 405 Thám kích sư đoàn 22 Bộ binh, bị thương ba lần (sđd, tr. 402), rồi phóng viên chiến trường vùng IV. Đã cộng tác với các tạp chí Bách Khoa, Văn, Văn Học, Đời, Bộ Binh, Thời Tập, Vấn Đề, Khởi Hành, Ý Thức... Nhờ văn chương ông đã có một mối tình thật đẹp với cô gái Cần Thơ Nguyễn Ngọc Yến và hai người đã nên duyên chồng vợ năm 1971. Sau cuộc đổi đời tại miền Nam với hơn 4 năm tù khổ sai, "vượn người" [4] Trần Hoài Thư với tấm thân xác nặng chưa tới 35 ký lô trở thành người bán cà rem dạo ở Cần Thơ trong thời gian bị quản chế. Ngày "xả chế" (cuối năm 1979) cũng là ngày ông lên ghe vượt biển bắt đầu cuộc sống tỵ nạn xa quê hương. Ở lại cũng không yên thân, bà Nguyễn Ngọc Yến ôm đứa con trai duy nhất vượt biển đoàn tụ cùng chồng sau đó. Hai vợ chồng đã cố gắng làm việc, học hành, tạo dựng một mái ấm gia đình. Trần Hoài Thư tốt nghiệp cử nhân điện toán với thứ hạng cao được nhận làm việc tại hãng AT &T, được hãng "trả tiền cho học thêm bán thời gian. Sau hai năm, đậu thêm văn bằng Cao học Toán Ứng dụng / Master of Applied Mathematics... Khi chi nhánh của Thư được chuyển nhượng cho hãng điện toán IBM, Thư lên tới chức vụ Project Leader. Và khi nó *outsourcing* chuyển qua Ấn Độ, THT quyết định nghỉ hưu để có toàn thời gian thực hiện điều mơ ước: thực hiện tủ sách DI SẢN VĂN CHƯƠNG MIỀN NAM" (sđd, tr. 416-417).

Theo Giáo sư Nguyễn Văn Tuấn, "Có thể nói một cách tự tin rằng so với những bài viết về Trần Hoài Thư trước đây, bài viết về Trần Hoài Thư trong Tuyển tập II là đầy đủ nhứt" (sđd, tr. 517).

**14. Nhà văn Phan Nhật Nam**, "kẻ sống sót sau một cuộc chiến tranh dài hơn trí nhớ", với những chấn thương không chảy máu. Tốt nghiệp Khóa 18 trường Võ Bị Quốc Gia Đà Lạt, gia nhập binh chủng Nhảy Dù, từng là thành viên của Ban Liên Hợp Quân Sự Trung Ương 4 và 2 Bên. Sau 1975, ông bị tù cải tạo 14 năm qua các trại giam miền Bắc với 2 đợt kiên giam (2/1979 đến 8/1980; 9/1981 đến 5/1988). Khi ra tù ông bị quản chế và chỉ định cư trú tại Lái Thiêu cho đến khi đi định cư tại Hoa Kỳ theo diện ODP vào năm 1993. Theo tác giả, những tác phẩm "viết về Chiến Tranh Việt Nam trước 1975 của Phan Nhật Nam là hay nhất đối với cả hai miền Nam Bắc" (sđd, tr. 451). Bút ký chiến tranh Phan Nhật Nam được tái bản nhiều lần ở miền Nam trước 1975 và cả ở hải ngoại sau này. Riêng cuốn Mùa Hè Đỏ Lửa được tái bản tới lần thứ 30 do nhiều nhà xuất bản khác nhau (sđd, tr. 440). Sau này ở Hoa Kỳ ông còn viết và xuất bản thêm 6 tác phẩm mới. Ngoài ra, tác phẩm của ông cũng được dịch sang tiếng Pháp (Dấu Binh Lửa, Mùa Hè Đỏ Lửa) và tiếng Anh (Những Chuyện Cần Được Kể Lại, Tù Binh và Hòa Bình...)

**15. Nhà văn John Steinbeck**, tiếp theo sau Ernest Hemingway 1954, là nhà văn Mỹ thứ 6 được giải Nobel Văn chương 1962 cho toàn sự nghiệp "do những trang sách viết trộn lẫn hiện thực và tưởng tượng, kết hợp sự u mặc tinh tế và ý thức xã hội sắc bén ... Các nhân vật của ông đều là nạn nhân của lịch sử, của thời kỳ suy thoái" (sđd, tr. 473). Steinbeck được xem như phe "diều hâu" công khai ủng hộ sự tham chiến của quân đội Mỹ ở Việt Nam mà ông coi đó một cuộc dấn thân anh hùng (sđd, tr. 477). Ông "đã đi khắp miền Nam Việt Nam, trong vòng sáu tuần lễ [từ tháng 12.1966 tới đầu năm 1967]... được bảo vệ an toàn, làm sao John Steinbeck hiểu được rằng: quân cộng sản Bắc Việt lúc ấy cũng đã được trang bị với những vũ khí tối tân nhất của Liên Xô và Trung Quốc, và ngay ở lãnh thổ miền Bắc lúc đó đã có hàng sư đoàn quân chí nguyện Trung Quốc giả dạng quân Bắc Việt với những dàn hỏa tiễn phòng không tối tân sẵn sàng nghênh chiến với hàng đoàn phản lực cơ Thần Sấm từ Hạm đội 7 bay vào oanh tạc miền Bắc" (sđd, tr. 476) được tiết lộ từ hai cuốn sách do chính Lý Tiểu Bình viết, *The Dragon in the Jungle: The Chinese Army in the Vietnam War* (xuất bản 2020) và *History of the Modern Chinese Army* (xuất bản 2007).

***Phần phụ lục*** tác giả giới thiệu Con Đường Sách Saigon, "hình ảnh một mini-đường sách Lê Lợi của hơn 40 năm trước" (sđd, tr. 493), một địa điểm sinh hoạt văn hóa lý tưởng hiện nay, nên được các tác giả sống ở trong lẫn ngoài nước chọn làm nơi ra mắt sách. Cũng là nơi độc giả có thể tìm mua những cuốn sách cũ "tàn dư Mỹ Ngụy" rất quý hiếm còn sót lại.

Trong từng chương, tác giả đã giới thiệu, trình bày rất cặn kẽ để độc giả có thể nắm bắt và hiểu thêm hơn sự kiện. Chẳng hạn ở chương Bác sĩ Nguyễn Tường Bách, khi nói đến cái chết rất đột ngột của Hoàng Đạo, bà Hứa Bảo Liên, khi đó là em dâu, đã phải chạy vạy sang Quảng Châu vay bạn 500 đồng HK để có tiền chôn cất cho anh chồng. Ngô Thế Vinh đã soi sáng trường hợp Nhất Linh bị Việt Minh bôi nhọ: "Cũng để thấy rằng, cả Hải ngoại vụ Việt Nam Quốc Dân Đảng nghèo và đời sống khắc khổ thiếu thốn như thế nào, trong khi đó thì Việt Minh vẫn rêu rao tung tin bôi nhọ Nguyễn Tường Tam đã biển thủ công quỹ, mang theo hai triệu đồng của Bộ Ngoại Giao khi chạy sang Trung Hoa" (sđd, tr. 50). Trong chương cuối, John Steinbeck, nhân nói đến việc Hồng quân Trung Cộng đã hiện diện tại miền Bắc từ thời Chiến tranh Việt Nam, tác giả lên tiếng: "Sự kiện lớn lao và quan trọng như vậy mà trong bộ chính sử mới nhất của Hà Nội cho đến nay vẫn còn giấu giếm. Đó là trong cuộc chiến tranh để đối phó với Mỹ và miền Nam, giữa giai đoạn 1965 và 1970, thể theo yêu cầu của Hồ Chí Minh, Mao Trạch Đông đã đưa sang miền Bắc VN 320.000 Hồng quân Trung Cộng. Tới 1968, Mao đưa thêm sang Lào 110.000 quân nữa (tổng cộng: 430.000 quân) (sđd, tr. 476). Việc này cũng từng được nhà văn Vũ Thư Hiên, con trai của cụ Vũ Đình Huỳnh nguyên Bí thư của Chủ tịch Hồ Chí Minh, sau làm Vụ trưởng Vụ Lễ Tân Bộ Ngoại Giao Hà Nội, tiết lộ trong hồi ký "Đêm Giữa Ban Ngày" "... Chính Lê Duẩn là người chủ trương mời quân đội Trung Quốc vào miền Bắc Việt Nam để trấn giữ hộ miền Bắc trong khi toàn bộ quân đội miền Bắc được đưa vào chiến trường miền Nam... Trong công tác phóng viên tôi đến Khu tự trị Việt Bắc và khu mỏ Hồng Quảng nhiều lần. Trở về tôi kể lại cho cha tôi những gì tôi thấy. Nghe chuyện dân vùng núi Việt Bắc không được phép kiếm củi ngay trong những khu rừng quê hương họ nay đã trở thành khu vực đóng quân của Trung Quốc, chuyện những thợ mỏ muốn đi tắt đến nơi làm việc qua phần đất đã được giao cho Trung Quốc cũng không được, họ bị bộ đội Trung Quốc xua đuổi, ông rơm rớm nước mắt..." [5]

Chương Giáo sư Hoàng Tiến Bảo thể hiện rất rõ tinh thần Tôn Sư Trọng Đạo của môn sinh Y khoa Đại học đường Saigon. Về phần Thầy Bảo thì lúc nào cũng hết lòng, rất thương và lo cho học trò. "Có lần đã sắp tới ngày thi FLEX của Thầy, nhưng Thầy không quá quan tâm, vẫn dẫn một phái đoàn lên gặp Medical Board trên Sacramento, tranh đấu cho đám sinh viên ra trường sau 1975 được công nhận là tương đương và được quyền thi cử để trở lại y nghiệp. Một lần khác, Thầy xin nghỉ hẳn một ngày ở USC, và tôi được biết Thầy đã đi bus lên Pomona, để gặp và khuyên một môn sinh đừng bỏ học" (sđd, tr. 84). Thầy cũng tổ chức nhóm học thi để giúp các môn sinh chậm đến Mỹ lấy được bằng hành nghề. "Với uy tín sẵn có, Thầy dễ dàng mời các bác sĩ đã thành đạt trong dòng chính/ mainstream, đang hành nghề và cả giảng dạy,... đến từ các chuyên khoa khác nhau, chia sẻ những kinh nghiệm lâm sàng và thi cử: như GS Vũ Quí Đài, Phùng Mạnh Lành, Bạch Thế Thức, Quỳnh Kiều, Phạm Văn Hạnh, Phùng Gia Thanh, Trà Mi... (sđd, tr. 86-87). Khi Thầy bị bệnh phải mổ thì học trò lo cho Thầy từ đầu đến cuối. "Bạch Thế Thức thu xếp cho Thầy được gặp bác sĩ Minh Lu Huang, là một trong 8 bác sĩ giải phẫu cardiothoracic giỏi nhất trong vùng... Thầy không phải nhập viện sớm, do mọi chuyện Pre-op Thức đều lo cho Thầy. Thầy còn một mối lo khác, khi mổ cần truyền máu nếu lấy từ blood bank, thì cái risk AIDS và Hepatitis tuy ít nhưng vẫn có. Rất may, Bạch Thế Thức thuộc nhóm máu O – universal donor, Thức đã tình nguyện hiến máu trước cho Thầy khi cần" (sđd, tr. 92). Thật cảm động biết bao!

Ở chương Giáo sư Trần Ngọc Ninh, Ngô Thế Vinh nhắc lại những chuyện bên lề về 'Bài giảng cuối cùng" của thầy Ninh (sđd, tr. 151) hoặc chuyện "Gs Phạm Biểu Tâm, từng là Khoa Trưởng Đại học Y khoa Saigon, phải lau chùi cầu tiêu bị té ngã bầm dập ở bệnh viện Bình Dân"... Hay trong "những buổi hội chẩn hay giao ban cùng với các ông y sĩ cách mạng phần đông chưa qua hết bậc trung học *"chỉ có hồng mà không chuyên"* nhưng rất huênh hoang từ ngoài Bắc vào hay từ trong rừng ra. Điển hình là trong một buổi sáng giao ban tại bệnh viện Bình Dân sau 1975, bác sĩ Lê Quang Dũng báo cáo về một trường hợp mổ *áp xe* vú, thì bị một bác sĩ quân quản Việt cộng vặn hỏi: "Tại sao anh lại cho mổ *áp xe* vú?" Bs Dũng đáp: "Tại vì *áp xe* vú có mủ nên phải mổ dẫn lưu." Dũng đã bị họ mắng: "Anh dốt quá, ở chiến khu tôi nhai *lá sống đời* xong rồi đắp lên vú thì 5 phút sau *áp xe* biến mất, không phải mổ gì cả."" (sđd, tr. 166-167). Những chuyện đau lòng và ngán ngẩm đó đã là nguyên nhân chính khiến những nhân sĩ trí thức cũ phải lưu vong mặc dù họ đã ở lại quê hương vào thời điểm cuối cùng của chế độ VNCH.

Độc giả cũng sẽ xót thương, phẫn nộ trong chương Tạ Tỵ, khi tác giả đã nhắc đến: "Cùng với bao nhiêu đồng đội và thế hệ văn nghệ sĩ miền Nam, anh đã bị đày ải trong những nhà tù từ Nam ra Bắc... nhưng may mắn sống sót, trong khi đó nhiều đồng đội cùng với các nhà văn nhà báo miền Nam bạn anh thì đã chết rũ trong tù như Hiếu Chân Nguyễn Hoạt, Hoàng Vĩnh Lộc, Nguyễn Mạnh Côn, Phạm Văn Sơn, Trần Văn Tuyên, Trần Việt Sơn, Vũ Ngọc Các, Anh Tuấn Nguyễn Tuấn Phát, Dương Hùng Cường… hay vừa ra khỏi nhà tù thì chết như Vũ Hoàng Chương, Hồ Hữu Tường" (sđd, tr. 117). Bởi vậy, "Nói tới Văn Học Miền Nam, không thể không có một "cuốn sách trắng / livre blanc" về thời kỳ đó, một Wikipedia mở, như một "bộ nhớ" cho các thế hệ Việt Nam tương lai" (sđd, tr. 419). Hay khi nói về hai cuốn sách của Trần Hoài Thư, tác giả đã đặt câu hỏi: "Cả hai cuốn sách trên đã được quảng cáo trên báo chí nhưng không bao giờ được ra mắt. Đó là những tác phẩm bị thất lạc, thêm vào những tổn thất trong chiến tranh, vĩnh viễn đi vào sự quên lãng. Những tổn thất nhân mạng trong chiến tranh đã được thống kê và nói tới. Thế còn những tổn thất trong văn học, liệu đây có phải là phần trách nhiệm của các sử gia?" (sđd, tr. 422). Và có nên thêm ở đây những tác phẩm đã bị phần thư tuyệt bản, những tranh tượng nghệ thuật sáng tác trước 1975 bị phá bỏ hoặc mất tích? Chưa kể đến khả năng sáng tạo ở thời kỳ sung mãn nhất của văn nghệ sĩ bị mai một, tàn lụi sau thời gian dài trong trại cải tạo của CS. Khi ra ngoài, tài năng đó cũng không được sử dụng. Như trường hợp Điêu khắc gia Mai Chửng, sau 1975, đã hai lần đoạt giải mẫu *Tượng Đài Chiến Thắng* của Hội Mỹ Thuật Thành Phố Sài Gòn đánh bạt cả những điêu khắc gia tăm tiếng miền Bắc cùng tham dự, nhưng cuối cùng mẫu này vẫn không được thực hiện vì anh đã từng là một người "Lính Ngụy"! Nhà phê bình nghệ thuật Huỳnh Hữu Ủy kể lại: "Tôi còn nhớ chính Mai Chửng quay bàn xoay để tôi nhìn mẫu hình pho tượng. Pho tượng rất đơn giản mà cực kỳ quyến rũ... Dù mới chỉ là một mô hình phác thảo, cũng đã cho thấy một không khí rất vĩ đại và tráng lệ... Một người phụ nữ với chiếc khăn quàng cổ tung bay, mái tóc tung bay, khẩu súng trường nắm trong tay phải được giương cao, người phụ nữ ấy đứng thẳng trên mình con chim vươn mình sải cánh trải dài. Hình tượng con chim, rõ ràng là Mai Chửng đã dựa vào nét cách điệu trừu tượng con chim Lạc trên các trống đồng cổ của nền văn minh Đông Sơn, điển hình nhất là những con chim Lạc bay ngược chiều kim đồng hồ trên trống đồng Ngọc Lũ. Dựa vào hình ảnh con chim Lạc ấy, nhưng Mai Chửng đã biến đổi đi, nên con chim sải cánh rất thực, chứ không phải chỉ là một đường lượn gợi ý, và người phụ nữ đứng trên mình con chim thì chỉ là một thành phần nhỏ của pho tượng, với tỉ lệ có lẽ chỉ khoảng chừng 1/10 của pho tượng. Mới chỉ là một đồ án phác thảo, đặt trên một mặt bàn với đường kính chừng hai thước, đã làm cho người xem ngây ngất vì một hấp lực thơ mộng, hoành tráng, và rất hiện đại". Vẫn với những dòng chữ đanh thép, trong sự tiếc nuối, Huỳnh Hữu Ủy tiếp: "Định kiến chính trị và sự thù hằn giới tuyến đã làm đất nước mất đi một công trình nghệ thuật lớn. Nếu tượng đài này được dựng lên thì Việt Nam đã có một tượng đài chiến thắng có thể đủ lời lẽ để nói chuyện với thế giới, có thể đặt ngang với những tượng đài chiến thắng khắp nơi trên hành tinh, hòa nhập vào đời sống hiện đại mà vẫn là độc sáng của một nền văn hóa riêng biệt, với một ngôn ngữ và tâm hồn riêng bắt nguồn từ một quá khứ xa thẳm" (sđd, tr. 387-388).

Và còn nhiều nữa. Ở mỗi chương, Ngô Thế Vinh như vắt cạn tâm tư mình chia sẻ để mọi người nhìn thấy cảnh quan rồi tùy công tâm mà nhận xét hay tìm ra hướng đi cho chính mình. Cuốn sách có thể dùng làm tài liệu tham khảo, vì như ông đã có lần chia sẻ "bài viết có thể thiếu nhưng phần tư liệu thì cần chính xác và không thể sai". [2]

Nhớ xưa Vua Tự Đức (1829-1883) trong bài thơ chữ Hán "Quan Châm" (Khuyên kẻ làm quan) đã viết: *Di tử hoàng kim mãn doanh bất như nhất kinh* [Để lại cho con vàng đầy rương không bằng (để lại cho con) một quyển sách] [6]. Riêng nhà văn Ngô Thế Vinh, từ hơn hai năm nay ông liên tiếp cho ra ba tác phẩm song ngữ, *Mặt Trận Ở Sài Gòn* (Văn Học Press & Việt Ecology Press 2020), *Vòng Đai Xanh* (Văn Học Press & Việt Ecology Press 2020) và *Mekong Dòng Sông Nghẽn Mạch* (Việt Ecology Press 2021), hướng tới những thế hệ tương lai, chia sẻ những mối quan tâm, những trải nghiệm, cùng những thông điệp dấn thân, hy sinh, quên mình vì lợi ích của dân tộc như những thế hệ cha ông mà không nghĩ đến lợi ích riêng tư cho cá nhân hoặc gia đình của chính mình. Vì với ông, "Lớp Người Trẻ, như lực lượng tiên phong sẽ nhận lãnh trách nhiệm bảo vệ các hệ thống giá trị vĩnh hằng, những chuẩn mực về quyền của con người – mà bản Tuyên Ngôn Nhân Quyền vẫn mãi là một thông điệp sống động khẳng định quyền người dân được sống trong tự do với đầy đủ phẩm giá và nhân cách" (sđd, tr. 350).

Điều này cũng được ông tiếp tục thể hiện trong Tuyển Tập Chân Dung II VHNT & VH. Ông đã giới thiệu nhân vật chính cùng hoàn cảnh xã hội, văn hóa, chính trị, đan xen những dật sự, nếu có, trong thời đại của họ, nhờ đó bài viết thêm sinh động và những độc giả trẻ thích thú hiểu được thêm về nhân vật cùng lúc mở rộng tầm nhìn hơn. Ngoài đời, nhà văn Ngô Thế Vinh có mối quan hệ khá thân thiết với những nhân vật được ông giới thiệu, cộng thêm thân nhân và bạn bè, nên phần tư liệu rất phong phú với những hình ảnh, thủ bút quý hiếm.

Cuộc đời con người theo quy luật sinh, trụ, dị, diệt. "Với đời người như một cơn gió thoảng, với lịch sử chỉ là một chớp mắt, nhưng lại là một chặng đường rất dài trải nghiệm những tang thương. Thêm một chớp mắt nữa, thế hệ những người cầm bút

1954-1975 đều trở về với cát bụi" (sđd, tr. 419). Nơi đây xin được cảm tạ Nhà văn Ngô Thế Vinh đã giữ lại cho thế hệ sau những chân dung văn học nghệ thuật và văn hóa của miền Nam một thời vàng son lừng lẫy. Một cuốn sách rất nên được lưu giữ trong tủ sách của mỗi gia đình Việt Nam.

*TRẦN THỊ NGUYỆT MAI*
*Tháng 3/2022*

-----

Tham khảo:


[1] Tạ Tỵ – Ngô Thế Vinh: Mặt Trận Ở Sài Gòn (Sách song ngữ – Văn Học Press & Việt Ecology Press – 2020), Lời Bạt – tr. 156

[2] Ngô Thế Vinh – Trả lời ba câu hỏi của Phùng Nguyễn: https://www.diendantheky.net/2017/04/ngo-vinh-tra-loi-ba-cau-hoi-cua-phung.html

[3] Tạ Tỵ - Đáy Địa Ngục.

[4] *"Tôi muốn ngồi trên cây tràm như một con* ***vượn người***." – Trần Hoài Thư – Cảm tạ văn chương.

[5] Vũ Thư Hiên – Đêm Giữa Ban Ngày

[6] Bài thơ này được ban tặng cho ông Trần Hưng Nhượng, nguyên Lang trung tại bộ Hộ, đảm nhận nhiệm vụ Thanh sứ tại Ty Thanh Lại Nam Kỳ (sứ thần thừa lệnh nhà vua đi thanh tra để giữ sự thanh liêm cho quan lại các tỉnh phía nam Kinh thành). Theo Phú Bình – Hai bài ngự chế của vua Tự Đức, báo Quảng Nam online:
https://baoquangnam.vn/van-hoa-van-nghe/hai-bai-ngu-che-cua-vua-tu-duc-261.html

# CÁC TÁC GIẢ KHÁC
## ĐỌC SÁCH CHÂN DUNG VHNT & VH I & II

- **TRƯƠNG VŨ - họa sĩ nhà văn**
  *December 4, 2017*

**Tuyển tập** ***Chân Dung Văn Học Nghệ Thuật & Văn Hóa của Ngô Thế Vinh*** **không đơn thuần là một công trình nghiên cứu mang tính hàn lâm** mặc dầu ở đây tính hàn lâm vẫn có đủ với phẩm chất cao, so với các tác phẩm nghiên cứu về cùng đề tài. Trong tác phẩm của ông, NTV đưa người đọc hiện diện trong đời sống của những nhân vật đã cống hiến tài năng và đam mê gần như cả cuộc đời để mang lại những giá trị cao, có tính vĩnh cửu hơn cho một dân tộc phải lao đầu vào một cuộc chiến tàn khốc nhưng vẫn có khát vọng vượt lên trên cái nhỏ bé và nghèo nàn của đất nước mình. Chính cái cảm giác đang hiện diện bên cạnh những nhân vật trong sách giúp người đọc thấu hiểu sâu sắc hơn những khắc khoải, những suy tư, những thành tựu và cả những thất bại của họ. Ở đây, người đọc không thể thấy mình là một kẻ bàng quang, tự đứng ngoài cái đời sống văn học, nghệ thuật, trí thức của đất nước mình, lúc thăng như lúc trầm. Và, qua những thăng trầm đó, thấy rõ chính mình hơn. Cám ơn BS Ngô Thế Vinh.

## TRƯƠNG VŨ

Họa sĩ, nhà văn, tên thật Trương Hồng Sơn, vượt biển và định cư tại Hoa Kỳ năm 1976. Tiến sĩ khoa học, chuyên gia nghiên cứu cho NASA từ 1980. Nguyên đồng chủ biên Tập san Việt Học / The Vietnam Review, Tuyển tập Văn Chương Chiến Tranh / The Other Side of Heaven (Nxb Curbstone Press 1995), Chủ Bút Tạp chí Đối Thoại (1994-1995), viết cho một số tạp chí văn chương như Văn Học, Hợp Lưu, Văn, Talawas, Tiền Vệ, Da Màu, các blog như Phố Văn, Phạm Cao Hoàng, Trần Thị Nguyệt Mai. Hiện cư ngụ cùng gia đình tại Virginia, USA, chú tâm vào vẽ và viết.

**Tác phẩm:** Đuổi Bóng Hoàng Hôn (tiểu luận, Nxb Nhân Ảnh 2019)

## • HÀ NGỌC THUẦN - bác sĩ [Australia]

Bỗng nhiên tôi được Bạn Ngô Thế Vinh gửi tặng một món quà rất quý. Một món quà thơm ngát tình quê và mặn nồng tình bạn. Bỗng nhiên tôi thấy tôi đương ở nơi đất nước mình, đất nước Việt Nam yêu dấu. Tuy xa cách đã nhiều năm nhưng tôi không chút nào thấy xa lạ. Tôi thấy tôi đương dạo chơi trên đường phố Sài Gòn. Tuy xa cách đã nhiều năm nhưng không lạc lối. Tôi đương sống giữa những người Việt, với những người Việt, như tôi vẫn là người Việt.

Đây là một cuộc viếng thăm những người Bạn của Ngô Thế Vinh, những người viết văn, làm thơ, vẽ tranh mà Ngô Thế Vinh đã cùng sống, cùng chia sẻ những tâm tư những hoài bão những vinh lụy trong năm mươi năm cuộc đời với văn nghiệp. Những người thuộc lớp trước, thuộc lớp sau, tất cả đã đem tâm huyết và tâm tình - có khi cả tâm sự riêng tư - để sáng tạo, cho người Việt Nam, cho tiếng Việt Nam, và cho nước Việt Nam.

Cuối năm 1963 khi Miền Nam đã có một đổi thay về chính trị, có một chút đổi mới, có những nhận thức mới, có những niềm hy vọng mới, một nhóm anh em sinh viên Y khoa đã tụ họp để chủ trương một tờ báo sinh viên. Tờ báo lấy tên là "Tình Thương", xuất bản và phát hành hàng tháng, được sự chấp-nhận và đón nhận của các Thầy, các bạn trong trường, các bạn thuộc các phân khoa khác và có lẽ một thành phần nào đó của đại chúng, của chính quyền và chính giới trong nước. Tôi được quen biết Ngô Thế Vinh từ những ngày tháng đó. Từ những ngày đó, có thể là từ trước đó, Ngô Thế Vinh đã khoác thêm sứ mạng văn nghệ cùng với y nghiệp, và đã được biết đến như một nhà văn.

Ngô Thế Vinh giới thiệu với chúng ta trong Tuyển Tập này mười sáu người Bạn đã quen biết trong cuộc đời, những người Anh đã có những quan hệ đặc biệt hay là có những kỷ niệm thật là đáng ghi nhớ. Cho đến năm 1954 "Văn Học Miền Nam" xuất hiện và trưởng thành, và tạm gián đoạn năm 1975. Sau 1975 văn học Việt Nam tại hải ngoại cũng đã thật là phong phú với hơn bốn mươi năm tích lũy. Tuyển tập của Anh có nhuốm một chút trang trọng, một chút bùi ngùi, như Đông Hồ trong một bài đề từ đã viết:

*"Dâu chìm bể nổi đã đòi phen*
*Ngọc sót vàng rơi giở trước đèn..."*

**HÀ NGỌC THUẦN**

Sinh năm 1940 tại Hà Nội, di cư vào Nam 1954, Trung học Chu Văn An, Sài Gòn. Tốt nghiệp Y Khoa Sài Gòn 1966, trong ban Quan Điểm báo Sinh Viên Y Khoa Tình Thương. Khóa 13 Quân Y Hiện Dịch, phục vụ qua các đơn vị: Đại đội 11 Lựa Thương Quân Y Viện Tây Ninh,

Viện Bài Lao Ngô Quyền, đơn vị cuối cùng là Tổng Y Viện Cộng Hòa. 1975, di chuyển bằng tàu qua Subic, Guam. Chọn định cư tại Úc Châu, hành nghề Y khoa và hiện sống tại Brisbane.

### • ĐỖ NGHÊ - bác sĩ nhà thơ [Việt Nam]

Ngô Thế Vinh là một thầy thuốc, một bác sĩ y khoa. Nên dù là một nhà văn, nhà báo, nổi tiếng với nhiều tác phẩm, đặc biệt những cuốn sách viết về Mekong gần đây của anh, thì người ta vẫn thấy thấp thoáng bóng blouse trắng. Anh luôn nhìn con người như một tổng thể, thân tâm nhất như. Cho nên những bài viết của anh về các văn nghệ sĩ và các nhà văn hóa trong cuốn tuyển tập này luôn có những chi tiết, những góc nhìn của người thầy thuốc, lấp lánh *tình người*. Tài "chẩn đoán" của Ngô Thế Vinh hẳn là chính xác: một Võ Phiến "nhà văn lưu đày", một Đinh Cường "đốn ngộ" ...

Những ai từng đọc Võ Phiến, từng đọc "Đất nước quê hương" của ông với nào áo dài, bánh tráng, tô cháo, chén chè, rụp rụp... thì coi bộ khi phải rời xa những thứ quấn quít đó của quê nhà, Võ Phiến đã khốn khổ thế nào! *Xưa từng có xóm có làng/ Bà con cô bác họ hàng gần xa/ Con trâu, con chó, con gà/ Đàn cò, lũ sẻ, đều là cố tri...* rồi bây giờ: *Thân tàn đất lạ chơi vơi/ Trông lên chỉ gặp bầu trời là quen.* (*Mộc Mạc,* Võ Phiến). Một người như thế thì đúng là một kẻ bị lưu đày. Lưu đày tự trong tâm khảm. Cho nên Ngô Thế Vinh chính xác, chỉ cần với một dấu chứng (sign): "*... bữa ăn ở nhà ông bà Võ Phiến với bánh tráng thuần túy Bình Định nhúng nước, chấm nước mắm nhỉ chanh ớt đỏ au...*" Rồi anh cho biết thêm: chanh, ớt đều hái ở vườn nhà, ngay tại Mỹ quốc!

Còn về Đinh Cường, Ngô Thế Vinh cho biết có lúc Đinh Cường muốn loại bỏ mô thể /forme của sự vật để chỉ còn giữ lại cái chất liệu /matière thuần túy của sơn dầu nhưng rồi cuối cùng anh vẫn trở về với hội họa tạo hình! *Sắc tức thị không/ không tức thị sắc* rồi đó thôi! Ngô Thế Vinh nói đúng: giờ đây không cần ký tên dưới bức tranh, người ta vẫn nhận ra tranh Đinh Cường. Huỳnh Hữu Ủy cũng từng nhận xét về tranh Đinh Cường: *"Không rực rỡ, không lạc điệu, một chất màu ủ và quánh mà vẫn nhẹ nhàng và reo ca như vàng kim. Một thứ dạ kim với bao nhiêu hào quang quay trở vào bên trong"*. Quay trở vào bên trong: một Đinh Cường đốn ngộ!

Về "Người bạn tấm cám", Ngô Thế Vinh cho biết: đó là *"một người bạn không ham muốn sở hữu một thứ gì. Sự nghiệp của anh chỉ là những dấu chân chim trên cát, mau chóng bị xóa nhòa bởi lớp sóng thời gian"*. Cho nên bài viết của Ngô Thế Vinh không chỉ đầy đủ tiểu sử, quan niệm sống, quan niệm sáng tác mà còn sưu tập được một số hình ảnh tranh, mẫu bìa sách, bìa báo quý giá của Nghiêu Đề.

Tôi thật sự giật mình khi được xem bức Bố Cục Sen của Nghiêu Đề, vẽ năm 1986 khi anh đến Mỹ. Sen chỉ là cái cớ. Từ những làn sóng cuồn cuộn xô bồ vươn lên những búp sen e ấp rồi đột ngột tách ra, vút lên trời cao, một đóa sen vừa nở: *thiếu nữ!* Nhưng thiếu nữ cũng chẳng phải thiếu nữ. Đôi mắt to để nhìn rõ nhân gian, một tay nâng cành dương liễu, một tay rưới giọt cam lồ: Quán Thế Âm Bồ-tát đó!

Khi viết về người Thầy của chúng tôi ở Y khoa đại học Saigon thời đó, Giáo sư Phạm Biểu Tâm - anh đã vẽ nên nhân cách của vị thầy, một trí thức chân chính, bằng những hồi ức cảm động. Viết về Thầy nhưng cũng là đoạn hồi ký của chính anh, chính tôi, những ngày gian khó dưới mái trường Y uy nghiêm và lý tưởng.

*Chân dung Văn học nghệ thuật & Văn hóa là một Tuyển tập viết hay. Tư liệu phong phú. Nhận định sắc bén mà đầy ắp tình người. Đúng là Ngô Thế Vinh.*

## • TRỊNH CUNG - họa sĩ

Sau khi đọc 18 bài viết về 18 khuôn mặt văn nghệ sĩ và văn hóa Việt Nam do Ngô Thế Vinh, tác giả từng nổi tiếng với tiểu thuyết "Vòng Đai Xanh" trước 1975 và hiện là tác giả vừa đoạt giải của Văn Đoàn Độc Lập với hai tác phẩm viết về thảm họa môi trường cho Việt Nam, "Cửu Long Cạn Dòng, Biển Đông Dậy Sóng" và "Mekong - Dòng Sông Nghẽn Mạch", tôi phải cám ơn anh thật nhiều về những thông tin quý giá trong mỗi bài viết về từng tác giả, những nhà văn và nghệ sĩ rất tài năng mà tôi từng ngưỡng mộ, trong số họ có cả những bạn thân của tôi.

Dù hiển nhiên đây là một sự chọn lựa có nhiều phần thuộc về tình cảm, thân hữu, nhưng cách viết, cách nhìn của anh về từng nhân vật là rất tinh tế và rất đáng tin cậy, nói đúng hơn là nó có giá trị lịch sử. Đây là chỗ rất khó vì ai trong số họ đều là *"người của công chúng"*, nên những dữ liệu phải thật xác đáng, những thông tin phải đáng được tin cậy, điều này tôi đã nhận được sự bổ sung rất nhiều giúp cho việc lấp đi những lỗ trống hiểu biết từ lâu nay về một số nhân vật như Linh Bảo, Như Phong, Mặc Đỗ...

Mặc khác, với tôi, đây là một việc làm hiếm hoi, công việc của người vén màn lịch sử văn học và nghệ thuật của một đất nước đã bị xóa sổ, một hiện tượng "Mekong" đối với những gì đang xảy ra cho nền văn hóa Việt Nam Cộng Hòa.

Riêng về giới cầm cọ, cá nhân tôi xin cám ơn nhà văn Ngô Thế Vinh đã có một tình bạn thân thiết mà anh đã dành cho hội họa từ thủa còn rất trẻ, những người bạn "tấm cám", nhất là vào lúc này.

## TRỊNH CUNG

Họa sĩ, nhà thơ, tên thật Nguyễn Văn Liễu, bút hiệu Thương Nguyệt, Nguyễn Bất Bại, sinh năm 1939 tại Nha Trang. Tốt nghiệp Cao Đẳng Mỹ Thuật Huế, Thành viên Hội Họa Sĩ Trẻ Việt Nam tại Sài Gòn. Huy chương Đồng 1963 trong cuộc Triển Lãm Hội Họa Mùa Xuân, năm 1964 đoạt Huy chương Bạc trong cuộc triển lãm cùng tên. Tranh của Trịnh Cung đã được triển lãm tại nhiều quốc gia Pháp, Mỹ, Hòa Lan, Tây Ban Nha. Ông là tác giả bài thơ "Cuối cùng cho một tình yêu" với bút hiệu Thương Nguyệt, được Trịnh Công Sơn phổ nhạc.

**Tác phẩm:** *Âm Vang của Đất* (1997), *Mỹ Thuật Việt Nam – Những Vấn Đề Xoay Quanh* (2010), *Nhận Định & Những Câu Hỏi về Mỹ Thuật* (2017).
Hiện định cư tại Nam California, Hoa Kỳ.

## • SONG THAO - nhà văn

*November 3, 2017*

Tôi vừa nhận được cuốn *"Chân Dung Văn Học, Nghệ Thuật & Văn Hóa"* của anh do Lê Hân gửi. Cuốn sách được trình bày mỹ thuật, in ấn đẹp với những hình màu rất rõ ràng. Cầm cuốn sách đã thấy anh bỏ ra rất nhiều công sức và thời gian để hoàn thành. Rất ngưỡng mộ anh, lãnh vực nào cũng vượt trội, từ thời Vòng Đai Xanh, Cửu Long Cạn Dòng, Biển Đông Dậy Sóng, tới Chân Dung Văn Học, Nghệ Thuật và Văn Hóa. Tôi mới đọc được chân dung của hai ông bạn tôi quen biết nhiều là Nguyễn Xuân Hoàng và Đinh Cường. Lối trình bày chân dung của anh rất mới mẻ trong văn học Việt Nam từ trước tới nay. Tài liệu sưu tầm công phu và nghiêm túc. Mới đọc sơ sơ nên không dám khẳng định điều chi, sợ quá vội vã và khiên cưỡng. Sách đã lôi cuốn tôi đọc tới một cách hứng thú.

### SONG THAO

Nhà văn, tên thật Tạ Trung Sơn, sinh năm 1938 tại Hà Nội, Trung học Dũng Lạc Hà Nội, Chu Văn An Sài Gòn. Tốt nghiệp Cử nhân Đại Học Văn Khoa Sài Gòn. Từ 1959 tới 1975, cộng tác với nhiều nhật báo, và các tạp chí tại Sài Gòn. Định cư tại Montréal từ 1985. Khởi viết truyện ngắn từ

1991, cộng tác với các tạp chí Phố Văn, Làng Văn, Nắng Mới, Sóng Văn, Văn Học, Văn, Hợp Lưu, Thế Kỷ 21, Wordbridge, Sống.

Tác phẩm: *Bỏ Chốn Mù Sương* (truyện ngắn, Nxb Kinh Đô Houston 1993), *Đong Đưa Cuộc Tình* (truyện ngắn, Nxb Ngày Nay Houston 1996), *Chân mang giày số 6* (truyện ngắn, Nxb Văn Mới 1999)... Sức sáng tác của ông rất sung mãn, cho đến nay ông đã xuất bản được hơn 30 tập Phiếm, ông được người bạn văn Trần Yên Hòa mệnh danh là "Song Thao, Vua Phiếm".

## • TRẦN THỊ DIỆU TÂM - nhà văn [Paris]

Nếu ai đã đọc *"Chân Dung Văn Học Nghệ Thuật & Văn Hóa"*, chắc chắn đều bày tỏ sự thán phục đối với tác giả, tôi cũng vậy. Tác giả NTV đã đem tấm lòng thành cùng với nhiệt tâm thu thập dữ liệu về các nhân vật nói tới trong sách, cùng với các hình ảnh ghi dấu cuộc đời bể dâu của họ. Tuồng như tôi thấy họ sống lại thêm một lần nữa. Thật vậy, khi nhìn thấy hình ảnh một nhà văn quen biết ra đi từ lâu, và qua lời kể chuyện của tác giả, tôi xúc động biết bao, tưởng chừng như người ấy vẫn ở đâu đó, chưa một lần vĩnh biệt.

Trước năm 1975, trời cao và đất rộng của miền Nam Việt Nam đào tạo nuôi dưỡng biết bao tâm hồn văn nhân nghệ sĩ, dù sống dưới chế độ chính trị không hoàn hảo như lý tưởng mình mơ ước, nhưng vẫn luôn có một khoảng trời trong xanh cho tự do tư tưởng, tự do diễn đạt điều mình suy nghĩ. Nhờ vậy, ngày hôm nay chúng ta mới có cả một kho tàng văn hóa quý báu giá trị, để tưởng nhớ, để gìn giữ như một nơi chốn tìm về chốn cũ, trong trí tưởng hoài niệm. Vì ai trong chúng ta lại không bồi hồi khi nhớ về một câu chuyện cũ, một trang sách đã đọc, một bài thơ hay đã từng ghi dấu. Nay chừng ấy, bỗng dưng trở lại, trước mắt, như mình gặp lại cố nhân, như mình gặp lại người tình lỡ hẹn.

Hai tuyển tập Chân Dung Văn Học Nghệ Thuật & Văn Hóa là một công trình đồ sộ, tác giả là một nhà kiến trúc tài năng, lắp đặt những phiến đá óng ánh màu kỷ niệm xây dựng nên một tòa tháp cao nhiều tầng, trong đó mỗi căn phòng là một không gian an trú, cho mỗi một quãng đời, mỗi một tài năng riêng biệt. Không gian ấy lại mở rộng cho khách mời, được xem thấy, thấu hiểu nhiều điều ẩn mật của họ, mà người thường chưa hề biết tới. Tòa bảo tháp này bền vững cùng với thời gian năm tháng, vì được xây dựng trên đá tảng, trên nền móng lịch sử của miền Nam yêu dấu, thấm đẫm máu và nước mắt.

Tuyển tập viết về những văn nhân nghệ sĩ, và những người đã đóng góp không nhỏ vào mục tiêu phát triển xã hội hòa bình nhân bản và tự do, đa số họ không còn khóc cười trên cuộc đời này, "những người muôn năm cũ". Nhưng tôi tin rằng hai tập sách này có giá trị "muôn năm mới", luôn luôn mới cho suy tưởng nhìn lại, nhớ lại, và cho thế hệ trẻ Việt Nam đang sống trong một thời đại thường lãng quên quá khứ.

## TRẦN THỊ DIỆU TÂM

Nhà văn, sinh tại Huế, theo học các trường Jeanne D'Arc, Trung học Đồng Khánh, tốt nghiệp Cử nhân Chính Trị Kinh doanh Đại học Đà Lạt. Hiện cư ngụ tại Pháp từ 1987.

**Tác phẩm:** *Người Về* (tập truyện, Nxb Nam Á 1992), *Rong Biển* (tập truyện, Nxb An Nhiên 1997), *Phía Bên Kia Mặt Trăng* (tập truyện, Nxb Văn Mới 2001), *Cầu Pont Neuf* (tập truyện, Nxb Văn Mới 2008), *Những Mẩu Chuyện Đời* (tập truyện, Nxb Văn Học Press 2020)

- **HUY VĂN TRƯƠNG - nhà văn**
  *April 8, 2022*
  *đọc Tuyển Tập ll Chân Dung Văn Học Nghệ Thuật & Văn Hóa.*

Sau ngày 30 tháng 4 năm 1975, Cộng Sản Bắc Việt đã mở chiến dịch tiêu hủy toàn bộ sách của Miền Nam Việt Nam với mục đích là xóa bỏ đi một nền Văn Học vừa mới hình thành và phát triển rực rỡ trong giai đoạn 1954-1975. Khi mà ngọn lửa đốt sách đã tàn, Việt Nam Cộng Hòa hoàn toàn biến mất, lịch sử hiện đại của Việt Nam bỗng nhiên thiếu đi một mảnh Puzzle.

Tuyển Tập ll Chân Dung Văn Học Nghệ Thuật & Văn Hóa của Ngô Thế Vinh, xuất bản 2022. Với 540 trang bao gồm luôn 20 trang sách dẫn, nhà văn Ngô Thế Vinh đã phác họa 15 chân dung Văn Học Nghệ Thuật & Văn Hóa của Việt Nam Cộng Hòa và John Steinbeck Nobel văn chương 1962. Nói là 15 chân dung nhưng thực ra trong đó lại điểm thêm hàng trăm văn nghệ sĩ khác nữa.

Tuyển Tập I đã xuất bản năm 2017, hôm nay 2022 thêm Tuyển Tập ll Văn Học Nghệ Thuật & Văn Hóa. Bộ sách với hơn một ngàn trang giấy là tâm huyết của Nhà văn Bác sĩ Ngô Thế Vinh, sẽ giúp những người trẻ tuổi Việt Nam sinh ra sau 1975 tìm được mẩu Puzzle thất lạc, thấy lại gần như trọn vẹn một Việt Nam Cộng Hòa trong giai đoạn 1954-1975.

## HUY VĂN TRƯƠNG

Sinh năm 1948 tại Đà Lạt, Khóa 6/68 Sĩ Quan Trừ Bị Thủ Đức. Trung úy phục vụ tại Trường Võ Bị Đà Lạt. Đại học Văn Khoa Đà Lạt 1971-1975. Định cư tại Mỹ 1980.

Tác phẩm: *Dinh Độc Lập, tiếng súng cuối cùng* (tập truyện ngắn, 2016), *Chiến tranh bên cạnh, tình yêu* (truyện dài, 2017)

## • HẢO PHẠM

*March 27, 2022*

**Một quyển sách rất hay, không thể không đọc.**

Tôi rất thích quyển Chân Dung Nghệ Thuật và Văn Hóa Tập Hai của Ngô Thế Vinh. Đọc không nhàm chán như những quyển sách viết về tiểu sử của những người nổi tiếng khác, vì mỗi vị có chân dung trong sách này đều có những mối liên hệ rất thú vị với tác giả, hình ảnh cũng không phải là những ảnh thường thấy bao lâu nay. Nguyên bài viết về Lê Ngộ Châu và tạp chí Bách Khoa đã làm người đọc quá thích thú. Tôi sẽ tìm CDVHNT & VH tập Một để đọc. Tôi tìm thấy ở quyển này một Ngô Thế Vinh rất khác, không như một NTV rất uyên bác nhưng rất khó đọc của Vòng Đai Xanh và những bài viết về Sông Cửu Long nữa. Rất phục.

## • PHẠM PHAN LONG - Kỹ sư

*November 1, 2017*

**Cuốn sách này dành cho thế hệ sau 1975 và những người ở miền Bắc**. Tôi được gặp một số bạn trẻ thuộc giới trí thức xuất thân từ miền Bắc tìm thơ văn nghệ thuật trong Nam viết trước 1975, với sự tò mò, họ có những phân tích và đánh giá rất thú vị. Tôi đã mong từ lâu có một tuyển tập viết rõ và trung thực về những tác giả văn học, nghệ sĩ và các nhà giáo dục thời đó để giới thiệu cho các bạn trẻ ấy. Tôi đã tìm thấy trong sách này và trân trọng giới thiệu các bạn trẻ trong và ngoài nước.

## • NGUYỄN NGỌC DUNG

*on November 12, 2017*

**"*Tuyển Tập Chân Dung Văn Học Nghệ Thuật & Văn Hóa*" của Ngô Thế Vinh là một cuốn sách giá trị.** Ông viết về 16 khuôn mặt văn học nghệ thuật và 2 khuôn mặt văn hóa quan trọng của

Việt Nam, từ những năm văn học nghệ thuật phát triển rực rỡ ở Miền Nam cho tới những hoạt động gần đây ở hải ngoại. Có những nhà văn thuộc thế hệ trước như Linh Bảo, Mặc Đỗ, Võ Phiến, Mai Thảo, Nhật Tiến… Có những nhà văn thuộc thế hệ "mới", chỉ sáng tác sau 1975 như Cao Xuân Huy, Phùng Nguyễn. Ông đặc biệt viết về ba họa sĩ Đinh Cường, Nghiêu Đề, Nguyên Khai. Ông cũng đặc biệt viết về hai nhà trí thức tên tuổi, không sinh hoạt trong giới văn nghệ như các Giáo sư Phạm Biểu Tâm, Phạm Hoàng Hộ… Ngô Thế Vinh có những nhận xét cực tinh tế. Với mỗi khuôn mặt văn nghệ, ông đưa ra những chi tiết đặc biệt lý thú chỉ có thể thấy trong sách của ông chứ không thấy ở những nơi khác. Cuốn sách chứa rất nhiều hình ảnh đặc biệt từ các tư liệu gia đình. Tôi biết thêm rất nhiều điều hữu ích sau khi đọc cuốn sách vô cùng công phu của ông.

**THẾ GIỚI SÁNG TẠO MIỀN NAM VIỆT NAM**
1954 - 1975 CHO TỚI NAY
GIỚI THIỆU CỦA NGƯỜI DỊCH
ERIC HENRY

[**THE CREATIVE WORLD OF SOUTH VIETNAM**
1954 - 1975 TO THE PRESENT
TRANSLATOR'S INTRODUCTION
ERIC HENRY]

Cuốn sách này là bản dịch một số chân dung văn học báo chí của những nhân vật người Việt đã có những đóng góp đáng kể vào nền văn học, nghệ thuật, và khoa học. Đây là một nguồn thông tin phong phú về xã hội, văn hóa, và lịch sử chính trị của miền Nam Việt Nam, cũng như những sự nghiệp cá nhân liên quan tới con người.

Những con người được mô tả phần lớn thuộc các thành phần nổi bật trong giai đoạn 1954 – 1975. Sau sự sụp đổ của miền Nam Việt Nam năm 1975 trước lực lượng Bắc quân, đa số họ đã bị cầm tù trong các trại cải tạo cộng sản nhiều năm. Sau đó, khoảng thập niên 1980s, một số sang tỵ nạn tại Hoa Kỳ và vẫn tiếp tục hoạt động sáng tạo.

Võ Phiến, nhà viết tiểu luận, và lịch sử văn học, đã nêu rõ đặc tính nền văn học miền Nam Việt Nam như sau: "*Ở Miền Nam Việt Nam thời 1954-75, giữa hoàn cảnh chiến tranh, đã phát triển một nền văn nghệ khác hẳn. Trên sách báo tha hồ nở rộ những nụ cười sảng khoái, công kích điều sai chuyện quấy, giễu cợt những phần tử xấu xa. Không hề có nhân vật nào thấp bé bị bêu riếu trong thời kỳ này. Nạn nhân là từ hạng những tay cầm đầu một tỉnh cho đến các vị cầm đầu cả nước. Tiếng cười cợt ngang nhiên, hể hả, râm ran khắp cùng trên mặt sách báo... Mặt khác, mọi quan niệm nhân sinh, mọi tín ngưỡng, hay có dở có, cao thâm có mà ngông cuồng gàn dở cũng có nữa, tha hồ được tìm hiểu, trình bày, quảng bá.*

*Trước và sau thời 1954-75 ở Miền Nam, không thấy ở nơi nào khác trên đất nước ta, văn học được phát triển trong tinh thần tự do và cởi mở như vậy.*"

Sau khi đã cưỡng chiếm Miền Nam năm 1975, chế độ cộng sản đã tìm cách xóa bỏ di sản này bằng kết án tù tội, và hủy diệt tất cả những vết tích còn sót lại. Nhưng kết quả là, hầu như toàn bộ các sưu tập của nền văn học Miền Nam ấy đã tìm lại được, không phải ở Việt Nam, nhưng trong một số các thư viện Đại học Hoa Kỳ, như các Đại học Cornell, Đại học Yale và Đại học Hawaii.

Tác giả của bộ sách này, BS Ngô Thế Vinh, chính ông cũng là một trong những khuôn mặt nổi trội trong sinh hoạt văn học của Miền Nam Việt Nam thời Việt Nam Cộng Hòa và chính cá nhân ông đã quen thuộc với những chân dung mà ông mô tả. BS Vinh là một BS Nội khoa và giảng huấn tại một Trung tâm Y khoa, Long Beach, California, nhưng ông cũng là một tác giả không mỏi mệt / tireless author, với những tác phẩm bao gồm tiểu thuyết, bình luận văn hóa / cultural commentary (như tác phẩm này), và những phóng sự điều tra. Đặc biệt, ông đã từng du hành khám phá con sông Mekong xuyên suốt chiều dài 4.800 km, và đã viết hai cuốn sách về sự sống còn của con sông lớn của thế giới, và là mạch sống của hơn 70 triệu cư dân sống hai bên ven sông và Đồng Bằng Sông Cửu Long. Bộ sách này và tác phẩm khác đã đem lại cho ông các giải thưởng và những bài điểm sách với đánh giá cao. Hiện nay ông vẫn gắn bó với những hoạt động môi sinh không mỏi mệt / unrelenting environmentalist. Ngoài ra, tôi còn nhận ra BS Vinh là một nhà báo tài năng với khả năng gần như kỳ diệu để phát hiện các tư liệu và sự kiện khó kiếm.

Tác giả đã có mối liên hệ gần gũi với tất cả những nhân vật mà ông đề cập tới trong cuốn sách này, do đó các chân dung nhân vật của ông thường bao gồm cả trích dẫn những thư từ trong trao đổi riêng tư. Là một bác sĩ, tự nhiên là ông cũng quan tâm tới những vấn đề sức khỏe, đó cũng là một phần của những chân dung này.

**Những nhân vật được ông mô tả trong cuốn sách này bao gồm:**

**• MẶC ĐỖ (1917 – 2015)**

Nhà báo, nhà văn, viết truyện ngắn, và dịch giả, ông sinh ở Hà Nội trong một gia đình thấm đẫm Khổng giáo, nhưng cũng chịu ảnh hưởng của nền văn hóa Tây phương. Ông di cư vào Nam năm 1954 và là một trong số người thành lập nhóm Quan Điểm và nhật báo Tự Do. Ngoài những tiểu thuyết và các truyện ngắn, ông đã dịch các tác phẩm của Hemingway, Fitzgerald, Mauriac, Tolstoy, Pasternak, và các tác giả khác.

**• NHƯ PHONG (1923 – 2001)**

Được mệnh danh là "nhà báo của các nhà báo," Như Phong là nhà văn viết tiểu thuyết, là một chuyên gia về cộng sản Miền Bắc Việt Nam, và là một chiến lược gia / strategist hoạt động phía sau hậu trường như một cố vấn chính trị cho những chính khách. Tại Hoa Kỳ, ông quy tụ được nhiều bạn trẻ, gieo rắc cho họ ý niệm quan trọng về báo chí trong tương lai của Việt Nam.

**• VÕ PHIẾN (1925 - 2015)**

Võ Phiến, nhà văn, viết tiểu luận, và lịch sử văn học, là một trong các cây viết chính của tạp chí Bách Khoa, Sài Gòn. Sau năm 1975, căn nhà của ông ở Los Angeles trở thành một trung tâm văn học lưu vong / expatriate literary culture. Ông đã viết nhiều bộ sách nghiên cứu về lịch sử văn học Miền Nam Việt Nam. Ông cũng là nhân vật trong cuốn sách *Nỗi Buồn Lưu Vong* của John C. Schafer.

**• LINH BẢO (1926 - )**

Là một trong số nhà văn nữ rất sớm của Việt Nam. Linh Bảo sống ở ngoại quốc nhiều năm, ở Quảng Đông, Thượng Hải. Là một nhà văn tài năng / gifted story teller, nhà báo tự do, nhà hoạt động nữ quyền, sách của bà có tính giễu cợt về những tiêu cực của đời sống. Văn phong của bà tàn nhẫn / merciless, quỷ quái / demonic và bất chấp / devil-may-care nhưng đồng thời cũng đầy những nỗi đau.

**• MAI THẢO (1927 - 1998)**

Là nhà văn, viết truyện ngắn, nhà thơ, và là chủ bút sáng lập tạp chí cấp tiến / avant-garde Sáng Tạo. Sau khi sang định cư tại Hoa Kỳ, ông sống rất giản dị trong một căn phòng nhỏ đơn sơ, đồng thời cũng là tòa soạn nơi ông làm lại tạp chí Văn hải ngoại. Ông là một trong số hiếm hoi văn nghệ sĩ không bị tù đày trong các trại cải tạo, với hai năm trời trốn lánh gần như tuyệt vọng ở Sài Gòn trước khi là thuyền nhân đào thoát được sang Mã Lai và rồi định cư ở Mỹ.

● **DƯƠNG NGHIỄM MẬU (1936 – 2016)**

Là nhà văn, viết truyện ngắn, viết bình luận; ông sinh ở Hà Nội di cư cùng gia đình vào Nam năm 1954. Tác phẩm đầu tay, *Gia Tài của Mẹ* được giải văn học toàn quốc năm 1966. Ông nhập ngũ năm đó và làm phóng viên chiến trường. Sau 1975, ông bị đi tù cải tạo hai năm, ra tù năm 1977, làm thợ sơn mài để kiếm sống. Ông là một trong số ít tác giả chọn sống ở Việt Nam thay vì đi định cư ở hải ngoại.

● **NHẬT TIẾN (1936 – 2020)**

Là nhà văn, viết truyện ngắn và kịch với sức sáng tạo phong phú và đa dạng. Ông cũng là một *"tráng sinh lên đường"* trong Phong trào Hướng đạo Việt Nam, và trung thành với truyền thống này suốt đời. Là tác giả của hơn 20 cuốn sách, liên hệ tới thế giới trẻ thơ và đặc biệt là những trẻ thơ bất hạnh.

● **NGUYỄN ĐÌNH TOÀN (1936 – 2023)**

Là nhà thơ, nhà văn, viết truyện ngắn, viết ca khúc / songwriter, và chủ xướng chương trình phát thanh *"Nhạc Chủ đề"* rất có ảnh hưởng. Đa số các tiểu thuyết của ông được xuất hiện nhiều kỳ trên báo chí trước khi in thành sách, với nội dung thiên về bối cảnh thay vì là câu chuyện. Ông làm thơ, ảm đạm nhưng giàu cảm xúc. Bản nhạc *Tình khúc thứ nhất,* nhạc Vũ Thành An, thơ Nguyễn Đình Toàn với câu: "*Có biết đâu niềm vui đã nằm trong thiên tai*".

● **THANH TÂM TUYỀN (1936 – 2006)**

Sinh tại thành phố Vinh, tỉnh Nghệ An, ra Hà Nội học rồi di cư vào Nam năm 1954. Là một trong những cây viết chủ lực của tạp chí Sáng Tạo. Ông được biết đến và nổi tiếng sớm về thơ tự do / poésie libre, nhưng cuối đời ông lại trở về thể thơ truyền thống. Từ năm 1975 tới 1982, ông bị tù đày trong những trại cải tạo khắc nghiệt ở Miền Bắc Việt Nam. Là nhà thơ, ông còn là một nhà văn và viết kịch.

**• NGUYỄN XUÂN HOÀNG (1937 - 2014)**

Là nhà văn, viết truyện ngắn, viết bình luận, chủ bút các tạp chí. Ông rất năng động ở Sài Gòn trước 1975. Sau những năm tù cải tạo, ông sang định cư tại Hoa Kỳ và là chủ bút cho một số tạp chí văn học ở hải ngoại.

**• HOÀNG NGỌC BIÊN (1938 - 2019)**

Là một họa sĩ, nhà thơ, nhà văn, dịch giả, một học giả chuyên khảo về Proust, một nhạc sĩ; ông là nghệ sĩ rất đa tài, có nhiều kinh nghiệm và sinh hoạt rộng rãi trong giới báo chí.

**• ĐINH CƯỜNG (1939 - 2016)**

Là một họa sĩ, nhà thơ, và là một giáo sư Mỹ thuật. Tới năm 2005, ông đã có hơn 24 cuộc triển lãm cá nhân và 20 cuộc triển lãm tập thể. Ông là tác giả của ba cuốn sách: một phê bình hội họa và hai tập thơ.

**• NGHIÊU ĐỀ (1939 - 1998)**

Là họa sĩ, nhà thơ, sinh quán tỉnh Quảng Ngãi. Là bạn thân thiết của tác giả tập Chân Dung này. Ông rất khó tính khi trình bày bìa cho các tác phẩm văn học. Tính khí rất lạ, và cao ngạo, chẳng hề quan tâm lưu giữ thành tích hoạt động nghệ thuật của bản thân. Cùng với gia đình sang định cư tại Hoa Kỳ, mất năm 1998 trước khi tới tuổi 60.

**• NGUYÊN KHAI (1940 - )**

Là một họa sĩ chủ yếu vẽ sơn dầu. Bản chất dè dặt và trầm lắng/ contemplative. Trong một cuộc phỏng vấn, có lần ông phát biểu: "Hội họa không quay lưng lại thực tại, nhưng nó không minh họa thực tại. Hội họa cho chúng ta cái nhìn khác, cái nhìn phi thực tại, để từ đó những khả thể của chân thiện mỹ được biểu đạt."

**• CAO XUÂN HUY (1947 - 2010)**

Một chiến binh Thủy quân Lục chiến, nổi tiếng với hồi ký chiến tranh: *Tháng Ba Gãy Súng*, một cuốn sách độc nhất vô nhị nồng nhiệt, sinh động và cảm xúc / expressive. Tác giả cuốn sách này (Ngô Thế Vinh) còn đề cập tới cuộc chiến đấu dũng cảm của Cao Xuân Huy với căn bệnh ung thư sắc tố mắt vào mấy năm cuối đời.

**• PHÙNG NGUYỄN (1950 - 2015)**

Là chuyên viên điện toán, nhà văn, viết truyện ngắn, một bỉnh bút, và là cây viết nhật ký mạng / blogger. Tác giả cuốn sách này (Ngô Thế Vinh) rất quan tâm tới một khoảng thời gian mà Phùng Nguyễn không bao giờ nhắc tới nhưng lại có ảnh hưởng sâu đậm tới các sinh hoạt của Phùng Nguyễn sau này: đó là một giai đoạn hồi phục lâu dài do vết thương chân trầm trọng trong một cuộc hành quân. Ông còn là tác giả một trang mạng có tên là "*Rừng và Cây*", đã xuất bản hai tuyển tập truyện ngắn: *Tháp Ký Ức* (1988) và *Đêm Oakland và những truyện khác* (2001).

**• PHẠM DUY (1921 - 2013)**

Viết nhạc, viết lời ca / lyricist, nhà nhạc học, và viết hồi ký. Ông là người viết nhạc Việt Nam phong phú và tài năng nhất của thế kỷ qua. Chân dung Phạm Duy trong cuốn sách này khảo sát những hoạt động của ông qua nhiều thời kỳ cùng với những biến chuyển trong các mối liên hệ với bạn bè và các đồng sự / associate.

• **ERIC HENRY (1943 – )**

Là học giả người Mỹ chuyên về văn hóa Trung Hoa và Việt Nam, và là dịch giả của bộ sách này. Tác giả (Ngô Thế Vinh) quan tâm tới những kinh nghiệm đầu đời về Việt Nam của Henry và cả nỗ lực giúp vượt qua các trở ngại từ gia đình Phạm Duy để có được sự đồng thuận cho phép xuất bản bản dịch 4 tập hồi ký của Phạm Duy.

• **PHẠM BIỂU TÂM (1913 – 1999)**

Bác sĩ giải phẫu, giáo sư y khoa lỗi lạc và là Khoa trưởng Trường Đại học Y khoa. Tác giả (Ngô Thế Vinh) vẽ nên chân dung vị danh sư này với những đóng góp to lớn để xây dựng một nền y khoa tiên tiến cho Việt Nam, đặc biệt trong những hoạt động của một nhà giáo dục không vị lợi / selflessness và quảng đại / generosity.

• **PHẠM HOÀNG HỘ (1929 – 2017)**

Là một nhà khoa học-thực vật / scientist-botanist, là Viện trưởng-sáng lập Đại học Cần Thơ, là tác giả của nhiều bộ sách, và đáng kể nhất là bộ sách *Cây Cỏ Việt Nam*. Tác giả (Ngô Thế Vinh) viết về những bước diễn tiến / evolution của nhân vật như một nhà khoa học, kết hợp với những hoạt động không ngưng nghỉ của một nhà giáo dục và Viện trưởng một đại học, cùng với nỗ lực để vượt qua những hạn chế do chính quyền của Việt Nam sau này muốn áp đặt.

BS Vinh còn là tác giả của Tuyển Tập thứ hai với thêm 17 chân dung văn hóa nữa (bao gồm Nguyễn Tường Bách, Hứa Bảo Liên, Hoàng Tiến Bảo, Tạ Tỵ, Trần Ngọc Ninh, Lê Ngộ Châu, Nguyễn Văn Trung, Dohamide, Lê Ngọc Huệ, Nghiêm Sỹ Tuấn, Đoàn Văn Bá, Mai Chửng, Trần Hoài Thư, Phan Nhật Nam, Võ Tòng Xuân, Trần Mộng Tú, và John Steinbeck). Tuyển Tập này được khép lại không phải bằng chân dung văn hóa của một nhân vật, mà là *Con Đường Sách* độc nhất ngay cạnh Bưu điện Trung ương Sài Gòn. Tôi hy vọng sẽ dịch xong và xuất bản sớm Tuyển Tập 2 Chân Dung này.

**Bộ Chân Dung Văn Học Nghệ Thuật và Văn Hóa 1954-1975** cho tới hiện nay, đã tổng hợp được chân dung sinh động của một nền văn hóa và đồng thời cũng là một sửa sai mạnh mẽ những nỗ lực của nhà nước cộng sản Việt Nam muốn phủ nhận tầm quan trọng của nền văn hóa ấy.

*ERIC HENRY*
*Chapel Hills, South Carolina*
*April 30, 2023*

## ERIC HENRY

Sinh năm 1943, bố mẹ đều là nhạc sĩ. Thời thơ ấu đã tập dương cầm và yêu nhạc cổ điển phương tây. Năm 1968, gia nhập lục quân Mỹ, được huấn luyện cấp tốc 12 tháng về tiếng Việt. Năm 1970, Eric sang Việt Nam, đóng ở Củ Chi, Xuân Lộc, rồi Quảng Trị với lục quân Mỹ. Ngoài vai trò thông dịch, anh còn phỏng vấn khá nhiều tù binh của Bắc quân. Thuở đó Eric đã làm quen với Truyện Kiều và một số tiểu thuyết Tự Lực Văn Đoàn, nhưng vẫn chưa biết nhiều về nhạc phổ thông Việt Nam. Eric of Chuyện Nghề Của Thủy by Trần Văn Thủy and Lê Thanh Dũng (2013) rời Việt Nam mùa hè năm 1971. Sau đó làm nghiên cứu sinh về văn chương Trung Quốc ở Đại học Yale. Tiến Sĩ / Ph.D. 1979, Văn Chương Trung Quốc.

**Tác phẩm:** *Chinese Amusement: The Lively Plays of Li Yü (Lý Ngư): Henry, Eric.* (Hamden, CT: Shoe String Press, Archon Books 1980); *Garden of Eloquence; bản dịch Shuō Yuàn* (Thuyết Uyển) với ghi chú; (University of Washington Press, 2022); *In Whose Eyes;* sách dịch Chuyện Nghề Của Thủy by Trần Văn Thủy, cùng với Nguyễn Quang Dy and Wayne Karlin, (University of Massachusetts Press, 2016). Anh còn là dịch giả hai bộ sách (chưa xuất bản): *Hồi Ký của Phạm Duy, Chân Dung VHNT & VH* của Ngô Thế Vinh.

# TRẦN HOÀI THƯ

## HÀNH TRÌNH TÌNH THƯƠNG

***Lời Giới Thiệu:*** *Nhà văn Trần Hoài Thư, sĩ quan Thám kích Sư đoàn 22 Bộ binh, rồi Phóng viên chiến trường, 3 lần bị thương năm nào, sau những năm tù đày, đã vượt biển rồi sang định cư tại Hoa Kỳ, từ 2001 đã cùng với các bạn văn bền bỉ âm thầm làm việc trong bao nhiêu năm nhằm phục hồi di sản Văn học Miền Nam 54-75 đang bị phá hủy.*

*Đúng 50 năm kể từ số báo cuối cùng của Tình Thương, một tin vui đến từ Thư Quán Bản Thảo, trong một nỗ lực phải nói là phi thường, qua hệ thống interlibrary loan, anh Trần Hoài Thư đã hy sinh rất nhiều công sức và cả tốn kém tiền bạc để có thể sưu tập lại được gần trọn bộ báo Tình Thương, đồng thời cũng qua bộ Tình Thương, 11 chương sách tác phẩm Nuôi Sẹo của nhà văn Triều Sơn đã được phục hồi.*

*Được tham gia sinh hoạt làm báo Tình Thương từ số đầu tiên cho tới khi báo đình bản, tôi thay mặt các anh em trong nhóm Tình Thương, các đồng môn Y khoa cám ơn nỗ lực của Thư Quán Bản Thảo và trân trọng giới thiệu bài viết HÀNH TRÌNH TÌNH THƯƠNG của nhà văn Trần Hoài Thư, như một cái nhìn từ bên ngoài đối với Tình Thương, một tờ báo của Sinh viên Y khoa từ hơn nửa thế kỷ trước.* Ngô Thế Vinh

Nguyệt san *Tình Thương* số đầu tiên được ra đời vào đầu năm 1964, sau một cuộc hội thảo sôi nổi của khoảng 50 sinh viên y khoa, thể theo lời kêu gọi của sinh viên y khoa năm thứ 6 Trần Xuân Ninh. Cuộc họp này được ghi đầy đủ bởi Trần Xuân Dũng, nguyên là thư ký tờ báo. Bài đăng trên tập san Y Sĩ số 184 tháng 1-2010 do Hội Y sĩ Việt Nam tại Canada chủ trương chủ để giới thiệu nguyệt san *Tình Thương* được chúng tôi đăng lại ở phần sau.

*Bìa Tình Thương số ra mắt tháng 1-1964*

Có thể nói cuộc hội thảo này là một cái mốc quan trọng, chẳng những dẫn đến sự hình thành một tờ báo của sinh viên y khoa mà còn nói về một sự lên đường nhập cuộc của giới mà khi nhắc đến ít ai có thể ngờ:

*... sinh viên y khoa vốn thường được người ngoài coi là chăm chỉ hạt bột, có khi cù lần, luôn luôn bận bịu học tập chứ không văn nghệ như các bạn văn khoa khác, vì họ sống trong một thế giới khác biệt chỉ biết có đau khổ và bệnh tật, mà nay lại ra khỏi ngưỡng cửa của Y Khoa để làm báo một cách rất trách nhiệm và dân chủ...*

(Nghiêm Đạo Đại: Tập san Y sĩ 184)

Trang đầu của số đầu, nhóm chủ trương – dưới tựa đề "Dựng" – ví sự có mặt của *Tình Thương* như ngọn lửa:

*(...) Ngọn lửa đầu tiên đã thành hình, nhỏ bé và lung linh. Ước nguyện thiết tha của chúng tôi là lửa sẽ không tàn mà càng ngày càng lớn mạnh, và tất cả mọi người sẽ đem lại sinh lực cho nó.*

*Tình Thương* với hình thức trang báo khổ lớn (Khổ tờ *Văn Nghệ Tiền Phong*), số trang thay đổi bất thường, trung bình 60 đến 80 trang, với nhiều quảng cáo mà thân chủ cỡ "bự" như Catinat Hotel, các hãng bào chế hay dược phòng, ngân hàng v.v… cho ta thấy tờ tạp chí rất được ưu đãi về phần quảng cáo so với những tạp chí khác. Về nội bộ tổ chức, số 1 ghi Chủ nhiệm: Phạm Đình Vy, Chủ bút: Nguyễn Vĩnh Đức, Tổng thư ký: Trần Xuân Dũng, Thư ký: Nghiêm Sỹ Tuấn, Quản lý: Phạm Như Bách.

Cần ghi nhận là cứ mỗi niên học là có sự thay đổi ít nhiều trong tòa soạn, trị sự cũng như ban biên tập. Lý do một số người ra trường, ra làm y sĩ ở các đơn vị.

Để giúp quý bạn hình dung về lề lối tổ chức nội bộ *Tình Thương*, chúng tôi xin chụp và đăng lại hai bản tin về cuộc họp khoáng đại chọn những người phụ trách và bộ biên tập *Tình Thương*. Phải nói đây là một sự sinh hoạt thể hiện tinh thần dân chủ và trách nhiệm khó tìm thấy trong làng báo ở VN.

*L.T.S.— Tìnhthương đã sống được 9 số. Tuy thế những khókhăn và trởngại của một tậpthể sinhviên — như sinhhoạt trong một tòasoạn — vẫn không phải là không có. Chúngtôi xin ghinhận ở đây, bởi khíacạnh xâydựng và cứucánh của những tổchức sinhviên là sự thểhiện dânchủ và tinhthần tráchnhiệm.*

*Từ số 9, quývị độcgiả đã nhận thấy một vài thayđổi quantrọng của tờ báo do tinhthần buổihọp ngày 20-8-1964. Sau đây là biênbản buổi họp do anh TRẦN-ĐÔNG-A ghi với ít nhiều CHỦQUAN nhưng người phụtrách mục sinh hoạt ykhoa vẫn để đăng và tôntrọng nguyênbản.*

**• TÌNH THƯƠNG CỦA AI ?**

Thượng tuần tháng 8,lịch sử đi vào một khúc quanh. Vụ Maddox với cái đuôi dài lê thê là tình trạng khẩn trương và bản hiến chương Bạch điện Vũng Tàu.

Nhiều người ngơ ngác. Tình trạng vượt quá mọi dự định. Người ta tìm đến báo chí. Những khoảng trắng nằm khoe mình trơ trẽn. Người sinh viên Y Khoa lật dở T.nh thương với nhiều ước vọng thầm kín. Thất vọng, bất mãn. Người ta bắt đầu nghe thấy những tiếng đồn nhỏ to về một số bài quan điểm có tính cách cá nhân, về hành động của một vài người t ong ban điều hành, muốn biến tờ báo thành của riêng muốn đăng bài của ai thì đăng bất chấp sự can gián của người khác.

Trước viễn tượng Tình thương có thể bị ph nhận bởi chính các sinh viên Y Khoa cha đẻ ra nó, nói chung và những người trong ban biên tập nói riêng, một cuộc họp mang mầu sắc tự kiểm thảo được triệu tập hồi 16g ngày 20 tháng tám 64 quy tụ 25 người trong ban báo chí Y Khoa.

1. KIỂM THẢO

Mở đầu phiên họp, anh chủ nhiệm Phạm đình Vy công nhận là mình đã phạm một lỗi lầm lớn là dùng tờ báo của chung để bênh vực cho một người thân. Anh xin được thông cảm và hứa sẽ không để một tình trạng tương t tái diễn Đồng thời về nguồn tin anh đã hợp tác với Ông Phạm huy Cơ, anh Vy cho biết không hề có chân trong một tổ chức chính trị nào.

Tiếp theo, anh chủ bút Nguyễn Vĩnh Đức đọc một diễn văn dài mà đoạn đầu là những lỗi lầm của chính anh quên tờ báo là của chung, quên rằng tờ báo chỉ thành hình cũng như tồn tại do sự góp công của nhiều cá nhân mà anh chỉ là một.

Mọi người công nhận thiện chí của hai anh Vy và Đức với lời hứa không tái phạm những lỗi lầm vừa kể.

2. SỰ TỪ CHỨC CỦA ANH ĐÔNG A, DŨNG

Bước sang phần điều hành, anh — Trần xuân Dũng, tổng thư ký kiêm trưởng ban Thơ — Hải trang Trần đông A phụ trách truyện ngắn và Morasses (?).

Xin từ chức. Riêng anh Thuấn, không từ chức nhưng xin nghỉ dài hạn.

Sau lời kêu gọi hợp tác của anh Vy, anh Đức đề nghị, để các trưởng ban quyền quyết định hoàn toàn về bài vở trong phạm vi của mình và ban điều hành tổng quát chỉ điều chỉnh khi cần.

Ba anh trên vẫn cương quyết giữ lập trường. Do đó cuộc thảo luận xoay quanh đề tài « có nên thay đổi toàn diện tờ báo hay không » với sự tham dự hăng hái của nhiều anh, lắm lúc tưởng đi vào ngõ bí, chủ toạ cãi nhau tay đôi với ý kiên viên, nhưng cuối cùng, sau 4 giờ phát biểu hăng say, tất cả như thầm mệt và đi tới quyết định sau đây :

1 — Xác định trở lại : Tình thương là của chung sinh viên Y Khoa, không cá nhân nào được lợi dụng.

2. Tờ báo được điều hành bởi :

— Chủ nhiệm : ngoại vụ.

— ban tổng quát : Chủ bút, tổng thư ký, thư ký, quản lý.

— ban chuyên môn : Các trưởng ban

3. Thuê 1 thư ký làm việc tòa soạn và phụ trách nhà in (trước đây do các anh Đức, Dũng, Tuấn, Thuấn và Đông A.)

4. Bầu các trưởng ban, thay thế những người đã từ chức. Kết quả :

— anh Ngô thế Vinh. Tổng thư ký

— anh Trương Thìn quản lý (thay anh Phạm như Bách đã ra trường)

— Anh Vũ thiện Đạm : Thủ quỹ

— anh Trần mộng Lâm : truyện ngắn.

— anh Đặng Vũ vương : Quan điểm.

— anh Hồ tấn Phước : Khảo luận

— anh Trang Châu : Thơ.

— Anh Đặng ngọc Cương : Sinh hoạt Y Khoa

— Anh Nghiêm đạo Đại : Sinh viên và Đại học

— Anh Đỗ hữu Tước : Thế giới chúng tôi.

— Anh Ngô thế Quí và Lê Sĩ Quang : Bàn tay nắm lấy bàn tay.

5. Uỷ cho thư ký buổi họp là Trần đông A viết bài tường thuật đăng lên báo.

Cuộc họp chấm dứt lúc 20g30 tối.

Chủ tọa phiên họp : Đặng vũ Vương

Thư ký : Hải trang Trần đông A ghi

Dưới đây là cuộc họp khi Tình Thương bước vào năm thứ ba:

**THÀNH PHẦN BAN CHỦ TRƯƠNG VÀ BIÊN TẬP TÌNH THƯƠNG NĂM THỨ 3**

Như thường lệ, bước sang một năm mới hoạt động, Tòa Soạn Tình Thương có một buổi khoáng đại hội để bầu lại ban chủ trương và biên tập cho tờ báo. Tinh thần dân chủ đó đã được tái diễn thêm lần thứ ba nữa vào chiều ngày 24-12-65 vừa qua.

Buổi họp đã được tổ chức ngay tại tòa soạn và diễn ra trong một bầu không khí thân mật và cởi mở. Chính sự sinh hoạt tập thể đã làm trơn tru cá nhân trước khi họ được ném vào guồng máy nhịp nhàng đồng đội. Sau phần tường trình về hoạt động của Tình Thương trong năm qua của anh Chủ Nhiệm, đại hội đã xúc tiến việc bầu cử và đã cho ra đời một thành phần như sau cho nhiệm kỳ năm 1966.

— Chủ nhiệm : PHẠM ĐÌNH VY
— Chủ bút : NGÔ THẾ VINH
— Tổng thư ký : NGUYỄN HỮU ÂN
— Thư ký : TRẦN CÔNG PHÁT
— Quản lý : VŨ THIỆN ĐẠM

Các trưởng ban.

Quan điểm : ĐƯỜNG THIỆN ĐỒNG
Khảo luận : HÀ NGỌC THUẦN
Truyện ngắn : TRẦN MỘNG LÂM
Thơ : PHẠM NGỌC LÂM
Sinh hoạt Y khoa : ĐỖ NGHÊ
Bàn tay nắm lấy bạn tay : LÝ QUỐC BẰNG và VŨ CÔNG LIÊM
Thế giới chúng tôi : ĐỖ TRẦN
Sinh hoạt Đại học : PHẠM HỒNG

Buổi họp được tiếp tục bằng sự tìm tòi và thảo luận một phương thức làm việc hữu hiệu hơn trong năm qua. Mọi người đều đồng ý rằng sự eo hẹp về tài chánh đã hạn chế rất nhiều những dự định cải tiến tờ báo, nhưng để chứng tỏ tuổi trẻ hăng hái không ngừng, tất cả các người tham dự đều đồng ý hai sự việc sẽ thực hiện trong năm thứ ba này :

— Chấp thuận trả lương cho một người thư ký làm việc ngày hai buổi (vì năm vừa rồi, tờ báo chỉ có thể đài thọ một cái lương bán nhật).

— Tái quyết định là đầu năm 1966, Tình Thương sẽ ra *bán nguyệt san*. Một ủy ban đại diện sẽ tranh đấu yêu sách hợp lý này với chính quyền.

Trước khi buổi họp kết thúc,. anh chủ nhiệm nhân danh tòa soạn đã bày tỏ sự biết ơn những ai đã phục vụ đắc lực cho Tình Thương trong hai năm qua, nay phải rời bỏ lớp áo sinh viên để trở thành những y sĩ quân y kiêu hùng trong nhung phục tác chiến nhảy dù, biệt động quân.

Đó là trường hợp của các tân y sĩ quân y hiện dịch Nguyễn Vĩnh Đức, Trang Châu Lê văn Châu, Bùi thế Hoành, Hà Xuân Quýnh các y sĩ trưng tập Ngô thế Quí, Lê sỹ Quang.

Cùng với tiếng chuông nhà thờ đổ hồi báo hiệu giờ làm lễ nửa đêm (nhưng kỳ thực là 20 giờ), buổi họp được tuyên bố chấm dứt trong không khí bát ngát Tình Thương của Chúa và của tờ báo.

Những số đầu, qua những chủ đề đặc biệt về y khoa như "*Niềm đau nỗi khổ*"... (số 3-4 tháng 3-4,1964), *Đối thoại trong y học* (số 5), *Tình Thương* thường đề cập đến những vấn đề liên quan đến giáo dục văn hóa, đặc biệt là ngành y khoa. Ví dụ:

Tại sao sinh viên có quyền và có bổn phận trình bày ý kiến về những vấn đề giáo dục?

Giáo dục Y khoa ở Việt Nam đi về đâu?

Bao giờ tiếng Việt được dùng để giảng dạy ở trường Y khoa Đại học?

Thế nào là vai trò căn bản của người y học trong xã hội?

Làm thế nào để thích ứng y học tây phương vào văn minh và văn hóa VN?

Đối thoại giữa bệnh nhân và người y học.

Người y khoa nghĩ gì trước những vấn đề y học liên quan đến đạo đức xã hội: giáo dục sinh lý, kiểm soát sinh sản, phòng ngừa thụ thai, sự phá thai?

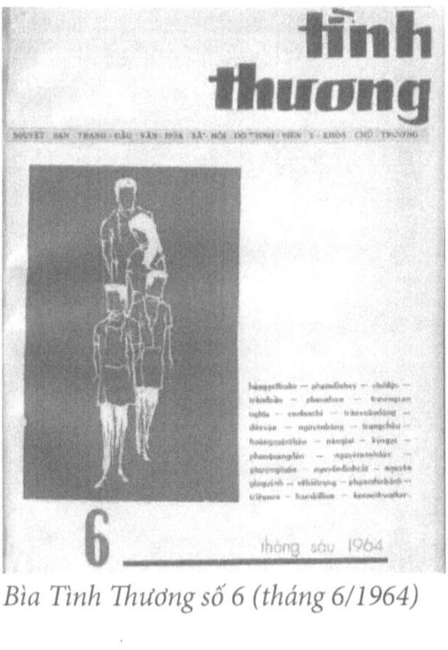

Bìa *Tình Thương* số 6 (tháng 6/1964)

Kể từ số 6, nội dung *Tình Thương* bắt đầu chuyển vào con đường đấu tranh chính trị với bài viết: *Bức thư ngỏ kính gởi ông R. McNamara, Bộ trưởng Quốc phòng Hoa Kỳ* của Phạm Đình Vy… Từ đây, những bài có tính cách đấu tranh xuất hiện, càng lúc càng quyết liệt, càng nặng ký, trong khi Saigon càng ngày càng sôi sục tiếng đả đảo hoan hô và khói lựu đạn cay… Cao điểm là những cuộc biểu tình của sinh viên vào tháng 8, 9, 10, 11 phản đối chánh phủ Trần Văn Hương, đòi hủy bỏ Hiến Chương Vũng Tàu của Nguyễn Khánh. Từ những số báo của năm 1964 trang giấy ít thấy bôi đen, thì bước vào năm thứ hai – 1965 – càng lúc càng bị những trận mưa "bom chì" trải thảm rớt xuống trên những trang Quan điểm, Nhận định, Sổ tay, Phóng sự tạo nên những "hố bom" cày nát lỗ chỗ màu đen, có khi thưa có khi dày đặc…

Ngay cả trang đầu với bài viết ăn mừng ngày sinh nhật một tuổi cũng bị trải thảm "bom bi":

## tình thương một tuổi

Hôm nay Tình thương đã ra đời giáp đúng một năm. Báo chí Sinh Viên ở mảnh đất này đã được một tuổi, một tuổi của bao nhiêu cái khám phá mới về nếp sống hành chánh của Nhà Nước, của bao nhiêu sự lo âu, cố gắng không ngừng, của bao nhiêu sự hiểu lầm đáng buồn của tuổi trẻ. Nhưng dù sao những sự việc đó không làm nản lòng chúng tôi, những con người trẻ đã và sẽ kiến tạo Đất Nước gấm vóc này bằng Tình Thương.

Trong suốt 12 tháng qua, mặc dầu với tất cả thành tâm thiện chí, Tình Thương vẫn không thể nào diễn tả hết được những gì của người Sinh Viên nghĩ, [redacted], những gì người SV muốn gây dựng lại trên hư đốn. [redacted] Hiến chương Báo Chí Sinh Viên Quốc Tế, Tuyên Ngôn Leysin đang sờ sờ nằm trong các số Tình Thương (số 1, 2 và 9) thì hỏi sao chúng tôi lại có thể âu tả khi dùng cái quyền thứ tư để bênh vực cái chủ quan của mình, và tất nhiên chúng tôi tin là đúng. Chúng tôi vẫn biết hoàn cảnh của Đất Nước đã không cho phép có một nếp sinh hoạt như ý muốn được [redacted] của tư nhân đóng cửa hay tịch thâu đều có văn thư tống đạt, báo đen hoặc báo lậu cũng thế, [redacted]. Còn như lúc đứng lên xin manchette báo, chúng tôi phải bị điều tra đi điều tra lại [redacted]. Nói ra dài dòng như thế, chúng tôi không có ý trách móc những cá nhân của Phòng Báo chí của Bộ Thông tin, nhưng muốn nói lên một sự thật [redacted] của hàng công bộc quốc gia : [redacted]. Biết bao giờ mỗi cá nhân tự mình ý thức được những việc mình đã có quyết định để bênh vực hành động của mình đến cùng, chắc chắn vào giờ đó Miền Nam sẽ có một nền hành chánh kiến hiệu và thực tiễn nhất ở Đông Nam Á.

Mỗi một lần kỷ niệm là một lần hồi tưởng quá khứ và một lần hy vọng ở ngày mai. Tình Thương chúng tôi đã có một số Kỷ Niệm CM tháng 1/11, phát hành đúng hôm Đệ Nhất Chu Niên CM. Nét đăm chiêu, tư lự của đôi mắt ở trang bìa số 11 vẫn ám ảnh mãi chúng tôi đến giờ phút này.

tình thương Số — 18

Để giúp quý bạn có thể hiểu tại sao *Tình Thương* lại được chiếu cố tận tình như vậy, sau đây là những chủ đề hoặc những vấn đề mà TT đề cập trong năm 1965, 1966:

Số 15: Khả năng viện trợ Mỹ và tình trạng chậm tiến của VN
Số 16: Hòa bình hay chủ bại
Số 17: Những vấn đề thanh niên
Số 18: Thanh niên hướng về nông thôn. Chính trị và dân chủ. Nền tự trị đại học…
Số 20: Kỷ niệm năm thứ hai Ngày Tranh đấu của sinh viên thanh niên.
Số 21: Những vấn đề trọng đại của quốc gia
Số 22: Quân đội và chính trường
Số 23: Viễn ảnh chính trị miền Nam
Số 24: Số đặc biệt Đại Hàn: Chiến tranh và hòa bình

Bước vào năm 1966, những chủ đề của *Tình Thương* càng nặng ký hơn:

Số 25: Vấn đề chủ quyền VN – những sự thật về Fulro
Số 28: Nông thôn Việt Nam và công thức Kibbutz Do Thái
Số 29: 96 phút với Thượng tọa Trí Quang

**Những cái "nổi bật nhất" của Tình Thương...**

- Đoạn triển khai "Tình Thương và giá trị văn học" (ở phần sau)

- Là tờ báo đi bài thơ tình của Lý thị Kim Xương mà theo ý của chúng tôi, đây là bài thơ tình rất hay trong số những bài thơ tình của miền Nam. Không phải riêng tôi mà còn có cả một vị bác sĩ "mê" bài thơ này đến nỗi phải thuộc lòng, để nửa thế kỷ sau, vẫn còn nhớ rành rành chép lại để thiên hạ cùng đọc. Nếu nhớ thơ của Huy Cận, Xuân Diệu, Nguyên Sa, Vũ Hoàng Chương... thì không nói làm gì, nhưng đây lại là bài thơ của người học trò 17 tuổi!..

(Xin đọc bài hồi ký của bác sĩ Đỗ Hữu Tước đăng ở phần sau).

Trên *Tình Thương* không đăng hình của Lý thị Kim Xương, nay chúng tôi có được, xin được đăng để các cựu sinh viên y khoa từng "mê" thơ Lý thị Kim Xương ngày xưa thấy được dung nhan của một nhà thơ nữ tài hoa nhưng bạc mệnh. (Nhà thơ nữ Lý thị Kim Xương từ giã cõi đời khi tuổi nàng còn xuân sắc!)

Tấm hình chân dung này được in cùng với bài thơ *XIN EM NHÌN VỀ QUÊ HƯƠNG* trên tạp chí VĂN NGHỆ MIỀN TÂY số ra Mùa Xuân 1968 tại Cần Thơ. Tạp chí này do NGŨ LANG chủ biên và HUYỀN VÂN THANH làm Tổng Thư Ký tòa soạn.

Cám ơn Tình Thương đã đăng một bài thơ hay.

**thư cho anh**

Về NG. NG. TH
S.V.Y.K

*Anh nghĩ gì khi người ta nói yêu em?*
*Khi trời mưa người ta đưa em đến trường?*
*người ta bảo người ta thường hay khóc*
*vì em nhìn người ta quá dửng dưng.*

*Chủ nhật người ta đi xem lễ*
*anh nghĩ gì khi người ta ngồi gần em?*
*người ta đọc kinh khe khẽ*
*em nghe người ta đọc tên em.*

*Mai nhớ về thăm em nghe anh!*
*cho người ta hiểu em không sống một mình*
*nếu người ta yêu thì phải yêu hai đứa.*
*(yêu em và yêu anh).*

*Người ta yêu em anh có buồn không?*
*nhỡ một mai em gọi người ta bằng chồng*
*anh có còn yêu em không nhỉ?*
*(chết! – người ta đang nhìn em ngoài song)*

*LÝ THỊ KIM XƯƠNG*
*(bức số 2 trong "Những bức thư không gửi")*
(NS *Tình Thương* số 13 tháng 1-1965)

- Không có một tờ báo nào ở SG trước 1975 lại được tướng Nguyễn Ngọc Loan – bấy giờ là Cục trưởng Cục An Ninh – ưu ái nhiều như nguyệt san *Tình Thương*: sự ưu ái này được biểu lộ bằng cách kê nòng súng vào màng tang của một sinh viên trong nhóm chủ trương (mời đọc bài hồi ký của Vũ Thiện Đạm) hoặc được phe biểu tình (Hố Nai) – phe nổi lửa đốt trụ sở Tổng hội Sinh viên SG ở đường Duy Tân – chiếu cố khiến "anh em phải đóng cửa sắt tránh đối đầu đám đông giận dữ" (Mời đọc bài của Đỗ Hữu Tước).

- Không có tờ báo nào "cao ngạo" xem chính quyền là "*ne pas*" như tờ báo *Tình Thương*. Ngay cả ông tổng trưởng cũng coi chẳng ra gì như lời cáo lỗi dưới đây:

**Cáo lỗi**

Tòa soạn TÌNH THƯƠNG trân trọng cáo lỗi cùng ông Tổng Trưởng Thanh niên Thể thao vì thời gian quá gấp rút không thể đem bài phỏng vấn đăng trong T.T. 16 đến ông Tổng trưởng xem lại trước khi in như đã hứa.

TÒA SOẠN TÌNH THƯƠNG

- Không có tờ báo sinh viên nào lại có tòa soạn riêng, và được bày bán trên sạp báo, được đón nhận nồng nhiệt bởi quần chúng như Nguyệt san *Tình Thương* và Phụ bản *Tình Thương*.

- Là tạp chí duy nhất đăng bài phỏng vấn Thượng tọa Trí Quang (số 29), Nguyễn Chánh Thi (số 19), tuy nhiên *Tình Thương* công khai chống lập trường của Hội Đồng Nhân Dân Cứu Quốc (*Tình Thương* số 10)... Qua bài phỏng vấn Thượng tọa Trí Quang, chúng ta được biết thêm là trước khi tổ chức bất cứ cuộc biểu tình nào, Thượng tọa Trí Quang đều đến gặp đại sứ Cabot Lodge.

*— Nhiều người gán cho tôi mối liên hệ mật thiết với ông Lodge, sự thật không có. Với ông Lodge hay Taylor cũng vậy, mỗi lần tranh đấu tôi đều gặp, nói cho họbiết lập trường của Phật giáo thế nào còn người Mỹ muốn sao tùy họ. Tôi hành động đều có báo trước it nhất là 24 tiếng. Như vụ tranh đấu gần đây tôi chỉ gặp ông Lodge có một lần, nói rõ lập trường của Phật giáo về quốc hội. Ông ta có nói Thượng Tọa nên nghĩ lại. Tôi chỉ cười trả lời đã nghĩ rồi. Có vậy thôi. Còn dư luận cho rằng ông Kỳ đã gặp tôi trước vụ hạ Trung tướng Thi là hoàn toàn bịa đặt. Tôi chưa hề gặp ông Nguyễn cao Kỳ một lần nào.*

(TT số 29)

*Bìa Tình Thương số 29 (phỏng vấn TT. Trí Quang)*

*Bìa Tình Thương số 28*
*(Nông thôn Kibbutz Do Thái)*

- Dù là báo sinh viên nhưng tầm mức của nó có thể ngang hàng với tờ báo chuyên nghiệp ngoại quốc. Những chủ đề thời sự nóng hổi như FULRO, hay Phật giáo miền Trung được tòa soạn cử phái viên đến tận nơi, để tìm hiểu cặn kẽ… Ngay cả có mặt trong Kibbutz Do Thái cả tháng làm phu hái cam để viết bài cho chủ đề "Nông thôn VN và công thức Kibbutz" (Đường Thiện Đồng: *Bốn tuần trong Kibbutz* – Tình Thương số 28)

- Không có tạp chí nào mà những người trong nhóm chủ trương hay trong ban biên tập, khi làm báo là chống đối chánh quyền mạnh mẽ nhưng khi ra trường Y khoa lại chọn những binh chủng dữ nhất mà đầu quân như Lực Lượng Đặc biệt, Nhảy Dù, Thủy Quân Lục Chiến, Biệt Động Quân. Trong số những người này có Nghiêm Sỹ Tuấn – nguyên Thư ký Tòa soạn. Y sĩ Nghiêm Sỹ Tuấn chọn binh chủng Dù, và tử trận sau khi ra trường chưa được bao lâu. (Mời đọc hồi ký của Trang Châu, Ngô Thế Vinh, Đỗ Hữu Tước, Bùi Khiết... đăng ở phần sau).

**"Chích"**

Dĩ nhiên, nghề y đòi hỏi phải biết chích. Khi thì vào cánh tay, khi thì vai, khi thì mông đít... Có lẽ vì quá quen đến công việc chích này nên những biên tập viên phải ngứa tay khi cầm ngòi viết chăng... Và cái chích của họ "đau" thiệt.

Sự kiện này được một thành viên của *Tình Thương* kể lại như sau:

*Trong một bài luận cứ "Tính dục trong sinh hoạt tôn giáo"* (chúng tôi đánh máy bài này và đăng ở phần sau – Tòa soạn Thư Quán Bản Thảo ghi chú), *anh Bùi Thế mang phân tâm học của Sigmund Freud để bàn về hiện tượng các cô nữ sinh thích đi nghe các thầy giảng và sinh hoạt. Bài viết gây chống đối rất nhiều, nhất là với các cô bị tạm giam ở thành Ô Ma trong biến động Phật giáo. Anh em Tình Thương bị gọi là giáo gian. Thế nhưng không phải phía Phật giáo mà Công giáo trong cuộc biểu tình từ Hố Nai chống hiến chương Vũng Tàu cũng đến bao vây tòa báo vì bài viết của anh Hoành và Quỳnh. Khiến anh em phải đóng cửa sắt tránh đối đầu đám đông giận dữ.* (Đỗ Hữu Tước: Tình thương ngày tháng cũ, Tập san Y Sĩ – số 184 tháng 1-2010)

Trên đây chỉ về mặt tôn giáo, còn về phía chính quyền thì càng "dữ dội" hơn. Người chủ trương bị kêu lên Cục An Ninh và bị kê nòng súng vào màng tang:

*Một buổi chiều cuối thu 1964, Sài Gòn sau Cách mạng 11/1963, lá ngoài đường không rụng nhiều và trên không cũng chẳng có những đám mây bàng bạc như trong truyện Quê Mẹ của Thanh Tịnh, tôi và anh Đức đang ngồi trong tòa soạn, bỗng có một chiếc xe cảnh sát mà người dân Sài Gòn gọi là "xe cây" đỗ xịch trước cửa Tòa soạn. Hai tên công an mặc thường phục bước vào cửa rồi lớn tiếng hỏi ai là Vũ Thiện Đạm và Nguyễn Vĩnh Đức. Chúng tôi ngạc nhiên nhưng cũng điềm tĩnh trả lời. Một tên nói: "Các anh theo tôi về Cục An Ninh có việc." Chúng tôi hỏi: "Việc gì?" Tên thứ hai trả lời một cách hỗn xược: "Đến đó thì biết, đừng có nhiều lời." Chúng tôi theo chúng lên xe cây để về Cục An Ninh, không cách xa tòa soạn lắm, ngay trên đường Nguyễn Bỉnh Khiêm, gần Sở thú Sài Gòn. Chúng tôi ngồi đợi ở phòng dưới nhà, lẳng lặng không nói với nhau một lời vì có những tên công an khác đi quanh canh chừng. Một lúc sau, một tên công an từ trên gác xuống gọi chúng tôi lên trình diện ông Tướng An Ninh. Cửa phòng mở, ông Tướng đã chờ sẵn, ông dáng người gầy ốm, mặc quân phục với Jacket chống đạn. Ông Tướng ngồi trên ghế bành, hai chân với bottes de saut gác lên bàn, với khẩu súng lục nòng ngắn quay chung quanh ngón tay trỏ phải kiểu cao bồi. Ông ta cho biết là báo Tình Thương đã có nhiều bài viết không đúng đường lối cách mạng và ra lệnh cho chúng tôi từ nay phải sửa lại đường lối viết lách cho hợp với đường lối của chính phủ đương thời, nếu không ông bắn bỏ thì hối cũng không kịp.*

*Cũng nên nhắc lại là ông Tướng tuy là người Việt nhưng lại dùng toàn"tiếng Đức" của "các tay anh chị" khi nói với chúng tôi.*

*Và để cho thêm phần "uy tín", ông ta lấy khẩu súng lục nòng ngắn dí vào màng tang của anh Đức và tôi và dặn: "Nhớ nghe con."*

*Có lẽ bốn năm sau (1968), khẩu súng này đã được dùng để kết liễu đời của tên đặc công Cộng sản với hai tay bị trói ra đằng sau. Hình ảnh cuộc hành quyết này đã được một phóng viên Mỹ ghi lại và phổ biến khắp thế giới và đã làm dư luận quần chúng Mỹ cũng như dư luận thế giới có ý kiến bất lợi cho cuộc chiến tranh Việt Nam.*

*Cho đến bây giờ tôi mới được biết là hai anh Ngô Thế Vinh và Phạm Đình Vy cũng được diện kiến ông Tướng An Ninh trong hoàn cảnh tương tự.* (Vũ Thiện Đạm)

Đọc đoạn hồi ký trên, chúng ta sẽ đặt câu hỏi tại sao ông tướng An Ninh trên lại đặc biệt quan tâm đến tờ Tình Thương như vậy? Cái việc này do Sở Kiểm duyệt lo giùm cho ông mà. Nhưng nếu đọc kỹ trên số báo 20, trong bài *Đối thoại với chính quyền*, ta thấy cái "chích" của các anh bác sĩ tương lai này quả là "đau" và "thấm" hết chỗ nói khi anh ta "lên lớp":

*3) Chính quyền vẫn chưa xóa bỏ đi được những cái chướng tai gai mắt trong chính quyền.*

— Tại sao chủ-trương khắc khổ, tiết kiệm công quỹ, Thiếu-tướng Chủ-tịch Hành-pháp lại xê dịch trong Thủ-đô bằng *trực thăng* tốn kém rất nhiều so với một xe hơi.

— Tại sao chính quyền lại ban hành lệnh giới nghiêm 11 giờ với lý do để giảm sự xa hoa về đêm.

— Tại sao bắt quân đội hớt tóc ngắn, không bắt cạo râu vì cả hai hớt tóc và để râu đều tuyệt đối cấm.

— Tại sao chính quyền lại bắt chước Tướng Khánh tăng lương quân đội trong khi giá sinh hoạt lên cao không phương cứu chữa. Sự suy diễn một sự lạm phát tiếp theo sau ai cũng có thể nghĩ tới, tại sao chính quyền biết như vậy mà vẫn làm.

Câu hỏi: "Vậy ai để râu đây?" Chỉ có tướng Kỳ chứ ai trồng khoai đất này!

Thêm một cái "chích" nữa. Không phải râu mà là… gạo:

**● GẠO… KỲ DUYÊN MAI,**

Mấy lúc sau này, người dân miền Cao Nguyên hay bất kỳ chỗ nào khác đều đỏ con mắt đi tìm gạo đong. Không biết có phải vì lo sợ miền Cao Nguyên đang đói để bị bọn Thượng Fulro thu hút hay là muốn tranh thủ nhân tâm với người Việt Nam Mới để mời họ gia nhập… hội « Mùa Hoa Phượng » mà chính quyền trong tháng qua đã cấp tốc lập cầu không vận chở hết gạo Kỳ Duyên Mai cho người Việt cũ lẫn mới.

Thấy tên… gạo mới và kỳ cục quá mấy chú Thượng đâm ra e dè, nhưng khi nhìn kỹ hạt gạo thì đúng là gạo thường nấu. [redacted]

Ngay cả cụ Thủ tướng Hương cũng bị *Tình Thương* mang ra mà "chích", trách gì tờ phụ bản này bị cảnh sát rảo khắp các sạp báo tịch thu là phải! Nhưng TQBT lại có nó, xin đăng để bà con thấy cái "chích" này:

**tình thương**

**phụ bản**

DO SINH VIÊN Y KHOA CHỦ TRƯƠNG

SỐ 1 • 19-11-1964 • TÒA SOẠN 103 NGUYỄN BỈNH KHIÊM – SAIGON

• TẤT CẢ CHO MIỀN TRUNG BÃO LỤT

• ĐOÀN CỨU CẤP THƯỜNG TRỰC Y KHOA VÀ CUỘC CỨU TRỢ NHÂN NẠN MIỀN TRUNG

• TRÁCH NHIỆM HIỆN TẠI CỦA CHÚNG TA

• Sinh hoạt sinh viên : XUỐNG ĐƯỜNG ?

Người dân Miền Trung : ông Thủ Tướng Hư... Ương... ôi !
Thủ Tướng H. : Khoan ! Khoan ! Để Qua diệt cái tụi Sanh viên này đã !

TẤT CẢ CHO MIỀN TRUNG BÃO LỤT

*Người dân miền Trung: ông Thủ Tướng Hư... Ương... ôi!*
*Thủ Tướng H.: Khoan! Khoan! Để Qua diệt cái tụi Sanh viên này đã!*
(Tòa soạn TQBT ghi chú: Phụ bản này bị hốt trọn. TQBT may mắn có được nên chụp nguyên trang bìa để cống hiến quý bạn.)

## Sự thành công của Tình Thương:

Báo *Tình Thương* được hình thành không phải do từ một nguồn tài trợ hay bảo trợ nào như tạp chí Sáng Tạo (từ Phòng Thông Tin Hoa Kỳ), Hiện Đại (từ BS Trần Kim Tuyến), Nghệ Thuật (từ Phó Tổng thống Nguyễn Cao Kỳ), mà do từ sự tự lực, tự cường của những người trẻ chủ trương. Họ đi tìm nguồn quảng cáo. Họ mang báo đi bán ở các trường học. Họ cải tiến không ngừng biến tờ báo mang tiếng là của Sinh viên Y khoa nhưng thật ra dành cho cả giới thanh niên sinh viên và những người thao thức đến vận mệnh của đất nước. Họ áp dụng tinh thần dân chủ trong việc điều khiển tờ báo. Mỗi năm, tòa soạn họp khoáng đại để bầu lại ban chủ trương và ban biên tập cho nhiệm kỳ mới. Tòa soạn thường xuyên tổ chức những buổi sinh hoạt nội bộ để những người cộng tác có thể gặp gỡ thân mật, cởi mở. "Chính sự sinh hoạt tập thể đã làm trơn tru cá nhân trước khi họ được ném vào guồng máy nhịp nhàng đồng đội" (xin xem bản tin tường thuật buổi họp *Tình Thương* vào năm thứ hai, thứ ba chúng tôi vừa trích ở phần trên).

Ngoài xã hội, tình hình chính trị thì rối ren, hàng ngũ sinh viên thì phân tán, đại học thì đóng cửa bãi khóa, dĩ nhiên trong nội bộ của báo Tình Thương cũng bị ảnh hưởng không ít thì nhiều. Nhà văn Ngô Thế Vinh nói về sự dị biệt này và giải thích tại sao *Tình Thương* lại vượt qua:

*... Ngay trong nội bộ tòa soạn, mặc dầu có nhiều khuynh hướng rất khác nhau đôi khi cả đối nghịch nữa, đưa tới những cuộc tranh luận gay gắt kể cả bút chiến công khai tưởng như có thể gây đổ vỡ nhưng do nơi ý thức trách nhiệm đối với sự sống còn của tờ báo, biểu tượng cho sinh hoạt dân chủ nên cuối cùng thì chúng tôi vẫn đi tới được sự dung hợp với một mẫu số chung rộng rãi: tờ báo luôn luôn như một "open forum/ diễn đàn tự do" của những quan điểm khác nhau về mọi vấn đề chính trị, giáo dục và xã hội. (Ngô Thế Vinh)*

Đó là lý do tờ báo không phải chết vì hết tiền như Sáng Tạo, Hiện Đại, Nghệ Thuật, hay Khởi Hành mà chết vì bị rút giấy phép, trong khi số lượng phát hành càng ngày càng cao, đến nỗi phải xin phép biến tờ báo từ nguyệt san thành bán nguyệt san (nhưng đơn xin phép bị chìm xuồng mà không một lời giải thích!)

**Tình Thương và giá trị văn học hiếm quý**

Nguyệt san Tình Thương có một truyện dài đăng nhiều kỳ. Đó là "Nuôi Sẹo". Nhà văn Ngô Thế Vinh giới thiệu truyện này như sau:

*... Riêng tiểu thuyết Nuôi Sẹo thì còn ở dạng bản thảo, báo Tình Thương đăng chưa hết thì bị đình bản và bản thảo duy nhất*

*viết tay ấy thì nay đã bị thất lạc. Triều Sơn chết rất trẻ ở cái tuổi 33 [1921- 1954]. Hy vọng qua số báo chủ đề của Tập San Y Sĩ, với những số báo Tình Thương còn tìm thấy, từng trang sách tiểu thuyết Nuôi Sẹo sẽ được nối kết lại – cho dù chỉ còn là một tác phẩm dở dang nhưng đó vẫn là một mảng văn học độc nhất vô nhị của một thời kỳ biến động nhất của đất nước.*

Trên Văn số 34 chủ đề Truy niệm Triều Sơn, phát hành vào ngày 15-5-1965, Nuôi Sẹo được nhắc nhở trong phần tiểu sử:

*Tác phẩm căn bản là Nuôi Sẹo. Viết lần thứ nhứt trong không khí sắt lửa, tiểu thuyết đã in ra theo thể thức phơi-dơ-tông (feuilleton), trong tờ Kháng-chiến (1947). Năm 1949, viết lại theo một quan niệm khác, vài chương đã được đăng trong tập Nhà Văn hiện đại. Sang Paris Nuôi Sẹo lại "bị viết lại" ba lần nữa. Một lần theo thể tài "bích họa" như bộ Chiến-tranh và Hòa bình của Tolstoi. Một lần theo thể tài của Colombia của nhà văn Pháp Prosper Mérimée. Và một lần thứ ba dụng những kỹ thuật tiểu thuyết mới nhứt của Âu-Mỹ.*

(Huân Phong)

(nguồn: tạp chí Văn số 34 ngày 15-5-1965 – số đặc biệt truy niệm Triều Sơn)

*- "Ngoài cái mộng triết học, anh còn có cái mộng văn nghệ. "Nuôi Sẹo" đã được anh ấp ủ từ lúc còn ở thế giới bên kia, anh mang nó về Hà Nội và nó theo anh từ Bắc vô Nam, từ Nam sang Pháp sang Phi Châu rồi trở về Pháp. Anh dùng nhân vật chính: một tên khố rách trong một làng ở Bắc Việt để tả cái xã hội phong kiến thực dân lúc Pháp tàn tạ và cho thấy một quan niệm về cuộc đời.*

*"Anh thận trọng đến nỗi viết đi viết lại, bỏ, sửa, bớt, thêm từ gần 1000 trang rút lại độ 500, rồi còn cho là dài, đang sửa gọt cho còn 300 trang mới cho xuất bản. Nhưng cơn bịnh ngặt nghèo đã không cho phép anh làm xong!".*

*... Để các bạn biết anh "nuôi" "Nuôi Sẹo" như thế nào, tôi có lần vào thăm nơi anh ở, thấy những chữ "Nuôi Sẹo" đầy cả tường và đủ các lối chữ! Đó là một lối nhắc mình chẳng thể quên, một lối nằm gai nếm mật mới.*

*"Thế mà mộng viết: "Triết lý triết học" (La philosophie des philosophes) đành tan vỡ, mà cái mộng hoàn thành "Nuôi Sẹo" cũng dở dang".*

NGUIỄN NGU-Í
(nguồn: tạp chí Văn số 34 ngày 15-5-1965 – số đặc biệt truy niệm Triều Sơn)

Với một nhà văn "lớn lao" (theo Đặng Tiến) như vậy, nhưng có mấy ai nhắc sau khi ông chết tại Paris? Có mấy ai chịu khó sưu tầm những di cảo bị thất lạc hay đăng rải rác trên các báo? Tháng 5/1965, tạp chí Văn có làm một số đặc biệt về Triều Sơn, có nhắc đến Nuôi Sẹo như là một tác phẩm để đời nhưng không có một trang – dù chỉ một trang Nuôi Sẹo. Chỉ có tờ Tình Thương là tạp chí duy nhất đăng truyện dài Nuôi Sẹo (dù không đầy đủ).

Hiện nay, theo nhà văn Ngô Thế Vinh cho biết, ông chỉ có mỗi một số Tình Thương (số 9) để dùng làm văn liệu cho chủ đề *Tình Thương nhân bản* của tập san Y sĩ tại Canada, trong đó có một chương của Nuôi Sẹo.

Chúng tôi hiện đã sưu tập được 11 chương của Nuôi Sẹo. Hy vọng TQBT số tới chúng tôi sẽ phổ biến cùng lúc với TQBT chủ đề Triều Sơn.

**Tình Thương và người lính VNCH**

Đối với người lính VNCH, *Tình Thương* luôn luôn bày tỏ lòng biết ơn. Điều này được thể hiện qua nhiều bài vở từ nhận định hay qua hai lá thư đăng trên hai số báo dưới tựa đề "Lá thư gởi ra tiền tuyến" ký bởi Tình Thương:

... *Lớp người thanh niên ấy từng giờ từng phút đang chiến đấu và hy sinh. Chúng tôi muốn nói đến các anh, những chiến binh đang xông pha ngoài mặt trận. Chúng tôi đã gặp các anh không phải ở những buổi hành quân các anh hăng say giết giặc cũng không phải những lúc các anh về hiên ngang vòng hoa chiến thắng mà chúng tôi gặp các anh quằn quại, rên xiết ở các bệnh viện Chợ Rẫy, Cộng Hòa với những vết thương lở lói bê bết máu. Chúng tôi đã từng đau lòng cắt bỏ từng cánh tay, từng khúc chân để biến các anh thành những phế nhân vĩnh viễn. Chúng tôi cũng đã từng ngậm ngùi, bất lực nhìn một số các anh bị tử thần cướp mang đi.*

(Tình Thương số 14 tháng 2-1965)

Trong thư thứ hai, Tình Thương viết:

*... Xương máu của các bạn đã đổ ra quá nhiều để gìn giữ mảnh đất tự do này, đáng lẽ sự hy sinh to tát ấy phải được đền bù bằng một sự cảm phục, lòng biết ơn thì một lớp người tay sai của bọn Cộng Sản đã có hành động phủ nhận công lao chiến đấu của các bạn...*

(Tình Thương số 16 tháng 4-1965)

Sự tri ân, nỗi đau đớn này được biểu lộ qua những lời phân ưu đầy thống thiết:

tin khác, phần nhiều qua báo chí được đọc, cho — Từ Kế Tường.

**TIN BUỒN**

Gia Đình Y khoa đau đớn báo tin :

Y sĩ Đại Úy **TRƯƠNG BÁ HÂN** đã anh dũng gục ngã tại Bình Giã.

Ở con người áo trắng mặc quân phục đi sát với chiến địa trong hiện tình cam go này, chúng tôi vô cùng xúc động và mến tiếc. Những người thân và bạn của Anh xin nhận ở đây những cảm nghĩ phân ưu của những người sẽ tiếp tay và noi gương Anh. Tình Thương trong số tới sẽ có bài tưởng niệm Anh.

tình thương — Số 14 67

hay qua bài viết đầy cảm động "Nhớ anh Đỗ Vinh" của Phạm Bá Lương đăng trên Tình Thương số 17:

**Nhớ Anh ĐỖ VINH**
**Phạm Bá Lương viết**

*La guerre, ce n'est pas l'acceptation du risqué. Ce n'est pas l'acceptation du combat. C'est, à certaines heures, pour le combattant, l'acceptation pure et simple de la mort.*

A. de SAINT EXUPERY (Pilote de guerre)

Tôi được tin Anh chết vào một buổi sáng qua mục "Tin Buồn" của một tờ báo.

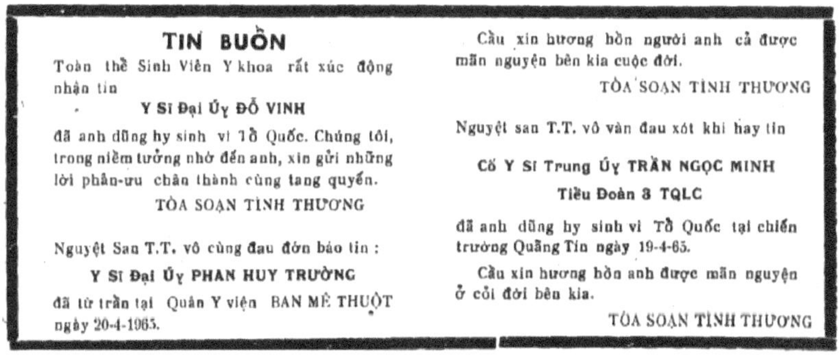

**TIN BUỒN**

Toàn thể Sinh Viên Y khoa rất xúc động nhận tin

**Y Sĩ Đại Úy ĐỖ VINH**

đã anh dũng hy sinh vì Tổ Quốc. Chúng tôi, trong niềm tưởng nhớ đến anh, xin gửi những lời phân-ưu chân thành cùng tang quyến.

TÒA SOẠN TÌNH THƯƠNG

Nguyệt San T.T. vô cùng đau đớn báo tin :

**Y Sĩ Đại Úy PHAN HUY TRƯỜNG**

đã từ trần tại Quân Y viện BAN MÊ THUỘT ngày 20-4-1965.

Cầu xin hương hồn người anh cả được mãn nguyện bên kia cuộc đời.

TÒA SOẠN TÌNH THƯƠNG

Nguyệt san T.T. vô vàn đau xót khi hay tin

**Cố Y Sĩ Trung Úy TRẦN NGỌC MINH**

**Tiểu Đoàn 3 TQLC**

đã anh dũng hy sinh vì Tổ Quốc tại chiến trường Quãng Tín ngày 19-4-65.

Cầu xin hương hồn anh được mãn nguyện ở cõi đời bên kia.

TÒA SOẠN TÌNH THƯƠNG

Tôi ngỡ ngàng và nghi ngờ. Nhưng không, mấy dòng chữ… Cố Y sĩ Đại úy Đỗ… thật rõ ràng và khủng khiếp. Hay nhà báo in sai? Vì lẽ nào được, tôi vẫn tin – có thể vì ích kỷ – rằng tai họa chỉ gieo xuống cho ai kia xa lạ chứ. Rồi trong một hành động vô thức, tôi làm dấu và cầu nguyện cho Anh, dù vẫn biết: Anh không cùng tôn giáo với tôi. Nhưng giờ phút này tôi làm gì hơn được cho Anh? Đau đớn và kinh hoàng quá! Tôi tìm ông đơn vị trưởng, xin phép về gặp Anh lần chót. Đề nghị của tôi được thỏa mãn. Về tới nơi, tôi cũng chẳng còn may mắn hơn thấy Anh. Anh đã nằm yên trong lòng đất.

oOo

Mới một ngày nào không xa, Anh và tôi chia tay nhau. Tôi khoác áo chiến của người bộ binh. Còn Anh, gia nhập đoàn quân mũ đỏ cho thỏa ước nguyện hải hồ. Anh thường nói Anh ưa thích những xê dịch liên tục và không định hướng. Nay Cà Mau, mai Bến Hải. Anh và các bạn Anh có mặt khắp nơi, ở những vùng an ninh bị đe dọa nhất để tìm địch, diệt địch. Tôi ở đây, nơi tiền đồn, cũng không thiếu gì pháo kích, bắn sẻ hay ám sát. Rủi ro rình rập chúng mình từng giây từng phút, nhiều khi sống chết chỉ còn trong gang tấc, nhưng chưa bao giờ tôi quên nghĩ tới Anh, theo rõi bước Anh đi qua những lá thư viết vội.

Tôi vẫn nhớ trong những buổi nói chuyện của bọn mình, Anh và tôi có thể có những bất đồng về nhiều điểm, nhưng đứng trước cuộc chiến tranh này thì chúng mình luôn luôn có chung một ý kiến: phải chiến đấu và chiến thắng. Chúng mình không có quyền chạy trốn lịch sử. Chúng mình không thể di cư một lần thứ hai. Tôi tiếc cho Anh, vào lúc cuộc đọ sức giữa ta và địch tới giai đoạn quyết liệt mà thành công đã ló sáng thì Anh vội vã ra đi, theo bước một Đoàn Mạnh Hoạch, một Trương Bá Hân. Máu Anh đã đổ, chứng tỏ sự có mặt của bọn mình trong những khó khăn của ngày hôm nay. Sự kiện ấy cũng nói lên cho mọi người biết những người trai lớp tuổi chúng mình nhất quyết nhập cuộc và say sưa làm tròn bổn phận. Định mệnh thật quá trớ trêu, cướp đi ở Anh sự vui tươi ham sống trong lúc tuổi tác chưa đè nặng trên vai Anh. Mảnh đạn vô tình quên đi rằng sự có mặt của Anh là cần thiết cho người khác. Trước sau bàn tay Anh có bao giờ làm nổi một tội ác. Cho tới phút chót, Anh gục ngã trong lúc đang săn sóc thoa dịu đau thương cho một đồng đội. Với những người như Anh, chỉ lấy yêu thương đổi lại với oán thù bất cứ từ đâu tới. Nhưng kẻ địch của Anh nào biết thế. Họ làm tất cả vì mọi phương tiện đều tốt. – Anh chết đi, các đồng đội anh tiếc nhớ Anh, chúng tôi thương khóc Anh, một vì sao vừa tắt…

oOo

Tôi tìm gặp Anh trong một chiều nhạt nắng, không phải dưới mái trường xưa, cũng không phải trong một dạ hội, mà nghĩa địa chiều nay, hoang lạnh quá. Những vòng hoa cuối cùng bắt đầu tàn úa, Anh và tôi cách biệt nhau bằng một lớp đất. Những hình ảnh về Anh trở về tâm tư tôi rõ ràng nhất. Bao năm tháng dài trong cùng một giảng đường, những ngày hè Vũng Tàu hay những chiều đông Đà Lạt, bao giờ anh cũng đến với tôi qua nụ cười cởi mở và những mẩu chuyện đằm thắm. Nhưng bây giờ sự mất mát thật to lớn và trọn vẹn. Không còn gì ngoài một sự thật phũ phàng. Đó là sự chấp nhận giản dị và hiển nhiên của cái chết ở nơi anh…

Bến Cát ngày 11-4-1965
PHẠM BÁ LƯƠNG
(Tình Thương số 17)

**Không ngờ chỉ 3 tháng sau, quân y sĩ Phạm Bá Lương cũng theo bạn anh mà ra đi. Trên nguyệt san Tình Thương số 20 chúng tôi thấy Tin Buồn báo tin Y sĩ Phạm Bá Lương đền nợ nước:**

**Tin Buồn**

Nguyệt san TÌNH-THƯƠNG vô cùng đau đớn báo tin :

Y sĩ ● ● TRẦN-THÁI đã anh dũng hy sinh vì tổ quốc.

Toàn thể Sinh viên Y khoa xin gửi lời phân ưu chân thành cùng tang quyến.

Tòa soạn
**TÌNH-THƯƠNG**

**Tin Buồn**

Nguyệt san Tình Thương vô cùng đau đớn báo tin :

Y sĩ ● ● PHẠM-BÁ-LƯƠNG đã anh dũng hy sinh đền nợ nước.

Toàn thể Sinh viên Y-khoa xin gửi lời phân ưu cùng tang quyết.

Tòa soạn
**TÌNH-THƯƠNG**

Trên Tình Thương, chúng tôi cũng gặp được những sáng tác của hai nhà thơ ngoài y khoa, cũng tử trận như trường hợp bác sĩ Phạm Bá Lương. Đó là những di cảo hiếm quý mà chúng tôi cố công tìm bấy lâu nay. Hai nhà thơ ấy là: Phan Huy Mộng và Nguyễn Phương Loan. Bài thơ *Người chết ở Pleime* của Phan Huy Mộng đăng trên Tình Thương số 28 tháng 4-1966 và trên Văn được bạn bè anh rất yêu thích:

*Thằng vũ chết rồi trong trận pleime đó em*
*khủng khiếp và khốc liệt nhất*
*những lần về phép sau này ra cửa đón anh*
*em sẽ không bao giờ thấy nó*
*nó chết rồi*
*chết trong trận pleime cho quê hương*
*đó – nó nằm đó – nó ngồi đó*
*những tràng súng do chính nó bóp cò, địch bóp cò…*
*cho tất cả chúng ta cùng chết trong trận giặc chúng ta…*

Giống như y sĩ Phạm Bá Lương khóc y sĩ Đỗ Vinh sau đó ít lâu thì tử trận, nhà thơ Phan Huy Mộng cũng vậy. Sau khi anh khóc bạn anh chưa được ít lâu, anh cũng theo bạn mà ra đi…

Còn nhà thơ Nguyễn Phương Loan thì tử trận trên căn cứ hỏa lực ở Pleime. Anh làm thơ rất nhiều nhưng ít chịu đăng thơ trên báo. Tình Thương là một trường hợp ngoại lệ. Có đến ba bài thơ của anh. Nhà văn Kinh Dương Vương viết về anh, như sau:

… Dáng anh cao lớn và oai nghiêm, thoạt trông trẻ con hoảng sợ. Nhưng rồi chúng đến vây quanh anh thân ái, khi chúng nhìn thấy đôi mắt hiền, buồn như mắt của một nghé tơ và giọng nói nhẹ dịu lòng. "Các cháu lại đây với chú. Nào, lại đây với chú."

Anh hãy còn độc thân. Anh yêu một người con gái, nhưng nàng không yêu anh, đã từ lâu, và anh còn yêu nàng mãi... Anh vẫn viết thư thường xuyên cho nàng, những bức thư là những bài thơ tình tuyệt vời không bao giờ có hồi âm.

Bạn tôi, anh là lính trận, nhưng cũng là một thi sĩ. Tôi nghĩ rằng anh chỉ là một thi sĩ. Anh viết những bài thơ trong bụi rậm, trên quyển sổ tay nhỏ, giấy bao thuốc lá hay những mảnh giấy vụn. Những bài lục bát không bao giờ xuất hiện trên mặt báo. Nhưng cây lá, những cỏ mọn hoa hèn và côn trùng – những chú dế nhỏ, cào cào, sâu bọ – biết qua giọng ngâm gợi cảm của anh. Và vài người bạn thiết nhận được những bài thơ của anh từ những vùng hành quân xa xôi.

Anh liên miên đi từ chiến trường này đến chiến trường khác...

Giữa mùa thu:

Tôi được tin anh đã trở lại chiến trường Pleime, nơi đó anh bị thương. Một mảnh thép đã len vào thân thể anh, nằm trong phổi khiến máu anh chảy ra nhiều cùng với những chiếc bong bóng màu hồng. Việc tản thương chậm chạp và anh đã bất tỉnh. Anh vào nằm bệnh viện và qua một cuộc giải phẫu.

Người bạn anh nhờ mang sách về cho tôi kể chuyện:

Buổi sáng, anh tỉnh dậy sau cơn mê man suốt đêm. Anh đã ngồi lên được và anh hút thuốc – thú vui duy nhất của anh đó mà. Buổi trưa anh cảm thấy mệt nhiều. Anh đã nói với người bạn nhờ nhắn lại cho gia đình tôi biết, nếu anh mệnh hệ nào. Đúng nửa đêm hôm đó...

...

(Kinh Dương Vương – *Bài thơ cho bạn tôi,* nguồn: Internet)

Trong khi tờ báo của sinh viên bày tỏ thái độ quyết liệt đối với những kẻ phủ nhận công lao chiến đấu của người lính miền Nam, cúi đầu thương cảm những người thương binh Bắc cũng như Nam phải bị cưa tay, cưa chân ở bệnh viện, ngậm ngùi những người mà họ không thể cứu được thì trên tạp chí *Vấn Đề* do hai tên tuổi được xem như nhà văn "chống Cộng" hàng đầu chủ trương (Mai Thảo, Vũ Khắc Khoan) lại đăng liên tiếp những truyện bôi nhọ thậm tệ màu áo người lính miền Nam của Ngụy Ngữ, xem những người thương binh là "bọn què quặt hết thời", tả mỗi lần lính "rằn ri" về phố là cửa đóng then cài, ngay cả mang người chết là Đại úy Dù Nguyễn Văn Đương ra mà bỡn cợt! Trong số những truyện này có truyện "Những con thú tật nguyền" của Nguyễn văn Ngữ tức Ngụy Ngữ (đăng trên Vấn Đề số 18) được dựng thành phim sau 1975!

*... Thành phố đang sinh hoạt bình thường. Chợt có tin lính rằn ri đổ đến, tất cả nhốn nháo sợ hãi và những cánh cửa tiếp theo nhau khép nhanh lại, chợ tan, người thưa thớt tới lui khép nép, khắp các đường lớn đường nhỏ không còn một bóng gái trai...* (Ngụy Ngữ: Phố miền Nam – *Vấn Đề* 50 tháng 9-71).

Hoặc như truyện "chị Hà" cũng của Ngụy Ngữ, ca ngợi hết mình người chị "phe giải phóng", xem những người thương phế binh mà *Tình Thương* bày tỏ lòng cảm phục vô biên là: "bọn lính què cụt hết thời đi cắm cọc chiếm đất":

*... Ở đó, với vô số máy thu thanh lảm nhảm từng ngày bây giờ, chị Hà được kể vào hàng ngũ những người lầm đường theo giặc...*

*Chị Hà, như người cha và anh cả tôi, đã mất tích.*

...

*Chị Hà đã mất tích, đã lẫn mù vào đời sống quay múa điệp trùng, đang ra sao ở một nơi nào đó. Có phải chị còn bên kia biên giới Việt Lào, còn bên kia giòng phân chia Nam Bắc, đang răng cà tai căng đứng ca hát trước đám dân Thượng, đang ngồi họp giữa những hội nghị cấp cao, súng chạy băng băng theo một viên đạn vừa bắn ngay chóc vào thân tàu giặc ngang trời, đang thoi thóp u ơ trong bệnh xá biên khu; hay đang khuất lấp hèn mọn giữa cái miền nam tự do chen chúc mỹ hời này, còn bồng con ngồi ru hát đêm ngày chờ tin dữ của người chồng vằn vện đang lăn lóc trên chiến trường Đông dương, còn mặc áo đại tang đi đòi quyền sống, còn theo bọn lính què cụt hết thời đi cắm cọc chiếm đất, hay đã ngã sấp xuống trong những vụ thảm sát máu me, đang ghẻ lở trong các chuồng cọp chuồng beo...* (Ngụy Ngữ: Chị Hà – tạp chí *Vấn Đề* số 44)

- Ngay cả người sĩ quan Dù miền Nam mở chốt lựu đạn tự sát trên đồi máu sau khi đồi bị tràn ngập thì cũng bị Ngụy Ngữ đem ra mai mỉa bỡn cợt "anh chưa chết đâu anh".

*... Không. Vâng, không phải người ta quay lại cảnh khốn nạn đó để đám thanh niên Nam Việt sợ không dám đầu quân đi lính để chết mất xác bên Miên bên Lào hoặc để lên án cuộc chiến tranh phi nhân đang thiêu sống cả một thế hệ thanh niên trên khắp bán đảo Đông Dương này, mà trái lại, là đang hỗ trợ thêm cho chiến tranh, đang vẽ thêm một lớp sơn bóng ngời trên cái vóc dáng biệt kích của bọn lính Nam Việt, ve vuốt vào cái kiêu hãnh bệnh hoạn của chúng, kéo chúng ở lại trong hàng ngũ để bảo vệ cái dải đất tăm tối hời mỹ này khỏi rơi vào "vòng nô lệ của Cộng Sản".*

*... Chuyện kể lại cái chết của một tên sĩ quan dù tại mặt trận Hạ Lào, nhắc lại thuở y còn là một thiếu úy, thiếu úy Dù đi xe gắn máy chồng ba bốn mạng một xe chạy giữa phố Sài Gòn, tông nhằm một cô gái, cô gái nhận làm em gái hậu phương đi ca hát gì đó cho lính nghe rồi nhận làm vợ tên thiếu úy luôn, tên thiếu úy lên đại úy, tên đại úy đi trận sang Lào và mở lựu đạn chết khi căn cứ bị tràn ngập, chết xong chưa yên chuyện lại còn hiện hồn mang mặt máu về đứng hát anh chưa chết đâu em.* (*Vấn Đề* số 52 tháng 11-71)

Sự bôi nhọ rủa xả này nếu đến từ những tạp chí thiên tả như *Đối Diện*, *Trình Bầy*, *Tự Quyết* v.v... thì không nói làm gì, nhưng những tờ báo trên chỉ chống Mỹ, chống chính quyền chứ chưa hề có một bài nào bôi xấu người lính miền Nam, chỉ có duy nhất là mỗi một tờ *Vấn Đề* mới đăng loại truyện như vậy. Mặt khác nếu Ngụy Ngữ là văn công thì không nói làm gì, đằng này y mang đồng phục lính miền Nam, được ưu đãi không ra trận một ngày!

Nghĩ mà tội cho thế hệ trẻ hôm qua. Họ không có tiếng nói. Nhất là những người cầm súng chiến đấu ngoài vòng đai SG.

May mà còn có *Tình Thương*.

Cuối cùng, một câu hỏi, với những hy sinh lớn lao như vậy, làm cách gì để được đọc tác phẩm của họ, hay những di cảo của họ? Làm cách gì để biết tiểu sử của họ, và sự đóng góp lớn lao của họ vào nền văn chương thời chiến, giúp cho những tạp chí có tầm cỡ như *Văn*, *Khởi Hành*, *Thời Tập* sống mạnh, sống vững? Làm thế nào để tham khảo mảng văn học chiến tranh kéo dài từ 1964 đến 1975?

Cách dễ nhất là mở bộ Văn Học Tổng Quan Miền Nam của Võ Phiến để tham khảo. Hoàn toàn tôi không tìm thấy.

**Kết luận**

Không có một tạp chí nào mà nửa thế kỷ sau, người nguyên là chủ nhiệm lại thổn thức khi nhớ đến một người bạn đứng sau lưng để giúp đỡ hỗ trợ báo Tình Thương mà ông gọi là cảm tình viên, như thế này:

*"... Trời ở Lyon Pháp bây giờ sang Thu làm tôi nhớ Sài Gòn Nov 63, cây cối bắt đầu trụi lá buồn thênh thang, nhớ quê hương yêu dấu đã vĩnh viễn xa rời gần 35 năm qua, hình ảnh Phạm Văn Lương đã hiện về trong tâm khảm tôi, nước mắt trào lên mắt tôi, niềm cảm xúc quá mạnh tôi thổn thức khiến vợ tôi trên lầu chạy xuống và âu yếm nói: "Mon Vy, pourquoi tu pleures, je reste à côté de toi, le passé et les souvenirs sont toujours difficile à supporter". Ma pauvre Sylvienne ơi! La vie n'est pas plus simple comme çà, laisses moi pleurer pour mes "disparus". Ngàn lần vĩnh biệt Phạm Văn Lương." (*)*

(*) Sau năm 1975, Phạm Văn Lương tuẫn tiết trong trại khổ sai.

Vì sao?

Vì nó không phải là của riêng ai, hay của nhóm hay thế lực nào. Nó là của chung. Nó có một trái tim rất lớn là trái tim tuổi trẻ, một tuổi trẻ trí thức nhập cuộc và dấn thân. Nó là một mái nhà chung cho một đại gia đình. Nó là một nơi quy tụ những người biết mình phải làm gì. Tôi không hiểu với những người áo trắng ấy, một đêm có khi bị lôi dậy năm, mười lần, hay bận bịu phải lo những kỳ thi, thực tập, bài vở chất đống, vậy mà có thì giờ đâu để mà bồi dựng tờ báo đến 3 năm như thế. Vậy mà họ đã làm. Và thành công. Và họ hãnh diện. Như nhà văn/ nhà thơ Trang Châu đã hãnh diện về cái "lò" *Tình Thương* của ông:

*Riêng tôi, ngồi viết lại kỷ niệm của thời làm báo Tình Thương, tôi có thể nói mà không sợ người đọc cho rằng tôi giả bộ khiêm nhường, rằng nếu không có hai năm viết lách hăng say trên tờ Tình Thương, không chắc gì tôi còn theo đuổi nghiệp văn chương cho đến ngày hôm nay.* (tập san *Y Sỹ* số 184)

*TRẦN HOÀI THƯ*
*New Jersey 03.2017*
*Nguồn: Thư Quán Bản Thảo số 74 tháng 4/2017*

## TRẦN HOÀI THƯ

Tên thật Trần Quí Sách, sinh năm 1942 tại Đà Lạt, trung học Quốc Học Huế, đại học Sài Gòn; GS trung học Trần Cao Vân Quảng Tín. 1967, khóa 24 SQTB Thủ Đức. Phục vụ 4 năm tại đại đội Thám kích Sư đoàn 22, bị thương 3 lần. Sau đó làm phóng viên chiến trường vùng IV. Sau 1975, tù cải tạo hơn 4 năm, 1980 vượt biển, định cư tại Mỹ, tốt nghiệp Cao Học Toán Ứng Dụng. Làm cho công ty điện toán IBM trước khi nghỉ hưu.

Khởi viết từ năm 1960 về nhiều thể loại, trong đó có cả thơ. Cộng tác với các tạp chí: Bách Khoa, Văn, Thời Tập, Vấn Đề, Khởi Hành, Ý Thức, ...

**Tác phẩm xuất bản trước 1975 gồm:** *Nỗi Bơ Vơ Của Bầy Ngựa Hoang* (1968), *Những Vì Sao Vĩnh Biệt* (1970), *Ngọn Cỏ Ngậm Ngùi* (1971), *Một Nơi Nào Để Nhớ* (1974). **Sau 1975:** – Truyện: *Ra Biển Gọi Thầm; Về Hướng Mặt Trời Lặn; Ban Mê Thuột Ngày Đầu Ngày Cuối; Đại Đội Cũ, Trang Sách Cũ; Về Hướng Mặt Trời Lặn; Thế Hệ Chiến Tranh; Đánh Giặc Ở Bình Định; Đêm Rừng Tràm; Hành Trình Của Một Cổ Trắng; Mặc Niệm Chiến Tranh; Thủ Đức Gọi Ta Về...* – Thơ: *Thơ Trần Hoài Thư, Qua Sông Mùa Mận Chín, Ô Cửa, Xa xứ...*

PV

# BÁO NGƯỜI ĐÔ THỊ 15.05.2016

## PHỎNG VẤN NGÔ THẾ VINH NGƯỜI ĐI DỌC 4.800 KM SÔNG MEKONG

LTS. Gần 20 năm tâm huyết với các vấn đề trên dòng Mekong cũng như đồng bằng sông Cửu Long (ĐBSCL), bác sĩ Ngô Thế Vinh không chỉ là một nhà văn với hai tác phẩm *Cửu Long Cạn Dòng, Biển Đông Dậy Sóng* và *Mekong - Dòng Sông Nghẽn Mạch*, ông còn là một nhà hoạt động môi trường bền bỉ. Ông đã có những chuyến đi dọc dòng Mekong dài 4.800 km, từ Tây Tạng đổ xuống Biển Đông. Người Đô Thị có cuộc phỏng vấn ông Ngô Thế Vinh về các vấn đề nóng bỏng hiện nay trên dòng Mekong và ĐBSCL.

• ***LÊ QUỲNH: Thưa, dù đã 17 năm trôi qua, từ những chuyến đi dọc dòng sông Mekong dài 4.800 km, bức tranh sống động mà ông "phác họa" về những tác hại khủng khiếp do các con đập thủy điện gây ra cho đời sống người dân lưu vực sông Mekong đến nay vẫn nóng hổi tính thời sự. Từ những dự cảm rất sớm về những hậu quả do các đập thủy điện gây ra trên dòng Mekong và cho ĐBSCL nói riêng, ông nhận định gì về thực trạng hiện nay?***

• **NGÔ THẾ VINH:** Năm 2000, khi nói "Cửu Long cạn dòng", nhiều người xem đó là phát biểu "nghịch lý" bởi đó là năm có lụt lớn ở miền Tây. Một vị tu sĩ đang tất bật lo việc cứu trợ, mới nghe tên cuốn sách đã phát biểu: "Đang lũ lụt ngập trời với nhà trôi người chết mà lại nói "Cửu Long cạn dòng" là thế nào?" Nhưng cần hiểu rằng lũ và hạn tương ứng với mùa mưa và mùa khô là chu kỳ tự nhiên đã có hàng ngàn năm trên dòng Mekong và các vùng châu thổ, và đến nay thì mức độ càng trầm trọng và gay gắt.

Chúng ta không thể đổ lỗi hết cho "thiên tai", mà cần can đảm gọi cho đúng tên những yếu tố "nhân tai" bởi do chính con người gây ra qua suốt quá trình phát triển không bền vững và có tính tự hủy từ nhiều thập niên qua, đã làm gãy đổ sự cân bằng của cả một hệ sinh thái vốn phức tạp nhưng cũng hết sức mong manh của dòng Mekong.

*Băng qua Biển Hồ đến khu Bảo tồn sinh thái Tonle Sap*
(nguồn: tư liệu Ngô Thế Vinh)

Một chuỗi những tai ương do chính con người gây ra đó là:

(1) Phá hủy tự sát những khu rừng mưa trong toàn lưu vực. Những khu rừng mưa này có tác dụng như những tấm bọt biển khổng lồ giữ nước trong mùa mưa, xả nước trong mùa khô với chức năng điều hòa lưu lượng nước của dòng sông trong suốt hai mùa khô lũ, thì nay không còn nữa.

(2) Xây các con đập thủy điện không chỉ trên dòng chính mà ngay trên khắp các phụ lưu sông Mekong từ thượng nguồn xuống tới hạ lưu, và đáng kể nhất là chuỗi những con đập bậc thềm (Mekong Cascades) Vân Nam của Trung Quốc. Hồ chứa các con đập ấy không những chỉ giữ nước mà còn ngăn chặn phù sa như một dưỡng chất xuống vùng châu thổ ĐBSCL. Nguồn thủy điện cũng đưa tới kỹ nghệ hóa, đô thị hóa với trút đổ các chất phế thải xuống sông gây ô nhiễm nguồn nước sông Mekong.

(3) Còn phải kể tới kế hoạch Trung Quốc cho nổ mìn phá các ghềnh thác khai thông lòng sông Mekong để mở thủy lộ từ Vân Nam xuống xa tới Vạn Tượng, Trung Quốc đã làm biến dạng toàn dòng chảy, gây xói lở trầm trọng các khu ven sông.

(4) Cộng thêm những sai lầm về các kế hoạch thủy lợi tự phát ngay nơi ĐBSCL như be bờ ngăn đập rồi tới nạn "cát tặc" ngày đêm nạo vét lòng sông...

Tình trạng này gây thảm họa nhãn tiền: nếu lụt thì sẽ rất lớn ngay mùa mưa, hạn hán sẽ gay gắt hơn trong mùa khô và nạn ngập mặn ngày càng lấn sâu vào trong đất liền. Như vậy chủ yếu là do các nguyên nhân nhân tai, nay cộng thêm với biến đổi khí hậu, El Nino... là phần thiên tai cộng thêm vào. Không gọi đúng tên, đổ hết cho thiên tai là một thái độ chối bỏ nguy hiểm của giới chức Việt Nam hiện nay.

***• LÊ QUỲNH: Trên dòng chính Mekong, Trung Quốc đã và vẫn tiếp tục xây đập thủy điện trên thượng nguồn, Lào xây đập dưới hạ nguồn, còn Thái Lan dẫn nước từ dòng Mekong vào ngay cả mùa khô... Trong tình hình ấy, điều ông lo ngại nhất là gì?***

• **NGÔ THẾ VINH:** Bước vào thập niên thứ hai của thế kỷ XXI, sau khi Trung Quốc hoàn tất hai con đập lớn nhất: Nọa Trác Độ (Nuozhadu) 5.850 MW và Tiểu Loan (Xiaowan) 4.200 MW, về tổng thể Bắc Kinh hầu như đã hoàn thành kế hoạch thủy điện của họ trên suốt nửa chiều dài con sông Lan Thương (Lancang - tên Trung Quốc của sông Mekong).

Theo Fred Pearce, Đại học Yale, con sông Mekong nay đã trở thành tháp nước và là nhà máy điện của Trung Quốc. Philip Hirsch, Giám đốc Trung tâm Nghiên cứu sông Mekong thuộc Đại học Sydney nhận định: "Hai con đập khổng lồ Nọa Trác Độ và Tiểu Loan sẽ ảnh hưởng trên suốt dòng chảy của con sông Mekong xuống tới tận ĐBSCL của Việt Nam".

Chỉ với sáu con đập dòng chính hoàn tất, Trung Quốc đã đạt được công suất 15.150 MW - nghĩa là hơn một nửa toàn công suất tiềm năng thủy điện của con sông Lan Thương. Với 8 dự án đập còn lại, và có thể sẽ còn thêm nhiều dự án mới nữa, Trung Quốc sẽ dễ dàng dứt điểm sớm trong vòng mấy thập niên đầu thế kỷ XXI.

Chúng ta không thể chỉ dựa vào một con số 16% lượng nước sông Mekong đổ xuống từ Trung Quốc, để bảo rằng ảnh hưởng chuỗi đập Vân Nam là không đáng kể. Xây chuỗi đập Vân Nam, Trung Quốc đã khởi đầu phá hủy sự cân bằng bền vững của toàn hệ sinh thái lưu vực sông Mekong. Dung lượng các hồ chứa Vân Nam ngoài khả năng giữ hơn 30 tỉ mét khối nước còn chặn lại một trữ lượng rất lớn phù sa không cho xuống tới ĐBSCL. Thiếu nước, thiếu phù sa lại thêm ngập mặn với nước biển dâng, cả một vùng đất phì nhiêu ĐBSCL, cái nôi của một nền văn minh miệt vườn, có tương lai trở thành một vùng đất chết do sa mạc hóa.

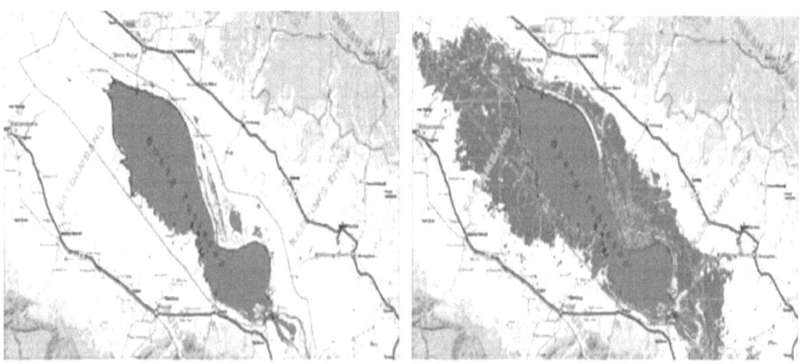

*Biển Hồ: mùa khô 2.500 km² (trái), mùa mưa 12.000 km² (phải). Biển Hồ nay thoi thóp, không còn co giãn với hai mùa mưa nắng và đang cạn dần.* (nguồn: Tom Fawthrop)

Điều gì đáng lo ngại nhất hiện nay? Rõ ràng Việt Nam đã mất cảnh giác và thiếu chuẩn bị trong cuộc chiến môi sinh "không tuyên chiến" của Trung Quốc. Lời kêu gọi Trung Quốc xả nước từ hồ chứa Vân Nam để cứu hạn cho ĐBSCL đã nói lên tình thế bị động của Việt Nam. Lẽ ra giới lãnh đạo phải tiên liệu nguy cơ này từ nhiều năm trước. Nay lại thêm 9 dự án đập dòng chính hạ lưu của Lào và 2 của Cam Bốt sẽ khiến bài toán cứu nguy ĐBSCL khó khăn và phức tạp hơn nhiều, mà Việt Nam thì chưa có một chiến lược đối phó.

● ***LÊ QUỲNH: Hiệp định Mekong 1995 được xem là một cơ sở kiểm soát bảo vệ dòng Mekong, tuy nhiên Trung Quốc từ chối tham gia. Tương tự, Công ước Liên Hiệp Quốc 1997 về sử dụng các nguồn nước liên quốc gia, Việt Nam thuận ký năm 2014, được biên soạn đặc biệt nhằm bổ sung và hạn chế những bất cập trong các hiệp định lưu vực hiện có như Hiệp định Mekong 1995, cũng thiếu tên Trung Quốc. Trong diễn tiến đó, Trung Quốc nay lại khởi xướng một diễn đàn mới: Hợp tác Lancang - Mekong ra mắt tháng 11.2015. Ông nhận định như thế nào về cơ chế này? Cơ hội của Việt Nam cũng như các nước trên lưu vực tham gia có thể là gì? Theo ông, liệu Trung Quốc có động cơ gì đằng sau đó không?***

● **NGÔ THẾ VINH:** Ủy ban Sông Mekong (MR Committee) được Liên Hiệp Quốc thành lập từ 1957, nhưng mọi dự án phát triển hầu như bị tê liệt do cuộc chiến tranh Việt Nam. Sau 1975, bước vào thời bình, con sông Mekong trở lại là mục tiêu khai thác của các quốc gia trong lưu vực. Nhu cầu phục hồi một tổ chức điều hợp liên quốc gia tương tự Ủy ban Sông Mekong trước đây là cần thiết. Ngày 5.4.1995, bốn nước hội viên gốc thuộc lưu vực hạ lưu Mekong đã họp tại Chiang Rai - Bắc Thái, để cùng ký kết Hiệp ước Hợp tác phát triển bền vững hạ lưu sông Mekong và đổi sang một tên mới là Ủy hội Sông Mekong (MR Commission).

Đại diện Việt Nam đặt bút ký vào Hiệp định Mekong 1995 là Ngoại trưởng Nguyễn Mạnh Cầm với chấp nhận một thay đổi cơ bản trong hiệp ước mới: thay vì như trước, mỗi hội viên trong Ủy ban sông Mekong (1957) có quyền phủ quyết bất cứ một dự án nào bị coi là có ảnh hưởng tác hại tới dòng chính sông Mekong, nay theo nội quy mới (1995), không một quốc gia nào có quyền phủ quyết. Phát biểu trong Hội nghị Mekong 1999 tại Nam California (Mỹ), chúng tôi nhận định đây là khởi điểm một bước sai lầm chiến lược của Việt Nam, vì là quốc gia ở cuối nguồn.

• ***LÊ QUỲNH: Sáu nước lưu vực sông Mekong đang đứng trước nhiều vấn đề bức thiết liên quan đến kinh tế, xã hội cũng như bảo tồn môi trường sinh thái. Tuy nhiên, những khác biệt về yếu tố địa lý chính trị lại là rào cản không nhỏ trong tiến trình hợp tác, và đặt ra bài toán phải giải quyết hài hòa lợi ích của mỗi quốc gia. Theo ông, diễn biến chính trị ảnh hưởng như thế nào trong vấn đề hợp tác vùng và phát triển vùng trên dòng Mekong? Viễn cảnh phát triển Mekong sẽ là như thế nào trong bối cảnh biến đổi khí hậu?***

• **NGÔ THẾ VINH:** Nhắc tới sự kiện Trung Quốc mới đây cho thành lập khối Hợp tác Lancang - Mekong, một cơ chế bao gồm 6 nước cùng sử dụng sông Mekong, nhiều người vội lạc quan cho rằng đó có thể là một phương tiện tốt để buộc Trung Quốc quan tâm nhiều hơn đến lợi ích của các nước hạ nguồn. Mối lạc quan đó có thể đúng có thể không. Nhưng cần nhận thức rõ một điều: từ 1995, Trung Quốc chọn đứng ngoài Ủy hội Sông Mekong chỉ gồm 4 nước hạ lưu: Thái Lan, Lào, Cam Bốt, Việt Nam. Tới nay với 6 con đập dòng chính, về tổng thể, Trung Quốc đã hoàn tất kế hoạch thủy điện trên khúc sông Mekong 2.200 km của họ.

Nay nếu có mở ra thêm khối Hợp tác Lancang - Mekong thì đó cũng chỉ là một bước chiến lược của Trung Quốc, tạo cho mình một hình ảnh hữu nghị nhưng thực tế là nhằm tăng cường ảnh hưởng đưa tới khống chế toàn bộ lưu vực sông Mekong. Trung Quốc sẵn có khả năng kỹ thuật, có nguồn tài chính hầu như vô hạn, Bắc Kinh thừa sức để gạt ảnh hưởng của Hoa Kỳ và Nhật Bản ra khỏi lưu vực sông Mekong, cũng như họ đã đánh sập thế thượng phong của Đệ thất hạm đội Hoa Kỳ trên Biển

Đông bằng các đảo chiếm của Việt Nam rồi mở rộng xây dựng căn cứ quân sự trên đó.

Tương lai khối Hợp tác Lancang - Mekong ra sao, vẫn tùy thuộc thiện chí rất đáng ngờ của Trung Quốc. Những ai từng theo dõi cách hành xử của Trung Quốc trong bao năm nay, cũng nhận thấy là Bắc Kinh chưa hề có Hồ sơ theo dõi tốt (Good track records).

*BS. Ngô Thế Vinh trước khu Bảo tồn sinh thái Tonle Sap – Cam Bốt.*

Nhưng rồi cũng phải kể tới tiềm năng "chất xám" mỗi quốc gia thành viên khi tham dự khối Hợp tác Lancang – Mekong, và quan trọng hơn hết là liệu có được một mẫu số chung đoàn kết của các nước nhỏ hay không. Thiếu một "tinh thần sông Mekong" nơi các quốc gia hạ lưu như hiện nay (vẫn cái cảnh "đồng sàng dị mộng"), lại thêm ác ý như từ bao giờ (Trung Quốc luôn luôn chia để trị), thì khối Hợp tác Lancang - Mekong chỉ là chiếc dù tạo thêm ảnh hưởng quyền lực của Trung Quốc trên mỗi quốc gia hạ nguồn.

Nếu Trung Quốc có thực tâm, phải đòi hỏi Bắc Kinh đi đến một Hiệp ước Lancang - Mekong theo đó mỗi quốc gia thành viên phải được tôn trọng và đối xử bình đẳng, có thể xem đây như một Ủy hội Sông Mekong mở rộng bao gồm thêm Trung Quốc và Myanmar.

Điểm qua tình hình hiện nay: Thủ tướng Cam Bốt Hunsen gần như hậu thuẫn vô điều kiện chính sách của Trung Quốc; Lào thì bất chấp mọi khuyến cáo vẫn từng bước thực hiện xây 9 con đập dòng chính Mekong (đang xây hai đập Xayaburi và Don Sahong); Thái Lan không ngừng lấy nước từ sông Mekong cung cấp cho các vùng khô hạn của họ; Myanmar thì không phải là yếu tố quan trọng khi chỉ tiếp cận một khúc sông Mekong vùng Tam giác vàng; riêng Việt Nam gần như bị động và chưa có "một chiến lược trên bàn cờ Mekong" khi quyết định tham dự khối Hợp tác Lancang - Mekong.

Điều cần làm ngay, là cấp thiết di chuyển Ủy ban Mekong Việt Nam từ Hà Nội về ĐBSCL để cùng bắt tay hình thành một phân khoa Mekong nơi Đại học Cần Thơ, giúp phái đoàn Việt Nam có một hồ sơ Mekong mang tính chiến lược, có cơ sở pháp lý khi họ tới dự những hội nghị thượng đỉnh Mekong. Mekong Delta SOS phải là ưu tiên số một trong nghị trình của Hội đồng Chính phủ, của Quốc hội và cả của Bộ Chính trị. Thảm họa đại hạn nơi ĐBSCL nếu cần phải đưa ra trước Diễn đàn Liên Hiệp Quốc.

● ***LÊ QUỲNH: Ông đánh giá thế nào về vai trò của tiếng nói cộng đồng, các tổ chức phi chính phủ (NGO) trong bối cảnh các quốc gia lưu vực sông Mekong còn nhiều quan điểm khác biệt? Ở Việt Nam, theo ông, vai trò tiếng nói này hiện nay thế nào, và cần như thế nào?***

● **NGÔ THẾ VINH:** Khi nhìn chung vào lưu vực 5 nước sông Mekong hạ nguồn (thêm Myanmar), một ký giả ngoại quốc nhận xét: tiếng nói của các cộng đồng dân sự, các mạng xã hội Việt Nam về vấn đề sông Mekong được kể là "khá hiếm" so với những tiếng nói của cư dân Bắc Thái Lan, người dân Lào và ngay cả dân Cam Bốt. Điều này hầu như lại càng rất hiếm thấy nơi cộng đồng 20 triệu cư dân ĐBSCL.

Cũng dễ hiểu, đa số nông dân bị thiếu học với một nền giáo dục thấp hơn cả Tây nguyên, lại thêm bị bưng bít thông tin thì làm sao bảo họ có tiếng nói ngoài thái độ cam chịu. Tiếng nói của những "tổ chức được gọi là NGO" thì luôn luôn luôn bị kiểm soát và định hướng bởi Nhà nước, và những định hướng thiển cận như hiện nay đã triệt tiêu mọi sáng kiến từ các nguồn trí tuệ. Nhưng dẫu sao, quan sát từ bên ngoài, đã thấy ánh sáng cuối đường hầm, đang có những nỗ lực tích cực từ trong nước để hình thành những cộng đồng dân sự xã hội thực sự có tiếng nói, nhưng dĩ nhiên có một cái giá phải trả cho những bước tiên phong ấy. Đó là một tiến trình không thể đảo nghịch và cũng đã đến lúc Nhà nước ý thức được rằng họ không thể tạo nút chặn cho cả một xu thế thời đại.

● ***LÊ QUỲNH: Cảm nhận của ông như thế nào về vai trò của các nhà khoa học Việt Nam hiện nay trong "bài toán" sông Mekong nói chung và ĐBSCL nói riêng? Họ cần có "cơ chế" gì để tiếng nói thực sự đạt hiệu quả?***

● **NGÔ THẾ VINH:** Tuy chưa có dịp được gặp hết, chúng tôi vẫn theo dõi sinh hoạt của các nhà khoa học Việt Nam từ những năm qua. Họ đã và đang phải làm việc trong những điều kiện vô cùng khó khăn, nhưng nỗ lực của các anh chị ấy để cất tiếng nói bảo vệ một hệ sinh thái lành mạnh cho Việt Nam, tuy thầm lặng, đã được nhiều người biết đến. Từ bên ngoài, chúng tôi luôn quan niệm "bài toán" sông Mekong và cứu nguy ĐBSCL phải từ các nhà khoa học và giới trẻ trong nước. Việt Nam không hề thiếu chất xám nhưng giới khoa học ấy không có phương tiện, không có tự do hoạt động ngay cả trong môi trường đại học. Có thể đi tới một kết luận: "dân chủ và môi sinh" phải là bộ đôi không thể tách rời.

Tôi cũng cho rằng, cứu vãn được nhịp đập của "trái tim Biển Hồ" là giải pháp khả thi cứu nguy cho các vùng châu thổ Tonlé Sap của Cam Bốt và ĐBSCL của Việt Nam, dĩ nhiên với cái giá rất cao mà Việt Nam không thể không hợp tác với Cam Bốt đầu tư vào.

***• LÊ QUỲNH: Ông có một kho dữ liệu quý về văn hóa, lịch sử, môi trường... liên quan đến 4.800 km dòng Mekong, từ Tây Tạng đổ xuống Biển Đông, nơi hơn 65 triệu cư dân sinh sống. Đó là những tư liệu chuyên ngành chẳng liên quan gì đến nghề bác sĩ của ông cả. Nên nếu được tự nói về mình, ông nhận mình là một bác sĩ, nhà văn, nhà báo, hay là một nhà khoa học?***

• **NGÔ THẾ VINH:** Tốt nghiệp Y khoa Sài Gòn năm 1968, hành nghề y khoa trong nước rồi ra hải ngoại hơn 40 năm, y khoa đã như một phần đời sống không dễ tách rời của tôi. Khi còn là sinh viên, tôi viết văn, làm báo, hoạt động xã hội cùng với những người trẻ đồng trang lứa. Thế hệ chúng tôi không chỉ có học tập mà còn rất quan tâm tới các vấn đề đất nước, riêng tôi về sau này còn có mối quan tâm đặc biệt tới các vấn đề môi sinh, trong đó có con sông Mekong và ĐBSCL. Cùng với nhóm Bạn Cửu Long, chúng tôi đã thực sự khởi đầu hoạt động từ 1995, đến nay cũng đã 21 năm rồi. Tôi đã được gán cho nhiều căn cước khác nhau, nhưng một cách khái quát, nói như ký giả Long Ân, có lẽ đúng nhất tôi chỉ là con người xanh của môi sinh.

**BS. Ngô Thế Vinh: Tốt nghiệp Y khoa Sài Gòn, làm báo sinh viên Tình thương, y sĩ liên đoàn 81 Biệt cách dù, bác sĩ nội trú rồi thường trú các trường đại học New York, hiện là bác sĩ điều trị tại một bệnh viện Nam California, Mỹ. *Cửu Long Cạn Dòng, Biển Đông Dậy Sóng* là một dữ kiện tiểu thuyết liên quan tới môi sinh và phát triển lưu vực sông Mekong và ĐBSCL. Nối tiếp sau đó là ký sự *Mekong – Dòng Sông Nghẽn Mạch* ra đời; bên cạnh bản tiếng Việt, ký sự này được dịch sang tiếng Anh, thu hút khá nhiều quan tâm của giới khoa học, nhà báo, nhà hoạt động môi trường thế giới...**

*LÊ QUỲNH thực hiện*

## LÊ QUỲNH

Ký giả, tốt nghiệp Cử nhân Báo chí Đại Học Khoa Học Xã Hội và Nhân Văn Sài Gòn. Có kinh nghiệm làm báo với các tạp chí Tuổi Trẻ, Sài Gòn Tiếp Thị, Người Đô Thị, VietnamNet. Từ 2019 làm freelance cho các công ty truyền thông như Forbes Vietnam, Saigon Economic Times với thành phần dộc giả rất đa dạng. Cô đã thực hiện nhiều cuộc phỏng vấn và quan sát thực địa ĐBSCL và các nơi khác, tập trung vào các vấn đề kinh tế xã hội, phát triển bền vững với ảnh hưởng biến đổi khí hậu và tình trạng suy thoái môi sinh của Việt Nam; hiện làm việc và sinh sống tại Sài Gòn. Lê Quỳnh có một Blog cá nhân để lưu trữ các bài viết.

*https://quynhmon.wordpress.com/*

## BBC

## MEKONG: VIỆT NAM SAI LẦM TỪ 1995?

Trả lời một báo Việt Nam, bác sĩ Ngô Thế Vinh, tác giả các cuốn sách nghiên cứu về dòng Mekong, nói năm 1995, chính phủ Việt Nam đã phạm một sai lầm chiến lược về ngoại giao liên quan đến dòng sông này.

Trong bài phỏng vấn đăng trên trang Người Đô Thị hôm 15/05/2016, ông Ngô Thế Vinh nói:

"Đại diện Việt Nam đặt bút ký vào Hiệp định Mekong 1995 là Ngoại trưởng Nguyễn Mạnh Cầm với chấp nhận một thay đổi cơ bản trong hiệp ước mới: thay vì như trước, mỗi hội viên trong Ủy ban sông Mekong (1957) có quyền phủ quyết bất cứ một dự án nào bị coi là có ảnh hưởng tác hại tới dòng chính sông Mekong, nay theo nội quy mới (1995), không một quốc gia nào có quyền phủ quyết."

*Đập Cảnh Hồng do Trung Quốc xây ở thượng nguồn Mekong*

"Phát biểu trong Hội nghị Mekong 1999 tại Nam California (Mỹ), chúng tôi nhận định đây là khởi điểm một bước sai lầm chiến lược của Việt Nam, vì là quốc gia ở cuối nguồn."

Chính sách của Việt Nam kể từ đó liên quan đến sông Mekong là bị động và mất cảnh giác, theo ý kiến ông Ngô Thế Vinh từ Hoa Kỳ:

"Rõ ràng Việt Nam đã mất cảnh giác và thiếu chuẩn bị trong cuộc chiến môi sinh "không tuyên chiến" của Trung Quốc. Lời kêu gọi Trung Quốc xả nước từ hồ chứa Vân Nam để cứu hạn cho ĐBSCL đã nói lên tình thế bị động của Việt Nam. Lẽ ra giới lãnh đạo phải tiên liệu nguy cơ này từ nhiều năm trước."

"Nay lại thêm 9 dự án đập dòng chính hạ lưu của Lào và 2 của Cam Bốt sẽ khiến bài toán cứu nguy ĐBSCL khó khăn và phức tạp hơn nhiều, mà Việt Nam thì chưa có một chiến lược đối phó."

Nhà hoạt động môi trường, tác giả hai cuốn *'Cửu Long Cạn Dòng, Biển Đông Dậy Sóng'* và '*Mekong - Dòng Sông Nghẽn Mạch*', cũng nhận định về sáng kiến Lan Thương - Mekong của Trung Quốc gần đây:

"Nay nếu có mở ra thêm khối Hợp tác Lancang - Mekong thì đó cũng chỉ là một bước chiến lược của Trung Quốc, tạo cho mình một hình ảnh hữu nghị nhưng thực tế là nhằm tăng cường ảnh hưởng đưa tới khống chế toàn bộ lưu vực sông Mekong."

"Trung Quốc sẵn có khả năng kỹ thuật, có nguồn tài chính hầu như vô hạn, Bắc Kinh thừa sức để gạt ảnh hưởng của Hoa Kỳ và Nhật Bản ra khỏi lưu vực sông Mekong, cũng như họ đã đánh sập thế thượng phong của Đệ thất hạm đội Hoa Kỳ trên Biển Đông bằng các đảo chiếm của Việt Nam rồi mở rộng xây dựng căn cứ quân sự trên đó."

Ông cũng giải thích vì sao Trung Quốc không tham gia Ủy hội sông Mekong mà nay lại đặt ra khối Lan Thương - Mekong:

"Từ 1995, Trung Quốc chọn đứng ngoài Ủy hội Sông Mekong chỉ gồm 4 nước hạ lưu: Thái Lan, Lào, Cam Bốt, Việt Nam. Tới nay với 6 con đập dòng chính, về tổng thể, Trung Quốc đã hoàn tất kế hoạch thủy điện trên khúc sông Mekong 2.200 km của họ."

"Tương lai khối Hợp tác Lancang - Mekong ra sao, vẫn tùy thuộc thiện chí rất đáng ngờ của Trung Quốc", bác sĩ Ngô Thế Vinh nói.

Theo báo Nhân Dân từ Việt Nam, hôm 23/3/2016, tại Tam Á, Hải Nam, Trung Quốc đã diễn ra Hội nghị cấp cao hợp tác Lan Thương - Mekong lần 1.

Người dẫn đầu đoàn Việt Nam, Bộ trưởng Ngoại giao Phạm Bình Minh đã phát biểu ý kiến tại hội nghị, "nhấn mạnh, hợp tác Mekong - Lan Thương có thể đóng vai trò quan trọng trong thúc đẩy phát triển bền vững tại tiểu vùng Mekong".

Ông Phạm Bình Minh cũng nói hợp tác này sẽ "củng cố quan hệ láng giềng tốt đẹp giữa sáu nước, hỗ trợ các nước thực hiện Chương trình nghị sự 2030 và làm sâu sắc hơn quan hệ đối tác chiến lược ASEAN - Trung Quốc".

Gần đây hơn, trong cuộc trả lời phỏng vấn trên trang Southeast Asia - Globe (03/05/2016) Giáo sư Marvin Ott từ trường Johns Hopkins ở Hoa Kỳ nói:

"Các con đập trên dòng Mekong có ý nghĩa chiến lược vì chúng cho phép Trung Quốc quyền lực quyết định sự sống hay cái chết với các nền kinh tế ở hạ nguồn trên cả vùng Đông Nam Á lục địa."

*Vấn đề Mekong đang thu hút dư luận toàn vùng Đông Nam Á*

Ngay từ năm 2000, bác sĩ Ngô Thế Vinh đã cảnh báo dòng Mekong sẽ cạn nước nhưng lúc đó, các ý kiến này chỉ được đăng tải rộng rãi trên các báo chí tiếng Việt ở nước ngoài.

Trang web của VOA giới thiệu ông Ngô Thế Vinh là người từng tốt nghiệp y khoa Sài Gòn, chủ bút báo sinh viên Tình thương... hiện sống tại Hoa Kỳ và là bác sĩ điều trị tại một bệnh viện nam California.

Ông cũng đăng các bút ký qua những chuyến đi thăm các khúc sông thượng nguồn từ Vân Nam, Lào, Thái, Cam Bốt xuống tới Đồng bằng sông Cửu Long về môi sinh và phát triển lưu vực sông Mekong.

***Nguồn:***

*http://www.bbc.com/vietnamese/vietnam/2016/05/160516_vn_mekong_strategic_mistake*

http://nguoidothi.net.vn/phong-van-ngo-the-vinh-nguoi-di-doc-4-800km-song-mekong-3533.html

# NGÔ THẾ VINH

## DIỄN TỪ NHẬN GIẢI ĐẶC BIỆT VĂN VIỆT LẦN THỨ HAI

Quý anh chị trong Diễn Đàn Văn Việt
Thưa Hội đồng Giám khảo giải Văn Việt

Được tin hai tác phẩm, *Cửu Long Cạn Dòng, Biển Đông Dậy Sóng* và *Mekong – Dòng Sông Nghẽn Mạch,* được chọn để trao giải Đặc biệt Văn Việt Lần Thứ Hai, tôi cảm thấy rất vinh hạnh. Hai tác phẩm đó viết về sinh mệnh của một dòng sông là mạch sống không chỉ của Việt Nam mà còn của hơn 70 triệu cư dân thuộc bảy quốc gia ven sông. Hai tác phẩm đó không chỉ chất chứa nhiều dữ liệu, nhưng qua đó tôi cũng muốn chuyển tải thông điệp mang tính dự báo về ý đồ hiểm độc của Trung Quốc và về những tranh chấp không thể tránh giữa Trung Quốc và các quốc gia trong lưu vực Sông Mekong. Và dự báo ấy với thời gian đang được chứng nghiệm. Hậu quả những tranh chấp ấy đang làm cho "Cửu Long Cạn Dòng và Biển Đông Dậy Sóng". Sự kiện một Diễn đàn độc lập như Văn Việt quan tâm đến và trao giải cho hai tác phẩm mang tính "nhạy cảm và tế nhị" đó là một quyết định rất có ý nghĩa và là một vinh hạnh cho người viết.

Giải thưởng cũng làm cho tôi xúc động bởi vì *Cửu Long Cạn Dòng, Biển Đông Dậy Sóng 2000*, và *Mekong – Dòng Sông Nghẽn*

*Mạch 2007*, cho dù đã được xuất bản và tái bản ở hải ngoại từ hơn một thập niên trước, nhưng cho tới nay vẫn không được chấp nhận bởi các nhà xuất bản "chính thống" ở trong nước. Lý do đưa ra là *"những khó khăn không thể vượt qua"*, lý do đó là yếu tố Trung Quốc. Cái yếu tố căn cơ đó đang hủy hoại con sông 4.800 km và đe dọa nguồn sống của hơn bao nhiêu triệu cư dân trong lưu vực. Yếu tố đó còn là nút chặn cả tự do học thuật của Việt Nam.

Trong nghịch cảnh ấy, cả hai cuốn sách về sông Mekong/ Cửu Long vẫn được một nhà xuất bản "lề trái" trong nước mang tên *"Giấy Vụn"* lần lượt cho ra mắt 2012, 2014 và phổ biến rất hạn chế trong điều kiện vô cùng khó khăn và cả nguy hiểm nữa cho những bạn trẻ chủ trương nhà xuất bản. Cũng phải ghi nhận thêm ở đây, Diễn đàn Văn Việt năm 2016 đã cho xuất bản trên mạng toàn tập hai cuốn sách Mekong kể cả Audiobook, góp phần không nhỏ trong việc phổ biến thông tin về những con đập Mekong và những bước khai thác hủy hoại hệ sinh thái của một con sông huyết mạch.

Là người cầm bút ở Miền Nam trước đây và hải ngoại sau này, sống sót giữa hai thế kỷ, đã trải nghiệm qua hai chế độ cùng những năm tháng tù đày, tôi không thể không chạnh lòng nghĩ tới những văn nghệ sĩ đang phải sống thiếu tự do ở quê nhà. Nhưng rồi tôi vẫn lạc quan để thấy rằng từ trong ngọn lửa đỏ thiêu rụi ấy, vẫn có những con phượng hoàng vực dậy từ tro than, cất cánh bay lên như một Bùi Ngọc Tấn với *Chuyện Kể Năm 2000*, đem tới cho chúng ta niềm hy vọng.

Cũng cần ghi nhận thêm Văn Việt là một diễn đàn mà tôi từng cộng tác do tinh thần tự do của những nhà văn độc lập như một yếu tính của sáng tạo, không chấp nhận là công cụ trong bộ máy chính trị. Không chỉ giới hạn trong lãnh vực văn học, Văn Việt còn là một diễn đàn cấp tiến, dũng cảm nói lên quan điểm của người công dân trước những vấn đề sống còn của đất nước. Thêm nữa, Văn Việt đang dụng công giới thiệu với độc giả trong nước một giai đoạn sinh hoạt Văn học Nghệ thuật của Miền Nam từ 1954-1975 vẫn bị coi là cấm kỵ và cả giới thiệu dòng sinh hoạt văn học ấy ở hải ngoại. Văn Việt đang bắc một nhịp cầu đối thoại và hợp tác giữa các giới văn nghệ sĩ trong nước và hải ngoại, với ý nghĩa tôn trọng tự do của người cầm bút hướng tới một Việt Nam dân chủ tiến bộ và đang trải rộng trên toàn cầu. Đó là những nỗ lực đáng trân quý.

Hôm nay, ngày 3 tháng 3, một ngày nhiều ý nghĩa: Ngày Nhà Văn Thế Giới / World Writers Day năm thứ 31, cũng là năm thứ 3 ngày thành lập Ban Vận động Văn đoàn Độc lập, tôi vinh hạnh đón nhận giải thưởng Văn Việt với niềm hy vọng vấn đề "*môi sinh trong lành và phát triển bền vững*" hiện đang ở mức "báo động đỏ" ở Việt Nam sẽ là mối quan tâm của mọi công dân trên quy mô cả nước chứ không chỉ riêng với Sông Mekong và Đồng Bằng Sông Cửu Long. Và tôi cũng xin được chia sẻ vinh dự và giải thưởng này tới các bạn trẻ chủ trương Nhà Xuất Bản Giấy Vụn, họ đang đi những bước đầy thử thách nhưng có ý nghĩa vô cùng quan trọng là hướng tới "*quyền tự do xuất bản*" vốn không thể thiếu cho sinh hoạt viết và đọc.

Xin cám ơn quý vị.

*NGÔ THẾ VINH*
*California 03.03.2017*

# VOA

## Phỏng Vấn Nhà Văn Ngô Thế Vinh Nhân Dịp Hai Tác Phẩm Sông Mekong Được Giải Văn Việt 2017

***Hình 1:*** *Buổi lễ trao giải Văn Việt 2017 tại Sài Gòn, ngày 3/3/2017.*

Hai tác phẩm *Cửu Long Cạn Dòng, Biển Đông Dậy Sóng* và *Mekong – Dòng Sông Nghẽn Mạch*, của bác sĩ Ngô Thế Vinh, vừa được trao giải Văn Việt 2017 ngày 3/3/2017, tại Sài Gòn.

Theo tin VOA nhận được từ nhà văn Ngô Thế Vinh hiện đang ở California, Hoa Kỳ, ông được nhà văn Nguyên Ngọc, Chủ tịch Hội đồng Giải Văn Việt trao quyết định tặng Giải Đặc biệt cho hai tác phẩm *Cửu Long Cạn Dòng, Biển Đông Dậy Sóng* và *Mekong Dòng Sông Nghẽn Mạch.* Hai tác phẩm này đã được đăng trên Văn Việt năm 2016. Vì không thể về Việt Nam trực tiếp nhận giải thưởng này, nhà văn Ngô Thế Vinh đã ủy quyền cho nhà thơ Lý Đợi tiếp nhận và đọc diễn từ nhận giải thưởng Văn Việt 2017.

Ngoài ra, nhà văn Ngô Thế Vinh sẽ nhận số tiền thưởng mang tính tượng trưng trị giá 2.000 đôla Mỹ.

**Hình 2:** *Nhà thơ Lý Đợi thay mặt nhà văn Ngô Thế Vinh đọc diễn từ trao giải thưởng.*

Trong diễn từ nhận giải thưởng ngày 3/3, nhà văn Ngô Thế Vinh viết: "Hai tác phẩm đó viết về sinh mệnh của một dòng sông là mạch sống không chỉ của Việt Nam mà còn của hơn 70 triệu cư dân thuộc 7 quốc gia ven sông. Hai tác phẩm đó không chỉ chất chứa nhiều dữ liệu, nhưng qua đó tôi cũng muốn chuyển tải thông điệp mang tính dự báo về ý đồ hiểm độc của Trung Quốc và những tranh chấp không thể tránh giữa Trung Quốc và các quốc gia trong lưu vực sông Mekong."

***Hình 3:*** *Bìa sách* Cửu Long Cạn Dòng, Biển Đông Dậy Sóng *[bản tiếng Anh] của nhà văn Ngô Thế Vinh*

Sau khi được Nhà Văn Nghệ xuất bản tại Nam California năm 2000, tác phẩm *Cửu Long Cạn Dòng, Biển Đông Dậy Sóng* của nhà văn đồng thời là bác sĩ y khoa và nhà biên khảo Ngô Thế Vinh, nguyên gốc thuộc Nhóm Bạn Cửu Long, đã được độc giả khắp bốn phương tiếp đón nhiệt tình.

Vào năm 2014 *Cửu Long Cạn Dòng, Biển Đông Dậy Sóng* được Việt Ecology Press cùng với nhà xuất bản ở Việt Nam là Nhà Xuất bản Giấy Vụn tái bản lần 3, dạng không chính thức. Trong "Thay lời dẫn đầu", tác giả Ngô Thế Vinh viết: "do đụng tới những vấn đề nhạy cảm, nhất là với nước lớn Trung Quốc, tác phẩm sẽ không thể nào xuất bản ở Việt Nam trong một tương lai gần khi mà bối cảnh chánh trị vẫn không có ổn định và cả chưa có tự do ngôn luận như hiện tại."

***Hình 4:*** *Bìa sách 'Mekong – Dòng Sông Nghẽn Mạch' của nhà văn Ngô Thế Vinh, ấn bản của nhà xuất bản lề trái Giấy Vụn ở Việt Nam.*

Tác phẩm *Mekong – Dòng Sông Nghẽn Mạch* do Văn Nghệ Mới xuất bản năm 2007 tại Nam California, Hoa kỳ, là tập bút ký được thực hiện sau một số chuyến đi nghiên cứu thực địa từ Vân Nam Trung Quốc, xuống đến các quốc gia có liên quan như Lào, Thái Lan, Cam Bốt và Đồng bằng Sông Cửu Long. Vào năm 2012, tác phẩm này được nhà xuất bản Giấy Vụn cho ra mắt ở Việt Nam.

VOA - Việt ngữ đã thực hiện cuộc phỏng vấn qua email với nhà văn Ngô Thế Vinh, nhân dịp ông nhận được giải thưởng cao quý này.

• ***VOA: Thưa bác sĩ, theo ông, việc Văn Việt chọn ông, tác giả của 2 tác phẩm về Mekong, có ý nghĩa gì?***

• **NTV**: *Cửu Long Cạn Dòng, Biển Đông Dậy Sóng* và *Mekong – Dòng Sông Nghẽn Mạch,* là hai tác phẩm viết về sinh mệnh của một dòng sông là mạch sống không chỉ của Việt Nam mà còn của hơn 70 triệu cư dân thuộc bảy quốc gia ven sông. Hai tác phẩm đó không chỉ chất chứa nhiều dữ liệu, nhưng qua đó tôi cũng muốn chuyển tải thông điệp mang tính "dự báo" về ý đồ hiểm độc của Trung Quốc và về những tranh chấp không thể tránh giữa Trung Quốc và các quốc gia trong lưu vực sông Mekong. Và dự báo ấy với thời gian đang được chứng nghiệm. Hậu quả những tranh chấp ấy đang làm cho *Cửu Long Cạn Dòng và Biển Đông Dậy Sóng*. Sự kiện một Diễn đàn độc lập như Văn Việt quan tâm đến và trao giải cho hai tác phẩm mang tính "nhạy cảm và tế nhị" đối với tình hình ở trong nước Việt Nam hiện nay, đó là một quyết định rất có ý nghĩa và là một vinh hạnh cho người viết.

**Hình 5:** *Sông Mekong đoạn gần Tam giác Vàng*

• **VOA:** ***Có bao giờ 2 tác phẩm này được xuất bản trong nước, hay được tổ chức nào trong nước, đề nghị xuất bản chưa? Ông có sẵn lòng xuất bản trong nước cho độc giả Việt Nam không?***

• **NTV**: *Cửu Long Cạn Dòng, Biển Đông Dậy Sóng (2000)*, và *Mekong – Dòng Sông Nghẽn Mạch (2007)*, cho dù đã được xuất bản và tái bản ở hải ngoại từ hơn một thập niên trước, nhưng cho tới nay vẫn không được chấp nhận bởi các nhà xuất bản "chính thống" ở trong nước. Lý do đưa ra là *"những khó khăn không thể vượt qua"*, đó là yếu tố Trung Quốc, mà cho đến nay vẫn cứ là điều cấm kỵ. Cái yếu tố căn cơ đó đang hủy hoại con sông có chiều dài hơn 4.800 km và đe dọa nguồn sống của hơn bao nhiêu triệu cư dân trong lưu vực. Yếu tố đó còn là nút chặn cả tự do học thuật của Việt Nam.Trong nghịch cảnh ấy, cả hai cuốn sách về sông Mekong/ Cửu Long vẫn được một nhà xuất bản "lề trái" trong nước mang tên *"Giấy Vụn"* lần lượt cho ra mắt 2012, 2014 và dĩ nhiên là phổ biến rất hạn chế trong điều kiện vô cùng khó khăn và cả nguy hiểm nữa cho những bạn trẻ chủ trương nhà xuất bản. Cũng cần phải ghi nhận ở đây là các bạn trẻ chủ trương Nhà Xuất Bản Giấy Vụn, họ đang đi những bước đầy thử thách nhưng có ý nghĩa vô cùng quan trọng là hướng tới *"quyền tự do xuất bản"* vốn không thể thiếu cho sinh hoạt viết và đọc.Và riêng nhóm chủ trương Diễn đàn Văn Việt, chỉ trong năm 2016 đã cho upload / xuất bản trên mạng của Diễn đàn toàn tập hai cuốn sách Mekong kể cả dạng Audiobook, góp phần không nhỏ trong việc phổ biến thông tin về những con đập thủy điện Mekong và những bước khai thác hủy hoại hệ sinh thái phong phú của một con sông huyết mạch chỉ đứng thứ hai sau con sông Amazon.

***Hình 6**: Sông Mekong, đoạn đi qua tỉnh An Giang, Việt Nam.*

• **VOA:** ***Ông tiên liệu gì về số phận của Mekong trong tương lai; và cuộc sống của vựa lúa Đồng Bằng Sông Cửu Long?***

• **NTV:** Kể từ 1995, cách đây 22 năm khi Nhóm Bạn Cửu Long [là tiền thân của Hội Sinh Thái Việt hiện nay] lần đầu tiên lên tiếng báo động về những bước khai thác hủy hoại và phát triển không bền vững trên sông Mekong, khi biết Trung Quốc đang có kế hoạch xây một chuỗi 14 con đập thủy điện Bậc thềm Vân Nam trên dòng chính sông Mekong; tôi đã thực hiện các chuyến đi khảo sát dọc theo con sông, và cũng đã đặt chân tới con đập Mạn Loan 1.500 MW là con đập lịch sử, con đập dòng chính đầu tiên trên sông Lancang-Mekong vừa được xây xong (1993). Và cho tới nay, Trung Quốc đã xây xong 6 con đập thủy điện dòng chính khổng lồ Vân Nam trong đó có hai con đập lớn nhất: con khủng long Nọa Trác Độ/ Nuozhadu 5.850 MW và con Đập Mẹ Tiểu Loan/ Xiaowan 4.200 MW (lớn gần gấp ba và gấp đôi con đập Hoover 2.000 MW của Mỹ giữa bang Nevada và Arizona trên sông Colorado), và theo Fred Pearce, chuyên gia môi sinh Đại học Yale thì về tổng thể Bắc Kinh hầu như đã hoàn thành kế hoạch thủy điện của họ trên sông Lancang, tên Trung Quốc của con sông Mekong và con sông Mekong đã trở thành *tháp nước* và là *nhà máy điện* của Trung Quốc. Với chuỗi những con đập Bậc Thềm Vân Nam và nay cộng thêm 12 dự án đập Hạ lưu (9 của Lào, 2 của Cam Bốt), và hiện đã có 3 dự án Xayaburi, Don Sahong, Pak Beng đang được triển khai ở Lào và có 2 trong 3 con đập ấy là do các công ty xây đập Trung Quốc. Theo lượng giá 2010 của Toán Đặc Nhiệm Lượng Giá Môi Sinh Chiến Lược / Strategic Environmental Assessment thuộc International Center for Environmental Management / ICEM [Úc] thì những con đập dòng chính Hạ lưu sẽ gây ra những tác hại dây chuyền nghiêm trọng như: (1) Làm biến đổi dòng chảy; (2) Gây nguy hại tới nguồn cá và an toàn thực phẩm; (3) Đe dọa tính đa dạng của hệ thủy sinh; (4) Thay đổi toàn hệ sinh thái của dòng sông; (5) Giảm trữ lượng phù sa làm mất cân bằng dòng chảy, gây sạt lở bờ sông, các vùng ven biển; (6) Ảnh hưởng sút giảm trong sản xuất nông nghiệp nhất là cho hai vùng châu thổ Tonlé Sap, ĐBSCL; (7) Làm tổn hại vĩnh viễn nếp sống văn hóa cổ truyền dân cư Mekong trong vòng mấy thập niên tới.

Không phải chỉ có sự hủy hoại từ những con đập thủy điện, còn phải kể tới kế hoạch chuyển dòng lấy nước từ sông Mekong của Thái Lan, kế hoạch đặt mìn phá đá các khúc ghềnh thác của con sông Mekong của Trung Quốc và Thái Lan để mở rộng thủy lộ giao thông... với thời gian đó là những bước hủy hoại tích lũy không thể đảo nghịch.

Có thể nhắc lại vài hậu quả nhãn tiền: những năm gần đây, ngay cả Mùa Mưa, con sông Tonlé Sap không còn đủ sức tiếp nước cho Biển Hồ -- như trái tim của Cam Bốt đang cạn dần; năm 2016 vừa qua ĐBSCL đã không còn Mùa Nước Nổi và bị hạn hán khốc liệt... Sự kiện Thủ tướng Việt Nam ông Nguyễn Tấn Dũng kêu gọi Trung Quốc xả nước từ hồ chứa con đập Cảnh Hồng/ Jinghong để cứu hạn cho ĐBSCL đã là một tín hiệu rất bi đát.

***Hình 7****: Một đập thủy điện ở Lào.*

Vậy mà chỉ mới đây thôi, trong tuần lễ vừa qua, tại Diễn đàn Khu vực các bên liên quan (Regional Stakeholder Forum) và Dự án thủy điện Pak Beng họp tại Luang Prabang ngày 22.2.2017, TS Phạm Tuấn Phan, Giám đốc điều hành Ban Thư ký Ủy hội Sông Mekong (CEO / MRC Secretariat) khi trao đổi với phóng viên Lê Quỳnh, báo Người Đô Thị đã phát biểu: *"Thủy điện không khiến dòng sông Mekong sẽ chết. Tôi nghĩ chúng ta nên hiểu rõ điều này trước đã"*.

Ông Phạm Tuấn Phan 62 tuổi, sinh quán Hà Nội, [là anh của Bộ trưởng Ngoại giao kiêm Phó Thủ tướng Phạm Bình Minh kiêm Ủy viên Bộ Chính Trị Việt Nam] có bằng tiến sĩ vật lý và điện toán từ Đại học Belarus thuộc Liên Xô cũ, một học vị rất ít liên quan tới lãnh vực môi sinh, thủy học sông ngòi và các hệ sinh thái. Là Giám đốc điều hành Ban Thư ký Ủy hội Sông Mekong mới hơn một năm, ông Phan mang hai căn cước: căn cước của một công dân Mekong, căn cước của một công dân Việt Nam, dù với căn cước nào, thì phát biểu của ông trong khi chưa có những kết quả tham vấn khả tín mà ông đã vội vã vui mừng với một tuyên bố khẳng định: *"Các thủy điện trên sông Mekong không khiến dòng Mekong sẽ chết"* đó là một nhận định nông cạn thiếu cơ sở khoa học, gây tác hại cho nỗ lực bảo vệ sông Mekong của bao nhiêu tổ chức bảo vệ môi sinh bấy lâu và cả rất thiếu trách nhiệm với các cộng đồng cư dân Mekong trong đó có Việt Nam cũng chính là đất mẹ của ông, nơi mà những người nông dân "đang khốn đốn muốn chết", một số đã bỏ đi tha phương cầu thực là điều rất dễ thấy. Riêng với Bắc Kinh, con chủ bài đang khống chế toàn lưu vực sông Mekong và cả các Công ty xây đập đa phần là từ Trung Quốc, chắc chắn phải cám ơn ông Phạm Tuấn Phan, một tiếng nói có quyền lực từ Ủy Hội Sông Mekong đang bênh vực họ.

*VOA - tiếng Việt*
*Washington D.C. 03/03/2017*

# KẾT TỪ

## TRỊNH Y THƯ

### NGÔ THẾ VINH
### NHÀ VĂN CỦA MỘT THỜI BÃO NỔI

**1.**

Trong một bối cảnh đất nước nhiễu nhương, hỗn loạn, nhà văn thường đóng một vai trò quan trọng bằng cách sử dụng ngôn từ của mình để phản ánh, phê bình, truyền cảm hứng và đôi khi thậm chí thách thức hiện trạng. Trong suốt chiều dài lịch sử, nhà văn phản ứng với những biến động khác nhau, cho dù đó là xã hội, chính trị hay văn hóa. Các nhà văn thường đóng vai trò là người quan sát nhạy bén về thế giới xung quanh. Trong thời kỳ hỗn loạn, họ có thể suy ngẫm về nguyên nhân và hậu quả của biến động xã hội, cung cấp những hiểu biết và phân tích có giá trị. Thông qua các tác phẩm của mình như tiểu thuyết, tiểu luận, kể cả những bài báo và xã luận, nhà văn có thể đưa ra những bình luận giúp người đọc hiểu rõ hơn về sự phức tạp của tình huống.

Quan trọng hơn cả, văn học luôn là phương tiện mạnh mẽ để diễn tả những trải nghiệm của con người, kể cả những thời kỳ hỗn loạn. Nhà văn có thể sáng tác tiểu thuyết, truyện ngắn hoặc thơ ca nắm bắt được tác động về mặt cảm xúc và tâm lý của những thời kỳ hỗn loạn. Những tác phẩm này có thể phục vụ như một hình thức thanh lọc cho cả tác giả và độc giả.

Tôi nghĩ về nhà văn Ngô Thế Vinh như thế suốt mấy chục năm qua từ khi có cơ hội đọc những cuốn tiểu thuyết của ông xuất bản trước 1975 cho đến mãi gần đây với những bài biên khảo giá trị về mối hiểm họa ở vùng Đồng Bằng Sông Cửu Long do nguy cơ con sông Mekong đang bị thách thức trầm trọng.

Tác phẩm của ông thường xoay quanh các chủ đề hướng về quê hương Việt Nam, những vấn nạn mảnh đất đang gánh chịu và những con người cùng khổ trong đó. Ông là nhà văn "nổi trôi" cùng vận nước, những tư duy siêu hình mang tính triết học không nằm trong bộ từ vựng của ông Ông viết từ trái tim của mình, và những điều đó đi thẳng vào trái tim người đọc.

**2.**

Cuốn tiểu thuyết *Vòng Đai Xanh* của ông được khởi viết từ những năm giữa của thập niên 60, khi có phong trào FULRO nổi dậy trên Tây Nguyên (1964). Lúc đó ông đang giữ chức Chủ bút báo *Tình Thương* (1964-1966), một cơ quan tranh đấu văn hóa xã hội của sinh viên Y khoa Sài Gòn. Cuốn sách được hoàn tất trong thời gian ông gia nhập Lực lượng Đặc biệt, giữ chức vụ Y sĩ trưởng Liên đoàn 81 Biệt cách Dù, với địa bàn hoạt động chính là Tây Nguyên, nhà Thái Độ xuất bản lần đầu năm 1970, và năm sau, được trao tặng giải thưởng Văn chương Toàn quốc bộ môn Văn.

Khi Ngô Thế Vinh hoàn tất cuốn sách này, chiến tranh Việt Nam đang đi vào giai đoạn khốc liệt nhất, đó là đầu thập niên '70 khi chính quyền Mỹ đẩy mạnh cuộc "Việt Nam hóa" chiến tranh để tìm cách rút lui khỏi miền Nam trong danh dự sau khi nhận ra họ không thể chiến thắng bằng quân sự mặc dù đã đổ không biết bao nhiêu tài nguyên và xương máu vào cuộc chiến. Cuộc chiến kết thúc năm năm sau đó với một kết quả và hệ quả cực kỳ bi thảm cho một tập thể con người miền Nam, hoặc bị ném vào những trại giam khắc nghiệt mệnh danh là "trại cải tạo" hoặc phải bồng bế nhau liều chết vượt biên đi kiếm sống ở những chân trời xa lạ đầy trắc trở, khó khăn. Cuộc chiến đã gây chấn thương trong lòng dân tộc, một vết thương quá lớn đến nỗi dù đã gần nửa thế kỷ trôi qua từ ngày tiếng súng ngưng nổ mà dư âm và nỗi ám ảnh quá khứ vẫn đau nhức khôn nguôi trong tâm tư người dân Việt, dù ở bên này hay bên kia chiến tuyến.

Sinh trưởng trong một bối cảnh lịch sử nhiễu nhương cộng thêm nhiệt huyết phẫn nộ của tuổi trẻ và lòng yêu quê hương tha thiết, nhà văn Ngô Thế Vinh đã hoàn tất tác phẩm của mình như một thực chứng cho một giai đoạn lịch sử. *Vòng Đai Xanh* được đánh giá bởi giới trí thức và phê bình là một trong những tác phẩm viết về chiến tranh Việt Nam trung thực nhất. Ở đây không thấy "ta-địch," không thấy "chính-ngụy," mà chỉ thấy nỗi thống khổ của những nạn nhân bất hạnh bị ném vào lò lửa chiến tranh bởi những mưu đồ thâm hiểm và tàn bạo của những thế lực đối nghịch sử dụng ý thức hệ và những lý tưởng tuy đẹp đẽ nhưng đầy màu sắc hoang tưởng để biện minh cho một cuộc phân liệt tranh giành ảnh hưởng, đất đai trong bối cảnh cuộc Chiến tranh Lạnh toàn cầu.

Tác phẩm tiểu thuyết quan trọng khác nhà văn Ngô Thế Vinh viết trong thời đoạn này là cuốn *Mây Bão*. Cuốn sách – viết năm tác giả mới 19 tuổi, xét về mặt biên niên, là cuốn tiểu thuyết đầu tay – nhưng ngay cả thế, người đọc vẫn thấy sự tàn bạo của chiến tranh hiển hiện một cách đau đớn trên trang sách. Hãy đọc lại đôi dòng trong cuốn tiểu thuyết: "Đó là một thứ nhân đạo trong chiến tranh để tránh cho đồng bạn khỏi mòn mỏi *đau đớn đi dần tới cái chết và thực tiễn hơn nữa là để khỏi phải rơi vào tay địch, khỏi phải sợ những trường hợp bị 'fuite' tin cơ mật*." Và cuộc "mổ sống" diễn ra như phân cảnh một cuốn phim kinh dị, rùng rợn quá sức chịu đựng cho một độc giả bình thường: "*Vũ nhanh nhẹn cầm dao xẻ những mảnh da thịt vắt lên, kẹp máu các động mạch rồi đưa những nhát cưa xoèn xoẹt như cưa gỗ. Mặc sức cho con bệnh la hét chửi rủa giãy giụa trên mặt bàn đã bị siết cứng. Làm gì còn thuốc mê hay gây ngủ ở chốn đèo heo hút gió này…*"

Làm sao một thanh niên 19 tuổi lại có thể viết được những dòng chữ về những điều bạo tàn dường ấy? Nhiều khi tôi tự hỏi.

Ngô Thế Vinh là một trong những nhà văn tích cực tham gia vận động và hoạt động thông qua tác phẩm của mình. Cụm từ "nhà văn dấn thân" có thể bị lạm dụng ở chừng mực nào đó, nhưng có lẽ khó tìm được một danh xưng nào khác nói về họ. Họ sử dụng ngòi bút như một nền tảng để nâng cao nhận thức về các vấn đề xã hội, sự bất công, thậm chí sự phẫn nộ, bất mãn. Nơi đây, nhà văn có thể truyền cảm hứng cho sự thay đổi bằng cách huy động dư luận và khuyến khích hành động tập thể. Trong thời kỳ hỗn loạn, nhà văn có thể thách thức các chuẩn mực, hệ tư tưởng hoặc quyền lực chính trị đã được thiết lập. Nhà văn Ngô Thế Vinh đã làm như thế với bút ký ngắn *Mặt Trận Ở Sài Gòn*.

Trong thiên truyện này, nhà văn thuật chuyện một đám lính của ông đang đi hành quân bỗng bị gọi về thủ đô Sài Gòn để dẹp một đám người biểu tình. Cảnh huống mười phần vô lý đó đã khiến ông phẫn nộ phải hạ bút viết những dòng chữ: "*Không lẽ những mộng tưởng binh nghiệp chỉ có thể biến chúng tôi thành những tên gác-dan cho bọn nhà giàu, một thứ cảnh sát công lộ chỉ đường trên dòng luân lưu của lịch sử... Rằng ngoài chiến trường súng đạn quen thuộc, họ còn phải đương đầu với một trận tuyến khác mỏi mệt hơn, đó là cảnh thối nát bất công của xã hội mà dân tộc đang phải hứng chịu trong tối tăm và tủi nhục…*"

Chẳng có gì ngạc nhiên, vì những dòng chữ đó mà Ngô Thế Vinh bị bắt ra hầu tòa với tội danh "*phổ biến những luận điệu phương hại trật tự công cộng và làm suy giảm kỷ luật, tinh thần chiến đấu của quân đội…*"

Thật là khôi hài. Nhưng không phải vì thế mà Ngô Thế Vinh chịu khuất phục, ông vẫn tiếp tục viết như thế rải rác trên nhiều trang sách khác, chỉ vì ông là nhà văn của lương tâm. Ngoài vai trò một nhà văn, ông còn là một người lính, ông không muốn sự hy sinh của mình và các bạn đồng đội chỉ nhằm bảo vệ cho một "*xã hội trên cao*", một xã hội hưởng thụ thừa mứa của "*một đám người kêu gọi chiến tranh nhưng lúc nào cũng ở trên và đứng ngoài cuộc chiến ấy*."

**3.**

Với một tâm thức và cảm thức luôn hướng về đất nước, dân tộc, nhà văn Ngô Thế Vinh, khi bước sang lĩnh vực biên khảo, đã không chọn con đường dễ dãi ngồi nhà đọc vài cuốn sách rồi xướng lên thuyết này thuyết nọ. Ông chọn con đường gai góc hơn nhiều.

Trong vòng mấy chục năm qua – với hai tác phẩm quan trọng gây tiếng vang không ít, *Cửu Long Cạn Dòng, Biển Đông Dậy Sóng và Mekong Dòng Sông Nghẽn Mạch*, cộng thêm hàng chục tiểu luận biên khảo, nghiên cứu giá trị về những biến đổi nguy hại của hệ sinh thái sông Mekong – ông mặc nhiên được xem như một chuyên gia hàng đầu trong lĩnh vực này, và một cách ưu ái hơn, con chim "báo bão" về mối đe dọa thường xuyên và ghê rợn từ phương Bắc đối với sự sinh tồn của đất nước và dân tộc. Để thực hiện các bộ sách về sông Mekong ông đã lặn lội từ tỉnh Vân Nam, Trung Quốc xuống các quốc gia Lào, Thái Lan, Cam Bốt và đồng bằng sông Cửu Long, Việt Nam. Qua các chuyến đi quan sát thực địa, ông đã tận mắt chứng kiến sự suy thoái bất khả đảo nghịch của con sông Mekong, "*hậu quả dây chuyền của những bước khai thác tự hủy, tàn phá sinh cảnh, làm cạn kiệt nguồn tài nguyên, gây ô nhiễm môi trường*," do chính sách phát triển kinh tế bất chấp hậu quả tai hại ra sao của nhà cầm quyền Trung Quốc, mà Việt Nam là quốc gia lãnh chịu hậu quả nặng nề và thiệt thòi nhất.

Gần đây hơn, chính xác là năm 2023, ông liên tiếp tung ra một loạt những bài biên khảo về dự án kênh Phù Nam Techo, một thủy lộ vận tải đầu tiên của Cam Bốt nối liền hệ thống sông

Mekong và đường biển. Nhà văn Ngô Thế Vinh cảnh báo rằng con kênh này, do nhà nước Cam Bốt đang gấp rút triển khai, "*không chỉ có mục đích đơn thuần nhằm giải quyết những thách đố khó khăn trong lãnh vực vận chuyển đường thủy, nhưng xa hơn thế, đây là một Con Kênh Đa Năng với nhiều tham vọng, nhằm kích hoạt các hoạt động kinh tế và xã hội tới một tầm mức cao mới.*" Và quan trọng hơn hết, sự phát triển có tính bừa bãi, bất chấp đến hệ sinh thái thiên nhiên, sẽ gây nên tình trạng tàn phá rộng rãi, "*một Biển Hồ như trái tim của Cam Bốt chỉ còn một nhịp đập thoi thóp do thiếu nước, không còn sáu tháng với nước sông Mekong chảy ngược vào Biển Hồ, nơi cũng là vựa cá lớn nhất và là nguồn protein chính của người dân Cam Bốt.*"

Lời cảnh báo của nhà văn Ngô Thế Vinh từ mấy chục năm nay có tính tiên tri. Thực tế cho thấy, mùa khô những năm gần đây, tình trạng hạn hán, xâm nhập mặn thường xuyên xảy ra ở các địa phương vùng Đồng Bằng Sông Cửu Long. Đơn cử thời điểm giữa mùa khô 2021-2022, nước mặn từ biển theo các kênh rạch xâm nhập sâu vào nội đồng các huyện Long Phú, Trần Đề, Kế Sách, tỉnh Sóc Trăng với nồng độ mặn rất cao, gây ảnh hưởng đến sản xuất, sinh hoạt của người dân.

Báo chí địa phương và cả các cơ sở thông tin quốc gia cho biết là vào khoảng cuối tháng 2 năm 2022, nồng độ mặn đo được tại các trạm trên một số tuyến sông, kênh rạch ở các huyện tỉnh Sóc Trăng dao động từ 2,5 đến trên 18,4‰. Không chỉ thế, nước mặn từ biển ngày càng tiến sâu vào đất liền và ngâm lâu ở các kênh, rạch, gây nhiều khó khăn cho người dân lấy nước cho việc sản xuất, sinh hoạt. Tại thành phố Cần Thơ, từ năm 2015 đến nay, một số khu vực thuộc địa bàn thành phố xuất hiện rõ nét tình trạng mặn xâm nhập từ biển vào qua tuyến sông Hậu.

Liệu có ngày có hiện tượng "Cửu Long cạn dòng" không? Dĩ nhiên ta phải hiểu "cạn dòng" đây là cạn dòng nước ngọt, nước sẽ vẫn lênh láng trên mặt sông, nhưng là nước biển mặn, chẳng còn phù sa màu mỡ tưới khắp ruộng đồng nữa. Lúc đó có ai còn nhớ đến Ngô Thế Vinh không?

**4.**

Nhà văn Ngô Thế Vinh và tôi có mối giao tình từ lâu. Tôi quý mến và quý trọng nhân cách, tài năng của ông, ngược lại, ông cũng rất quý mến tôi. Điều đó tôi nghĩ một phần là do tấm lòng nhân hậu của ông. Sự nhân hậu đối với bằng hữu đã khiến ông cho xuất bản bộ sách *Tuyển Tập Chân Dung Văn Học Nghệ Thuật & Văn Hóa* gồm hai tập. Đó là một bộ sách vẽ "chân dung" bằng chữ nghĩa các văn nghệ sĩ và các nhà văn hóa trong mắt nhìn của ông.

Những chân dung văn học nghệ thuật và văn hóa, qua giọng văn đầy thân ái và nhân hậu của nhà văn Ngô Thế Vinh, là một công trình biên soạn phong phú tư liệu, một tập hợp quý hiếm quy tụ những khuôn mặt văn nghệ và văn hóa tiêu biểu của một thời đại vốn được xem là nhiễu nhương nhất của dân tộc, suốt nửa sau thế kỷ XX cho đến nay. Ngô Thế Vinh không khoác áo nhà phê bình, ông không làm kẻ đứng trên bục giảng nghiêm khắc phê phán tác phẩm hay sự nghiệp mỗi văn nghệ sĩ được nhắc đến. Ông không làm thế, bởi họ chẳng phải ai xa lạ mà chính là những bằng hữu văn nghệ, những vóc dáng tài năng, gần như trọn đời người, đã cùng ông dấn thân trên những chặng đường trắc trở nhất, trong những điều kiện ngặt nghèo nhất, để xây dựng một nền văn nghệ nhân bản đích thực và có giá trị nghệ thuật cao cho dân tộc. Ông mượn tác phẩm của họ như cái cớ để ngồi xuống nhẩn nha lần giở từng trang ký ức bộn bề, len lỏi vào từng ngõ ngách tâm hồn dưới lớp bụi dày thời gian, cố tìm lại những cung bậc hoài niệm mù tăm để làm nên những trang viết thật đẹp, thật ấm áp tình bằng hữu, thật chan chứa tình người. Tất cả những gì ông viết trong bộ sách gần như chỉ là những nét phác họa đại cương về con người, khung cảnh sống, hoàn cảnh sáng tạo của những văn nghệ sĩ, mà chính ông cũng là một thành viên. Đan xen vào đấy là những không gian và thời gian kỷ niệm, đầy ắp kỷ niệm, kỷ niệm nào cũng được nâng niu, trân quý như món bảo vật khó tìm. Tuy thế, đọc kỹ hơn, chúng ta có thể cảm nhận ra một điều, là bên dưới lớp sắc màu tương đối hiền hòa, dịu êm ấy là niềm xác tín chắc nịch, một cái nhìn quả quyết cộng thêm chút tự hào, về một nền văn nghệ, văn hóa miền Nam Việt Nam tự do thời kỳ 54-75 và, trong chừng mực nào đó, vẫn tiếp nối ở hải ngoại, mà sự đột phá về các mặt tư tưởng, nghệ thuật, nhân sinh, tưởng như chưa thời nào qua mặt nổi.

Bộ sách hai tập ấy có những trang viết chân tình, đẹp đến nao lòng. Tình bằng hữu, nhất là bằng hữu văn nghệ, không phải một sớm một chiều có ngay. Từ điểm hội tụ, nó cần được chưng cất, tinh luyện nhiều tháng năm với tấm lòng chân thành, tha thiết. Điểm hội tụ đó chính là lòng đam mê văn chương, nghệ thuật mà Ngô Thế Vinh cùng các bằng hữu của ông có thừa.

**5.**

Hình như tố chất đam mê đã chảy rất sớm trong huyết quản nhà văn Ngô Thế Vinh. Chính niềm đam mê đã giúp ông suốt văn nghiệp có thể đảm nhận trách nhiệm bảo tồn ký ức văn hóa và lịch sử của xã hội Việt Nam trong thời kỳ nhiễu loạn. Thông qua các tác phẩm tiểu thuyết cũng như biên khảo, hoặc các tài liệu phi hư cấu, ông góp phần tạo nên ký ức chung và giúp đảm bảo rằng những câu chuyện quan trọng không bị lãng quên.

Trong những thời điểm xung đột hoặc chia rẽ, ông đã cố gắng xây dựng những cầu nối hiểu biết giữa các nhóm khác nhau. Thông qua công việc của mình, ông nuôi dưỡng sự đồng cảm và thúc đẩy đối thoại, tìm kiếm điểm chung và tính nhân văn chung.

Ngay cả trong những thời điểm đen tối nhất, một nhà văn như Ngô Thế Vinh vẫn có thể mang đến cảm giác hy vọng và cảm hứng. Thông qua lời nói của ông, chúng ta có thể đưa ra tầm nhìn về một tương lai tốt đẹp hơn, thúc đẩy các cá nhân kiên trì và hướng tới sự thay đổi tích cực.

Nói như thế bởi tôi luôn luôn nghĩ ông là kẻ dấm mình đi trong bão tố để tìm con đường sáng sủa hơn cho tương lai dân tộc Việt Nam, một dân tộc chịu quá nhiều khổ đau và thiệt thòi.

*TRỊNH Y THƯ*

*Ngày Nước Thế Giới (WWD) 2020 và Đồng Bằng Sông Cửu Long khô hạn.* (Biếm họa của Babui75 Mamburao)

**NHÂN ẢNH**
**2024**

Liên lạc tác giả
Email: ngothevinhmd@gmail.com

Liên lạc Nhà Xuất Bản
NHÂN ẢNH
E.mail: han.le3359@gmail.com
(408) 722-5626

www.ingramcontent.com/pod-product-compliance
Lightning Source LLC
LaVergne TN
LVHW090209051026
849517LV00001B/9
* 9 7 9 8 8 6 9 1 3 7 3 9 5 *